ಭಾರತದ ಆದರ್ಶ ಮಹಾಪುರುಷರು

ಸಂಪಾದಕರು :

ಜಿ.ಎಸ್. ಪ್ರಕಾಶ್, ಎಂ.ಕಾಂ., ಎಂ.ಐ.ಹೆಚ್.,

ವಾಸನ್ ಪಬ್ಲಿಕೇಷನ್ಸ್

ಭಾರತದ ಆದರ್ಶ ಮಹಾಪುರುಷರು

© ವಾಸನ್ ಪಬ್ಲಿಕೇಷನ್ಸ್

ಮುದ್ರಣ : 2023

ಪ್ರಕಾಶಕರು :

ವಾಸನ್ ಪಬ್ಲಿಕೇಷನ್ಸ್

25, ವಾಸನ್ ಟವರ್ಸ್,

ಡಾ॥ ಟಿ.ಸಿ.ಎಂ. ರಾಯನ್ ರಸ್ತೆ (ಗೂಡ್ಸ್‌ಶೆಡ್ ರಸ್ತೆ),

ಬೆಂಗಳೂರು – 560 053

e-mail: vasanpublications@gmail.com

www.mastermindbooks.com

₹ 85/-

ಮುದ್ರಣ :

ಕೆ.ಆರ್.ಎಲ್. ಆಫ್‌ಸೆಟ್ ಪ್ರಿಂಟರ್ಸ್-

ಭಾರತದ ಆದರ್ಶ ರತ್ನಗಳು !

ಭಾರತದಲ್ಲಿ ಅದೆಷ್ಟೋ ಮಂದಿ ಮಹಾನ್ ವ್ಯಕ್ತಿಗಳು ಬಂದು ಹೋಗಿದ್ದಾರೆ. ಇವರಲ್ಲಿ ಅತ್ಯಂತ ಮುಖ್ಯರಾದ ಕೆಲವು ಮಹಾನ್ ವ್ಯಕ್ತಿಗಳ ಜೀವನ ಚರಿತ್ರೆ ಹಾಗೂ ಅವರ ಕಾರ್ಯಸಾಧನೆಗಳನ್ನು ಗಮನಿಸಬೇಕಾದುದು ಅತ್ಯಂತ ಮುಖ್ಯವೂ ಹೌದು! ಅವಶ್ಯಕವೂ ಹೌದು! ಪ್ರಸ್ತುತ ಇಂತಹ ಮಹಾನ್ ಪುರುಷರ ಸ್ಮರಣೆ ಕಣ್ಮರೆಯಾಗುತ್ತಿದೆ. ಅಂತಹ ವ್ಯಕ್ತಿಗಳ ಪರಿಚಯ ಮಾಡಿಕೊಳ್ಳುವುದು, ಅವರ ಬಗ್ಗೆ ಅರಿವು ಮೂಡಿಸಿಕೊಳ್ಳುವುದು ಬಹಳ ಮುಖ್ಯ. ಹಳೆಯ ತಲೆಮಾರಿನ ಆದರ್ಶ ವ್ಯಕ್ತಿಗಳನ್ನು ಪದೇಪದೇ ನೆನಪಿಸಿಕೊಂಡು ಅವರ ಆದರ್ಶಗಳನ್ನು ನಮ್ಮ ಜೀವನದಲ್ಲಿ ಅಳವಡಿಸಿಕೊಂಡು ಮುಂದುವರಿಯುವುದು ಅತ್ಯಾವಶ್ಯಕ. ಅವರೆಲ್ಲರೂ ಮಹಾಪುರುಷರೇ. ಅಂತಹ ಮಹನೀಯರು ಜನ್ಮತಳೆದ ಕಾಲ, ಅವರ ವಿದ್ಯಾಭ್ಯಾಸ, ಆ ಸಮಯದಲ್ಲಿದ್ದ ಪರಿಸ್ಥಿತಿಗಳು, ಬೆಳೆದ ವಾತಾವರಣ, ಅವರ ಅದ್ಭುತ ಸಾಧನೆಗಳು, ಸಮಾಜಕ್ಕೆ ಅವರು ನೀಡಿರುವ ಕೊಡುಗೆಗಳು ಮುಂತಾದ ವಿವರಗಳನ್ನು ತಿಳಿದುಕೊಳ್ಳುವುದು ಪ್ರತಿಯೊಬ್ಬರಿಗೂ ಅವಶ್ಯಕ. ಪ್ರಸ್ತುತ ಶ್ರೀಸಾಮಾನ್ಯರಿಂದ ಹಿಡಿದು ಎಲ್ಲಾ ವರ್ಗದ ಜನರು, ವಿದ್ಯಾರ್ಥಿಗಳು, ರಾಜಕೀಯ ವ್ಯಕ್ತಿಗಳು, ಸಮಾಜ ಸುಧಾರಕರು ಹಳೆಯ ಮಹಾನ್ ವ್ಯಕ್ತಿಗಳನ್ನು, ಅವರ ದೇಶಕ್ಕೆ ನೀಡಿದ ಕೊಡಿಗೆಗಳನ್ನು, ಧರ್ಮ ಮತ್ತು ಧರ್ಮಮಾರ್ಗಕ್ಕೆ, ಸಂಸ್ಕೃತಿಗೆ ಅವರು ಕೊಟ್ಟಿರುವ ಪ್ರಾಮುಖ್ಯತೆಯನ್ನು ಗಮನಿಸದೆ ಇರುವುದು ವಿಷಾದನೀಯ. ಎಷ್ಟೇ ಕೆಲಸವಿರಲಿ, ಸಮಯದ ಅಭಾವವಿರಲಿ, ಏನೇ ಇರಲಿ ಸ್ವಲ್ಪ ಸಮಯ ಇಂತಹ ಆದರ್ಶ ವ್ಯಕ್ತಿಗಳ ಪರಿಚಯ ಮಾಡಿಕೊಳ್ಳುವುದು, ಅವರನ್ನು ಸ್ಮರಿಸುವುದು ಅತ್ಯಂತ ಮುಖ್ಯ. ಈ ಮಹಾವ್ಯಕ್ತಿಗಳ ಜೀವನ ಚರಿತ್ರೆಯನ್ನು ಎಲ್ಲರೂ ಮನವರಿಕೆ ಮಾಡಿಕೊಳ್ಳುವುದರಿಂದ ಇಂದಿನ ಪೀಳಿಗೆಯವರ ಮನಸ್ಸು ಪರಿವರ್ತನೆಗೊಳ್ಳುವುದರಲ್ಲಿ ಸಂದೇಹವೇ ಇಲ್ಲ.

ಲೇಖಕರು.

* * * ವಿಷಯ ಸೂಚಿ * * *

□

1. ಮಹಾತ್ಮ ಗಾಂಧೀಜಿ (1869 – 1948)

ಭಾರತಕ್ಕೆ ಸ್ವಾತಂತ್ರ್ಯ ತಂದುಕೊಟ್ಟ ಮಹಾನ್ ವ್ಯಕ್ತಿ

ಕಿರು ಪರಿಚಯ :

ಮೋಹನ್ ದಾಸ್ ಕರಮ್ ಚಂದ್ ಗಾಂಧಿಯವರು ಗುಜರಾತಿನ ಪೋರ್‌ಬಂದರ್‌ನಲ್ಲಿ ದಿನಾಂಕ 2ನೇ ಅಕ್ಟೋಬರ್ 1869 ರಲ್ಲಿ ಜನಿಸಿದರು. ತಂದೆ ಪೋರ್‌ಬಂದರ್ ಸಂಸ್ಥಾನದಲ್ಲಿ ದಿವಾನರಾಗಿದ್ದರು. ತಾಯಿ ದೈವಭಕ್ತಳಾಗಿದ್ದು, ಹೆಚ್ಚು ಧಾರ್ಮಿಕ ವಿಚಾರಗಳಲ್ಲೇ ಮಗ್ನರಾಗಿರುತ್ತಿದ್ದರು. ತಮ್ಮ ಮಗ ಗಾಂಧಿಯವರ ಮನಸ್ಸಿನ ಮೇಲೆ ಸದಾ ಧಾರ್ಮಿಕ ಪ್ರಭಾವ ಬೀರುತ್ತಿದ್ದರು. ಅವರಿಗೆ ಜೀವನದಲ್ಲಿ ಸಹನೆ, ಕರುಣೆ, ಅಹಿಂಸೆ, ಸಹಿಷ್ಣುತೆ, ಉಪವಾಸ ಮುಂತಾದ ವಿಚಾರಗಳ ಮಹತ್ವವನ್ನು ವಿವರಿಸುತ್ತಿದ್ದರು. ಗಾಂಧೀಜಿಯವರು ಬಾಲ್ಯದಲ್ಲಿಯೇ ಭಾರತದ ಪುರಾಣಗಳನ್ನು ಓದಿ ಅದರಿಂದ ತುಂಬಾ ಪ್ರಭಾವಿತರಾದರು. ಬ್ರಿಟಿಷರು ಭಾರತ ಬಿಟ್ಟು ತೊಲಗುವವರೆಗೂ ಅಹಿಂಸೆ ಮತ್ತು ಅಸಹಕಾರ ಚಳವಳಿಯನ್ನು ಮುಂದುವರಿಸಿ ಭಾರತಕ್ಕೆ ಸ್ವಾತಂತ್ರ್ಯ ತಂದು ಕೊಟ್ಟ ಮಹಾನ್ ವ್ಯಕ್ತಿ.

ಜನನ ಮತ್ತು ಬಾಲ್ಯ :

ಮೋಹನ್ ದಾಸ್ ಕರಮ್ ಚಂದ್ ಗಾಂಧಿಯವರು ಗುಜರಾತಿನ ಪೋರ್‌ಬಂದರ್‌ನಲ್ಲಿ ದಿನಾಂಕ 2ನೇ ಅಕ್ಟೋಬರ್ 1869 ರಲ್ಲಿ

ಜನಿಸಿದರು. ಇವರ ತಂದೆ ಕರಮ್ ಚಂದ್ ಗಾಂಧಿ. ತಾಯಿ ಪುತಳೀಬಾಯಿ. ಇವರ ತಂದೆ ಪೋರ್‌ಬಂದರ್ ಸಂಸ್ಥಾನದಲ್ಲಿ ದಿವಾನರಾಗಿದ್ದರು. ಇವರ ತಾಯಿ ಧಾರ್ಮಿಕ ಮಹಿಳೆಯಾಗಿದ್ದು, ಹೆಚ್ಚು ದೈವ ಭಕ್ತೆಯಾಗಿದ್ದರು. ಗಾಂಧಿಜಿಯವರಿಗೆ ಬಾಲ್ಯದಲ್ಲೇ ಪುರಾಣ ಕಥೆಗಳನ್ನು, ರಾಮಾಯಣ, ಮಹಾಭಾರತವನ್ನು ಹೇಳುತ್ತಿದ್ದರು. ಇದು ಗಾಂಧಿಯವರ ಮೇಲೆ ಅಪಾರವಾದ ಪರಿಣಾಮ ಉಂಟುಮಾಡಿತು. ಶ್ರವಣಕುಮಾರನ ಪಿತೃಭಕ್ತಿ, ಸತ್ಯಕ್ಕಾಗಿ ಎಲ್ಲವನ್ನೂ ಕಳೆದುಕೊಂಡ ಸತ್ಯ ಹರೀಶ್ಚಂದ್ರನ ಕಥೆಗಳು ಇವರ ಮನಸ್ಸಿನಲ್ಲಿ ಬೇರೂರಿದವು. ಇವುಗಳೆಲ್ಲದರಿಂದ ಗಾಂಧೀಜಿಯವರು ತಮ್ಮ ಜೀವನದುದ್ದಕ್ಕೂ ಪ್ರೀತಿ, ವಿಶ್ವಾಸ, ಸತ್ಯ, ಪ್ರಾಮಾಣಿಕತೆ ಮುಂತಾದವುಗಳನ್ನು ರೂಢಿಸಿಕೊಂಡರು.

ವಿದ್ಯಾಭ್ಯಾಸ :

ಗಾಂಧೀಯುವರು ತಮ್ಮ ಮಾಧ್ಯಮಿಕ ಶಿಕ್ಷಣವನ್ನು ಪೋರ್‌ಬಂದರ್‌ನಲ್ಲಿಯೂ, ಪ್ರೌಢ ಶಿಕ್ಷಣವನ್ನು ರಾಜ್‌ಕೋಟ್‌ನಲ್ಲೂ ಮುಗಿಸಿದರು. ಗಾಂಧಿಯವರು ಅತ್ಯಂತ ನಾಚಿಕೆ ಸ್ವಭಾವದವರಾಗಿದ್ದರು. ವಿದ್ಯಾರ್ಥಿಯಾಗಿದ್ದಾಗಲೇ ಅವರು ಸತ್ಯ ಮತ್ತು ವಿನಯವಂತಿಕೆಗೆ ಹೆಸರಾಗಿದ್ದರು. ತಮ್ಮ ಮೆಟ್ರಿಕ್ಯುಲೇಷನ್ ಪರೀಕ್ಷೆಯನ್ನು ಗುಜರಾತಿನ ಭಾವಾನಗರ್ ಸಮಲ್‌ದಾಸದ ಶಾಲೆಯಲ್ಲಿ ಅಧ್ಯಯನ ಮಾಡಿ ಉತ್ತೀರ್ಣರಾದರು. ಇವರ ಕುಟುಂಬದವರು ಇವರು ಬ್ಯಾರಿಸ್ಟರ್ ಆಗಬೇಕೆಂದು ಆಸೆಪಟ್ಟಿದ್ದರು. ಆದರೆ ಗಾಂಧಿಯವರು ಕಾನೂನು ಅಧ್ಯಯನ ಮಾಡಲು 1888 ರಲ್ಲಿ ಇಂಗ್ಲೆಂಡ್‌ಗೆ ತೆರಳಿದರು. 1891 ರಲ್ಲಿ ಇವರು ಕಾನೂನು ಪದವಿಯನ್ನು ಪಡೆದು ಭಾರತಕ್ಕೆ ಹಿಂದಿರುಗಿದರು.

ವೃತ್ತಿ ಜೀವನ ಮತ್ತು ಕಾರ್ಯಸಾಧನೆ :

❖ ಗಾಂಧಿಯವರು ಭಾರತಕ್ಕೆ ಹಿಂದಿರುಗಿ ವಕೀಲ ವೃತ್ತಿಯನ್ನು ಆರಂಭಿಸಿದರು. ಆದರೆ ಇದರಿಂದ ನಿರೀಕ್ಷಿತ ಫಲ ದೊರೆಯಲಿಲ್ಲ.

❖ **ದಕ್ಷಿಣ ಆಫ್ರಿಕಾ :** ದಕ್ಷಿಣ ಆಫ್ರಿಕಾದಲ್ಲಿ ವಕೀಲಿ ಸೇವೆಯನ್ನು ಮಾಡಬೇಕೆಂದು ಕಂಪನಿಯೊಂದರಿಂದ ಪತ್ರ ಬಂದಿತು. ಹಾಗಾಗಿ ಇವರು ದಕ್ಷಿಣ ಆಫ್ರಿಕಾಕ್ಕೆ ತೆರಳಿದರು.

❖ ದಕ್ಷಿಣ ಆಫ್ರಿಕಾದಲ್ಲಿ ಭಾರತೀಯರ ಮೇಲೆ ನಡೆಸುತ್ತಿದ್ದ ಭೇದ - ಭಾವನೆಯನ್ನು ಕಂಡು ಅವುಗಳ ನಿವಾರಣೆಗೆ ಪ್ರಯತ್ನಿಸಿದರು.

❖ ಗಾಂಧಿಯವರು ರೈಲಿನಲ್ಲಿ ಪ್ರಯಾಣ ಮಾಡುತ್ತಿದ್ದಾಗ ಮೊದಲ ದರ್ಜೆ ಟಿಕೆಟ್ ಪಡೆದಿದ್ದರೂ, ಅವರನ್ನು ಮೂರನೆಯ ದರ್ಜೆಗೆ ಹೋಗುವಂತೆ ಬಿಳಿಯರು ಅವರನ್ನು ಹೊರದೂಡಿದರು. ಆದರೆ ಗಾಂಧಿಯವರು ನಿರಾಕರಿಸಿದರು. ಇದು ಅಲ್ಲಿನ ತಾರತಮ್ಯಕ್ಕೆ ಒಂದು ಉದಾಹರಣೆಯಾಗಿದೆ.

❖ ಭಾರತೀಯರ ವಿರುದ್ಧ ನಡೆಯುತ್ತಿದ್ದ ಜನಾಂಗೀಯ ಭೇದ ಮತ್ತು ಅನ್ಯಾಯಗಳನ್ನು ತಾವೇ ಸ್ವತಃ ಅನುಭವಿಸಿದರು.

❖ ನಾಗರಿಕ ಹಕ್ಕುಗಳನ್ನು ನಿರಾಕರಿಸುವ ಕಾನೂನುಗಳನ್ನು ಸಹ ವಿರೋಧಿಸಲು ಗಾಂಧಿಯವರು ಸತ್ಯಾಗ್ರಹ, ಅಹಿಂಸೆ ಇವುಗಳನ್ನು ಬಳಸಿದರು.

❖ 1915 ರಲ್ಲಿ ಗಾಂಧೀಜಿಯವರು ದಕ್ಷಿಣ ಆಫ್ರಿಕಾದಿಂದ ಭಾರತಕ್ಕೆ ವಾಪಸ್ಸಾದರು.

❖ ಆಗ ಕಾಂಗ್ರೆಸ್ ಪಕ್ಷದ ನಾಯಕರಾಗಿದ್ದ ಗೋಪಾಲಕೃಷ್ಣ ಗೋಖಲೆಯವರು ಗಾಂಧೀಜಿಯವರಿಗೆ ಭಾರತದ ರಾಜಕೀಯ ಪರಿಚಯ ಮಾಡಿಸಿಕೊಟ್ಟರು.

❖ **ಸತ್ಯಾಗ್ರಹ ಆಶ್ರಮ ಸ್ಥಾಪನೆ** : ಗಾಂಧೀಜಿಯುವರು ಅಹಮದಾಬಾದ್‌ನಗರದ ಹೊರವಲಯದಲ್ಲಿ ಸತ್ಯಾಗ್ರಹ ಆಶ್ರಮವೊಂದು ಸ್ಥಾಪಿಸಿದರು. ನಂತರದ ದಿನಗಳಲ್ಲಿ “ಸಬರಮತಿ ಆಶ್ರಮ” ಎಂದು ಪ್ರಖ್ಯಾತವಾಯಿತು.

❖ ಬಡ ರೈತರ ಮೇಲೆ ಅಧಿಕ ತೆರಿಗೆ ಹೇರಿದ್ದನ್ನು ಖಂಡಿಸಿ ಬ್ರಿಟಿಷರ ವಿರುದ್ಧ ಹೋರಾಟ ನಡೆಸಿದರು.

❖ 1918 ರಲ್ಲಿ ಚಂಪಾರಣ್ಯ ಚಳವಳಿಯನ್ನು ಆರಂಭಿಸಿದರು. ಇದರಲ್ಲಿ ಇವರ ಶ್ರಮದಿಂದ ಬ್ರಿಟಿಷರು ರೈತರ ಪರವಾಗಿ ಕಾನೂನಿನಲ್ಲಿ

ತಿದ್ದುಪಡಿ ತಂದು ಭೂ ತೆರಿಗೆಯಲ್ಲಿ ರಿಯಾಯಿತಿ ದೊರೆಯುವಂತೆ ಮಾಡಿದರು.

❖ 1921 ರಲ್ಲಿ ಭಾರತೀಯ ರಾಷ್ಟ್ರೀಯ ಕಾಂಗ್ರೆಸ್‌ನ ಮುಖಂಡತ್ವವನ್ನು ಗಾಂಧೀಜಿಯವರು ವಹಿಸಿದರು. ಬ್ರಿಟಿಷ್ ಆಳ್ವಿಕೆಯ ವಿರುದ್ಧ ಅಸಹಕಾರ ಚಳವಳಿಯನ್ನು ನಡೆಸಿದರು.

❖ ಬಡತನ ನಿರ್ಮೂಲನೆ, ಅಸ್ಪೃಶ್ಯತೆ ನಿವಾರಣೆ, ಹಿಂದೂ-ಮುಸ್ಲಿಂ ಏಕತೆ, ಮಹಿಳೆಯರ ರಕ್ಷಣೆ ಇವುಗಳಿಗಾಗಿ ಗಾಂಧೀಜಿಯವರು ದೇಶಾದ್ಯಂತ ಆಂದೋಳನ ನಡೆಸಿದರು.

❖ ಗಾಂಧೀಜಿಯವರ ಹೋರಾಟಕ್ಕೆ ತಮ್ಮ ಸಹಕಾರ ನೀಡಲು ವಿದ್ಯಾರ್ಥಿಗಳು, ಮಹಿಳೆಯರು ಮುಂದೆ ಬಂದರು.

❖ ಇದರಲ್ಲಿ ನಡೆದ ಹಿಂಸಾತ್ಮಕ ಘಟನೆಗಳಿಂದ ಗಾಂಧೀಜಿಯವರು ಸೆರೆಮನೆವಾಸ ಅನುಭವಿಸಬೇಕಾಯಿತು. 1924 ರಲ್ಲಿ ಇವರನ್ನು ಜೈಲಿನಿಂದ ಬಿಡುಗಡೆಗೊಳಿಸಲಯಿತು.

❖ **ದಂಡಿ ಯಾತ್ರೆ** : 1930 ರಲ್ಲಿ ಗಾಂಧೀಜಿಯವರು ದಂಡಿಯಾತ್ರೆಯನ್ನು ಪ್ರಾರಂಭಿಸಿದರು. ಸೂರತ್ ಹತ್ತಿರ ದಂಡಿಯ ಸಮುದ್ರ ದಂಡೆಯ ಮೇಲೆ ಉಪ್ಪು ತಯಾರಿಸಿ, ಉಪ್ಪಿನ ಕಾನೂನನ್ನು ತಳ್ಳಿಹಾಕಿದರು.

❖ ಉಪ್ಪಿನ ಹೋರಾಟದಿಂದ ಬ್ರಿಟಿಷ್ ಸರ್ಕಾರ ಧೈರ್ಯಗುಂದಿತು.

❖ 1931 ರಲ್ಲಿ ಗಾಂಧೀ-ಇರ್ವಿನ್ ಒಪ್ಪಂದಕ್ಕೆ ಬಂದರು. ಇದರ ಪ್ರಕಾರ ಅಸಹಕಾರ ಚಳವಳಿಯಲ್ಲಿ ಬಂಧಿತರಾಗಿದ್ದವರನ್ನು ಕೂಡಲೇ ಬಿಡುಗಡೆಗೊಳಿಸುವುದು ಹಾಗೂ ಉಪ್ಪಿನ ಮೇಲಿನ ತೆರಿಗೆಯನ್ನು ತೆಗೆದು ಹಾಕುವುದು.

❖ **ದುಂಡುಮೇಜಿನ ಸಮ್ಮೇಳನ** : ಒಪ್ಪಂದದ ನಂತರ ಗಾಂಧೀಜಿಯವರು ಮೊದಲ ದಂಡು ಮೇಜಿನ ಸಮ್ಮೇಳನದಲ್ಲಿ ಭಾಗವಹಿಸುವ ಸಲುವಾಗಿ ಇಂಗ್ಲೆಂಡಿಗೆ ಪ್ರಯಾಣ ಬೆಳೆಸಿದರು.

❖ 1939 ರಲ್ಲಿ ಎರಡನೇ ಮಹಾಯುದ್ಧ ಪ್ರಾರಂಭವಾಯಿತು. ಆಗ ಬ್ರಿಟಿಷ್ ಸರ್ಕಾರ ಭಾರತದ ಸಹಾಯವನ್ನು ಕೇಳಿತು. ಅದಕ್ಕೆ ಪ್ರತಿಯಾಗಿ ಭಾರತ ಸ್ವಾತಂತ್ರ್ಯ ನೀಡಬೇಕೆಂದು ಕೇಳಿತು. ಇದಕ್ಕೆ ಒಪ್ಪಿದ್ದು ನಂತರ ಮಾತಿನಂತೆ ಭಾರತಕ್ಕೆ ಸ್ವಾತಂತ್ರ್ಯವನ್ನು ಕೊಡಲಿಲ್ಲ.

❖ **ಭಾರತ ಬಿಟ್ಟು ತೊಲಗಿ :** 1942 ರಂದು ಗಾಂಧೀಜಿಯವರು "ಭಾರತ ಬಿಟ್ಟು ತೊಲಗಿ" ಚಳವಳಿಗೆ ಕರೆ ನೀಡಿದರು. ಬ್ರಿಟಿಷರು ಭಾರತವನ್ನು ಬಿಟ್ಟು ಹೋಗುವವರೆಗೂ ಅಹಿಂಸೆ ಮತ್ತು ಅಸಹಕಾರ ಚಳವಳಿಯನ್ನು ಮುಂದುವರಿಸಬೇಕೆಂದು ಗಾಂಧೀಜಿಯವರು ಎಲ್ಲರಲ್ಲೂ ಮನವಿ ಮಾಡಿಕೊಂಡರು. ಇವರಲ್ಲಿ ಅನೇಕ ಮಂದಿ ಬಂಧಿತರಾದರು.

❖ ಚಳವಳಿ ತೀವ್ರವಾಯಿತು. ಗಾಂಧೀಜಿಯವರನ್ನು ಸೆರೆಮನೆಯಲ್ಲಿಡಲಾಯಿತು. ಆಗ ಕಸ್ತೂರಿ ಬಾಯಿಯವರು ನಿಧನರಾದರು. 1944 ರಲ್ಲಿ ಗಾಂಧೀಜಿಯವರನ್ನು ಜೈಲಿನಿಂದ ಬಿಡುಗಡೆ ಮಾಡಲಾಯಿತು.

❖ ಗಾಂಧೀಜಿಯವರ ನಿರಂತರ ಅಹಿಂಸಾ ಚಳವಳಿಗಳಿಂದ ದಿನಾಂಕ : 15 ನೇ ಆಗಸ್ಟ್ 1947 ರಂದು ಭಾರತ ಸ್ವಾತಂತ್ರ್ಯ ಪಡೆಯಿತು.

ನಿಧನ :

1948 ರಲ್ಲಿ ಗಾಂಧೀಜಿಯವರು ತಮ್ಮ ಪ್ರಾರ್ಥನೆಯನ್ನು ಮುಗಿಸಿಕೊಂಡು ಬರುತ್ತಿರುವಾಗ, ಹಿಂದೂ ರಾಷ್ಟ್ರೀಯವಾದಿಯಾಗಿದ್ದ ನಾಥೂರಾಮ್ ಗೋಡ್ಸೆಯ ಗುಂಡಿಗೆ ಬಲಿಯಾದರು. ಅಕ್ಟೋಬರ್ 2 ಗಾಂಧೀಜಿಯವರು ಜನ್ಮದಿನವಾದುದರಿಂದ ಅಂದು ದೇಶಾದ್ಯಂತ ಗಾಂಧಿ ಜಯಂತಿಯನ್ನಾಗಿ ಆಚರಿಸಲಾಗುತ್ತಿದೆ.

2. ಜವಾಹರಲಾಲ್ ನೆಹರು (1889 – 1964)

ಭಾರತದ ಪ್ರಥಮ ಪ್ರಧಾನಿ

ಕಿರು ಪರಿಚಯ :

"ಸಂಪೂರ್ಣ ಸ್ವಾತಂತ್ರ್ಯವೇ ನಮ್ಮ ಏಕೈಕ ಗುರಿ" ಎಂಬ ನಿರ್ಣಯವನ್ನು ಮಂಡಿಸಿದವರು ಜವಾಹರಲಾಲ್ ನೆಹರುರವರು. ಮಹಾತ್ಮ ಗಾಂಧಿಯವರನ್ನು ಬಿಟ್ಟರೆ ಅತ್ಯಂತ ಜನಪ್ರಿಯರೂ, ಮಹಾನಾಯಕರು ಎಂದರೆ ನೆಹರೂರವರೇ. ನೆಹರೂರವರು ಕೇವಲ ರಾಜಕಾರಣಿ ಮಾತ್ರ ಆಗಿರಲಿಲ್ಲ. ಅವರು ಅತ್ಯುತ್ತಮ ಬರಹಗಾರರೂ, ವಾಗ್ಮಿಯೂ ಆಗಿದ್ದರು. ಭಾರತದ ಸರ್ವತೋಮುಖ ಏಳಿಗೆಗೆ ಪಂಚ ವಾರ್ಷಿಕ ಯೋಜನೆಗಳನ್ನು ರೂಪಿಸಿ ಅದನ್ನು ಅನುಷ್ಠಾನಗೊಳಿಸಲು ನಿರಂತರವಾಗಿ ಶ್ರಮಿಸಿದವರು. ನೆಹರುರವರು ಸ್ವತಂತ್ರ ಭಾರತದ ಪ್ರಪ್ರಥಮ ಪ್ರಧಾನಿಯಾಗಿ 17 ವರ್ಷಗಳ ಕಾಲ ನಿರಂತರವಾಗಿ ಕಾರ್ಯ ನಿರ್ವಹಿಸಿದರು. ವಿಶ್ವ ಮಟ್ಟದಲ್ಲಿಯೇ ಭಾರತಕ್ಕೊಂದು ಮಹತ್ವದ ಸ್ಥಾನವನ್ನು ಕಲ್ಪಿಸಿಕೊಟ್ಟ ಕೀರ್ತಿ ಅವರಿಗೆ ಸಲ್ಲುತ್ತದೆ. ಜವಾಹರಲಾಲ್ ನೆಹರರವರಿಗೆ ಮಕ್ಕಳೆಂದರೆ ಅದೇನೋ ಪ್ರೀತಿ, ವಿಶ್ವಾಸ. ಆದುದರಿಂದ ಅವರ ಹುಟ್ಟುಹಬ್ಬವನ್ನು "ಮಕ್ಕಳ ದಿನಾಚರಣೆ" ಎಂದೇ ಆಚರಿಸಲಾಗುತ್ತದೆ.

ಜನನ ಮತ್ತು ಬಾಲ್ಯ :

ಜವಾಹರಲಾಲ್ ನೆಹರರವರು ದಿನಾಂಕ 14ನೇ ನವೆಂಬರ್ 1889 ರಲ್ಲಿ ಅಲಹಾಬಾದ್‌ನಲ್ಲಿ ಜನಿಸಿದರು. ಇವರ ತಂದೆ ಮೋತಿಲಾಲ್ ನೆಹರು. ತಾಯಿ ಸ್ವರೂಪಿಣಿ. ಮೋತಿಲಾಲ್ ನೆಹರುರವರು ಮೂಲತಃ ಕಾಶ್ಮೀರದವರು. ಅವರು ಆಗರ್ಭ ಶ್ರೀಮಂತರಾಗಿದ್ದರು. ಅವರ ತಂದೆ ನ್ಯಾಯವಾದಿಗಳಾಗಿದ್ದರು. ಅವರ ತಂದೆಗೆ ತಮ್ಮ ಮಗ ಸಾಮಾನ್ಯರ

ಜೊತೆ ಬೆರೆಯಬಾರದೆಂಬ ಉದ್ಧೇಶವಿತ್ತು. ಆದುದರಿಂದ ಅವರನ್ನು ಬಹಳ ಎಚ್ಚರಿಕೆಯಿಂದ ಸಾಕುತ್ತಿದ್ದರು. ನೆಹರುರವರಿಗೆ ಬಾಲ್ಯದಿಂದಲೇ ಕ್ರಿಕೆಟ್, ಕುದುರೆ ಸವಾರಿ ಮುಂತಾದ ಆಟಗಳಲ್ಲಿ ಹೆಚ್ಚು ಆಸಕ್ತಿಯಿತ್ತು. ಇವರ ಜೊತೆಗೆ ಆಟವಾಡಲು ಬೇರೆ ಹುಡುಗರನ್ನು ಸೇರಿಸಿಕೊಳ್ಳುತ್ತಿರಲಿಲ್ಲ. ಆದರೆ ತಮ್ಮ ತಂಗಿಯಾದ ವಿಜಯಲಕ್ಷ್ಮಿ ಪಂಡಿತ್ ಮಾತ್ರ ಯಾವಾಗಲೂ ಇರುತ್ತಿದ್ದರು. ನೆಹರುರವರಿಗೆ ಅವರ ತಂದೆಯವರ ಸ್ನೇಹಿತರಾದ ಮುನ್ಶಿ ಮುಬಾರಕ್ ಎಂಬುವವರು ಆ ಸಮಯದಲ್ಲಿಯೇ ನೆಹರುರವರಿಗೆ ಗುರುವಾಗಿ ದೊರೆತದ್ದು. ಒಬ್ಬ ಐರಿಷ್ ಮೂಲದ ಫರ್ಡಿನೆಂಡ್ ಟಿ. ಬ್ರೂಕ್. ತಮ್ಮ ಮಗನಿಗೆ ಭಾರತದಲ್ಲಿ ವಿದ್ಯಾಭ್ಯಾಸ ಬೇಡವೆಂದು ಅವರ ತಂದೆ ಇಂಗ್ಲೆಂಡಿನ ಹ್ಯಾರೋ ಶಾಲೆಗೆ 1907 ರಲ್ಲಿ ಸೇರಿಸಿದರು.

ವಿದ್ಯಾಭ್ಯಾಸ :

ಜವಾಹರ್‌ರವರು ಕೇಂಬ್ರಿಡ್ಜ್ ಟ್ರೈನಿ ಕಾಲೇಜಿಗೆ ಸೇರಿ ಅಲ್ಲಿ ರಸಾಯನ ಶಾಸ್ತ್ರ, ಭೂವಿಜ್ಞಾನ, ಸಸ್ಯ ಶಾಸ್ತ್ರಗಳನ್ನು ಅಧ್ಯಯನ ಮಾಡಿ ಟ್ರೈಪಾಸ್ ಗಳಿಸಿಕೊಂಡರು. ಆ ಸಮಯದಲ್ಲೇ ಅವರು ರಾಜಕೀಯ, ಆಧುನಿಕ ಅರ್ಥಶಾಸ್ತ್ರ ಇವುಗಳ ಬಗ್ಗೆ ಅನೇಕ ಗ್ರಂಥಗಳನ್ನು ಅಧ್ಯಯನ ಮಾಡಿದರು. ಅಲ್ಲದೆ ಸಮಾಜದ ಕಡೆಗೂ ಆಸಕ್ತಿ ತೋರಿದರು. ತಂದೆಯ ಆಶಯದಂತೆ ನೆಹರುರವರು ಲಂಡನ್ನಿನ ಇನ್ನರ್ ಟೆಂಪಲ್ ಸೇರಿ 1912 ರಲ್ಲಿ ಬ್ಯಾರಿಸ್ಟರ್ ಪದವಿಯನ್ನು ಪಡೆದರು. ನಂತರ ಭಾರತಕ್ಕೆ ಬಂದರು.

ವೈವಾಹಿಕ ಜೀವನ :

ಜವಾಹರಲಾಲ್ ನೆಹರೂರವರು 1916 ರಲ್ಲಿ ಕಮಲ ಎಂಬುವವರೊಂದಿಗೆ ವಿವಾಹವಾದರು. ನೆಹರು ದಂಪತಿಗಳಿಗೆ 1917 ರಲ್ಲಿ ಇಂದಿರಾ ಎಂಬ ಒಬ್ಬಳೇ ಮಗಳು ಜನಿಸಿದರು.

ವೃತ್ತಿ ಜೀವನ ಮತ್ತು ಕಾರ್ಯಸಾಧನೆ :

❖ ಕೆಲವು ಕಾಲ ನೆಹರುರವರು ತಮ್ಮ ತಂದೆಯವರ ಜೊತೆಗೂಡಿ ವಕೀಲಿ ವೃತ್ತಿಯನ್ನು ಆರಂಭಿಸಿದರು. ನಂತರದಲ್ಲಿ ಅವರು

ರಾಜಕೀಯ ಕ್ಷೇತ್ರಕ್ಕೆ ಪ್ರವೇಶಿಸಿದರು. ಆ ಸಂದರ್ಭದಲ್ಲಿ ಅವರಿಗೆ ಮದನ ಮೋಹನ ಮಾಳವೀಯ ಅವರ ಪರಿಚಯವಾಯಿತು. ಆಗ ಉತ್ತರ ಪ್ರದೇಶ ರೈತರ ಸುಧಾರಣೆಗಾಗಿ ಸ್ಥಾಪಿತಗೊಂಡಿದ್ದ "ಕಿಸಾನ್ ಸಭಾ" ಎಂಬುದು ನೆಹರುರವರನ್ನು ಆಕರ್ಷಿಸಿತು.

❖ 1915 ರಲ್ಲಿ ಅಲಹಾಬಾದ್‌ನಲ್ಲಿ ನಡೆದ ಸಭೆಯಲ್ಲಿ ನೆಹರುರವರು ಮಾತನಾಡಿದರು. ಅದು ಅವರು ಮಾಡಿದ ಮೊದಲ ಭಾಷಣವಾಗಿತ್ತು.

❖ 1916 ರಲ್ಲಿ ಲಖನೌನಲ್ಲಿ ನಡೆದ ಕಾಂಗ್ರೆಸ್ ಅಧಿವೇಶನದಲ್ಲಿ ಭಾಗವಹಿಸಿದರು. ಆಗ ಅವರಿಗೆ ಗಾಂಧೀಜಿಯವರ ಪರಿಚಯವಾಯಿತು.

❖ ನೆಹರುರವರು ರಾಜಕೀಯ ಕ್ಷೇತ್ರಕ್ಕೆ ಪ್ರವೇಶಿಸುವುದು ಅವರ ತಂದೆ ಮೋತಿಲಾಲ್ ನೆಹರುರವರಿಗೆ ಇಷ್ಟವಿರಲಿಲ್ಲ. ಆದರೆ ನೆಹರುರವರು ಗಾಂಧೀಜಿಯವರ ಕರೆ ನೀಡಿದ್ದ ಅಸಹಕಾರ ಚಳವಳಿಯಲ್ಲಿ ತಮ್ಮನ್ನು ತೊಡಗಿಸಿಕೊಂಡರು.

❖ 1921 ರಲ್ಲಿ ಬ್ರಿಟಿಷ್ ಯುವರಾಜ ಭಾರತಕ್ಕೆ ಬರುವುದನ್ನು ತೀವ್ರವಾಗಿ ವಿರೋಧಿಸಿದರು. ಇದರ ಪರಿಣಾಮ ನೆಹರುರವರು ಪ್ರಥಮ ಬಾರಿಗೆ ಸೆರೆಮನೆ ವಾಸ ಅನುಭವಿಸಬೇಕಾಯಿತು.

❖ **ಸಂಪೂರ್ಣ ಸ್ವಾತಂತ್ರ್ಯವೇ ನಮ್ಮ ಗುರಿ :** 1929 ರಲ್ಲಿ ಲಾಹೋರ್‌ನಲ್ಲಿ ತಮ್ಮ ಅಧ್ಯಕ್ಷತೆಯಲ್ಲಿ ನಡೆದ ಕಾಂಗ್ರೆಸ್ ಮಹಾಧಿವೇಶನದಲ್ಲಿ "ಸಂಪೂರ್ಣ ಸ್ವಾತಂತ್ರ್ಯವೇ ನಮ್ಮ ಗುರಿ" ಎಂಬ ನಿರ್ಣಯ ಮಂಡಿಸಿದರು.

❖ ಗಾಂಧೀಜಿ ಹಾಗೂ ನೆಹರುರವರ ನಡುವೆ ಹಲವಾರು ಭಿನ್ನಾಭಿಪ್ರಾಯಗಳು ಬಂದಿದ್ದರೂ, ಅವರಿಬ್ಬರ ಪ್ರೀತಿ, ವಿಶ್ವಾಸಕ್ಕೇನು ಕಡಿಮೆಯಾಗಿರಲಿಲ್ಲ.

❖ ಈ ವಿಶ್ವಾಸ, ಪ್ರೀತಿಯಿದ್ದುದರಿಂದಲೇ ಗಾಂಧೀಜಿಯವರು ನೆಹರು

ಅವರನ್ನು ತಮ್ಮ ರಾಜಕೀಯ ಉತ್ತರಾಧಿಕಾರಿಯೆಂದು ಸ್ಪಷ್ಟಪಡಿಸಿದ್ದರು.

- ❖ **ಪ್ರಥಮ ಪ್ರಧಾನಿ :** ನೆಹರುರವರು ಸ್ವತಂತ್ರ ಭಾರತದ ಪ್ರಥಮ ಪ್ರಧಾನಿಯಾಗಿ 17 ವರ್ಷಗಳ ಕಾಲ ನಿರಂತರವಾಗಿ ಕಾರ್ಯನಿರ್ವಹಿಸಿದರು. ಇಡೀ ವಿಶ್ವದಲ್ಲಿಯೇ ಭಾರತಕ್ಕೊಂದು ಮಹತ್ತರವಾದ ಸ್ಥಾನ–ಮಾನವನ್ನು ಕಲ್ಪಿಸಿಕೊಟ್ಟರು.
- ❖ ನೆಹರುರವರು ತಮ್ಮ ಹೆಚ್ಚಿನ ಗಮನವನ್ನು ಆರ್ಥಿಕ ಯೋಜನೆ, ಸಾಮಾಜಿಕ ನ್ಯಾಯ ಇವುಗಳ ಕಡೆ ಕೊಟ್ಟರು.
- ❖ ಭಾರತದ ಸರ್ವತೋಮುಖ ಏಳಿಗೆಗಾಗಿ ನೆಹರುರವರು ಪಂಚ ವಾರ್ಷಿಕ ಯೋಜನೆಗಳನ್ನು ರೂಪಿಸಿ, ಅದನ್ನು ಅನುಷ್ಠಾನಗೊಳಿಸಲು ಶ್ರಮಿಸಿದರು.
- ❖ **ಮಕ್ಕಳ ದಿನಾಚರಣೆ :** ಜವಾಹರಲಾಲ್ ನೆಹರುರವರಿಗೆ ಮಕ್ಕಳೆಂದರೆ ಅದೇನೋ ಪ್ರೀತಿ. ಆದ್ದರಿಂದ ನೆಹರುರವರ ಹುಟ್ಟುಹಬ್ಬವನ್ನು ಮಕ್ಕಳ ದಿನಾಚರಣೆ ಎಂದೇ ದೇಶಾದ್ಯಂತ ಆಚರಿಸಲಾಗುತ್ತಿದೆ.
- ❖ ನೆಹರುರವರು ಕೇವಲ ಉತ್ತಮ ರಾಜಕಾರಣಿಗಳಾಗಿ ಮಾತ್ರ ಆಗಿರದೆ ಶ್ರೇಷ್ಠ ಬರಹಗಾರರಾಗಿದ್ದರು. "ಅನ್ ಆಟೋ ಬಯೋಗ್ರಫಿ" ಆತ್ಮ ಚರಿತ್ರೆ 1936 ರಲ್ಲಿ, ಗ್ಲಿಂಪ್ಸಸ್ ಆಫ್ ವರ್ಲ್ಡ್ ಹಿಸ್ಟರಿ 1939 ರಲ್ಲಿ, ದಿ ಡಿಸ್ಕವರಿ ಆಫ್ ಇಂಡಿಯಾ 1946, ಇವರ ಪ್ರಮುಖ ಕೃತಿಗಳಾಗಿದ್ದವು.

ನಿಧನ :

1962 ರಲ್ಲಿ ಚೀನಾ ಭಾರತದ ಮೇಲೆ ಆಕ್ರಮಣ ನಡೆಸಿದಾಗ ನೆಹರುರವರ ಮನಸ್ಸಿನ ಮೇಲೆ ತೀವ್ರವಾದ ಪರಿಣಾಮವನ್ನುಂಟು ಮಾಡಿತು. ಇದನ್ನು ತಡೆಯಲಾರದೆ ಅವರು ದಿನಾಂಕ 27 ನೇ ಮೇ 1964 ರಲ್ಲಿ ಹೃದಯಾಘಾತದಿಂದ ನಿಧನ ಹೊಂದಿದರು.

3. ಇಂದಿರಾ ಗಾಂಧಿ (1917 – 1984)

ಭಾರತದ ಪ್ರಪ್ರಥಮ ಮಹಿಳಾ ಪ್ರಧಾನಿ

ಕಿರು ಪರಿಚಯ :

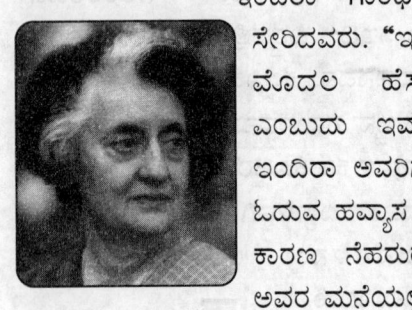

ಇಂದಿರಾ ಗಾಂಧಿ ಶ್ರೀಮಂತ ಕುಟುಂಬಕ್ಕೆ ಸೇರಿದವರು. "ಇಂದಿರಾ" ಎಂಬುದು ಇವರ ಮೊದಲ ಹೆಸರು. "ಪ್ರಿಯದರ್ಶಿನಿ" ಎಂಬುದು ಇವರ ಎರಡನೆಯ ಹೆಸರು. ಇಂದಿರಾ ಅವರಿಗೆ ಬಾಲ್ಯದಿಂದಲೇ ಹೆಚ್ಚಾಗಿ ಓದುವ ಹವ್ಯಾಸ ಬೆಳೆಯಿತು. ಇದಕ್ಕೆ ಮುಖ್ಯ ಕಾರಣ ನೆಹರುರವರು ಪುಸ್ತಕ ಪ್ರಿಯರು. ಅವರ ಮನೆಯಲ್ಲಿಯೇ ಪುಸ್ತಕ ಭಂಡಾರವೇ ಇದ್ದುದು. 1966 ರಲ್ಲಿ ಲಾಲ್ ಬಹದ್ದೂರ್ ಶಾಸ್ತ್ರಿಯವರು ನಿಧನರಾದರು. ನಂತರ ಇಂದಿರಾಗಾಂಧಿಯವರು ಭಾರತದ ಪ್ರಥಮ ಮಹಿಳಾ ಪ್ರಧಾನಿಯಾಗಿ ಆಯ್ಕೆಯಾದರು. ಇಂದಿರಾಗಾಂಧಿಯವರು ತಮ್ಮ ಪ್ರಧಾನ ಮಂತ್ರಿ ಅವಧಿಯಲ್ಲಿ "ಬ್ಯಾಂಕ್ ರಾಷ್ಟ್ರೀಕರಣ", "ಗರೀಬಿ ಹಟಾವೋ" ಮುಂತಾದ ಯೋಜನೆಗಳನ್ನು ಜಾರಿಗೆ ತಂದು ಹೆಚ್ಚು ಜನಪ್ರಿಯರಾದರು. ಬಾಂಗ್ಲಾ ದೇಶದ ಉದಯಕ್ಕೆ ಇವರೇ ಕಾರಣ. 1971 ರಲ್ಲಿ ಪಾಕಿಸ್ತಾನ ಭಾರತದ ಮೇಲೆ ಆಕ್ರಮಣ ಮಾಡಿದಾಗ, ಭಾರತದ ಸೇನೆಯನ್ನು ಬಾಂಗ್ಲಾದೇಶದೊಳಕ್ಕೆ ನುಗ್ಗಿಸಿ ಪಾಕಿಸ್ತಾನದ ಸೈನಿಕರನ್ನು ಸದೆ ಬಡಿದು ಬಾಂಗ್ಲಾ ದೇಶದ ಉದಯಕ್ಕೆ ಕಾರಣರಾದರು.

ಜನನ ಮತ್ತು ಬಾಲ್ಯ :

ಇಂದಿರಾಗಾಂಧಿಯವರು ಅಲಹಾಬಾದ್‌ನಲ್ಲಿ 19ನೇ ನವೆಂಬರ್ 1917ರಲ್ಲಿ ಜನಿಸಿದರು. ಇವರ ತಂದೆ ನೆಹರೂ. ತಾಯಿ ಕಮಲ. ಇವರ ತಾತಾ ಮೋತಿಲಾಲ್ ನೆಹರು ಆಗರ್ಭ ಶ್ರೀಮಂತರು. ಅಲ್ಲದೆ ಅವರು ಬ್ರಿಟಿಷ್ ವೇಷಭೂಷಣಗಳಿಗೆ ಮಾರುಹೋಗಿ, ಅವರ ಜೀವನ ಶೈಲಿಗೆ ಹೊಂದಿಕೊಂಡಿದ್ದರು. ಇಂದಿರಾ ಅವರ ತಂದೆ ನೆಹರೂರವರು ಪದವೀಧರರು.

ವೈವಾಹಿಕ ಜೀವನ :

ಇಂದಿರಾ ಗಾಂಧಿಯವರು ಫಿರೋಜ್ ಗಾಂಧಿ ಎಂಬುವವರನ್ನು ವಿವಾಹವಾಗಿದ್ದರು.

ವೃತ್ತಿ ಜೀವನ ಮತ್ತು ಕಾರ್ಯಸಾಧನೆ :

- ❖ ನೆಹರುರವರು ಪುಸ್ತಗಳನ್ನು ಹೆಚ್ಚಾಗಿ ಓದುತ್ತಿದ್ದರು. ಅವರ ಮನೆಯಲ್ಲಿ ಪುಸ್ತಕಗಳ ಒಂದು ಗ್ರಂಥಾಲಯವೇ ಇತ್ತು. ಇಂದಿರಾರವರಿಗೆ ಬಾಲ್ಯದಿಂದಲೇ ಪುಸ್ತಕಗಳನ್ನು ಓದುವ ಹವ್ಯಾಸ ಬೆಳೆಯಿತು. ದೇಶಕ್ಕಾಗಿ ಹೋರಾಡಿದ ಬೇರೆ ಬೇರೆ ನಾಯಕರ ಬಗ್ಗೆ ಪುಸ್ತಕಗಳನ್ನು ಓದುತ್ತಿದ್ದರು. ಇದು ಇಂದಿರಾರವರ ಮೇಲೆ ಹೆಚ್ಚು ಪ್ರಭಾವ ಬೀರಿತ್ತು. ಇದರ ಪರಿಣಾಮವಾಗಿ ದೇಶದ ಸ್ವಾತಂತ್ರ್ಯಕ್ಕಾಗಿ ಹೋರಾಡಬೇಕೆಂಬ ಆಶಯ ಬಾಲ್ಯದಲ್ಲಿಯೇ ಅವರಿಗೆ ಬೆಳೆಯಿತು.
- ❖ ಇಂದಿರಾರವರ ತಮ್ಮ 9ನೇ ವಯಸ್ಸಿನಲ್ಲಿ "ಚರಕಾ ಸಂಘ" ಎಂಬ ಮಕ್ಕಳ ಶಾಖೆಯನ್ನು ಸಂಘಟಿಸಿದರು.
- ❖ "ಕಿರಿಯರ ವಾನರಸೇನೆ" ಆರಂಭಿಸಿ ಸಹಕಾರ ಚಳವಳಿಯಲ್ಲಿ ಭಾಗವಹಿಸಿದರು.
- ❖ ಇಂದಿರಾರವರು ಜಿನೀವಾದಲ್ಲಿ ಇಂಟರ್ ನ್ಯಾಷನಲ್ ಶಾಲೆಯಲ್ಲಿ ಕೆಲವು ಕಾಲ ಅಧ್ಯಯನ ಮಾಡಿ, ಭಾರತಕ್ಕೆ ಹಿಂದಿರುಗಿದರು.
- ❖ ಭಾರತಕ್ಕೆ ಬಂದ ನಂತರ ನಂತರ ಇಂದಿರಾರವರು ತಮ್ಮ ವಿದ್ಯಾಭ್ಯಾಸವನ್ನು ಪೂನದಲ್ಲಿ ಮುಂದುವರಿಸಿದರು. ನಂತರ ವಿಶ್ವಭಾರತಿ ಸೇರಿದರು.
- ❖ ಅನಾರೋಗ್ಯದಿಂದ 1936 ರಲ್ಲಿ ತಾಯಿ ಕಮಲಾರವರು ನಿಧನರಾದರು.
- ❖ 1938 ರಲ್ಲಿ ಮತ್ತೆ ಬ್ರಿಟನ್ನಿಗೆ ಹೋದ ಇಂದಿರಾರವರು ಆಕ್ಸ್‌ಫರ್ಡ್‌ನಲ್ಲಿ ತಮ್ಮ ವಿದ್ಯಾಭ್ಯಾಸವನ್ನು ಮುಂದುವರೆಸಿದರು.
- ❖ ಅಲ್ಲಿ ಫಿರೋಜ್ ಗಾಂಧಿಯವರ ಪರಿಚಯವಾಯಿತು. ಆ ಸ್ನೇಹ

ನಂತರದಲ್ಲಿ ಪ್ರೇಮವಾಗಿ ಪರಿಣಮಿಸಿ 1942 ರಲ್ಲಿ ಅವರನ್ನು ವಿವಾಹವಾದರು.

❖ ಭಾರತಕ್ಕೆ ಮರಳಿದ ನಂತರ ಸತ್ಯಾಗ್ರಹ ಚಳವಳಿಯಲ್ಲಿ ಸಕ್ರಿಯವಾಗಿ ಭಾಗವಹಿಸಿದರು.

❖ "ಚಲೇಜಾವ್" ಚಳವಳಿಯಲ್ಲಿ ಭಾಗವಹಿಸಿದ್ದರಿಂದ ಅವರಿಬ್ಬರೂ ಬಂಧನಕ್ಕೊಳಗಾಗಿ ಸುಮಾರು 13 ತಿಂಗಳುಗಳ ಕಾಲ ಸೆರೆಮನೆ ವಾಸದ ಶಿಕ್ಷೆಯನ್ನು ಅನುಭವಿಸಿದರು.

❖ **ಮಕ್ಕಳ ಜನನ :** 1944 ರಲ್ಲಿ ಇಂದಿರಾರವರು ಮೊದಲನೆಯ ಮಗ ರಾಜೀವ್ ಗಾಂಧಿಗೆ ಮತ್ತು 1946 ರಲ್ಲಿ ಎರಡನೆಯ ಮಗ ಸಂಜಯ್ ಗಾಂಧಿಗೆ ಜನ್ಮ ಕೊಟ್ಟರು.

❖ 1960 ರಲ್ಲಿ ಇಂದಿರಾ ಅವರ ಪತಿ ಫೀರೋಜ್ ಗಾಂಧಿ ನಿಧನರಾದರು.

❖ 1947 ರಲ್ಲಿ ನೆಹರುರವರು ಪ್ರಧಾನ ಮಂತ್ರಿಯಾದಾಗ, ಇಂದಿರಾರವರು ತಮ್ಮ ತಂದೆಯ ಆಪ್ತ ಕಾರ್ಯದರ್ಶಿಯಂತೆ ಕಾರ್ಯನಿರ್ವಹಿಸಿದರು. ಇದರಿಂದ ಅವರಿಗೆ ರಾಜಕೀಯ ಹಾಗೂ ಆಡಳಿತದ ಅನುಭವ ದೊರೆಯಿತು.

❖ 1955 ರಲ್ಲಿ ಇಂದಿರಾರವರು ಕಾಂಗ್ರೆಸ್ ಕಾರ್ಯಕಾರಿ ಸಮಿತಿಗೆ ಆಯ್ಕೆಯಾದರು.

❖ 1959 ರಲ್ಲಿ ಅದೇ ಕಾಂಗ್ರೆಸ್‌ನ ಅಧ್ಯಕ್ಷರಾಗಿ ಆಯ್ಕೆಯಾದರು.

❖ 1961 ರಲ್ಲಿ ನಡೆದ ಕಾಂಗ್ರೆಸ್ ಪಕ್ಷದ ಚುನಾವಣೆ ಸಮಿತಿಯ ಸದಸ್ಯರಾಗಿ ಆಯ್ಕೆಗೊಂಡರು.

❖ **ಜವಾಹರಲಾಲ್ ನೆಹರುರವರ ನಿಧನ :** ಪ್ರಧಾನ ಮಂತ್ರಿಯಾಗಿದ್ದ ಜವಾಹರಲಾಲ್ ನೆಹರುರವರು ನಿಧನರಾದರು. ಆ ಸಮಯದಲ್ಲಿ ಲಾಲ್ ಬಹದ್ದೂರ್ ಶಾಸ್ತ್ರಿಯವರು ಪ್ರಧಾನಿಯಾದರು. ಆದರೆ ಅವರು ಆ ಪದವಿಯಲ್ಲಿ ಹೆಚ್ಚು ಕಾಲ ಉಳಿಯಲಿಲ್ಲ.

❖ ನಂತರದಲ್ಲಿ ಇಂದಿರಾ ಗಾಂಧಿಯವರು 1966 ರಲ್ಲಿ ಭಾರತದ ಪ್ರಥಮ ಮಹಿಳಾ ಪ್ರಧಾನ ಮಂತ್ರಿಯಾದರು.

❖ ಆದರೆ ಇಂದಿರಾಗಾಂಧಿಯವರಿಗೆ ಕಾರ್ಯಕಾರಿ ಸಮಿತಿಯೊಂದಿಗೆ ಭಿನ್ನಾಭಿಪ್ರಾಯಗಳು ಮೂಡಿ, ಕಾಂಗ್ರೆಸ್ ಇಬ್ಭಾಗವಾಯಿತು.

❖ 1971 ರಲ್ಲಿ ನಡೆದ ಚುನಾವಣೆಯಲ್ಲಿ ಅತ್ಯಧಿಕ ಮತಗಳನ್ನು ಗಳಿಸಿ ಪುನಃ ಪ್ರಧಾನ ಮಂತ್ರಿಯಾದರು.

❖ ಆ ಸಮಯದಲ್ಲಿ ಇಂದಿರಾ ಗಾಂಧಿಯವರು ಬ್ಯಾಂಕ್ ರಾಷ್ಟ್ರೀಕರಣ, ರಾಜಧನ ರದ್ದು, ಗರೀಬಿ ಹಟಾವೋ ಮುಂತಾದ ಅನೇಕ ಯೋಜನೆಗಳನ್ನು ಜಾರಿಗೆ ತಂದರು.

❖ 1975 ರಲ್ಲಿ ತುರ್ತು ಪರಿಸ್ಥಿತಿಯನ್ನು ಘೋಷಿಸಿ ಆಡಳಿತ ನಡೆಸಿದರು.

❖ 1977 ರಲ್ಲಿ ನಡೆದ ಚುನಾವಣೆಯಲ್ಲಿ ಪರಾಭವಗೊಂಡರು.

❖ ಇಂದಿರಾ ಗಾಂಧಿಯವರು ಜನತಾಪಕ್ಷದ ಆಳ್ವಿಕೆಯ ಸಮಯದಲ್ಲಿ ನಾನಾ ಬಗೆಯ ಕಷ್ಟಗಳನ್ನು ಎದುರಿಸಬೇಕಾಯಿತು.

ಗೌರವ – ಪ್ರಶಸ್ತಿಗಳು :

❖ ಇಂದಿರಾ ಗಾಂಧಿಯವರು ಅನೇಕ ಉಪಯುಕ್ತ ಯೋಜನೆಗಳನ್ನು ಜಾರಿಗೆ ತಂದರು. ಇವರಿಗೆ ಭಾರತ ರತ್ನ ಪ್ರಶಸ್ತಿ ದೊರೆತಿದ್ದು, ವಿದೇಶಗಳಿಂದಲೂ ಇವರಿಗೆ ಅನೇಕ ಪ್ರಶಸ್ತಿಗಳು ಬಂದವು.

ನಿಧನ :

ಇಂದಿರಾಗಾಂಧಿಯವರು 31 ನೇ ಅಕ್ಟೋಬರ್ 1984 ರಲ್ಲಿ ತಮ್ಮ ಅಂಗರಕ್ಷಕನ ಗುಂಡೇಟಿಗೆ ಬಲಿಯಾಗಿ ಇಹಲೋಕ ತ್ಯಜಿಸಿದರು.

4. ಬಾಬು ರಾಜೇಂದ್ರ ಪ್ರಸಾದ್

(1884 – 1963)

ಭಾರತದ ಪ್ರಥಮ ರಾಷ್ಟ್ರಪತಿ

ಕಿರು ಪರಿಚಯ :

ಬಾಬು ರಾಜೇಂದ್ರ ಪ್ರಸಾದ್ ಎಂಬ ಹೆಸರು ಕೇಳಿದೊಡನೆಯೇ ನೆನಪಾಗುವುದು ಭಾರತದ ಪ್ರಥಮ ರಾಷ್ಟ್ರಪತಿ ಎಂದೇ. ಜೀವನದುದ್ದಕ್ಕೂ ಬ್ರಿಟಿಷರ ವಿರುದ್ಧ ಹೋರಾಟ ನಡೆಸಿದ ಧೀಮಂತ ನಾಯಕ. 1947 ರಲ್ಲಿ ಭಾರತಕ್ಕೆ ಸ್ವಾತಂತ್ರ್ಯ ಬಂದಾಗ ಕೇಂದ್ರ ಸರ್ಕಾರದಲ್ಲಿ ಪ್ರಥಮ ಸಚಿವ ಸಂಪುಟದಲ್ಲಿ ಆಹಾರ ಮಂತ್ರಿಯಾಗಿ ಕಾರ್ಯ ನಿರ್ವಹಿಸಿದರು. ತಮಗೆ ಹೆಚ್ಚಿನ ಆದಾಯ ತರುತ್ತಿದ್ದ ವಕೀಲ ವೃತ್ತಿಯನ್ನು ತೊರೆದು ಅಸಹಕಾರ ಚಳವಳಿಯಲ್ಲಿ ಪ್ರಮುಖ ಪಾತ್ರ ವಹಿಸಿದರು. ಇದರಿಂದ ಸೆರೆಮನೆ ವಾಸ ಅನುಭವಿಸಬೇಕಾಯಿತು. ಆನಂತರ ಪ್ರಸಾದ್ ಅವರು ತಮ್ಮ ಇಡೀ ಜೀವನವನ್ನೇ ಸಾರ್ವಜನಿಕ ಸೇವೆಗಾಗಿಯೇ ಮುಡುಪಾಗಿರಿಸಿದರು. ಬಿಹಾರ್ ಹಾಗೂ ಕ್ವೆಟ್ಟಾದಲ್ಲಿ ಭೂಕಂಪ ಸಂಭವಿಸಿದಾಗ ಪ್ರಸಾದ್ ಅವರು ಸಲ್ಲಿಸಿದ ಶ್ಲಾಘನೀಯ ಸೇವೆ ಅವರ್ಣನೀಯ. ಸಂಕಷ್ಟದಲ್ಲಿ ಜನತೆಗೆ ನೆರವು ನೀಡುವಲ್ಲಿ ಅವರು ವಹಿಸಿದ ಪಾತ್ರ ಅತ್ಯಂತ ಹಿರಿದಾದುದು.

ಜನನ ಮತ್ತು ಬಾಲ್ಯ :

ರಾಜೇಂದ್ರ ಪ್ರಸಾದ್‌ರವರು 1884 ರಲ್ಲಿ ಉತ್ತರ ಬಿಹಾರದ ಸಾರನ್ ಜಿಲ್ಲೆಯ ಜೀರಾಡೇಯೀ ಎಂಬ ಗ್ರಾಮದಲ್ಲಿ ಜನಿಸಿದರು. ಇವರ ತಂದೆ ಹೆಸರು ಮಹಾದೇವ್ ಸಹಾಯ್. ಇವರ ತಾಯಿ ಕಮಲೇಶ್ವರಿ ದೇವಿ. ರಾಜೇಂದ್ರ ಪ್ರಸಾದ್ ರವರ ಪೂವಿಕರು ಸಂಯುಕ್ತ ಪ್ರಾಂತ್ಯದ ಮೇಡಾದಿಂದ ಜೀರಾಡೇಯಲ್ಲಿ ಬಂದವರು. ಇವರ ತಂದೆ ಆಯುರ್ವೇದ ಮತ್ತು ಯುನಾನಿ ವೈದ್ಯಕೀಯ ಪದ್ಧತಿಗಳಲ್ಲಿ ಅಧ್ಯಯನ ಮಾಡಿ ಔಷಧಿಯನ್ನು ಕೊಡುತ್ತಿದ್ದರು. ಇವರ ತಾಯಿ

ಪ್ರಸಾದ್‌ರವರಿಗೆ ಬಾಲ್ಯದಲ್ಲೇ ರಾಮಾಯಣ, ಮಹಾಭಾರತ ಕಥೆಗಳನ್ನು ಹೇಳಿ ಅವರಲ್ಲಿ ನಂಬಿಕೆ, ಗೌರವ, ಭಕ್ತಿ ಮೂಡುವಂತೆ ಮಾಡಿದರು.

ವಿದ್ಯಾಭ್ಯಾಸ :

ರಾಜೇಂದ್ರ ಪ್ರಸಾದ್‌ರವರು ತಮ್ಮ ಪ್ರಾಥಮಿಕ ಶಿಕ್ಷಣವನ್ನು ತಮ್ಮ ಹುಟ್ಟೂರಾದ ಜೀರಾಡೇಯಿ ಗ್ರಾಮದಲ್ಲಿಯೇ ಪಡೆದರು. ನಂತರ ಅವರು ಪರ್ಷಿಯನ್ ಭಾಷೆ ಕಲಿತರು. ಇದಲ್ಲದೆ ಸಂಸ್ಕೃತ, ಗಣಿತ ಇವುಗಳನ್ನು ಕಲಿತು ಪಾರಂಗತರಾದರು. ತಮ್ಮ ಮಾಧ್ಯಮಿಕ ಶಿಕ್ಷಣವನ್ನು ಛಪ್ರಾ ಪಟ್ಟಣದಲ್ಲಿ ಮುಗಿಸಿ, ನಂತರ ಮೆಟ್ರಿಕ್ಯುಲೇಷನ್ ಪರೀಕ್ಷೆಯಲ್ಲಿ ಪ್ರಥಮ ದರ್ಜೆಯಲ್ಲಿ ಉತ್ತೀರ್ಣರಾದರು. ಮುಂದಿನ ವಿದ್ಯಾಭ್ಯಾಸಕ್ಕಾಗಿ ಪ್ರಸಾದ್ ಅವರು ಪಾಟ್ನಾ ಕಾಲೇಜಿಗೆ ಸೇರಿಕೊಂಡರು. ಕಲ್ಕತ್ತಾದ ಕಾಲೇಜಿನಲ್ಲಿ ವ್ಯಾಸಂಗ ಮಾಡಿ ಬಿ.ಎ. ಪದವಿ ಪಡೆದುಕೊಂಡರು. ವಕೀಲಿ ವೃತ್ತಿಯಲ್ಲಿ ಆಸಕ್ತಿಯಿದ್ದುದರಿಂದ ಪ್ರಸಾದ್‌ರವರು ವಕೀಲಿ ಪರೀಕ್ಷೆಯನ್ನು ಕಟ್ಟಿ ಉತ್ತೀರ್ಣರಾಗಿ ವಕೀಲಿ ವೃತ್ತಿಯನ್ನು ಪ್ರಾರಂಭಿಸಿದರು.

ವೃತ್ತಿ ಜೀವನ ಮತ್ತು ಕಾರ್ಯಸಾಧನೆ :

- ❖ ರಾಜೇಂದ್ರ ಪ್ರಸಾದ್‌ರವರು ವಕೀಲಿ ಪರೀಕ್ಷೆಯಲ್ಲಿ ತೇರ್ಗಡೆಯಾಗಿ ವಕೀಲಿ ವೃತ್ತಿ ಪ್ರಾರಂಭಿಸಿದರು. ಅದರಿಂದ ಬಂದ ಆದಾಯದಲ್ಲಿ ಸಿಂಹಪಾಲನ್ನು ಸಾರ್ವಜನಿಕ ಅಭಿವೃದ್ಧಿ ಕಾರ್ಯಗಳಿಗೆ ಉಪಯೋಗಿಸುತ್ತಿದ್ದರು.
- ❖ ವಕೀಲಿ ವೃತ್ತಿಯನ್ನು ಮಾಡುತ್ತಿರುವಾಗ "ಚಂಪಾರಣ್ಯ ಸತ್ಯಾಗ್ರಹ" ಘಟನೆ ನಡೆಯಿತು. ಈ ಘಟನೆಯಲ್ಲಿ ಪ್ರಸಾದ್‌ರವರು ಚಂಪಾರಣ್ಯಕ್ಕೆ ಭೇಟಿ ನೀಡಿದರು.
- ❖ ಆ ಸಂದರ್ಭದಲ್ಲಿ ಗಾಂಧೀಜಿ ಹಾಗೂ ರಾಜೇಂದ್ರ ಪ್ರಸಾದ್‌ರವರ ಪ್ರಥಮ ಸಮಾಗಮವಾಯಿತು.
- ❖ ಚಂಪಾರಣ್ಯದ ರೈತರ ಸಮಸ್ಯೆಗಳನ್ನು ಬಗೆಹರಿಸುವ ನಿಟ್ಟಿನಲ್ಲಿ ಪ್ರಸಾದ್‌ರವರು ಮಹತ್ವದ ಪಾತ್ರ ವಹಿಸಿದರು.

❖ ಈ ಘಟನೆಯ ನಂತರ ಪ್ರಸಾದ್‌ರವರು ಗಾಂಧೀಜಿಯವರ ಕಟ್ಟಾ ಅನುಯಾಯಿಗಳಲ್ಲಿ ಒಬ್ಬರಾದರು. ಅವರಿಬ್ಬರಲ್ಲಿ ಆತ್ಮೀಯತೆ ಬೆಳೆಯಿತು.

❖ 1920 ರಲ್ಲಿ ಅಸಹಕಾರ ಚಳವಳಿಯಲ್ಲಿ ಭಾಗವಹಿಸಿದ ಪ್ರಸಾದ್‌ರವರು ತಮ್ಮ ವಕೀಲಿ ವೃತ್ತಿಯನ್ನು ತ್ಯಜಿಸಿದರು. ತಮ್ಮ ಎಲ್ಲಾ ಸಮಯವನ್ನು ಚಳವಳಿಗೋಸ್ಕರ ಮೀಸಲಾಗಿರಿಸಿದರು.

❖ ಇದರ ಪರಿಣಾಮದಿಂದ ಪ್ರಸಾದ್‌ರವರು ಸೆರೆಮನೆವಾಸವನ್ನು ಅನಿಭವಿಸಬೇಕಾಯಿತು.

❖ ನಂತರದ ದಿನಗಳಲ್ಲಿ ಅವರು ತಮ್ಮ ಜೀವನವನ್ನು ಸಾರ್ವಜನಿಕರ ಹಿತಾಸಕ್ತಿಗಾಗಿಯೇ ಮುಡುಪಾಗಿರಿಸಿದರು.

❖ **ಬಿಹಾರದ ವಿದ್ಯಾಪೀಠ :** ಕೆಲವು ಕಾಲದ ನಂತರ ರಾಜೇಂದ್ರ ಪ್ರಸಾದ್‌ರವರು "ಬಿಹಾರ ವಿದ್ಯಾಪೀಠ" ಎಂಬ ಶಿಕ್ಷಣ ಸಂಸ್ಥೆಯೊಂದನ್ನು ಸ್ಥಾಪಿಸಿದರು. ಇದರ ಮೂಲಕ ಹಲವಾರು ಶಿಕ್ಷಣ ಸಂಸ್ಥೆಗಳು ಪ್ರಾರಂಭಗೊಂಡವು. ಇವುಗಳ ಮೂಲ ಉದ್ದೇಶ ಯುವಕರನ್ನು ವಿದ್ಯಾವಂತರಾಗಿ ಮಾಡಬೇಕೆಂಬುದೇ ಆಗಿತ್ತು.

❖ 22ನೇ ಕಾಂಗ್ರೆಸ್ ಅಧಿವೇಶನವು 1906 ರಲ್ಲಿ ಕಲ್ಕತ್ತಾದಲ್ಲಿ ಜರುಗಿತು. ಆಗ ಪ್ರಸಾದ್‌ರವರು ಕಾಂಗ್ರೆಸ್ ಸ್ವಯಂ ಸೇವಕರಾಗಿ ಪಾಲ್ಗೊಂಡಿದ್ದರು.

❖ 1934 ರಲ್ಲಿ ಮುಂಬೈನಲ್ಲಿ ನಡೆದ ಕಾಂಗ್ರೆಸ್ ಅಧಿವೇಶನದಲ್ಲಿ ಅಧ್ಯಕ್ಷತೆಯನ್ನು ವಹಿಸಿದ್ದರು.

❖ 1939 ರಲ್ಲಿ ಸುಭಾಷ್ ಚಂದ್ರ ಬೋಸ್ ಕಾಂಗ್ರೆಸ್ ಅಧ್ಯಕ್ಷ ಸ್ಥಾನಕ್ಕೆ ರಾಜಿನಾಮೆ ನೀಡಿದರು. ಪ್ರಸಾದ್‌ರವರು ಆ ಸ್ಥಾನಕ್ಕೆ ಆಯ್ಕೆಯಾದರು.

❖ ಬಿಹಾರ್ ಹಾಗೂ ಕ್ವೆಟ್ಟಾದಲ್ಲಿ ಭೂಕಂಪದ ಸನ್ನಿವೇಶದಲ್ಲಿ ಪ್ರಸಾದ್‌ರವರು ಸಲ್ಲಿಸಿದ ಶ್ಲಾಘನೀಯ ಸೇವೆ ಅವರನ್ನು ಹೆಚ್ಚು ಕೀರ್ತಿವಂತರನ್ನಾಗಿ ಮಾಡಿತು.

❖ ನಾನಾ ಮೂಲಗಳಿಂದ ಪ್ರಸಾದ್‌ರವರು ಸುಮಾರು 29 ಲಕ್ಷ ರೂ.ಗಳನ್ನು ಸಂಗ್ರಹಿಸಿ ಸಂಕಷ್ಟ ಜನತೆಗೆ ನೆರವು ನೀಡಿದರು.

❖ 1942 ರಲ್ಲಿ ನಡೆದ "ಚಲೇಜಾವ್" ಚಳವಳಿಯಲ್ಲಿ ಪ್ರಸಾದ್‌ರವರು ಮುಂದಾಳತ್ವವನ್ನು ವಹಿಸಿದರು. ಇದರ ಪರಿಣಾಮ ಅವರು ಬಂಧಿತರಾದರು.

❖ 1947 ರಲ್ಲಿ ಭಾರತಕ್ಕೆ ಸ್ವಾತಂತ್ರ್ಯ ಬಂದಾಗ ಕೇಂದ್ರ ಸರ್ಕಾರದ ಪ್ರಥಮ ಸಚಿವ ಸಂಪುಟದಲ್ಲಿ ಆಹಾರ ಮಂತ್ರಿಯಾಗಿ ಕಾರ್ಯನಿರ್ವಹಿಸಿದರು.

❖ ಪ್ರಸಾದ್‌ರವರು ರಾಜ್ಯಾಂಗ ರಚನೆಯ ಸಭೆಯ ಅಧ್ಯಕ್ಷರಾಗಿ ಪ್ರಾಮಾಣಿಕವಾಗಿ ಕಾರ್ಯನಿರ್ವಹಿಸಿದ್ದರು.

❖ **ಪ್ರಥಮ ರಾಷ್ಟ್ರಪತಿ** : 26ನೇ ಜನವರಿ 1950 ರಂದು ಭಾರತವು ಗಣರಾಜ್ಯವಾಗಿ ಘೋಷಣೆಯಾದ ಸಂದರ್ಭದಲ್ಲಿ ರಾಜೇಂದ್ರ ಪ್ರಸಾದ್‌ರವರು ಪ್ರಥಮ ರಾಷ್ಟ್ರಪತಿಯಾಗಿ ಆಯ್ಕೆಯಾದರು.

❖ ಪ್ರಸಾದ್‌ರವರು 1950 ರಿಂದ 1962 ರವರೆಗೆ 12 ವರ್ಷಗಳಕಾಲ (ಎರಡು ಅವಧಿಗೆ) ಭಾರತದ ರಾಷ್ಟ್ರಪತಿಗಳಾಗಿ ಕಾರ್ಯನಿರ್ವಹಿಸಿದರು.

❖ ರಾಜೇಂದ್ರ ಪ್ರಸಾದ್‌ರವರು ಕೇವಲ ರಾಜಕಾರಣಿ ಮಾತ್ರ ಆಗಿರಲಿಲ್ಲ. ಅವರು ಉತ್ತಮ ಸಾಹಿತಿಯೂ ಆಗಿದ್ದರು. ಅವರು ಬರೆದ ಪುಸ್ತಕಗಳೆಂದರೆ ಚಂಪಾರಣ್ಯ ಸತ್ಯಾಗ್ರಹ ಕಥೆ, ಒಡೆದ ಭಾರತ ಬಹಳ ಮುಖ್ಯವಾಗಿವೆ. ಇವುಗಳಲ್ಲದೆ ಅವರು ತಮ್ಮ ಆತ್ಮ ಚರಿತ್ರೆಯನ್ನೂ ಬರೆದಿದ್ದಾರೆ.

ನಿಧನ :

ರಾಜಕೀಯ ಕ್ಷೇತ್ರದಲ್ಲಿ **ಅಜಾತಶತ್ರು** ಎಂದೇ ಹೆಸರುಗಳಿಸಿದ ಜನತೆಯ ಕಲ್ಯಾಣಕ್ಕೆ ನಿರಂತರವಾಗಿ ಶ್ರಮಿಸಿದ ಮಹಾನ್ ಚೇತನ ರಾಜೇಂದ್ರ ಪ್ರಸಾದ್‌ರವರು 28ನೇ ಫೆಬ್ರವರಿ 1963 ರಲ್ಲಿ ನಿಧನರಾದರು.

5. ನೇತಾಜಿ ಸುಭಾಷ್ ಚಂದ್ರ ಬೋಸ್

(1897 – 1945)

ಸ್ವಾತಂತ್ರ್ಯ ಸಂಗ್ರಾಮದ ಹುಲಿ

ಕಿರು ಪರಿಚಯ :

ಭಾರತೀಯರಲ್ಲಿ ದೇಶಪ್ರೇಮವನ್ನು ಬಿತ್ತಿದ ಕ್ರಾಂತಿಕಾರರೂ, ಕೈಹಿಡಿದ ಕೆಲಸವನ್ನು ಮುಗಿಸುವವರೆಗೂ ಮಾಡದೇ ಇರುವವರೂ, ಭಾರತದಿಂದ ಬ್ರಿಟಿಷರನ್ನು ಓಡಿಸಲು ನಿರಂತರ ಪ್ರಯತ್ನಪಟ್ಟ ಧ್ರುವತಾರೆಯೂ, ಬ್ರಿಟಿಷರ ಪಾಲಿಗೆ ಸಿಂಹಸ್ವಪ್ನವಾಗಿದ್ದು, ಭಾರತೀಯರಲ್ಲಿ ರೋಮಾಂಚನವನ್ನುಂಟು ಮಾಡಿದ ಮಹಾನ್ ಚೇತನ ಸುಭಾಷ್ ಚಂದ್ರ ಬೋಸ್. ಅವರು ನೇತಾಜಿ ಎಂಬ ಹೆಸರಿನಲ್ಲೇ ಚಿರಪರಿಚಿತರಾದ ಬೋಸ್ ಭಾರತದಲ್ಲಿ ನಡೆದ ಸ್ವಾತಂತ್ರ್ಯ ಹೋರಾಟ ಸಂಗ್ರಾಮದಲ್ಲಿ ಪ್ರಮುಖ ಪಾತ್ರ ವಹಿಸಿದರು. ಅಹಿಂಸಾತ್ಮಕ ಹೋರಾಟ ಮಾಡಿ ಸ್ವಾತಂತ್ರ್ಯ ಪಡೆಯಬೇಕೆಂಬ ವಾದವನ್ನು ಒಪ್ಪದೇ ಸ್ವಾತಂತ್ರ್ಯ ಹೋರಾಟಕ್ಕೆ ಅಹಿಂಸಾತ್ಮಕ ಮಾರ್ಗವೇ ಸೂಕ್ತ ಎಂಬುದು ನೇತಾಜಿಯವರ ವಾದ. ದಾನ, ಧರ್ಮ, ನ್ಯಾಯ, ನೀತಿಯಿಂದ ಬದುಕನ್ನು ಸಾಗಿಸುತ್ತಿದ್ದು, ಸಮಾಜದಲ್ಲಿ ಘನತೆ, ಗೌರವಗಳನ್ನು ಪಡೆದು, ಜನರ ಪ್ರೀತಿಗೆ ಪಾತ್ರರಾದ ನೇತಾಜಿ ಭಾರತದ ಸ್ವಾತಂತ್ರ್ಯ ಸಂಗ್ರಾಮದಲ್ಲಿ ಹೊಸ ಅಧ್ಯಾಯವನ್ನೇ ಸೃಷ್ಟಿಸಿದ ಧೀಮಂತ ನಾಯಕ ಸುಭಾಷ್ ಚಂದ್ರ ಬೋಸ್ ಅವರು.

ಜನನ ಮತ್ತು ಬಾಲ್ಯ :

ಸುಭಾಷ್ ಚಂದ್ರ ಬೋಸ್ ಅವರು 23ನೇ ಜನವರಿ 1897 ರಲ್ಲಿ ಒರಿಸ್ಸಾ ರಾಜ್ಯದ ಕಟಕ್‌ನಲ್ಲಿ ಜನಿಸಿದರು. ಇವರ ತಂದೆ ಜಾನಕಿ ದಾಸ್ ಬೋಸ್. ಇವರು ಪ್ರಸಿದ್ಧ ವಕೀಲರಾಗಿದ್ದರು. ಇವರ ತಾಯಿ ಪ್ರಭಾವತಿ.

14 ಜನ ಮಕ್ಕಳಲ್ಲಿ 6ನೇ ಮಗನಾಗಿ ಹುಟ್ಟಿದವರೇ ಇವರು. ತುಂಬು ಸಂಸಾರದಲ್ಲಿ ಜನಿಸಿದ ಬೋಸರಿಗೆ ತಾಯಿಯೇ ಮೊದಲ ಗುರು. ಅವರ ವಿನಯ, ದೈವಭಕ್ತಿ, ಅತಿಥಿ ಸತ್ಕಾರ, ದಾನ, ಧರ್ಮ, ಗುಣ, ಸ್ವಾಭಿಮಾನ ಇವುಗಳೇ ಬೋಸ್‌ರವರಿಗೆ ಆದರ್ಶಪ್ರಾಯವಾಯಿತು. ಸುಸಂಸ್ಕೃತ ವಾತಾವರಣದಲ್ಲಿ ಬೆಳೆದ ಬೋಸ್ ಸಹಜವಾಗಿಯೇ ತಾವು ದೊಡ್ಡವನಾದ ಮೇಲೆ ನ್ಯಾಯ, ನೀತಿ ಇವುಗಳಿಗೆ ಹೋರಾಡಬೇಕು ಎಂಬ ಛಲ ಉಂಟಾಯಿತು.

ವಿದ್ಯಾಭ್ಯಾಸ :

ಸುಭಾಷ್ ಚಂದ್ರ ಬೋಸ್ ಅವರ ಪ್ರಾಥಮಿಕ ವಿದ್ಯಾಭ್ಯಾಸ ಕಟಕ್‌ನಲ್ಲಿ ನಡೆಯಿತು. 1931ರಲ್ಲಿ ಮೆಟ್ರಿಕ್ ಪರೀಕ್ಷೆಯಲ್ಲಿ ತೇರ್ಗಡೆ ಹೊಂದಿ ಇಂಟರ್ ಮೀಡಿಯಟ್‌ಗಾಗಿ ಕಲ್ಕತ್ತಾದ ಪ್ರೆಸಿಡೆನ್ಸಿ ಕಾಲೇಜಿಗೆ ಸೇರಿಕೊಂಡರು. ಅಲ್ಲಿನ ಪ್ರಾಧ್ಯಾಪಕರಾಗಿದ್ದ ಈ.ಎಫ್. ಓಟನ್‌ರವರು ಭಾರತೀಯ ವಿದ್ಯಾರ್ಥಿಗಳನ್ನಿ ಹೀನಾಯವಾಗಿ ಕಂಡು ಅವರ ಮೇಲೆ ಕೈ ಮಾಡುತ್ತಿದ್ದರು. ಇದನ್ನು ಕಂಡ ಬೋಸ್ ಅವರು ಅವರ ವಿರುದ್ಧ ಸಿಡಿದೆದ್ದು ಭಾರತೀಯ ವಿದ್ಯಾರ್ಥಿಗಳನ್ನು ಸಂಘಟಿಸಿ ಹೋರಾಟ ನಡೆಸಿದರು. ಇದರ ಪರಿಣಾಮ ಅಧ್ಯಾಪಕರು ಕಾಲೇಜಿನಿಂದ ಹೊರ ಹೋಗಬೇಕಾಯಿತು. ಬೋಸ್‌ರು ವ್ಯಾಸಂಗ ಮಾಡುತ್ತಿದ್ದಾಗ ಅವರ ತಂದೆ ಇಂಗ್ಲೆಂಡಿಗೆ ಹೋಗಿ ಸಿವಿಲ್ ಸರ್ವೀಸ್ ಮಾಡು ಎಂದು ಹೇಳಿದರು. ಇದನ್ನು ಸವಾಲಾಗಿ ಸ್ವೀಕರಿಸಿ, ಇಂಗ್ಲೆಂಡಿಗೆ ಹೋಗಿ ಸಿವಿಲ್ ಸರ್ವೀಸ್ ಅಧ್ಯಯನ ಮಾಡಿ ಅದರಲ್ಲಿ 4ನೇ ರ್‍ಯಾಂಕ್ ಗಳಿಸಿದರು. ಪದವಿಗಳಿಸಿದ ನಂತರ ಅವರಿಗೆ ಯೋಚನೆಗಳು ಪ್ರಾರಂಭವಾದವು. ಬ್ರಿಟಿಷ್ ಸರ್ಕಾರದ ಸೇವಕರಾಗಬೇಕೆ? ಅಥವಾ ದೇಶವು ಸ್ವಾತಂತ್ರ್ಯ ಪಡೆಯಬೇಕೋ ಎಂದು. ಕೂಡಲೆ ಅವರು ಭಾರತಕ್ಕೆ ಹಿಂದಿರುಗಿದರು.

ವೈವಾಹಿಕ ಜೀವನ :

ಸುಭಾಷ್ ಚಂದ್ರ ಬೋಸ್ ಅವರು ಎಮಿಲೀ ಶೆಂಕ್ಲ್ ಎಂಬುವವರನ್ನು ವಿವಾಹವಾದರು. ಇವರಿಗೆ ಅನಿತಾ ಬೋಸ್ ಎಂಬ ಪುತ್ರಿ ಇದ್ದರು.

ವೃತ್ತಿ ಜೀವನ ಮತ್ತು ಕಾರ್ಯಸಾಧನೆ :

- ಭಾರತಕ್ಕೆ ಮರಳಿದ ನಂತರ ಬೋಸ್ ಅವರು ಗಾಂಧೀಜಿಯವರ ಜೊತೆ ಮಾತುಕತೆ ನಡೆಸಿದರು. ಗಾಂಧೀಯವರ ಮಾತಿನಂತೆ ಬೋಸ್ ಅವರು ಚಿತ್ತರಂಜನ್‌ದಾಸ್ ಅವರನ್ನು ಸಂದರ್ಶಿಸಿ ಅವರೇ ತಮ್ಮ ರಾಜಕೀಯ ಗುರುವೆಂದು ಪರಿಗಣಿಸಿದರು.
- 1921 ರಲ್ಲಿ ಬ್ರಿಟನ್ನಿನ ಯುವರಾಜ ಭಾರತಕ್ಕೆ ಭೇಟಿ ನೀಡುವುದನ್ನು ಕಾಂಗ್ರೆಸ್ ಪ್ರತಿಭಟಿಸಿತು. ಈ ಪ್ರಕ್ರಿಯೆಯಲ್ಲಿ ತೊಡಗಿರುವಾಗ ಚಿತ್ತರಂಜನ್‌ದಾಸ್ ಹಾಗೂ ಸುಭಾಷ್ ಚಂದ್ರ ಬೋಸ್ ಅವರನ್ನು ಬ್ರಿಟಿಷ್ ಸರ್ಕಾರ ಬಂಧಿಸಿತು.
- ಇದು ಬೋಸ್ ಅವರ ಪ್ರಥಮ ಸೆರೆಮನೆ ವಾಸ. ಮುಂದೆ ಬೋಸ್ ಅವರನ್ನು ಹಲವು ಬಾರಿ ಬ್ರಿಟಿಷ್ ಸರ್ಕಾರ ಬಂಧಿಸಿತು.
- 1924 ರಲ್ಲಿ ಕಲ್ಕತ್ತದಲ್ಲಿ ನಡೆದ ಪೌರಸಭೆ ಚುನಾವಣೆಯಲ್ಲಿ ಕಾಂಗ್ರೆಸ್ ಪಕ್ಷ ಗೆದ್ದಿತು.
- ಚಿತ್ತರಂಜನ್ ದಾಸ್ ಅವರು ಮೇಯರ್ ಆಗಿ ಆಯ್ಕೆಗೊಂಡರು. ಬೋಸ್ ಅವರು ಆಡಳಿತಾಧಿಕಾರಿಯಾದರು.
- ಪೌರಸಭೆಯ ಆಡಳಿತದಲ್ಲಿ ಹಲವಾರು ಕ್ರಾಂತಿಕಾರಿ ಬದಲಾವಣೆಗಳನ್ನು ಬೋಸ್‌ರವರು ಜಾರಿಗೊಳಿಸಿದರು.
- ಈ ನಿಟ್ಟಿನಲ್ಲಿ ಬ್ರಿಟಿಷ್ ಸರ್ಕಾರ ಅವರನ್ನು ಬಂಧಿಸಿ ಸೆರೆಮನೆಯಲ್ಲಿಟ್ಟಿತು.
- ಸೆರೆಮನೆಯಿಂದ ಮರಳಿ ಬಂದಾಗ ಸೈಮನ್ ಕಮೀಷನ್ ವಿರುದ್ಧ ಹೋರಾಟ ಪ್ರಾರಂಭವಾಗಿತ್ತು. ಸುಭಾಷ್ ಅದರಲ್ಲಿ ಪಾಲ್ಗೊಂಡರು.
- **ಸ್ವಾತಂತ್ರ್ಯವೇ ನಮ್ಮ ಗುರಿ :** 1928ರಲ್ಲಿ ಕಲ್ಕತ್ತಾದಲ್ಲಿ ನಡೆದ ಕಾಂಗ್ರೆಸ್ ಅಧಿವೇಶನದಲ್ಲಿ ಸುಭಾಷ್ ಚಂದ್ರ ಬೋಸ್‌ರವರು "ಸ್ವಾತಂತ್ರ್ಯವೇ ನಮ್ಮ ಏಕೈಕ ಗುರಿ" ಎಂದು ಘೋಷಿಸಬೇಕೆಂದು ಪಟ್ಟು ಹಿಡಿದರು.
- ಲಾಹೋರಿನಲ್ಲಿ ನೆಹರೂ ಅಧ್ಯಕ್ಷತೆಯಲ್ಲಿ ನಡೆದ ಕಾಂಗ್ರೆಸ್ ಅಧಿವೇಶನದಲ್ಲೂ ಬೋಸ್‌ರವರು ಮುಖ್ಯ ಪಾತ್ರ ವಹಿಸಿದ್ದರು.

- 1938ರಲ್ಲಿ ಹರಿಪುರದದಲ್ಲಿ ನಡೆದ ಕಾಂಗ್ರೆಸ್ ಅಧಿವೇಶನದಲ್ಲಿ ಸುಭಾಷ್ ಅವರು ಅಧ್ಯಕ್ಷರಾಗಿ ಚುನಾಯಿತರಾದರು. ಇದರಿಂದ ಸ್ವಾತಂತ್ರ್ಯ ಸಂಗ್ರಾಮಕ್ಕೆ ಹೆಚ್ಚು ಬಲ ಬಂದಂತಾಯಿತು.
- 1939 ರಲ್ಲಿ ತ್ರಿಪುರಾದಲ್ಲಿ ನಡೆದ ಕಾಂಗ್ರೆಸ್ ಅಧ್ಯಕ್ಷ ಚುನಾವಣೆಯಲ್ಲಿ ಬೋಸ್‌ರವರ ವಿರುದ್ಧ ಗಾಂಧೀಜಿಯವರು ಪಟ್ಟಾಭಿ ಸೀತಾರಾಮಯ್ಯ ಅವರನ್ನು ಕಣಕ್ಕೆ ಇಳಿಸಿದರು. ಆದರೆ ಸುಭಾಷ್‌ರವರೇ ಜಯಭೇರಿ ಬಾರಿಸಿದರು.
- ನಂತರದ ದಿನಗಳಲ್ಲಿ ಗಾಂಧೀಜಿ, ನೆಹರೂ ಅವರೊಡನೆ ಸರಿಯಾದ ಹೊಂದಾಣಿಕೆಯಾಗದ ಕಾರಣ ಬೋಸ್ ಅವರು ಕಾಂಗ್ರೆಸ್ ಪಕ್ಷ ತ್ಯಜಿಸಿ "ಫಾರ್ವರ್ಡ್ ಬ್ಲಾಕ್" ಎಂಬ ಹೊಸ ಪಕ್ಷವನ್ನು ಸ್ಥಾಪಿಸಿ ಅದರ ಮೂಲಕ ಹೋರಾಟಕ್ಕೆ ಸಿದ್ಧರಾದರು.
- **ಗೃಹ ಬಂಧನ :** 1939ರಲ್ಲಿ ಮಹಾಯುದ್ಧ ಪ್ರಾರಂಭವಾದಾಗ ಬ್ರಿಟಿಷ್ ಸರ್ಕಾರ ಬೋಸ್ ಹಾಗೂ ಅವರ ಆಪ್ತರನ್ನು ಬಂಧಿಸಿತು. ಬೋಸ್ ಅವರನ್ನು ಪ್ರತ್ಯೇಕವಾಗಿ ಗೃಹ ಬಂಧನದಲ್ಲಿ ಇರಿಸಲಾಯಿತು. ಗೃಹ ಬಂಧನದಿಂದ ತಪ್ಪಿಸಿಕೊಂಡ ಬೋಸ್ ಅವರು ಸುಮಾರು 9 ತಿಂಗಳುಗಳ ಕಾಲ ಕಾಣದಾದರು.
- 1941 ರಲ್ಲಿ ಜರ್ಮನಿ ಆಕಾಶವಾಣಿಯ ಮೂಲಕ ಭಾರತಕ್ಕೆ ಸಂದೇಶ ನೀಡಿದರು.
- 1941 ರಲ್ಲಿ ಬರ್ಲಿನ್ ನಗರದಲ್ಲಿ "ಆಜಾದ್ ಹಿಂದ್ ಫೌಂಜ್" ಅಸ್ತಿತ್ವಕ್ಕೆ ಬಂದಿತು. ಜಪಾನ್ ಬ್ರಿಟಿಷರ ವಿರುದ್ಧ ನಿಂತಿದ್ದನ್ನು ಕಂಡ ಬೋಸ್ ಏಷ್ಯಾ, ಸಿಂಗಾಪುರ, ಬರ್ಮಾ ಮುಂತಾದವುಗಳಲ್ಲಿದ್ದ ಭಾರತೀಯರನ್ನು ಒಟ್ಟುಗೂಡಿಸಿ ದಾಳಿ ನಡೆಸುವ ಯೋಜನೆಯನ್ನು ರೂಪಿಸಿಕೊಂಡರು.
- ಬ್ರಿಟಿಷರಿಗೆ ಸಿಂಹಸ್ವಪ್ನರಾಗಿದ್ದ ಸುಭಾಷರ ಮಾತಿಗೆ ಮಾರು ಹೋದ ಅನೇಕ ಮಂದಿ ಯುವಕರು ಸಾಗರೋಪಾದಿಯಲ್ಲಿ

ಸ್ವಾತಂತ್ರ್ಯ ಸಂಗ್ರಾಮಕ್ಕಾಗಿ ಹೋರಾಡಲು ಸಿದ್ಧರಾದರು. ಮಹಾಯುದ್ಧ ಉಗ್ರ ಸ್ವರೂಪ ತಾಳಿದಾಗ 1945 ರಂದು ಸುಭಾಷರು ಬ್ಯಾಂಕಾಕ್‌ನಲ್ಲಿ ವಿಮಾನ ಹತ್ತಿ ಕಣ್ಮರೆಯಾದರು. ಆ ಸಮಯದಲ್ಲೇ ಅವರ ವಿಮಾನ ಅಪಘಾತಕ್ಕೆ ಗುರಿಯಾಗಿ ಬೋಸ್ ಅವರು ಸಾವನ್ನಪ್ಪಿದ್ದಾರೆಂಬ ಬರಸಿಡಿಲಿನ ಸುದ್ದಿ ಹರಡಿತು. ಆದರೆ ಬೋಸ್ ಅವರ ಮರಣದ ಸುದ್ದಿ ಇನ್ನೂ ನಂಬಲು ಸಾಧ್ಯವಾಗಿಲ್ಲ.

6. ಲಾಲ್ ಬಹದ್ದೂರ್ ಶಾಸ್ತ್ರಿ (1904 – 1965)

ಧೀಮಂತ ರಾಜಕೀಯ ನಾಯಕ

ಕಿರು ಪರಿಚಯ :

"ಮೂರ್ತಿ ಚಿಕ್ಕದಾದರೂ ಕೀರ್ತಿ ಅಪಾರ" ಎಂಬ ಗಾದೆ ಮಾತು ಎಂದಿಗೂ ಸುಳ್ಳಾಗುವುದಿಲ್ಲ. ಇದಕ್ಕೆ ಲಾಲ್ ಬಹದ್ದೂರ್ ಶಾಸ್ತ್ರಿಯವರೇ ಉದಾಹರಣೆ. ಪಂಡಿತ್ ಜವಾಹರ್ ಲಾಲ್ ನೆಹರು ಅವರು 1964 ರಲ್ಲಿ ನಿಧನರಾದಾಗ, ಭಾರತದ ಪ್ರಧಾನಿಯಾಗಿ ಆಯ್ಕೆಗೊಂಡವರು. ಇವರು ಸರಳ, ಸೌಮ್ಯ, ನಗುಮುಖದ ಪುಟ್ಟ ಶರೀರ ಹೊಂದಿರುವ ಅತ್ಯಂತ ಧೀಮಂತ ರಾಜಕೀಯ ಪಟು ಲಾಲ್ ಬಹದ್ದೂರ್ ಶಾಸ್ತ್ರಿಯವರು. ಶಾಸ್ತ್ರಿಯವರು ಈ ಪಟ್ಟಕ್ಕೆ ಆಯ್ಕೆಯಾದುದು ಭಾರತದ ಅದೃಷ್ಟವೇ ಸರಿ! ಶಾಸ್ತ್ರಿಯವರು ಅತ್ಯಂತ ಕಡಿಮೆ ಅವಧಿಯಲ್ಲಿ 1964 ರಿಂದ 1965 ರವರೆಗೆ ಆಳ್ವಿಕೆ ನಡೆಸಿದರೂ ಹಲವಾರು ದೃಷ್ಟಿಗಳಿಂದ ಅದು ಅತ್ಯಂತ ಮಹತ್ವಪೂರ್ಣದ ಅವಧಿಯಾಗಿತ್ತು. ಭಾರತ–ಪಾಕಿಸ್ಥಾನದ ಯುದ್ಧದಲ್ಲಿ ರಕ್ಷಣೆಗಾಗಿ ರಕ್ಷಣಾಪಡೆಗಳು ಗಡಿ ದಾಟುವುದಕ್ಕೆ ಅನುಮತಿ ನೀಡಿದ್ದು ಅವರ ಕಾರ್ಯ ದಕ್ಷತೆಗೆ ಸಾಕ್ಷಿಯಾಗಿದೆ.

ಜನನ ಮತ್ತು ಬಾಲ್ಯ :

ಪಂಡಿತ್ ಜವಾಹರಲಾಲ್ ನೆಹರು 27ನೇ ಮೇ 1964 ರಂದು ನಿಧನರಾದಾಗ ಭಾರತದ ಪ್ರಧಾನ ಮಂತ್ರಿಯಾಗಿ ಆಯ್ಕೆಗೊಂಡವರು ಲಾಲ್ ಬಹದ್ದೂರ್ ಶಾಸ್ತ್ರಿಯವರು. ಭಾರತದ ಇತಿಹಾಸದಲ್ಲಿ ಅತ್ಯಂತ ಕಡಿಮೆ ಅವಧಿಯಲ್ಲಿ 1964–65 ಆಳ್ವಿಕೆ ನಡೆಸಿದರೂ ಅತ್ಯಂತ ಮಹತ್ವವಾಗಿತ್ತು. ಇವರು ವಾರಣಾಸಿ ಸಮೀಪದ ಮೊಘಲ್ ಸರಾಯ್‌ನಲ್ಲಿ ಮಧ್ಯಮ ವರ್ಗದ ಮನೆತನದಲ್ಲಿ 1904 ರಲ್ಲಿ ಜನಿಸಿದರು. ಇವರ ತಂದೆ ಶಾರದಾ ಪ್ರಸಾದ್ ಶ್ರೀವಾಸ್ತವ. ಶಾಲಾ ಉಪಾಧ್ಯಾಯರಾಗಿ ನಂತರ ಕೆಲವುಕಾಲ ಕಂದಾಯ ಇಲಾಖೆಯಲ್ಲಿ ಗುಮಾಸ್ತರಾಗಿ ಕಾರ್ಯನಿರ್ವಹಿಸಿದರು. ಶಾಸ್ತ್ರಿಯವರು ಕೇವಲ ಒಂದುವರೆ ವರ್ಷದ ಮಗುವಾಗಿದ್ದಾಗಲೇ ಅವರ ತಂದೆ ಶಾರದಾ ಪ್ರಸಾದ್ ತೀರಿಕೊಂಡರು. ನಂತರ ಅವರ ತಾಯಿ ರಾಮ್ ದುಲಾರಿ ದೇವಿಯವರು ತನ್ನ ಮಕ್ಕಳ ಜೊತೆ ತಂದೆಯ ಮನೆಗೆ ಹೋದರು. ಅಲ್ಲಿ ಅವರ ಚಿಕ್ಕಪ್ಪ ರಘುನಾಥ್ ಪ್ರಸಾದ್ ಅವರ ನೆರವಿಗೆ ಬಂದರು. ಅಲ್ಲಿಯೇ ಶಾಸ್ತ್ರಿಯವರ ಬಾಲ್ಯ ಜೀವನ ಪ್ರಾರಂಭವಾಯಿತು.

ವಿದ್ಯಾಭ್ಯಾಸ :

ಶಾಸ್ತ್ರಿಯವರು ತಮ್ಮ ಪ್ರಾರಂಭಿಕ ವಿದ್ಯಾಭ್ಯಾಸವನ್ನು ವಾರಣಾಸಿಯಲ್ಲಿಯೇ ಪ್ರಾರಂಭಿಸಿ, ನಂತರ ಅಲ್ಲಿಯ ಹರಿಶ್ಚಂದ್ರ ಪ್ರೌಢ ಶಾಲೆಯಲ್ಲಿ ಅಧ್ಯಯನ ಮುಂದುವರಿಸಿದರು. ಶಾಸ್ತ್ರಿಯವರಿಗೆ ಇಂಗ್ಲಿಷ್ ಮತ್ತು ಇತಿಹಾಸದಲ್ಲಿ ಹೆಚ್ಚು ಆಸಕ್ತಿ ಇದ್ದುದರಿಂದ ಆ ಎರಡು ವಿಷಯಗಳಲ್ಲಿ ಹೆಚ್ಚು ಅಂಕಗಳನ್ನು ಗಳಿಸುತ್ತಿದ್ದರು. ಆದರೆ ಗಣಿತ ಮಾತ್ರ ಅವರ ತಲೆಗೆ ಹತ್ತುತ್ತಿರಲಿಲ್ಲ. ಶಾಸ್ತ್ರಿಯವರಿಗೆ ತಮ್ಮ ವಿದ್ಯಾಭ್ಯಾಸಕ್ಕಿಂತಲೂ ಹೆಚ್ಚಾಗಿ ಸ್ವಾತಂತ್ರ್ಯ ಚಳವಳಿಯಲ್ಲಿ ಆಸಕ್ತಿ ವಹಿಸಿದ್ದರು.

ವೃತ್ತಿ ಜೀವನ ಮತ್ತು ಕಾರ್ಯಸಾಧನೆ :

- ❖ ಶಾಸ್ತ್ರಿಯವರು ಮೆಟ್ರಿಕ್ ವಿದ್ಯಾಭ್ಯಾಸ ಮುಗಿಸಿದ ನಂತರ 1921 ರಲ್ಲಿ ಗಾಂಧೀಜಿಯವರ ಕರೆಗೆ ಓಗೊಟ್ಟು ಅಸಹಕಾರ ಚಳವಳಿಯಲ್ಲಿ ಭಾಗವಹಿಸಿದರು. ಚಳವಳಿಯಲ್ಲಿ ಭಾಗವಹಿಸಿದ್ದರಿಂದ ಬಂಧಿತರಾದರು. ಸೆರೆಮನೆ ಸೇರಿದಾಗ ಅಲ್ಲಿಯೇ ಪಾಶ್ಚಿಮಾತ್ಯ ರಾಜಕೀಯ, ತತ್ವಶಾಸ್ತ್ರದ ಗ್ರಂಥಗಳನ್ನು ಅಧ್ಯಯನ ಮಾಡಿದರು.
- ❖ ಮಾರ್ಕ್ಸ್, ಲೆನಿನ್, ಬರ್ಟ್ರೆಂಡ್ ರಸಲ್ ಮುಂತಾದವರ ಕೃತಿಗಳನ್ನು ಅಧ್ಯಯನ ಮಾಡುತ್ತಿದ್ದ ಶಾಸ್ತ್ರಿಯವರಿಗೆ ವಿಜ್ಞಾನದಲ್ಲೂ ಹೆಚ್ಚು ಆಸಕ್ತಿ ಬೆಳೆಯಿತು. ಈ ನಿಟ್ಟಿನಲ್ಲಿ ಅವರು ಮೇಡಂಕ್ಯೂರಿಯವರ ಆತ್ಮಕಥೆಯನ್ನು ಹಿಂದಿಗೆ ಅನುವಾದ ಮಾಡಿದರು.
- ❖ **ಶಾಸ್ತ್ರಿ ಪದವಿ :** ಶಾಸ್ತ್ರಿಯವರು ತಮ್ಮ ಸೆರೆಮನೆ ವಾಸದಿಂದ ಹೊರಬಂದ ಕೂಡಲೇ ತಮ್ಮ ವಿದ್ಯಾಭ್ಯಾಸವನ್ನು ಮತ್ತೆ ಮುಂದುವರಿಸಿದರು. ಕಾಶಿ ವಿದ್ಯಾಪೀಠ ಸೇರಿಕೊಂಡು ಅಲ್ಲಿ ತತ್ವಶಾಸ್ತ್ರದಲ್ಲಿ 1926ರಲ್ಲಿ "ಶಾಸ್ತ್ರಿ" ಪದವಿ ಪಡೆದರು. ಅವರ ಹೆಸರಿನ ಮುಂದಿರುವ ಶಾಸ್ತ್ರಿ ಅವರ ಪದವಿಯ ದ್ಯೋತಕವೇ ಹೊರತು ಅದು ಅವರ ಮನೆತನದ ಹೆಸರಲ್ಲ.
- ❖ ಲಾಲ್ ಬಹದ್ದೂರ್ ಅವರು ತಮ್ಮ ಹೆಚ್ಚಿನ ಸಮಯವ್ನು ಸ್ವಾತಂತ್ರ್ಯ ಚಳವಳಿಯಲ್ಲಿ ಕಳೆದರು.
- ❖ 1921 ರಲ್ಲಿ ಗಾಂಧೀಜಿಯವರು ನೀಡಿದ ಕರೆಗೆ ಓಗೊಟ್ಟು ಅಸಹಕಾರ ಚಳುವಳಿಯಲ್ಲಿ ಭಾಗವಹಿಸಿ ಬಂಧಿತರಾದರು. 1965 ರಲ್ಲಿ ಭಾರತ ಪಾಕಿಸ್ಥಾನ ಯುದ್ಧದಲ್ಲಿ ಸ್ವರಕ್ಷಣೆಗಾಗಿ ರಕ್ಷಣಾ ಪಡೆಗಳು ಗಡಿ ದಾಟುವುದಕ್ಕೆ ಅನುಮತಿ ಕೊಟ್ಟರು. ಇದು ಅವರ ಕಾರ್ಯದಕ್ಷತೆಗೆ ಸಾಕ್ಷಿಯಾಗಿದೆ.
- ❖ ಸಮರದ ಅವಧಿಯಲ್ಲಿ ಶಾಸ್ತ್ರಿಯವರು ದೇಶದಲ್ಲಿ "ಜೈ ಜವಾನ್ ಜೈ ಕಿಸಾನ್" ಎಂಬ ಘೋಷಣೆ ಮಾಡಿದರು. ಇದು ನಿತ್ಯ

ನೂತನವಾಗಿ ಮೊಳಗುತ್ತಿರುವುದು ಅವರ ಶ್ರೇಷ್ಠತೆಗೆ ಮತ್ತೊಂದು ಸಾಕ್ಷಿಯಾಗಿದೆ.

❖ ಇವರು ಕೇವಲ ರಾಜಕೀಯ ಕ್ಷೇತ್ರಕ್ಕೆ ಮಾತ್ರ ಸೀಮಿತವಾಗಿರದೆ ಸಾಹಿತಿಗಳೂ ಆಗಿದ್ದರು. ಮೇಡಂಕ್ಯೂರಿ ಅವರ ಆತ್ಮ ಕಥೆಯನ್ನು ಹಿಂದಿಗೆ ಅನುವಾದ ಮಾಡಿದರು.

❖ ಶಾಸ್ತ್ರಿ ಪದವಿಯನ್ನು ಪಡೆದ ಬಳಿಕ ಅವರು ಸರ್ವೆಂಟ್ಸ್ ಆಫ್ ದಿ ಪೀಪಲ್ ಸೊಸೈಟಿ ಎಂಬ ಸಂಸ್ಥೆಗೆ ಸೇರಿದರು.

❖ 1937 ರಲ್ಲಿ ಉತ್ತರ ಪ್ರದೇಶದ ಶಾಸನ ಸಭೆಗೆ ಆರಿಸಿ ಬಂದು ಅಲ್ಲಿ ಉತ್ತಮ ಸೇವೆ ಸಲ್ಲಿಸಿದರು.

❖ 1951 ರಲ್ಲಿ ಭಾರತದ ರಾಷ್ಟ್ರೀಯ ಕಾಂಗ್ರೆಸ್ ಪ್ರಧಾನ ಕರ್ಯದರ್ಶಿಯಾಗಿ ಕಾರ್ಯನಿರ್ವಹಿಸಿದರು.

❖ 1951 ರಲ್ಲಿ ರೈಲ್ವೆ ಮಂತ್ರಿಯಾಗಿ ಸೇವೆ ಸಲ್ಲಿಸಿದರು.

❖ 1957 ರಿಂದ 1961 ರ ವರೆಗೆ ಅವರು ಕೇಂದ್ರ ಸರ್ಕಾರದಲ್ಲಿ ವಾಣಿಜ್ಯ, ಸಂಪರ್ಕ, ಗೃಹ ಇಲಾಖೆ ಮುಂತಾದ ಖಾತೆಗಳನ್ನು ಯಶಸ್ವಿಯಾಗಿ ನಿರ್ವಹಿಸಿದರು.

❖ 1965 ರಲ್ಲಿ ಭಾರತ ಪಾಕಿಸ್ಥಾನ ನಡುವೆ ನಡೆದ ಯುದ್ಧದಲ್ಲಿ ಗೆಲುವು ಸಾಧಿಸಿದ್ದರೂ ರಷ್ಯಾದ ಕರೆಗೆ ಓಗೊಟ್ಟು ಮಾತುಕತೆಗೆ ರಷ್ಯಾದ ತಾಷ್ಕೆಂಟ್‍ಗೆ ಹೋದರು.

ನಿಧನ :

ಲಾಲ್ ಬಹದ್ದೂರ್ ಶಾಸ್ತ್ರಿಯವರು 1965 ರಲ್ಲಿ ಹೃದಯಾಘಾತದಿಂದ ನಿಧನರಾದರು. ಒಬ್ಬ ಪ್ರಾಮಾಣಿಕ, ನಿಷ್ಠಾವಂತ ಹಾಗೂ ಅತ್ಯಂತ ಸರಳ ವ್ಯಕ್ತಿಯಾಗಿದ್ದ ರಾಷ್ಟ್ರ ನಾಯಕನನ್ನು ಭಾರತವು ಕಳೆದುಕೊಂಡಿತು. ಮರಣೋತ್ತರವಾಗಿ ಅವರಿಗೆ "ಭಾರತ ರತ್ನ" ಪ್ರಶಸ್ತಿ ನೀಡಿ ಗೌರವಿಸಲಾಗಿದೆ.

7. ಅಟಲ್ ಬಿಹಾರಿ ವಾಜಪೇಯಿ (1924 – 2018)

ಪ್ರಾಮಾಣಿಕ, ಸಹೃದಯದ ರಾಜಕಾರಣಿ

ಕಿರು ಪರಿಚಯ :

ಅಟಲ್ ಬಿಹಾರಿ ವಾಜಪೇಯಿ ಅವರು ಭಾರತ ಕಂಡ ಪ್ರಮುಖ ಸಹೃದಯದ ರಾಜಕಾರಣಿ ಮಾತ್ರವಲ್ಲದೆ ಪತ್ರಕರ್ತರೂ ಆಗಿದ್ದರು. "ವೀರ ಅರ್ಜುನ" ಹಾಗೂ :ಪಾಂಚಜನ್ಯ" ಪತ್ರಿಕೆಗಳಿಗೆ ಕವಿಯಾಗಿ, ಪತ್ರಕರ್ತರಾಗಿ ಸೇವೆ ಸಲ್ಲಿಸಿದರು. ಸಂಸ್ಕೃತ ಭಾಷೆಯಲ್ಲಿ ಹಾಗೂ ರಾಜಕೀಯ ಶಾಸ್ತ್ರದಲ್ಲಿ ಸ್ನಾತಕೋತ್ತರ ಪದವಿಯನ್ನು ಪಡೆದರು. ರಾಷ್ಟ್ರೀಯ ಸ್ವಯಂ ಸೇವಕರಾಗಿ ಸೇವೆಗೈದ ಮಹಾಪುರುಷರೂ ಹೌದು! 1942ರಲ್ಲಿ ಕ್ವಿಟ್ ಇಂಡಿಯಾ ಚಳವಳಿಯ ಮೂಲಕ ಭಾರತೀಯ ಜನಸಂಘದ ಸ್ಥಾಪಕ ಶ್ಯಾಮ್ ಪ್ರಸಾದ್ ಮುಖರ್ಜಿಯವರ ನಿಕಟವರ್ತಿಯಾದರು. ನಂತರದಲ್ಲಿ ಅಟಲ್‌ರವರು ಜನಸಂಘದ ಮುಖ್ಯಸ್ಥರಾದರು. ಮೊರಾರ್ಜಿ ದೇಸಾಯಿಯವರ ಸರ್ಕಾರದಲ್ಲಿ ಅಟಲ್‌ರವರು ವಿದೇಶಾಂಗ ಮಂತ್ರಿಯಾಗಿ ಕಾರ್ಯನಿರ್ವಹಿಸಿದರು. ಅಟಲ್‌ರವರು ಭಾರತದ ಹಿರಿಯ ಪ್ರಜೆ, ರಾಜಕಾರಣಿಗಳಲ್ಲೇ ಸಭ್ಯ ಹಾಗೂ ಗೌರವಾನ್ವಿತ ಮುತ್ಸದ್ಧಿ ಎಂದು ಕರೆಸಿಕೊಂಡವರು.

ಜನನ ಮತ್ತು ಬಾಲ್ಯ :

ಇವರು 25 ನೇ ಡಿಸೆಂಬರ್ 1924ರಲ್ಲಿ ಮಧ್ಯಪ್ರದೇಶದ ಗ್ವಾಲಿಯರ್ ಹತ್ತಿರದ ಶಿಂದೆ ಕಿಚವ್ವಾಣಿ ಎಂಬ ಹಳ್ಳಿಯಲ್ಲಿ ಜನಿಸಿದರು. ತಂದೆ ಕೃಷ್ಣ ಬಿಹಾರಿ ವಾಜಪೇಯಿ. ತಾಯಿ ಕೃಷ್ಣಾದೇವಿ. ಇವರ ತಂದೆಯವರು ಶಾಲೆಯ ಉಪಾಧ್ಯಾಯರಾಗಿದ್ದರು.

ವಿದ್ಯಾಭ್ಯಾಸ :

ವಾಜಪೇಯಿ ಅವರು ವಿಕ್ಟೋರಿಯಾ ಕಾಲೇಜಿನಿಂದ ಪದವಿಯನ್ನು ಪಡೆದರು. ಅಟಲ್‌ರವರು ಹಿಂದಿ, ಇಂಗ್ಲಿಷ್, ಸಂಸ್ಕೃತ ಭಾಷೆಯಲ್ಲಿ ಪಾಂಡಿತ್ಯವನ್ನು ಗಳಿಸಿದ್ದರು. ಇದಲ್ಲದೆ ಅವರು ರಾಜಕೀಯ ಶಾಸ್ತ್ರದಲ್ಲಿಯೂ ಸ್ನಾತಕ್ಕೋತ್ತರ ಪದವಿಯನ್ನು ಕಾನ್ಪುರದ ಡಿ.ಎ.ವಿ. ಕಾಲೇಜಿನಿಂದ ಪಡೆದರು. ನಂತರ ಅವರು ರಾಷ್ಟ್ರೀಯ ಸ್ವಯಂ ಸೇವಕ ಸಂಘವನ್ನು ಸೇರಿಕೊಂಡರು.

ವೃತ್ತಿ ಜೀವನ ಮತ್ತು ಕಾರ್ಯಸಾಧನೆ :

❖ ಅಟಲ್‌ರವರು ತಮ್ಮ ವೃತ್ತಿ ಜೀವನವನ್ನು ಪತ್ರಕರ್ತರಾಗಿ ಪ್ರಾರಂಭಿಸಿದರು. "ವೀರ ಅರ್ಜುನ" ಹಾಗೂ "ಪಾಂಚಜನ್ಯ" ಪತ್ರಿಕೆಗಳಲ್ಲಿ ಪತ್ರಕರ್ತರಾಗಿ ಮಾತ್ರವಲ್ಲದೆ ಕವಿಯಾಗಿಯೂ ಸೇವೆ ಸಲ್ಲಿಸಿದರು.

❖ 1942ರಲ್ಲಿ ಕ್ವಿಟ್ ಇಂಡಿಯಾ ಚಳವಳಿಯ ಮೂಲಕ ಭಾರತೀಯ ಜನಸಂಘದ ಸ್ಥಾಪಕ ಶ್ಯಾಮ್ ಪ್ರಸಾದ್ ಮುಖರ್ಜಿ ಅವರ ನಿಕಟವರ್ತಿಯಾದರು.

❖ 1968ರಲ್ಲಿ ಹಾಗೂ 1973ರಲ್ಲಿ ಜನಸಂಘದ ಮುಖ್ಯಸ್ಥರಾಗಿ ಕಾರ್ಯ ನಿರ್ವಹಿಸಿದರು.

❖ 1957ರಲ್ಲಿ ಪ್ರಥಮ ಭಾರಿಗೆ ಲೋಕಸಭಾ ಸದಸ್ಯರಾಗಿ ಆಯ್ಕೆಯಾದರು.

❖ 1977 ರಿಂದ ಜುಲೈ 1979ರ ವರೆಗೆ ಮೊರಾರ್ಜಿ ದೇಸಾಯಿ ಅವರ ಸರ್ಕಾರದಲ್ಲಿ ವಿದೇಶಾಂಗ ಮಂತ್ರಿಯಾಗಿ ಕಾರ್ಯನಿರ್ವಹಿಸಿದರು.

❖ 1996–97 ರಲ್ಲಿ ಲೋಕ ಸಭೆಯಲ್ಲಿ ಪ್ರತಿಪಕ್ಷದ ನಾಯಕರಾಗಿ ಸೇವೆ ಸಲ್ಲಿಸಿದರು.

❖ 1996ರಲ್ಲಿ ಪ್ರಪ್ರಥಮವಾಗಿ ಭಾರತದ ಪ್ರಧಾನ ಮಂತ್ರಿಯಾದರು. ಪುನಃ ಇವರು 13–10–1998ರಲ್ಲಿ ಎರಡನೇ ಬಾರಿಗೆ ಪ್ರಧಾನ

ಮಂತ್ರಿಯಾಗಿ ಎನ್.ಡಿ.ಎ. ಮೈತ್ರಿಕೂಟದ ನಾಯಕತ್ವದ ಮೂಲಕ ಸಕಾರ ರಚಿಸಿದರು.

❖ ಇವರು ರಾಜಕೀಯ ವ್ಯಕ್ತಿ ಮಾತ್ರವಲ್ಲದೆ ಕವಿಗಳೂ ಆಗಿದ್ದರು.

❖ 2005ರಲ್ಲಿ ಇವರು ರಾಜಕೀಯದಿಂದ ನಿವೃತ್ತಿ ಹೊಂದಿದರು.

❖ **ಪ್ರಧಾನ ಮಂತ್ರಿ ಗ್ರಾಮ ಸಡಕ್ ಯೋಜನೆ** : ವಾಜಪೇಯಿಯವರು ಪ್ರಧಾನ ಮಂತ್ರಿಯಾಗಿರುವಾಗಲೇ ತಮ್ಮ ಕನಸಿನ ಕೂಸಾದ ರಾಷ್ಟ್ರೀಯ ಹೆದ್ದಾರಿ ಮತ್ತು ಪ್ರಧಾನ ಮಂತ್ರಿ ಗ್ರಾಮ ಸಡಕ್ ಯೋಜನೆಗೆ ಚಾಲನೆ ನೀಡಿದರು.

❖ ದೇಶದ ಮೂಲೆ ಮೂಲೆಗಳಿಗೂ ಸಂಪರ್ಕ ಕಲ್ಪಿಸುವ ಸಲುವಾಗಿ 15,000 ಕಿ.ಮೀ. ಉದ್ದದ ಸುವರ್ಣ ಚತುಷ್ಪಥ ಹೆದ್ದಾರಿಯನ್ನು ಪೂರ್ಣಗೊಳಿಸಿದರು.

❖ ಹಳ್ಳಿ–ಹಳ್ಳಿಗೂ ರಸ್ತೆಗಳನ್ನು ಕಲ್ಪಿಸುವ ಸಲುವಾಗಿ ಪ್ರಧಾನ ಮಂತ್ರಿ ಗ್ರಾಮೀಣ ಸಡಕ್ ಯೋಜನೆಯನ್ನು ಜಾರಿಗೆ ತಂದರು.

❖ **ವಾಜಪೇಯಿ ರಾಜಕಾರಣಿ ಮಾತ್ರವಲ್ಲದೇ ಕವಿಗಳೂ ಹೌದು!** : ಇವರು ಹಿಂದಿ ಭಾಷೆಯಲ್ಲಿ ಅನೇಕ ಕವಿತೆಗಳನ್ನು ರಚಿಸಿದ್ದಾರೆ. ಇವರ 21 ಕವಿತೆಗಳ ಸಂಕಲನ ಟ್ವೆಂಟಿ ಒನ್ ಪೊಯಮ್ಸ್ ಎಂಬ ಹೆಸರಿನಲ್ಲಿ ಇಂಗ್ಲಿಷ್ ಭಾಷೆಗೆ ತರ್ಜುಮೆಗೊಂಡಿದೆ.

❖ 205 ರಲ್ಲಿ ವಾಜಪೇಯಿ ಅವರು ರಾಜಕೀಯದಿಂದ ನಿವೃತ್ತರಾದರು.

❖ ಅಟಲ್ ಬಿಹಾರಿ ವಾಜಪೇಯಿಯವರು ತಮ್ಮ ಆಡಳಿತಾವಧಿಯಲ್ಲಿ ರಾಜಸ್ಥಾನದ ಫೋಖ್ರಾನ್‌ನಲ್ಲಿ 1998 ರಂದು ಮಾಡಿದ ಪರಮಾಣು ಪರೀಕ್ಷೆಯು ಅತ್ಯಂತ ನಿಗೂಢವಾಗಿ ಹಾಗೂ ಯಶಸ್ವಿಯಾಗಿ ನೆರವೇರಿಸಿದರು.

❖ ಪಾಕಿಸ್ಥಾನದೊಂದಿಗೆ ಸ್ನೇಹತ್ವ ಬೆಳೆಸಿಕೊಳ್ಳಲು ಮಾಡಿದ ಪ್ರಯತ್ನಗಳು ಅಸಾಧಾರಣವಾದದು.

❖ 1998ರಲ್ಲಿ ಇವರು ಪ್ರಧಾನಿಯಾಗಿದ್ದಾಗ ಪಾಕಿಸ್ಥಾನದೆಡೆಗೆ ಸ್ನೇಹ

ಹಸ್ತ ಚಾಚಿ ಹೊಸ ಅಧ್ಯಾಯ ಪ್ರಾರಂಭಿಸೋಣ ಎಂದು ಪದೇ ಪದೇ ಹೇಳಿದರು.

❖ ಸಂಬಂಧ ಹೆಚ್ಚಾಗಬೇಕಾದರೆ ಭಾರತೀಯರು ಮತ್ತು ಪಾಕಿಸ್ಥಾನಿಯರು ಪರಸ್ಪರ ಬಂದು ಹೋಗುವಂತಿರಬೇಕು. ಇದಕ್ಕಾಗಿ ಅಟಲ್‌ರವರು ದಿಲ್ಲಿ-ಲಾಹೋರ್ ಬಸ್ ವ್ಯವಸ್ಥೆ ಮಾಡಿದರು. ಇದರ ಮೂಲ ಉದ್ದೇಶ ಭಾರತ-ಪಾಕಿಸ್ಥಾನ ಬಾಂಧವ್ಯ ಬೆಳೆಯಬೇಕೆಂಬುದೇ ಆಗಿತ್ತು. ಇದನ್ನು ಇಡೀ ದೇಶದ ಜನರು ವಾಜಪೇಯಿ ಅವರ ಔದಾರ್ಯತೆಯನ್ನು ಪ್ರಶಂಶಿಸಿದರು.

❖ ಸರ್ವಶಿಕ್ಷಾ ಅಭಿಯಾನ್ ಎಂಬ ಯೋಜನೆಯ ಮೂಲಕ ಎಲ್ಲರನ್ನೂ ಸಾಕ್ಷರರನ್ನಾಗಿ ಮಾಡಬೇಕೆಂಬ ಅವರ ಆಸೆ ನಿಜಕ್ಕೂ ಶ್ಲಾಘನೀಯ.

❖ 1977ರಲ್ಲಿ ಜನತಾ ಪಕ್ಷದ ಸರ್ಕಾರದಲ್ಲಿ ವಿದೇಶಾಂಗ ಸಚಿವರಾಗಿದ್ದಾಗ ವಿಶ್ವಸಂಸ್ಥೆಯಲ್ಲಿ ಹಿಂದಿಯಲ್ಲಿ ಭಾಷಣ ಮಾಡಿದ ಏಕೈಕ ಭಾರತೀಯರು ಇವರು.

❖ ಅಟಲ್ ಅವರ ವಿಶೇಷತೆಯೆಂದರೆ ಅವರು ಭಾರತದ ಅವಿವಾಹಿತ ಪ್ರಧಾನ ಮಂತ್ರಿಯಾಗಿದ್ದದು.

❖ **ಗೌರವ – ಪ್ರಶಸ್ತಿಗಳು :**

❖ ಅಟಲ್ ಅವರು ಅನೇಕ ಪುಸ್ತಕಗಳನ್ನು ಕವನಗಳನ್ನು ರಚಿಸಿ ಉತ್ತಮ ಕವಿ ಎಂದು ಅನಿಸಿಕೊಂಡಿದ್ದಾರೆ. ಅವರು ಒಬ್ಬ ಒಳ್ಳೆಯ ಸಾಹಿತಿಯೂ ಹೌದು!

❖ 1969ರಲ್ಲಿ ಇವರಿಗೆ ಪದ್ಮವಿಭೂಷಣ,

❖ 1964ರಲ್ಲಿ ಲೋಕಮಾನ್ಯ ತಿಲಕ್ ಪ್ರಶಸ್ತಿ,

❖ 1994ರಲ್ಲಿ ಉತ್ತಮ ರಾಜಕೀಯ ಪಟು ಎಂಬ ಗೌರವ,

❖ ಪಂಡಿತ್ ಗೋವಿಂದ ವಲ್ಲಭ್ ಪಂತ್ ಮುಂತಾದ ಪ್ರಶಸ್ತಿಗಳು ದೊರೆತಿವೆ.

ನಿಧನ :

ಪ್ರತಿಭಾವಂತ ಹಾಗೂ ಧೀಮಂತ ನಾಯಕ ಅಟಲ್ ಬಿಹಾರಿ ವಾಜಪೇಯಿ ಅವರು ತಮ್ಮ 93ನೇ ವಯಸ್ಸಿನಲ್ಲಿ ದಿನಾಂಕ 16 ನೇ ಆಗಸ್ಟ್ 2018ರಲ್ಲಿ ನಿಧನರಾದರು.

8. ಗೋಪಾಲಕೃಷ್ಣ ಗೋಖಲೆ (1886 – 1915)

ಸಮಾಜ ಸುಧಾರಕರು

ಕಿರು ಪರಿಚಯ :

ಬ್ರಿಟಿಷರ ಕಾಲದಲ್ಲಿ ಮಹತ್ತರ ಸುಧಾರಣೆಗಳನ್ನು ತಂದ ಮಹಾನ್ ಚೇತನ ಗೋಪಾಲಕೃಷ್ಣ ಗೋಖಲೆ ಎಂದರೆ ಅತಿಶಯೋಕ್ತಿಯೇನಲ್ಲ! ಸ್ವಾತಂತ್ರ್ಯ ಪೂರ್ವ ಮಹಾನ್ ರಾಜಕೀಯ ನಾಯಕರೂ, ಭಾರತೀಯರಿಗೆ ಗೌರವಾನ್ವಿತ ಬದುಕನ್ನು ರೂಪಿಸಿದ ರೂವಾರಿಯೆಂದರೆ ಗೋಖಲೆಯವರು. ಗೋಪಾಲಕೃಷ್ಣ ಗೋಖಲೆಯವರ ಮೂಲ ಉದ್ದೇಶ ಭಾರತೀಯರಿಗೆ ಸ್ವಾತಂತ್ರ್ಯ ಬೇಕೆಂಬುದು ಮಾತ್ರವಲ್ಲದೆ ಸಮಾಜ ಸುಧಾರಣೆಯೂ ಆಗಬೇಕೆಂಬುದೇ ಆಗಿತ್ತು. ಈ ಉದ್ದೇಶಕ್ಕಾಗಿ ಅವರು ಸೂಚಿಸಿದ ಮುಖ್ಯ ಕಾರ್ಯಸೂಚಿ ಎಂದರೆ ಅಹಿಂಸೆ, ಸರ್ಕಾರಿ ಸಂಸ್ಥೆಗಳ ಆಡಳಿತದಲ್ಲಿ ಸುಧಾರಣೆ. ಈ ಎಲ್ಲಾ ದೃಷ್ಟಿಯಿಂದಲೂ ನೋಡಿದಾಗ ಗೋಪಾಲಕೃಷ್ಣ ಗೋಖಲೆಯವರು ಒಬ್ಬ ಉತ್ತಮ ಮಾರ್ಗದರ್ಶಕ ಹಾಗೂ ಶ್ರೇಷ್ಠ ಮಟ್ಟದ ನಾಯಕನೆಂದೇ ಹೇಳಬಹುದು.

ಜನನ ಮತ್ತು ಬಾಲ್ಯ :

ಗೋಪಾಲಕೃಷ್ಣ ಗೋಖಲೆಯವರು ದಿನಾಂಕ 9ನೇ ಮೇ 1866ರಲ್ಲಿ ಕೊಲ್ಹಾಪುರದಲ್ಲಿ ಜನಿಸಿದರು. ಇವರ ತಂದೆ ಕೃಷ್ಣರಾವ್ ಗೋಖಲೆ,

ತಾಯಿ ವಾಲುಬಾಯಿ. ಗೋಖಲೆಯವರು ಸಾಮಾನ್ಯ ಕುಟುಂಬಕ್ಕೆ
ಸೇರಿದವರಾಗಿದ್ದರು. ಅವರ ಮನೆಯ ಹಿರಿಯರು ಅವರಿಗೆ ಇಂಗ್ಲಿಷ್
ಶಿಕ್ಷಣ ದೊರೆಯುವಂತೆ ಮಾಡಿದರು. ಗೋಖಲೆಯವರು ಪಾಶ್ಚಾತ್ಯ
ರಾಜಕೀಯ ಚಿಂತನೆಗಳಿಂದ ಪ್ರಭಾವಿತರಾಗಿದ್ದರು. ಬ್ರಿಟಿಷರ
ವಸಾಹತುಶಾಹಿ ಆಡಳಿತ ವ್ಯವಸ್ಥೆಯನ್ನು ವಿರೋಧಿಸುತ್ತಿದ್ದರೂ,
ಇಂಗ್ಲಿಷ್ ರಾಜಕೀಯದ ಕೆಲವು ಸಿದ್ಧಾಂತಗಳನ್ನು ಗೌರವದಿಂದ
ಕಾಣುತ್ತಿದ್ದರು.

ವಿದ್ಯಾಭ್ಯಾಸ :

ಕನ್ನಡದ ಖ್ಯಾತ ಬರಹಗಾರರಾದ ಡಿ.ವಿ. ಗುಂಡಪ್ಪನವರು
ಗೋಖಲೆಯವರ ವಿಶೇಷ ಗುಣಗಳನ್ನು ಮೆಚ್ಚಿ ಬೆಂಗಳೂರಿನಲ್ಲಿ
"ಗೋಖಲೆ ಸಾರ್ವಜನಿಕ ಸಂಸ್ಥೆ"ಯನ್ನು ಸ್ಥಾಪಿಸಿ ಕನ್ನಡ ನಾಡಿಗೆ
ಕೊಡುಗೆಯಾಗಿ ನೀಡಿದ್ದಾರೆ. ಅವರನ್ನು ಡಿ.ವಿ.ಜಿ.ಯವರು ಸಮಾಜ
ಸುಧಾರಕರಾದ ಗೋಖಲೆಯವರು ಬಹಳವಾಗಿ ಮೆಚ್ಚಿಕೊಂಡು ಅವರ
ಕಾರ್ಯಸಾಧನೆಗಳನ್ನು ಪ್ರಶಂಸಿಸಿದ್ದಾರೆ. ಗೋಖಲೆಯವರು
ಭಾರತೀಯ ಚಳವಳಿಯ ನಾಯಕರಾಗಿದ್ದರೂ, ಸ್ವಾತಂತ್ರ್ಯಕ್ಕಿಂತ ಹೆಚ್ಚಾಗಿ
ಸಮಾಜ ಸುಧಾರಣೆಯ ಕಡೆ ಹೆಚ್ಚು ಗಮನ ಕೊಡುತ್ತಿದ್ದರು. ಹಿರಿಯರ
ನಡುವೆ ಅನೇಕ ಭಿನ್ನಾಭಿಪ್ರಾಯಗಳಿದ್ದರೂ, ಅವುಗಳ ಕಡೆಗೆ ಗಮನ
ಹರಿಸದೆ, ತಾವು ಬಯಸಿದ್ದ ಸಮಾಜ ಸುಧಾರಣೆಗಳನ್ನು
ಕಾರ್ಯರೂಪಕ್ಕೆ ತರಲು ಪ್ರಯತ್ನಿಸಿದರು.

ವೃತ್ತಿ ಜೀವನ, ರಾಜಕೀಯ ಜೀವನ ಮತ್ತು ಕಾರ್ಯಸಾಧನೆ :

❖ 1889ರಲ್ಲಿ ಗೋಖಲೆಯವರು ಸಮಾಜ ಸುಧಾರಕರಾದ
   ಮಹಾದೇವ ಗೋವಿಂದ ರಾನಡೆಯವರಿಂದ ಪ್ರಭಾವಿತರಾಗಿ
   ಭಾರತೀಯ ರಾಷ್ಟ್ರೀಯ ಕಾಂಗ್ರೆಸ್‌ನ ಸದಸ್ಯರಾದರು.

❖ ಬಾಲಗಂಗಾಧರ ತಿಲಕ್, ದಾದಾಬಾಯಿ ನವರೋಜಿ,
   ಬಿಪಿನ್‌ಚಂದ್ರ ಪಾಲ್, ಲಾಲಾಲಜಪತ್ ರಾಯ್, ಆನ್ನಿಬೆಸೆಂಟ್,
   ಮುಂತಾದವರ ಜೊತೆಗೂಡಿ ಬ್ರಿಟಿಷ್ ರಾಜಕೀಯ ವ್ಯವಸ್ಥೆಯಲ್ಲಿ

ಭಾರತೀಯರಿಗೆ ಹೆಚ್ಚಿನ ಆದ್ಯತೆ ದೊರಕಿಸಿಕೊಡಲು ಹೋರಾಡಿದರು.

❖ ಗೋಖಲೆಯವರು ಐರ್‌ಲ್ಯಾಂಡ್ ದೇಶಕ್ಕೆ ಭೇಟಿ ನೀಡಿ ಆ ದೇಶದ ಆಲ್ಮೆಡ್ ಎಂಬುವವರನ್ನು ಭಾರತೀಯ ರಾಷ್ಟ್ರೀಯ ಕಾಂಗ್ರೆಸ್‌ನ ಅಧ್ಯಕ್ಷರನ್ನಾಗಿ ಮಾಡಿದರು.

❖ ಕೆಲವು ವರ್ಷಗಳ ನಂತರ ಗೋಖಲೆಯವರು ತಿಲಕರ ಜೊತೆಗೆ ಜಂಟಿ ಕಾರ್ಯದರ್ಶಿಯಾಗಿ ಸೇವೆ ಸಲ್ಲಿಸಿದರು.

❖ ತಿಲಕ್ ಮತ್ತು ಗೋಖಲೆ ಗಣಿತ ಶಾಸ್ತ್ರದ ವಿದ್ವಾಂಸರಾಗಿದ್ದರಿಂದ ಇಬ್ಬರೂ ಡೆಕ್ಕನ್ ಎಜುಕೇಷನ್ ಸೊಸೈಟಿಯ ಪ್ರಮುಖ ಸದಸ್ಯರಾಗಿದ್ದರು.

❖ 1905 ರಲ್ಲಿ ಗೋಖಲೆಯವರು ಭಾರತೀಯ ರಾಷ್ಟ್ರೀಯ ಕಾಂಗ್ರೆಸ್‌ನ ಅಧ್ಯಕ್ಷರಾದರು. ಆ ಸಂದರ್ಭದಲ್ಲಿ ಅವರು ಸಮಾಜ ಸುಧಾರಣೆಯ ಚಟುವಟಿಕೆಗಳಿಗಾಗಿ "ಸರ್ವೆಂಟ್ಸ್ ಆಫ್ ಇಂಡಿಯಾ ಸೊಸೈಟಿ"ಯನ್ನು ಸ್ಥಾಪಿಸಿದರು.

❖ ಈ ಸೊಸೈಟಿಯ ಮೂಲ ಉದ್ದೇಶ ಹೆಚ್ಚು ಭಾರತೀಯರನ್ನು ವಿದ್ಯಾವಂತರನ್ನಾಗಿ ಮಾಡುವುದೇ ಆಗಿತ್ತು.

❖ 1899 ರಲ್ಲಿ ಗೋಖಲೆಯವರು ಬಾಂಬೆ ಲೆಜಿಸ್ಲೇಟಿವ್ ಕೌನ್ಸಿಲ್‌ಗೆ ಆಯ್ಕೆಯಾದರು.

❖ 1903ರಲ್ಲಿ ಅವರು ಭಾರತದ ಗೌರ್ನರ್ ಜನರಲ್ ಆಗಿ "ಕೌನ್ಸಿಲ್ ಆಫ್ ಇಂಡಿಯಾ"ಗೆ ಮುಂಬೈ ಪ್ರಾಂತ್ಯದ ಪ್ರತಿನಿಧಿಯಾಗಿ ಆಯ್ಕೆಯಾದರು.

❖ 1909ರಲ್ಲಿ ಗೋಖಲೆಯವರು ಇಂಪೀರಿಯಲ್ ಲೆಜಿಸ್ಲೇಟಿವ್ ಕೌನ್ಸಿಲ್‌ನಲ್ಲಿ ಸೇವೆ ಸಲ್ಲಿಸಿದರು. ಇವುಗಳೆಲ್ಲದ ಪರಿಣಾಮವಾಗಿ ಅತ್ಯಂತ ಮಹಾನ್ ಮೇಧಾವಿಗಳೆಂದು ಹೆಸರು ಪಡೆದರು.

❖ ಇವರ ಪಾಂಡಿತ್ಯವನ್ನು ಕಂಡ ಬ್ರಿಟಿಷ್ ಸರ್ಕಾರದ ಕಾರ್ಯದರ್ಶಿ

ಲಾರ್ಡ್ ಜಾನ್ ಮಾರ್ಲೆ ಅವರು ಗೋಖಲೆಯವರನ್ನು ಲಂಡನ್ನಿಗೆ ಆಹ್ವಾನಿಸಿದರು.

❖ 1909ರಲ್ಲಿ ಮಾರ್ಲೆ-ಮಿಂಟೋ ಸುಧಾರಣೆಗಳು ಜಾರಿಗೆ ಬಂದವು.

❖ 1904 ರಲ್ಲಿ ಗೋಖಲೆಯವರನ್ನು ಬ್ರಿಡಿಷ್ ಸರ್ಕಾರವು "ಕಂಪಾನಿಯನ್ ಆಫ್ ದಿ ಆರ್ಡರ್ ಆಫ್ ಇಂಡಿಯನ್ ಎಂಪೈರ್" ಎಂದು ನಿಯೋಜಿಸಿತ್ತು. ಇದು ಗೋಖಲೆಯವರ ಶ್ರಮ ಮತ್ತು ಸಾಧನೆಗೆ ಸಂದ ಗೌರವವಾಗಿತ್ತು.

❖ 1912ರಲ್ಲಿ ಗೋಖಲೆಯವರು ಗಾಂಧೀಜಿಯವರ ಆಹ್ವಾನದ ಮೇರೆಗೆ ದಕ್ಷಿಣ ಆಫ್ರಿಕಾಗೆ ತೆರಳಿದರು.

❖ 1920ರಲ್ಲಿ ಗಾಂಧೀಜಿಯವರು ಭಾರತೀಯ ಸ್ವಾತಂತ್ರ್ಯದ ಹೋರಾಟಕ್ಕೆ ಇಳಿದಿದ್ದರು. ತಮ್ಮ ಆತ್ಮ ಚರಿತ್ರೆಯಲ್ಲಿ ಗಾಂಧೀಜಿಯವರು ಗೋಪಾಲಕೃಷ್ಣ ಗೋಖಲೆಯವರನ್ನು ತಮ್ಮ ಗುರು ಹಾಗೂ ಮಾರ್ಗದರ್ಶಕರೆಂದು ಹೇಳಿಕೊಂಡಿದ್ದಾರೆ.

❖ ಗಾಂಧೀಜಿಯವರ ದೃಷ್ಟಿಯಲ್ಲಿ ಗೋಖಲೆಯವರು ಶ್ರೇಷ್ಠ ನಾಯಕ ಹಾಗೂ ರಾಜಕೀಯ ಮುತ್ಸದ್ಧಿ ಎಂದು ಕೊಂಡಾಡಿದ್ದಾರೆ.

❖ ಭಾರತೀಯ ಸ್ವಾತಂತ್ರ್ಯ ಚಳವಳಿಯಲ್ಲಿ ಗೋಪಾಲಕೃಷ್ಣ ಗೋಖಲೆಯವರು ನಿರ್ವಹಿಸಿದ ಪಾತ್ರ ಅತ್ಯಂತ ಮಹತ್ವಪೂರ್ಣವಾದುದು.

❖ ಗೋಖಲೆಯವರು ಬ್ರಿಟಿಷ್ ಸರ್ಕಾರದೊಂದಿಗೆ ಸೌಹಾರ್ದತೆಯನ್ನು ತೋರಿದರಾದರೂ, ಬ್ರಿಟಿಷ್ ಚಕ್ರಾಧಿಪತ್ಯದ ಮೇಲೆ ಭಾರತೀಯ ವಿದ್ಯಾವಂತ ಯುವಕರಿಗೆ ಸರ್ಕಾರ ಮತ್ತು ಆಡಳಿತ ಕ್ಷೇತ್ರದಲ್ಲಿ ಹೆಚ್ಚು ಆದ್ಯತೆ ನೀಡಬೇಕೆಂದು ನಿರಂತರವಾಗಿ ಒತ್ತಡ ತಂದರು.

❖ ಪುಣೆಯಲ್ಲಿ "ಗೋಖಲೆ ಇನ್ಸ್‌ಟಿಟ್ಯೂಟ್ ಆಫ್ ಪೊಲಿಟಿಕ್ಸ್ ಅಂಡ್

ಎಕನಾಮಿಕ್ಸ್" ಎಂಬುದು ಭಾರತದ ಅರ್ಥಶಾಸ್ತ್ರದ ಸಂಶೋಧನೆ, ಅಧ್ಯಯನ, ತರಬೇತಿ ಇವುಗಳಿಗಾಗಿ ಸ್ಥಾಪಿತಗೊಂಡ ಅತ್ಯಂತ ಮಹತ್ವದ ಸಂಸ್ಥೆಯಾಗಿದೆ.

ನಿಧನ :

ನಿರಂತರವಾಗಿ ಸಮಾಜ ಸುಧಾರಣೆಯಲ್ಲಿ, ರಾಜಕೀಯದಲ್ಲಿ ತಮ್ಮನ್ನು ತೊಡಗಿಸಿಕೊಂಡ ಗೋಖಲೆಯವರು 19ನೇ ಫೆಬ್ರವರಿ 1915 ರಲ್ಲಿ ವಿಧಿವಶರಾದರು.

9. ಸರದಾರ್ ವಲ್ಲಭಭಾಯಿ ಪಟೇಲ್

(1875 – 1950)

ಭಾರತದ ಬಿಸ್ಮಾರ್ಕ್

ಕಿರು ಪರಿಚಯ :

"ಉಕ್ಕಿನ ಮನುಷ್ಯ" ಎಂಬ ಕೀರ್ತಿಯನ್ನು ಪಡೆದ ಸರದಾರ್ ವಲ್ಲಭಭಾಯಿ ಪಟೇಲ್ ಗುಜರಾಜ್ ಪ್ರಾಂತ್ಯದ ಖೇಡಾ ಜಿಲ್ಲೆಯ ನಡಿಯಾದ್ ಪಟ್ಟಣದ ಸಮೀಪ ಪರಮ್‌ಸದ್ ಗ್ರಾಮದವರು. ದೇಶದ ರೈತರ ಹಿತೈಷಿಯಾದ ಇವರು ಅನೇಕ ಚಳಿವಳಿಗಳಲ್ಲಿ ಭಾಗವಹಿಸಿದ್ದರು.

ರೈತರ ಸಮಸ್ಯೆಗಳನ್ನು ಬಗೆಹರಿಸುವಲ್ಲಿ ಪ್ರಮುಖ ಪಾತ್ರ ವಹಿಸಿದವರು. ಇವರ ತಂದೆ ವೃತ್ತಿಯಲ್ಲಿ ಕೃಷಿಕರು. ಆದುದರಿಂದ ಇವರಿಗೆ ಬಾಲ್ಯದಲ್ಲಿಯೇ ಕೃಷಿಯ ಬಗ್ಗೆ ಹೆಚ್ಚು ಆಸಕ್ತಿ ಮೂಡಿತು. ಇವರಲ್ಲಿದ್ದ ಮಾನವೀಯತೆ ಎಲ್ಲರಿಗೂ ಅಚ್ಚುಮೆಚ್ಚಾಗಿ, ನಾಡಿಗೆ ಉನ್ನತ ಮಟ್ಟದ ಸೇವೆ ಸಲ್ಲಿಸಿದ ವೀರ ಸ್ವಾತಂತ್ರ್ಯ ಸೇನಾನಿ.

ಜನನ ಮತ್ತು ಬಾಲ್ಯ :

ಸರದಾರ್ ವಲ್ಲಭಬಾಯಿ ಪಟೇಲರ ಹುಟ್ಟಿದ ದಿನಾಂಕ ಅವರ ತಂದೆ, ತಾಯಿ ದಾಖಲಿಸಿರಲಿಲ್ಲ. ಇವರು ಮೂರನೆಯವರಾಗಿ ಜನಿಸಿದ್ದರು. ಇವರು ದಿನಾಂಕ 30 ನೇ ಅಕ್ಟೋಬರ್ 1875 ರಂದು ಜನಿಸಿದರೆಂದು ಮೆಟ್ರಿಕ್ ಪರೀಕ್ಷೆಗೆ ಅರ್ಜಿ ಸಲ್ಲಿಸಿದಾಗ ದಾಖಲಾಗಿತ್ತು. ಇವರ ತಂದೆ ಜಾವೇರ್‌ಬಾಯಿ, ತಾಯಿ ಲಡಬಾ. ಇವರ ತಂದೆ ವೃತ್ತಿಯಲ್ಲಿ ಕೃಷಿಕರು. ಆದ್ದರಿಂದ ಪಟೇಲರಿಗೆ ಕೃಷಿಯ ಬಗ್ಗೆ ಹೆಚ್ಚು ಆಸಕ್ತಿ ಮೂಡಿತ್ತು.

ವಿದ್ಯಾಭ್ಯಾಸ :

ಪಟೇಲರ ಪ್ರಾಥಮಿಕ ವಿದ್ಯಾಭ್ಯಾಸ ತಮ್ಮ ಹುಟ್ಟೂರಾದ ಕರಮ್‌ಸದ್‌ನಲ್ಲಿ ನಡೆಯಿತು. ಇವರು 1897 ರಲ್ಲಿ ಮೆಟ್ರಿಕ್ ಪರೀಕ್ಷೆಯಲ್ಲಿ ತೇರ್ಗಡೆಯಾಗಿ ಲಾಯರ್ ಆಗಲು ಬಯಸಿದ್ದರು. ಆದರೆ ಹಣಕಾಸಿನ ತೊಂದರೆಯಿಂದ ಸಾಧ್ಯವಾಗಲಿಲ್ಲ. ಲಾಯರ್ ಆಗಿ ಹೆಚ್ಚು ಹಣ ಸಂಪಾದಿಸಿ ಇಂಗ್ಲೆಂಡ್‌ಗೆ ಹೋಗಿ ಬ್ಯಾರಿಸ್ಟರ್ ಪದವಿಯನ್ನು ಪಡೆಯಬೇಕೆಂದು ಅವರಿಗೆ ಬಹಳ ಆಸೆ ಇತ್ತು. ಈ ದೃಷ್ಟಿಯಿಂದ ಅವರು ಪ್ಲೀಡರ್ ಪರೀಕ್ಷೆ ಕಟ್ಟಿ ತೇರ್ಗಡೆಯಾದರು. ಕೂಡಲೇ ವಕೀಲ ವೃತ್ತಿಯನ್ನು ಪ್ರಾರಂಭಿಸಿದರು. ಕ್ರಿಮಿನಲ್ ಕೇಸುಗಳನ್ನೇ ಹೆಚ್ಚಾಗಿ ಆಯ್ಕೆ ಮಾಡಿಕೊಂಡು ತಮ್ಮ ವೃತ್ತಿ ಜೀವನವನ್ನು ಆರಂಭಿಸಿದರು. ಕೇವಲ ಕೆಲವೇ ವರ್ಷಗಳಲ್ಲಿ ಆರ್ಥಿಕಾಭಿವೃದ್ಧಿಯೂ ಆಯಿತು.

ವೈವಾಹಿಕ ಜೀವನ :

ಪಟೇಲರು ತಮ್ಮ ಸುಮಾರು 17ನೇ ವಯಸ್ಸಿನಲ್ಲಿಯೇ ಜಾವೇರಬಾಯಿ ಎಂಬುವವರನ್ನು ವಿವಾಹವಾದರು. 1909 ರಲ್ಲಿ ಅವರ ಪತ್ನಿ ಅನಾರೋಗ್ಯದಿಂದ ನಿಧನರಾದರು. ಪತ್ನಿಯು ಮರಣಿಸಿದಾಗ ಅವರು ನ್ಯಾಯಾಲಯದಲ್ಲಿ ಕೇಸೊಂದರಲ್ಲಿ ವಾದದಲ್ಲಿ ತೊಡಗಿದ್ದರು. ವಿಷಯ ತಿಳಿದ ಪಟೇಲರು ಟೆಲಿಗ್ರಾಂ ಅನ್ನು ಮಡಿಚಿ ತಮ್ಮ ಕಿಸೆಯಲ್ಲಿ ಸೇರಿಸಿ ಮತ್ತೆ ವಾದವನ್ನು ಮುಂದುವರಿಸಿದರು. ಇದು ಅವರ ಕರ್ತವ್ಯ ನಿಷ್ಠೆಗೆ ಉದಾಹರಣೆ.

ವೃತ್ತಿ ಜೀವನ ಮತ್ತು ಕಾರ್ಯಸಾಧನೆ :

❖ ಪಟೇಲರು 1910ರಲ್ಲಿ ಇಂಗ್ಲೆಂಡಿಗೆ ಪ್ರಯಾಣ ಬೆಳೆಸಿದರು. ಅಲ್ಲಿ ಕಾನೂನಿನ ಅಭ್ಯಾಸ ಮಾಡಿ "ರೋಮನ್ ಲಾ" ದಲ್ಲಿ ವಿಶೇಷ ಪಾಂಡಿತ್ಯವನ್ನು ಪಡೆದುಕೊಂಡು ಬ್ಯಾರಿಸ್ಟರ್ ಆದರು.

❖ 1913ರಲ್ಲಿ ಭಾರತಕ್ಕೆ ಮರಳಿದ ಪಟೇಲರು ಅಹಮದಾಬಾದಿನಲ್ಲಿ ವಕೀಲ ವೃತ್ತಿಯನ್ನು ಆರಂಭಿಸಿದರು.

❖ ಲೋಕಮಾನ್ಯ ಬಾಲಗಂಗಾಧರ ತಿಲಕ್ ಅವರ ರಾಜಕೀಯ ಚಟುವಟಿಕೆಗಳಿಂದ ಪ್ರಭಾವಿತರಾದ ಪಟೇಲರು ಅವರ ಜೊತೆಗೂಡಿದರು.

❖ ಆ ಸಂದರ್ಭದಲ್ಲಿ ಗಾಂಧೀಜಿಯವರು ನಡೆಸುತ್ತಿದ್ದ ಸತ್ಯಾಗ್ರಹ ಚಳವಳಿಯಲ್ಲಿ ಸಕ್ರಿಯವಾಗಿ ಪಾಲ್ಗೊಂಡು ಪ್ರಮುಖ ಪಾತ್ರ ವಹಿಸಿದರು.

❖ ಗಾಂಧೀಜಿಯವರ ಅತ್ಯಂತ ವಿಶ್ವಾಸಕ್ಕೆ ಪಾತ್ರರಾದವರು ವಲ್ಲಭಬಾಯಿ ಪಟೇಲ್ ಮತ್ತು ಜವಾಹರ್ ಲಾಲ್ ನೆಹರುರವರು.

❖ 1928ರಲ್ಲಿ ನಡೆದ ಬಾರ್ಡೋಲಿ ಸತ್ಯಾಗ್ರಹವು ಪಟೇಲರಿಗೆ ಅಖಿಲ ಭಾರತ ಖ್ಯಾತಿ ತಂದುಕೊಟ್ಟಿತ್ತು.

❖ **ಸರದಾರ ಬಿರುದು :** ರೈತರ ಹಿತೈಷಿಗಳಾಗಿದ್ದ ಪಟೇಲರು ರೈತರು ನಡೆಸಿದ ಹೋರಾಟದಲ್ಲಿ ಪ್ರಮುಖ ಪಾತ್ರ ವಹಿಸಿದರು. ಇದರಿಂದ ಪಟೇಲರಿಗೆ "ಸರದಾರ" ಎಂಬ ಬಿರುದು ಬಂದಿತು.

❖ ಗಾಂಧೀಜಿಯವರ ನಾಯಕತ್ವದಲ್ಲಿ ನಡೆದ ಚಳವಳಿಯಲ್ಲಿ ಭಾಗವಹಿಸಿದ ಮೇಲೆ ಪಟೇಲರಿಗೆ ಎಲ್ಲಿಲ್ಲದ ಕೀರ್ತಿ-ಗೌರವ ದೊರೆಯಿತು.

❖ 1932ರಲ್ಲಿ ಕರಾಚಿಯಲ್ಲಿ ನಡೆದ ಕಾಂಗ್ರೆಸ್ ಅಧಿವೇಶನದ ಅಧ್ಯಕ್ಷ ಪದವಿಯನ್ನು ಅಲಂಕರಿಸಿ ಕಾಂಗ್ರೆಸ್ ಪಕ್ಷವನ್ನು ಬಲಪಡಿಸಲು ಯಶಸ್ವಿಯಾದರು.

- ❖ ಅಹಮದಾಬಾದಿನ ಗಿರಣಿ ಕಾರ್ಮಿಕರ ಮತ್ತು ಖೇಡಾದ ರೈತ ಚಳವಳಿಗಳಲ್ಲಿ ಪ್ರಮುಖ ಪಾತ್ರ ವಹಿಸಿದರು.
- ❖ 1935ರಲ್ಲಿ ಬಿಹಾರದಲ್ಲಿ ಸಂಭವಿಸಿದ ಭೂಕಂಪದಲ್ಲಿ ಪಟೇಲರು ಮಾಡಿದ ಸೇವೆಯು ಜನಪ್ರಿಯವಾಗಿದೆ.
- ❖ 1938ರಲ್ಲಿ ಗುಜರಾತಿನಲ್ಲಿ ಪ್ರವಾಹ ಬಂದ ಸಮಯದಲ್ಲಿ ಪಟೇಲರು ಗಾಂಧೀಜಿಯವರ ಜೊತೆ ಸೇರಿ ಮಾಡಿದ ಜನ ಸೇವೆ ಚರಿತ್ರಾರ್ಹವಾದುದು.
- ❖ ಕೇಂದ್ರಸರ್ಕಾರದಲ್ಲಿ ಗೃಹ ಮಂತ್ರಿಯಾಗಿದ್ದ ಪಟೇಲರು ಭಾರತದ ಒಕ್ಕೂಟದ ಮರು ಸ್ಥಾಪನೆಗಾಗಿ ನಡೆಸಿದ ಪ್ರಯತ್ನಗಳು ಐತಿಹಾಸಿಕ ನಿಟ್ಟಿನಿಂದ ಮಹತ್ವಪೂರ್ಣವಾದುದು.
- ❖ ಭಾರತದ ಒಕ್ಕೂಟ ಸೇರಲು ನಿರಾಕರಿಸಿದ ಹೈದರಾಬಾದಿನ ನಿಜಾಮರ ವಿರುದ್ಧ ಬಲಪ್ರಯೋಗ ಮಾಡಿ ವಿಲೀನಗೊಳಿಸಿದ್ದು ಅವರ ದೃಢನಿರ್ಧಾರಕ್ಕೆ ಸಾಕ್ಷಿಯಾಗಿದೆ.

ನಿಧನ :

ನವ ಭಾರತದ ಶಿಲ್ಪಿ, ಉಕ್ಕಿನ ಮನುಷ್ಯ ಹಗೂ ಮಾನವೀಯತೆಗೆ ಹೆಸರುವಾಸಿಯಾಗಿದ್ದ ಸರದಾರ ವಲ್ಲಭಬಾಯಿ ಪಟೇಲರು ದಿನಾಂಕ 15ನೇ ಡಿಸೆಂಬರ್ 1950 ರಲ್ಲಿ ಇಹಲೋಕ ತ್ಯಜಿಸಿದರು. ಈ ಹಿರಿಯ ಮಹಾನ್ ಚೇತನಕ್ಕೆ ಮರಣೋತ್ತರವಾಗಿ "ಭಾರತರತ್ನ" ಪ್ರಶಸ್ತಿ ನೀಡಿ ಗೌರವಿಸಲಾಯಿತು.

10. ಕೆಂಗಲ್ ಹನುಮಂತಯ್ಯ (1908 – 1980)

ವಿಧಾನಸೌಧ ನಿರ್ಮಾಣಕ್ಕೆ ಕಾರಣ ಪುರುಷ

ಕಿರು ಪರಿಚಯ :

ಕೆಂಗಲ್ ಹನುಮಂತಯ್ಯ ಎಂಬ ಹೆಸರು ಕೇಳಿದೊಡನೆಯೇ ನೆನಪಾಗುವುದು "ವಿಧಾನ ಸೌಧ." ಕರ್ನಾಟಕ ರಾಜಧಾನಿಯಾದ ಬೆಂಗಳೂರಿನಲ್ಲಿ ಕಟ್ಟಲ್ಪಟ್ಟ ವಿಧಾನಸೌಧ ಯಾರಿಗೆ ತಾನೆ ತಿಳಿದಿಲ್ಲ? ಅದರ ನಿರ್ಮಾಣಕ್ಕೆ ಕಾರಣ ಪುರುಷರಾದವರೇ ಶ್ರೀ ಕೆಂಗಲ್ ಹನುಮಂತಯ್ಯನವರು. ನೇರ ನುಡಿಗೆ ಹೆಸರಾದ ಕೆಂಗಲ್ ಹನುಮಂತಯ್ಯನವರು ಶ್ರೇಷ್ಠ ವಾಗ್ಮಿಯರು ಕೂಡ ಆಗಿದ್ದರು. ಶಿಸ್ತಿನ ಸಿಪಾಯಿ ಎನಿಸಿಕೊಂಡಿದ್ದ ಇವರು ಅಚ್ಚುಕಟ್ಟಾದ ಉಡುಪನ್ನು ಧರಿಸುವುದೇ ಇವರ ವ್ಯಕ್ತಿತ್ವದ ವಿಶೇಷವಾಗಿತ್ತು. 1977 ರಲ್ಲಿ ಕಾಗ್ರೆಸ್ ಪಕ್ಷದಿಂದ ಲೋಕಸಭೆಗೆ ಸ್ಪರ್ಧಿಸಿ ಸೋಲನ್ನು ಅನುಭವಿಸಿದರು. ನಂತರ ಅವರು ಸ್ವರಾಜ್ಯ ಎಂಬ ಹೊಸ ಪ್ರಾದೇಶಿಕ ಪಕ್ಷವನ್ನು ಸ್ಥಾಪಿಸಿದರು. ರಾಜಕೀಯದಲ್ಲಿ ತುಂಬಿ ತುಳುಕಾಡುತ್ತಿದ್ದ ಹೊಲಸನ್ನು ನಿರ್ಮೂಲನಗೊಳಿಸುವ ಉದ್ದೇಶದಿಂದ ಈ ಸ್ವರಾಜ್ಯ ಪ್ರಾದೇಶಿಕ ಸ್ಥಾಪನೆಯ ಏಕೈಕ ಗುರಿಯಾಗಿತ್ತು.

ಜನನ ಮತ್ತು ಬಾಲ್ಯ :

ಕೆಂಗಲ್ ಹನುಮಂತಯ್ಯನವರು ರಾಮನಗರ ತಾಲ್ಲೂಕಿನ ಲಕ್ಕಪ್ಪನಹಳ್ಳಿಯಲ್ಲಿ 1908 ರಲ್ಲಿ ಜನಿಸಿದರು. ಇವರ ತಂದೆ ವೆಂಕಟಗೌಡ, ತಾಯಿ ನಂಜಮ್ಮ.

ವಿದ್ಯಾಭ್ಯಾಸ :

ಇವರು 1930 ರಲ್ಲಿ ಮೈಸೂರಿನ ಮಹಾರಾಜ ಕಾಲೇಜಿನಲ್ಲಿ ಬಿ.ಎ. ಪದವಿ ಪಡೆದರು. 1932 ರಲ್ಲಿ ಪುಣೆಯ ಕಾನೂನು ಕಾಲೇಜಿನಲ್ಲಿ

ಎಲ್.ಎಲ್.ಬಿ. ಪದವಿಯನ್ನು ಪಡೆದರು. ಇವರು ವಿದ್ಯಾರ್ಥಿ ಜೀವನದಲ್ಲೇ ಕಾಲೇಜು ಚಟುವಟಿಕೆಗಳಲ್ಲಿ ಆಸಕ್ತಿ ವಹಿಸಿದ್ದರು.

ವೃತ್ತಿ ಜೀವನ ಮತ್ತು ಕಾರ್ಯಸಾಧನೆ :

- ವಕೀಲ ವೃತ್ತಿಯನ್ನು ಮಾಡುತ್ತಿದ್ದ ಹನುಮಂತಯ್ಯನವರು ಗಾಂಧೀಜಿಯವರ ಕರೆಗೆ ಓಗೊಟ್ಟು 1936 ರಲ್ಲಿ ವಕೀಲ ವೃತ್ತಿಯನ್ನು ತ್ಯಜಿಸಿ, ದೇಶಸೇವೆಯೇ ನನ್ನ ಏಕೈಕ ಗುರಿ ಎಂದು ತಮ್ಮ ಇಡೀ ಬದುಕನ್ನು ಸ್ವಾತಂತ್ರ್ಯ ಚಳುವಳಿಯ ಕಡೆ ತಿರುಗಿದರು.
- 1940 ರಲ್ಲಿ ಈ ನಿಟ್ಟಿನಲ್ಲಿ ಅವರು ಸೆರೆಮನೆವಾಸವನ್ನೂ ಅನುಭವಿಸಿದರು.
- ಸ್ವಾತಂತ್ರ್ಯ ಬಂದ ನಂತರ ಮೈಸೂರು ಸಂಸ್ಥಾನದಲ್ಲಿ ಜವಾಬ್ದಾರಿಯುತ ಸರ್ಕಾರ ರಚನೆಯಾಗಬೇಕೆಂದು "ಮೈಸೂರು ಚಲೋ" ಹೋರಾಟದಲ್ಲಿ ತೊಡಗಿ ಪ್ರಮುಖ ಪಾತ್ರ ವಹಿಸಿದರು.
- **ಧ್ವಜ ಹಾರಿಸಿದ ಮಹಾನ್ ವ್ಯಕ್ತಿ** : ಮೈಸೂರು ಅರಮನೆಯ ಮೇಲೆ ಭಾರತದ ಧ್ವಜ ಹಾರಿಸಿದ ಹಿರಿಮೆ ಹನುಮಂತಯ್ಯನವರಿಗೆ ಸಲ್ಲುತ್ತದೆ.
- ಭಾರತದ ಸಂವಿಧಾನದ ರಚನೆಯಲ್ಲಿ ಮುಖ್ಯ ಕಾರ್ಯ ನಿರ್ವಹಿಸಿ, ಅಂತರ ರಾಷ್ಟ್ರೀಯ ಸಮ್ಮೇಳನಗಳಲ್ಲೂ ಭಾಗವಹಿಸಿದ ಕೀರ್ತಿ ಕೆಂಗಲ್ ಹನುಮಂತಯ್ಯನವರದು.
- ರಾಜ್ಯದ ಮುಖ್ಯ ಮಂತ್ರಿ : ಮೈಸೂರು ರಾಜ್ಯದ ಮುಖ್ಯ ಮಂತ್ರಿಯಾಗಿ 1952 ರಿಂದ 1956 ರವರೆಗೆ ಕಾರ್ಯನಿರ್ವಹಿಸಿದರು. ಇವರು ಕರ್ನಾಟಕದ ಏಕೀಕರಣದಲ್ಲೂ ಪ್ರಮುಖ ಪಾತ್ರ ವಹಿಸಿದರು.
- 1928ರಲ್ಲಿ ವಿದ್ಯಾರ್ಥಿಗಳನ್ನು ಸಂಘಟಿಸಿ "ಸೈಮನ್ ಕಮೀಷನ್" ವಿರುದ್ಧ ಪ್ರತಿಭಟನೆ ವ್ಯಕ್ತಪಡಿಸಿದ್ದರು.
- 1938 ರಲ್ಲಿ ಜಿಲ್ಲೆಯ ಹರಿಜನ ಸೇವಕ ಸಂಘದಲ್ಲಿ ಕಾರ್ಯದರ್ಶಿಯಾಗಿ ಕಾರ್ಯ ನಿರ್ವಹಿಸಿದರು.

- 1936 ರಲ್ಲಿ ಬೆಂಗಳೂರು ಹಿಂದಿ ಪ್ರಚಾರಕ ಸಭೆಯ ಅಧ್ಯಕ್ಷರಾಗಿದ್ದರು.

- ಹನುಮಂತಯ್ಯನವರು ಮುಖ್ಯಮಂತ್ರಿ ಆಗಿದ್ದಾಗ ರಾಜ್ಯದ ಅಧೀನಕ ಮತ್ತು ಸಾಂಸ್ಕೃತಿಕ ಅಭಿವೃದ್ಧಿಗಾಗಿ ಹಲವಾರು ಯೋಜನೆಗಳನ್ನು ರೂಪಿಸಿ ಕಾರ್ಯಗತಗೊಳಿಸಿದರು.

- ಇವರ ಕಾಲದಲ್ಲಿ ಕೋಲಾರದ ಹಟ್ಟಿ ಚಿನ್ನದ ಗಣಿ ರಾಷ್ಟ್ರೀಕರಣವಾಯಿತು.

- 1962 ರಲ್ಲಿ ಲೋಕಸಭಾ ಸದಸ್ಯರಾಗಿ ಚುನಾಯಿತರಾದ ಹನುಮಂತಯ್ಯನವರು 1966 ರಲ್ಲಿ ಕಾಮನ್‌ವೆಲ್ತ್ ಸಮ್ಮೇಳನದಲ್ಲಿ ಭಾಗವಹಿಸಿದರು.

- 1969 ರಲ್ಲಿ ಕಾಂಗ್ರೆಸ್ ಪಕ್ಷ ಇಬ್ಭಾಗವಾದಾಗ ಇವರು ಇಂದಿರಾ ನೇತೃತ್ವದ ಕಾಂಗ್ರೆಸ್ ಪಕ್ಷ ಸೇರಿ ಕೇಂದ್ರ ಸಂಪುಟದಲ್ಲಿ ಕಾನೂನು ಮತ್ತು ಸಮಾಜ ಕಲ್ಯಾಣ ಮಂತ್ರಿಯಾಗಿ ಸೇವೆ ಸಲ್ಲಿಸಿದರು.

- ಕೇಂದ್ರ ಸಚಿವ ಸಂಪುಟದಲ್ಲಿ ರೈಲ್ವೆ ಮಂತ್ರಿಯಾಗಿ 1971 ರಿಂದ 1972 ರವರೆಗೆ ಸೇವೆ ಸಲ್ಲಿಸಿದರು.

ಶಿಸ್ತಿನ ಸಿಪಾಯಿ :

- ನೇರ ನುಡಿ, ಧೀಮಂತನಾಯಕರೂ ಆಗಿದ್ದ ಕೆಂಗಲ್ ಹನುಮಂತಯ್ಯನವರು ತಮ್ಮ ಬದುಕಿನುದ್ದಕ್ಕೂ ಬಹಳ ಶಿಸ್ತನ್ನು ಪಾಲಿಸುತ್ತಿದ್ದರು. ಅಲ್ಲದೆ ಅಚ್ಚುಕಟ್ಟಾದ ಉಡುಪನ್ನು ಧರಿಸುವುದೇ ಅವರ ವೈಶಿಷ್ಟ್ಯವಾಗಿತ್ತು. ಕೆಂಗಲ್ ಹನುಮಂತಯ್ಯನವರು ಕರ್ನಾಟಕಕ್ಕೆ ಹಲವಾರು ಹೆಮ್ಮೆಯ ಕಾಣಿಕೆಗಳನ್ನು ನೀಡಿದ ಮಹಾನ್ ವ್ಯಕ್ತಿ.

- ಇವರು ಪ್ರಾಥಮಿಕ ಶಾಲೆಯಿಂದ ಕಾಲೇಜಿನವರೆಗೂ ಸಮಗ್ರವಾಗಿ ಶಿಕ್ಷಣ ವ್ಯವಸ್ಥೆ ಸುಧಾರಿಸಲು ಪ್ರಯತ್ನಿಸಿದರು.

ಸಾಹಿತ್ಯ ಬೆಳವಣಿಗೆಗಾಗಿ ಸಾಧನೆ :

ಕೆಂಗಲ್ ಹನುಮಂತಯ್ಯನವರು ಸಾಹಿತ್ಯ ಬೆಳವಣಿಗೆಗಾಗಿ ಪ್ರತ್ಯೇಕವಾದ ಇಲಾಖೆಯನ್ನು ಸ್ಥಾಪಿಸಿದರು. ಸಾಂಸ್ಕೃತಿಕ ಪ್ರಚಾರ ವಿಭಾಗದ ವತಿಯಿಂದ ಕನ್ನಡದ ಪ್ರಸಿದ್ಧ ಕೃತಿಗಳಾದ ಕುಮಾರ ವ್ಯಾಸ ಭಾರತ, ಜೈಮಿನಿ ಭಾರತ, ಹರಿಶ್ಚಂದ್ರ ಕಾವ್ಯ ಮುಂತಾದ ಕೃತಿಗಳು ಒಳಗೊಂಡಿದ್ದವು. ಅಲ್ಲದೆ. ಈ ಕೃತಿಗಳು ಪ್ರತಿಯೊಬ್ಬರ ಕೈಗೆ ಸೇರಲಿ ಎಂಬ ಉದ್ದೇಶದಿಂದ ಇದರ ಬೆಲೆ ಕಡಿಮೆ ಮಾಡಿದರು.

ನಿಧನ :

ಕರ್ನಾಟಕಕ್ಕೆ ಮರೆಯಲಾಗದ, ಮಹೋನ್ನತ ಕಾಣಿಕೆಗಳನ್ನು ನೀಡಿದ, ದಕ್ಷತೆಗೆ ಹೆಸರಾದ ಕೆಂಗಲ್ ಹನುಮಂತಯ್ಯನವರು 1980 ರಲ್ಲಿ ಬೆಂಗಳೂರಿನಲ್ಲಿ ನಿಧನರಾದರು. ಕರ್ನಾಟಕಕ್ಕೆ ನೀಡಿದ ಕೊಡುಗೆ "ವಿಧಾನ ಸೌಧ" ನಿರ್ಮಾಣದ ರೂವಾರಿಯೂ ಹೌದು!

11. ಲಾಲಾ ಲಜಪತ್‌ರಾಯ್ (1865 – 1928)

ಸ್ವಾತಂತ್ರ್ಯ ಹೋರಾಟಗಾರ, ಪಂಜಾಬ್‌ನ ಕೇಸರಿ

ಕಿರು ಪರಿಚಯ :

ಲಾಲಾ ಲಜಪತ್‌ರಾಯ್ ಸ್ವಾತಂತ್ರ್ಯ, ಶಿಕ್ಷಣ, ಹಿಂದೂ ಸಂಘಟನೆ, ಸಮಾಜ ಸುಧಾರಣೆ ಹೀಗೆ ಅನೇಕ ಕ್ಷೇತ್ರಗಳಲ್ಲಿ ತಮ್ಮನ್ನು ನಿರಂತರವಾಗಿ ತೊಡಗಿಸಿಕೊಂಡ ಧೀಮಂತ ನಾಯಕರು. ಪಂಜಾಬಿನ ಸಿಂಹ ಎಂದೇ ಖ್ಯಾತರಾದ ರಾಯ್‌ರವರು ನಮ್ಮ ದೇಶದ ವೀರ ಸ್ವಾತಂತ್ರ್ಯ ಹೋರಾಟಗಾರರಲ್ಲಿ ಒಬ್ಬರು. ಲಾಲಾ ಲಜಪತ್‌ರಾಯ್ ಅವರು ಕೇವಲ

ದೇಶಭಕ್ತರಲ್ಲದೆ ಸಮರ್ಥ ಲೇಖಕರೂ ಆಗಿದ್ದರು. ಇವರು ಅನೇಕ ಧೀಮಂತ ನಾಯಕರ ಜೀವನ ಚರಿತ್ರೆಯನ್ನು ರಚಿಸಿದ್ದಾರೆ. ಭಾರತೀಯ ಮಹಾಪುರುಷರಾದ ದಯಾನಂದ ಸರಸ್ವತಿ ಅವರ ಕುರಿತು ಮಹತ್ತರವಾದ ಹೊತ್ತಿಗೆಯನ್ನು ರಚಿಸಿದ್ದಾರೆ. ಸಾಮಾನ್ಯ ಜನರ ಚೇತನದಲ್ಲಿ ಸ್ವಾತಂತ್ರ್ಯ ಪಡೆಯಲೇಬೇಕೆಂಬ ಬಯಕೆಯನ್ನು ಬಡಿದೆಬ್ಬಿಸಿದ ಮಾರ್ಗದರ್ಶಕರೂ ಹೌದು!

ಜನನ ಮತ್ತು ಬಾಲ್ಯ :

ಲಾಲಾ ಲಜಪತ್‌ರಾಯ್ ಅವರು ದಿನಾಂಕ 28ನೇ ಜನವರಿ 1986ರಲ್ಲಿ ಪಂಜಾಬಿನ ಫಿರೋಜ್‌ಪುರ ಜಿಲ್ಲೆಯ ಧುಡಿಕೆ ಎಂಬ ಹಳ್ಳಿಯಲ್ಲಿ ಜನಿಸಿದರು. ಇವರ ತಂದೆ ಲಾಲಾ ರಾಧಾ ಕಿಷನ್. ಇವರ ತಾಯಿ ಗುಲಾಬದೇವಿ. ಇವರ ತಂದೆ ಸರ್ಕಾರಿ ಪಾಠಶಾಲೆಯಲ್ಲಿ ಉಪಾಧ್ಯಾಯರಾಗಿದ್ದರು. ರಾಯ್ ಅವರು ಅತ್ಯಂತ ಶ್ರೇಷ್ಠ ಮಟ್ಟದ ವಿದ್ಯಾರ್ಥಿಯಾಗಿದ್ದುದರಿಂದ ಅವರಿಗೆ ವಿದ್ಯಾರ್ಥಿ ವೇತನ ದೊರೆಯುತ್ತಿತ್ತು. ಇದರಿಂದಾಗಿ ಅವರ ಮುಂದಿನ ವಿದ್ಯಾಭ್ಯಾಸಕ್ಕೆ ಅನುಕೂಲವಾಯಿತು.

ವಿದ್ಯಾಭ್ಯಾಸ :

ರಾಯ್ ಅವರು 1880ರಲ್ಲಿ ಕಲ್ಕತ್ತ ವಿಶ್ವವಿದ್ಯಾಲಯದ ಪ್ರವೇಶ ಪರೀಕ್ಷೆಯಲ್ಲಿ ಪ್ರಥಮ ದರ್ಜೆಯಲ್ಲಿ ತೇರ್ಗಡೆಯಾದರು. ಅದೇ ವರ್ಷ ಪಂಜಾಬ್ ವಿಶ್ವವಿದ್ಯಾಲಯದಲ್ಲೂ ಪ್ರವೇಶ ಪರೀಕ್ಷೆಯಲ್ಲಿ ತೇರ್ಗಡೆಯಾದರು. ನಂತರ ನ್ಯಾಯಶಾಸ್ತ್ರವನ್ನು ಅಭ್ಯಸಿಸಿದರು.

ರಾಜಕೀಯ ಜೀವನ ಮತ್ತು ಕಾರ್ಯಸಾಧನೆ :

- 1896ರಲ್ಲಿ ಮಧ್ಯಪ್ರಾಂತ್ಯದಲ್ಲಿ ಭೀಕರ ಕ್ಷಾಮ ಉಂಟಾಯಿತು. ಆ ಸಂದರ್ಭದಲ್ಲಿ ಲಜಪತ್‌ರಾಯ್ ಅವರು ಜಬ್ಬಲಪುರ, ಬಿಲಸ್‌ಪುರ ಮುಂತಾದ ಜಿಲ್ಲೆಗಳಲ್ಲಿ ಸಂಚರಿಸಿ ಮಕ್ಕಳನ್ನು ಪಂಜಾಬಿಗೆ ಕರೆತಂದು ಪೋಷಣೆಯ ಏರ್ಪಾಟು ಮಾಡಿದರು.

❖ ಇವರು ಸಾರ್ವಜನಿಕ ಸೇವೆ, ವಕೀಲ ವೃತ್ತಿ ಎರಡಕ್ಕೂ ಸಮಯ ಸಾಕಾಗುವುದಿಲ್ಲವೆಂದು ತಿಳಿದು 1989ರಲ್ಲಿ ತಮ್ಮ ವಕೀಲ ವೃತ್ತಿಯನ್ನು ಸ್ಥಗಿತಗೊಳಿಸಿದರು.

❖ ಲಾಲಾ ಲಜಪತ್‌ರಾಯ್ ಅವರು ಸಹಕಾರ ಚಳವಳಿಯಲ್ಲಿ ಭಾಗವಹಿಸಿದ್ದರಿಂದ ಇವರಿಗೆ ಕಠಿಣ ಶಿಕ್ಷೆ ವಿಧಿಸಲಾಯಿತು.

❖ 1928ರಲ್ಲಿ ಸೈಮನ್ ಆಯೋಗವು ಭಾರತಕ್ಕೆ ಬಂದಾಗ ಕ್ರಾಂತಿಕಾರಿಗಳು ರಾಯ್‌ರವರ ಸಹಕಾರದಿಂದ ಪ್ರತಿಭಟನೆ ನಡೆಸಿದರು. ಕಪ್ಪು ಬಾವುಟಗಳನ್ನು ಹಿಡಿದು "ಸೈಮನ್ ಹಿಂತಿರುಗು" ಎಂಬ ಘೋಷಣೆ ಕೂಗಿದರು.

❖ ಸ್ವಾತಂತ್ರ್ಯಕ್ಕೆ ಕೇವಲ ಬೇಡಿಕೆಯಿಂದ ಯಾವ ಪ್ರಯೋಜನವೂ ಇಲ್ಲ ಹೋರಾಟ ಮತ್ತು ಬಲಿದಾನ ಇವುಗಳಿಂದ ಮಾತ್ರ ಸಾಧ್ಯ ಎಂದು ವಿವರಿಸಿದರು.

❖ **ಪಂಜಾಬ್‌ನ ಕೇಸರಿ :** ತಮ್ಮ ಜೀವನವನ್ನು ನಿರಂತರವಾಗಿ ಸಾಹಸ ಹೋರಾಟಕ್ಕೆಂದೇ ಮೀಸಲಾಗಿರಿಸಿದ್ದರು. ಈ ಕಾರಣದಿಂದಲೇ ಅವರನ್ನು ಪಂಜಾಬ್‌ನ ಕೇಸರಿ ಎಂದು ಕರೆಯುತ್ತಿದ್ದರು.

❖ ಶ್ರೀಸಾಮಾನ್ಯನಲ್ಲಿ ಸ್ವಾತಂತ್ರ್ಯದ ಅರಿವನ್ನು ಮೂಡಿಸಿ, ಎಚ್ಚರಿಸಿದರು.

ನಿಧನ :

1928ರಲ್ಲಿ ಲಾಹೋರಿಗೆ ಸೈಮನ್ ಕಮಿಷನ್ ಬಂದಾಗ ಅದರ ವಿರುದ್ಧ ಪ್ರತಿಭಟನೆಯನ್ನು ಇತರ ನಾಯಕರ ಸಹಕಾರದಿಂದ ನಡೆಸಿದರು. ಆ ಸಂದರ್ಭದಲ್ಲಿ ಸ್ಯಾಂಡರ್ಸ್ ಎಂಬ ಪೋಲೀಸ್ ಅಧಿಕಾರಿ ನಡೆಸಿದ ಲಾಠಿ ಚಾರ್ಜ್‌ನಿಂದಾಗಿ ಗಾಯಗೊಂಡು ಲಾಲಾ ಲಜಪತ್ ರಾಯ್ ಅವರು ನಿಧನರಾದರು.

12. ಹರ್ಡೇಕರ್ ಮಂಜಪ್ಪ (1886 – 1947)

ಕರ್ನಾಟಕದ ಗಾಂಧಿ

ಕಿರು ಪರಿಚಯ :

ಹರ್ಡೇಕರ್ ಮಂಜಪ್ಪನವರು ಬಡ ಕುಟುಂಬದಲ್ಲಿ ಜನಿಸಿದರೂ
ವಿದ್ಯಾಭ್ಯಾಸದಲ್ಲೇನೂ ಹಿಂದುಳಿಯಲಿಲ್ಲ. ಇವರು ಸ್ವಾತಂತ್ರ್ಯ
ಚಳವಳಿಯಲ್ಲಿ ಬಹಳ ಮುಖ್ಯ ಪಾತ್ರ–
ವಹಿಸಿದ್ದು, ಕರ್ನಾಟಕದ ಗಾಂಧಿ ಎಂದೇ
ಪ್ರಸಿದ್ಧರಾದವರು. ಇವರು ಕೇವಲ ಸಮಾಜ
ಸುಧಾರಕರು ಮಾತ್ರವಲ್ಲದೆ ಲೇಖಕರೂ,
ಬರಹಗಾರರೂ ಆಗಿದ್ದು, ಕನ್ನಡ ನಾಡಿನ
ಜನರೆಲ್ಲರಿಗೂ ಚಿರಪರಿಚಿತರಾಗಿದ್ದಾರೆ.

ಜನನ ಮತ್ತು ಬಾಲ್ಯ :

ಹರ್ಡೇಕರ್ ಮಂಜಪ್ಪನವರು 18ನೇ
ಫೆಬ್ರವರಿ 1886ರಲ್ಲಿ ಉತ್ತರ ಕನ್ನಡದ ಬನವಾಸಿಯಲ್ಲಿ ಜನಿಸಿದರು.
ಇವರ ತಂದೆ ಮಧುಕರೇಶ್ವರಪ್ಪ. ಬಡ ಕುಟುಂಬ. ಇವರು ಅತ್ಯಂತ
ಶಿವಭಕ್ತರಾಗಿದ್ದರು. ಬಸವಣ್ಣನವರ ತತ್ವಗಳನ್ನು ಅನುಸರಿಸುತ್ತಿದ್ದರು.

ವಿದ್ಯಾಭ್ಯಾಸ :

ಇವರ ಪ್ರಾರಂಭಿಕ ಶಿಕ್ಷಣ ಸಿರಸಿಯಲ್ಲಿ ನಡೆದು, ಮುಲ್ಕಿ ಪರೀಕ್ಷೆಯಲ್ಲಿ
ತೇರ್ಗಡೆಯಾದರು. ನಂತರ ಕೆಲವು ಕಾಲ ಉಪಾಧ್ಯಾಯರಾಗಿ
ಕಾರ್ಯನಿರ್ವಹಿಸಿದರು.

ವೃತ್ತಿ ಜೀವನ ಮತ್ತು ಕಾರ್ಯಸಾಧನೆ :

❖ ಉಪಾಧ್ಯಾಯರಾಗಿ ಸೇವೆಯನ್ನು ನಿಲ್ಲಿಸಿದ ಮಂಜಪ್ಪನವರು
ಗಾಂಧೀಜಿಯವರೊಡಗೂಡಿ ಸ್ವಾತಂತ್ರ್ಯ ಚಳವಳಿಯಲ್ಲಿ
ಭಾಗವಹಿಸತೊಡಗಿದರು. ಚಳವಳಿಯ ಪ್ರಾರಂಭಿಕ ಜೀವನದಲ್ಲಿ
ಲೋಕಮಾನ್ಯ ಬಾಲಗಂಗಾಧರ ತಿಲಕ್‌ರವರ ಪ್ರಭಾವಕ್ಕೆ
ಒಳಗಾದರು. ಹರ್ಡೇಕರ್ ಅವರಿಗೆ ಆದರ್ಶಪ್ರಾಯರಾದರು.

ತಿಲಕ್‌ರವರ ಪತ್ರಿಕೆಯಾದ "ಕೇಸರಿ"ಯನ್ನು ಓದಿ ಮಂಜಪ್ಪನವರು ಚಳವಳಿಗೆ ಉತ್ಸಾಹ ಮತ್ತು ಸ್ಫೂರ್ತಿಯನ್ನು ಪಡೆದರು.

- 1903 ರಲ್ಲಿ ಮಂಜಪ್ಪನವರು "ಧನುರ್ಧಾರಿ" ಎಂಬ ವಾರಪತ್ರಿಕೆಯನ್ನು ಪ್ರಾರಂಭಿಸಿದರು. ಅದು 8 ವರ್ಷಗಳ ಕಾಲ ನಿರಂತರವಾಗಿ ನಡೆಯಿತು.
- ಹರಿಹರದಲ್ಲಿ ಸತ್ಯಾಗ್ರಹ ಆಶ್ರಮವೊಂದನ್ನು ಸ್ಥಾಪಿಸಿ ಆದರ್ಶ ಜೀವನವನ್ನು ಪ್ರಾರಂಭಿಸಿದರು.
- ಸರಳ, ಸಾತ್ವಿಕ ಆಹಾರ ಸೇವಿಸುವುದು, ಚರಕದಿಂದ ನೂಲು ತೆಗೆಯುವುದು, ಶಿಸ್ತನ್ನು ಕ್ರಮಬದ್ಧವಾಗಿ ಪಾಲಿಸುವುದು ಇತ್ಯಾದಿಗಳು ಅವರ ದಿನಚರಿಯಾಗಿತ್ತು.
- ಹೆಚ್ಚು ಕಠಿಣ ಕ್ರಮಗಳನ್ನು ಅನುಸರಿಸಬೇಕಾಗಿದ್ದುದರಿಂದ ಹೆಚ್ಚು ಜನ ಆಶ್ರಮಕ್ಕೆ ಸೇರಿಕೊಳ್ಳಲು ಸಾಧ್ಯವಾಗಿರಲಿಲ್ಲ. ಆದರೆ ಇದ್ಯಾವುದಕ್ಕೂ ಲೆಕ್ಕಿಸದ ಮಂಜಪ್ಪನವರು ನಿರಂತರವಾಗಿ ತಮ್ಮ ಕರ್ತವ್ಯಗಳನ್ನು ಮುಂದುವರಿಸಿದರು.
- ಪುಸ್ತಕಗಳು, ಲೇಖನಗಳನ್ನು ಬರೆದು ಆ ಮೂಲಕ ಜನರನ್ನು ಹುರಿದುಂಬಿಸುತ್ತಿದ್ದರು.
- ಬಿಜಾಪುರದ ಆಲಮಟ್ಟಿಯಲ್ಲಿ ಗ್ರಾಮೀಣ ವಿದ್ಯಾಲಯವನ್ನು ಸ್ಥಾಪಿಸಿ ತಾವು ಕಂಡ, ತಿಳಿದುಕೊಂಡ ಶಿಕ್ಷಣ ಪದ್ಧತಿಯನ್ನು ಸುಧಾರಿಸಲು ಪ್ರಯತ್ನಿಸಿದರು.
- **ಆರ್ಯ ಸಮಾಜದಿಂದ ಪ್ರಭಾವಿತ :** ಬಹಳ ಕಾಲದಿಂದಲೂ ಮಂಜಪ್ಪನವರು ಆರ್ಯ ಸಮಾಜದಿಂದ ಪ್ರಭಾವಿತರಾಗಿದ್ದು, ಮುಂದೆ ಗಾಂಧೀಜಿ ಹಾಗೂ ಜಗಜ್ಯೋತಿ ಬಸವಣ್ಣನವರ ತತ್ವಾದರ್ಶನಗಳನ್ನು ರೂಢಿಸಿಕೊಂಡರು. ಅವುಗಳನ್ನು ಪ್ರತಿಯೊಬ್ಬರೂ ಕಾರ್ಯರೂಪಕ್ಕೆ ತರಲು ಹೆಚ್ಚು ಶ್ರಮಿಸಿದರು.
- ಆಗ ಹಿಂದೂಗಳಲ್ಲಿ ಒಮ್ಮತದ ಅಭಿಪ್ರಾಯವಿರಲಿಲ್ಲ. ಪದೇಪದೇ

ಭಿನ್ನಾಭಿಪ್ರಾಯಗಳು ಉದ್ಭವಿಸುತ್ತಿದ್ದವು. ಹಿಂದೂಗಳೆಲ್ಲರೂ ಒಂದಾಗಬೇಕೆಂಬುದೇ ಅವರ ಬಯಕೆ ಹಾಗೂ ಏಕೈಕ ಗುರಿಯಾಗಿತ್ತು.

- "ಕಾಯಕವೇ ಕೈಲಾಸ" ಎಂಬುದರಲ್ಲಿ ಹೆಚ್ಚಿನ ಆಸಕ್ತಿ ಹೊಂದಿದ್ದ ಮಂಜಪ್ಪನವರು ಎಲ್ಲರಿಗೂ ಶ್ರಮಜೀವನ ನಡೆಸಬೇಕೆಂದು ಹೇಳುತ್ತಿದ್ದರು.
- ಅಸ್ಪೃಶ್ಯತೆಯ ಬಗ್ಗೆ ಅಸಡ್ಡೆಯನ್ನು ಹೊಂದಿದ್ದ ಮಂಜಪ್ಪ ಅವರು ಹೇಗಾದರೂ ಮಾಡಿ ಸಮಾಜದಲ್ಲಿರುವ ಅಸ್ಪೃಶತೆಯನ್ನು ಹೋಗಲಾಡಿಸಲು ಪ್ರಯತ್ನಪಟ್ಟರು. ಮಂಜಪ್ಪನವರಿಗೆ ಅಸ್ಪೃಶ್ಯರ ಬಗ್ಗೆ, ಆದಿ ಜನಾಂಗ ಸುಧಾರಣೆಯ ಬಗ್ಗೆ ಸ್ತ್ರೀಯರ ಸ್ಥಿತಿ ಸುಧಾರಣೆ ಇವುಗಳ ಬಗ್ಗೆ ಕಿರು ಹೊತ್ತಿಗೆಯನ್ನು ರಚಿಸಿ ಜನರನ್ನು ಜಾಗೃತಗೊಳಿಸಿದರು.
- ಈ ವಿಚಾರವನ್ನು ಪ್ರತಿಯೊಂದು ಹಳ್ಳಿಗಳಿಗೂ ಹೋಗಿ ಪ್ರಚಾರ ಮಾಡುವ ಕಾರ್ಯದಲ್ಲಿ ಯಶಸ್ಸು ಪಡೆದರು.
- ಹರ್ಡೇಕರ್ ಮಂಜಪ್ಪನವರು ಜನಾನುರಾಗಿಗಳಾಗಿದ್ದರು. ಸಹನೆ, ಔದಾರ್ಯ, ಒಳ್ಳೆಯ ನಡತೆ ಇವುಗಳಿಂದ ಅದೆಷ್ಟೋ ಮಂದಿ ನಾಯಕರು, ಸಮಾಜ ಸುಧಾರಕರನ್ನು ಆಕರ್ಷಿಸಿದ್ದರು. ಬಸವಣ್ಣ, ಗಾಂಧೀಜಿ, ವಿವೇಕಾನಂದ ಮುಂತಾದ ಆದರ್ಶ ವ್ಯಕ್ತಿಗಳ ಜೀವನ ಪರಿಚಯ ಮಾಡಿಕೊಂಡು ತಾವೂ ಹಾಗೆಯೇ ಬಾಳಬೇಕೆಂದು ತೀರ್ಮಾನಿಸಿದರು.

★ **ಹರ್ಡೇಕರ್ ಮಂಜಪ್ಪನವರು ಭಾಷಣಕಾರರೂ ಹೌದು! :** ಮಂಜಪ್ಪನವರು ಕೇವಲ ಸಾಹಿತಿಗಳಾಗಿರಲಿಲ್ಲ. ಅವರು ಒಳ್ಳೆಯ ಭಾಷಣಕಾರರೂ ಆಗಿದ್ದರು. ಇವರು ಜಾತಿವಾದ, ಬ್ರಹ್ಮಚರ್ಯೆ, ಆರೋಗ್ಯ ಮುಂತಾದ ವಿಷಯಗಳ ಬಗ್ಗೆ ಹಳ್ಳಿ ಹಳ್ಳಿಗೆ ಹೋಗಿ ನಿರಂತರವಾಗಿ ಭಾಷಣ ಮಾಡಿ ಅವರಿಗೆ ತಿಳಿವಳಿಕೆ ನೀಡಿದರು.

★ 1921 ರಲ್ಲಿ ಮಂಜಪ್ಪನವರು "ಶರಣ ಸಂದೇಶ" ಎಂಬ ವಾರಪತ್ರಿಕೆಯನ್ನು ಹೊರತಂದರು. ಇದರ ಮೂಲಕ ಜನ ಜಾಗೃತಿ ಉಂಟುಮಾಡುವ ಕಾಯಕವನ್ನು ಮಾಡಲು ಪ್ರಾರಂಭಿಸಿದರು.

ನಿಧನ :

ಮೂಢನಂಬಿಕೆಗಳನ್ನು ದೂರಗೊಳಿಸಿ, ಅಸ್ಪೃಶ್ಯತೆಯ ನಿವಾರಣೆಯ ಬಗ್ಗೆ ಆಸಕ್ತಿವಹಿಸಿ, ಕವಿಗಳೂ, ಆದರ್ಶ ವ್ಯಕ್ತಿಯೂ, ಕ್ರಿಯಾಶೀಲ ವ್ಯಕ್ತಿಯೂ ಆದ ಹರ್ಡೇಕರ್ ಮಂಜಪ್ಪನವರು 1947ರಲ್ಲಿ ನಿಧನರಾದರು. ಜನಜಾಗೃತಿ ಉಂಟುಮಾಡುವ ಕಾರ್ಯದಲ್ಲಿ ತೊಡಗಿದ್ದ ಮಂಜಪ್ಪನವರನ್ನು ಸಮಾಜ ಕಳೆದುಕೊಂಡಿತು.

13. ಡಾ॥ ಸರ್ವೇಪಲ್ಲಿ ರಾಧಾಕೃಷ್ಣನ್ (1888 – 1975)

ಶಿಷ್ಯರು ಮೆಚ್ಚಿದ ಶಿಕ್ಷಕರು

ಕಿರು ಪರಿಚಯ :

ರಾಧಾಕೃಷ್ಣನ್ ಅವರು ಪಾಶ್ಚಾತ್ಯ ದೇಶದಲ್ಲಿ ಅಧ್ಯಯನ ಮಾಡಿದರೂ, ಪಾಶ್ಚಾತ್ಯ ಸಂಸ್ಕೃತಿಗೆ ಮರುಳಾಗದೇ, ಭಾರತೀಯ ಸಂಸ್ಕೃತಿಯನ್ನು ಗೌರವಿಸಿ, ದೇಶಿಯತೆಯನ್ನು ಉಳಿಸಿಕೊಂಡವರೂ, ಪುಸ್ತಕ ಪ್ರೇಮಿಯೂ, ತತ್ವಜ್ಞಾನಿಯೂ, ಪ್ರಸಿದ್ಧ ಬರಹಗಾರರೂ, ಸುಪ್ರಸಿದ್ಧ ಪ್ರಾಧ್ಯಾಪಕರೂ ಆದ ಮಹಾನ್ ವ್ಯಕ್ತಿ. ದೈವ ಭಕ್ತರು, ಸದಾಚಾರ ಸಂಪನ್ನರು ಆದ ಇವರು ಆಧ್ಯಾತ್ಮಿಕ ವಿಚಾರಗಳ ಬಗ್ಗೆ ಹೆಚ್ಚು ಆಸಕ್ತಿ ಹೊಂದಿದವರು. ಪ್ರಪಂಚದ ನಾನಾ ದೇಶಗಳಲ್ಲಿ ಭಾರತೀಯ ತತ್ವದರ್ಶನ ಮಾಡಿದ ಮಹಾ ಮೇಧಾವಿ ಮಾತ್ರವಲ್ಲದೇ ಶಿಷ್ಯರು ಮೆಚ್ಚಿದ ಶಿಕ್ಷಕರು ಕೂಡ ಆಗಿದ್ದರು. ಇವರು

ಹಿಂದೂ ಧರ್ಮದ ಮೇಲಿದ್ದ ಅಪಾರ ವಿಶ್ವಾಸ ಹಾಗೂ ಭಾರತದ ಮೇಲೆ ಇಟ್ಟುಕೊಂಡಿದ್ದ ಇವರನ್ನು ಬ್ರಿಟಿಷ್ ಸರ್ಕಾರ ಶ್ರೇಷ್ಠ ತತ್ವಜ್ಞಾನಿ ಎಂದು ಪರಿಗಣಿಸಿ ಇವರಿಗೆ ಸರ್ ಪದವಿ ನೀಡಿ ಗೌರವಿಸಿತು.

ಜನನ ಮತ್ತು ಬಾಲ್ಯ :

ಡಾ॥ ಸರ್ವೇಪಲ್ಲಿ ರಾಧಾಕೃಷ್ಣನ್‌ರವರು 1888ರಲ್ಲಿ ಬಡಕುಟುಂಬದಲ್ಲಿ ಆರು ಜನ ಮಕ್ಕಳಲ್ಲಿ ಎರಡನೆಯವರಾಗಿ ಆಂಧ್ರಪ್ರದೇಶ-ತಮಿಳುನಾಡಿನ ಗಡಿ ಪ್ರದೇಶವಾದ ತಿರುತ್ತಣಿಯಲ್ಲಿ ಜನಿಸಿದರು. ಇವರ ತಂದೆ ವೀರಸ್ವಾಮಿ, ತಾಯಿ ಸೀತಮ್ಮ. ಗಡಿ ಪ್ರದೇಶದಲ್ಲಿ ಎಷ್ಟು ದಿನ ತಾನೇ ಜೀವನ ಸಾಗಿಸುವುದು ಎಂದು ಅವರ ತಾತ ಸೀತಾರಾಮಯ್ಯನವರು ನೆಲ್ಲೂರು ಜಿಲ್ಲೆಗೆ ಸೇರಿದ ಸರ್ವಪಲ್ಲಿಯನ್ನು ಬಿಟ್ಟು ತಿರುತ್ತಣಿಗೆ ಬಂದು ಅಲ್ಲಿ ನೆಲೆಸಿದರು. ಇದರಿಂದಾಗಿ ರಾಧಾಕೃಷ್ಣನ್ ಅವರ ಹಿಂದೆ ಸರ್ವಪಲ್ಲಿ ಎಂದು ಸೇರಿಕೊಂಡಿದೆ. ಯಾವ ಕ್ರೀಡೆಗಳಲ್ಲೂ ಹೆಚ್ಚು ಆಸಕ್ತರಲ್ಲದ ರಾಧಾಕೃಷ್ಣನ್ ಅವರು ಏಕಾಂತ ಪ್ರಿಯರಾಗಿದ್ದರು. ಅವರು ಅತ್ಯಂತ ನಾಚಿಕೆ ಸ್ವಭಾವದವರೂ ಆಗಿದ್ದರು.

ವಿದ್ಯಾಭ್ಯಾಸ :

ರಾಧಾಕೃಷ್ಣ ಅವರ ವಿದ್ಯಾಭ್ಯಾಸ 4ನೇ ವಯಸ್ಸಿನಲ್ಲಿಯೇ ಪ್ರಾರಂಭವಾಯಿತು. ಅನನ್ಯ ದೈವಭಕ್ತರೂ, ಸದಾಚಾರಿಗಳೂ ಆದ ಇವರಿಗೆ ಆಧ್ಯಾತ್ಮಿಕ ವಿಚಾರವೆಂದರೆ ಅತ್ಯಂತ ಪ್ರಿಯ. ಪುಸ್ತಕಗಳನ್ನು ಓದುವುದು, ಸಾಧ್ಯವಾದಷ್ಟು ಮಟ್ಟಿಗೆ ಹೊಸ ಹೊಸ ವಿಚಾರಗಳನ್ನು ಅರಿತುಕೊಳ್ಳುವುದು ಇವರ ಅಭ್ಯಾಸವಾಗಿತ್ತು. 1893ರಲ್ಲಿ ಪ್ರಾಥಮಿಕ ವಿದ್ಯಾಭ್ಯಾಸವು ತಿರುತ್ತಣಿಯಲ್ಲಿಯೇ ನಡೆಯಿತು. ಇವರು ತೆಲುಗು, ಗಣಿತ, ಇಂಗ್ಲಿಷ್, ಇತಿಹಾಸ ವಿಷಯುಗಳಲ್ಲಿ ತುಂಬಾ ಆಸಕ್ತಿಯಿದ್ದುದರಿಂದ ಅವುಗಳನ್ನು ಚೆನ್ನಾಗಿ ಅಧ್ಯಯನ ಮಾಡಿದರು. ಇವರು ಅತ್ಯಂತ ಬುದ್ಧಿವಂತ ವಿದ್ಯಾರ್ಥಿಯಾಗಿದ್ದುದರಿಂದ ಶಿಷ್ಯವೇತನ ಪಡೆದು ತಮ್ಮ ವಿದ್ಯಾಭ್ಯಾಸವನ್ನು ಮುಂದುವರಿಸಿದರು. ತಿರುಪತಿಯಲ್ಲಿ

ಹರ್ಮನ್ ಬರ್ಗ್ ಲುತೆರನ್ ಮಿಷನ್ ಶಾಲೆಗೆ ಸೇರಿಕೊಂಡರು. ಅಲ್ಲಿ ಅವರಿಗೆ ಬೈಬಲ್‌ನ ಪರಿಚಯವಾಯಿತು. 1904ರಲ್ಲಿ ಮದ್ರಾಸಿನ ಕಾಲೇಜಿಗೆ ಸೇರಿ ಎಫ್.ಎ. ಪದವಿ ಪಡೆದರು. ಇವರಿಗೆ ತತ್ವಶಾಸ್ತ್ರದ ಬಗ್ಗೆ ಹೆಚ್ಚು ಆಸಕ್ತಿ ಇದ್ದುದರಿಂದ ಅದಕ್ಕೆ ಸಂಬಂಧಿಸಿದ ಗ್ರಂಥಗಳನ್ನು ಓದಿ 1909ರಲ್ಲಿ ಇವರು ತತ್ವಶಾಸ್ತ್ರದಲ್ಲಿಯೇ ಎಂ.ಎ. ಪದವಿ ಪಡೆದರು.

ವೈವಾಹಿಕ ಜೀವನ :

ತಿರುಪತಿಯಲ್ಲಿ ಸ್ಟೇಷನ್ ಮಾಸ್ಟರರಾಗಿ ಕಾರ್ಯನಿರ್ವಹಿಸುತ್ತಿದ್ದ ಚಂಜ ಮಾರಯ್ಯನ ಮಗಳಾದ ಶಿವಕಾಮಮ್ಮ ಎಂಬುವವರನ್ನು ವಿವಾಹವಾದರು. ಪತಿಗೆ ತಕ್ಕ ಪತ್ನಿಯಾಗಿ ಆದರ್ಶ ಗೃಹಿಣಿಯಾಗಿ ತಮ್ಮ ಕೆಲಸ-ಕಾರ್ಯಗಳನ್ನು ಅತ್ಯಂತ ನಿಷ್ಠೆಯಿಂದ ಕಾರ್ಯ ನಿರ್ವಹಿಸಿದರು. ಪತಿಯ ಯಶಸ್ಸಿಗೆ ಬೆನ್ನೆಲುಬಾಗಿ ನಿಂತುಕೊಂಡರು.

ವೃತ್ತಿ ಜೀವನ ಮತ್ತು ಕಾರ್ಯಸಾಧನೆ :

- ಎಂ.ಎ. ಪದವಿಯನ್ನು ಮುಗಿಸಿದ ಕೂಡಲೇ ಕಾನೂನು ಅಭ್ಯಾಸ ಮಾಡಬೇಕೆಂದಿದ್ದರು. ಆದರೆ ಹಲವಾರು ಕಾರಣಗಳಿಂದ ಉದ್ಯೋಗ ಹುಡುಕಲು ಪ್ರಾರಂಭಿಸಿದರು.
- 1909ರಲ್ಲಿ ಮದ್ರಾಸಿನ ಪ್ರೆಸಿಡೆನ್ಸಿ ಕಾಲೇಜಿನಲ್ಲಿ ಉದ್ಯೋಗ ದೊರಕಿತು. ತಮ್ಮ ಕೆಲಸವನ್ನು ಪ್ರಾಮಾಣಿಕತೆ, ನಿಷ್ಠೆ ಹಾಗೂ ಶ್ರದ್ಧೆಯಿಂದ ಮಾಡಿದ ಇವರು ಶಿಷ್ಯರಿಗೆ ಅಚ್ಚುಮೆಚ್ಚಿನ ಗುರುಗಳಾದರು.
- ಇದಲ್ಲದೆ ಹಿರಿಯ ಅಧಿಕಾರಿಗಳಿಗೂ, ಸಂಸ್ಥೆಯ ಪ್ರಾಂಶುಪಾಲರಿಗೂ ಇವರ ಕರ್ತವ್ಯ ನಿಷ್ಠೆ ಅಪಾರ ಮೆಚ್ಚುಗೆಯಾಯಿತು. ಅಲ್ಲಿ ತಮ್ಮ ಹುದ್ದೆ ಖಾಯಂ ಆಯಿತು.
- 1916ರಲ್ಲಿ ಅನಂತಪುರದ ಕಾಲೇಜಿಗೆ ಸೇರಿಕೊಂಡರು. ನಂತರ ರಾಧಾಕೃಷ್ಣನ್ ಅವರು 1917ರಲ್ಲಿ ರಾಜಾ ಮಹೇಂದ್ರ ಕಾಲೇಜಿಗೆ ವರ್ಗಾವಣೆಯಾಗಿ ಅಲ್ಲಿಗೆ ಹೋದರು.

❖ ಅವರ ವಿದ್ಯೆ, ನಿಷ್ಠೆ ವಿನಯಶೀಲತೆ, ಪ್ರಾಮಾಣಿಕತೆ, ಬೋಧನಾ ಕೌಶಲ್ಯಗಳಿಂದ ಅತ್ಯಂತ ಕಠಿಣವಾದ ತತ್ವ ಶಾಸ್ತ್ರದ ವಿಚಾರಗಳನ್ನು ಮನಮುಟ್ಟುವ ಹಾಗೆ ಸರಳ ಹಾಗೂ ಸುಲಭ ರೀತಿಯಲ್ಲಿ ಹೇಳುವುದರ ಮೂಲಕ ಅಪಾರ ವಿದ್ಯಾರ್ಥಿಗಳ ಮೆಚ್ಚುಗೆಯ ಶಿಕ್ಷಕರಾದರು.

❖ ಉದ್ಯೋಗದ ಜೊತೆಗೆ ವೇಳೆಯನ್ನು ಅಪವ್ಯಯ ಮಾಡದೆ ನಿರಂತರವಾಗಿ ಅಧ್ಯಯನ ಹಾಗೂ ಸಂಶೋಧನೆಗಳಲ್ಲಿ ತೊಡಗುತ್ತಿದ್ದರು.

❖ ಸ್ವತಃ ಅಧ್ಯಯನ, ಬೋಧನೆಗಳಿಂದ ಪ್ರಖ್ಯಾತರಾದ ಇವರು ಮೈಸೂರು ವಿಶ್ವವಿದ್ಯಾನಿಲಯ ಸ್ಥಾಪಿಸಿದ ಪ್ರಸಿದ್ಧ ದಿವಾನರುಗಳಲ್ಲಿ ಒಬ್ಬರಾದ ಸರ್.ಎಂ. ವಿಶ್ವೇಶ್ವರಯ್ಯನವರು ರಾಧಾಕೃಷ್ಣನ್ ಅವರ ಕರ್ತವ್ಯ ನಿಷ್ಠೆಗೆ, ಪ್ರಾಮಾಣಿಕತೆಗೆ ಮಾರುಹೋಗಿದ್ದರು. 1918ರಲ್ಲಿ ಮಹಾರಾಜ ಕಾಲೇಜಿಗೆ ತತ್ವಶಾಸ್ತ್ರದ ಪ್ರಾಧ್ಯಾಪಕರಾಗಿ ಮೈಸೂರಿಗೆ ಬಂದರು.

❖ ಅತ್ಯಂತ ಅಲ್ಪಾವಧಿಯಲ್ಲೇ ಮೈಸೂರಿನ ಮಹಾರಾಜ ಕಾಲೇಜಿನಲ್ಲಿ ಅಪಾರವಾದ ಶಿಷ್ಯವೃಂದದ ಪ್ರೀತಿ–ಗೌರವಕ್ಕೆ ಪಾತ್ರರಾದರು.

❖ ಇವರ ಶಿಷ್ಯರುಗಳಲ್ಲಿ ಪ್ರಮುಖರಾದವರೆಂದರೆ :- ಎಸ್. ನಿಜಲಿಂಗಪ್ಪ, ಎಂ.ವಿ. ಸೀತಾರಾಮಯ್ಯ.

❖ 1921ರಲ್ಲಿ ರಾಧಾಕೃಷ್ಣನ್ ಕಲ್ಕತ್ತ ವಿದ್ಯಾನಿಲಯ ತತ್ವಶಾಸ್ತ್ರದ ಮುಖ್ಯಸ್ಥರಾಗಿ ನೇಮಕ ಮಾಡಲಾಯಿತು. ಇದರಿಂದ ಅವರು ಅನಿವಾರ್ಯವಾಗಿ ಮೈಸೂರನ್ನು ಬಿಡಬೇಕಾಯಿತು.

❖ ವಿದ್ಯಾರ್ಥಿಗಳು, ಇತರ ಶಿಕ್ಷಕರು ಹಾಗೂ ಇತರರು ರಾಧಾಕೃಷ್ಣನ್ ಅವರನ್ನು ವಿಶ್ವಾಸಪೂರ್ವಕವಾಗಿ ಸನ್ಮಾನಿಸಿ ಕಳುಹಿಸಿಕೊಟ್ಟರು. ಇದು ಅವರ ಗೌರವ–ವಿಶ್ವಾಸಕ್ಕೆ ಉದಾಹರಣೆ ಎಂದರೆ ಅತಿಶಯೋಕ್ತಿಯೇನಲ್ಲ.

❖ ರಾಧಾಕೃಷ್ಣನ್ ಅವರ ಭಾಷಣ ಕಲೆಯನ್ನು ಗುರುತಿಸಿದ ನೆಹರುರವರು ರಷ್ಯಾದ ರಾಯಭಾರಿಯಾಗಿ ನೇಮಕ ಮಾಡಿದರು.

ಅಲ್ಲಿ ಅವರಿಗೆ ಸ್ಟಾಲಿನ್ ಅವರ ಸ್ನೇಹ ಬೆಳೆಯಿತು. ಇದರಿಂದ ಎರಡೂ ದೇಶಗಳ ನಡುವೆ ಸುಮಧುರ ಬಾಂಧವ್ಯವು ಬೆಳೆಯಿತು.

❖ 1952ರಲ್ಲಿ ಯಶಸ್ವಿ ರಾಯಭಾರಿಯಾಗಿ ಕಾರ್ಯನಿರ್ವಹಿಸಿದ ರಾಧಾಕೃಷ್ಣನ್ ಅವರನ್ನು ನೆಹರುರವರು ಭಾರತದ ಉಪ ರಾಷ್ಟ್ರಪತಿಯಾಗಿ ನೇಮಿಸಿದರು.

ಗೌರವ-ಪ್ರಶಸ್ತಿಗಳು :

❖ ಇವರ ಅತ್ಯುತ್ತಮ ಸೇವೆಯನ್ನು ಪರಿಗಣಿಸಿ 1954ರಲ್ಲಿ ಇವರಿಗೆ "ಭಾರತ ರತ್ನ" ಪ್ರಶಸ್ತಿ ದೊರೆಯಿತು.

❖ 1957ರಲ್ಲಿ ಇವರನ್ನು ಎರಡನೇ ಬಾರಿಗೆ ಉಪ ರಾಷ್ಟ್ರಪತಿಯಾಗಿ ಮುಂದುವರಿಯಲು ಎಲ್ಲರೂ ಒಪ್ಪುಗೆ ನೀಡಿದರು.

ನಿಧನ :

ರಾಜಕೀಯ, ಶಿಕ್ಷಣ ವೃತ್ತಿಯಲ್ಲಿ ಏನೇ ಏರು-ಪೇರುಗಳು ಬಂದರೂ ಅವುಗಳನ್ನು ನಿರಾಯಾಸವಾಗಿ ಎದುರಿಸಿ 1962 ರಿಂದ 1967ರವರೆಗೆ ರಾಷ್ಟ್ರಪತಿಯಾಗಿ ಉತ್ತಮ ಸೇವೆಯನ್ನು ನೀಡಿದ ರಾಧಾಕೃಷ್ಣನ್ ಅವರು ಅನಾರೋಗ್ಯದ ಪರಿಣಾಮದಿಂದ ತಮ್ಮ ಸ್ಥಾನದಿಂದ ಹೊರಬಂದರು.

ಶಿಕ್ಷಕರಾಗಿ ಅತ್ಯಂತ ಪ್ರಾಮಾಣಿಕರಾಗಿ, ಶ್ರದ್ಧೆಯಿಂದ ದುಡಿದು ಮಹಾನ್ ವ್ಯಕ್ತಿ ರಾಧಾಕೃಷ್ಣನ್ ಅವರು ತಮ್ಮ 86ನೇ ವಯಸ್ಸಿನಲ್ಲಿ ಮದ್ರಾಸಿನ ತಮ್ಮ ಸ್ವಗೃಹದಲ್ಲಿ 16ನೇ ಏಪ್ರಿಲ್ 1957ರಲ್ಲಿ ನಿಧನರಾದರು.

ಅವರ ಹುಟ್ಟುಹಬ್ಬವನ್ನು ವಿಜೃಂಭಣೆಯಿಂದ ಆಚರಿಸಬೇಕೆಂದು ಶಿಕ್ಷಕರು, ವಿದ್ಯಾರ್ಥಿಗಳು, ಹಿರಿಯ ಅಧಿಕಾರಿಗಳು ಒಟ್ಟಾಗಿ ಸೇರಿ ಮನವಿ ಮಾಡಿಕೊಂಡರು. ಆಗ ರಾಧಾಕೃಷ್ಣನ್ ಅವರು "ನನ್ನ ಹುಟ್ಟುಹಬ್ಬವನ್ನು ಪ್ರತ್ಯೇಕವಾಗಿ ಆಚರಿಸುವ ಬದಲು ಅದೇ ದಿನವನ್ನು ಶಿಕ್ಷಕರ ದಿಣಾಚರಣೆಯಾಗಿ ಆಚರಿಸಿದರೆ ನನಗೆ ಹೆಚ್ಚು ಸಂತೋಷವಾಗುತ್ತದೆ' ಎಂದರಂತೆ. ಈ ಮಾತು ಶಿಕ್ಷಕರ ಅವರಿಗೆ ಬಗ್ಗೆ ಇರುವ ಗೌರವವನ್ನು ಸೂಚಿಸುತ್ತದೆ. ಸೆಪ್ಟೆಂಬರ್ 5 ರಂದು ಶಿಕ್ಷಕರ ದಿನವನ್ನಾಗಿ ಆಚರಿಸಬೇಕೆಂದು ಭಾರತ ಸರ್ಕಾರ 1962 ರಲ್ಲಿ ಘೋಷಿಸಿತು.

14. ಸರೋಜಿನಿ ನಾಯ್ಡು (1879 – 1949)

ಧೀಮಂತ ರಾಜಕೀಯ ನಾಯಕಿ

ಕಿರು ಪರಿಚಯ :

ಭಾರತದ ಕೋಗಿಲೆಯೆಂದೇ ಖ್ಯಾತಿ ಪಡೆದ ಸರೋಜಿನಿ ನಾಯ್ಡು ಸಾಹಿತ್ಯ ಹಾಗೂ ರಾಜಕೀಯ ಕ್ಷೇತ್ರಗಳೆರಡರಲ್ಲೂ ಪ್ರಸಿದ್ಧಿಪಡೆದವರು. ಮನೆಯಲ್ಲಿ ಸಂಸ್ಕೃತಿಯ ವಾತಾವರಣ ಇದ್ದ ಕಾರಣ ಅವರೂ ಸಹ ಅಂತಹ ವಾತಾವರಣದಲ್ಲೇ ಬೆಳೆದರು. ಇದರ ಪರಿಣಾಮ ಅವರಿಗೆ ಬಾಲ್ಯದಲ್ಲಿಯೇ ಸಾಹಿತ್ಯದಲ್ಲಿ ಆಸಕ್ತಿ ಮೂಡಿಬಂದಿತು. ತಂದೆಯ ಮಾತು ಸರೋಜೊನಿ ನಾಯ್ಡು ಅವರಿಗೆ ಸದಾ ನೆನಪಾಗಿ ಅದನ್ನೇ ಆಕೆಗೆ ತಮ್ಮ ಜೀವನದಲ್ಲಿಯೂ ಅಳವಡಿಸಿಕೊಳ್ಳಬೇಕೆಂಬ ಮನಸ್ಸಾಯಿತು. ಅವರ ತಂದೆ ಹೇಳುತ್ತಿದ್ದುದು, "ನಿನ್ನ ವ್ಯಕ್ತಿತ್ವವನ್ನು ಭಾರತಕ್ಕೆ ಸೀಮಿತಗೊಳಿಸಿಕೊಳ್ಳಬಾರದು, ನೀನು ವಿಶ್ವಮಾನವಳಾಗಿ ಬೆಳೆಯಬೇಕು". ಇದನ್ನು ಸರೋಜಿನಿ ನಾಯ್ಡು ಅವರು ಮನಗಂಡು ಅದರಂತೆಯೇ ನಡೆಯಬೇಕೆಂದು ತೀರ್ಮಾನಿಸಿದರು.

ಜನನ ಮತ್ತು ಬಾಲ್ಯ :

ಸರೋಜಿನಿ ನಾಯ್ಡು ಅವರು ದಿನಾಂಕ 13ನೇ ಫೆಬ್ರವರಿ 1879 ರಂದು ಹೈದರಾಬಾದ್‌ನಲ್ಲಿ ಜನಿಸಿದರು. ಇವರ ತಂದೆ ಅಘೋರನಾಥ ಚಟ್ಟೋಪಾಧ್ಯಾಯರು. ತಾಯಿ ವರದ ಸುಂದರ ದೇವಿ. ಚಟ್ಟೋಪಾಧ್ಯಾಯರು ಭಾಷಾತಜ್ಞ, ತತ್ವಜ್ಞಾನಿಗಳಾಗಿದ್ದರು. ಇವರು ಮೂಲತಃ ಬಂಗಾಳದವರು. ಇಂಗ್ಲೆಂಡಿನಲ್ಲಿ ಅಭ್ಯಾಸಮಾಡಿ ಡಾಕ್ಟರ್ ಆಫ್ ಸೈನ್ಸ್ ಪದವಿಯನ್ನು 1877 ರಲ್ಲಿ ಪಡೆದರು. ನಂತರ ಇವರು ನಿಜಾಮರ ಕಾಲೇಜಿನಲ್ಲಿ ಅಧ್ಯಾಪಕರಾಗಿ ವೃತ್ತಿ ಜೀವನ ಆರಂಭಿಸಿದರು. ತಾಯಿ ವರದ ಸುಂದರ ದೇವಿ ಕವಯಿತ್ರಿಯಾಗಿದ್ದರು.

ವಿದ್ಯಾಭ್ಯಾಸ :

ಸರೋಜಿನಿ ನಾಯ್ಡು ಅವರು ತಮ್ಮ ಹೆಚ್ಚು ವಿದ್ಯೆಯನ್ನು ಮನೆಯಲ್ಲೇ ಕಲಿತರು. ಪದ್ಯಗಳ ರಚನೆಯಲ್ಲಿ ಅವರು ಹೆಚ್ಚಿನ ಆಸಕ್ತಿ ತೋರಿಸುತ್ತಿದ್ದರು. ಮದ್ರಾಸಿನ ಪ್ರೆಸಿಡೆನ್ಸಿ ಶಾಲೆಗೆ ಸೇರಿ ಮೆಟ್ರಿಕ್ ಪರೀಕ್ಷೆಯಲ್ಲಿ ಉತ್ತೀರ್ಣರಾದರು. ತಮ್ಮ 13ನೇ ವಯಸ್ಸಿನಲ್ಲಿಯೇ ಆಕೆ "ಸರೋವರ ಸುಕನ್ಯ" ಎಂಬ ಇಂಗ್ಲಿಷ್ ಕವಿತೆಯನ್ನು ರಚಿಸಿದರು. ಅದೇ ಸಂದರ್ಭದಲ್ಲಿ ಆಕೆ ನಾಟಕವನ್ನೂ ರಚಿಸಿದರು. ಆ ವೇಳೆಗಾಗಲೇ ಅವರಿಗೆ ಆಂಗ್ಲ ಸಾಹಿತ್ಯದ ಬಗ್ಗೆ ಪೂರ್ಣ ಪರಿಚಯವಾಗಿತ್ತು. 1895 ರಲ್ಲಿ ಸರೋಜಿನಿಯವರು ಹೆಚ್ಚಿನ ವಿದ್ಯಾಭ್ಯಾಸಕ್ಕಾಗಿ ಇಂಗ್ಲೆಂಡಿಗೆ ಹೋದರು. ಅನಾರೋಗ್ಯದ ಪ್ರಯುಕ್ತ ಅಧ್ಯಯನ ಮುಂದುವರಿಸಲು ಸಾಧ್ಯವಾಗಲಿಲ್ಲ. ಆದರೆ ಅವರಿಗೆ ಇಂಗ್ಲಿಷ್ ಸಾಹಿತ್ಯ ಹೆಚ್ಚು ಪರಿಚಯವಾಯಿತು.

ಆಂಗ್ಲ ಕೃತಿಗಳ ರಚನೆ :

ಎಡ್‌ಮಂಡ್ ಗೂಸ್, ಆರ್ಥರ್ ಸೈಮನ್‌ರವರ ಸಹಕಾರದಿಂದ ಸರೋಜಿನಿಯವರು ಹೆಚ್ಚಿನ ಆಂಗ್ಲ ಭಾಷೆಯಲ್ಲಿ ಕೃತಿಗಳನ್ನು ರಚಿಸಿದರು. ಭಾರತಕ್ಕೆ ಮರಳಿದ ನಂತರ 1917 ರಿಂದ ರಾಜಕೀಯ ಕ್ಷೇತ್ರಕ್ಕೆ ಪ್ರವೇಶಿಸಿದುದರಿಂದ ಸಾಹಿತ್ಯ ರಚನೆಯಲ್ಲಿ ಅವರಿಗೆ ಆಸಕ್ತಿ ಕಡಿಮೆಯಾಯಿತು.

ವೈವಾಹಿಕ ಜೀವನ :

ಸರೋಜಿನಿ ನಾಯ್ಡು ಅವರು ಕಿಂಗ್ಸ್ ಕಾಲೇಜಿನಲ್ಲಿ ವ್ಯಾಸಂಗ ಮಾಡುತ್ತಿದ್ದಾಗ ಡಾ॥ ಗೋವಿಂದರಾಜಲು ನಾಯ್ಡು ಎಂಬುವರನ್ನು ಪ್ರೀತಿಸಿ ಪ್ರೇಮ ವಿವಾಹವಾದರು.

ವೃತ್ತಿ ಜೀವನ ಮತ್ತು ಕಾರ್ಯಸಾಧನೆ :

❖ 1917ರಲ್ಲಿ ಸರೋಜಿನಿ ನಾಯ್ಡು ಅವರಿಗೆ ರಾಜಕೀಯ ಕ್ಷೇತ್ರವು ಹೆಚ್ಚು ಆಕರ್ಷಿಸಿದ್ದರಿಂದ, ಅವರಿಗೆ ಸಾಹಿತ್ಯ ರಚನೆ ಕಡಿಮೆಯಾಗಿ ಕೃತಿಗಳ ರಚನೆ ಮಾಡಲು ಸಾಧ್ಯವಾಗಲಿಲ್ಲ.

❖ ಸರೋಜಿನಿಯವರು ಭಾರತದ ಸ್ವಾತಂತ್ರ್ಯ ಚಳವಳಿಯಲ್ಲಿ ಭಾಗವಹಿಸಲು ಮುಂದಾದಾಗ, ಅವರಿಗೆ ಗೋಪಾಲಕೃಷ್ಣ ಗೋಖಲೆ, ರವೀಂದ್ರನಾಥ ಠಾಗೋರ್, ಮಹಮದ್ ಆಲಿ ಜಿನ್ನಾ, ಮಹಾತ್ಮ ಗಾಂಧಿ, ಜವಾಹರ್ ಲಾಲ್ ನೆಹರೂ ಮುಂತಾದ ಹಿರಿಯ ನಾಯಕರ ಪರಿಚಯವಾಯಿತು.

❖ ಸ್ವಾತಂತ್ರ್ಯ ಸಮರದಲ್ಲಿ ಸಕ್ರಿಯವಾಗಿ ಪಾಲ್ಗೊಂಡ ಸರೋಜಿನಿ ನಾಯ್ಡು ಭಾರತೀಯ ಧೀರ ಮಹಿಳೆಯರಲ್ಲಿ ಅಗ್ರ ಸ್ಥಾನ ಲಭಿಸಿದೆ.

❖ ಸರೋಜಿನಿಯವರು ಅನೇಕ ಸಂದರ್ಭಗಳಲ್ಲಿ ಬ್ರಿಟಿಷರೊಡನೆ ಮಾತುಕತೆ ನಡೆಯುವ ಸಂದರ್ಭದಲ್ಲಿ ಪಾಲ್ಗೊಂಡಿದ್ದರು.

❖ ಬಂಗಾಳದ ವಿಭಜನೆಯ ವಿರೋಧಿ ಚಳವಳಿಯಲ್ಲಿಯೂ ಪ್ರಮುಖ ಪಾತ್ರ ವಹಿಸಿದ್ದರು. ಇದರಿಂದ ಹಲವಾರು ಬಾರಿ ಸೆರೆಮನೆ ವಾಸವನ್ನು ಅನುಭವಿಸಿದ್ದರು.

❖ **ಭಾರತೀಯ ಪ್ರಥಮ ಮಹಿಳೆ :** ಮಹಾತ್ಮ ಗಾಂಧೀಜಿಯವರ ಅನುಯಾಯಿಗಳಾಗಿದ್ದ ಸರೋಜಿನಿ ನಾಯ್ಡು ಕಾಂಗ್ರೆಸ್ ಅಧಿವೇಶನಕ್ಕೆ ಅಧ್ಯಕ್ಷೆಯಾಗಿಯೂ ಆಯ್ಕೆಯಾದ ಪ್ರಥಮ ಭಾರತೀಯ ಮಹಿಳೆ ಎಂಬ ಕೀರ್ತಿಯೂ ಇವರಿಗೆ ಸಂದಿದೆ.

❖ **ಸಾಹಿತ್ಯ ಕೃಷಿ :** ಸರೋಜಿನಿಯವರು ಅನೇಕ ಕವನ ಸಂಕಲನಗಳನ್ನು ಸಂಗ್ರಹ ಮಾಡಿದ್ದಾರೆ. ಅವುಗಳಲ್ಲಿ

❖ * ಚಿನ್ನದ ಹೊಸ್ತಿಲು * ಮುರಿದ ರೆಕ್ಕೆ
* ಪದ್ಮಾಸನ ಬುದ್ಧ * ಕಾಲದ ಪಕ್ಷಿ
* ಪಲ್ಲಕ್ಕಿ ಹೊರುವವರು * ಬೃಂದಾವನದ ವೇಣುಲೋಲ
ಮುಖ್ಯವಾದವು. ಇವರು ರಚಿಸಿದ ಕವನಗಳು ಭಾರತದಲ್ಲಿ ಮಾತ್ರವಲ್ಲದೆ ಆಂಗ್ಲ ಸಾಹಿತಿಗಳಿಗೂ ಮೆಚ್ಚುಗೆಯಾಗಿದ್ದು, ಅವರೂ ಸಹ ಮೆಚ್ಚಿಕೊಂಡಿದ್ದಾರೆ.

❖ ಸರೋಜಿನಿಯವರಿಗೆ ಮಹಿಳೆಯರ ಕಲ್ಯಾಣದ ಬಗ್ಗೆ ಹೆಚ್ಚು ಆಸಕ್ತಿ

ಹೊಂದಿದ್ದರು. ಆ ನಿಟ್ಟಿನಲ್ಲಿ ಅವರು ಹಲವಾರು ಕಾರ್ಯಕ್ರಮಗಳನ್ನು ಹಮ್ಮಿಕೊಂಡು ಮಹಿಳೆಯರ ಏಳಿಗೆಗೆ ಶ್ರಮಿಸಿದರು.

❖ ವಿಧವಾ ವಿವಾಹದ ಬಗ್ಗೆ ಚರ್ಚಿಸಲು ಮದ್ರಾಸಿನಲ್ಲಿ ಬೃಹತ್ ಸಮ್ಮೇಳನವೊಂದನ್ನು ನಡೆಸಿದರು.

❖ 1919ರಲ್ಲಿ ನಡೆದ ಅಸಹಕಾರ ಚಳವಳಿಯಲ್ಲಿ ಭಾಗವಹಿಸಿದರು.

❖ ಸರೋಜಿನಿಯವರು ಸ್ವತಂತ್ರ್ಯ ಭಾರತದಲ್ಲಿ ಉತ್ತರ ಪ್ರದೇಶದ ರಾಜ್ಯಪಾಲರಾಗಿ ನೇಮಕಗೊಂಡು, ಅತ್ಯಂತ ಧಕ್ಷತೆಯಿಂದ ಕಾರ್ಯನಿರ್ವಹಿಸಿದರು.

ನಿಧನ :

ಹಿಂದೂ–ಮುಸ್ಲಿಂ ಗಲಭೆ ಸರೋಜಿನಿಯವರಿಗೆ ಮಾನಸಿಕ ಆಘಾತವುಂಟಾಯಿತು. ಮಹಾತ್ಮ ಗಾಂಧೀಜಿಯವರ ಕೊಲೆ ಅವರನ್ನು ಮತ್ತಷ್ಟು ಕುಗ್ಗಿಸಿತು. ಇದೆಲ್ಲದರ ಪರಿಣಾಮ ದಿನಾಂಕ 2ನೇ ಮಾರ್ಚ್ 1949 ರಲ್ಲಿ ಸರೋಜಿನಿಯವರು ಇಹಲೋಕ ತ್ಯಜಿಸಿದರು.

15. ಮದನ್ ಮೋಹನ್ ಮಾಳವೀಯ

(1861 – 1946)

ಸ್ಕೌಟ್ ಸಂಸ್ಥೆಯ ಸ್ಥಾಪಕ

ಕಿರು ಪರಿಚಯ :

ವಕೀಲ ವೃತ್ತಿಯಲ್ಲಿ ನಿಷ್ಠಾವಂತರಾಗಿದ್ದ ಮಾಳವೀಯರು ಯಾವುದೇ ಸುಳ್ಳು ಪ್ರಕರಣಗಳಿಗೆ, ಮೋಸಗಾರರ, ಸಮಾಜ ದ್ರೋಹಿಗಳ ಪರವಹಿಸಿ ವಾದ ಮಾಡದೆ, ವಕೀಲ ಕೆಲಸದಲ್ಲಿ ಉನ್ನತ ನೈತಿಕ,

ಆದರ್ಶಗಳನ್ನು ಮೈಗೂಡಿಸಿಕೊಂಡು ಶ್ರೇಷ್ಠ ವ್ಯಕ್ತಿಯಾಗಿ ಸೇವೆ ಮಾಡಿದವರು. ಭಾರತೀಯ ವಿದ್ಯಾರ್ಥಿಗಳಿಗಾಗಿ ಸ್ಕೌಟ್ ಸಂಸ್ಥೆಯನ್ನು ಪ್ರಾರಂಭಿಸಿದವರಲ್ಲಿ ಮಾಳವೀಯರೂ ಒಬ್ಬರು. ಸಂಸ್ಕೃತ ವಿದ್ವಾಂಸರಾಗಿದ್ದು, ಅದರಲ್ಲಿ ಅನನ್ಯ ಭಕ್ತಿಯನ್ನು ಇಟ್ಟುಕೊಂಡಿದ್ದರು. ಮಥುರಾದಲ್ಲಿ ಶ್ರೀಕೃಷ್ಣನ ದೇವಾಲಯವನ್ನು ಪುನರ್ ನಿರ್ಮಾಣ ಮಾಡಿದವರು. ಭಾರತ ಸ್ವಾತಂತ್ರ್ಯದ ಕ್ರಾಂತಿಕಾರಿಗಳೂ ಆಗಿದ್ದು, ದೇಶ ಸೇವೆಯಲ್ಲಿ ತಮ್ಮನ್ನು ತೊಡಗಿಸಿಕೊಂಡ ದೇಶಭಕ್ತರೂ ಹೌದು!

ಜನನ ಮತ್ತು ಬಾಲ್ಯ :

ಮದನ್ ಮೋಹನ್ ಮಾಳವೀಯರು ಅಲಹಾಬಾದ್‌ನಲ್ಲಿ 25ನೇ ಡಿಸೆಂಬರ್ 1861ರಲ್ಲಿ ಜನಿಸಿದರು. ಇವರ ತಂದೆ ಪಂಡಿತ್ ಬ್ರಿಜ್‌ನಾಥ್ ಮಾಳವೀಯ. ತಾಯಿ ಮೂನ ದೇವಿ. ಇವರ ತಂದೆಯವರು ಸಂಸ್ಕೃತದಲ್ಲಿ ಪಾಂಡಿತ್ಯ ಗಳಿಸಿದವರು. ಮದನ್ ಮೋಹನ್ ಮಾಳವೀಯರ ಒಂದು ವಿಶೇಷ ಗುಣ ಎಂದರೆ ಏನೇ ಆಗಲಿ ವಂಚಕರ, ಮೋಸಗಾರರು, ದ್ರೋಹಿಗಳಿಗೆ ಪ್ರೋತ್ಸಾಹ ನೀಡುತ್ತಿರಲಿಲ್ಲ. ಅವರ ಪರ ಎಂದಿಗೂ ವಾದ ಮಾಡುತ್ತಿರಲಿಲ್ಲ. ಅಲ್ಲದೆ ಅವರು ಅಸಾಧಾರಣ ಸಂಸ್ಕೃತ ವಿದ್ವಾಂಸರಾಗಿದ್ದರು.

ವಿದ್ಯಾಭ್ಯಾಸ :

ಮಾಳವೀಯ ಅವರು ಸಂಸ್ಕೃತದಲ್ಲಿ ಎಂ.ಎ. ಮಾಡಬೇಕೆಂದು ಅಪೇಕ್ಷೆಪಟ್ಟಿದ್ದರು. ಆದರೆ ಅವಕಾಶಗಳು ಒದಗಿಬರದೆ ಅವರ ಆಸೆ ಈಡೇರಲಿಲ್ಲ.

ವೃತ್ತಿ ಜೀವನ ಮತ್ತು ಕಾರ್ಯಸಾಧನೆ :

❖ ಮಾಳವೀಯ ಅವರು ಧಾರ್ಮಿಕ ವಿಚಾರದಲ್ಲಿ ಹೆಚ್ಚು ಆಸಕ್ತಿ ಹೊಂದಿದವರಾಗಿದ್ದರು. ಸ್ವಾತಂತ್ರ್ಯ ಸಂಗ್ರಾಮದಲ್ಲಿ ಪಾಲ್ಗೊಂಡು ಅಸಾಧಾರಣವಾದ ಪ್ರತಿಭೆಯನ್ನು ತೋರಿಸಿದರು.

❖ ಬಹಳಷ್ಟು ಮಂದಿ ವಿದ್ಯಾರ್ಥಿಗಳು ವ್ಯಾಸಂಗ ಮಾಡುವ ಬನಾರಸ್ ಹಿಂದೂ ವಿಶ್ವವಿದ್ಯಾನಿಲಯದ ಸ್ಥಾಪಕರಾದರು.

- ❖ ಹಿಂದೂಸ್ಥಾನ್ ಟೈಮ್ಸ್ ಮತ್ತು ದೈನಿಕ್ ಹಿಂದೂಸ್ಥಾನ್ ಲೀಡ್ ಪತ್ರಿಕೆಗಳಲ್ಲಿ ಸಹ ಸಂಪಾದಕರಾಗಿ ಸೇವೆ ಸಲ್ಲಿಸಿದರು.
- ❖ ವಾಲಾಬಾಗ್ ಘಟನೆಯ ವಿರುದ್ಧ ವಾದವನ್ನು ಕೇಂದ್ರ ಶಾಸನ ಸಭೆಯಲ್ಲಿ ಮಂಡಿಸಿದರು.
- ❖ ಮಾಳವೀಯ ಅವರು ಅಸಾಧಾರಣ ಸಂಸ್ಕೃತ ವಿದ್ವಾಂಸರಾಗಿ, ಸಾಮಾಜಿಕ ಪರಿವರ್ತಕರಾಗಿ ಕಾರ್ಯನಿರ್ವಹಿಸಿದರು.
- ❖ ಹಿಂದೂ ಧರ್ಮದಿಂದ ಬಲವಂತವಾಗಿ ಮತಾಂತರ-ಗೊಂಡಿದ್ದವರನ್ನು ಪುನಃ ಹಿಂದೂ ಧರ್ಮಕ್ಕೆ ವಾಪಸ್ಸು ಕರೆತಂದರು.
- ❖ ಭಾರತೀಯ ವಿದ್ಯಾರ್ಥಿಗಳಿಗಾಗಿ ಮಳವೀಯರು ಸ್ಕೌಟ್ ಸಂಸ್ಥೆಯನ್ನು ಪ್ರಾರಂಭಿಸಿದವರಲ್ಲಿ ಪ್ರಮುಖರಾಗಿದ್ದಾರೆ.
- ❖ ನಾಲ್ಕು ಬಾರಿ ಅಖಿಲ ಭಾರತ ಕಾಂಗ್ರೆಸ್‌ನ ಅಧ್ಯಕ್ಷರಾಗಿದ್ದರು.
- ❖ ಮೂರು ಬಾರಿ ಹಿಂದೂ ಮಹಾಸಭಾದ ಅಧ್ಯಕ್ಷರಾಗಿದ್ದರು.
- ❖ ಭಾರತ ಸ್ವಾತಂತ್ರ್ಯದ ಸಂಗ್ರಾಮದಲ್ಲಿ ಕ್ರಾಂತಿಕಾರಿಗಳಿಗೆ ಸೂಕ್ತ ಮಾರ್ಗದರ್ಶನ ನೀಡಿ ಅವರಿಗೆ ಪ್ರೋತ್ಸಾಹಿಸಿದರು.
- ❖ ಕಾಂಗ್ರೆಸ್‌ನ ಖಿಲಾಫತ್ ಚಳವಳಿ, ದಲಿತರ ಉದ್ಧಾರ, ಅಸಮಾನತೆಯ ನಿವಾರಣೆ ಮುಂತಾದ ಹಲವಾರು ಸಾಮಾಜಿಕ ಕ್ಷೇತ್ರಗಳಲ್ಲಿ ಸೇವೆ ಸಲ್ಲಿಸಿದರು.

ನಿಧನ :

1946 ರಲ್ಲಿ ಕೋಮು ಗಲಭೆಯಿಂದ ಮನನೊಂದು, ಮಾನಸಿಕ ಹಗೂ ದೈಹಿಕವಾಗಿ ಕುಂದಿ 12ನೇ ಜನವರಿ 1946 ರಂದು ನಿಧನರಾದರು.

16. ರವೀಂದ್ರನಾಥ ಠಾಗೂರ್ (1861 – 1941)

ರಾಷ್ಟ್ರಗೀತೆಯ ರಚನಕಾರ

ಕಿರು ಪರಿಚಯ :

ನೊಬೆಲ್ ಪ್ರಶಸ್ತಿ ವಿಜೇತರಾದ ರವೀಂದ್ರನಾಥ ಠಾಗೂರ್ ನಮ್ಮ ದೇಶದ ರಾಷ್ಟ್ರ ಗೀತೆಯನ್ನು ರಚಿಸಿದ ಕವಿ ಶ್ರೇಷ್ಠರು. ಇವರು ನೊಬೆಲ್ ಪ್ರಶಸ್ತಿಯನ್ನು ಪಡೆದ ಪ್ರಪ್ರಥಮ ಭಾರತೀಯರೆಂಬ ಹೆಗ್ಗಳಿಕೆಗೆ ಪಾತ್ರರಾದವರು. ಸದಾ ಧ್ಯಾನಾಸಕ್ತರಾಗಿದ್ದ ರವೀಂದ್ರರು ತಮ್ಮ ವಾಸದ ಮನೆಯಿಂದ ಸ್ವಲ್ಪ ದೂರದಲ್ಲಿದ್ದ ಬೋಲ್ಪುರದ ಮನೆಯನ್ನು ಧ್ಯಾನ ಮಾಡುವುದಕ್ಕಾಗಿಯೇ ಮೀಸಲಾಗಿರಿಸಿಕೊಂಡಿದ್ದರು. ಅದಕ್ಕೆ ಅವರು ಶಾಂತಿನಿಕೇತನ ಎಂದು ಹೆಸರನ್ನಿಟ್ಟಿದ್ದರು. ಇವರು ಕೇವಲ ಕವಿಗಳಾಗಿದ್ದುದ್ದು ಮಾತ್ರವಲ್ಲದೆ ನಾಟಕಕಾರರು, ಸಂಗೀತಗಾರರು ಹಾಗೂ ಕಲಾವಿದರೂ ಆಗಿದ್ದು, ಸುಮಾರು ಐದು ಸಾವಿರಕ್ಕೂ ಅಧಿಕ ಕವನಗಳನ್ನು ರಚಿಸಿದ್ದಾರೆ.

ಜನನ ಮತ್ತು ಬಾಲ್ಯ :

ರವೀಂದ್ರನಾಥ ಠಾಗೂರ್‌ರವರು 7ನೇ ಮೇ 1861 ರಲ್ಲಿ ಕಲ್ಕತ್ತಾದ ಜೋರಾಂಶಕೋದಲ್ಲಿ ಜನಿಸಿದರು. ಇವರ ತಂದೆ ದೇವೇಂದ್ರನಾಥ್, ತಾಯಿ ಶಾರದಾದೇವಿ. ಇವರಿಗೆ ಬಾಲ್ಯದಿಂದಲೂ ಪುರಾಣಕ್ಕೆ ಸಂಬಂಧಿಸಿದ ಕಥೆಗಳನ್ನು ಕೇಳುವುದರಲ್ಲಿ ಆಸಕ್ತಿ ಹೊಂದಿದ್ದರು. ರಾಮಾಯಣ, ಮಹಾಭಾರತ ಅಂದರೆ ಅವರಿಗೆ ಅತ್ಯಂತ ಪ್ರಿಯ

ವಿದ್ಯಾಭ್ಯಾಸ :

ಇವರು ಬಾಲ್ಯದಿಂದಲೂ ವಿದ್ಯಾಭ್ಯಾಸಕ್ಕೆ ಹೆಚ್ಚು ಮನ್ನಣೆಯನ್ನು ಕೊಡುತ್ತಿರಲಿಲ್ಲ. ಮನೆಗೆ ಬರುತ್ತಿದ್ದ ಪತ್ರಿಕೆ, ಪುಸ್ತಕ ಇವುಗಳ ಬಗ್ಗೆ ಹೆಚ್ಚಿನ ಒಲವು ಇತ್ತು. ಇವರು ಶಾಲೆಗೆ ಹೋಗದಿರುವುದನ್ನು ಕಂಡು ಮನೆಯಲ್ಲಿಯೇ ಪಾಠ ಹೇಳಿಸುವ ವ್ಯವಸ್ಥೆ ಮಾಡಿದರು. ಪಾಠ

ಕಲಿಯುವ ಸಂದರ್ಭದಲ್ಲೇ ರವೀಂದ್ರರು ಇಂಗ್ಲಿಷ್, ಸಂಸ್ಕೃತ, ಬಂಗಾಳಿ ಸಾಹಿತ್ಯವನ್ನು ಪರಿಚಯಿಸಿಕೊಂಡರು. ಉಪಾಧ್ಯಾಯರು ಹೇಳಿಕೊಟ್ಟ ಕಾಳಿದಾಸನ "ಶಾಕುಂತಲಾ", "ಕುಮಾರ ಸಂಭವ" ಮುಂತಾದ ಗ್ರಂಥಗಳು ರವೀಂದ್ರರಿಗೆ ಸಾಹಿತ್ಯ ಕ್ಷೇತ್ರದತ್ತ ಹೊರಳಲು ಮನಸ್ಸಾಯಿತು. ರವೀಂದ್ರರ ತಂದೆ ದೇವೇಂದ್ರನಾಥರಿಗೆ ಆಧ್ಯಾತ್ಮದ ಬಗ್ಗೆ ಹೆಚ್ಚಿನ ಆಸಕ್ತಿ ಇತ್ತು. ಅವರು ಸದಾ ಧ್ಯಾನದಲ್ಲಿ ತೊಡಗಿರುತ್ತಿದ್ದರು. ಅದಕ್ಕಾಗಿಯೇ ಅವರು ತಮ್ಮ ಮನೆಯ ಸಮೀಪದಲ್ಲಿ ಸಣ್ಣದಾದ ಮತ್ತೊಂದು ಮನೆಯನ್ನು ಮೀಸಲಾಗಿರಿಸಿಕೊಂಡಿದ್ದರು.

ವೈವಾಹಿಕ ಜೀವನ :

ರವೀಂದ್ರನಾಥರು 1883 ರಲ್ಲಿ ಮೃಣಾಲಿನಿದೇವಿ ಅವರೊಡನೆ ವಿವಾಹವಾದರು. ನಂತರ ಅವರು ಇಂಗ್ಲೆಂಡಿಗೆ ಪ್ರಥಮ ಬಾರಿಗೆ ಪ್ರಯಾಣ ಬೆಳೆಸಿದರು.

ವೃತ್ತಿ ಜೀವನ ಮತ್ತು ಕಾರ್ಯಸಾಧನೆ :

❖ 1890 ರಲ್ಲಿ ರವೀಂದ್ರರು ಪ್ರಪ್ರಥಮವಾಗಿ ಇಂಗ್ಲೆಂಡಿಗೆ ಪ್ರಯಾಣಿಸಿದರು. ಅಲ್ಲಿ ಅವರು ಸುಮಾರು ಮೂರು ತಿಂಗಳು ಇದ್ದು ನಂತರ ತಮ್ಮ ನಾಡಿಗೆ ಹಿಂದಿರುಗಿ ಬಂದರು.

❖ ತಮ್ಮ ಜಮೀನನ್ನು ನೋಡಿಕೊಳ್ಳುವುದು ಮಾತ್ರವಲ್ಲದೇ ರೈತರ ಸಮಸ್ಯೆಗಳು, ಸಾಮಾನ್ಯ ಜನರ ಸಂಕಷ್ಟಗಳು ಹಾಗೂ ಅವರು ಎದುರಿಸುತ್ತಿರುವ ಸಮಸ್ಯೆಗಳನ್ನು ಕುರಿತು ಯೋಚಿಸತೊಡಗಿದರು.

❖ ಕೆಲವು ಕಾಲದ ನಂತರ ಅವರು ಪುನಃ ಇಂಗ್ಲೆಂಡಿಗೆ ಹೋದರು. ಅಲ್ಲಿ ಕೆಲವು ಕಾಲ ಇದ್ದು ಲಂಡನ್ ವಿಶ್ವವಿದ್ಯಾನಿಲಯಕ್ಕೆ ಸೇರಿ ಸುಮಾರು ಒಂದೂವರೆ ವರ್ಷಗಳ ಕಾಲ ಇಂಗ್ಲಿಷ್ ಅಧ್ಯಯನ ಮಾಡಿದರು.

❖ ಇಂಗ್ಲಿಷ್ ಅಧ್ಯಯನ ಪ್ರಾರಂಭಿಸುವ ಮುನ್ನವೇ ಅವರಿಗೆ ಬಂಗಾಳಿ ಸಾಹಿತ್ಯದ ಬಗ್ಗೆ ಆಸಕ್ತಿ ಹೆಚಾಗಿತ್ತು. ಆಗ ಅವರು ತಮ್ಮ ಕಾವ್ಯನಾಮ "ಭಾನು ಸಿಂಹ" ಎಂದು ಇಟ್ಟುಕೊಂಡಿದ್ದರು.

❖ **ಗೀತಾಂಜಲಿ** : 1912 ರಲ್ಲಿ ರವೀಂದ್ರರು ತಮ್ಮ ಕೆಲವು ಕವನಗಳನ್ನು ಇಂಗ್ಲಿಷಿಗೆ ಭಾಷಾಂತರಿಸಿದರು. ಅದನ್ನು "ಗೀತಾಂಜಲಿ" ಎಂಬ ಹೆಸರಿನಿಂದ ಪ್ರಕಟಿಸಿದರು. ಇದನ್ನು ಖ್ಯಾತ ಕವಿ ಏಟ್ಸ್ ಅಪಾರವಾದ ಮೆಚ್ಚುಗೆಯನ್ನು ಸೂಚಿಸಿದ್ದರು. ಈ ಕೃತಿಗೆ ಅವರಿಗೆ ನೊಬೆಲ್ ಪ್ರಶಸ್ತಿಯೂ ದೊರೆಯಿತು.

❖ ನೊಬೆಲ್ ಪ್ರಶಸ್ತಿಯಿಂದ ದೊರೆತ ಹಣದಿಂದ ವಿಶ್ವಭಾರತಿಯನ್ನು ಆರಂಭಿಸಿದರು. ಅದನ್ನು ನಿರಂತರವಾಗಿ ಬೆಳೆಸತೊಡಗಿದರು.

❖ 1918ರ ವೇಳೆಗೆ ವಿಶ್ವ ಭಾರತಿಯನ್ನು ವಿಶ್ವವಿದ್ಯಾನಿಲಯದ ಮಟ್ಟಕ್ಕೆ ತಂದರು.

❖ ರವೀಂದ್ರರು 1935 ರಲ್ಲಿ ಕೆಲವು ನಾಟಕ, ಗೀತ ರೂಪಕಗಳನ್ನು ರಚಿಸಿದರು. ವಿದ್ಯಾರ್ಥಿಗಳ ಜೊತೆಗೂಡಿ ಪ್ರವಾಸ ಮಾಡಿ ಪ್ರದರ್ಶನಗಳನ್ನು ನಡೆಸಿ ಹಣ ಸಂಗ್ರಹಣೆ ಮಾಡಿದರು. ಅದನ್ನು ಅಭಿವೃದ್ಧಿ ಕಾರ್ಯಗಳಿಗೆ ಉಪಯೋಗಿಸಿದರು.

❖ 1942 ರಲ್ಲಿ ಮಹಾತ್ಮ ಗಾಂಧೀಜಿಯವರು ವಿಶ್ವ ಭಾರತಿ ಅಭಿವೃದ್ಧಿಗಾಗಿ ಹಣ ಸಂಗ್ರಹಿಸಿ ರವೀಂದ್ರರಿಗೆ ನೀಡಿದರು.

❖ **ರವೀಂದ್ರನಾಥ ಠಾಗೂರರ ವಿಶೇಷತೆ** : ನೊಬೆಲ್ ಪ್ರಶಸ್ತಿ ಪಡೆದುಕೊಂಡ ರವೀಂದ್ರನಾಥರು ಕೇವಲ ನಾಟಕ–ಕವನ ರಚಿಸುವ ಕವಿ ಶ್ರೇಷ್ಠರಲ್ಲದೇ, ಒಳ್ಳೆಯ ಕಲಾವಿದರೂ, ಸಂಗೀತ ಪ್ರಿಯರೂ ಆಗಿದ್ದರು.

❖ ಸುಮಾರು 5,000 ಕ್ಕೂ ಹೆಚ್ಚು ಕವನಗಳನ್ನು ರಚಿಸಿರುವರು. ಇವರ ಮುಖ್ಯ ಕವನಗಳೆಂದರೆ ಮಾನಸಿ, ನೈವೇದ್ಯ, ಗೀತಾಂಜಲಿ, ನವಜಾತಕ.

❖ **ನಾಟಕಗಳು** : ವಾಲ್ಮೀಕಿ, ಪ್ರತಿಭಾ, ವಿಸರ್ಜನ, ಚಿತ್ರಾಂಗದ, ಚಂಡಾಲಿಕ, ವಿಮುಕ್ತ ಧಾರ.

❖ **ಕಾದಂಬರಿಗಳು** : ಇವರು ಸುಮಾರು 12 ಕಾದಂಬರಿಗಳನ್ನು

ರಚಿಸಿರುವರು. ಅವುಗಳಲ್ಲಿ ಮುಖ್ಯವಾದವುಗಳೆಂದರೆ :– ಗೋರ, ಚೋಖೇರ್ ಬಾಲಿ, ಯೋಗಾಯೋಗ. ಇವುಗಳಲ್ಲದೆ ರವೀಂದ್ರರು ಸಣ್ಣ ಕಥೆಗಳನ್ನೂ ಪ್ರಬಂಧಗಳನ್ನು ರಚಿಸಿರುವರು. ರವೀಂದ್ರರ ಹೆಚ್ಚಿನ ಕೃತಿಗಳು ಅನೇಕ ಭಾಷೆಗಳಿಗೆ ತರ್ಜಿಮೆಗೊಂಡಿವೆ.

ನಿಧನ :

ಸಾಹಿತ್ಯ ಕ್ಷೇತ್ರದಲ್ಲಿ ನಿರಂತರವಾಗಿ ಸೇವೆ ಸಲ್ಲಿಸಿ ನಮ್ಮ ದೇಶದ ರಾಷ್ಟ್ರ ಗೀತೆಯನ್ನು ರಚಿಸಿದ ರವೀಂದ್ರನಾಥ ಠಾಗೂರ್ ಅವರು ದಿನಾಂಕ 7ನೇ ಆಗಸ್ಟ್ 1941 ರಲ್ಲಿ ನಿಧನರಾದರು.

17. ಡಾ॥ ಜಾಕೀರ್ ಹುಸೇನ್ (1897 – 1969)

ಭಾರತವೇ ನನ್ನ ಮನೆ ಎಂದು ಸಾರಿದ ಮಹನ್ ವ್ಯಕ್ತಿ

ಕಿರು ಪರಿಚಯ :

ಡಾ॥ ಜಾಕೀರ್ ಹುಸೇನ್ ಅವರು ಭಾರತದ ಮೂರನೆಯ ರಾಷ್ಟ್ರಪತಿಯಾಗಿ ಕಾರ್ಯನಿರ್ವಹಿಸಿದವರು. ಭಾರತದ ಜನತೆಯೇ ನನ್ನ ಬಂಧುಗಳೆಂದು ಸಾರಿಸಾರಿ ಹೇಳುತ್ತಿದ್ದರು. ಇವರು ವಿದ್ಯಾರ್ಥಿಯಾಗಿದ್ದಾಗಲೇ ಉತ್ತಮ ಭಾಷಣಕಾರರೂ, ಉತ್ತಮ ಬರಹಗಾರರೂ ಆಗಿದ್ದರು. ಗಾಂಧೀಜಿಯವರ ಕರೆಗೆ ಓಗೊಟ್ಟು ರಾಷ್ಟ್ರ ಸೇವೆಗಾಗಿ ತಮ್ಮ ಜೀವನವನ್ನೇ ಮುಡುಪಾಗಿರಿಸಿದರು. ಅವರು 1920 ರಲ್ಲಿ ದೆಹಲಿಯಲ್ಲಿ "ಜಾಮಿಯಾ ಮಿಲಿಯಾ ಇಸ್ಲಾಮಿಯಾ" ಎಂಬ

ಸಂಸ್ಥೆಯನ್ನು ಸ್ಥಾಪಿಸುವಲ್ಲಿ ಅತ್ಯಂತ ಮುಖ್ಯವಾದ ಪಾತ್ರವಹಿಸಿದರು. ಇವರು ಶಿಕ್ಷಣ ಕ್ಷೇತ್ರಕ್ಕೆ ಸಲ್ಲಿಸಿದ ಸೇವೆಯು ಅಪಾರ. ಇವರು ಹಿಂದೂಸ್ತಾನ್ ತಾಲಿಂ ಸಂಘದ ಅಧ್ಯಕ್ಷರಾಗಿ ಭಾರತೀಯ ಶಿಕ್ಷಣಕ್ಕೆ ಹೊಸ ರೂಪವನ್ನು ಕೊಟ್ಟವರು.

ಜನನ ಮತ್ತು ಬಾಲ್ಯ :

ಜಾಕೀರ್ ಹುಸೇನ್‌ರವರು 1897 ರಲ್ಲಿ ಹೈದರಾಬಾದ್‌ನಲ್ಲಿ ಜನಿಸಿದರು. ಇವರ ತಂದೆ ಫಿದಾ ಹುಸೇನ್‌ಖಾನ್. ಇವರ ತಾಯಿ ನಾಜ್‌ನಿನ್ ಬೇಗಂ. ಇವರ ತಂದೆ ಪ್ರಸಿದ್ಧ ವಕೀಲರಾಗಿದ್ದರು. ಕೆಲವು ಕಾಲದ ನಂತರ ಅವರು ಮುನ್ಸಿಫ್ ಹಾಗೂ ಮ್ಯಾಜಿಸ್ಟ್ರೇಟ್ ಆಗಿಯೂ ಕಾರ್ಯನಿರ್ವಹಿಸಿದರು.

ವಿದ್ಯಾಭ್ಯಾಸ :

ಜಾಕೀರ್ ಹುಸೇನ್ ಅವರ ಮಾತೃಭಾಷೆ ಉರ್ದು ಆದರೂ ತಂದೆಯವರ ಆಶಯದಂತೆ ಇಂಗ್ಲಿಷ್ ವಿದ್ಯಾಭ್ಯಾಸ ಪಡೆದರು. ಅದಕ್ಕಾಗಿಯೇ ಅವರ ತಂದೆ ಮನೆಯಲ್ಲಿಯೇ ಆಂಗ್ಲ ಶಿಕ್ಷಕರೊಬ್ಬರನ್ನು ನೇಮಿಸಿದರು. ಇವರ ಪ್ರೌಢ ಶಿಕ್ಷಣ ಹೈದರಾಬಾದಿನ ಸುಲ್ತಾನ್ ಬಜಾರ್ ಶಾಲೆಯಲ್ಲಿ ನಡೆಯಿತು. ತಂದೆಯವರ ನಿಧನದ ನಂತರ ತಮ್ಮ ಮುಂದಿನ ವಿದ್ಯಾಭ್ಯಾಸವನ್ನು ಉತ್ತರ ಪ್ರದೇಶದ ಆಲಿಘರ್‌ನಲ್ಲಿ ಮುಂದುವರಿಸಿದರು. ಇವರು ತಮ್ಮ ವಿದ್ಯಾರ್ಥಿ ಜೀವನದಲ್ಲೇ ಉತ್ತಮ ಬರಹಗಾರರೂ ಹಾಗೂ ಭಾಷಣಕಾರರೂ ಆಗಿದ್ದರು. ನಂತರದಲ್ಲಿ ಇವರು ಸ್ನಾತ್ತಕೋತ್ತರದಲ್ಲಿ ಎಂ.ಎ. ಮತ್ತು ಕಾನೂನು ಪದವಿಯನ್ನು ಪಡೆದರು. ವಿದ್ಯಾರ್ಥಿಯಾಗಿದ್ದಾಗಲೇ ಇವರು ಗಾಂಧೀಜಿಯವರ ಕರೆಗೆ ಮಾರುಹೋಗಿ ರಾಷ್ಟ್ರ ಸೇವೆಗಾಗಿ ತಮ್ಮ ಜೀವನವನ್ನು ಮುಡುಪಾಗಿರಿಸಿದರು.

ವೈವಾಹಿಕ ಜೀವನ :

ಜಾಕೀರ್ ಹುಸೇನ್ ಅವರು 1915 ರಲ್ಲಿ ಶೆಹಜೆಹಾನ್ ಬೇಗಂ ಎಂಬುವವರನ್ನು ವಿವಾಹವಾದರು.

ವೃತ್ತಿ ಜೀವನ ಮತ್ತು ಕಾರ್ಯಸಾಧನೆ :

❖ ಬರ್ಲಿನ್ ವಿಶ್ವವಿದ್ಯಾನಿಲಯದಲ್ಲಿ ಅರ್ಥಶಾಸ್ತ್ರವನ್ನು ಆಳವಾಗಿ ಅಭ್ಯಾಸ ಮಾಡಿ 1921 ರಲ್ಲಿ ಪಿ.ಹೆಚ್.ಡಿ. ಪದವಿಯನ್ನು ಗಳಿಸಿದರು.

❖ ಇವರು ಜರ್ಮನಿಯಲ್ಲಿದ್ದಾಗ ಬೇರೆ ಬೇರೆ ಲೇಖಕರ ಒಂದುಗೂಡಿ "ದಿವಾನ್-ಇ-ಘಾಲಿಬ್" ಹಾಗೂ ಜರ್ಮನ್ ಭಾಷೆಯಲ್ಲಿ "ಡೆ ಬೇಟ್ ಫಾಸ್ಟ್ ಡೇಸ್", "ಮಹಾತ್ಮ ಗಾಂಧಿ" ಎಂಬ ಮಹತ್ತರ ಕೃತಿಗಳನ್ನು ಪ್ರಕಟಿಸಿದರು.

❖ ಇವರು ಜಾಮಿಯಾ ಮಿಲಿಯಾ ಇಸ್ಲಾಮಿಯಾ ಸಂಸ್ಥೆಯ ಸರ್ವತೋಮುಖ ಏಳಿಗೆಗೆ ದುಡಿದರು. ಇವರು ಹೆಚ್ಚು ಅವಧಿ ಆ ಸಂಸ್ಥೆಯ ಉಪಕುಲಪತಿಗಳಾಗಿ ಸೇವೆ ಸಲ್ಲಿಸಿದರು.

❖ 1926 ರಲ್ಲಿ ಪ್ರಥಮ ಬಾರಿಗೆ ರಾಷ್ಟ್ರೀಯತವಾದಿಯಾಗಿದ್ದ ಜಾಕೀರ್ ಹುಸೇನ್‌ರವರು ಮಹಾತ್ಮ ಗಾಂಧೀಜಿಯವರನ್ನು ಭೇಟಿಯಾದರು. ನಂತರದ ದಿನಗಳಲ್ಲಿ ಇವರು ಗಾಂಧೀಜಿಯವರ ಪ್ರಮುಖ ಅನುಯಾಯಿಗಳಲ್ಲಿ ಒಬ್ಬರಾದರು.

❖ 1937 ರಲ್ಲಿ ನಡೆದ ಅಖಿಲ ಭಾರತ ರಾಷ್ಟ್ರೀಯ ವಿದ್ಯಾಭ್ಯಾಸ ಸಮ್ಮೇಳನ ಮೂಲ ಶಿಕ್ಷಣ ಯೋಜನೆಯ ಬಗ್ಗೆ ನಿರ್ಣಯ ಕೈಗೊಂಡಾಗ ಅದರ ರೂಪುರೇಷೆಗಳನ್ನು ರಚಿಸಿದರು.

❖ ಗಾಂಧೀಜಿಯವರು ಹುಸೇನ್ ಅವರಿಗೆ ಏನೇ ಕಾರ್ಯನಿರ್ವಹಿಸಲು ಸೂಚನೆ ನೀಡಿದರೆ ಸಾಕು ಅದನ್ನು ಅತ್ಯಂತ ಪ್ರಾಮಾಣಿಕವಾಗಿಯೂ, ಪರಿಣಾಮಕಾರಿಯಾಗಿಯೂ ನಿರ್ವಹಿಸುತ್ತಿದ್ದರು.

❖ 1938 ರಲ್ಲಿ ಹುಸೇನ್‌ರವರು "ಹಿಂದೂಸ್ತಾನ್ ತಾಲೀಂ" ಸಂಘದ ಅಧ್ಯಕ್ಷರಾಗಿ ಆಯ್ಕೆಗೊಂಡರು. ಇದರ ಮೂಲಕ ಭಾರತೀಯ ಶಿಕ್ಷಣಕ್ಕೆ ಹೊಸ ರೂಪ ತರುವಲ್ಲಿ ಯಶಸ್ವಿಯಾದರು.

❖ **ಉಪಕುಲಪತಿಗಳಾಗಿ ನೇಮಕ :** ಭಾರತ ಸ್ವಾತಂತ್ರ್ಯ ಪಡೆದ ನಂತರ ಹುಸೇನ್‌ರವರು ಆಲಿಘರ್ ವಿಶ್ವವಿದ್ಯಾನಿಲಯದ ಉಪಕುಲಪತಿಗಳಾಗಿ ನೇಮಕಗೊಂಡರು.

❖ ತಮ್ಮ ಅಧಿಕಾರಾವಧಿಯಲ್ಲಿ ಆ ವಿಶ್ವವಿದ್ಯಾನಿಲಯದ ಧೋರಣೆ

ಭಾರತದ ರಾಷ್ಟ್ರೀಯತೆಗೆ ಹೊಂದಿಕೊಳ್ಳುವಂತೆ ಮಾಡಲು ಬಹುವಾಗಿ ಶ್ರಮಿಸಿದರು.

❖ ಇವರು ವಿಶ್ವವಿದ್ಯಾನಿಲಯದ ಧನ ಸಹಾಯ ಆಯೋಗ, ಇಂಡಿಯನ್ ಪ್ರೆಸ್ ಕಮೀಷನ್, ವಿಶ್ವವಿದ್ಯಾನಿಲಯದ ಶಿಕ್ಷಣ ಆಯೋಗ, ಯುನೆಸ್ಕೋ ಅಂತರರಾಷ್ಟ್ರೀಯ ವಿದ್ಯಾರ್ಥಿ ಸೇವೆ, ಸೆಕೆಂಡರಿ ಶಿಕ್ಷಣ ಕೇಂದ್ರ ಮುಂತಾದವುಗಳೊಡನೆ ನೇರ ಸಂಪರ್ಕ ಹೊಂದಿದ್ದರು.

❖ ಇವರು ಸಂಸ್ಥೆಯ ಪದವಿ ಪ್ರದಾನ ಸಂದರ್ಭದಲ್ಲಿ ಮಾಡಿದ ಭಾಷಣ ಎಲ್ಲರ ಮೆಚ್ಚುಗೆ ಪಡೆಯಿತು.

ಗೌರವ – ಪ್ರಶಸ್ತಿಗಳು :

❖ ಜಾಕೀರ್ ಹುಸೇನ್‌ರವರ ಶಿಕ್ಷಣ ಸೇವೆ, ಅವರ ಭಾಷಣ ಕಲೆ, ಅವರು ಸಾಮಾಜಿಕ ಕ್ಷೇತ್ರದಲ್ಲಿ ಸಲ್ಲಿಸಿದ ಸೇವೆ ಮುಂತಾದವುಗಳನ್ನು ಗಮನದಲ್ಲಿಟ್ಟುಕೊಂಡು 1952 ರಲ್ಲಿ ಅವರನ್ನು ರಾಜ್ಯಸಭಾ ಸದಸ್ಯರನ್ನಾಗಿ ನಾಮಕರಣ ಮಾಡಲಾಯಿತು.

❖ 1954 ರಲ್ಲಿ ಇವರಿಗೆ ಪದ್ಮಭೂಷಣ ಪ್ರಶಸ್ತಿಯನ್ನು ನೀಡಿ ಗೌರವಿಸಲಾಯಿತು.

❖ 1957 ರಲ್ಲಿ ಇವರನ್ನು ಬಿಹಾರದ ರಾಜ್ಯಪಾಲರನ್ನಾಗಿ ನೇಮಕ ಮಾಡಲಾಯಿತು.

❖ **ಭಾರತದ ಉಪರಾಷ್ಟ್ರಪತಿ** : 1962 ರಲ್ಲಿ ಇವರಿಗೆ ಭಾರತ ರತ್ನ ಎಂಬ ಉನ್ನತ ಪ್ರಶಸ್ತಿ ನೀಡಿ ಗೌರವಿಸಲಾಯಿತು.

❖ 1967 ರಲ್ಲಿ ಇವರು ಭಾರತದ ಮೂರನೆಯ ರಾಷ್ಟ್ರಪತಿಗಳಾಗಿ ಚುನಾಯಿತರಾದರು.

❖ ಹುಸೇನ್‌ರವರು ಉರ್ದು ಭಾಷೆಯಲ್ಲಿ ಅನೇಕ ಕಥೆಗಳನ್ನು ರಚಿಸಿ ಪ್ರಕಟಗೊಳಿಸಿದ್ದಾರೆ.

ನಿಧನ :

ಭಾರತದ ಶಿಕ್ಷಣ ಕ್ಷೇತ್ರ, ಸಾಮಾಜಿಕ ಕ್ಷೇತ್ರ, ರಾಜಕೀಯ ಕ್ಷೇತ್ರ ಇವುಗಳಲ್ಲಿ ವಿಶಿಷ್ಟ ಸೇವೆ ಸಲ್ಲಿಸಿ ಅಪಾರ ಕೀರ್ತಿ, ಗೌರವವನ್ನು ಸಂಪಾದಿಸಿದ ಜಾಕೀರ್ ಹುಸೇನ್‌ರವರು 1969 ರಲ್ಲಿ ನಿಧನರಾದರು.

18. ಡಾ|| ಎ.ಪಿ.ಜೆ. ಅಬ್ದುಲ್ ಕಲಾಂ (1931 – 2015)

ಭಾರತದ ಕ್ಷಿಪಣಿ ಮಾನವ

ಕಿರು ಪರಿಚಯ :

ಅಬ್ದುಲ್ ಕಲಾಂರವರು ಜನ ಮೆಚ್ಚಿದ ರಾಷ್ಟ್ರ ನಾಯಕ. ಇವರು ಭಾತರದ ರಾಷ್ಟ್ರಪತಿಯಾಗಿ ಸೇವೆ ಸಲ್ಲಿಸಿ ಆ ಹುದ್ದೆಯ ಘನತೆಯುನ್ನು ಹೆಚ್ಚಿಸಿದ್ದಾರೆ. ಕಲಾಂ ಅವರು ಭಾರತ ಕಂಡ ಅತ್ಯುತ್ತಮ ರಾಷ್ಟ್ರಪತಿಗಳಾಗಿಯೂ, ವಿಜ್ಞಾನಿಗಳಾಗಿಯೂ, ಉಪಾಧ್ಯಾಯರಾಗಿಯೂ, ಬರಹಗಾರರಾಗಿಯೂ, ಉತ್ತಮ ಸಲಹೆಗಾರರಾಗಿಯೂ ನಾನಾ ಕ್ಷೇತ್ರಗಳಲ್ಲಿ ಸೇವೆ ಸಲ್ಲಿಸಿದವರಾಗಿದ್ದಾರೆ. ಕಲಾಂರವರು 1998 ರಲ್ಲಿ ರಾಜಸ್ಥಾನದಲ್ಲಿ ನಡೆದ ಪೋಖ್ರಾನ್ – 2 ನ್ಯೂಕ್ಲಿಯರ್ ಪರೀಕ್ಷೆಯಲ್ಲಿ ಮುಖ್ಯವಾದ ಪಾತ್ರವನ್ನು ವಹಿಸಿದರು. ಇವರು ದಿನಾಂಕ 25ನೇ ಜುಲೈ 2002 ರಿಂದ 25ನೇ ಜುಲೈ 2007ರ ವರೆಗೆ ಭಾರತದ ಹನ್ನೊಂದನೆಯ ರಾಷ್ಟ್ರಪತಿಗಳಾಗಿ ಯಶಸ್ವಿಯಾಗಿ ತಮ್ಮ ಕರ್ತವ್ಯವನ್ನು ನಿರ್ವಹಿಸಿದ್ದಾರೆ. ನಾನಾ ಕ್ಷೇತ್ರಗಳಲ್ಲಿ ಹೆಸರು ಪಡೆದ ಕಲಾಂ ಅವರು ಜನಮೆಚ್ಚಿದ ರಾಷ್ಟ್ರ ನಾಯಕರಾಗಿದ್ದಾರೆ. ಅವರ ಸೇವೆ, ಕರ್ತವ್ಯ ನಿಷ್ಠೆ ಪ್ರತಿಯೊಬ್ಬರಿಗೂ ಮಾರ್ಗದರ್ಶನವೇ ಸರಿ!

ಜನನ ಮತ್ತು ಬಾಲ್ಯ :

ಕಲಾಂ ಅವರು 15ನೇ ಅಕ್ಟೋಬರ್ 1931 ರಲ್ಲಿ ತಮಿಳುನಾಡಿನ ರಾಮೇಶ್ವರಂ ಸಮೀಪದ ಧನುಷ್ಕೋಟಿಯಲ್ಲಿ ಜನಿಸಿದರು. ಇವರ ಪೂರ್ಣ ಹೆಸರು ಅವುಲ್ ಫಕೀರ್ ಜೈನುದ್ದೀನ್. ಇವರ ತಂದೆ ಜೈನುಲ್ಲಾಬ್ದೀನ್. ತಾಯಿ ಅಬ್ದುಲಾ. ಇವರ ತಂದೆ ವೃತ್ತಿಯಲ್ಲಿ ಅಂಬಿಗರಾಗಿದ್ದರು. ಅವರು ಅತ್ಯಂತ ಬಡವರೂ ಆಗಿದ್ದರು. ಮನೆಯ ವಾತಾವರಣ ಬಡತನದಿಂದ ಕೂಡಿದ್ದರಿಂದ ಕಲಾಂ ತಂದೆಗೆ ಆರ್ಥಿಕವಾಗಿ ನೆರವಾಗಲು ದಿನಪತ್ರಿಕೆಯನ್ನು ಮಾರಲು ಹೋಗುತ್ತಿದ್ದರು. ಬಾಲ್ಯದಲ್ಲಿಯೇ ಅವರಿಗೆ ಸೇವಾ ಮನೋಭಾವ ಬೆಳೆದಿತ್ತು.

ವಿದ್ಯಾಭ್ಯಾಸ :

ಕಲಾಂ ಅವರ ಪ್ರಾಥಮಿಕ ಶಿಕ್ಷಣ ಮುಗಿದ ನಂತರ ತಿರುಚನಾಪಳ್ಳಿಯ ಸಂತ ಜೋಸೆಫ್ ಕಾಲೇಜಿನಲ್ಲಿ ಭೌತಶಾಸ್ತ್ರದ ಅಭ್ಯಾಸವನ್ನು ಮುಂದುವರಿಸಿದರು. ಆದರೆ ಅವರಿಗೆ ಭೌತಶಾಸ್ತ್ರದ ಬಗ್ಗೆ ಹೆಚ್ಚು ಆಸಕ್ತಿ ಇರದ ಕಾರಣ ವೈಮಾನಿಕ ಇಂಜಿನಿಯರ್ ಪದವಿಯಲ್ಲಿ ತಮ್ಮ ವಿದ್ಯಾಭ್ಯಾಸವನ್ನು ಮುಂದುವರಿಸಿದರು. ಇವರು 1958 ರಲ್ಲಿ ಮದ್ರಾಸ್ ಇನ್ಸಟಿಟ್ಯೂಟ್ ಆಫ್ ಟೆಕ್ನಾಲಜಿಯಿಂದ ವೈಜ್ಞಾನಿಕ ಇಂಜಿನಿಯರಿಂಗ್‌ನಲ್ಲಿ ಪದವಿಯನ್ನು ಪಡೆದರು. ಅಲ್ಲದೆ ಎಂ.ಟೆಕ್. ಮತ್ತು ಪಿ.ಹೆಚ್.ಡಿ. ಪದವಿಯನ್ನೂ ಸಹ ಪಡೆದರು.

ವೃತ್ತಿ ಜೀವನ ಮತ್ತು ಕಾರ್ಯಸಾಧನೆ :

❖ ಕಲಾಂ ಅವರು ಕೆಲವು ಕಾಲ ಅಧ್ಯಾಪಕರಾಗಿ ಸೇವೆ ಸಲ್ಲಿಸಿದರು. ನಂತರ ಇವರು ತಿರುವನಂತಪುರಂನಲ್ಲಿ ಇಂಡಿಯನ್ ಇನ್ಸಟಿಟ್ಯೂಟ್ ಆಫ್ ಸ್ಪೇಸ್ ಅಂಡ್ ಟೆಕ್ನಾಲಜಿ ಹಾಗೂ ಇಸ್ರೋದಲ್ಲಿ ವಿಜ್ಞಾನಿಯಾಗಿ ಕಾರ್ಯನಿರ್ವಹಿಸಿದರು.

❖ ಇವರು ರಕ್ಷಣಾ ಸಂಶೋಧನೆ ಮತ್ತು ಅಭಿವೃದ್ಧಿ (ಡಿ.ಆರ್.ಡಿ.ಓ.) ಯಲ್ಲಿಯೂ ಕಾರ್ಯನಿರ್ವಹಿಸಿದ್ದಾರೆ.

- **ಕ್ಷಿಪಣಿಗಳ ಜನಕ :** ಭಾರತಕ್ಕಾಗಿ ಕ್ಷಿಪಣಿ ಹಾಗೂ ರಾಕೆಟ್ ತಂತ್ರಜ್ಞಾನವನ್ನು ತಯಾರಿಸಿದ ಕಾರಣ ಕಲಾಂ ಅವರನ್ನು ಭಾರತದ ಕ್ಷಿಪಣಿಗಳ ಜನಕ ಎಂದು ಕರೆಯುತ್ತಾರೆ.
- 1998 ರಲ್ಲಿ ರಾಜಸ್ಥಾನದಲ್ಲಿ ನಡೆದ ಫೋಖ್ರಾನ್-2 ನ್ಯೂಕ್ಲಿಯರ್ ಪರೀಕ್ಷೆಯಲ್ಲಿ ಮುಖ್ಯವಾದ ಪಾತ್ರ ವಹಿಸಿದ್ದರು.
- ಕಲಾಂ ಅವರು 2002 ರಿಂದ 2007 ರವರೆಗೆ ಭಾರತದ 11ನೇ ರಾಷ್ಟ್ರಪತಿಗಳಾಗಿ ರಾಷ್ಟ್ರವನ್ನಾಳಿದ್ದಾರೆ.
- ಇವರು ಐ.ಐ.ಎಂ. ಇಂದೋರಿನಲ್ಲಿ ಸಂದರ್ಶಕ ಅಧ್ಯಾಪಕರಾಗಿ ಸೇವೆ ಸಲ್ಲಿಸಿರುತ್ತಾರೆ.
- ಚೆನ್ನೈನಲ್ಲಿ ಅಣ್ಣಾ ವಿಶ್ವವಿದ್ಯಾನಿಲಯ, ಮೈಸೂರಿನ ಜೆ.ಎಸ್.ಎಸ್. ವಿಶವಿದ್ಯಾನಿಲಯದಲ್ಲಿ ಮಾತ್ರವಲ್ಲದೆ ಅನೇಕ ಸಂಶೋಧನಾಲಯಗಳಲ್ಲಿಯೂ ಅಧ್ಯಾಪಕರಾಗಿ ಸೇವೆ ಸಲ್ಲಿಸಿದ್ದಾರೆ.
- **ಕವಿಗಳೂ ಹೌದು!** ಕಲಾಂ ಅವರು ಕೇವಲ ವಿಜ್ಞಾನಿಗಳು ಮಾತ್ರ ಆಗಿಲ್ಲದೆ ಅತ್ಯುತ್ತಮ ವೀಣಾವಾದಕರೂ, ಕವಿಗಳೂ ಆಗಿದ್ದಾರೆ. ಕಲಾಂ ಅವರ ಕವನ ಸಂಕಲನವಾದ "ದಿ ಲೈಫ್ ಟ್ರಿ" ಎಂಬುದು ವಿಜ್ಞಾನ ಹಾಗೂ ಸಾಹಿತ್ಯವನ್ನು ಒಂದು ಮಾಡುವ ಕೃತಿಯಾಗಿದೆ.

ಗೌರವ – ಪ್ರಶಸ್ತಿಗಳು :

- ಎ.ಪಿ.ಜೆ. ಅಬ್ದುಲ್ ಕಲಾಂ ಅವರು ಭಾರತ ಕಂಡ ಉತ್ತಮ ರಾಷ್ಟ್ರಪತಿಗಳು. ಇವರು 5 ವರ್ಷಗಳ ಕಾಲ ನಿರಂತರವಾಗಿ ಭಾರತದ ಹನ್ನೊಂದನೆಯ ರಾಷ್ಟ್ರಪತಿಗಳಾಗಿ ಸೇವೆ ಸಲ್ಲಿಸಿದ್ದಾರೆ.
- 1981 ರಲ್ಲಿ ಕಲಾಂ ಅವರಿಗೆ ಪದ್ಮಭೂಷಣ ಪ್ರಶಸ್ತಿ,
- 1990 ರಲ್ಲಿ ಪದ್ಮ ವಿಭೂಷಣ ಪ್ರಶಸ್ತಿ,
- 1997 ರಲ್ಲಿ ಭಾರತ ರತ್ನ ಪ್ರಶಸ್ತಿ ದೊರೆತಿವೆ.
- **ಗೌರವ ಡಾಕ್ಟರೇಟ್‌ಗಳು :** ಕಲಾಂ ವಿಶ್ವದ ಮೂವತ್ತ ಮೂರು (33)

ವಿಶ್ವವಿದ್ಯಾನಿಲಯಗಳ ಗೌರವ ಡಾಕ್ಟರೇಟ್‌ಗಳನ್ನು ಪಡೆದ ಏಕೈಕ ಭಾರತೀಯರು.

❖ "ವಿಂಗ್ಸ್ ಆಫ್ ಫೈರ್" ಎಂಬುದು ಕಲಾಂರವರ ಆತ್ಮಕಥೆಯಾಗಿದೆ.

ನಿಧನ :

ಅಧ್ಯಾಪಕರಾಗಿ, ಬರಹಗಾರರಾಗಿ, ಸಲಹೆಗಾರರಾಗಿ, ಅತ್ಯುತ್ತಮ ವಿಜ್ಞಾನಿಯಾಗಿ ಸೇವೆ ಸಲ್ಲಿಸಿರುವ ಕಲಾಂ ಅವರು ನಿಜಕ್ಕೂ ಪ್ರಶಾಂಸರ್ಹರು. ಇವರು 27 ನೇ ಜುಲೈ 2015 ರಲ್ಲಿ ನಿಧನರಾದರು.

19. ಜಯದೇವಿತಾಯಿ ಲಿಗಾಡೆ (1912 – 1986)

ಕರ್ನಾಟಕದ ಏಕೀಕರಣಕ್ಕಾಗಿ ಶ್ರಮಿಸಿದ ವೀರ ಮಹಿಳೆ

ಕಿರು ಪರಿಚಯ :

ಜಯದೇವಿತಾಯಿ ಲಿಗಾಡೆ ಕನ್ನಡ ನಾಡಿಗೆ "ಕರ್ನಾಟಕ" ಎಂದು ನಾಮಕರಣ ಮಾಡಿದಾಗ ಅವರಿಗಾದ ಸಂತೋಷ ಅಷ್ಟಿಷ್ಟಲ್ಲ. ಅದಕ್ಕಾಗಿ ಶ್ರಮಪಟ್ಟವರಲ್ಲಿ ಇವರೂ ಒಬ್ಬರು. ಕನ್ನಡ ಸಾಹಿತ್ಯಕ್ಕೆ ವಿಶೇಷ ಕೊಡುಗೆ ನೀಡಿದ ಈಕೆಯನ್ನು ಯಾರೂ ಮರೆಯುವಂತಿಲ್ಲ. ಮರಾಠಿಯಲ್ಲಿ ಕೃತಿಗಳನ್ನು ರಚಿಸಿ ಕನ್ನಡ ಕಲಿತು ಕನ್ನಡದಲ್ಲಿಯೇ ಹಲವಾರು ಕೃತಿಗಳನ್ನು ರಚಿಸಿ ತಾವೂ ಒಬ್ಬ ಕನ್ನಡತಿ ಎಂಬ ಹೆಗ್ಗಳಿಕೆಗೆ ಪಾತ್ರರಾದವರು. ಹೈದರಾಬಾದಿಗೆ ಸೇರಿದ ಕನ್ನಡದ ನಾನಾ ಪ್ರದೇಶಗಳಲ್ಲಿ ನಿಜಾಮರ ವಿರೋಧವನ್ನೂ ಲೆಕ್ಕಿಸದೆ ಕನ್ನಡದ ಪ್ರಚಾರ ಮಾಡಿದ ಧೀಮಂತ ಮಹಿಳೆ. ಜಯದೇವಿತಾಯಿಯವರು "ಜಯಗೀತ" ಎಂಬ 40 ಕವನಗಳನ್ನು ಸಂಕಲಿಸಿದ್ದಾರೆ. ಇವರ ಕೃತಿಗಳು, ಸಾಹಿತ್ಯ, ದೇಶಭಕ್ತಿ,

ಸ್ವಾತಂತ್ರ್ಯ ಹೋರಾಟ, ಇತಿಹಾಸ, ರಾಜಕಾರಣ ಮುಂತಾದ ವಿಷಯಗಳನ್ನೊಳಗೊಂಡಿವೆ. ಮರಾಠಿಯಲ್ಲೇ ಶಿಕ್ಷಣ ಪಡೆದು, ಕನ್ನಡದಲ್ಲಿ ಕೃತಿಗಳನ್ನು ರಚಿಸಿ ತಾನೂ ಸಹ ಕನ್ನಡಿಗಳು ಎಂಬುದನ್ನು ತಮ್ಮ ಬರವಣಿಗೆಯ ಮೂಲಕ ತೋರಿಸಿಕೊಟ್ಟಿದ್ದಾರೆ.

ಜನನ ಮತ್ತು ಬಾಲ್ಯ:

ಜಯದೇವಿತಾಯಿ ಲಿಗಾಡೆ ಅವರು ಸೊಲ್ಲಾಪುರದಲ್ಲಿ ದಿನಾಂಕ 23ನೇ ಜೂನ್ 1912ರಲ್ಲಿ ಜನಿಸಿದರು. ಇವರು ತಮ್ಮ 14ನೇ ವಯಸ್ಸಿನಲ್ಲಿಯೇ ವಿವಾಹವಾಗಿ 5 ಜನ ಮಕ್ಕಳನ್ನು ಪಡೆದರು. ಮಕ್ಕಳ ವಿದ್ಯಾಭ್ಯಾಸ ಮುಂದುವರಿಯುತ್ತಿರುವಾಗಲೇ ದುರದೃಷ್ಟವಶಾತ್ ಅವರ ಪತಿ ವಿಧಿವಶರಾದರು. ಸಂಸಾರದ ಸಂಪೂರ್ಣ ಜವಾಬ್ದಾರಿ ಲಿಗಾಡೆಯವರ ಮೇಲೆ ಬಿತ್ತು. ಆದರೆ ಛಲಗಾರ್ತಿಯಾದ ಲಿಗಾಡೆಯವರು ಯಾವುದನ್ನೂ ಲೆಕ್ಕಿಸದೆ ಸಂಸಾರವನ್ನು ಮುನ್ನಡೆಸಿದರು.

ವಿದ್ಯಾಭ್ಯಾಸ :

ಮಕ್ಕಳ ತಾಯಿಯಾದರೂ, ಏನೇ ತೊಂದರೆಗಳು ಎದುರಾದರೂ ಎದೆಗುಂದದೆ ಮಹಾರಾಷ್ಟ್ರದಲ್ಲಿ ಹುಟ್ಟಿ ಮರಾಠಿಯಲ್ಲೇ ವಿದ್ಯಾಭ್ಯಾಸ ಮಾಡಿ ಪಾಂಡಿತ್ಯ ಬೆಳೆಸಿಕೊಂಡರು. ನಂತರ ಕನ್ನಡ ಭಾಷೆ ಕಲಿತು ಕನ್ನಡದಲ್ಲೇ ಕೃತಿಗಳನ್ನು ರಚಿಸಿದರು. ಹೈದರಾಬಾದಿನಿಂದ ನಿರಾಶ್ರಿತರಾಗಿ ಬಂದವರಿಗೆ ತಾವೇ ಆಶ್ರಯ ನೀಡಿದರು. ಹಲವಾರು ವಿದ್ಯಾಸಂಸ್ಥೆಗಳಿಗೆ ಉದಾರವಾಗಿ ನೆರವು ನೀಡಿದರು. ಲಿಗಾಡೆಯವರು ಸಾಮಾನ್ಯ ಹೆಣ್ಣಾಗಿರಲಿಲ್ಲ. ಅವರೊಬ್ಬ ಧೀಮಂತ ಕನ್ನಡ ಕವಯಿತ್ರಿ. ಅಲ್ಲದೆ ಅವರೊಬ್ಬ ಹುಟ್ಟು ಛಲಗಾರ್ತಿ ಹಾಗೂ ಹೋರಾಟಗಾರ್ತಿ ಎಂದರೆ ಅತಿಶಯೋಕ್ತಿಯೇನಲ್ಲ!

ವೃತ್ತಿ ಜೀವನ ಮತ್ತು ಕಾರ್ಯಸಾಧನೆ :

❖ ಜಯದೇವಿತಾಯಿ ಲಿಗಾಡೆಯವರು ಕರ್ನಾಟಕ ಏಕೀಕರಣಕ್ಕಾಗಿ ಶ್ರಮಪಟ್ಟವರು. ಕನ್ನಡಿಗರಿಗಾಗಿ ಕನ್ನಡ ಸಾಹಿತ್ಯ ಉನ್ನತಿಗಾಗಿ

ಜೀವನವನ್ನೇ ಅರ್ಪಿಸಿದವರು. ಮರಾಠಿಯಲ್ಲಿ ಶಿಕ್ಷಣ ಪಡೆದು ಕನ್ನಡ ಸಾಹಿತ್ಯ ಕ್ಷೇತ್ರದಲ್ಲಿ ತಮ್ಮನ್ನು ತೊಡಗಿಸಿಕೊಂಡವರು.

❖ ಸಿದ್ಧರಾಮೇಶ್ವರ ಪುರಾಣ ಎಂಬ ಮಹಾಕಾವ್ಯದ ಕವಯಿತ್ರಿ ಲಿಗಾಡೆಯವರು ತಮ್ಮ ಅಭಿವ್ಯಕ್ತಿಗಾಗಿ ಕಾವ್ಯ ಪ್ರಕಾರವನ್ನು ಆಯ್ಕೆ ಮಾಡಿಕೊಂಡು ಈ ಮಹಾಕಾವ್ಯವನ್ನು ರಚಿಸಿದರು. ಇದು ತ್ರಿಪದಿಯಲ್ಲಿ ರಚಿತಗೊಂಡಿದೆ.

❖ ರಾಘವಾಂಕನ ಸಿದ್ಧರಾಮ ಪುರಾಣ, ಶೂನ್ಯ ಸಂಪಾದನೆಯಲ್ಲಿ ಕಂಡುಬರುವ ಸಿದ್ಧರಾಮನ ಪ್ರಸಂಗ, ಮಂತ್ರ ಗೋಪ್ಯ, ಅಷ್ಟಾವರಣ ಸ್ತೋತ್ರ, ತ್ರಿವಿಧಿ ಮುಂತಾದ ಗ್ರಂಥಗಳ ಒಂದು ಸಂಕೀರ್ಣ ಸ್ವರೂಪ ಇದಾಗಿದೆ.

❖ ಇದರಲ್ಲಿ ಅತಿ ಹೆಚ್ಚು ಭಕ್ತಿಗೆ ಪ್ರಾಧಾನ್ಯತೆಯನ್ನು ನೀಡಲಾಗಿದ್ದು, ಸಾಮಾನ್ಯರಿಗೂ ತಿಳಿವಳಿಕೆ ನೀಡುವಲ್ಲಿಯೂ ಅತ್ಯಂತ ಪೂರಕವಾಗಿದೆ. ಸರಳ–ಜಾನಪದ ಶೈಲಿ ಇಲ್ಲಿರುವುದು ಗಮನಾರ್ಹ.

❖ **ಜಯದೇವಿತಾಯಿ ಲಿಗಾಡೆಯವರ ಕೃತಿಗಳು :**

❖ ಜಯದೇವಿ ತಾಯಿ ಲಿಗಾಡೆಯವರು ರಚಿಸಿದ ಸಿದ್ಧರಾಮೇಶ್ವರ ಪುರಾಣ ಎಂಬ ಮಹಾಕಾವ್ಯ, ಜಯಗೀತ, ತಾಯಿಯ ಪದಗಳು, ಸಿದ್ಧರಾಮ ಇವುಗಳು ಅವರ ಪ್ರಮುಖ ಕೃತಿಗಳು.

❖ ಜಯಗೀತ ಎಂಬುದು 40 ಕವನಗಳ ಸಂಕಲನ.

❖ ತಾಯಿ ಪದಗಳಲ್ಲಿ ಧರ್ಮ, ನೀತಿ, ದೇಶಭಕ್ತಿ, ಸ್ವಾತಂತ್ರ್ಯ ಮುಂತಾದ ವಿಚಾರಗಳು ಅಡಕಗೊಂಡಿವೆ.

❖ ತಾರಕ್ಕ ತಂಬೂರಿ ಇದು 39 ಅನುಭವದ ಹಾಡುಗಳ ಒಂದು ಸಂಕಲನ.

❖ ಸಿದ್ಧರಾಮ ಎಂಬುದು ಮಕ್ಕಳಿಗಾಗಿ ಬರೆದ ಗದ್ಯ ಗ್ರಂಥ.

❖ ಮರಾಠರಿಗೆ ಕನ್ನಡದ ವಚನ ಸಾಹಿತ್ಯವನ್ನು ಪರಿಚಯಿಸುವ ಸಲುವಾಗಿ ಜಯದೇವಿತಾಯಿ ಲಿಗಾಡೆಯವರು ಸಿದ್ಧವಾಣಿ, ಬಸವ ದರ್ಶನ, ಮಹಾಯೋಗಿನಿ, ಸಿದ್ಧರಾಮಾಂಚಿ ತ್ರಿವಿಧಿ ಮುಂತಾದ

ಕೃತಿಗಳನ್ನು ಹಾಗೂ "ತ್ಕೊಂಟದ ಸಿದ್ಧಲಿಂಗೇಶ್ವರ ವಚನ"ಗಳನ್ನು ಮರಾಠಿ ಭಾಷೆಯಲ್ಲಿ ರಚಿಸಿದ್ದಾರೆ.

❖ **ಧೀಮಂತ ನಾಯಕಿಯೂ ಹೌದು!** : 1952 ರಲ್ಲಿ ಬೇಲೂರಿನಲ್ಲಿ ಕನ್ನಡ ಸಾಹಿತ್ಯ ಸಮ್ಮೇಳನ ನಡೆದ ಸಂದರ್ಭದಲ್ಲಿ 2 ಕರ್ನಾಟಕಗಳಾಗಬೇಕೆಂಬ ವಾದ–ವಿವಾದ ಎದ್ದಿತು. ಲಿಗಾಡೆಯವರು ಅದನ್ನು ಪ್ರತಿಭಟಿಸಿ ಧೀಮಂತ ನಾಯಕಿ ಎನಿಸಿಕೊಂಡರು.

ಗೌರವ – ಪ್ರಶಸ್ತಿಗಳು :

❖ ಜಯದೇವಿತಾಯಿ ಲಿಗಾಡೆಯವರಿಗೆ ಗೌರವ–ಪ್ರಶಸ್ತಿಗಳಿಗೇನು ಕಡಿಮೆ ಇಲ್ಲ. 1962 ರಲ್ಲಿ ಇವರ ಸಿದ್ಧರಾಮೇಶ್ವರ ಪುರಾಣ ಎಂಬ ಕೃತಿಗೆ ಕರ್ನಾಟಕ ರಾಜ್ಯ ಸಾಹಿತ್ಯ ಅಕಾಡೆಮಿ ಪ್ರಶಸ್ತಿ ಮತ್ತು ದೇವರಾಜ ಬಹಾದ್ದೂರ್ ಬಹುಮಾನಗಳು ದೊರೆಯಿತು.

❖ 1950ರಲ್ಲಿ ಮುಂಬೈಯಲ್ಲಿ ನಡೆದ 32ನೇ ಕನ್ನಡ ಸಾಹಿತ್ಯ ಸಮ್ಮೇಳನದಲ್ಲಿ ಇವರು ಮಹಿಳಾ ಗೋಷ್ಠಿಯ ಅಧ್ಯಕ್ಷೆಯಾಗಿದ್ದರು.

❖ ಉಡುಪಿಯಲ್ಲಿ ನಡೆದ ವಿಶ್ವ ಹಿಂದೂ ಪರಿಷತ್ತಿನ ಮಹಿಳಾ ಗೋಷ್ಠಿಯಲ್ಲಿಯೂ ಅಧ್ಯಕ್ಷೆಯಾಗಿದ್ದರು,

❖ ಮಂಡ್ಯದಲ್ಲಿ ನಡೆದ 48ನೇ ಕನ್ನಡ ಸಾಹಿತ್ಯ ಸಮ್ಮೇಳನದ ಅಧ್ಯಕ್ಷೆಯಾಗಿ ಕನ್ನಡ ಸಾಹಿತ್ಯ ಪರಿಷತ್ತಿನ ಇತಿಹಾಸದಲ್ಲಿಯೇ ಮಹಿಳೆಯೊಬ್ಬಳು ಮೊಟ್ಟಮೊದಲ ಬಾರಿಗೆ ಅಪರೂಪದ ಕೀರ್ತಿ– ಗೌರವ ದೊರೆಯಿತು.

ನಿಧನ :

ಧೀಮಂತ ಮಹಿಳೆ, ಶ್ರೇಷ್ಠ ಕವಯಿತ್ರಿ, ಹೋರಾಟಗಾರ್ತಿ, ಹಲವಾರು ಪ್ರಶಸ್ತಿಗಳನ್ನು ತಮ್ಮದಾಗಿಸಿಕೊಂಡ ಜಯದೇವಿತಾಯಿ ಲಿಗಾಡೆಯವರು 1986 ರಲ್ಲಿ ಇಹಲೋಕ ತ್ಯಜಿಸಿದರು.

20. ಸರ್.ಎಂ. ವಿಶ್ವೇಶ್ವರಯ್ಯ (1860 – 1962)

ಕರ್ನಾಟಕ ರಾಜ್ಯದ ಅಭಿವೃದ್ಧಿ ರೂವಾರಿ

ಕಿರು ಪರಿಚಯ :

ಮೋಕ್ಷ ಗುಂಡಂ ವಿಶ್ವೇಶ್ವರಯ್ಯನವರು ಹಲವಾರು ಕ್ಷೇತ್ರಗಳಲ್ಲಿ ದುಡಿದು ಪ್ರಸಿದ್ಧರಾದ ಅಭಿಯಂತರರು. ಅವರ ಕಾರ್ಯಸಾಧನೆಗೆ ಎಲ್ಲೆಯೇ ಇಲ್ಲವೆಂದು ಹೇಳಬಹುದು. ಲೋಕೋಪಯೋಗಿ ಇಲಾಖೆಯಲ್ಲಿ ಅಸಿಸ್ಟೆಂಟ್ ಇಂಜಿನಿಯರ್ ಹುದ್ದೆಯಿಂದ ಪ್ರಾರಂಭಗೊಂಡು ಶ್ರಮದಿಂದ ಮೇಲಕ್ಕೇರಿದರು. 1909 ರಲ್ಲಿ ಮೈಸೂರಿನ ಮುಖ್ಯ ಇಂಜಿನಿಯರ್ ಆಗಿ ನೇಮಕಗೊಂಡರು. ತಮ್ಮ ಅಭಿವೃದ್ಧಿ ಯೋಜನೆಗಳನ್ನು ಕಾರ್ಯಗತಮಾಡುವ ಅವಕಾಶ ಬೇಕೆಂದು ಕೋರಿದಾಗ ಅದಕ್ಕೆ ಎಲ್ಲರಿಂದಲೂ ಒಪ್ಪಿಗೆ ದೊರೆಯಿತು. ಅವರಿಗೆ ಮುಖ್ಯವಾದ ವಿಚಾರಗಳೆಂದರೆ ಔದ್ಯಮಿಕ ವಿಕಾಸ ಮತ್ತು ತಾಂತ್ರಿಕ ಶಿಕ್ಷಣ. ಇವೆರಡಕ್ಕೂ ವಿಶ್ವೇಶ್ವರಯ್ಯನವರೇ ಮೇಲ್ವಿಚಾರಕರಾದರು. ರಾಜ್ಯದ ಸರ್ವತೋಮುಖ ಪ್ರಗತಿಗೆ ಸೂಕ್ತ ಮಾರ್ಗದರ್ಶನ ಮಾಡಿದರು. ಕಾವೇರಿ ನದಿಯ ನೀರನ್ನು ವ್ಯವಸಾಯಕ್ಕೂ ಹಾಗೂ ವಿದ್ಯುತ್ ಉತ್ಪದನೆಗೆ ಬಳಸುವ ಯೋಜನೆಯೊಂದನ್ನು ಸಿದ್ದಪಡಿಸಿದರು. ವಿಶ್ವೇಶ್ವರಯ್ಯನವರು ಸರ್ಕಾರದ ಹಲವಾರು ಕಾರ್ಯಕ್ರಮಗಳಿಗೆ ಮತ್ತು ಖಾಸಗಿ ಸಂಸ್ಥೆಗಳಿಗೆ ಅಧ್ಯಕ್ಷರಾಗಿ ಮಾರ್ಗದರ್ಶನ ಮಾಡಿದರು. ಹೀಗೆ ಹಲವಾರು ಕ್ಷೇತ್ರಗಳಲ್ಲೂ ಅವರು ನೀಡಿದ ಕೊಡುಗೆ ಅಪಾರ.

ಜನನ ಮತ್ತು ಬಾಲ್ಯ :

ವಿಶ್ವೇಶ್ವರಯ್ಯನವರ ಪೂರ್ವಜರು ಮೂಲತಃ ಆಂಧ್ರಪ್ರದೇಶದ ಕರ್ನೂಲ್ ಜಿಲ್ಲೆಯ ಮೋಕ್ಷಗುಂಡಂ ಎಂಬ ಹಳ್ಳಿಯವರು. ಆದರೆ ಅವರು ಕೋಲಾರ ಜಿಲ್ಲೆಯ ಚಿಕ್ಕಬಳ್ಳಾಪುರ ತಾಲ್ಲೂಕಿನ (ಈಗ

ಚಿಕ್ಕಬಳ್ಳಾಪುರ ಜಿಲ್ಲೆ) ಮುದ್ದೇನಹಳ್ಳಿಯಲ್ಲಿ ಬಂದು ನೆಲೆಸಿದರು. ವಿಶ್ವೇಶ್ವರಯ್ಯನವರು ದಿನಂಕ 15ನೇ ಸೆಪ್ಟೆಂಬರ್ 1860 ರಲ್ಲಿ ಮುದ್ದೇನಹಳ್ಳಿಯಲ್ಲಿ ಜನಿಸಿದರು. ಇವರ ಪೂರ್ಣ ಹೆಸರು ಮೋಕ್ಷಗುಂಡಂ ವಿಶ್ವೇಶ್ವರಯ್ಯ. ಇವರ ತಂದೆ ಶ್ರೀನಿವಾಸ ಶಾಸ್ತ್ರಿಗಳು. ಸಂಸ್ಕೃತ ಪಂಡಿತರು ಹಾಗೂ ಆಯುರ್ವೇದ ವೈದ್ಯರೂ ಆಗಿದ್ದರು. ಇವರ ತಾಯಿ ವೆಂಕಟಲಕ್ಷ್ಮಮ್ಮನವರು. ವಿಶ್ವೇಶ್ವರಯ್ಯನವರು ಕೇವಲ 15 ವರ್ಷದವರಾಗಿದ್ದಾಗ ತಂದೆ ಶ್ರೀನಿವಾಸ ಶಾಸ್ತ್ರಿಗಳು ತೀರಿಕೊಂಡರು. ಪೂರ್ಣ ಸಂಸಾರದ ಜವಾಬ್ದಾರಿ ಅವರ ತಾಯಿಯವರ ಮೇಲೆ ಬಿತ್ತು. ಮಕ್ಕಳ ವಿದ್ಯಾಭ್ಯಾಸದ ಸಲುವಾಗಿ ಅವರು ಮುದ್ದೇನಹಳ್ಳಿ ಬಿಟ್ಟು ಚಿಕ್ಕಬಳ್ಳಾಪುರಕ್ಕೆ ಬಂದರು.

ವಿದ್ಯಾಭ್ಯಾಸ :

ವಿಶ್ವೇಶ್ವರಯ್ಯನವರ ಪ್ರಾಥಮಿಕ ವಿದ್ಯಾಭ್ಯಾಸವನ್ನು ಬಂಡಹಳ್ಳಿ ಪ್ರಾಥಮಿಕ ಶಾಲೆ, ಚಿಕ್ಕಬಳ್ಳಾಪುರದಲ್ಲಿಯೇ ನಡೆಯಿತು. ನಂತರ ಅವರು ಬೆಂಗಳೂರಿನ ವೆಸ್ಲಿಯರ್ ಮಿಷನ್ ಪ್ರೌಢಶಾಲೆಗೆ ಸೇರಿದರು. 1881 ರಲ್ಲಿ ಅವರು ಬೆಂಗಳೂರಿನ ಸೆಂಟ್ರಲ್ ಕಾಲೇಜಿನಲ್ಲಿ ಬಿ.ಎ. ಪರೀಕ್ಷೆಯಲ್ಲಿ ತೇರ್ಗಡೆಯಾದರು. ಆದರೆ ಹಣಕಾಸಿನ ತೊಂದರೆಯೂ ಇತ್ತು. ಆಗ ಮೈಸೂರಿನ ದಿವಾನರಾಗಿದ್ದ ರಂಗಾಚಾರ್ಲು ಅವರು ವಿಶ್ವೇಶ್ವರಯ್ಯನವರಿಗೆ ಸಹಾಯ ಮಾಡಿ ಉಚ್ಚ ಶಿಕ್ಷಣಕ್ಕಾಗಿ ಮುಂಬೈಗೆ ಕಳುಹಿಸಿದರು. ಅಲ್ಲಿ ಪುಣೆಯ ವಿಜ್ಞಾನ ಕಾಲೇಜಿಗೆ ಸೇರಿ ಎರಡು ವರ್ಷಗಳ ಕಾಲ ಅಧ್ಯಯನ ನಡೆಸಿದರು. 1883 ರಲ್ಲಿ ಇಂಜಿನಿಯರ್ ವಿಭಾಗದ ಎಲ್.ಸಿ.ಸಿ. ಪರೀಕ್ಷೆಯಲ್ಲಿ ಮೊದಲನೆಯ ದರ್ಜೆಯಲ್ಲಿ ಉತ್ತೀರ್ಣರಾದರು.

ವೈವಾಹಿಕ ಜೀವನ :

ವಿಶ್ವೇಶ್ವರಯ್ಯನವರು ಮಾಧ್ಯಮಿಕ ಶಾಲೆಯ ಶಿಕ್ಷಕರಾಗಿದ್ದ ರಾಮಚಂದ್ರ ಶಾಸ್ತ್ರಿಯವರ ಮಗಳಾದ ಸರಸ್ವತಿಯವರನ್ನು ವಿವಾಹವಾದರು.

ವೃತ್ತಿ ಜೀವನ ಮತ್ತು ಕಾರ್ಯಸಾಧನೆ:

- ಇಂಜಿನಿಯರ್ ಪದವಿ ಗಳಿಸಿದ ವಿಶ್ವೇಶ್ವರಯ್ಯನವರಿಗೆ ಮುಂಬೈ ಸರ್ಕಾರದ ಲೋಕೋಪಯೋಗಿ ಇಲಾಖೆಯಲ್ಲಿ ಅಸಿಸ್ಟೆಂಟ್ ಇಂಜಿನಿಯರ್ ಹುದ್ದೆ ದೊರೆಯಿತು. ಆಗ ಅವರಿಗೆ 23 ವರ್ಷವಾಗಿತ್ತು. ಅಲ್ಲಿ ಅವರು ಹಲವಾರು ಉತ್ತಮಕಾರ್ಯಗಳನ್ನು ಮಾಡಿದರು. ಸಿಂಧ್ ಪ್ರಾಂತ್ಯದ ಸುಕ್ಕೂರಿನ ನೀರು ಸರಬರಾಜು ಮತ್ತು ಒಳ ಚರಂಡಿ ವ್ಯವಸ್ಥೆಯನ್ನು ಸುಗಮಗೊಳಿಸಿದರು. ಈ ಕಾರ್ಯ ಎಲ್ಲರಿಗೂ ಮೆಚ್ಚುಗೆಯಾಯಿತು. ಭಾರತದ ಸೆಕ್ರೆಟರಿ ಆಫ್ ಸ್ಟೇಟ್ ಆಗಿದ್ದ ಲಾರ್ಡ್ ಎವಾರ್ಲೆ ಅವರು ಮುಂಬೈ ಸರ್ಕಾರದ ಸಹಾಯ ಕೋರಿ ವಿಶ್ವೇಶ್ವರಯ್ಯನವರನ್ನು ಏಡನ್ ನಗರಕ್ಕೆ ಕಳುಹಿಸಿಕೊಟ್ಟರು.
- ಮುಂಬೈನಲ್ಲಿ ಕೆಲಸ ಮಾಡುತ್ತಿರುವಾಗಲೇ ಮೈಸೂರಿನ ದಿವಾನರಾಗಿದ್ದ ವಿ.ಪಿ. ಮಾಧವರಾವ್‌ರವರಿಗೆ ವಿಶ್ವೇಶ್ವರಯ್ಯನವರು ರಾಜ್ಯದ ಅಭಿವೃದ್ಧಿಯ ಸಲುವಾಗಿ ಬರಬೇಕೆಂಬ ಅಪೇಕ್ಷೆಯಾಯಿತು. ಇದಕ್ಕೆ ನಾಲ್ವಡಿ ಕೃಷ್ಣರಾಜ ಒಡೆಯರ ಸಮ್ಮತಿಯೂ ದೊರೆಯಿತು. ಇವುಗಳೆಲ್ಲದರ ಪರಿಣಾಮದಿಂದ ವಿಶ್ವೇಶ್ವರಯ್ಯನವರಿಗೆ 1909 ರಲ್ಲಿ ಮೈಸೂರಿನ ಮುಖ್ಯ ಇಂಜಿನಿಯರ್ ಆಗಿ ನೇಮಕಗೊಂಡರು.
- ವಿಶ್ವೇಶ್ವರಯ್ಯನವರಿಗೆ ಮುಖ್ಯವಾಗಿ ಎರಡು ವಿಚಾರಗಳು ಮನಸ್ಸಿನಲ್ಲಿತ್ತು. ಅದು ಔದ್ಯಮಿಕ ಮತ್ತು ವಿಕಾಸ ಇದರಿಂದ ಎರಡು ಸಮಿತಿಗಳು ರಚಿತಗೊಂಡವು. ಆ ಸಮಿತಿಗಳಿಗೆ ಇವರೇ ಅಧ್ಯಕ್ಷರಾದರು.
- ಕಾವೇರಿ ನದಿಯ ನೀರನ್ನು ವ್ಯವಸಾಯ ಹಾಗೂ ವಿದ್ಯುತ್ ಉತ್ಪಾದನೆಗೂ ಬಳಸುವ ಒಂದು ಅತ್ಯಂತ ಉತ್ತಮವಾದ ಯೋಜನೆಯೊಂದನ್ನು ಸಿದ್ಧಪಡಿಸಿ ಕಾರ್ಯಗತಗೊಳಿಸಿದರು.

- ರಾಜ್ಯದ ಸರ್ವತೋಮುಖ ಏಳಿಗೆಗೆ ವಿಶ್ವೇಶ್ವರಯ್ಯನವರು ಸಂಪೂರ್ಣವಾಗಿ ಮಾರ್ಗದರ್ಶನ ಮಾಡಿದರು. ಹಲವಾರು ಯೋಜನೆಗಳನ್ನು ತಯಾರಿಸಿದರು.
- ವ್ಯಾಪಾರ – ವಾಣಿಜ್ಯ ಸಂಪರ್ಕಗಳಿಗೆ ರೈಲ್ವೆಯ ಅವಶ್ಯಕತೆಯಿತ್ತು. ಇದನ್ನು ಮನಗಂಡ ವಿಶ್ವೇಶ್ವರಯ್ಯನವರು ಎಲ್ಲಾ ರೈಲ್ವೆ ಮಾರ್ಗಗಳ ಮೇಲೆ ಒಡೆತನವನ್ನು ಪಡೆದುಕೊಳ್ಳಲು ಶ್ರಮಿಸಿದರು. ಸಂಸ್ಥಾನದೊಳಗೆ ರೈಲ್ವೆ ಮಾರ್ಗಗಳು ಪ್ರಾರಂಭವಾದವು. ಇದು ಅವರ ಪ್ರಾಥಮಿಕ ಶ್ರಮ. ಈ ಎಲ್ಲಾ ಕೆಲಸಗಳು ಜನರ ಮೆಚ್ಚುಗೆ ಪಡೆದು ಅವರ ಕೀರ್ತಿಯೂ ಹೆಚ್ಚಾಯಿತು.

ದಿವಾನರ ಪಟ್ಟ :

- 1912 ರಲ್ಲಿ ಟಿ. ಆನಂದರಾಯರು ದಿವಾನ್ ಪದವಿಯಿಂದ ನಿವೃತ್ತರಾದರು. ಆಗ ಮಹಾರಾಜರು ವಿಶ್ವೇಶ್ವರಯ್ಯನವರನ್ನೇ ದಿವಾನರನ್ನಾಗಿ ನೇಮಕ ಮಾಡಿದರು. ದಿವಾನರಾಗಿದ್ದ ವಿಶ್ವೇಶ್ವರಯ್ಯನವರ ಕಾಲದಲ್ಲಿ ಹಲವಾರು ಅಭಿವೃದ್ಧಿ ಕಾರ್ಯಗಳು ನಡೆಯಿತು.
- ಕರ್ನಾಟಕದಲ್ಲಿ ಭದ್ರಾವತಿಯಲ್ಲಿ ಕಬ್ಬಿಣ ಮತ್ತು ಉಕ್ಕಿನ ಕಾರ್ಖಾನೆ, ಮೈಸೂರು ವಿಶ್ವವಿದ್ಯಾನಿಲಯ, ಅನೇಕ ಪುಸ್ತಕ ಬಂಡಾರಗಳು, ಮೈಸೂರು ವಾಣಿಜ್ಯ ಮಂಡಳಿ, ಸರ್ಕಾರಿ ಸಾಬೂನು ಕಾರ್ಖಾನೆ, ಗಂಧದೆಣ್ಣೆ ಕಾರ್ಖಾನೆ, ಮೈಸೂರು ಪೇಪರ್ ಮಿಲ್ಸ್, ಗ್ರಾಮೀನ ನ್ಯಾಯಾಲಯಗಳು, ರೇಷ್ಮೆ ಇಲಾಖೆ, ಬೆಂಗಳೂರು ಇಂಜಿನಿಯರಿಂಗ್ ಕಾಲೇಜು, ಗ್ರಾಮ ಪಂಚಾಯಿತಿ, ಮಲ್ನಾಡು ಅಭಿವೃದ್ಧಿ ಮಂಡಳಿ, ಚರ್ಮ ಹದ ಮಾಡುವ ಕಾರ್ಖಾನೆ ಇವುಗಳಲ್ಲದೆ ಬಹು ಮುಖ್ಯವಾದ ಕೃಷ್ಣರಾಜ ಸಾಗರ ಅಣೆಕಟ್ಟೆಯ ನಿರ್ಮಾಣ ಹಾಗೂ ಇನ್ನಿತರ ಹಲವಾರು ದೇಶಾಭಿವೃದ್ಧಿ ಕಾರ್ಯಗಳು ಅವರ ಕಾರ್ಯಸಾಧನೆಗೆ ನೆನಪಾಗಿವೆ.

- ಶಿಕ್ಷಣದ ಅಗತ್ಯವನ್ನು ಮನಗೊಂಡ ವಿಶ್ವೇಶ್ವರಯ್ಯನವರು ಎಲ್ಲಾ ದೊಡ್ಡ ಹಳ್ಳಿಗಳಲ್ಲೂ, ಪಟ್ಟಣಗಳಲ್ಲೂ ಪ್ರಾಥಮಿಕ ಶಾಲೆಗಳನ್ನು ತೆರೆದು ಕಡ್ಡಾಯ ಶಿಕ್ಷಣವನ್ನು ಜಾರಿಗೆ ತಂದರು.

- 1914 ರಲ್ಲಿ ಬೆಂಗಳೂರಿನಲ್ಲಿ ಮೆಕ್ಯಾನಿಕಲ್ ಇಂಜಿನಿಯರಿಂಗ್ ಸ್ಥಾಪಿತವಾಯಿತು.

- 1916 ರಲ್ಲಿ ಇಂಜಿನಿಯರಿಂಗ್ ಕಾಲೇಜು ಪ್ರಾರಂಭವಾಯಿತು. ಅದೇ ವರ್ಷ ಮೈಸೂರು ವಿಶ್ವವಿದ್ಯಾನಿಲಯವೂ ಸ್ಥಾಪಿತಗೊಂಡಿತು.

ಮಹತ್ತರ ಕೊಡುಗೆಗಳು :

- ಜೋಗ್ ಜಲಪಾತದ ವಿದ್ಯುಚ್ಛಕ್ತಿ ಉತ್ಪಾದನಾ ಕೇಂದ್ರ,

- ಶಿವನ ಸಮುದ್ರದಿಂದ ವಿದ್ಯುತ್ ಕೇಂದ್ರಗಳನ್ನು ಶಿಂಶಾಗೆ ವರ್ಗಾವಣೆ,

- ಮಲೆನಾಡಿನ ಅಭ್ಯುದಯ, ಗಿರಿಧಾಮಗಳಲ್ಲಿ ಪ್ರವಾಸಿಗಳಿಗೆ ಸೌಕರ್ಯ, ಸೆಂಚುರಿ ಕ್ಲಬ್ ಸ್ಥಾಪನೆ. ಇವುಗಳು ಅವರು ನೀಡಿದ ಮಹತ್ತರವಾದ ಕೊಡುಗೆಗಳು.

ಗೌರವ – ಪ್ರಶಸ್ತಿಗಳು :

- ವಿಶ್ವೇಶ್ವರಯ್ಯನವರಿಗೆ ಹಲವಾರು ವಿಶ್ವವಿದ್ಯಾಲಯಗಳು ಡಾಕ್ಟರೇಟ್ ಪದವಿಗಳನ್ನು ನೀಡಿ ಗೌರವಿಸಿವೆ.

- 1955 ರಲ್ಲಿ ಅವರಿಗೆ "ಭಾರತ ರತ್ನ" ಪ್ರಶಸ್ತಿ ದೊರೆಯಿತು.

- 196 ರಲ್ಲಿ ಅವರಿಗೆ 100 ವರ್ಷ ತುಂಬಿದಾಗ ಅದ್ದೂರಿಯ ಸಮಾರಂಭ ನಡೆಯಿತು. ಆ ಸಮಾರಂಭದಲ್ಲಿ ಜವಾಹರಲಾಲ್ ನೆಹರೂ ಭಾಗವಹಿಸಿದ್ದರು.

- ಭಾರತ ಸರ್ಕಾರ ವಿಶ್ವೇಶ್ವರಯ್ಯನವರ ಭಾವಚಿತ್ರದ ಅಂಚೆ ಚೀಟಿಯನ್ನು ಬಿಡುಗಡೆ ಮಾಡಿತು.

ನಿಧನ :

ದುಡಿಮೆಯೇ ಬದುಕು ಎಂದು ಮನಗಂಡಿದ್ದ ವಿಶ್ವೇಶ್ವರಯ್ಯನವರು

ರಾಜ್ಯದ ಸರ್ವತೋಮುಖ ಏಳಿಗೆಗೆ ನಿರಂತರವಾಗಿ ಶ್ರಮಿಸಿದ ಉತ್ತಮ ಆಡಳಿತಗಾರರೂ, ಶ್ರೇಷ್ಠ ಇಂಜಿನಿಯರ್ ಆಗಿದ್ದರು. ಅವರು ದಿನಾಂಕ 14 ನೇ ಏಪ್ರಿಲ್ 1962 ಇಹಲೋಕ ತ್ಯಜಿಸಿದರು. ಇಂತಹ ಮಹಾನ್ ವ್ಯಕ್ತಿಯ ಜೀವನ ಪ್ರತಿಯೊಬ್ಬರಿಗೂ ಆದರ್ಶವಾಗಲೇಬೇಕು.

21. ಡಾ॥ ರಾಜಾರಾಮಣ್ಣ (1925 – 2004)

ಪರಮಾಣು ವೈಜ್ಞಾನಿಕ

ಕಿರು ಪರಿಚಯ :

ಡಾ॥ ರಾಜಾರಾಮಣ್ಣನವರು "ಪರಮಾಣು ಬಾಂಬ್" ಆಸ್ಫೋಟನೆಯಲ್ಲಿ ಬಹಳ ಮುಖ್ಯ ಪಾತ್ರವಹಿಸಿ ಭಾರತಕ್ಕೆ ಕೀರ್ತಿಯನ್ನು ತಂದವರು. ಇವರು ವಿವಿಧ ಹುದ್ದೆಗಳಲ್ಲಿ ಕಾರ್ಯನಿರ್ವಹಿಸಿದರೂ ಸಂಗೀತ ಹಾಗೂ ಲಲಿತ ಕಲೆಗಳಲ್ಲಿ ತುಂಬಾ ಆಸಕ್ತಿಯನ್ನು ಹೊಂದಿದ್ದರು. 1949ರಲ್ಲಿ ಮುಂಬೈನ "ಟಾಟಾ ಮೂಲಭೂತ ಸಂಶೋಧನಾ ಸಂಸ್ಥೆ"ಯಲ್ಲಿ ಕೆಲಸಕ್ಕೆ ಸೇರಿಕೊಂಡರು. 1953ರಲ್ಲಿ ಬಾಬಾ ಪರಮಾಣು ಸಂಶೋಧನಾ ಕೇಂದ್ರಕ್ಕೆ ನ್ಯೂಕ್ಲಿಯರ್ ಭೌತವಿಜ್ಞಾನದ ಮುಖ್ಯಸ್ಥರಾಗಿ ನೇಮಕಗೊಂಡರು. 1962ರಲ್ಲಿ ರಾಮಣ್ಣನವರು ಭೌತವಿಜ್ಞಾನ ವಿಭಾಗದ ನಿರ್ದೇಶಕರಾಗಿ ನೇಮಕಗೊಂಡರು.

ಜನನ ಮತ್ತು ಬಾಲ್ಯ :

ಡಾ॥ ರಾಜಾರಾಮಣ್ಣನವರು 28ನೇ ಜನವರಿ 1925ರಲ್ಲಿ ತುಮಕೂರು ಜಿಲ್ಲೆಯ ತಿಪಟೂರಿನಲ್ಲಿ ಜನಿಸಿದರು. ಇವರ ತಂದೆ ರಾಮಣ್ಣ, ತಾಯಿ ರುಕ್ಮಿಣಿ. ರಾಮಣ್ಣನವರ ಪ್ರಾಥಮಿಕ ವಿದ್ಯಾಭ್ಯಾಸವು ಮೈಸೂರಿನ ಗುಡ್‌ಶಫರ್ಡ್ ಕಾನ್ವೆಂಟ್ ಶಾಲೆಯಲ್ಲಿ ನಡೆಯಿತು.

ಬಾಲ್ಯದಿಂದಲೂ ಇವರಿಗೆ ಸಂಗೀತ ಹಾಗೂ ಲಲಿತ ಕಲೆಗಳಲ್ಲಿ ಹೆಚ್ಚು ಆಸಕ್ತಿ ಇತ್ತು.

ವಿದ್ಯಾಭ್ಯಾಸ :

ರಾಜಾರಾಮಣ್ಣನವರು ತಮ್ಮ ಪ್ರಾರಂಭಿಕ ವಿದ್ಯಾಭ್ಯಾಸವನ್ನು ಮುಗಿಸಿ ನಂತರ ಬೆಂಗಳೂರಿನ ಬಿಷಪ್ ಕಾಟನ್ ಸ್ಕೂಲ್ ಮತ್ತು ಸೈಂಟ್ ಜೋಸೆಫ್ ಕಾಲೇಜಿನಲ್ಲಿ ಪಡೆದುಕೊಂಡರು. ವಿಜ್ಞಾನದ ಬಗ್ಗೆ ಹೆಚ್ಚು ಆಸಕ್ತಿ ಹೊಂದಿದ್ದರಿಂದ ಮದ್ರಾಸಿನ ಕ್ರಿಶ್ಚಿಯನ್ ಕಾಲೇಜಿನಲ್ಲಿ 1945ರಲ್ಲಿ ಬಿ.ಎಸ್ಸಿ., ಆನರ್ಸ್ ಪದವಿಯನ್ನು ಪಡೆದರು. ನಂತರ ಅವರು ಎಂ.ಎಸ್ಸಿ. ಪದವಿಯನ್ನು ಪಡೆಯಲು ಅಧ್ಯಯನಕ್ಕಾಗಿ ಲಂಡನ್ನಿಗೆ ಹೋದರು. ಎಂ.ಸ್ಸಿ. ನಂತರ ಅವರಿಗೆ ಪಿ.ಹೆಚ್.ಡಿ. ಪದವಿ ಪಡೆಯುವ ಅವಕಾಶವೂ ದೊರೆಯಿತು. ಡಾ॥ ಹೋಮಿ ಜಹಾಂಗೀರ್ ಬಾಬಾ ಅವರ ನೆರವಿನಿಂದ ಟಾಟಾ ಶಿಷ್ಯ ವೇತನ ದೊರೆಯಿತು. 1948ರಲ್ಲಿ ರಾಮಣ್ಣನವರು ನ್ಯೂಕ್ಲಿಯರ್ ಭೌತ ವಿಜ್ಞಾನ ಕ್ಷೇತ್ರದಲ್ಲಿ ಅಧ್ಯಯನಮಾಡಿ ಪಿ.ಹೆಚ್.ಡಿ.ಯನ್ನು ಪಡೆದರು. ಅವರು ಲಂಡನ್ನಿನಲ್ಲಿರುವಾಗಲೇ ಟ್ರಿನಿಟಿ ಕಾಲೇಜಿಗೆ ಹೋಗಿ, ಸಂಗೀತ ಕಲಿತರು.

ವೈವಾಹಿಕ ಜೀವನ :

ರಾಜಾರಾಮಣ್ಣನವರು 1952ರಲ್ಲಿ ಮಾಲತಿ ಎಂಬುವವರನ್ನು ವಿವಾಹವಾದರು. ಅವರಿಗೆ ಇಬ್ಬರು ಹೆಣ್ಣುಮಕ್ಕಳು ಹಾಗೂ ಒಬ್ಬ ಮಗ ಇದ್ದಾರೆ.

ವೃತ್ತಿ ಜೀವನ ಮತ್ತು ಕಾರ್ಯಸಾಧನೆ :

❖ 1949ರಲ್ಲಿ ಭಾರತಕ್ಕೆ ಬಂದರು. ಅವರಿಗೆ ಮುಂಬೈನ "ಟಾಟಾ ಮೂಲಭೂತ ಸಂಶೋಧನಾ ಸಂಸ್ಥೆ" ಯಲ್ಲಿ ಕೆಲಸ ದೊರೆಯಿತು.

❖ 1953ರಲ್ಲಿ ಬಾಬಾ ಪರಮಾಣು ಸಂಶೋಧನಾ ಕೇಂದ್ರಕ್ಕೆ ನ್ಯೂಕ್ಲಿಯರ್ ಭೌತವಿಜ್ಞಾನದ ಮುಖ್ಯಸ್ಥರಾಗಿ ನೇಮಕಗೊಂಡರು.

❖ 1962 ರಲ್ಲಿ ಅದೇ ವಿಭಾಗದ ನಿರ್ದೇಶಕರಾಗಿ ಆಯ್ಕೆಗೊಂಡರು.

❖ ಭಾರತದ ಪರಮಾಣು ರಿಯಾಕ್ಟರ್ ಅಪ್ಸರಾ ರಚನಾ ಕಾರ್ಯದಲ್ಲಿ ರಾಜಾರಾಮಣ್ಣನವರು ಪ್ರಮುಖ ಪಾತ್ರವಹಿಸಿದ್ದರು.

❖ ಜಿನೀವಾದಲ್ಲಿ ನಡೆದ ಪರಮಾಣು ಶಕ್ತಿಯ ಸಮ್ಮೇಳನದಲ್ಲಿ ಇವರು ಭಾರತದ ಪರವಾಗಿ ಭಾಗವಹಿಸಿದ್ದರು.

❖ ಡಾ॥ ವಿಕ್ರಮ್ ಸಾರಾಭಾಯಿ ಅವರ ಮರಣಾನಂತರ ರಾಜಾರಾಮಣ್ಣನವರು ವಿಶ್ವದಲ್ಲಿ ಹೆಚ್ಚು ಪ್ರಸಿದ್ಧರಾದರು.

❖ ಪರಮಾಣು ಶಕ್ತಿ ಆಯೋಗದ ಅಧ್ಯಕ್ಷರಾಗಿ ಕಾರ್ಯನಿರ್ವಹಿಸಿದ ರಾಜಾರಾಮಣ್ಣನವರು ಕೇಂದ್ರಸರ್ಕಾರದ ಮಂತ್ರಿಮಂಡಲದಲ್ಲಿ ರಕ್ಷಣಾ ಮಂತ್ರಿಗಳಿಗೆ ವೈಜ್ಞಾನಿಕ ಸಲಹೆಗಾರರಾಗಿದ್ದರು.

❖ ಜನತಾದಳ ಸರ್ಕಾರದಲ್ಲಿ ರಾಜಾರಾಮಣ್ಣನವರು ರಕ್ಷಣಾ ಮಂತ್ರಿಯಾಗಿ ಸಮರ್ಪಕವಾಗಿ ಕಾರ್ಯನಿರ್ವಹಿಸಿದರು.

❖ ಇವರು ಅನೇಕ ಸಂಘ-ಸಂಸ್ಥೆಗಳ ಹಾಗೂ ಸರ್ಕಾರಿ ಸಮಿತಿಗಳ ಸದಸ್ಯರಾಗಿ ಕಾರ್ಯನಿರ್ವಹಿಸಿದರು.

❖ ರಾಜಾರಾಮಣ್ಣನವರು ಭಾರತದ ವೇದಾಂತ ಕಲೆ, ತತ್ವಶಾಸ್ತ್ರ ಇವುಗಳ ಬಗ್ಗೆಯೂ ಅಧ್ಯಯನ ಮಾಡಿದ್ದರು.

❖ ವಿಜ್ಞಾನ, ಸಂಗೀತ ಹಾಗೂ ಆಧ್ಯಾತ್ಮಿಕತೆಗೆ ಸಂಬಂಧಪಟ್ಟಂತೆ ಹಲವಾರು ಲೇಖನಗಳನ್ನು ಬರೆದಿದ್ದಾರೆ. ಅವುಗಳು ದೇಶ-ವಿದೇಶದ ಪತ್ರಿಕೆಗಳಲ್ಲಿ ಪ್ರಕಟಗೊಂಡಿವೆ.

ಗೌರವ – ಪ್ರಶಸ್ತಿಗಳು :

❖ 1974ರಲ್ಲಿ ರಾಜಸ್ಥಾನದ ಮರುಭೂಮಿಯಲ್ಲಿ ನಡೆದ ಪರಮಾಣು ಬಾಂಬಿನ ಸ್ಫೋಟದ ಆಯೋಗದ ಹಿನ್ನೆಲೆಯಲ್ಲಿದ್ದ ವಿಜ್ಞಾನಿಗಳ ಸಮೂಹದಲ್ಲಿ ಪ್ರಮುಖ ವ್ಯಕ್ತಿಯಾಗಿದ್ದವರೇ ರಾಜಾರಾಮಣ್ಣನವರು.

❖ ಅಮೆರಿಕ, ಇಂಗ್ಲೆಂಡ್, ರಷ್ಯ, ಜರ್ಮನಿ ಮುಂತಾದ ಮುಂದುವರಿದ ರಾಷ್ಟ್ರಗಳ ಸಾಲಿನಲ್ಲಿ ಭಾರತವೂ ಸೇರುವಂತೆ ಮಾಡಿದ ಕೀರ್ತಿ ರಾಜಾರಾಮಣ್ಣನವರಿಗೆ ಸಲ್ಲುತ್ತದೆ.

❖ ಇವರಿಗೆ ಪದ್ಮಶ್ರೀ, ಪದ್ಮಭೂಷಣ, ಪದ್ಮವಿಭೂಷಣ ಮುಂತಾದ

ಪ್ರಶಸ್ತಿಗಳಲ್ಲದೆ, ಅನೇಕ ವಿಶ್ವವಿದ್ಯಾಲಯಗಳು ಇವರಿಗೆ ಗೌರವ ಡಾಕ್ಟರೇಟ್ ಪದವಿಗಳನ್ನು ನೀಡಿ ಗೌರವಿಸಿವೆ.

❖ ದೇಶದ ಅತ್ಯುನ್ನತ ಭಟ್ನಾಗರ್ ಪ್ರಶಸ್ತಿಯೂ ಸಹ ಇವರಿಗೆ ದೊರೆತಿದೆ.

❖ ರಾಜಾರಾಮಣ್ಣನವರು 1983ರಿಂದ 1987ರ ವರೆಗೆ ಪರಮಾಣು ಇಂಧನ ಇಲಾಖೆಯ ಕಾರ್ಯದರ್ಶಿಯಾಗಿದ್ದರು.

ನಿಧನ :

ಪರಮಾಣು ವಿಜ್ಞಾನಿ ರಾಜಾರಾಮಣ್ಣನವರು 24ನೇ ಸೆಪ್ಟೆಂಬರ್ 2004ರಲ್ಲಿ ನಿಧನರಾದರು.

22. ಮದರ್ ತೆರೇಸಾ (1910 – 1997)

ದೇವಾಂಶ ಸಂಭೂತೆ

ಕಿರು ಪರಿಚಯ :

ದಯೆ, ಕರುಣೆ, ಸಹನೆ ಮುಂತಾದ ವಿಶೇಷ ಗುಣಗಳನ್ನು ಹೊಂದಿದ್ದ ದೀನ ದಲಿತರಿಗೆ ಅಪಾರ ನೆರವು ನೀಡಿದ ಸಹನಾ ಮೂರ್ತಿ ಮದರ್ ಮದರ್ ತೆರೇಸಾ. ಮದರ್ ತೆರೇಸಾ ಅವರ ಜನ್ಮ ಹೆಸರು ಆ್ಯಗ್ನಿಸ್ ಗೋಂಕ್ಸಾ ಜೋಯುಕ್ಸೂ. ಚಿಕ್ಕಂದಿನಲ್ಲಿಯೇ ಇವರು ಅಪರೂಪದ ಗುಣಗಳನ್ನು ಹೊಂದಿದ್ದು, ದೇವಾಂಶ ಸಂಭೂತೆ ಎನ್ನಿಸಿಕೊಂಡಿದ್ದರು. ಅವರ ಕನಸುಗಳೇ ಬೇರೆಯಗಿತ್ತು. ಸದಾ ಅವರ ಮನಸ್ಸು ಭಗವಂತನ ಸಾಕ್ಷಾತ್ಕಾರಕ್ಕೆ ಹಾತೊರೆಯುತ್ತಿತ್ತು.

ತಮ್ಮ ಇಡೀ ಜೀವನವನ್ನು ದೀನರು, ರೋಗಿಗಳು, ಅನಾಥರು, ಕಾರ್ಮಿಕರು ಇವರ ಸೇವೆಗಾಗಿಯೇ ಮುಡುಪಾಗಿರಿಸಿದವರು. ಯಾರಿಂದಲೂ ಯಾವುದೇ ನೆರವನ್ನು ಬಯಸದೇ ದೀನ ದಲಿತರ ಸೇವೆ ಮಾಡುತ್ತಿದ್ದರು. ಸಮಾರಂಭಗಳಲ್ಲಿ ಉಳಿದ ಆಹಾರವನ್ನು ಚೆಲ್ಲಬಾರದೆಂದು ಹೇಳಿ ಅವುಗಳನ್ನು ಸಂಗ್ರಹಿಸಿ ಹಸಿದ ಹೊಟ್ಟೆಗೆ ಅದನ್ನು ನೀಡಿ ತೃಪ್ತಿ ಪಡಿಸುತ್ತಿದ್ದರು. ಮಾನವ ವ್ಯಾಧಿಯಿಂದ ಸಾಯುವುದನ್ನು ಸಹಿಸಬಹುದು ಆದರೆ ಯಾವುದೇ ಕಾರಣಕ್ಕೂ ಹಸಿವಿನಿಂದ ಸಾಯಬಾರದು ಎಂಬುದೇ ಅವರ ಗುರಿಯಾಗಿತ್ತು.

ಜನನ ಮತ್ತು ಬಾಲ್ಯ :

ಮದರ್ ಮದರ್ ತೆರೇಸಾರವರು ದಿನಾಂಕ 27 ನೇ ಆಗಸ್ಟ್ 1910 ರಲ್ಲಿ ಯುಗೋಸ್ಲಾವಿಯಾದಲ್ಲಿ ಜನಿಸಿದರು. ಇವರ ಹುಟ್ಟು ಹೆಸರು ಆ್ಯಗ್ನಿಸ್ ಗೋಕ್ಷಾ ಜೋಯಕ್ಸೋ. ಇವರ ತಂದೆ-ತಾಯಿ, ಸೋದರಿ-ಸೋದರ ಎಲ್ಲರೂ ಸೌಹಾರ್ದತೆಯಿಂದ ಕೂಡಿದ್ದು, ಉತ್ತಮ ನಡತೆಯನ್ನು ಹೊಂದಿದವರಾಗಿದ್ದರು. ಇವರ ತಾಯಿ "ಕರುಣಾಮಯಿ" ಎಂದೇ ಹೆಸರು ಪಡೆದವರು. ಹಾಗೂ ಅವರು ಒಳ್ಳೆಯ ಮಾರ್ಗದರ್ಶಕರೂ ಆಗಿದ್ದರು.

ಶಿಕ್ಷಕಿಯ ವಾಣಿ :

❖ ಆ್ಯಗ್ನಿಸ್ ಚಿಕ್ಕವರಾಗಿದ್ದಾಗಲೇ ಬಡವರು, ನೊಂದವರು, ದೀನದಲಿತರಿಗೆ ನೆರವಾಗುವ ಗುಣವನ್ನು ಬೆಳೆಸಿಕೊಂಡಿದ್ದರು. ಈ ವಿಶೇಷ ಗುಣವನ್ನು ಗಮನಿಸಿದ ಶಿಕ್ಷಕಿಯೊಬ್ಬರು :- ಆ್ಯಗ್ನಿಸ್ ಸಾಮಾನ್ಯ ಹೆಣ್ಣಲ್ಲ ಮುಂದೊಂದು ದಿನ ಈಕೆ ನಿಜವಾಗಿಯೂ ಸಂತರ ಸ್ಥಾನಕ್ಕೆ ಅರ್ಹಳಾಗುತ್ತಾಳೆ, ಹಾಗೂ ದೇವಾಂಶ ಸಂಭೂತೆಯೂ ಹೌದು! ಎಂದು ಭವಿಷ್ಯ ನುಡಿದಿದ್ದರಂತೆ.

❖ ಆಸೆ-ಆಕಾಂಕ್ಷೆಗಳಿಗೆ ಬಲಿಯಾಗದೆ ಮನೆ, ಮಕ್ಕಳು, ಆಸ್ತಿ, ಪಾಸ್ತಿ, ಎಂಬ ಕನಸು ಕಾಣುವ ಬಾಲಕಿಯರ ಗುಂಪಿನಲ್ಲಿ ಆ್ಯಗ್ನಿಸ್‌ರವರು ಅಪರೂಪದ ಹುಡುಗಿಯಾಗಿದ್ದರು.

❖ ಆಕೆಯ ಬಯಕೆ, ಕನಸುಗಳು ಬೇರೆಯೇ ಆಗಿದ್ದವು. ಆಕೆ ಸದಾ ಭಗವಂತನ ಸಾಕ್ಷಾತ್ಕಾರಕ್ಕೆ ಹಾತೊರೆಯುತ್ತಿದ್ದರು. ದೀನರು, ರೋಗಿಗಳು, ಅನಾಥರು, ದುರ್ಬಲರ ಸೇವೆಗೇ ತನ್ನ ಜೀವನವನ್ನೇ ತೊಡಗಿಸಿಕೊಂಡು ಅವರ ನಗು ಮುಖದಲ್ಲಿಯೇ ಭಗವಂತನನ್ನು ಕಾಣುವ ಹಂಬಲವಾಗಿತ್ತು.

❖ **ಸನ್ಯಾಸಿಯ ಶಿಕ್ಷಣ :** ಇವುಗಳೆಲ್ಲದರ ಪರಿಣಾಮವಾಗಿ ಅವರು ಐರ್ಲೆಂಡಿಗೆ ತೆರಳಿ ಸಿಸ್ಟರ್ ಆಫ್ ಲೊಟೆರಾ ಸನ್ಯಾಸಿಯ ಶಿಕ್ಷಣ ಕೇಂದ್ರಕ್ಕೆ ಸೇರಿಕೊಂಡರು.

❖ 1928 ರಲ್ಲಿ ಕೊಲ್ಕತ್ತಾಗೆ ಬಂದರು. ಆ್ಯಗ್ನಿಸ್ ಸುಮಾರು ಎರಡು ವರ್ಷಗಳ ಕಾಲ ಡಾರ್ಜಿಲಿಂಗ್ ಕಾನ್ವೆಂಟಿನಲ್ಲಿ ಕಾರ್ಯನಿರ್ವಹಿಸಿ ಬಂದಿದ್ದರು.

❖ ಕೊಳಚೆ ಪ್ರದೇಶ, ಸಾಲು ಸಾಲು ಗುಡಿಸಲುಗಳು, ಬಡತನ ಇವುಗಳ ನಡುವೆ ಅವರು ಮೊದಲ ಪಾಠಶಾಲೆ ಆರಂಭವಾಯಿತು.

❖ ಯಾವುದೇ ಸೌಲಭ್ಯಗಳಿಲ್ಲದಿದ್ದರೂ ಒಂದು ದಪ್ಪನೆಯ ಕಡ್ಡಿಯಿಂದ ಮಣ್ಣಿನ ಮೇಲೆ ಅಕ್ಷಗಳನ್ನು ಬರೆದು ಮಕ್ಕಳಿಗೆ ತಿಳಿಸುತ್ತಿದ್ದರು.

❖ ಮಕ್ಕಳಿಗೆ ನಿರಂತರವಾಗಿ ಶಿಶು ಗೀತೆಗಳನ್ನು ಹೇಳಿಕೊಡುತ್ತಿದ್ದರು.

❖ ಕೆಲವರ ಸಹಾಯದಿಂದ ಶಾಲೆ ಬೆಳೆಯತೊಡಗಿತು. ಚಾರುಮ ಎನ್ನುವ ಮಹಿಳೆ ಪ್ರಾರಂಭದ ದಿನಗಳಲ್ಲಿ ಪ್ರಮಾಣಿಕತೆಯಿಂದ ತೆರೇಸಾರವರ ಕಾರ್ಯಕ್ರಮದಲ್ಲಿ ನೆರವಾದರು.

❖ **ನಿರ್ಮಲ ಹೃದಯ :** ತೆರೇಸಾ ಅವರ ಮೂಲ ಗುರಿ ರೋಗದಿಂದ ಅಥವಾ ವ್ಯಾಧಿಗಳಿಂದ ಸಾಯುವುದನ್ನು ಸಹಿಸಬಹುದು. ಆದರೆ ಹಸಿವಿನಿಂದ ಸಾಯಲು ಬಿಡಬಾರದು. ಇದನ್ನು ನನ್ನಿಂದ ಸಹಿಸಲಾಗದು ಎಂಬುದೇ ಆಗಿತ್ತು.

ಗೌರವ – ಪ್ರಶಸ್ತಿಗಳು :

❖ ಮದರ್ ತೆರೇಸಾರವರಿಗೆ ಅನೇಕ ವಿಶ್ವವಿದ್ಯಾನಿಲಯಗಳು ಗೌರವ ಡಾಕ್ಟರೇಟ್ ನೀಡಿ ಗೌರವಿಸಿವೆ.

- 1962 ರಲ್ಲಿ ಇವರಿಗೆ ಪದ್ಮಶ್ರೀ, ರಾಷ್ಟ್ರೀಯ ಅರಿವಿಗಾಗಿ ಮ್ಯಾಗ್ಸೆಸೆ ಪ್ರಶಸ್ತಿ,
- 1979 ರಲ್ಲಿ ನೊಬೆಲ್ ಶಾಂತಿ ಪ್ರಶಸ್ತಿ,
- 1980 ರಲ್ಲಿ ಭಾರತ ಸರ್ಕಾರದ ಅತ್ಯುನ್ನತ "ಭಾರತ ರತ್ನ" ಪ್ರಶಸ್ತಿ ಇವುಗಳಲ್ಲದೆ ಇನ್ನೂ ಅನೇಕ ಪ್ರಶಸ್ತಿಗಳು ಸಂದಿವೆ.
- **ಅಮ್ಮಾ :** ಮದರ್ ತೆರೇಸಾ ಅವರನ್ನು ಕಲ್ಕತ್ತಾದ ಜನ "ತಾಯಿ ದುರ್ಗಾ" ಎಂದೇ ಕರೆಯುತ್ತಿದ್ದರು. ಬಡವರು, ನಿರ್ಗತಿಕರಿಗೆ, ಅನಾಥರಿಗೆ ಅವರು ಅಮ್ಮಾ ಎಂದೇ ಆಗಿದ್ದರು.

ನಿಧನ :

ವಿಶ್ವ ಮಾತೆಯಾಗಿ ಜನರ ಪ್ರೀತಿ, ವಿಶ್ವಾಸಗಳಿಗೆ ಪಾತ್ರರಾದ ಮದರ್ ತೆರೇಸಾ ಅವರು ದಿನಾಂಕ 5ನೇ ಸೆಪ್ಟೆಂಬರ್ 1997 ರಲ್ಲಿ ಹೃದಯಾಘಾತದಿಂದ ನಿಧನರಾದರು. ಆದರೆ ಅವರ ಕೀರ್ತಿ, ಪ್ರೀತಿ, ವಿಶ್ವಾಸ ನಿರಂತರವಾಗಿ ಎಲ್ಲರ ಮನಸ್ಸಿನಲ್ಲಿ ಹರಿದಾಡುತ್ತಿದೆ.

23. ಸರ್. ಸಿ.ವಿ. ರಾಮನ್ (1888 – 1970)

ಪ್ರತಿಭಾವಂತ ವಿಜ್ಞಾನಿ

ಕಿರು ಪರಿಚಯ :

ಡಾ॥ ಸಿ.ವಿ. ರಾಮನ್ ವಿಜ್ಞಾನ ಕ್ಷೇತ್ರದಲ್ಲಿ ಸಲ್ಲಿಸಿದ ಸೇವೆ ಅಪಾರ ಎಂದರೆ ಅತಿಶಯೋಕ್ತಿಯೇನಲ್ಲ. ಸಮುದ್ರದ ನೀರಿನಲ್ಲಿನ ಅಣುಗಳು ಬೆಳಕನ್ನು ಚೆದುರಿಸುವುದೇ ನೀಲಿ ಬಣ್ಣಕ್ಕೆ ಕಾರಣ ಎಂದು ಪ್ರತಿಪಾದಿಸಿದರು. ಸಿ.ವಿ. ರಾಮನ್ 1934 ರಲ್ಲಿ ರಾಮನ್ ಇಂಡಿಯನ್ ಅಕಾಡೆಮಿ

ಆಫ್ ಸೈನ್ಸ್ ಎಂಬ ನೂತನ ಸಂಸ್ಥೆಯೊಂದನ್ನು ಸ್ಥಾಪಿಸಿದರು. ಅಕಾಡೆಮಿಯ ವಾರ್ಷಿಕೋತ್ಸವದ ಸಮಾರಂಭದಲ್ಲಿ ರಾಮನ್ ಅವರ ಉಪನ್ಯಾಸಗಳು ಅನೇಕರನ್ನು ಆಕರ್ಷಿಸಿದವು. ಉಪನ್ಯಾಸ ನೀಡುವುದರಲ್ಲಿ ರಾಮನ್ ಅವರು ನಿಸ್ಸೀಮರಾಗಿದ್ದರು. ಅತ್ಯಂತ ಕಠಿಣವಾದ ವಿಚಾರಗಳನ್ನು ಮನಮುಟ್ಟುವಂತೆ ಸರಳವಾಗಿ ವಿವರಿಸುತ್ತಿದ್ದರು. ನೊಬೆಲ್ ಪ್ರಶಸ್ತಿಯನ್ನು ಪಡೆದ ದಿನದಂದು ರಾಮನ್ ಅವರ ಉಪನ್ಯಾಸ ನಡೆಯಿತು. ನಾನು ಭಾರತೀಯ, ಭಾರತೀಯ ಉಡುಪನ್ನು ಧರಿಸಿದ ನನಗೆ ನನ್ನ ದೇಶ ಮತ್ತು ನನ್ನ ಜನತೆಯನ್ನು ಪ್ರತಿನಿಧಿಸುತ್ತದೆ, ಎಂದು ಹೇಳಿ ಪಾಶ್ಚಾತ್ಯ ವಿಜ್ಞಾನಿಗಳನ್ನು ಬೆರಗುಗೊಳಿಸಿದರು.

ಜನನ ಮತ್ತು ಬಾಲ್ಯ :

ಸಿ.ವಿ. ರಾಮನ್‌ರವರು ದಿನಾಂಕ 7ನೇ ನವೆಂಬರ್ 1888 ರಲ್ಲಿ ತಮಿಳುನಾಡಿನ ತಿರುಚಿರಾಪಳ್ಳಿಯಲ್ಲಿ ಜನಿಸಿದರು. ಇವರ ತಂದೆ ಚಂದ್ರಶೇಖರನ್ ಐಯ್ಯರ್. ಇವರು ಪ್ರೌಢಶಾಲೆಯಲ್ಲಿ ಅಧ್ಯಾಪಕ ವೃತ್ತಿಯನ್ನು ಮಾಡುತ್ತಿದ್ದರು. ಇವರ ತಾಯಿ ಪಾರ್ವತಿ ಅಮ್ಮಾಳ್. ರಾಮನ್ ಅವರು ಕೇವಲ ಮೂರು ವರ್ಷದವರಾಗಿದ್ದಾಗಲೇ ಇವರ ತಂದೆ ವಿಶಾಖ ಪಟ್ಟಣದಲ್ಲಿ ಎ.ವಿ.ಎನ್. ಕಾಲೇಜಿನಲ್ಲಿ ಗಣಿತ ಶಾಸ್ತ್ರದ ಅಧ್ಯಾಪಕರಾಗಿದ್ದರು.

ವಿದ್ಯಾಭ್ಯಾಸ :

ರಾಮನ್‌ರವರು ತಮ್ಮ ಹನ್ನೊಂದನೇ ವಯಸ್ಸಿಗೆ ಮೆಟ್ರಿಕ್ಯುಲೇಷನ್ ಪರೀಕ್ಷೆಯಲ್ಲಿ ತೇರ್ಗಡೆಯಾಗಿ 13ನೇ ವಯಸ್ಸಿನಲ್ಲಿ ಪಿ.ಯು.ಸಿ. (ಎಫ್.ಎ.) ಪರೀಕ್ಷೆಯಲ್ಲಿ ಉತ್ತಮ ದರ್ಜೆಯಲ್ಲಿ ತೇರ್ಗಡೆಯಾದರು. ತಮ್ಮ ಮುಂದಿನ ವಿದ್ಯಾಭ್ಯಾಸವನ್ನು ಮುಂದುವರಿಸಿ ಮದರಾಸಿನ ಪ್ರೆಸಿಡೆನ್ಸಿ ಕಾಲೇಜಿನಲ್ಲಿ ಪದವಿಯನ್ನು ಮಡೆದರು. ಇಂಗ್ಲಿಷ್ ಮತ್ತು ಭೌತಶಾಸ್ತ್ರದಲ್ಲಿ ಹೆಚ್ಚು ಅಂಕಗಳನ್ನು ಪಡೆದು ಚಿನ್ನದ ಪದಕಗಳನ್ನು ತಮ್ಮದಾಗಿಸಿಕೊಂಡರು. ಇವರು ವ್ಯಾಸಂಗ ಮಾಡುತ್ತಿರುವಾಗಲೇ

ಟಿಂಡಾಲ್, ಪ್ಯಾರಡೆ ಹಾಗೂ ಜರ್ಮನಿಯ ಹೆಲ್ಮ್ ಹೋಲ್ಟ್ ಮುಂತದವರ ವಿಜ್ಞಾನಕ್ಕೆ ಸಂಬಂಧಪಟ್ಟ ಉಪನ್ಯಾಸಗಳನ್ನು ಓದಿ ಅರ್ಥೈಸಿಕೊಂಡಿದ್ದರು. ಲಾರ್ಡ್ ರ್‍ಯಾಲೆಯವರು ಬೆಳಕಿನ ಮೇಲೆ ಸಂಶೋಧನೆಗಳ ಬಗ್ಗೆ ಚರ್ಚೆ ಮಾಡಲು ಪ್ರಾರಂಭಿಸಿದರು.

ವೈವಾಹಿಕ ಜೀವನ :

ರಾಮನ್ ಅವರು ತಮ್ಮ ಇಚ್ಛೆಯಂತೆ ಹದಿಮೂರು ವರ್ಷ ವಯಸ್ಸಿನ ಲೋಕಸುಂದರಿ ಎಂಬ ಮಹಿಳೆಯನ್ನು ವಿವಾಹವಾದರು. ಇವರ ಪತ್ನಿ ಲೋಕಸುಂದರಿಯವರು ಪತಿಯ ಎಲ್ಲಾ ಕೆಲಸ ಕಾರ್ಯಗಳಲ್ಲೂ ಭಾಗಿಯಾಗಿ, ಅವರ ಎಲ್ಲಾ ಚಟುವಟಿಕೆಗಳಲ್ಲಿ ತೊಡಗಿ ಪ್ರೋತ್ಸಾಹ ನೀಡಿದರು.

ವೃತ್ತಿ ಜೀವನ ಮತ್ತು ಕಾರ್ಯಸಾಧನೆ :

- ❖ ರಾಮನ್ ಅವರು ಸಿವಿಲ್ ಸರ್ವೀಸ್ (ಎಫ್.ಸಿ.ಎಸ್.) ಪರೀಕ್ಷೆಗೆ ಕುಳಿತು ಉತ್ತಮ ದರ್ಜೆಯಲ್ಲಿ ಉತ್ತೀರ್ಣರಾದರು. ನಂತರ ಕಲ್ಕತ್ತದಲ್ಲಿ ಸಹಾಯಕ ಅಕೌಂಟೆಂಟ್ ಜನರಲ್ ಹುದ್ದೆಯನ್ನು ಪ್ರಾರಂಭಿಸಿದರು.
- ❖ ಕಲ್ಕತ್ತ, ನಾಗಪೂರ್, ರಂಗೂನ್ ಮುಂತಾದ ನಗರಗಳಲ್ಲಿ ನಿಷ್ಠೆಯಿಂದ ಕಾರ್ಯನಿರ್ವಹಿಸಿದರು.
- ❖ ಪ್ರಾಮಾಣಿಕತೆ, ಶ್ರದ್ಧೆ, ಆಸಕ್ತಿ ಮುಂತಾದ ವಿಶೇಷ ಗುಣಗಳಿಂದ ರಾಮನ್ ಭಾರತ ಸರ್ಕಾರದ ಅತ್ಯುತ್ತಮ ಫೈನಾನ್ಷಿಯಲ್ ಅಧಿಕಾರಿ ಎಂಬ ಗೌರವಕ್ಕೆ ಪಾತ್ರರಾದರು.
- ❖ ಇಷ್ಟಾದರೂ ಅವರ ಮನಸ್ಸು ವಿಜ್ಞಾನದ ಸಂಶೋಧನೆಗಳ ಮೇಲೆ ತಿರುಗಿತ್ತು.
- ❖ ಕಲ್ಕತ್ತಾದಲ್ಲಿ ಮಹೇಂದ್ರವಾಲ್ ಸರ್ಕಾರ್ ಸ್ಥಾಪಿಸಿದ "ಇಂಡಿಯನ್ ಅಸೋಸಿಯೇಷನ್ ಫಾರ್ ಕಲ್ಟಿವೇಷನ್ ಆಫ್ ಸೈನ್ಸ್" ಇಲ್ಲಿ ಅವರು ಸಂಶೋಧನೆಗಳನ್ನು ನಡೆಸಲು ಪ್ರಾರಂಭಿಸಿದರು. ಇದಕ್ಕೆ ಹಿರಿಯರ ಪ್ರೋತ್ಸಾಹವೂ ದೊರೆಯಿತು.

❖ 1907 ರಿಂದ 1917 ರವರೆಗೆ ರಂಗೂನ್, ಕಲ್ಕತ್ತಾ, ನಾಗಪೂರ್ ಮುಂತಾದವುಗಳಲ್ಲಿ ತಮ್ಮ ವೈಜ್ಞಾನಿಕ ಚಟುವಟಿಕೆಗಳನ್ನು ನಿರಂತರವಾಗಿ ಮುಂದುವರೆಸಿದರು.

❖ ಸಮಯ ಸಿಕ್ಕಾಗಲೆಲ್ಲ ಅವರು ಮನೆಯಲ್ಲಿಯೂ ಪ್ರಯೋಗಗಳನ್ನು ಮಾಡುತ್ತಿದ್ದರು.

❖ ವಿದೇಶದಲ್ಲಿ ವಿಜ್ಞಾನಿಗಳು ಇವರ ಪ್ರಯೋಗಗಳನ್ನು ಮೆಚ್ಚಿ ತಮ್ಮ ಮೆಚ್ಚಿಗೆಯನ್ನು ವ್ಯಕ್ತಪಡಿಸಲು ಪ್ರಾರಂಭಿಸಿದರು.

❖ **ಭೌತಶಾಸ್ತ್ರ ಪ್ರೊಫೆಸರ್ ಆಗಿ...!** ಕಲ್ಕತ್ತ ವಿಶ್ವವಿದ್ಯಾನಿಲಯದ ಕುಲಪತಿಗಳಾಗಿದ್ದ ಅಶುತೋಷ್ ಮುಖರ್ಜಿಯವರು ವಿಶ್ವವಿದ್ಯಾನಿಲಯದ ರಾಮನ್ ಅವರನ್ನು ಭೌತಶಾಸ್ತ್ರದ ಪ್ರೊಫೆಸರ್ ಹುದ್ದೆಯನ್ನು ಅಲಂಕರಿಸಲು ಆಹ್ವಾನಿಸಿದರು. ಇದನ್ನು ಅವರು ಅತ್ಯಂತ ಗೌರವಪೂರ್ವಕವಾಗಿ ಸ್ವೀಕರಿಸಿದರು.

❖ 1919 ರಲ್ಲಿ ರಾಮನ್ ಅವರು "ಇಂಡಿಯನ್ ಅಸೋಸಿಯೇಷನ್ ಫಾರ್ ಕಲ್ಟಿವೇಷನ್ ಆಫ್ ಸೈನ್ಸ್" ಸಂಸ್ಥೆಯ ಗೌರವ ಕಾರ್ಯದರ್ಶಿಯಾಗಿ ಸೇವೆ ಸಲ್ಲಿಸಿದರು.

❖ ಸಿ.ವಿ ರಾಮನ್‌ರವರು ಅನೇಕ ವಿಧಗಳಲ್ಲಿ ಸಂಶೋಧನೆಗಳನ್ನು ಮಾಡುತ್ತಿದ್ದರು. ಹೀಗೆ ಮಾಡುತ್ತಿರುವಾಗಲೇ ಅವರಗೆ ಅನೇಕ ವಿಷಯಗಳ ಬಗ್ಗೆ ಪ್ರಶ್ನೆಗಳು ಉದ್ಭವಿಸುತ್ತಿದ್ದವು. ಅವುಗಳನ್ನು ಪರಿಹರಿಸಿಕೊಂಡೇ ಮುಂದೆ ಸಾಗುತ್ತಿದ್ದರು.

❖ ಮನಸ್ಸಿನಲ್ಲಿ ಉಂಟಾಗುತ್ತಿದ್ದ ಅನೇಕ ರೀತಿಯ ರೋಚಕ ಸಮಸ್ಯೆಗಳನ್ನು ಕುರಿತು ಆಳವಾಗಿ ಚಿಂತಿಸಿ ಸಂಶೋಧನೆಗಳನ್ನು ನಡೆಸುತ್ತಿದ್ದರು.

❖ ರಾಮನ್‌ರವರು ಅಪ್ರತಿಮ ಚಿಂತನಕಾರರಾಗಿಯೂ, ಪ್ರಯೋಗಶೀಲರಾಗಿಯೂ, ಉಪನ್ಯಾಸಕರಾಗಿಯೂ, ಭಾರತೀಯ ವಿಜ್ಞಾನದ ಅಭಿವೃದ್ಧಿಗೆ ಅವಿಶ್ರಾಂತವಾಗಿ ದುಡಿದ ಧೀಮಂತ ವಿಜ್ಞಾನಿ ಎಂದರೆ ಅತಿಶಯೋಕ್ತಿಯೇನಲ್ಲ!

❖ **ಅಪ್ರತಿಮ ಭೌತಶಾಸ್ತ್ರದ ವಿಜ್ಞಾನಿ :** ಸಿ.ವಿ. ರಾಮನ್‌ರವರು ವಿಜ್ಞಾನ ಕ್ಷೇತ್ರದಲ್ಲಿ ಭಾರತಕ್ಕೆ ಒಂದು ವಿಶಿಷ್ಠ ಸ್ಥಾನವನ್ನು ದೊರಕಿಸಿಕೊಟ್ಟ 20ನೇ ಶತಮಾನದ ಅಪ್ರತಿಮ ಭೌತಶಾಸ್ತ್ರದ ವಿಜ್ಞಾನಿ. 1972 ರಲ್ಲಿ "ಅಣುಗಳ ಪ್ರಭಾವದಿಂದ ಬೆಳಕಿನ ವಿವರ್ತನೆ" ಎಂಬ ಪ್ರಸಿದ್ಧವಾದ ಲೇಖನವನ್ನು ಮಂಡಿಸಿದರು.

❖ ಬೆಳಕಿನ ಚದುರುವಿಕೆಯನ್ನು ಸಂಪೂರ್ಣವಾಗಿ ಅರ್ಥಮಾಡಿಕೊಳ್ಳುವ ಸಲುವಾಗಿ "ರಾಮನ್ ಕ್ವಾಂಟಮ್ ಸಿದ್ಧಾಂತ" ರೂಪಿಸಿಕೊಂಡರು.

❖ ಬೈಜೀನ್, ಕಾರ್ಬನ್ ಟೆಟ್ರೋಕ್ಲೋರೈಡ್ ಮುಂತಾದ ದ್ರವಗಳ ಮೂಲಕ ಏಕ ವರ್ಣೀಯ ಬೆಳಕನ್ನು ವೀಕ್ಷಿಸಿದರು.

❖ 1928 ರಂದು ಬೆಂಗಳೂರಿನಲ್ಲಿ ಸೆಂಟ್ರಲ್ ಕಾಲೇಜಿನಲ್ಲಿ ರಾಮನ್‌ರವರು ಮೊದಲ ಬಾರಿಗೆ ಉಪನ್ಯಾಸ ನೀಡಿದರು.

❖ **ನೊಬೆಲ್ ಪ್ರಶಸ್ತಿ :** ಸಿ.ವಿ. ರಾಮನ್‌ರವರು1930 ರಲ್ಲಿ ನೊಬೆಲ್ ಪ್ರಶಸ್ತಿ ಪಡೆದರು. ಈ ನೊಬೆಲ್ ಪ್ರಶಸ್ತಿಗೆ ಸಿ.ವಿ. ರಾಮನ್‌ರವರ ಹೆಸರನ್ನು ಸೂಚಿಸಿದ ವಿಜ್ಞಾನಿಗಳು ಲಾರ್ಡ್ ರುದರ್‌ಫರ್ಡ್, ನೀಲ್ಸ್ ಬೋರ್, ಲೂಯಿ ಡಿ ಬ್ರೋಲಿ, ಪೆರಿನ್ ಸಿ.ಟಿ.ಆರ್. ವಿಲ್ಸನ್ ಮುಂತಾದವರು.

❖ 1924 ರಲ್ಲಿ ರಾಮನ್ ಅವರನ್ನು "ರಾಯಲ್ ಸೊಸೈಟಿಯ ಫೆಲೋ" ಆಗಿ ಚುನಾಯಿಸಲ್ಪಟ್ಟಿತು.

❖ ರಾಮನ್‌ರವರು 1933 ರಲ್ಲಿ ಇಂಡಿಯನ್ ಇನ್ಸ್‌ಟಿಟ್ಯೂಟ್ ಆಫ್ ಸೈನ್ಸ್‌ನ ನಿರ್ದೇಶಕರ ಹುದ್ದೆಯನ್ನು ಅಲಂಕರಿಸಿದರು. ಅದರ ಆಡಳಿತ ಮಂಡಳಿಯ ಅನುಮತಿ ದೊರಕದೆ ನಿರ್ದೇಶಕರ ಹುದ್ದೆಯನ್ನು ತೊರೆಯಬೇಕಾಯಿತು.

❖ 1934 ರಲ್ಲಿ ರಾಮನ್ ಇಂಡಿಯನ್ ಅಕಾಡೆಮಿ ಆಫ್ ಸೈನ್ಸ್ ಎಂಬ ನೂತನ ಸಂಸ್ಥೆಯನ್ನು ಸ್ಥಾಪಿಸಿ ಸುಮಾರು 35 ವರ್ಷಗಳ ಕಾಲ ಸೇವೆ ಸಲ್ಲಿಸಿದರು.

❖ ರಾಮನ್ ಅವರ ಉಪನ್ಯಾಸಗಳು ಅತ್ಯಂತ ಜನಪ್ರಿಯ–ವಾಗಿದ್ದುದರಿಂದ ಎಲ್ಲರನ್ನೂ ಆಕರ್ಷಿಸುತ್ತಿದ್ದವು.

❖ **ರಾಮನ್ ಅವರ ಆಶ್ರಯದಲ್ಲಿ...!** ಕೆ.ಎಸ್. ಕೃಷ್ಣನ್, ಕೆ.ಆರ್. ರಾಮನಾಥನ್, ನಾಗೇಂದ್ರನಾಥ್ ಮುಂತಾದ ವಿಜ್ಞಾನಿಗಳು ರಾಮನ್‌ರವರು ಆಶ್ರಯದಿಂದ ಬೆಳಕಿಗೆ ಬಂದವರು.

❖ ಸಿ.ವಿ ರಾಮನ್‌ರವರು ಯಾವುದಕ್ಕೂ ಎದೆಗುಂದದೆ ವಿಜ್ಞಾನ ಕ್ಷೇತ್ರದಲ್ಲಿ ನಿರಂತರವಾಗಿ ದುಡಿದರು. ದೇಶದಲ್ಲೆಲ್ಲಾ ಸಂಚರಿಸಿ ಹಣ ಸಂಗ್ರಹ ಮಾಡಿ "ರಾಮನ್ ಸಂಶೋಧನಾಲಯ" ವನ್ನು ಸ್ಥಾಪಿಸಿದರು.

ನಿಧನ :

ಪ್ರಖ್ಯಾತ ವಿಜ್ಞಾನಿ ಸಿ.ವಿ. ರಾಮನ್‌ರವರು ಅಕ್ಟೋಬರ್ ಕೊನೆಯ ದಿನಗಳಲ್ಲಿ ತೀರಾ ಅಸ್ವಸ್ಥರಾದರು. ದಿನಾಂಕ 21 ನೇ ನವೆಂಬರ್ 1970 ರಲ್ಲಿ ವಿಧಿವಶರಾದರು.

24. ಜೆ.ಆರ್.ಡಿ. ಟಾಟಾ (1904 – 1993)

ಭಾರತದ ಕೈಗಾರಿಕಾ ಕ್ಷೇತ್ರದ ಮಹಾಪುರುಷ

ಕಿರು ಪರಿಚಯ :

ಜೆ.ಆರ್.ಡಿ. ಟಾಟಾ ಅವರ ಹೆಸರು ಕೇಳದೆ ಇರುವವರು ಅತಿ ವಿರಳ ಎನ್ನಬಹುದು. ಇವರು ಸಾಮಾನ್ಯ ವ್ಯಕ್ತಿ ಅಲ್ಲ. ಭಾರತದ ಕೈಗಾರಿಕೋದ್ಯಮದಲ್ಲಿ ಅತ್ಯಂತ ಪ್ರಸಿದ್ಧಿ ಪಡೆದ ವ್ಯಕ್ತಿ. ಟಾಟಾ ಅವರ ಕಾರ್ಯಸಾಧನೆ ಕೇವಲ ಕೈಗಾರಿಕೆಗಳಿಗೆ

ಮಾತ್ರ ಸೀಮಿತವಾಗಿರಲಿಲ್ಲ. ಅವರು ಸಂಗೀತ, ರಂಗಭೂಮಿ, ಶಿಕ್ಷಣ ಕ್ಷೇತ್ರ, ವಿಜ್ಞಾನ ಇವುಗಳಲ್ಲಿಯೂ ಆಸಕ್ತಿ ಹೊಂದಿದ್ದರು. "ಟಾಟಾ ಮೆಮೋರಿಯಲ್ ಹಾಸ್ಪಿಟಲ್" ಸ್ಥಾಪಿಸಿ ವೈದ್ಯಕೀಯ ಸಂಶೋಧನೆಗೆ ಹಾಗೂ ಸೇವೆಗೆ ಅವಕಾಶ ಮಾಡಿಕೊಟ್ಟವರು. ಭಾರತದ ಪ್ರಧಾನಿ ನೆಹರೂ ಹಾಗೂ ಟಾಟಾ ಅವರಿಗೆ ಆತ್ಮೀಯವಾದ ಸಂಬಂಧವಿತ್ತು. ಕೈಗಾರಿಕಾ ನೀತಿ ವಿಚಾರಗಳಲ್ಲಿ ಕೆಲವೊಮ್ಮೆ ಭಿನ್ನಾಭಿಪ್ರಾಯಗಳು ಬರುತ್ತಿದ್ದರೂ, ಅವರ ಸ್ನೇಹಕ್ಕೆ ಯಾವುದೇ ಅಡ್ಡಿ ಬರುತ್ತಿರಲಿಲ್ಲ. ಭಾರತದಲ್ಲಿ ಹೊಸದಾಗಿ ಉದ್ದಿಮೆಯ ಆರಂಭಿಸುವವರಿಗೆ ಟಾಟಾ ಅವರು ಬುನಾದಿಯಾಗಿದ್ದರು. ಹೊಸ ಉದ್ದಿಮೆಗಳನ್ನು ಪ್ರೋತ್ಸಾಹಿಸುವಲ್ಲಿ ಇವರ ಪಾತ್ರ ಹಿರಿದಾದುದು.

ಜನನ ಮತ್ತು ಬಾಲ್ಯ :

ಜೆ.ಆರ್.ಡಿ. ಟಾಟಾ ಅವರ ಪೂರ್ಣ ಹೆಸರು ಜಹಂಗೀರ್ ರತನ್‌ಜೀ ದಾದಾಬಾಯಿ ಟಾಟಾ. ಇವರು ಭಾರತದ ಶ್ರೀಮಂತ ಕುಟುಂಬಕ್ಕೆ ಸೇರಿದವರಾಗಿದ್ದಾರೆ. ಇವರು ಪ್ಯಾರಿಸ್‌ನಲ್ಲಿ 1904 ರಲ್ಲಿ ಜನಿಸಿದರು. ಇವರ ತಂದೆ ರತನ್‌ಜೀ. ಇವರು ಚಿಕ್ಕವರಾಗಿದ್ದಾಗಲೇ ಕುಟುಂಬ ಸಮೇತರಾಗಿ ಮುಂಬೈಗೆ ಬಂದು ನೆಲೆಸಿದರು. ಆದ್ದರಿಂದ ಇವರ ಬಾಲ್ಯ ವಿದ್ಯಾಭ್ಯಾಸ ಭಾರತದಲ್ಲೇ ಆರಂಭವಾಯಿತು.

ವಿದ್ಯಾಭ್ಯಾಸ :

ಕಾರಣಾಂತರಗಳಿಂದ ರತನಜೀ ಕುಟುಂಬದವರು ಜಪಾನಿಗೆ ಹೋದರು. ಟಾಟಾರವರ ವಿದ್ಯಾಭ್ಯಾಸ ಜಪಾನಿನಲ್ಲಿ ಮುಂದುವರಿಯಿತು. ಜಪಾನ್, ಫ್ರಾನ್ಸ್, ಇಂಗ್ಲೆಂಡ್ ಮುಂತಾದ ಕಡೆಗಳಲ್ಲಿ ಅಧ್ಯಯನ ಮಾಡಿದ ಟಾಟಾ ಅವರು ಇಂಗ್ಲಿಷ್, ಫ್ರೆಂಚ್ ಭಾಷೆಯನ್ನು ಚೆನ್ನಾಗಿ ಬಲ್ಲವರಾಗಿದ್ದರು. ಇವುಗಳಲ್ಲದೆ ಟಾಟಾರವರು ಗಣಿತ, ಭೌತಶಾಸ್ತ್ರ ಅಧ್ಯಯನ ಮಾಡಿದರು. ವಿದ್ಯಾಭ್ಯಾಸದ ನಂತರ ಇವರು ಕೈಗಾರಿಕಾ ಆಡಳಿತದಲ್ಲಿ ಹೆಚ್ಚು ಪರಿಣತಿಯನ್ನು

ಪಡೆದುಕೊಂಡರು. ಇವರ ತಂದೆ ರತನ್‌ಜೀ ನಿಧನರಾದ ಮೇಲೆ ಟಾಟಾ ಅವರೇ ತಮ್ಮ ತಂದೆಯ ಕೆಲಸ ಕಾರ್ಯಗಳನ್ನು ನಡೆಸತೊಡಗಿದರು. ಅಲ್ಲದೆ ಇವರೆ "ಟಾಟಾ ಸನ್ಸ್" ಸಂಸ್ಥೆಯ ನಿರ್ದೇಶಕರಾದರು.

ವೃತ್ತಿ ಜೀವನ ಮತ್ತು ಕಾರ್ಯಸಾಧನೆ :

- **ಪ್ರಥಮ ವಿಮಾನ ಹಾರಾಟದ ಪರವಾನಗಿ :** 1924 ರಲ್ಲಿ ಖಾಸಗಿ ವಿಮಾನ ಹಾರಾಟದ ಪರವಾನಗಿ ಪಡೆದ ಪ್ರಥಮ ಭಾರತೀಯ ಎಂಬ ಹೆಗ್ಗಳಿಕೆಗೆ ಪಾತ್ರರಾದವರು ಟಾಟಾರವರು.
- 1930 ರಲ್ಲಿ ಮುಂಬೈಯಿಂದ ಇಂಗ್ಲೆಂಡ್‌ಗೆ ಒಬ್ಬರೇ ವಿಮಾನ ಚಾಲನೆ ಮಾಡಿ ಇತಿಹಾಸದಲ್ಲಿ ಹೆಸರು ಪಡೆದರು.
- 1932 ರಲ್ಲಿ ಟಾಟಾ ಏರ್ ಲೈನ್ ಪ್ರಾರಂಭಿಸಿ ಆ ವಿಮಾನದ ಚಾಲಕರಾಗಿ ಕಾರ್ಯ ನಿರ್ವಹಿಸಿದ ಹೆಗ್ಗಳಿಕೆಗೂ ಪಾತ್ರರಾದರು.
- ಟಾಟಾ ಏರ್ ಲೈನ್ ಸಂಸ್ಥೆ ಅಂಚೆ ಇಲಾಖೆಗೆ ಟಪಾಲು ಕೊಂಡೊಯ್ಯುವ ಸೇವೆಯನ್ನು ಆರಂಭಿಸಿತು. ಇದು ಸರ್ಕಾರದ ಯಾವುದೇ ನೆರವಿಲ್ಲದೆ ಸ್ಥಾಪಿತವಾದ ವಿಶ್ವದ ಏಕೈಕ ಸಂಸ್ಥೆಯಾಗಿತ್ತು, ಕ್ರಮೇಣ ಅದು "ಇಂಡಿಯನ್ ಏರ್ ಲೈನ್ಸ್" ಆಗಿ ಪರಿವರ್ತನೆಗೊಂಡಿತು.
- 1948 ರಲ್ಲಿ ಟಾಟಾರವರ ನಿರಂತರ ಪ್ರಯತ್ನದಿಂದಾಗಿ "ಏರ್ ಇಂಡಿಯಾ ಇಂಟರ್ ನ್ಯಾಷನಲ್' ಸ್ಥಾಪನೆಯಾಯಿತು.
- 1953 ರಲ್ಲಿ ಕೇಂದ್ರ ಸರ್ಕಾರವು ಟಾಟಾರವರ ಎರಡೂ ಏರ್‌ಲೈನ್ಸ್ ಸಂಸ್ಥೆಗಳನ್ನು ರಾಷ್ಟ್ರೀಕರಣಗೊಳಿಸಿತು.
- 1978 ರಲ್ಲಿ ಮೊರಾರ್ಜಿ ದೇಸಾಯಿ ಅವರು ಪ್ರಧಾನ ಮಂತ್ರಿಯಾಗಿದ್ದಾಗ ಸರ್ಕಾರ ಏರ್ ಇಂಡಿಯಾ ಮತ್ತು ಏರ್‌ಲೈನ್ಸ್ ಸಂಸ್ಥೆಗಳ ಅಧ್ಯಕ್ಷ ಸ್ಥಾನದಿಂದ ಟಾಟಾರವರನ್ನು ನಿವೃತ್ತಿಗೊಳಿಸಲಾಯಿತು. ಇದು ಸಾರ್ವಜನಿಕ ವಲಯಗಳಲ್ಲಿ ದೊಡ್ಡ ವಾದ-ವಿವಾದವನ್ನೇ ಸೃಷ್ಟಿಸಿತ್ತು.

- ❖ ಟಾಟಾ ಉದ್ದಿಮೆಗಳ ಅಧ್ಯಕ್ಷರಾಗಿದ್ದ ಮೇಲೆ ಅವರ ಆಡಳಿತಾವಧಿಯಲ್ಲೇ ಟಾಟಾ ಕಂಪನಿಗಳು ನಿರಂತರವಾಗಿ ಅಧಿಕ ಸಂಖ್ಯೆಯಲ್ಲಿ ಬೆಳೆಯಿತು. ಕಬ್ಬಿಣ, ಉಕ್ಕು, ಸಿಮೆಂಟ್, ವಾಹನ, ಬಟ್ಟೆ, ಸಾಬೂನು, ಇಂಜಿನಿಯರಿಂಗ್ ಸಲಕರಣೆಗಳು, ಗಡಿಯಾರ ಹೀಗೆ ಹಲವಾರು.
- ❖ ಟಾಟಾರವರಿಗೆ ಅವರ ಕಾರ್ಮಿಕರ ಬಗ್ಗೆ ಹೆಚ್ಚು ಕಾಳಜಿ ಇತ್ತು. ಅವರ ಯೋಗಕ್ಷೇಮ ವಿಚಾರಣೆಗಾಗಿಯೇ ಪ್ರತ್ಯೇಕ ಇಲಾಖೆಯನ್ನು ಸ್ಥಾಪಿಸಿದ್ದರು.
- ❖ **ನಿಕಟ ಸಂಬಂಧ :** ಭಾರತದ ಪ್ರಥಮ ಪ್ರಧಾನಿ ಜವಾಹರಲಾಲ್ ನೆಹರೂ ಹಾಗೂ ಟಾಟಾರವರಿಗೂ ಆತ್ಮೀಯವಾದ ಸಂಬಂಧವಿತ್ತು. ಕೈಗಾರಿಕಾ ನೀತಿ ವಿಚಾರದಲ್ಲಿ ಅವರಿಬ್ಬರ ನಡುವೆ ಪದೇ ಪದೇ ಭಿನ್ನಾಭಿಪ್ರಾಯಗಳು ಬರುತ್ತಿದ್ದರೂ ಸಹ ಅವರಿಬ್ಬರ ಸ್ನೇಹಕ್ಕೆ ಅಡ್ಡಿ ಬರಲಿಲ್ಲ.
- ❖ ಭಾರತದಲ್ಲಿ ಹೊಸದಾಗಿ ಉದ್ದಿಮೆ ಪ್ರಾರಂಭಿಸುವವರಿಗೆ ಟಾಟಾರವರು ದಾರಿ ದೀಪವಾಗಿದ್ದರು.
- ❖ ಟಾಟಾರವರು ಕೇವಲ ಉದ್ದಿಮೆಗೆ ಮಾತ್ರ ಸೀಮಿತವಾಗಿರಲ್ಲಿಲ್ಲ. ಸಂಗೀತ, ರಂಗಭೂಮಿ, ವಿಜ್ಞಾನ, ಶಿಕ್ಷಣ ಕ್ಷೇತ್ರ ಹೀಗೆ ನಾನಾ ಕ್ಷೇತ್ರಗಳಲ್ಲಿಯೂ ತಮ್ಮನ್ನು ತೊಡಗಿಸಿಕೊಂಡಿದ್ದರು.
- ❖ ಟಾಟಾ ಮೆಮೋರಿಯಲ್ ಹಾಸ್ಪಿಟಲ್ ಸ್ಥಾಪಿಸಿ ವೈದ್ಯಕೀಯ ಸಂಶೋಧನೆಗೆ ಹಾಗೂ ಸೇವೆಗೆ ದಾರಿ ಮಾಡಿಕೊಟ್ಟರು.
- ❖ ಟಾಟಾ ಇನ್ಸ್‌ಟಿಟ್ಯೂಟ್ ಆಫ್ ಸೋಶಿಯಲ್ ಸೈನ್ಸಸ್ ಇದು ಟಾಟಾರವರು ಸ್ಥಾಪಿಸಿದ ವಿದ್ಯಾಸಂಸ್ಥೆ.
- ❖ ಬಡವರ ಬಗ್ಗೆ ಹೆಚ್ಚು ಆಸಕ್ತಿ ಹೊಂದಿದ್ದ ಟಾಟಾರವರು ತಮ್ಮ ಉದ್ದಿಮೆಗಳ ಹತ್ತಿರ ಇರುವ ಹಳ್ಳಿಗಳನ್ನು ಅಭಿವೃದ್ಧಿಗೊಳಿಸಿದರು.

❖ ಪ್ರಖ್ಯಾತ ವಿಜ್ಞಾನಿ ಬಾಭಾರವರಿಗೆ ಆರ್ಥಿಕ ನೆರವನ್ನು ನೀಡುವ ಮೂಲಕ ಸಂಶೋಧನಾ ಕೇಂದ್ರ ಸ್ಥಾಪಿಸಲು ಕಾರಣರಾದರು.

❖ ಕರ್ನಾಟಕದ ಡಾ॥ ರಾಜಾರಾಮಣ್ಣನವರನ್ನು ಟಾಟಾರವರು "ನ್ಯಾಷನಲ್ ಇನ್ಸ್ಟಿಟ್ಯೂಟ್ ಆಫ್ ಅಡ್ವಾನ್ಸ್ಡ್ ಸ್ಟಡೀಸ್" ಸಂಸ್ಥೆಯ ನಿರ್ದೇಶಕರನ್ನಾಗಿ ನೇಮಿಸಿದರು.

❖ ನ್ಯಾಷನಲ್ ಏರೋನಾಟಿಕಲ್ ಲ್ಯಾಬೋರೇಟರಿ, ಪರಮಾಣು ಶಕ್ತಿ ಆಯೋಗ, ಟಾಟಾ ನಿಧಿ, ಗಾಂಧಿ ಸ್ಮಾರಕ, ಕಸ್ತೂರಿ ಬಾ ರಾಷ್ಟ್ರೀಯ ಸ್ಮಾರಕ ನಿಧಿ ಮುಂತಾದ ಹಲವಾರು ಸಂಸ್ಥೆಗಳೊಂದಿಗೆ ನಿಕಟ ಸಂಬಂಧವನ್ನು ಹೊಂದಿದ್ದರು.

ಗೌರವ – ಪ್ರಶಸ್ತಿಗಳು :

❖ ಟಾಟಾರವರಿಗೆ ಸಂದದ್ದ ಗೌರವ ಪ್ರಶಸ್ತಿಗಳು ಅಪಾರ.

❖ ಅಲಹಬಾದ್ ವಿಶ್ವವಿದ್ಯಾನಿಲಯದ ಗೌರವ ಡಾಕ್ಟರೇಟ್,

❖ ಭಾರತೀಯ ವಾಯುದಳದ ಗೌರವ ಏರ್ ಕಮಾಂಡ್,

❖ ಫ್ರಾನ್ಸಿನ ಲೀಜನ್ ಆಫ್ ಆನರ್,

❖ ಭಾರತ ಸರ್ಕಾರ ಇವರಿಗೆ ಪದ್ಮ ಭೂಷಣ ಮತ್ತು ಭಾರತ ರತ್ನ ಇವುಗಳನ್ನು ನೀಡಿ ಗೌರವಿಸಿದೆ.

ನಿಧನ :

ಭಾರತದ ಕೈಗಾರಿಕಾ ಮಹಾಪುರುಷರೆನಿಸಿಕೊಂಡಿದ್ದ ಟಾಟಾರವರು ಜಿನೀವಾದಲ್ಲಿ 1993 ರಂದು ವಿಧಿವಶರಾದರು.

ಡಾ॥ ಬಿ.ಆರ್. ಅಂಬೇಡ್ಕರ್ (1891–1956)

ಭಾರತದ ಸಂವಿಧಾನ ರಚನಕಾರರು

ಕಿರು ಪರಿಚಯ :

ಮಹಾರಾಷ್ಟ್ರದ ರತ್ನಾಗಿರಿ ಜಿಲ್ಲೆಯ ಅಂಬಾವಾಡಿ ಎಂಬ ಹಳ್ಳಿಯಲ್ಲಿ ರಾಮ್‌ಜಿ ಎಂಬವರಿಗೆ ಹದಿನಾಲ್ಕನೆಯ ಮಗನಾಗಿ ಹುಟ್ಟಿದರು ಭೀಮ್‌ರಾವ್ ಅಂಬೇಡ್ಕರ್. 1891ರ ಏಪ್ರಿಲ್ 14ರಂದು ಹುಟ್ಟಿದ ಅವರ ಪೂರ್ತಿ ಹೆಸರು ಭೀಮರಾವ್ ಅಂಬಾವಾಡೆಕರ್.

ಶಾಲೆಯಲ್ಲಿ ಓದುತ್ತಿದ್ದಾಗಲೇ ಸಮಾಜದಲ್ಲಿ ಬೇರು ಬಿಟ್ಟಿದ್ದ ಮೇಲು

ಕೀಳೆಂಬ ಭೇದಭಾವದ ಪರಿಚಯ ಅವರಿಗಾಗಿ ತುಂಬಾ ನೊಂದುಕೊಂಡರು. ಭೀಮರಾವ್ ಅವರ ಬುದ್ಧಿಶಕ್ತಿಗಳನ್ನು ಮೆಚ್ಚಿಕೊಂಡ ಅವರ ಶಾಲಾ ಉಪಾಧ್ಯಾಯರು ತಮ್ಮ ಕುಟುಂಬದ ಹೆಸರಾದ ಅಂಬೇಡ್ಕರ್ ಅನ್ನು ಭೀಮರಾವ್‌ಗೆ ಇಟ್ಟು "ನೀನು ಇನ್ನು ಮುಂದೆ ಭೀಮರಾವ್ ರಾಮ್‌ಜಿ ಅಂಬೇಡ್ಕರ್," ಎಂದು ಹೇಳಿದರು. ಅಂಬೇಡ್ಕರ್ ಬೊಂಬಾಯಿ ಎಲ್ಫಿನ್‌ಸ್ಟೋನ್ ಕಾಲೇಜಿನಲ್ಲಿ ಓದಿ ಬಿ.ಎ. ಪದವಿ ಪಡೆದುಕೊಂಡರು. ಬರೋಡಾದ ಮಹಾರಾಜರ ಆಶ್ರಯದಲ್ಲಿ ಒಂದು ಕೆಲಸ ಪಡೆದು ಅಮೆರಿಕೆಗೆ ಹೋಗಿ ಪಿಹೆಚ್‌ಡಿ ಮಾಡಿಕೊಂಡು 1917ರಲ್ಲಿ ಭಾರತಕ್ಕೆ ಹಿಂದಿರುಗಿದರು. ಅವರಿಗೆ ಉನ್ನತ ಹುದ್ದೆಯೂ ದೊರೆಯಿತು. ಮುಂದೆ ಲಂಡನ್ನಿಗೆ ಹೋಗಿ ಬ್ಯಾರಿಸ್ಟರಾಗಿ ಬಂದರು. ಶತಮಾನಗಳಿಂದ ಉಳಿದು ಬಂದಿದ್ದ ಅಸ್ಪೃಶ್ಯತೆಯನ್ನು ತೊಡೆದು ಹಾಕಲು ಅಂಬೇಡ್ಕರ್ ಮನಸ್ಸು ಮಾಡಿದ್ದರು. ಮಹಾರಾಷ್ಟ್ರದ ಕೊಲಾಬಾ ಜಿಲ್ಲೆಯ ಒಂದು ಕೆರೆಯ ನೀರನ್ನು ಅಸ್ಪೃಶ್ಯರು ಬಳಸಬಾರದೆಂದು ಹೇಳಲಾಗಿತ್ತು. ಅಂಬೇಡ್ಕರ್ ಮೊದಲು ತಾವೇ ಆ ನೀರನ್ನು ಬಳಸಿ ಎಲ್ಲರೂ ಸಮಾನರು ಎಂಬ ತತ್ವವನ್ನು ಸಾರಿದರು. ಮೇಹರ್ ಜನಾಂಗದಲ್ಲಿ ಹುಟ್ಟಿದ್ದ ಅವರನ್ನು ಚಿಕ್ಕಂದಿನಲ್ಲಿಯೇ ತರಗತಿಯಲ್ಲಿ ಇತರ ಹುಡುಗರೊಡನೆ ಕೂರಲು ಬಿಡುತ್ತಿರಲಿಲ್ಲವಾಗಿ, ಅಂದೇ ಅವರ ಸೂಕ್ಷ್ಮಬುದ್ಧಿ ಕೆಲಸಮಾಡತೊಡಗಿತ್ತು.

ಕೆಲದಿನಗಳಲ್ಲಿ ಅಂಬೇಡ್ಕರ್ ದೇವಸ್ಥಾನ ಪ್ರವೇಶ ನಿಷಿದ್ಧ ಎಂಬುದನ್ನು ಲೆಕ್ಕಿಸದೇ ವೀರೇಶ್ವರ ದೇವಸ್ಥಾನ ಪ್ರವೇಶಿಸಿ ಅಸ್ಪೃಶ್ಯರೆನಿಸಿಕೊಂಡವರು. ದೇವಾಲಯ ಪ್ರವೇಶಿಸಬಹುದೆಂದೂ, ಕೆರೆಯ ನೀರನ್ನು ಸಹ ಕುಡಿಯಬಹುದೆಂದೂ ಹೇಳಿದರು. ಮೊಕದ್ದಮೆ ಹೂಡಲಾದರೂ

ಬಾವಿಗಳು ಸಾರ್ವಜನಿಕ ಸೊತ್ತು ಎಂದು ನ್ಯಾಯಾಲಯ ತೀರ್ಪು ನೀಡಿತು.

1931ರಲ್ಲಿ ಲಂಡನ್‌ನಲ್ಲಿ ನಡೆದ ದುಂಡುಮೇಜಿನ ಸಮ್ಮೇಳನದಲ್ಲಿ ಹರಿಜನರೆಂದು ಕರೆಯಲಾಗಿದ್ದ ಅಸ್ಪೃಶ್ಯರ ಬಗ್ಗೆ ಮಾತನಾಡಿ ಅವರಿಗೂ ಮತ ನೀಡಿ ತಮ್ಮ ನಾಯಕನ್ನನು ಆರಿಸುವ ಹಕ್ಕು ನೀಡಬೇಕೆಂದು ವಾದಿಸಿದರು.

ಭಾರತ 1947ರ ಆಗಸ್ಟ್ 15ರಂದು ಸ್ವಾತಂತ್ರ್ಯ ಪಡೆಯಿತು. ಅಂಬೇಡ್ಕರ್ ಸ್ವತಂತ್ರ ಭಾರತದ ಪ್ರಥಮ ಕಾನೂನು ಮಂತ್ರಿಯಾದರು. ಭಾರತದ ಸಂವಿಧಾನ ರಚಿಸುವಲ್ಲಿ ಅಂಬೇಡ್ಕರ್ ನೆರವಾದರು. ಸಂವಿಧಾನ ರಚನಾ ಸಮಿತಿಯ ಅಧ್ಯಕ್ಷರಾಗಿ ದುಡಿದರು. 1949ರ ನವೆಂಬರ್ ಒಂದರಂದು ಸಂವಿಧಾನದ ಕರಡನ್ನು ಸರ್ಕಾರ ಅಂಗೀಕರಿಸಿ ಅವರನ್ನು 'ಭಾರತದ ಆಧುನಿಕ ಮನು' ಎಂದು ಕರೆಯಲಾಯಿತು. ಅಂಬೇಡ್ಕರ್ ತಮ್ಮ ಇಡೀ ಜೀವನವನ್ನು ಹರಿಜನರ ಏಳಿಗೆಗಾಗಿ ಮೀಸಲಿಟ್ಟರು. ಮನಃ ಶಾಂತಿಯನ್ನು ಕಾಣಲೆಂದು ಅಂಬೇಡ್ಕರ್ ಬೌದ್ಧ ಮತವನ್ನವಲಂಬಿಸಿ 1950ರಲ್ಲಿ ಶ್ರೀಲಂಕಾದಲ್ಲಿ ನಡೆದ ಬೌದ್ಧ ಸಮ್ಮೇಳನದಲ್ಲಿ ಭಾಗವಹಿಸಿದರು. ಅವರಿಗೆ ಪುಸ್ತಕಗಳೆಂದರೆ ತುಂಬಾ ಪ್ರೀತಿ ಇತ್ತು. ಒಮ್ಮೆ ನ್ಯೂಯಾರ್ಕಿನಿಂದ 2000 ಪುಸ್ತಕಗಳನ್ನು ಕೊಂಡು ತಂದದ್ದೂ ಉಂಟು. ಅವರೇ ಕೆಲವು ಗ್ರಂಥಗಳನ್ನು ರಚಿಸಿದರು. ಜನ ಅವರನು ಪ್ರೀತಿಯಿಂದ 'ಬಾಬಾಸಾಹೇಬ್' ಎಂದು ಕರೆದರು. ಜಾತಿ ಪದ್ಧತಿಯನ್ನು ತೊಡೆದುಹಾಕಲು ಶ್ರಮಿಸಿದ ಅಂಬೇಡ್ಕರ್ ಅವರಿಗೆ ಹಲವಾರು ಗೌರವಗಳು ಸಂದವು. 1956ರ ಡಿಸೆಂಬರ್ 6ರಂದು ಅಂಬೇಡ್ಕರ್ ತೀರಿಕೊಂಡರು. ಭಾರತ ಅವರ ಜನ್ಮ ಶತಮಾನೋತ್ಸವವನ್ನು

ವಿಜೃಂಭಣೆಯಿಂದ ಆಚರಿಸಿತು. ಭಾರತ ಸರ್ಕಾರ ಆ ಸಂದರ್ಭದಲ್ಲಿ ಅವರಿಗೆ 'ಭಾರತ ರತ್ನ' ನೀಡಿ ಗೌರವಿಸಿ ಕೊಂಡಾಡಿತು. ಇಂದಿಗೂ ಅವರ ಹುಟ್ಟುಹಬ್ಬವನ್ನು ಭಾರತದಾದ್ಯಂತ ಸಂಭ್ರಮದಿಂದ ಆಚರಿಸುತ್ತಾರೆ.

□

ನಮ್ಮ ಇತರ ಉಪಯುಕ್ತ ಪ್ರಕಟಣೆಗಳು

26. ಚಕ್ರವರ್ತಿ ರಾಜಗೋಪಾಲಾಚಾರಿ

(1878 – 1972)

ಮೇಧಾವಿ–ಕುಶಲಮತಿ–ಪ್ರತಿಭಾವಂತ

ಕಿರು ಪರಿಚಯ :

ಇತಿಹಾಸದ ಪುಟಗಳಲ್ಲಿ ಮಹತ್ವದ ಸಾಧನೆಯನ್ನು ಮಾಡಿದ ರಾಜಾಜಿ ಅವರ ಪೂರ್ಣ ಹೆಸರು ಚಕ್ರವರ್ತಿ ರಾಜಗೋಪಾಲಾಚಾರಿ. ಇವರು ಸಾಮಾನ್ಯ ವ್ಯಕ್ತಿತ್ವವನ್ನು ಹೊಂದಿದ್ದು, ಮೇಧಾವಿ– ಕುಶಾಗ್ರಮತಿ–ಪ್ರತಿಭಾವಂತರೂ ಕೂಡ ಆಗಿದ್ದರು. ಸ್ವಾತಂತ್ರ್ಯ ಪೂರ್ವ ಹಾಗೂ  ಸ್ವಾತಂತ್ರ್ಯೋತ್ತರದಲ್ಲಿ ಮಹತ್ವದ ಸ್ಥಾನ ಪಡೆದಿದ್ದರು. ಅವರು ಸಿ. ರಾಜಗೋಪಾಲಾಚಾರಿ ಎಂಬ ಹೆಸರಿನಲ್ಲಿ ಪ್ರಖ್ಯಾತರಾಗಿದ್ದರು. ರಾಜಾಜಿಯವರು ಸ್ವಾತಂತ್ರ್ಯ ಚಳವಳಿಯಲ್ಲಿ ಹೆಚ್ಚಿನ ಆಸಕ್ತಿ ಹೊಂದಿದ್ದು ಗಾಂಧೀಜಿಯವರ ನಿಕಟವರ್ತಿಗಳಲ್ಲಿ ಒಬ್ಬರಾಗಿದ್ದರು.

ಜನನ ಮತ್ತು ಬಾಲ್ಯ :

ರಾಜಗೋಪಾಲಾಚಾರಿಯವರು ತಮಿಳುನಾಡಿನ ಸೇಲಂ ಜಿಲ್ಲೆಯ ತೋರುಪಲ್ಲಿಯಲ್ಲಿ 1878ರಲ್ಲಿ ಜನಿಸಿದರು. ಇವರ ತಂದೆ ನಲ್ಲನ್ ಚಕ್ರವರ್ತಿ ಅಯ್ಯಂಗಾರ್. ತಾಯಿ ಸಿಂಗಾರಮ್ಮಾಳ್. ತಂದೆಯವರು ತೋರುಪಲ್ಲಿಯಲ್ಲಿ ಮುನ್ಸೀಫರಾಗಿದ್ದರು. ಇವರ ಹಿರಿಯರು ಮೈಸೂರು ಅರಸರ ಆಸ್ಥಾನದಲ್ಲಿ ವಿದ್ವಾಂಸರಾಗಿದ್ದರು.

ವಿದ್ಯಾಭ್ಯಾಸ :

ಇವರು ತಮ್ಮ ಪ್ರಾಥಮಿಕ ವಿದ್ಯಾಭ್ಯಾಸವನ್ನು ತೋರುಪಲ್ಲಿಯಲ್ಲೇ ಮಾಡಿ, ನಂತರ ಹೊಸೂರಿನಲ್ಲಿ ವಿದ್ಯಾಭ್ಯಾಸ ಮುಂದುವರಿಸಿದರು. ಪ್ರೌಢಶಾಲೆಯ ವಿದ್ಯಾಭ್ಯಾಸಕ್ಕಾಗಿ ರಾಜಗೋಪಾಲಾಚಾರಿಯವರು

ಬೆಂಗಳೂರಿಗೆ ಬಂದು, ಸೆಂಟ್ರಲ್ ಕಾಲೇಜಿನಲ್ಲಿ ಅಧ್ಯಯನ ಮಾಡಿದರು. ಬೆಂಗಳೂರಿನಲ್ಲಿ ವಿದ್ಯಾಭ್ಯಾಸ ಮಾಡಿದರೂ, ಅವರು ಪದವಿಯನ್ನು ಪಡೆದುಕೊಂಡಿದ್ದು ಮದ್ರಾಸಿನ ಪ್ರೆಸಿಡೆನ್ಸಿ ಕಾಲೇಜಿನಲ್ಲಿ. ಇವರು ವಿದ್ಯಾರ್ಥಿಯಾಗಿದ್ದಾಗಲೇ ಇಂಗ್ಲಿಷ್, ತಮಿಳು, ಸಂಸ್ಕೃತ ಸಾಹಿತ್ಯದಲ್ಲಿ ಹೆಚ್ಚು ಒಲವನ್ನು ತೋರುತ್ತಿದ್ದರು. ಇದರಿಂದಾಗಿ ಸಾಹಿತ್ಯ ಕ್ಷೇತ್ರದಲ್ಲಿ ಅಪಾರ ಪಾಂಡಿತ್ಯವನ್ನು ಗಳಿಸಿದರು. ಅದರಲ್ಲೂ ವಿಶೇಷವಾಗಿ ಆಂಗ್ಲ ಸಾಹಿತ್ಯದ ಷೇಕ್ಸ್‌ಪಿಯರ್, ವಾಲ್ಟರ್ ಸ್ಕಾಟ್, ಟಾಲ್‌ಸ್ಟಾಯ್ ಮುಂತಾದವರ ಕೃತಿಗಳನ್ನು ಆಳವಾಗಿ ಅಧ್ಯಯನ ಮಾಡಿದರು. ಪುರಾಣ ಗ್ರಂಥಗಳಾದ ಮಹಾಭಾರತ, ಭಗವದ್ಗೀತೆ, ರಾಮಾಯಣ, ಬೈಬಲ್ ಇವುಗಳು ಅವರ ಮೇಲೆ ಹೆಚ್ಚಿನ ಪರಿಣಾಮವನ್ನುಂಟು ಮಾಡಿದವು. ಇದಲ್ಲದೆ, ಇವರು ಕಾನೂನು ಕಾಲೇಜಿನಲ್ಲಿ ಅಧ್ಯಯನ ಮಾಡಿ ಕಾನೂನು ಪದವಿಯನ್ನು ಪಡೆದರು. ಇವರು ತಮ್ಮ 20ನೇ ವಯಸ್ಸಿನಲ್ಲಿಯೇ ವಕೀಲ ವೃತ್ತಿಯನ್ನು ಆರಂಭಿಸಿದರು.

ವೈವಾಹಿಕ ಜೀವನ :

ರಾಜಾಜಿಯವರಿಗೆ 1900 ರಲ್ಲಿ ಅಲಮೇಲು ಮಂಗಮ್ಮಾಳ್ ಜೊತೆ 17 ವರ್ಷಗಳಕಾಲ ದಾಂಪತ್ಯ ಜೀವನ ನಡೆಸಿದರು. ಅಲಮೇಲು ಮಂಗಮ್ಮಾಳ್ 1917ರಲ್ಲಿ ನಿಧನರಾದರು.

ರಾಜಕೀಯ ಜೀವನ ಮತ್ತು ಕಾರ್ಯಸಾಧನೆ :

❖ ಸರಳ ಜೀವಿಗಳಾಗಿದ್ದ ರಾಜಾಜಿ, ಡಾ. ಅನಿಬೆಸೆಂಟ್, ಸರೋಜಿನಿ ನಾಯ್ಡು ಇವರುಗಳ ಆದರ್ಶಕ್ಕೆ ಪ್ರಭಾವಿತರಾದರು. ಅಲ್ಲದೆ ಅವರ ನಡೆ-ನುಡಿಗಳನ್ನು ಇವರು ತಮ್ಮ ಜೀವನದಲ್ಲಿ ಅಳವಡಿಸಿಕೊಂಡರು.

❖ 1906ರಲ್ಲಿ ರಾಜಾಜಿ ಕಲ್ಕತ್ತದಲ್ಲಿ ನಡೆದ ಕಾಂಗ್ರೆಸ್ ಅಧಿವೇಶನದಲ್ಲಿ ಪಾಲ್ಗೊಂಡಿದ್ದು, ದಾದಾಬಾಯಿ ನವರೋಜಿ ಅವರು ಮಾಡಿದ ಭಾಷಣ ಕೇಳಿ ಅದರಿಂದಲೂ ಪ್ರಭಾವಿತರಾದರು.

❖ ನಂತರ ಇವರು ರಾಜಕೀಯ ಕ್ಷೇತ್ರಕ್ಕೆ ಪ್ರವೇಶಿಸಲು ತೀರ್ಮಾನ ಕೈಗೊಂಡರು.

❖ 1919ರಲ್ಲಿ ಇವರು ತಮ್ಮ ವಕೀಲ ವೃತ್ತಿಯನ್ನು ತೊರೆದು, ಕಾಂಗ್ರೆಸ್ ಪಕ್ಷಕ್ಕೆ ಸೇರಿದರು.

❖ ಕೇವಲ ಕೆಲವೇ ದಿನಗಳಲ್ಲಿ ಗಾಂಧೀಜಿಯವರ ನಿಕಟವರ್ತಿಗಳಾದರು. ಆದರೂ ಕೆಲವೊಮ್ಮೆ ಗಾಂಧೀಜಿಯವರ ಅಭಿಪ್ರಾಯಗಳನ್ನು ಒಪ್ಪದೆ ಪ್ರತಿಭಟನೆಯನ್ನು ಮಾಡುತ್ತಿದ್ದರು.

❖ ರಾಜಾಜಿ ಅನೇಕ ಬಾರಿ ಸೆರೆಮನೆವಾಸವನ್ನು ಅನುಭವಿಸಿದರು.

❖ ಇವರು ಭಾರತೀಯ ರಾಷ್ಟ್ರೀಯ ಕಾಂಗ್ರೆಸ್‌ನ ಪ್ರಧಾನ ಕಾರ್ಯದರ್ಶಿಯಾಗಿಯೂ ಸಹ ಕಾರ್ಯ ನಿರ್ವಹಿಸಿದರು.

❖ 1945ರಲ್ಲಿ ರಾಜಾಜಿಯವರು ಕಾಂಗ್ರೆಸ್ ಪಕ್ಷವನ್ನು ತೊರೆದು ಹೊರಬಂದರು. ಹಿರಿಯ ರಾಜಕೀಯ ವ್ಯಕ್ತಿಗಳ ಪ್ರಭಾವಕ್ಕೆ ಒಳಗಾಗಿ ಪುನಃ ಕಾಂಗ್ರೆಸ್ ಪಕ್ಷವನ್ನು ಸೇರಿದರು. ಸ್ವಾತಂತ್ರ್ಯ ಪೂರ್ವದಲ್ಲಿ ಮದ್ರಾಸ್ ರಾಜ್ಯದ ಮುಖ್ಯಮಂತ್ರಿಯಾಗಿ ಕಾರ್ಯನಿರ್ವಹಿಸಿದರು.

❖ 1947ರಲ್ಲಿ ರಾಜಾಜಿಯವರು ಕೆಲವು ಕಾಲ ಬಂಗಾಳದ ಗೌರ್ನರ್ ಆಗಿಯೂ ಕಾರ್ಯನಿರ್ವಹಿಸಿದರು.

❖ 1947 ರಿಂದ 1950ರವರೆಗೆ ಸ್ವತಂತ್ರ ಭಾರತದ ಪ್ರಥಮ ಗೌರ್ನರ್ ಜನರಲ್ ಆಗಿ ನೇಮಕಗೊಂಡರು.

❖ 1951 ರಲ್ಲಿ ರಾಜಾಜಿಯವರು ಗೃಹ ಸಚಿವರಾಗಿಯೂ ಕಾರ್ಯನಿರ್ವಹಿಸಿದರು.

❖ 1952 ರಿಂದ 1954ರ ವರೆಗೂ ಪುನಃ ಮದ್ರಾಸ್ ರಾಜ್ಯದ ಮುಖ್ಯಮಂತ್ರಿಯಾಗಿ ದಕ್ಷ ಆಡಳಿತ ನಡೆಸಿದರು.

❖ **ನಿಷೇದಾಜ್ಞೆ :** ಇವರು ಮುಖ್ಯ ಮಂತ್ರಿಯಾಗಿದ್ದಾಗ, ಮದ್ರಾಸ್ ರಾಜ್ಯದಲ್ಲಿ ಪಾನ ನಿಷೇಧ ಜಾರಿಗೆ ತರುವಲ್ಲಿ ಯಶಸ್ವಿಯಾದರು.

❖ ಕಾಂಗ್ರೆಸ್ ಪಕ್ಷವನ್ನು ತೊರೆದ ರಾಜಾಜಿಯವರು 1959ರಲ್ಲಿ "ಸ್ವತಂತ್ರ ಪಕ್ಷ" ಎಂಬ ಪ್ರಾದೇಶಿಕ ಪಕ್ಷವನ್ನು ಸ್ಥಾಪಿಸಿದರು.

❖ 1962ರಲ್ಲಿ ಪ್ರಾಯೋಗಿಕ ಪರಮಾಣು ಸ್ಫೋಟವನ್ನು ನಿಷೇಧಿಸುವುದಕ್ಕಾಗಿ ಜನ ಬೆಂಬಲ ಗಳಿಸಲು ಅಮೆರಿಕಕ್ಕೆ ಹೊರಟ ಗಾಂಧೀ ಪ್ರತಿಷ್ಠಾನದ ನಿಯೋಗದ ನಾಯಕರಾಗಿಯೂ ರಾಜಾಜಿಯವರು ಆಯ್ಕೆಯಾಗಿದ್ದರು.

❖ ಇದು ರಾಜಾಜಿಯವರ ಪ್ರಪ್ರಥಮ ವಿದೇಶ ಯಾತ್ರೆಯಾಗಿತ್ತು. ಆ ಸಂದರ್ಭದಲ್ಲಿ ಇವರು ಇಟಲಿ, ಬ್ರಿಟನ್ ದೇಶಗಳಿಗೂ ಭೇಟಿ ನೀಡಿದ್ದರು.

❖ **ಸಾಹಿತ್ಯ ಸೇವೆ :**

❖ ರಾಜಾಜಿಯವರು ಕೇವಲ ರಾಜಕೀಯ ಕ್ಷೇತ್ರದಲ್ಲಿ ಮಾತ್ರ ಸೀಮಿತರಾಗಿರಲಿಲ್ಲ. ಅವರು ಅತ್ಯುತ್ತಮ ಲೇಖಕರೂ ಸಹ ಆಗಿದ್ದರು. ಇವರು ತಮಿಳು, ಇಂಗ್ಲಿಷ್ ಭಾಷೆಗಳಲ್ಲಿ ಹಲವಾರು ಕೃತಿಗಳನ್ನು ರಚಿಸಿದ್ದಾರೆ. ಗಾಂಧೀಜಿಯವರ ಯಂಗ್ ಇಂಡಿಯಾ ಪತ್ರಿಕೆಯ ಸಂಪಾದಕರಾಗಿ ಕಾರ್ಯನಿರ್ವಹಿಸಿದ್ದರು. "ಕಲ್ಕಿ" ಮತ್ತು "ಸ್ವರಾಜ್ಯ" ಎಂಬ ಪತ್ರಿಕೆಗಳಿಗೆ ಇವರು ಸಂಪಾದಕೀಯವನ್ನೂ ಬರೆಯುತ್ತಿದ್ದರು.

ಕೃತಿಗಳು :

❖ ಇವರ ಪ್ರಮುಖ ಕೃತಿಗಳೆಂದರೆ :–

❖ ಫೆವರ್ ಕಾರ್ಡ್ ಅಂಡ್ ಅದರ್ ಸ್ಟೋರೀಸ್.

❖ ಮಹಾಭಾರತ.

❖ ರಾಮಾಯಣ.

❖ ಭಗವದ್ಗೀತಾ.

ಗೌರವ ಪ್ರಶಸ್ತಿಗಳು :

❖ ರಾಜಾಜಿಯವರಿಗೆ 1954ರಲ್ಲಿ ಭಾರತ ರತ್ನ ಪ್ರಶಸ್ತಿ ದೊರೆಯಿತು.

- ❖ ಅವರ ಪ್ರಮುಖ ಕೃತಿಯಾದ "ರಾಮಕೃಷ್ಣ ಉಪನಿಷತ್" ಎಂಬ ಗ್ರಂಥಕ್ಕೆ ತಮಿಳುನಾಡು ಸರ್ಕಾರ ರಾಜ್ಯ ಪ್ರಶಸ್ತಿ ನೀಡಿ ಗೌರವಿಸಿದೆ.
- ❖ ಇವರ ಮಹಾಭಾರತಕ್ಕೆ ಕೇಂದ್ರ ಸಾಹಿತ್ಯ ಅಕಾಡೆಮಿ ಪ್ರಶಸ್ತಿ ದೊರೆಯಿತು.

ನಿಧನ :

ರಾಜಕೀಯ ಕ್ಷೇತ್ರದಲ್ಲಿ ಮಾತ್ರವಲ್ಲದೆ ಸಾಹಿತ್ಯ ಕ್ಷೇತ್ರದಲ್ಲಿಯೂ ದಿಡಿದ ಮಹಾನ್ ಚೇತನ ರಾಜಾಜಿ ಅವರು 25 ನೇ ಡಿಸೆಂಬರ್ 1972 ರಲ್ಲಿ ನಿಧನರಾದರು.

27. ಸ್ವಾಮಿ ವಿವೇಕಾನಂದ (1863 – 1902)

ಹಿಂದೂ ಧರ್ಮಕ್ಕೆ ಹೊಸ ಕಳೆ ತುಂಬಿದ ಮಹಾನ್ ಪ್ರವರ್ತಕ

ಕಿರು ಪರಿಚಯ :

ಕೇವಲ 39 ವರ್ಷಗಳ ಕಾಲ ಬದುಕಿದ್ದು, ಜೀವನ ಸಾರ್ಥಕ ಮಾಡಿಕೊಂಡ ವ್ಯಕ್ತಿಯೆಂದರೆ ಸ್ವಾಮಿ ವಿವೇಕಾನಂದರು. ಚಿಕ್ಕ ವಯಸ್ಸಿನಲ್ಲಿಯೇ ಅದ್ಭುತ ಸಾಧನೆಗಳನ್ನು ಮಾಡಿದ ಇವರ ನೆನಪು ಚರಿತ್ರೆಯ ಪುಟಗಳಲ್ಲಿ ನಿರಂತರ. ಸುಮಾರು 19ನೇ ಶತಮಾನದ ಅಂತ್ಯಭಾಗದಲ್ಲಿ ಭಾರತವು ಹಿಂದೂ ಧರ್ಮ, ಜಾಗತಿಕ ಧರ್ಮ ಸ್ಥಾನ ಪಡೆದಿದ್ದು ವಿವೇಕಾನಂದರ ಪ್ರಯತ್ನಗಳಿಂದ ಮಾತ್ರ ಇದು ಸಾಧ್ಯವಾಯಿರು. ರಾಮಕೃಷ್ಣ ಪರಮಹಂಸರ ಆಪ್ತ ಶಿಷ್ಯರಾಗಿದ್ದ ವಿವೇಕಾನಂದರು ಹಿಂದೂ ಧರ್ಮದ ಏಳಿಗೆಗೆ ಮಾತ್ರ ಶ್ರಮಿಸದೆ, ಭಾರತದ ರಾಷ್ಟ್ರ ನಿರ್ಮಾಣದಲ್ಲೂ ಒಬ್ಬರಾಗಿದ್ದಾರೆ. ಅವರ ಭಾಷಣಗಳು

ಭಾರತದ ಯುವಕರ ಮೇಲೆ ಶ್ರೀ ಸಾಮಾನ್ಯರ ಮೇಲೆ, ವಿದ್ಯಾರ್ಥಿಗಳ ಮೇಲೆ ಅಗಾಧವಾದ ಪ್ರಭಾವ ಬೀರಿದವು. ಶ್ರೇಷ್ಠ ಭಾಷಣಕಾರರಾದ ವಿವೇಕಾನಂದರು ಭಾರತೀಯ ತತ್ವಶಾಸ್ತ್ರ, ವೇದಾಂತ, ಮಹಾಕಾವ್ಯಗಳು, ಯೋಗ, ಹಿಂದೂ ಧರ್ಮದ ಬಗ್ಗೆ ವ್ಯಾಪಕವಾಗಿ ವಿದೇಶಗಳಲ್ಲಿ ಛಾಪುಮೂಡಿಸಿದ ಮಹಾನ್ ವ್ಯಕ್ತಿ.

ಜನನ ಮತ್ತು ಬಾಲ್ಯ :

ಸ್ವಾಮಿ ವಿವೇಕಾನಂದರು ದಿನಾಂಕ 12ನೇ ಜನವರಿ 1863 ರಲ್ಲಿ ಕಲ್ಕತ್ತದ ಶ್ರೀಮಂತ ಕುಟುಂಬದಲ್ಲಿ ಜನಿಸಿದರು. ಇವರ ಬಾಲ್ಯದ ಹೆಸರು ನರೇಂದ್ರ. ಇವರ ತಂದೆ ವಿಶ್ವನಾಥ ದತ್ತ. ತಾಯಿ ಭುವನೇಶ್ವರಿ. ಇವರ ತಂದೆ ಕಲ್ಕತ್ತದ ಉಚ್ಚ ನ್ಯಾಯಾಲಯದಲ್ಲಿ ಅಟಾರ್ನಿಯಾಗಿದ್ದರು. ಅಲ್ಲದೆ ಅವರು ಉತ್ತಮ ವಿಚಾರವಾದಿಗಳೂ ಆಗಿದ್ದು, ಧಾರ್ಮಿಕ ವಿಚಾರಗಳಲ್ಲೂ ಆಸಕ್ತಿ ಹೊಂದಿದವರಾಗಿದ್ದರು. ನರೇಂದ್ರರ ತಾಯಿ ಭುವನೇಶ್ವರಿ ಅನನ್ಯ ದೈವಭಕ್ತೆ. ಸದಾ ಪುರಾಣ ಕಥೆಗಳನ್ನು ಓದಿ ಭಗವಂತನನ್ನು ಧ್ಯಾನಿಸುತ್ತಿದ್ದರು. ನರೇಂದ್ರ ಚಿಕ್ಕ ವಯಸ್ಸಿನಲ್ಲಿಯೇ ಅವರ ತಾಯಿಯಿಂದ ರಾಮಾಯಣ, ಮಹಾಭಾರತ ಹಾಗೂ ಇತರ ಧಾರ್ಮಿಕ ಗ್ರಂಥಗಳ ಕಥೆಗಳನ್ನು ಆಲಿಸುತ್ತಿದ್ದರು. ಧ್ಯಾನ ಮಾಡುವುದೆಂದರೆ ಅವರಿಗೆ ಅಚ್ಚುಮೆಚ್ಚು. ಋಷಿಮುನಿಗಳನ್ನು, ಹಿರಿಯರನ್ನು ಕಂಡರೆ ಅವರಿಗೆ ಅದೇನೋ ಗೌರವ. ಯಾವುದನ್ನೂ ಅವರು ಸುಲಭವಾಗಿ ನಂಬುತ್ತಿರಲಿಲ್ಲ. ಅದಕ್ಕೆ ಸ್ಪಷ್ಟ ಆಧಾರ ಇರಲೇಬೇಕು.

ವಿದ್ಯಾಭ್ಯಾಸ :

ನರೇಂದ್ರರು 1871 ರಲ್ಲಿ ಶಾಲೆಗೆ ಸೇರಿದರು. ಪ್ರಾರಂಭಿಕ ವಿದ್ಯಾಭ್ಯಾಸವಾದ ನಂತರ ಅವರು ಕಲ್ಕತ್ತಾದ ಪ್ರೆಸಿಡೆನ್ಸಿ ಕಾಲೇಜಿಗೆ ಸೇರಿ ಅಭ್ಯಾಸ ಮಾಡತೊಡಗಿದರು. 1884 ರಲ್ಲಿ ಇವರು ಬಿ.ಎ. ಪದವಿಯನ್ನು ಪಡೆದರು. ತಮ್ಮ ಪದವಿಯಲ್ಲಿ ಸಂಸ್ಕೃತ, ಇತಿಹಾಸ, ತತ್ವಶಾಸ್ತ್ರ,

ಧರ್ಮಗಳು ಇವುಗಳನ್ನು ಚೆನ್ನಾಗಿ ಅಭ್ಯಾಸಿಸಿದರು. ನರೇಂದ್ರರಿಗೆ ಶಾಸ್ತ್ರೀಯ ಸಂಗೀತದಲ್ಲಿಯೂ ಹೆಚ್ಚು ಆಸಕ್ತಿ ಇತ್ತು. ಇದರಲ್ಲಿ ತರಬೇತಿ ಪಡೆದರು. ಕ್ರೀಡೆ ಹಾಗೂ ವ್ಯಾಯಾಮ ಮುಂತಾದವುಗಳಲ್ಲಿ ಭಾಗವಹಿಸುತ್ತಿದ್ದರು.

ಕಾರ್ಯಸಾಧನೆ :

❖ ವಿವೇಕಾನಂದರು ಶ್ರೀ ರಾಮಕೃಷ್ಣ ಪರಮಹಂಸರ ಆಪ್ತ ಶಿಷ್ಯರಾಗಿದ್ದು, ನರೇಂದ್ರರ ಮುಂದಾಳತ್ವದಲ್ಲಿ ರಾಮಕೃಷ್ಣ ಮಠ ಗಂಗಾನದಿಯ ಹತ್ತಿರ ಸ್ಥಾಪಿತಗೊಂಡಿತು. ಅಲ್ಲಿಯೇ ನರೇಂದ್ರರು ಹೆಚ್ಚು ಸಮಯವನ್ನು ಧ್ಯಾನದಲ್ಲಿ ಕಳೆಯುತ್ತಿದ್ದರು.

❖ 1887 ರಲ್ಲಿ ನರೇಂದ್ರ ಹಾಗೂ ರಾಮಕೃಷ್ಣ ಮಠದ ಕೆಲವು ಪ್ರಮುಖ ಶಿಷ್ಯರು ಸೇರಿಕೊಂಡು ಸನ್ಯಾಸ ದೀಕ್ಷೆಯನ್ನು ತೆಗೆದುಕೊಂಡರು.

❖ 1888 ರಲ್ಲಿ ನರೇಂದ್ರರು ಮಠವನ್ನು ಬಿಟ್ಟು ಸನ್ಯಾಸಿಯಾಗಿ ಹೊರಟರು. ಕೇವಲ ಕೆಲವು ಪುಸ್ತಕ ಹಾಗೂ ಒಂದು ಕಮಂಡಲ ಮಾತ್ರ ಅವರ ಆಸ್ತಿಯಾಗಿತ್ತು.

❖ ಭಿಕ್ಷೆ ಬೇಡುತ್ತಾ ಇಡೀ ಭಾರತದುದ್ದಕ್ಕೂ ಪ್ರಯಾಣ ಮಾಡಿದರು. ಪ್ರಯಾಣದ ಸಮಯದಲ್ಲಿ ಜನರ ಸ್ಥಿತಿಗತಿಗಳನ್ನು ಅಧ್ಯಯನ ಮಾಡುತ್ತಿದ್ದರು.

❖ ಅನೇಕ ವಿಶ್ವವಿದ್ಯಾನಿಲಯಗಳಿಗೆ ಅಲ್ಲಿನ ವಿದ್ವಾಂಸರನ್ನು ಸಂದರ್ಶಿಸಿ ಅವರೊಡನೆ ಜ್ಞಾನದ ಬಗ್ಗೆ ಚರ್ಚೆ ನಡೆಸುತ್ತಿದ್ದರು.

❖ **ವಿವೇಕಾನಂದರ ಸ್ಮಾರಕ ಶಾಲೆ :** ಧ್ಯಾನಕ್ಕೆ ಹೆಚ್ಚು ಒತ್ತು ನೀಡುತ್ತಿದ್ದ ನರೇಂದ್ರರು ಕನ್ಯಾಕುಮಾರಿಯಲ್ಲಿ ಸಾಗರದಲ್ಲಿ ಒಂದು ಬಂಡೆಯ ಮೇಲೆ ಕುಳಿತು ಹಲವಾರು ದಿನಗಳ ಕಾಲ ಧ್ಯಾನಾಸಕ್ತರಾದರು. ಇಂದು ಅದು ವಿವೇಕಾನಂದ ಶಿಲೆ ಎಂದೇ ಪ್ರಸಿದ್ಧಿಯಾಗಿದೆ.

❖ ಧ್ಯಾನಾಸಕ್ತರಾಗಿ ಕುಳಿತಿದ್ದ ನರೇಂದ್ರರಿಗೆ ಭಾರತದ ಬಗ್ಗೆ

ಕನಸೊಂದು ಗೋಚರವಾಯಿತು. ಸ್ವಾತಂತ್ರ್ಯಕ್ಕಾಗಿ ಹೋರಾಡಬೇಕು, ಬಡತನ, ಅನಕ್ಷರತೆ, ಅಜ್ಞಾನ ಇವುಗಳಿಂದ ಜನರನ್ನು ಮುಕ್ತಗೊಳಿಸಬೇಕು ಎಂದು ಯುವಕರಿಗೆ ಕರೆಕೊಟ್ಟರು. ಅವರು ಯುವಕರಿಗೆ ನೀಡಿದ ಸಂದೇಶ ಮನಮುಟ್ಟುವಂಥದ್ದು. "ಏಳಿ ಎದ್ದೇಳಿ ಗುರಿ ಮುಟ್ಟುವ ತನಕ ನಿಲ್ಲದಿರಿ" ಎಂಬುದೇ ಅವರ ಸಂದೇಶವಾಗಿತ್ತು.

❖ **ಸ್ವಾಮಿ ಆದರು** : 1893 ರಲ್ಲಿ ನರೇಂದ್ರರು ಸ್ವಾಮಿ ವಿವೇಕಾನಂದ ಎಂಬ ಹೆಸರಿನಿಂದ ಚಿಕಾಗೋಗೆ ಪ್ರಯಾಣ ಬೆಳೆಸಿದರು. ಅವರ ಪ್ರಯಾಣಕ್ಕೆ ಅಗತ್ಯವಿರುವ ಎಲ್ಲಾ ಸೌಕರ್ಯಗಳನ್ನು ಮೈಸೂರಿನ ಮಹಾರಾಜರು ಹಾಗೂ ವಿವೇಕಾನಂದರ ಅನುಯಾಯಿಗಳು ಮಾಡಿದರು.

❖ 1893 ರಲ್ಲಿ ವಿವೇಕಾನಂದರು ವಿಶ್ವಧರ್ಮ ಸಮ್ಮೇಳನಕ್ಕೆ ಭಾರತ ಹಾಗೂ ಹಿಂದೂ ಧರ್ಮದ ಪ್ರತಿನಿಧಿಯಾಗಿ ಹೋದರು. ಅಲ್ಲಿ ಎಲ್ಲಾ ಧಾರ್ಮಿಕ ಗುರುಗಳು, ಹಿರಿಯರು ಮಾತನಾಡಿದರು.

❖ ಕಟ್ಟ ಕಡೆಯಲ್ಲಿ ವಿವೇಕಾನಂದರು ಭಾಷಣ ಪ್ರಾರಂಭಿಸಿದರು. ಅವರು ತಮ್ಮ ಭಾಷಣದ ಆರಂಭದಲ್ಲೇ ಸಭೆಯನ್ನುದ್ಧೇಶಿಸಿ "ಅಮೆರಿಕಾದ ಸಹೋದರ, ಸಹೋದರಿಯರೇ" ಎಂದು ಪ್ರಾರಂಭ ಮಾಡಿದರು. ಈ ಮಾತಿಗೆ ಇಡೀ ಸಭೆಯಲ್ಲಿ ಸೇರಿದ್ದ ಜನರು ಎದ್ದುನಿಂತು ಕರತಾಡನ ಮಾಡಿದರು. ಅವರು ತಮ್ಮ ಭಾಷಣದಲ್ಲಿ ವಿಶ್ವ ಭ್ರಾತೃತ್ವ ಹಾಗೂ ಧಾರ್ಮಿಕ ವಿಚಾರದ ಬಗ್ಗೆ ಒತ್ತಿ ಹೇಳಿದರು.

❖ ಈ ಭಾಷಣವನ್ನು ಆಲಿಸಿದ ಅನೇಕರು ಸ್ವಾಮಿ ವಿವೇಕಾನಂದರನ್ನು ಅಮೆರಿಕಾದ ನಾನಾ ಭಾಗಗಳಿಗೆ ಆಹ್ವಾನಿಸಿದರು.

❖ ಪ್ರತಿಯೊಂದು ಭಾಷಣದಲ್ಲೂ ಇವರು ಹಿಂದೂ ಧರ್ಮದ ಬಗ್ಗೆ ವ್ಯಾಪಕವಾಗಿ ಮಾತನಾಡಿದರು. ಅದಲ್ಲದೆ ವಿವೇಕಾನಂದರು ಅಲ್ಲಿ ಸಹ ವೇದಾಂತ ಸಂಘಗಳನ್ನು ಸಹ ಸ್ಥಾಪಿಸಿದರು.

❖ 1897 ರಲ್ಲಿ ವಿವೇಕಾನಂದರು ಭಾರತಕ್ಕೆ ಹಿಂತಿರುಗಿದರು. ನಂತರ ಅವರು ರಾಮಕೃಷ್ಣ ಮಠ ಮತ್ತು ರಾಮಕೃಷ್ಣ ಮಿಷನ್‌ಗಳನ್ನು ಸ್ಥಾಪಿಸಿದರು.

❖ ಇದೊಂದು ಆಧ್ಯಾತ್ಮಿಕ ಸಂಘಟನೆಯಾಗಿದ್ದು, ಮಾನವರಿಗೆ ಅಗತ್ಯವಿರುವ ಸೇವೆಗಳನ್ನು ಸಲ್ಲಿಸುತ್ತದೆ.

❖ **ಸೋದರಿ ನಿವೇದಿತ :** ಆಂಗ್ಲೋ ಐರ್ಲೆಂಡಿನ ಶಿಷ್ಯೆಯಾದ ಸೋದರಿ ನಿವೇದಿತಾರೊಂದಿಗೆ ವಿವೇಕಾನಂದರು ಪಾಶ್ಚಾತ್ಯ ದೇಶಗಳಿಗೆ ಭೇಟಿ ಇತ್ತರು. ಅಲ್ಲಿ ಹಿಂದೂ ಧರ್ಮದ ಜ್ಞಾನ ಮತ್ತು ಸಂದೇಶಗಳನ್ನು ಪ್ರಸ್ತುತಪಡಿಸಿದರು.

❖ ಅನಾರೋಗ್ಯದ ಪರಿಣಾಮ ವಿವೇಕಾನಂದರು ತಮ್ಮ ಕಡೆಯ ದಿನಗಳನ್ನು ಪಶ್ಚಿಮ ಬಂಗಾಳದ ಹೂಗ್ಲಿ ನದಿಯ ದಂಡೆಯ ಮೇಲಿರುವ ಬೇಲೂರು ಮಠದಲ್ಲಿ ಕಳೆದರು.

❖ ಸ್ವಾಮಿ ವಿವೇಕಾನಂದರ ಬೋಧನೆಗಳು ಗಾಂಧೀಜಿ, ಜವಾಹರ್‌ಲಾಲ್ ನೆಹರು, ಅರವಿಂದ ಘೋಷ್, ಬಾಲಗಂಗಾಧರ ತಿಲಕ್, ಸುಭಾಷ್ ಚಂದ್ರ ಬೋಸ್ ಮುಂತಾದ ರಾಷ್ಟ್ರ ನಾಯಕರಿಗೆ ಸ್ಫೂರ್ತಿಯಾದವು.

ನಿಧನ :

ರಾಮಕೃಷ್ಣ ಪರಮಹಂಸರ ಆಪ್ತ ಶಿಷ್ಯರೂ, ಹಿಂದೂ ಧರ್ಮಕ್ಕೆ ಹೊಸ ಜೀವಕಳೆ ತುಂಬಿದ ಮಹಾನ್ ಚೇತನ ಸ್ವಾಮಿ ವಿವೇಕಾನಂದರು ದಿನಾಂಕ 4ನೇ ಜುಲೈ 1902 ರಲ್ಲಿ ಧ್ಯಾನಾವಸ್ಥೆಯಲ್ಲಿರುವಾಗಲೇ ಇಹಲೋಕ ತ್ಯಜಿಸಿದರು.

28. ಜಯಪ್ರಕಾಶ್ ನಾರಾಯಣ (1902 – 1979)

ಭಾರತದ ಧೀರೋದ್ದಾತ್ತ ನಾಯಕ

ಕಿರು ಪರಿಚಯ :

ಲೋಕ ನಾಯಕರೆಂದೇ ಖ್ಯಾತಿ ಪಡೆದ ಜಯಪ್ರಕಾಶ ನಾರಾಯಣ ಅವರು ಸ್ವಾತಂತ್ರ್ಯ ಸಂಗ್ರಾಮದ ಹಾಗೂ ಸ್ವತಂತ್ರಯ ಭಾರತದ ಧೀರೋದ್ದಾತ್ತ ನಾಯಕರು. ನಾರಾಯಣ ಅವರು ಸ್ವಾತಂತ್ರ್ಯ ನಂತರ ಕಾಂಗ್ರೆಸ್ ಪಕ್ಷವನ್ನು ತೊರೆದು ಸಮಾಜವಾದಿ ಪಕ್ಷದ ಸಂಘಟನೆಗೆ ತೊಡಗಿದರು. ಹಾಗೆಯೇ ಅವರು ಆ ಪಕ್ಷದ ಪ್ರಧಾನ ಕಾರ್ಯದರ್ಶಿಯಾಗಿಯೂ ಕಾರ್ಯನಿರ್ವಹಿಸಿದರು. ವಿನೋಬಾ ಭಾವೆ ಅವರ ಭೂದಾನ ಚಳವಳಿಯಿಂದ ಪ್ರಭಾವಿತರಾಗಿ ವಿನೋಬಾ ಭಾವೆ ಅವರಿಗೆ ತಮ್ಮ ಎಲ್ಲಾ ನೆರವನ್ನು ನೀಡಿದರು. 1947ರಲ್ಲಿ ಇವರು ಕ್ರಾಂತಿಗೆ ಕರೆ ನೀಡಿ ಪ್ರಧಾನಿ ಇಂದಿರಾ ಗಾಂಧಿಯವರ ಕೋಪಕ್ಕೆ ಗುರಿಯಾಗಿ ಸೆರೆಮನೆ ಸೇರಬೇಕಾಯಿತು. 1977 ರಲ್ಲಿ ನಡೆದ ಸಾರ್ವತ್ರಿಕ ಚುನಾವಣೆಯಲ್ಲಿ ತುರ್ತು ಪರಿಸ್ಥಿತಿ ವಿರೋಧಿಗಳನ್ನು ಒಟ್ಟಾಗಿ ಸೇರಿಸಿ "ಜನತಾ ಪಕ್ಷ" ಎಂಬ ಹೊಸ ಪಕ್ಷವನ್ನು ಪ್ರಾರಂಭಿಸಿದರು.

ಜನನ ಮತ್ತು ಬಾಲ್ಯ :

ಜಯಪ್ರಕಾಶ ನಾರಾಯಣ ಅವರು ದಿನಾಂಕ 11 ನೇ ಅಕ್ಟೋಬರ್ 1902ರಲ್ಲಿ ಬಿಹಾರದ ಸೀತಾಬ್ದಿಯಾರ್‌ನಲ್ಲಿ ಜನಿಸಿದರು. ಇವರ ತಂದೆ ಹಸ್ಸು ದಯಾಳ್, ತಾಯಿ ಪ್ರಲೋರಾನಿ. ತಂದೆ ಕಂದಾಯ ಇಲಾಖೆಯಲ್ಲಿ ನೌಕರರಾಗಿದ್ದರು.

ವಿದ್ಯಾಭ್ಯಾಸ :

ಇವರ ಆರಂಭದ ವಿದ್ಯಾಭ್ಯಾಸ ಸಿತಾಬ್ದಿಯಾರ್‌ನಲ್ಲೇ ಪ್ರಾರಂಭವಾಯಿತು. ನಂತರ ಇವರು ಬಿಹಾರದ ವಿದ್ಯಾಪೀಠದಲ್ಲಿ ತಮ್ಮ

ಶಿಕ್ಷಣವನ್ನು ಮುಂದುವರಿಸಿದರು. ಉನ್ನತ ವ್ಯಾಸಂಗ ಮಾಡಲು ಇವರು 1922ರಲ್ಲಿ ಅಮೆರಿಕಾಕ್ಕೆ ಹೋಗಿ ಸುಮಾರು 8 ವರ್ಷಗಳ ಕಾಲ ಅಮೆರಿಕಾದ ವಿವಿಧ ವಿಶ್ವವಿದ್ಯಾನಿಲಯಗಳಲ್ಲಿ ಅಧ್ಯಯನವನ್ನು ಪೂಗೊಳಿಸಿ ಎಂ.ಎ., ಪದವಿ ಪಡೆದುಕೊಂಡರು. ಕಾಯಕವೇ ಕೈಲಾಸ ಎಂಬಂತೆ ತಮ್ಮ ವ್ಯಾಸಂಗದ ಜೊತೆ ಕ್ಯಾಲಿಫೋರ್ನಿಯಾದ ಹಣ್ಣಿನ ತೋಟಗಳಲ್ಲಿ ಕೂಲಿ ಕೆಲಸ ಮಾಡಿ ವಿದ್ಯಾಭ್ಯಾಸ ಮಾಡಿದರು.

ವೈವಾಹಿಕ ಜೀವನ :

ಚಿಕ್ಕ ವಯಸ್ಸಿನಲ್ಲಿಯೇ ನಾರಾಯಣ ಅವರಿಗೆ ಪ್ರಭಾವತಿದೇವಿ ಅವರೊಡನೆ ವಿವಾಹವಾಯಿತು. ಈಕೆಯ ತಂದೆ ಬಿಹಾರದ ಪ್ರಸಿದ್ಧ ರಾಜಕೀಯ ನಾಯಕರಾಗಿದ್ದ ಬ್ರಜ್ ಕಿಶೋರ್ ಬಾಬು. ಮಹಾತ್ಮ ಗಾಂಧೀಜಿಯವರ ಪ್ರಭಾವಕ್ಕೆ ಒಳಗಾದ ಬಾಬು ಅವರ ನಿಕಟವರ್ತಿಯಾಗಿ ಜಯ ಪ್ರಕಾಶ ನಾರಾಯಣ ರಾಜಕೀಯ ಕ್ಷೇತ್ರಕ್ಕೆ ಪ್ರವೇಶಿಸುವಂತಾಯಿತು.

ವೃತ್ತಿ ಜೀವನ ಮತ್ತು ಕಾರ್ಯಸಾಧನೆ :

❖ ಜೆ.ಪಿ. ಎಂದೇ ಪ್ರಸಿದ್ಧರಾದ ಜಯಪ್ರಕಾಶ ನಾರಾಯಣ ಅವರು ಅಮೆರಿಕಾದಲ್ಲಿ ವ್ಯಾಸಂಗ ಮಾಡುತ್ತಿರುವಾಗಲೇ ಸ್ವಾತಂತ್ರ್ಯ ಸಮರಕ್ಕೆ ಧುಮುಕಿದರು. ಕಾಂಗ್ರೆಸ್ ಅಧ್ಯಕ್ಷರಾಗಿದ್ದ ಜವಾಹರಲಾಲ್ ನೆಹರು ಅವರ ಭಾಷಣದಿಂದ ಪ್ರಭಾವದಿಂದ ಅಖಿಲ ಭಾರತ ರಾಷ್ಟ್ರೀಯ ಕಾಂಗ್ರೆಸ್ ಸಮಿತಿಯನ್ನು ಸಂಘಟಿಸುವ ಹೊಣೆಗಾರಿಕೆ ಹೊತ್ತರು. ಆ ಸಂದರ್ಭದಲ್ಲಿ ಎಂ.ಎನ್.ರಾಯ್ ಅವರ ಬರವಣಿಗೆ ಜಯಪ್ರಕಾಶ ನಾರಾಯಣ ಅವರ ಮೇಲೆ ಹೆಚ್ಚಿನ ಪ್ರಭಾವ ಬೀರಿತು. ಇತರರ ನೆರವಿನೊಡನೆ "ಆಲ್ ಇಂಡಿಯಾ ಕಾಂಗ್ರೆಸ್ ಸೋಷಿಯಲಿಸ್ಟ್ ಪಾರ್ಟಿ" ಸ್ಥಾಪಿಸಿದರು.

❖ 2ನೇ ಆಗಸ್ಟ್ 1942 ರಂದು ಮುಂಬೈನಲ್ಲಿ ಗಾಂಧೀಜಿಯವರ ಹೇಳಿಕೆಯ ಮೇರೆಗೆ ಚಳವಳಿಯಲ್ಲಿ ಭಾಗವಹಿಸಿದ್ದರಿಂದ ಜಯಪ್ರಕಾಶರವರನ್ನು ಬ್ರಿಟಿಷರು ಬಂಧಿಸಿ ಬಿಹಾರಿನ ಹಜಾರಿ ಬಾಗ್ ಸೆರೆಮನೆಯಲ್ಲಿ ಇರಿಸಿದರು.

❖ ಜೆ.ಪಿ.ಯವರು ಆಗಸ್ಟ್ ಕ್ರಾಂತಿ ಎಂಬ ಸಂಘಟನೆಯೊಂದನ್ನು ಸ್ಥಾಪಿಸಿ ಚಳವಳಿಯ "ಮೂಲ ಪುರುಷ" ಎಂಬ ಕೀರ್ತಿಗೆ ಪಾತ್ರರಾದರು.

❖ ಸ್ವಾತಂತ್ರ್ಯ ಹೋರಾಟದಲ್ಲಿ ಹಿಂಸೆಯ ಪ್ರತಿಪಾದಕರೂ ಆದರೆ ಇದಲ್ಲದೆ ಸುಭಾಷ್ ಚಂದ್ರ ಬೋಸ್‌ರವರ ಹೋರಾಟಕ್ಕೆ ಸಂಪೂರ್ಣ ಬೆಂಬಲವನ್ನು ಸೂಚಿಸಿದರು.

❖ ಸ್ವಾತಂತ್ರ್ಯದ ನಂತರ ಜೆ.ಪಿ. ಅವರು ಕಾಂಗ್ರೆಸ್ ತೊರೆದು ಸಮಾಜವಾದಿ ಪಕ್ಷದ ಸಂಘಟನೆಗೆ ತೊಡಗಿದರು. ಆ ಪಕ್ಷದ ಪ್ರಧಾನ ಕಾರ್ಯದರ್ಶಿಯಾಗಿ ಸೇವೆ ಸಲ್ಲಿಸಿದರು.

❖ ನೆಹರೂರವರ ಆಪ್ತರೆಂದೇ ಪರಿಗಣಿಸಲಾಗಿದ್ದ ಜೆ.ಪಿ. ಅವರು ತಮ್ಮ 60ರ ದಶಕದಲ್ಲಿ ಸಕ್ರಿಯ ರಾಜಕಾರಣದಿಂದ ನಿವೃತ್ತರಾದರು.

❖ ಮತ್ತೆ ಅವರು ಗುಜರಾತಿನಲ್ಲಿ ನವ ನಿರ್ಮಾಣ ಸಮಿತಿಯನ್ನು ಪ್ರಾರಂಭಿಸಿ ಭ್ರಷ್ಟಾಚಾರ ವಿರೋಧಿ ಚಳವಳಿಯನ್ನು ನಡೆಸುವ ಮೂಲಕ ರಾಜಕಾರಣಕ್ಕೆ ತಮ್ಮನ್ನು ತೊಡಗಿಸಿಕೊಂಡರು. ಆಗ ಬಿಹಾರದಲ್ಲೂ ಅವರ ನಾಯಕತ್ವದ ಆಂದೋಲನ ಹೆಚ್ಚು ಜನರ ಮನಸ್ಸನ್ನು ಸೂರೆಗೊಂಡಿತು.

❖ 1974 ಜೆ.ಪಿ. ಅವರು ಸಂಪೂರ್ಣವಾಗಿ ತಮ್ಮನ್ನು ರಾಜಕೀಯದಲ್ಲಿ ತೊಡಗಿಸಿಕೊಂಡು ಕ್ರಾಂತಿಗೆ ಕರೆ ನೀಡಿದರು. ಇದರ ಪರಿಣಾಮ ಪ್ರಧಾನಿಯಾಗಿದ್ದ ಇಂದಿರಾ ಗಾಂಧಿ ಅವರ ಆಕ್ರೋಶಕ್ಕೆ ಗುರಿಯಾದರು.

❖ 1975ರಲ್ಲಿ ಇಂದಿರಾ ಗಾಂಧಿಯವರು ದೇಶದಲ್ಲಿ ತುರ್ತು ಪರಿಸ್ಥಿತಿಯನ್ನು ಜಾರಿಗೆ ತಂದರು ಆ ಸಂದರ್ಭದಲ್ಲಿ ಜಯಪ್ರಕಾಶ ನಾರಾಯಣ ಹಾಗೂ ಅವರ ಆಪ್ತರನ್ನು ಸೆರೆಮನೆಗೆ ಕಳುಹಿಸಲಾಯಿತು.

❖ ನಿರಂತರ ಸೆರೆಮನೆ ವಾಸದಿಂದ ಜೆ.ಪಿ. ಅವರ ಆರೋಗ್ಯದಲ್ಲಿ ಏರುಪೇರುಗಳಾದವು.

❖ ಅನಾರೋಗ್ಯದ ಕಾರಣದಿಂದ ಅವರನ್ನು ಸೆರೆಮನೆಯಿಂದ ಬಿಡುಗಡೆ ಮಾಡಲಾಯಿತು.

❖ **ಜನತಾ ಪಕ್ಷದ ಸ್ಥಾಪನೆ** : 1977 ರಲ್ಲಿ ನಡೆದ ಸಾರ್ವತ್ರಿಕ ಚುನಾವಣೆಯಲ್ಲಿ ತುರ್ತು ಪರಿಸ್ಥಿತಿ ವಿರೋಧಿಸಿ ಸಂಬಂಧಪಟ್ಟಂತೆ ಎಲ್ಲಾ ರಾಜಕೀಯ ಪಕ್ಷಗಳನ್ನು ಒಟ್ಟಾಗಿ ಸೇರಿಸಿ ಜೆ.ಪಿ.ಯವರು "ಜನತಾ ಪಕ್ಷ" ಎಂಬ ಹೊಸ ಪಕ್ಷ ಸೃಷ್ಟಿಗೆ ಕಾರಣರಾದರು.

❖ ವಿನೋಬಾ ಭಾವೆಯವರ ಭೂದಾನ ಚಳವಳಿಯಿಂದ ಪ್ರಭಾವಿತರಾದ ಜೆ.ಪಿ. ಅವರ ತತ್ವಗಳಿಗೆ ಮನಸೋತು ಪಕ್ಷಾತೀತ ಲೋಕನೀತಿಯ ಅಚಲ ಪ್ರತಿಪಾದಕರಾದರು.

❖ ಪಟವರ್ಧನ್, ರಾಮಮನೋಹರ ಲೋಹಿಯಾ, ಚಟ್ಟೋಪಾಧ್ಯಾಯ, ಅಶೋಕ ಮೆಹ್ತಾ ಇವರೊಂದಿಗೆ ಸೇರಿ ಸಮಾಜವಾದಿ ಪ್ರಚಾರ ಮಾಡಲು ಪ್ರಾರಂಭಿಸಿದರು.

❖ ಜಯಪ್ರಕಾಶ ನಾರಾಯಣ ಅವರು ಮಾರ್ಕ್ಸ್‌ವಾದಿ, ಸಮಾಜವಾದಿ, ಕಮ್ಯುನಿಷ್ ವಿರೋಧಿಯಾಗಿದ್ದು ಅಂತ್ಯದಲ್ಲಿ ಶಾಂತಿ ಧೂತರಾಗಿ ಪರಿವರ್ತನೆಗೊಂಡರು.

❖ ಗಮನಿಸಬೇಕಾದ ಮುಖ್ಯವಾದ ಅಂಶವೆಂದರೆ ತಮ್ಮ ರಾಜಕೀಯ ಜೀವನದಲ್ಲಿ ನಿರಂತರವಾಗಿ ತಮ್ಮನ್ನು ತೊಡಗಿಸಿಕೊಂಡಿದ್ದರೂ, ಯಾವುದೇ ರೀತಿಯ ಅಧಿಕಾರವನ್ನು ಹೊಂದಿರಲಿಲ್ಲ.

ಆರಿದ ದೀಪ :

ಜಯಪ್ರಕಾಶ ನಾರಾಯಣರವರು 8ನೇ ಅಕ್ಟೋಬರ್ 1979 ರಲ್ಲಿ ಅನಾರೋಗ್ಯದಿಂದ ನಿಧನರಾದರು. ರಾಜಕೀಯ ಕ್ಷೇತ್ರದಲ್ಲಿ ನಿರಂತರವಾಗಿ ದುಡಿದು ಯಾವುದೇ ಅಧಿಕಾರಕ್ಕೆ ಆಸೆ ಪಡದೆ ಸೇವೆಗೆ ಸೀಮಿತವಾಗಿದ್ದ ಜೆ.ಪಿ. ಕಣ್ಮರೆಯಾದರು.

29. ಜಗದೀಶ ಚಂದ್ರ ಬೋಸ್ (1858 – 1937)

ಪ್ರತಿಭಾವಂತ ವಿಜ್ಞಾನಿ

ಕಿರು ಪರಿಚಯ :

ಜಗದೀಶ ಚಂದ್ರ ಬೋಸ್ ಪ್ರಕೃತಿಪ್ರಿಯರು. ಚಿಕ್ಕ ವಯಸ್ಸಿನಲ್ಲಿಯೇ ಪ್ರಕೃತಿಯಲ್ಲಿ ನಡೆಯುತ್ತಿದ್ದ ವೈವಿಧ್ಯಮಯ ಸಂಗತಿಗಳನ್ನು ಕಂಡು ಆಸಕ್ತರಾದವರು. ಮರಗಳು, ಸಸ್ಯಗಳು, ನಾನಾ ಬಗೆಯ ಪ್ರಾಣಿಗಳು ಮುಂತಾದವುಗಳನ್ನು ಸದಾ ಗಮನಿಸು-ತ್ತಿದ್ದರು. ನಿಸರ್ಗದಲ್ಲಿ ನಡೆಯುವ ಪ್ರತಿಯೊಂದು ವಿಷಯಗಳು ಬಾಲಕ ಬೋಸ್‌ರವರ ಕುತೂಹಲವನ್ನು ಕೆರಳಿಸುತ್ತಿದ್ದವು. ಅನೇಕ ಸ್ಪರ್ಧೆಗಳಲ್ಲಿ ಭಾಗವಹಿಸಿ ಯಶಸ್ಸು ಪಡೆದದ್ದೂ ಉಂಟು. ಕುದುರೆ ಸವಾರಿ, ಬಾಕ್ಸಿಂಗ್ ಇವುಗಳಲ್ಲಿಯೂ ಹೆಚ್ಚು ಆಸಕ್ತರಾಗಿ ತೋರಿಸಿದ್ದೂ ಉಂಟು. ಇಷ್ಟಲ್ಲದೆ ಜಗದೀಶ ಚಂದ್ರ ಬೋಸ್ ಅವರು ಸಸ್ಯ ವಿಜ್ಞಾನ, ಭೌತ ವಿಜ್ಞಾನ, ರಸಾಯನ ವಿಜ್ಞಾನ ಮುಂತಾದ ವಿಷಯಗಳನ್ನು ಅಭ್ಯಸಿಸಿದರು. ಜಗದೀಶ ಚಂದ್ರ ಬೋಸ್‌ರವರು 79 ವರ್ಷಗಳ ಕಾಲ ನಿರಂತರವಾಗಿ ದುಡಿದ ಪ್ರತಿಭಾವಂತ ವಿಜ್ಞಾನಿಯಾಗಿದ್ದರು.

ಜನನ ಮತ್ತು ಬಾಲ್ಯ :

ಜಗದೀಶ ಚಂದ್ರ ಬೋಸ್ ಅವರು 30ನೇ ಜನವರಿ 1858 ರಲ್ಲಿ ಬಂಗಾಳದ ಮೈಮೇನ್ಸಿಂಗ್ ಎಂಬಲ್ಲಿ ಜನಿಸಿದರು. ಇವರ ತಂದೆ ಭಾರ್ಗವ ಚಂದ್ರ ಬೋಸ್. ಇವರ ತಾಯಿ ಬಾಮ ಸುಂದರಿ ಬೋಸ್. ಇವರ ತಂದೆ ಡೆಪ್ಯೂಟಿ ಮ್ಯಾಜಿಸ್ಟ್ರೇಟ್ ಆಗಿ ಕಾರ್ಯನಿರ್ವಹಿಸುತ್ತಿದ್ದರು. ಬೋಸ್‌ರವರಿಗೆ ಒಬ್ಬ ಅಕ್ಕ ಹಾಗೂ ನಾಲ್ಕು ಜನ ತಂಗಿಯರಿದ್ದರು. ಅವರ ತಂದೆಯವರದ್ದು ತುಂಬು ಸಂಸಾರವೇ ಆಗಿತ್ತು. ಬೋಸ್‌ರವರು

ಚಿಕ್ಕಂದಿನಲ್ಲೇ ಪ್ರಕೃತಿಪ್ರಿಯರಾಗಿದ್ದರು. ಗಿಡ-ಮರಗಳ ಸೌಂದರ್ಯ, ನಾನಾ ಬಗೆಯ ಚೆಲುವಾದ ಹೂವುಗಳನ್ನು ನೋಡಿ ಸಂತೋಷ ಹೊಂದುತ್ತಿದ್ದರು. ಒಟ್ಟಾರೆ ಹೇಳುವುದಾದರೆ ಜಗದೀಶ ಚಂದ್ರ ಬೋಸ್ ಅವರು ನಿಸರ್ಗಪ್ರಿಯರಾಗಿದ್ದರು ಎಂದರೆ ಅತಿಶಯೋಕ್ತಿಯೇನಲ್ಲ.

ವಿದ್ಯಾಭ್ಯಾಸ :

ಬೋಸ್ ಅವರ ಪ್ರಾಥಮಿಕ ವಿದ್ಯಾಭ್ಯಾಸ ಬಂಗಾಳಿ ಭಾಷೆಯಲ್ಲಿಯೇ ನಡೆಯಿತು. ಜಗದೀಶರವರು ತಮ್ಮ 11ನೇ ವಯಸ್ಸಿನಲ್ಲಿ ಬಂಗಾಳದ ರಾಜಧಾನಿಯಾದ ಕಲ್ಕತ್ತಕ್ಕೆ ಬಂದರು. ತಾಯಿ-ತಂದೆ, ಅಕ್ಕ-ತಂಗಿಯರ ಪ್ರೀತಿ-ವಿಶ್ವಾಸದಿಂದ ದೂರವಾಗಿ ವಿದ್ಯಾರ್ಥಿನಿಲಯದಲ್ಲಿ ತಂಗಬೇಕಾಯಿತು. ಅಲ್ಲಿ ಮೂರು ತಿಂಗಳು ವಿದ್ಯಾಭ್ಯಾಸ ಮಾಡಿದ ನಂತರ, ಸೈಂಟ್ ಜೇವಿಯರ್ ಶಾಲೆಯಲ್ಲಿ ಓದಲು ಪ್ರಾರಂಬಿಸಿದರು. ವಿದ್ಯಾರ್ಥಿ ಜೀವನದಲ್ಲಿಯೇ ಅವರು ಅನೇಕ ಸ್ಪರ್ಧೆಗಳಲ್ಲಿ ಭಾಗವಹಿಸಿ ಗೆದ್ದು ಜನಾನುರಾಗಿಯಾದರು. ಅಂದಿನಿಂದ ಎಲ್ಲಾ ವಿದ್ಯಾರ್ಥಿಗಳು ಅವರಿಗೆ ಗೌರವವನ್ನು ಸೂಚಿಸುತ್ತಿದ್ದರು. ಬೋಸ್ ಅವರು ತಮ್ಮ 16ನೇ ವಯಸ್ಸಿನಲ್ಲಿ ಮೆಟ್ರಿಕ್ ಪರೀಕ್ಷೆಯಲ್ಲಿ ಉತ್ತೀರ್ಣರಾದರು. ನಂತರ ಅವರು ಸೈಂಟ್ ಜೇವಿಯರ್ ಕಾಲೇಜಿನಲ್ಲಿ ವ್ಯಾಸಂಗ ಮುಂದುವರಿಸಿದರು. ಆ ಸಂದರ್ಭದಲ್ಲಿ ಅವರಿಗೆ ಭೌತಶಾಸ್ತ್ರದಲ್ಲಿ ಪರಿಣತರಾಗಿದ್ದ ಫಾದರ್ ಲಫಾಂಟರವರ ಪರಿಚಯವಾಯಿತು. ಇದರಿಂದ ಬೋಸ್ ಅವರು ಹೆಚ್ಚು ಆಸಕ್ತಿಯನ್ನು ಭೌತಶಾಸ್ತ್ರದ ಕಡೆ ಹರಿಸಿ ಅಧ್ಯಯನ ಮಾಡತೊಡಗಿದರು. ಅವರಿಂದ ಭಾಷಣ ಕಲೆಯನ್ನು ಕಲಿತರು. ಪದವಿಯನ್ನು ಪಡೆದ ನಂತರ ಬೋಸ್ ಅವರು ಕೇಂಬ್ರಿಡ್ಜ್‌ಗೆ ಹೆಚ್ಚಿನ ವಿದ್ಯಾಭ್ಯಾಸಕ್ಕೆ ಹೊರಟರು.

ವೈವಾಹಿಕ ಜೀವನ :

ಜಗದೀಶ ಚಂದ್ರ ಬೋಸ್ ಅವರು ಅಬಲದಾಸ ಎಂಬುವವರನ್ನು 1887ರಲ್ಲಿ ವಿವಾಹವಾದರು. ಆ ಸಮಯದಲ್ಲಿ ಅಬಲದಾಸರು

ಮದರಾಸಿನ ಮೆಡಿಕಲ್ ಕಾಲೇಜಿನಲ್ಲಿ ವ್ಯಾಸಂಗ ಮಾಡುತ್ತಿದ್ದರು. ಆಕೆ ಪ್ರತಿಭಾವಂತ ಮಹಿಳೆಯಾಗಿದ್ದು, ಅನೇಕ ಸಮಾಜ ಕಾರ್ಯಗಳಿಗೆ ಮುಂದಾಳತ್ವವನ್ನು ವಹಿಸಿ, ಶಿಕ್ಷಣ ಕ್ಷೇತ್ರದಲ್ಲಿಯೂ ಸಹ ಸೇವೆಯನ್ನು ಸಲ್ಲಿಸಿದರು. ಬೋಸ್‌ರವರಿಗೆ ಆಗ ಬರುತ್ತಿದ್ದ ಸಂಬಳ ಏತಕ್ಕೂ ಸಾಕಾಗುತ್ತಿರಲಿಲ್ಲ. ಎಷ್ಟು ತೊಂದರೆ ಬಂದರೂ ಅದನ್ನು ಅವರ ಮುಂದೆ ಹೇಳುತ್ತಿರಲಿಲ್ಲ. ತಮ್ಮ ಪತಿಯ ಯಶಸ್ಸಿಗಾಗಿಯೇ ಆಶಿಸುತ್ತಿದ್ದರು. ಬೋಸ್‌ರವರ ಜೀವನ ಬಡತನದಿಂದ ಕೂಡಿದ್ದರೂ, ಆನಂದಭರಿತವಾದ ದಾಂಪತ್ಯ ಜೀವನವನ್ನು ಆನಂದಮಯವಾಗಿ ನಡೆಸಿದರು.

ವೃತ್ತಿ ಜೀವನ ಮತ್ತು ಕಾರ್ಯಸಾಧನೆ :

❖ 1880 ರಲ್ಲಿ ವೈದ್ಯಕೀಯ ವಿಜ್ಞಾನವನ್ನು ಅಭ್ಯಸಿಸುವ ಸಲುವಾಗಿ ಬೋಸ್ ಅವರು ಇಂಗ್ಲೆಂಡಿಗೆ ಪ್ರಯಾಣ ಬೆಳೆಸಿದರು. ಲಂಡನ್ನಿನ ಕೇಂಬ್ರಿಡ್ಜ್‌ನಲ್ಲಿ ಕ್ರೈಸ್ಟ್ ಕಾಲೇಜಿಗೆ ಸೇರಿದರು

❖ ಇದರ ಜೊತೆಯಲ್ಲಿಯೇ ಪ್ರಾಣಿ ವಿಜ್ಞಾನ, ಸಸ್ಯ ವಿಜ್ಞಾನ, ಶರೀರ ವಿಜ್ಞಾನ ಇವುಗಳನ್ನೂ ಸಹ ಅಭ್ಯಸಿಸಿದರು.

❖ ಇಂಗ್ಲೆಂಡಿನಲ್ಲಿ 4 ವರ್ಷಗಳ ಕಾಲ ವ್ಯಾಸಂಗ ಮಾಡಿದರು. 1884 ರಲ್ಲಿ ಭಾರತಕ್ಕೆ ಹಿಂತಿರುಗಿದರು.

❖ ಭಾರತಕ್ಕೆ ಹಿಂದಿರುಗಿದ ನಂತರ ಅವರು ತಮ್ಮ ತಂದೆಯವರು ಮಾಡಿದ ಸಾಲವನ್ನು ತೀರಿಸುವ ಸಲುವಾಗಿ ಉದ್ಯೋಗವನ್ನು ಮಾಡಿ ಸಾಲ ತೀರಿಸಿದರು. ನಂತರ ತಂದೆ-ತಾಯಿ ಕೇವಲ ಕೆಲವು ವರ್ಷಗಳ ಕಾಲ ಮಾತ್ರ ಜೀವಿಸಿದ್ದರು.

❖ 1896 ರಲ್ಲಿ ಜಗದೀಶ ಚಂದ್ರ ಬೋಸ್ ಅವರು ವಿದ್ಯುತ್ ವಿಕಿರಣದ ತರಂಗದ ದೂರವನ್ನು ನಯನ ಜಾಲದಿಂದ ಕಂಡುಹಿಡಿಯುವ ಬಗ್ಗೆ ಬರೆದ ಪ್ರಬಂಧಕ್ಕೆ ಲಂಡನ್ ವಿಶ್ವವಿದ್ಯಾಲಯವು ಡಿ.ಎಸ್ಸಿ. ಪದವಿಯನ್ನು ನೀಡಿದರು.

❖ ಫ್ರೆಂಚ್ ಅಕಾಡೆಮಿ ಆಫ್ ಸೈನ್ಸ್ ಮಾಜಿ ಅಧ್ಯಕ್ಷ ಎಂ. ಕಾರ್ನೋರ್ ಜಗದೀಶ ಚಂದ್ರ ಬೋಸ್ ಅವರು ಬರೆದ ಲೇಖನಗಳನ್ನು ಪ್ರಕಟಿಸಿದರು.

❖ ಜಗದೀಶ ಚಂದ್ರ ಬೋಸ್ ಅವರು ತಮ್ಮ ವಯಸ್ಸಾದ ಕಾಲದಲ್ಲಿಯೂ ಅವರು ಸ್ಥಾಪಿಸಿದ "ಬೋಸ್ ಇನ್‌ಸ್ಟಿಟ್ಯೂಟ್"ಗೆ ಹೋಗಿ ಅಲ್ಲಿ ನಡೆಯುತ್ತಿದ್ದ ಕೆಲಸಗಳನ್ನು ಪರಿಶೀಲಿಸಿ, ಸಲಹೆ, ಸೂಚನೆಗಳನ್ನು ಕೊಡುತ್ತಿದ್ದರು.

ಗೌರವ–ಪ್ರಶಸ್ತಿಗಳು :

❖ 1928ರಲ್ಲಿ ಜಗದೀಶ ಚಂದ್ರ ಬೋಸ್ ಅವರ ಹುಟ್ಟು ಹಬ್ಬವನ್ನು ಬಂಗಾಳದಲ್ಲಿ ಅತ್ಯಂತ ಗೌರವಯುತವಾಗಿ ಆಚರಿಸಿ, ಅವರಿಗೆ ಗೌರವವನ್ನು ಸೂಚಿಸಲಾಯಿತು.

❖ 1931 ರಲ್ಲಿ "ಶ್ರೀ ಸಯ್ಯಾಜಿರಾವ್ ಗಾಯಕ್‌ವಾಡ್" ಬಹುಮಾನವನ್ನು ಬೋಸ್ ಅವರಿಗೆ ಕೊಟ್ಟು ಸನ್ಮಾನಿಸಲಾಯಿತು.

❖ 1896 ರಲ್ಲಿ ಬೋಸ್‌ರವರು ಬರೆದ ಪ್ರಬಂಧಕ್ಕೆ ಲಂಡನ್ ವಿಶ್ವವಿದ್ಯಾನಿಲಯದವರು ಗೌರವಿಸಿದರು.

ನಿಧನ :

ಬೋಸ್ ಅವರು 79 ವರ್ಷಗಳ ಕಾಲ ನಿರಂತರವಾಗಿ ದುಡಿದು ಅತ್ಯಂತ ಪ್ರತಿಭಾನ್ವಿತ ವಿಜ್ಞಾನಿಯಾಗಿದ್ದರು. ಅವರ ಕೀರ್ತಿ ಎಲ್ಲೆಡೆ ಹರಡಿತು. ದಿನಾಂಕ 30ನೇ ನವೆಂಬರ್ 1937ರಲ್ಲಿ ಬೋಸ್ ಅವರು ಇಹಲೋಕ ತ್ಯಜಿಸಿದರು.

30. ಎಸ್.ಆರ್. ರಂಗನಾಥನ್ (1892 – 1972)

ಗ್ರಂಥಾಲಯ ವ್ಯವಸ್ಥೆಯ ನಿರ್ಮಾತೃ

ಕಿರು ಪರಿಚಯ :

ಗ್ರಂಥಾಲಯವನ್ನು ವೈಜ್ಞಾನಿಕವಾಗಿ ಓರಣಗೊಳಿಸಿದ ಮಹಾನ್ ವ್ಯಕ್ತಿ ರಂಗನಾಥನ್. ಇವರು ಗ್ರಂಥಾಲಯ ವಿಜ್ಞಾನದಲ್ಲಿ ಹೆಚ್ಚಿನ ತರಬೇತಿ ಪಡೆದವರು. ಭಾರತದಲ್ಲಿ ಗ್ರಂಥಾಲಯ ವ್ಯವಸ್ಥೆಯನ್ನು ಓರಣಗೊಳಿಸಿದ ಕೀರ್ತಿಗೆ ಪಾತ್ರರಾಗಿದ್ದಾರೆ. ದೇಶ ವಿದೇಶದ ನಾನಾ ಭಾಗಗಳಲ್ಲಿ ವಿವಿಧ ಗ್ರಂಥಾಲಯಗಳಿಗೆ ಭೇಟಿ ನೀಡಿ ಅಲ್ಲಿಯ ಗ್ರಂಥಗಳ ವ್ಯವಸ್ಥೆಗೆ ಸೂಕ್ತ ಮಾರ್ಗದರ್ಶನ ನೀಡಿ ಅವುಗಳನ್ನು ಹೇಗೆ ರಕ್ಷಿಸಬೇಕೆಂಬುದನ್ನು ತಿಳಿಸಿಕೊಟ್ಟವರು. ಎಸ್.ಆರ್. ರಂಗನಾಥನ್ ರವರು 1929ರಲ್ಲಿ ಮದ್ರಾಸ್ ಸಂಘದ ಸಹಮತಿಯೊಂದಿಗೆ ಗ್ರಂಥಾಲಯ ತರಬೇತಿಯೊಂದನ್ನು ಸ್ಥಾಪಿಸಿದರು. ಅದು ಮದ್ರಾಸ್ ವಿಶ್ವವಿದ್ಯಾನಿಲಯದೊಂದಿಗೆ ಸೇರ್ಪಡೆಗೊಂಡಿತು. ಗ್ರಂಥಾಲಯದ ಅಭಿವೃದ್ಧಿಗೆ ಹೆಚ್ಚಿನ ಶ್ರಮ ವಹಿಸಿದ ವ್ಯಕ್ತಿಗಳಲ್ಲಿ ಎಸ್.ಆರ್. ರಂಗನಾಥನ್ ಪ್ರಮುಖರು.

ಜನನ ಮತ್ತು ಬಾಲ್ಯ :

ಎಸ್.ಆರ್. ರಂಗನಾಥನ್ ಅವರು ತಮಿಳುನಾಡಿನ ಶಿಯಾಳಿಯಲ್ಲಿ 1892 ರಲ್ಲಿ ಜನಿಸಿದರು. ಇವರ ಪೂರ್ಣ ಹೆಸರು ಶಿಯಾಳಿ ರಾಮಾಮೃತ ರಂಗನಾಥನ್ ಎಂದು. ಇವರ ತಂದೆ ರಾಮಾಮೃತ ರಂಗನಾಥನ್. ತಾಯಿ ಸೀತಾಲಕ್ಷ್ಮಿ. ಬಡ ಕುಟುಂಬದಲ್ಲಿ ಜನಿಸಿದ ರಂಗನಾಥನ್ ಗ್ರಂಥಾಲಯ ವಿಜ್ಞಾನದಲ್ಲಿ ಆಸಕ್ತಿವಹಿಸಿ ಲಂಡನ್ನಿನ ವಿಶ್ವವಿದ್ಯಾಲಯದ "ಗ್ರಂಥ ವಿಜ್ಞಾನ ಶಾಲೆ" ಪ್ರಶಸ್ತಿಗೆ ಭಾಜನರಾದರು.

ವಿದ್ಯಾಭ್ಯಾಸ :

ರಂಗನಾಥನ್ ಅವರು ಮೆಟ್ರಿಕ್‌ವರೆಗೂ ತಮ್ಮ ಹುಟ್ಟೂರಾದ ಶಿಯಾಳಿಯಲ್ಲಿ ವಿದ್ಯಾಭ್ಯಾಸ ಮಾಡಿದರು. ನಂತರ ಅವರು ಮದ್ರಾಸಿನ ಕ್ರಿಶ್ಚಿಯನ್ ಕಾಲೇಜಿನಲ್ಲಿ ಬಿ.ಎ., ಪದವಿ ಪಡೆದರು. ರಂಗನಾಥನ್ ಅವರ ಪಾಂಡಿತ್ಯವನ್ನು ಗುರುತಿಸಿ ಅದೇ ಕಾಲೇಜಿನ ಪ್ರಾಂಶುಪಾಲರಾಗಿದ್ದ ಎಡ್ವರ್ಡ್ ಬಿ. ದಾಸ್ ಅವರ ಎಲ್ಲಾ ಕಾರ್ಯಗಳಿಗೂ ಪ್ರೋತ್ಸಾಹ ನೀಡಿದರು.

ವೃತ್ತಿ ಜೀವನ ಮತ್ತು ಕಾರ್ಯಸಾಧನೆ :

❖ ವಿದ್ಯಾಭ್ಯಾಸ ಮುಗಿಸಿದ ರಂಗನಾಥನ್ ಅವರು ಮಂಗಳೂರಿನ ಸರ್ಕಾರಿ ಕಾಲೇಜಿನಲ್ಲಿ ಗಣಿತ ಅಧ್ಯಾಪಕರಾಗಿ ವೃತ್ತಿ ಜೀವನ ಪ್ರಾರಂಭಿಸಿದರು.

❖ 1924 ರಲ್ಲಿ ಮದ್ರಾಸ್ ವಿಶ್ವವಿದ್ಯಾನಿಲಯದಿಂದ ಗ್ರಂಥಪಾಲಕ ಹುದ್ದೆಗೆ ಸೇರಿಕೊಂಡರು.

❖ ನಂತರ ಅವರು ಗ್ರಂಥಾಲಯ ಅಭಿವೃದ್ಧಿಯಲ್ಲಿ ಸಾಧನೆ ಮಾಡಿ ದೇಶವಿದೇಶಗಳಲ್ಲಿ ಖ್ಯಾತರಾದರು.

❖ ಗ್ರಂಥಾಲಯ ವಿಜ್ಞಾನದಲ್ಲಿ ಹೆಚ್ಚಿನ ತರಬೇತಿ ಪಡೆಯಲು ಮದ್ರಾಸ್ ವಿಶ್ವವಿದ್ಯಾಲಕ್ಕೆ ಹೋದರು. ಅಲ್ಲಿ ಅವರನ್ನು ಹೆಚ್ಚಿನ ಮಾಹಿತಿ ಸಂಗ್ರಹಣೆಗಾಗಿ ಲಂಡನ್‌ಗೆ ಕಳುಹಿಸಲಾಯಿತು.

❖ ಲಂಡನ್ ವಿಶ್ವವಿದ್ಯಾಲಯದಲ್ಲಿ ಗ್ರಂಥಪಾಲಕರಾಗಿದ್ದ ಡಬ್ಲ್ಯು.ಸಿ. ಬರ್‌ವಿಕ್ ಹಾಗೂ ಇತರ ಶ್ರೇಷ್ಠ ಗ್ರಂಥಪಾಲಕರ ನೆರವಿನೊಂದಿಗೆ ಗ್ರಂಥಾಲಯ ವಿಜ್ಞಾನವನ್ನು ಅಧ್ಯಯನ ಮಾಡಿರು.

❖ ಗ್ರಂಥಗಳ ವರ್ಗೀಕರಣದಲ್ಲಿ ಕಂಡುಬರುವ ದೋಷಗಳನ್ನು ತೋರಿಸಿ, ಅವುಗಳಿಗೆ ಸೂಕ್ತ ಪರಿಹಾರವನ್ನು ತೋರಿಸಿಕೊಟ್ಟರು.

❖ ಇವರ ಈ ಕಾರ್ಯ ಎಲ್ಲರಿಗೂ ಮೆಚ್ಚುಗೆಯಾಗಿ ಅವರ ಸಾಧನೆಯನ್ನು ಗುರುತಿಸಿ ಲಂಡನ್ ವಿಶ್ವವಿದ್ಯಾಲಯದ "ಗ್ರಂಥ ವಿಜ್ಞಾನ ಶಾಲೆ ಪ್ರಶಸ್ತಿ" ಪತ್ರ ನೀಡಿ ಗೌರವಿಸಿತು.

❖ ರಂಗನಾಥನ್ ಮದ್ರಾಸ್ ವಿಶ್ವವಿದ್ಯಾಲಯದ ಗ್ರಂಥಾಲಯದಲ್ಲಿ ಹೊಸ ಪದ್ಧತಿಯನ್ನು ಅಳವಡಿಸುವ ಮೂಲಕ ಪುಸ್ತಕಗಳನ್ನು ಓರಣಗೊಳಿಸಿದರು. ಇದನ್ನು ವಿದೇಶಗಳ ಹಲವಾರು ಗ್ರಂಥಾಲಯಗಳು ಅಳವಡಿಸಿಕೊಂಡವು.

❖ 1929ರಲ್ಲಿ ರಂಗನಾಥನ್ ಅವರು ಮದ್ರಾಸ್ ಸಂಘದ ಆಶ್ರಯದಲ್ಲಿ ಗ್ರಂಥಾಲಯ ತರಬೇತಿಯನ್ನು ಆರಂಭಿಸಿದರು.

❖ ಇವರು ನಂತರ ಮದ್ರಾಸ್ ವಿಶ್ವವಿದ್ಯಾಲಯ, ಬನಾರಸ್ ಹಿಂದೂ ವಿಶ್ವವಿದ್ಯಾಲಯ, ವಿಕ್ರಮ ವಿಶ್ವವಿದ್ಯಾಲಯ ಮುಂತಾದವುಗಳಲ್ಲಿ ಗ್ರಂಥ ವಿಜ್ಞಾನದ ಮುಖ್ಯಸ್ಥರಾಗಿ ಸೇವೆ ಸಲ್ಲಿಸಿದರು.

❖ ಬೆಂಗಳೂರಿನ ಪತ್ರಲೇಖನ ಸಂಶೋಧನೆ ಮತ್ತು ತರಬೇತಿ ಕೇಂದ್ರದ ಮುಖ್ಯಸ್ಥರಾಗಿಯೂ ಕೆಲಸ ಮಾಡಿದರು

❖ ಕೆಲವು ಸಮಯ ಪಿಟ್ಸ್ ಬರ್ಗ್ ವಿಶ್ವವಿದ್ಯಾಲಯದ ಆಹ್ವಾನದ ಮೇರೆಗೆ ಅಲ್ಲಿಗೆ ಹೋಗಿ ಗ್ರಂಥಾಲಯ ಹಾಗೂ ಮಾಹಿತಿ ವಿಜ್ಞಾನ ಶಾಲೆಯ ಸಂದರ್ಶಕ ಪ್ರಾಧ್ಯಾಪಕರಾಗಿ ಕಾರ್ಯನಿರ್ವಹಿಸಿದರು.

❖ 1967 ರಲ್ಲಿ ರಂಗನಾಥ್‌ರವರು ರಚಿಸಿದ "ಡಿಸ್ಕ್ರಿಪ್ಟಿವ್ ಅಕೌಂಟ್ ಆಫ್ ಕೋಲ್‌ನ್ ಕ್ಲಾಸಿಫಿಕೇಷನ್" ಎಂಬ ಪುಸ್ತಕ ಬಿಡುಗಡೆಯಾಯಿತು.

❖ **ಗ್ರಂಥ ರಚನೆ :** ಎಸ್.ಆರ್. ರಂಗನಾಥನ್ ಅವರು ಕೇವಲ ಗ್ರಂಥಾಲಯ ವ್ಯವಸ್ಥೆಯ ಬಗ್ಗೆ ಮಾತ್ರ ಸೀಮಿತರಾಗಿರಲಿಲ್ಲ. ಅವರು ಸುಮಾರು ಹೆಚ್ಚು ಗ್ರಂಥಗಳನ್ನು ರಚಿಸಿರುವುದು ಮಾತ್ರವಲ್ಲದೆ, ಸುಮಾರು 2,500ಕ್ಕೂ ಮಿಗಿಲಾದ ಲೇಖನಗಳನ್ನು ರಚಿಸಿ ಪ್ರಕಟಿಸಿದ್ದಾರೆ. ಅವರ ಮಹತ್ವದ ಕೃತಿಗಳೆಂದರೆ :–

* ಫೈವ್ ಲಾಸ್ ಆಫ್ ಲೈಬ್ರರಿ ಸೈನ್ಸ್
* ಲೈಬ್ರರಿ ಅಡ್ಮಿಷನ್
* ಥಿಯರಿ ಆಫ್ ಲೈಬ್ರರಿ ಕ್ಯಾಟಲಾಗ್
* ರೆಫರೆನ್ಸ್ ಸರ್ವಿಸಸ್

❖ ರಂಗನಾಥನ್ ಅವರು ಅನೇಕ ರಾಷ್ಟ್ರೀಯ ಮತ್ತು ಅಂತರ್ ರಾಷ್ಟ್ರೀಯ ಸಮ್ಮೇಳನಗಳಲ್ಲಿ ಭಾಗವಹಿಸಿದ್ದರು.

❖ ಸಂಘ–ಸಂಸ್ಥೆಗಳ ಅಧ್ಯಕ್ಷರಾಗಿಯೂ ಕಾರ್ಯನಿರ್ವಹಿಸಿದ್ದರು.

❖ 1928 ರಲ್ಲಿ ಸ್ಥಾಪಿತವಾದ ಮದ್ರಾಸಿನ ಗ್ರಂಥಾಲಯದ ಕಾರ್ಯದರ್ಶಿಯಾಗಿಯೂ ಸೇವೆ ಸಲ್ಲಿಸಿದ್ದಾರೆ.

❖ ಇಂಡಿಯನ್ ಲೈಬ್ರರಿ ಅಸೋಷಿಯೇಷನ್ ನ ಅಧ್ಯಕ್ಷರಾಗಿಯೂ ಅವರು ಕಾರ್ಯನಿರ್ವಹಿಸಿದ್ದಾರೆ.

❖ ಅವರು ಅನೇಕ ರಾಜ್ಯಗಳಿಗೆ ಗ್ರಂಥಾಲಯ ಮಸೂದೆಯನ್ನು ಸಹ ತಯಾರಿಸಿ ಕೊಟ್ಟಿದ್ದಾರೆ.

❖ ಅಂತರರಾಷ್ಟ್ರೀಯ ಗ್ರಂಥ ಸೂಚಿ ಸಮಿತಿಯ ಸದಸ್ಯರಾಗಿ, ಅಂತರರಾಷ್ಟ್ರೀಯ ಪತ್ರಲೇಖನ ಸಂಯುಕ್ತ ಮಂಡಳಿಯ ಉಪಾಧ್ಯಕ್ಷರಾಗಿಯೂ ಕಾರ್ಯ ನಿರ್ವಹಿಸಿದ್ದಾರೆ.

ಗೌರವ – ಪ್ರಶಸ್ತಿಗಳು :

❖ ಎಸ್.ಆರ್. ರಂಗನಾಥನ್ ಅವರಿಗೆ ರಾಷ್ಟ್ರೀಯ ಮತ್ತು ಅಂತರರಾಷ್ಟ್ರೀಯ ಪ್ರಶಸ್ತಿಗಳು–ಪುರಸ್ಕಾರಗಳು ಸಂದಿವೆ.

❖ ಇವರಿಗೆ ದೆಹಲಿ ಪಿಟ್ಸ್ ಬರ್ಗ್ ವಿಶ್ವವಿದ್ಯಾಲಯವು ಡಿ'ಲಿಟ್ ಪದವಿಯನ್ನು ನೀಡಿತು.

❖ ಅಂದಿನ ಭಾರತ ಸರ್ಕಾರ ಇವರಿಗೆ "ರಾವ್ ಸಾಹೇಬ್" ಎಂಬ ಬಿರುದನ್ನು ನೀಡಿ ಗೌರವಿಸಿತ್ತು.

❖ 1952 ರಲ್ಲಿ ಇವರಿಗೆ ಪದ್ಮಶ್ರೀ ಪ್ರಶಸ್ತಿ ಬಂದಿತು.

❖ 1970ರಲ್ಲಿ ಇವರಿಗೆ ಅಮೆರಿಕಾದ "ಮಾರ್ಗರೇಟ್ ಮಾನ್" ಎಂಬ ಪಾರಿತೋಷಕ ದೊರೆಯಿತು.

❖ ಅಮೆರಿಕದ ಮಾರ್ಕ್ ಟ್ವೇನ್ ಸೊಸೈಟಿ ಅವರಿಗೆ "ಗ್ರ್ಯಾಂಡ್ ನೈಟ್ ಆಫ್ ದಿ ಪೀಸ್" ಎಂಬ ಪ್ರಶಸ್ತಿಯನ್ನು ನೀಡಿ ಗೌರವಿಸಿತ್ತು.

ನಿಧನ :

ಗ್ರಂಥಾಲಯ ವ್ಯವಸ್ಥೆಯಲ್ಲಿ ನಿರಂತರವಾಗಿ ದುಡಿದು, ಆ ಕ್ಷೇತ್ರದಲ್ಲಿ ಹೆಚ್ಚು ಪ್ರಖ್ಯಾತರೆನಿಸಿದ ಎಸ್.ಆರ್. ರಂಗನಾಥನ್ ಅವರು 1972 ರಲ್ಲಿ ನಿಧನರಾದರು.

31. ಆದಿಗುರು ಶಂಕರಾಚಾರ್ಯ (780 – 812)

ಅದ್ವೈತ ಸಿದ್ಧಾಂತದ ಪ್ರತಿಪಾದಕರು

ಕಿರು ಪರಿಚಯ :

ಭಾರತದಲ್ಲಿ ಶೈವ ಧರ್ಮವನ್ನು ಜನಪ್ರಿಯಗೊಳಿಸಿದ ಆಚಾರ್ಯರೆಂದರೆ ಶ್ರೀ ಶಂಕರಾಚಾರ್ಯರು. ಇಡೀ ಭಾರತವನ್ನು ಕಾಲ್ನಡಿಗೆಯಲ್ಲೇ ಸುತ್ತಿ ಧರ್ಮ ಪ್ರಚಾರ ಮಾಡಿದ ದೇವ ಮಾನವ. ಇವರು ಶ್ರೇಷ್ಠ ತತ್ವಜ್ಞಾನಿಗಳೂ ಹೌದು! ಹಿಂದೂ ಧರ್ಮದ ಪುನರುಜ್ಜೀವನಕ್ಕಾಗಿ ಅವತರಿಸಿದ ಶಿವ ಸ್ವರೂಪಿಗಳೇ ಶಂಕರಾಚಾರ್ಯರು. ದೈವಾಂಶ ಸಂಭೂತರಾದ ಇವರು ಬಾಲ್ಯದಲ್ಲಿಂದೇ ಅಪಾರ ಪ್ರತಿಭೆಯುಳ್ಳವರಾಗಿದ್ದು, ಸಂಸ್ಕೃತ, ಮಲಯಾಳಂ ಭಾಷೆಗಳನ್ನು ಅಭ್ಯಾಸ ಮಾಡಿದವರಾಗಿದ್ದರು. ತಾವು ಅರಿತುಕೊಂಡಿದ್ದ ಜ್ಞಾನವನ್ನು ಶ್ರೀಸಾಮಾನ್ಯರೆಲ್ಲರಿಗೂ ತಲುಪಬೇಕೆಂಬ ಉದ್ದೇಶದಿಂದ ಕಾಲ್ನಡಿಗೆಯಲ್ಲಿ ದೇಶ ಸುತ್ತಿ ಅನೇಕ ವಿದ್ವಾಂಸರ ಜೊತೆ ಚರ್ಚಿಸಿ, ಬುದ್ಧ, ಜೈನ, ಕಪಾಲಿಕ, ಮೀಮಾಂಸಕ ಪಂಥದವರನ್ನು ವಾದದಲ್ಲಿ ಸೋಲಿಸಿದರು. ಮೂಢನಂಬಿಕೆ, ಮಾಟ ಮಂತ್ರ ಇವುಗಳನ್ನು ತರ್ಕಬದ್ಧವಾಗಿ ಖಂಡಿಸಿ ವೈಧಿಕ ಧರ್ಮವನ್ನು ಪ್ರಚಾರ ಮಾಡಿದರು.

ಜನನ ಮತ್ತು ಬಾಲ್ಯ :

ಶಂಕರರು ನಂಬೂದರಿ ಕುಟುಂಬದ ಸಂಪ್ರದಾಯಸ್ಥ ಮನೆಯಲ್ಲಿ ಕ್ರಿ.ಶ. 780 ರಲ್ಲಿ ಕೇರಳದ "ಕಾಲಡಿ" ಎಂಬ ಕುಗ್ರಾಮದಲ್ಲಿ ಜನಿಸಿದರು. ಇವರ ತಂದೆ ಶಿವಗುರು. ತಾಯಿ ಆರ್ಯಾಂಬೆ. ಶಿವ ಸ್ವರೂಪರಾದ ಶಂಕರರು ಬಾಲ್ಯದಲ್ಲಿಯೇ ಅಪಾರ ಪ್ರತಿಭೆಯುಳ್ಳವರಾಗಿದ್ದರು. ಸಂಸ್ಕೃತ, ಮಲಯಾಳಂ ಭಾಷೆಗಳನ್ನು ಚೆನ್ನಾಗಿ ಅಧ್ಯಯನ ಮಾಡಿದವರು. ಬಾಲಕ ಶಂಕರರಿಗೆ ಅವರ ತಂದೆ–ತಾಯಿ 2ನೇ ವರ್ಷದಲ್ಲಿಯೇ ಉಪನಯನ ಮಾಡಿದರು. ದುರದೃಷ್ಟವಶಾತ್ ಶಂಕರರು ಬಾಲ್ಯದಲ್ಲಿಯೇ ತಂದೆಯನ್ನು ಕಳೆದುಕೊಂಡರು. ಇದರಿಂದ ತಾಯಿಯ ಆಶ್ರಯದಲ್ಲಿಯೇ ಬೆಳೆಯಬೇಕಾಯಿತು.

ಸನ್ಯಾಸತ್ವ :

ಶಂಕರರು ಬಾಲ್ಯದಿಂದಲೇ ದೇವರ ಪೂಜೆ, ಜಪ, ತಪಗಳಲ್ಲಿ ಸದಾ ಮಗ್ನರಾಗಿರುತ್ತಿದ್ದರು. ತಾಯಿಯ ಮಾರ್ಗದರ್ಶನದಂತೆ ಬೆಳೆದರೂ, ಆಕೆಗೆ ಆಸಕ್ತಿಯಿಲ್ಲದಿದ್ದರೂ ಅವರು ಸನ್ಯಾಸ ದೀಕ್ಷೆ ಪಡೆಯಬೇಕೆಂದು ಒಬ್ಬ ಸೂಕ್ತ ಗುರುವಿಗಾಗಿ ಹುಡುಕಾಡತೊಡಗಿದರು. ಹಾಗೆಯೇ ಒಬ್ಬ ಒಳ್ಳೆಯ ಪ್ರತಿಭೆಯುಳ್ಳ ಶಿಷ್ಯನನ್ನು ಹುಡುಕುವುದರಲ್ಲಿ ಗೋವಿಂದ ಭಗವತ್ಪಾದರು ಒಮ್ಮೆ ಶಂಕರನನ್ನು ನೋಡಿದರು. ಶಂಕರರ ವಾಕ್ ಚಾತುರ್ಯ, ಪ್ರತಿಭೆ, ತೇಜಸ್ಸು ಇವುಗಳನ್ನು ಕಂಡು ಈತನೇ ತನಗೆ ಉತ್ತಮ ಶಿಷ್ಯನೆಂದು ಸ್ವೀಕರಿಸಿ ಶಂಕರರಿಗೆ ಧರ್ಮ ದೀಕ್ಷೆ ಹಾಗೂ ಸನ್ಯಾಸ ದೀಕ್ಷೆಯನ್ನು ನೀಡಿದರು.

ಕಾರ್ಯಸಾಧನೆ :

❖ ಸನ್ಯಾಸತ್ವ ಸ್ವೀಕರಿಸಿದ ಶಂಕರರು ನಾಲ್ಕು ವೇದಗಳಾದ ಋಗ್ವೇದ, ಯಜುರ್ವೇದ, ಸಾಮವೇದ, ಅಥರ್ವಣ ವೇದಗಳನ್ನು ಮತ್ತು ಉಪನಿಷತ್ತುಗಳನ್ನು ಗುರುಗಳ ಮಾರ್ಗದರ್ಶನದಿಂದ ಸಂಶೋಧನಾ ಬುದ್ಧಿಯಿಂದ ಅಧ್ಯಯನ ಮಾಡಿ ಅಸಾಧಾರಣ ಪ್ರತಿಭೆಯನ್ನು ಪ್ರದರ್ಶಿಸಿದರು. ಇದರಿಂದ ಗುರುಗಳಿಗೆ ಬಹಳ ಸಂತೋಷವಾಯಿತು.

❖ **ಗುರು ಮೆಚ್ಚಿದ ಶಿಷ್ಯ :** ಶಂಕರರ ಪ್ರತಿಭೆಂ, ಶ್ರದ್ಧೆ, ಭಕ್ತಿ, ಆಸಕ್ತಿಯನ್ನು ಕಂಡ ಗುರುಗಳು ಅವರಿಗೆ ತಾವು ತಮ್ಮ ಗುರುಗಳಿಂದ ಪಡೆದ "ಬ್ರಹ್ಮಸೂತ್ರಗಳ ಅದ್ವೈತ ತತ್ವ"ವನ್ನು ಗುರುಗಳಾದ ಗೋವಿಂದ ಭಗವತ್ಪಾದರು ಶಂಕರರಿಗೆ ಬೋಧಿಸಿದರು. ಅಂದಿನಿಂದ ಶಂಕರರು ಶಂಕರಾಚಾರ್ಯರಾದರು.

❖ **ಅದ್ವೈತ ಎಂದರೇನು ?** ಅದ್ವೈತ ಎಂದರೆ ಪ್ರಪಂಚದಲ್ಲಿ ಎರಡಿಲ್ಲ. ಎಲ್ಲವೂ ಒಂದೇ, ಎಲ್ಲವೂ ಬ್ರಹ್ಮಸ್ವರೂಪವೇ, ಬ್ರಹ್ಮನು ಬೇರೆಯಲ್ಲ, ನಾವು ಬೇರೆಯಲ್ಲ. ಸರ್ವವೂ ಬ್ರಹ್ಮಮಯ. ತಮ್ಮ ಹಾಗೂ ಇತರ ಎಲ್ಲಾ ಮಾರ್ಗಕ್ಕಿಂತಲೂ ಜ್ಞಾನಮಾರ್ಗವೇ ಅತಿ ಮುಖ್ಯ. ಮೇಲು, ಕೀಳು ಎಂಬ ಭೇದ ಭಾವನೆಯಿಲ್ಲದೆ ಎಲ್ಲರೂ ಒಂದೇ ಎಂಬುದೇ ಅದ್ವೈತದ ಮುಖ್ಯಾಂಶ.

❖ ಶಂಕರಾಚಾರ್ಯರು ಪ್ರತಿಪಾದಕರ ತತ್ವಜ್ಞಾನವನ್ನು "ಅದ್ವೈತ ವೇದಾಂತ" ಎನ್ನುವರು. ಇವರ ಪ್ರಕಾರ – ಬ್ರಹ್ಮವೊಂದೇ ಸತ್ಯ ಜಗತ್ತು ಮಾಯೆ. ಜೀವಾತ್ಮ ಬ್ರಹ್ಮವೇ, ಜೀವನವೂ ಬ್ರಹ್ಮನಿಂದ ಬೇರೆಯಾದುದಲ್ಲ. ಅದು ಬ್ರಹ್ಮನ ಒಂದು ಅಂಶ. ಇದುವೇ ಅದ್ವೈತದ ಮುಖ್ಯಾಂಶ.

❖ ಅಜ್ಞಾನದಿಂದಾಗಿ ಜಗತ್ತು ಸತ್ಯವಾಗಿ ಕಾಣುತ್ತದೆ. ಈ ಅಜ್ಞಾನವನ್ನೇ ಶಂಕರಾಚಾರ್ಯರು ಮಾಯೆ ಎನ್ನುತ್ತಾರೆ.

❖ "ಹಗ್ಗವನ್ನು ಹಾವು" ಎಂದು ಭ್ರಮೆ ಪಟ್ಟಂತೆ ಜಗತ್ತೆಂಬುದು ಒಂದು ಮಾಯೆ. ಜ್ಞಾನ ಪಡೆದಾಗ ಸತ್ಯ ದರ್ಶನವಾಗುತ್ತದೆ. ಆಗ ಬ್ರಹ್ಮನು ಒಬ್ಬನೇ ಸತ್ಯ ಎಂಬ ಅರಿವಾಗುತ್ತದೆ ಎಂದಿದ್ದಾರೆ ಶಂಕರಾಚಾರ್ಯರು.

❖ ಕನಸು ಎಷ್ಟೇ ಸತ್ಯದಂತೆ ಕಂಡರೂ ಎಚ್ಚರಾವಾದಾಗ ಅದರ ನಿಜ ರೂಪ ಕಾಣಿಸುತ್ತದೆ. ಅಂದರೆ ಜ್ಞಾನೋದಯದಿಂದ ಭ್ರಮೆ ಹೋಗಿ ಬ್ರಹ್ಮನೊಬ್ಬನೇ ಸತ್ಯ ಹಾಗೂ ನಿರಂತರ ಎಂಬ ಅರಿವು ಮೂಡುತ್ತದೆ.

- **ಭಾರತ ಸಂಚಾರ :** ಶಂಕರಾಚಾರ್ಯರು ತಾವು ಪಡೆದುಕೊಂಡ ಜ್ಞಾನವನ್ನು ಶ್ರೀಸಾಮಾನ್ಯರೆಲ್ಲರಿಗೂ ತಲುಪಬೇಕೆಂಬ ನಿಟ್ಟಿನಿಂದ ಇಡೀ ಭಾರತವನ್ನು 3 ಬಾರಿ ಕಾಲ್ನಡಿಗೆಯಲ್ಲಿ ಸುತ್ತಿ ಅನೇಕ ವಿದ್ವಾಂಸರ ಜೊತೆ ಚರ್ಚಿಸುತ್ತಾರೆ. ಮಾಟ-ಮಂತ್ರ-ಮೂಢನಂಭಿಕೆಗಳನ್ನು ಕಟುವಾಗಿ ಖಂಡಿಸಿದರು. ವೈದಿಕ ಧರ್ಮವನ್ನು ಪ್ರಚಾರ ಮಾಡಲು ನಿರಂತರವಾಗಿಯೂ, ಪ್ರಾಮಾಣಿಕವಾಗಿಯೂ ಪ್ರಯತ್ನ ಮಾಡಿದರು. ಈ ಪ್ರಯತ್ನದಲ್ಲಿ ಶಂಕರಾಚಾರ್ಯರು ಯಶಸ್ಸನ್ನು ಕಂಡರು.
- ಶಂಕರಾಚಾರ್ಯರು ಕಾಲ್ನಡಿಗೆಯಲ್ಲಿಯೇ ಭಾರತದ ಹಲವಾರು ಪುಣ್ಯ ಸ್ಥಳಗಳಿಗೆ ಭೇಟಿ ನೀಡಿದರು. ಅಲ್ಲಿನ ದೇವತೆಗಳನ್ನು ಕುರಿತು ಸಂಸ್ಕೃತದಲ್ಲಿ ಸ್ತೋತ್ರಗಳನ್ನು ರಚಿಸಿದ್ದಾರೆ.
- **ಕುಂಭಮೇಳ :** ಪ್ರತಿ 12 ವರ್ಷಗಳಿಗೊಮ್ಮೆ ನಡೆಯುವ ಪ್ರಯಾಗ ಅಂದರೆ ಅಲಹಾಬಾದಿನ ಕುಂಭಮೇಳದ ಜಾತ್ರಾ ಪದ್ಧತಿಯನ್ನು ಪ್ರಾರಂಭಿಸಿದವರು ಶ್ರೀ ಶಂಕರಾಚಾರ್ಯರು.
- ಶಂಕರಾಚಾರ್ಯರು ಹಲವಾರು ಮಠಗಳನ್ನು ಭಾರತದಲ್ಲಿ ಸ್ಥಾಪಿಸುವುದರ ಮೂಲಕ ಸಮಗ್ರ ಭಾರತದ ಕಲ್ಪನೆಯನ್ನು ತಾವು ಕಂಡುಕೊಂಡು, ಸಾಮಾನ್ಯ ಜನರಲ್ಲಿ ಭಾರತೀಯರೆಲ್ಲಾ ಒಂದೇ ಎಂದು ಸಾರಿದರು.
- ಶಂಕರಾಚಾರ್ಯರು ಅದ್ವೈತ ತತ್ವ ಪ್ರಚಾರಕ್ಕಾಗಿ ದೇಶದ 4 ದಿಕ್ಕುಗಳಲ್ಲೂ ನಾಲ್ಕು ಮಠಗಳನ್ನು ಸ್ಥಾಪಿಸಿದ್ದಾರೆ. ಒರಿಸ್ಸಾದ ಪುರಿಯಲ್ಲಿ ಗೋವರ್ಧನ ಪೀಠವನ್ನು ಸ್ಥಾಪಿಸಿ ಗುರು ಪದ್ಮನಾಭರನ್ನು, ಶೃಂಗೇರಿಯಲ್ಲಿ ಶಾರದಾ ಪೀಠವನ್ನು ಸ್ಥಾಪಿಸಿ ಗುರು ಸುರೇಶ್ವರಾಚಾರ್ಯರನ್ನು, ಗುಜರಾತಿನ ದ್ವಾರಕಾದಲ್ಲಿ ಕಾಳಿಕಾ ಮಠವನ್ನು ಸ್ಥಾಪಿಸಿ ಗುರು ತೋಟಕಾಚಾರ್ಯರೆಂಬ ಅತ್ಯಂತ ಸಮರ್ಥರೂ, ನಿಷ್ಠಾವಂತರೂ ಆದ ಶಿಷ್ಯರನ್ನು ನೇಮಿಸಿ ತತ್ವ ಪ್ರಚಾರ ಮಾಡಿದರು.

- ❖ ಈ ಪ್ರಮುಖ ನಾಲ್ಕು ಮಠಗಳಲ್ಲದೆ ಕಂಚಿ, ಗೋಕರ್ಣ, ಕೂಡಲಿ, ಅವನಿ, ಶಿವಗಂಗೆ, ಸಂಕೇಶ್ವರಗಳಲ್ಲಿಯೂ ಉಪ ಮಠಗಳನ್ನು ಸ್ಥಾಪಿಸಿದ್ದಾರೆ.
- ❖ ಶಂಕರರು ಬ್ರಹ್ಮಸೂತ್ರ, ಉಪನಿಷತ್, ಭಗವದ್ಗೀತೆಯ ಮೇಲೆ ಭಾವಿಷ್ಯವನ್ನು ಬರೆದಿದ್ದಾರೆ. ಇವಿಷ್ಟೇ ಅಲ್ಲದೆ ಗಣೇಶ ಸ್ತೋತ್ರ, ಶಿವ ಸ್ತೋತ್ರ, ದೇವಿ ಸ್ತೋತ್ರ, ವಿಷ್ಣು ಸ್ತೋತ್ರ, ದೇವತಾ ಸ್ತೋತ್ರ, ನದೀ ತೀರ್ಥ, ಸೌಂದರ್ಯ ಲಹರಿ ಅಲ್ಲದೆ ಸಾಧಾರಣಾ ಸ್ತೋತ್ರಗಳನ್ನು ರಚಿಸಿದ್ದಾರೆ.
- ❖ ಇವರು ಸುಮಾರು 20 ಕ್ಕೂ ಹೆಚ್ಚು ಗ್ರಂಥಗಳನ್ನು ರಚಿಸಿದ್ದಾರೆ, ಇವುಗಳಲ್ಲಿ ಮುಖ್ಯವಾದ "ಭಜಗೋವಿಂದಂ" ಸ್ತೋತ್ರ ಹೆಚ್ಚು ಮನ್ನಣೆ ಪಡೆದಿದೆ.
- ❖ **ಮಾತೃದೇವೋ ಭವ :** ಸಮಾಜ ಸುಧಾರಕರೂ, ವಿದ್ವಾಂಸರೂ, ಸನ್ಯಾಸಿಗಳೂ ಆದ ಶ್ರೀ ಶಂಕರಾಚಾರ್ಯರು ತಮ್ಮ ತಾಯಿಯನ್ನು ಮಾತ್ರ ಎಂದಿಗೂ ಮರೆಯಲಿಲ್ಲ. ತಾಯಿಯ ಶುಶ್ರೂಷೆ ಮಾಡಿ, ಸನ್ಯಾಸಿಯಾದವರು ತಾಯಿಯ ಅಂತ್ಯಕ್ರಿಯೆ ಮಾಡಬಾರದೆಂಬ ಜನಸಾಮಾನ್ಯರ ವಿರೋಧವನ್ನು ಎದುರಿಸಿ ತಾಯಿಯ ಮೇಲಿದ್ದ ಪ್ರೀತಿ, ವಾತ್ಸಲ್ಯಗಳಿಂದ ತಾಯಿಯ ಅಂತ್ಯಕ್ರಿಯೆಯನ್ನು ವಿಧಿವಿಧಾನಗಳ ಪ್ರಕಾರ ಸ್ವತಃ ತಾವೇ ನೆರವೇರಿಸಿದರು.

ನಿಧನ :

ದೇಶಾದ್ಯಂತ ಅದ್ವೈತ ತತ್ವ ಪ್ರಚಾರ ಮಾಡಿದ ಶಂಕರಾಚಾರ್ಯರು ಕೇವಲ 32 ವರ್ಷಗಳ ಕಾಲ ಜೀವಿಸಿದ್ದು ಹಿಮಾಲಯದಲ್ಲಿ ತಪಸ್ಸನ್ನಾಚರಿಸುತ್ತ ಕ್ರಿ.ಶ. 812 ರಲ್ಲಿ ದೇಹ ತ್ಯಾಗ ಮಾಡಿದರು.

32. ಬಸವಣ್ಣ (1131 – 1167)

ಕ್ರಾಂತಿ ಪುರುಷ

ಕಿರು ಪರಿಚಯ :

ಸಮಾಜದಲ್ಲಿ ಕಂಡುಬರುವ ಅಂಕು
ಡೊಂಕುಗಳನ್ನು ತಮ್ಮ ವಚನಗಳ ಮೂಲಕ
ತಿದ್ದಲು ಮುಂದಾದ ಕ್ರಾಂತಿಯೋಗಿ.
ಧಾರ್ಮಿಕ, ಸಾಮಾಜಿಕ, ಸಾಂಸ್ಕೃತಿಕ,
ಸಾಹಿತ್ಯಕವಾಗಿ ಕ್ರಾಂತಿಯನ್ನುಂಟು ಮಾಡಿದ
ಕ್ರಾಂತಿ ಪುರುಷ ಬಸವಣ್ಣನವರು.
ಸಮಾಜವನ್ನು ವಿಭಜಿಸುವ ಜಾತಿ ಪದ್ಧತಿಯ
ನಿರ್ಮೂಲನೆಗಾಗಿ ತಮ್ಮ ಜೀವನವನ್ನೇ ಮುಡುಪಾಗಿರಿಸಿದ ಮಹಾನ್
ವ್ಯಕ್ತಿ ಬಸವಣ್ಣನವರು ಹೇಳಿದ ಒಂದೊಂದು ವಚನವೂ ಮಾನವರಿಗೆ
ದಾರಿದೀಪವಾಗಿದೆ. ಸದಾ ಸತ್ಯವನ್ನೇ ಆಡಬೇಕು, ಪರನಿಂದೆ
ಮಾಡಬಾರದು, ಮಾನವರಲ್ಲಿ ಮೇಲು ಕೀಳು ಎಂಬ ಭಾವನೆ
ಇರಬಾರದು, ಆಚಾರಗಳು ಸರಳ ಹಾಗೂ ಶುದ್ಧವಾಗಿರಬೇಕು.
ಕಾಯಕದಿಂದಲೇ ಕೈಲಾಸ ಕಾಣಬೇಕು, ಎಲ್ಲರೂ ಒಂದೇ ಎಂಬ
ಭಾವನೆ ಬೆಳೆಸಿಕೊಳ್ಳಬೇಕು. ವಚನಗಳನ್ನು ಪ್ರತಿಯೊಬ್ಬರೂ
ಅನುಸರಿಸುವುದರಿಂದ ಸಮಾಜ ಯಾವುದೇ ಗೊಂದಲಗಳಿಲ್ಲದೆ
ಶಾಂತಿಯುತವಾಗಿರುತ್ತದೆ. ಬಸವಣ್ಣನವರು ರಚಿಸಿದ ವಚನಗಳು
ಸರಳವೂ, ಸುಲಭವೂ ಆಗಿದ್ದು, ಓದುಗರಿಗೆ ಸುಲಭವಾಗಿ
ಅರ್ಥವಾಗುತ್ತದೆ.

ಜನನ ಮತ್ತು ಬಾಲ್ಯ :

ಬಸವಣ್ಣನವರು ಕ್ರಿ.ಶ. 1131 ರಲ್ಲಿ ಬಿಜಾಪುರ ಜಿಲ್ಲೆಯ
ಬಾಗೇವಾಡಿಯಲ್ಲಿ ಜನಿಸಿದರು. ಇವರ ತಂದೆ ಮಾದರಸ. ತಾಯಿ
ಮಾದಲಾಂಬಿಕೆ. ಇವರು ಬ್ರಾಹ್ಮಣ ಕುಟುಂಬದಲ್ಲಿ ಜನಿಸಿದವರು. ಶಿವನ
ವಾಹನ ನಂದಿಯ ವರ ಪ್ರಸಾದದಿಂದ ಗಂಡು ಮಗು ಜನಿಸಿದುದರಿಂದ

ತಂದೆ-ತಾಯಿ ಆ ಮಗುವಿಗೆ ಬಸವಣ್ಣನೆಂದೇ ನಾಮಕರಣ ಮಾಡಿದರು. ಹುಟ್ಟಿದ ಮಗು ಚಟುವಟಿಕೆಯಿಲ್ಲದೆ, ಅಳದೆ, ಕಣ್ಣು ಬಿಡದೆ ಇದ್ದುದರಿಂದ ಗಾಬರಿಗೊಂಡ ತಂದೆ-ತಾಯಿಯವರು ಮಲಪ್ರಭಾ-ಕೃಷ್ಣ ನದಿಗಳು ಒಂದೆಡೆ ಸೇರುವ ಪವಿತ್ರ ಸ್ಥಳವಾದ ಕೂಡಲ ಸಂಗಮದಲ್ಲಿ ನೆಲೆಯಾಗಿರುವ ಸಂಗಮೇಶ್ವರ ದೇವಾಲಯಕ್ಕೆ ಹೋಗಿ ಗುರುಗಳ ಹತ್ತಿರ ಮಗುವಿನ ವಿಚಾರವೆಲ್ಲಾ ತಿಳಿಸಿದರು. ಗುರುಗಳು ಮಗುವನ್ನು ನೋಡಿ ಇದು ಸಾಮಾನ್ಯ ಮಗುವಲ್ಲ, ಮುಂದೆ ವಿಶ್ವಮಾನವನಾಗಿ, ಜಗಜ್ಯೋತಿಯಾಗಿ ಬೆಳಗುವ ಮಗುವಾಗುತ್ತದೆ ಎಂದು ಹೇಳಿ ಆಶಿರ್ವದಿಸುತ್ತಾರೆ. ಇದರಿಂದ ತಂದೆ-ತಾಯಿಯವರಿಗೆ ಮಹದಾನಂದವಾಯಿತು.

ವಿದ್ಯಾಭ್ಯಾಸ :

ಮಗುವಿನ ಲಕ್ಷಣಗಳನ್ನು ಕಂಡ ಎಲ್ಲರೂ ಈತನು ಮಹಾಪುರುಷನೇ ಹೌದು ಎಂದು ಆನಂದಪಟ್ಟರು. ಮಗುವಿನ ಆಟಗಳನ್ನು, ಬಾಲ ಲೀಲೆಗಳನ್ನು ಕಂಡು ಆಶ್ಚರ್ಯಚಕಿತರಾಗುತ್ತಾರೆ. 5 ವರ್ಷಗಳು ಕಳೆದ ಕೂಡಲೇ ಸಂಪ್ರದಾಯದಂತೆ ಬಾಲಕನನ್ನು ಗುರುಕುಲಕ್ಕೆ ವಿದ್ಯಾಭ್ಯಾಸಕ್ಕಾಗಿ ಸೇರಿಸಿದರು. ಅಲ್ಲಿ ಬಸವಣ್ಣ ಭಕ್ತಿ-ಶ್ರದ್ಧೆಯಿಂದ ವಿದ್ಯಾಭ್ಯಾಸ ಮಾಡುಡಿದರು. ಅಪಾರ ಶಕ್ತಿ-ಬುದ್ಧಿವಂತಿಕೆಯನ್ನು ಪಡೆದುಕೊಂಡಿದ್ದರಿಂದ ಎಲ್ಲಾ ವಿಚಾರಗಳನ್ನೂ ಸ್ವಾತಂತ್ರವಾಗಿಯೇ ಅರಿತುಕೊಳ್ಳುತ್ತಾರೆ. ಸದಾಚಾರ ಸಂಪನ್ನನಾಗಿ ಗುರು-ಹಿರಿಯರಿಗೆ, ತಂದೆ-ತಾಯಿಯರಿಗೆ ಪ್ರೀತಿ ಪಾತ್ರರಾದರು.

ಉಪನಯನ :

ಬಸವಣ್ಣರಿಗೆ 8 ವರ್ಷಗಳು ತುಂಬುತ್ತಿದ್ದಂತೆಯೇ ಸಂಪ್ರದಾಯದ ಪ್ರಕಾರ ತಂದೆ-ತಾಯಿ ಉಪನಯನ ಮಾಡಲು ನಿಶ್ಚಯಿಸಿದರು. ಬಸವಣ್ಣನವರಿಗೆ ಇದು ಇಷ್ಟವಾಗದಿದ್ದರೂ, ಹೆತ್ತವರ ಮನಸ್ಸಿಗೆ ನೋವಾಗಬಾರದೆಂಬ ದೃಷ್ಟಿಯಿಂದ ಉಪನಯನ ಮಾಡಿಸಿಕೊಂಡರು. ಆದರೆ ಸಮಾಜದಲ್ಲಿ ಮೂಢನಂಭಿಕೆ,

ಅನಿಷ್ಟಗಳನ್ನು ಕಂಡು ಅವುಗಳನ್ನು ಹೋಗಲಾಡಿಸಬೇಕೆಂದು ದೃಢಸಂಕಲ್ಪ ಮಾಡಿದರು. ಹಾಕಿದ್ದ ಜನಿವಾರವನ್ನು ತೆಗೆದು ಮನೆಯಿಂದ ಹೊರಟು ಕೂಡಲ ಸಂಗಮಕ್ಕೆ ಬಂದು ಜಾತವೇದ ಮುನಿಗಳ ಸೇವೆಯನ್ನು ಮಾಡತೊಡಗಿದರು. ಹೀಗೆ ಗುರು ಸೇವೆ ಮಾಡುತ್ತಾ ಧಾರ್ಮಿಕ ಹಾಗೂ ಲೌಕಿಕ ಶಿಕ್ಷಣಗಳೆರಡನ್ನೂ ಕಲಿತು ಪಾರಂಗತರಾಗುತ್ತಾರೆ.

ವೈವಾಹಿಕ ಜೀವನ :

ಬಸವಣ್ಣನವರ ಪ್ರತಿಭೆ, ದೇವರಲ್ಲಿ ಭಕ್ತಿ, ಕೆಲಸದಲ್ಲಿ ಪ್ರಾಮಾಣಿಕತೆ, ಒಳ್ಳೆಯ ನಡತೆ ಇವುಗಳನ್ನು ಮನಗಂಡ ಬಲದೇವ ಮತ್ತು ಸಿದ್ದರಸರೆಂಬ ಬಿಜ್ಜಳನ ಆಸ್ಥಾನದ ಮಂತ್ರಿಗಳು ತಮ್ಮ ಮಕ್ಕಳಾದ ಗಾಂಗಾಂಬಿಕೆ ಮತ್ತು ನೀಲಾಂಬಿಕೆಯರನ್ನು ಬಸವಣ್ಣನವರಿಗೆ ಕೊಟ್ಟು ವಿವಾಹ ಮಾಡಿಸಿದರು. ಸಂಸಾರದಲ್ಲಿದ್ದರೂ ಅದಕ್ಕೆ ಅಂಟಿಕೊಳ್ಳದೆ ಜೀವನ ಸಾಗಿಸಿದರು.

ವೃತ್ತಿ ಜೀವನ ಮತ್ತು ಕಾರ್ಯಸಾಧನೆ :

❖ ಬಸವಣ್ಣನವರು ಸಂಗಮೇಶ್ವರದಲ್ಲಿ ಧ್ಯಾನಾಸಕ್ತರಾಗಿ ನಿದ್ರಿಸುತ್ತಿರುವಾಗ ಅವರಿಗೆ ಕನಸಿನಲ್ಲಿ ಸಂಗಮೇಶ್ವರನು ಬಂದು ಲೋಕ ಕಲ್ಯಾಣಕ್ಕಾಗಿ ಮಂಗಳವಾಡಿಯಲ್ಲಿರುವ ಬಿಜ್ಜಳನ ಹತ್ತಿರ ಹೋಗುವಂತೆ ತಿಳಿಸಿದರು. ಅದರಂತೆ ಅಲ್ಲಿಗೆ ಹೋಗಿ ಲೆಕ್ಕ ಪತ್ರಗಳ ಪರಿಶೀಲನೆ ಮಾಡಿ ಲೆಕ್ಕಿಗರು ಮಾಡಿದ ತಪ್ಪುಗಳನ್ನು ತೋರಿಸಿದರು. ಬಸವಣ್ಣನವರ ಕಾರ್ಯ ಕೌಶಲ್ಯವನ್ನು, ಅವರ ನಿಷ್ಠೆಯನ್ನು ಮನಗಂಡು ಬಿಜ್ಜಳನು ಭಂಡಾರದ ಮೇಲ್ವಿಚಾರಕರನ್ನಾಗಿ ನೇಮಿಸಿದನು.

❖ "ಕಾಯಕವೇ ಕೈಲಾಸ" ಎಂಬ ತತ್ವವನ್ನು ಅರಿತುಕೊಂಡ ಬಸವಣ್ಣನವರು ಎಲ್ಲಾ ಕಾರ್ಯಗಳನ್ನು ಯಶಸ್ವಿಯಾಗಿಯೂ, ಪರಿಣಾಮಕಾರಿಯಾಗಿ ಮಾಡಿದುದರಿಂದ ಬಿಜ್ಜಳನ ಮೆಚ್ಚುಗೆಗೆ ಪಾತ್ರರಾದರು.

❖ ಬಸವಣ್ಣನವರು ಸದಾ ಕಾಲ ಗುರು-ಲಿಂಗ-ಜಂಗಮರಿಗೆ ಗೌರವ-ಭಕ್ತಿಯನ್ನು ತೋರುತ್ತಿದ್ದರು. ಆತ್ಮ ಶುದ್ಧಿಗೆ ಹೆಚ್ಚಿನ ಪ್ರಾಧಾನ್ಯತೆಯನ್ನು ಕೊಟ್ಟು ಎಲ್ಲರ ಸೇವೆಯನ್ನು ಮಾಡುತ್ತಿದ್ದರು.

❖ ಬಲದೇವನ ಮರಣದ ನಂತರ ಬಿಜ್ಜಳನು ಬಸವಣ್ಣನವರಿಗೆ ಮಂತ್ರಿ ಪದವಿಯನ್ನು ನೀಡಿದನು. ಮಂತ್ರಿಗಳ ಪದವಿಯನ್ನು ಅಲಂಕರಿಸಿದ ಕೂಡಲೇ ಜನತೆಯ ಕಲ್ಯಾಣಕ್ಕಾಗಿ ಹಗಲಿರುಳು ಶ್ರಮಿಸಿದರು. ಇದರಿಂದ ಅವರಿಗೆ ಕೀರ್ತಿ-ಗೌರವ ದೊರೆಯಿತು.

❖ ಬಸವಣ್ಣನವರು ಕಲ್ಯಾಣದಲ್ಲಿ ಅನುಭವ ಮಂಟಪವನ್ನು ಸ್ಥಾಪಿಸಿದರು. ಅಲ್ಲಿಗೆ ಸಾವಿರಾರು ಶರಣರು ಬರತೊಡಗಿದರು. ಕಲ್ಯಾಣವು ಇದರಿಂದ ಶರಣರ ಕೇಂದ್ರವಾಯಿತು.

❖ ಭಾಷೆ, ಜಾತಿ, ಲಿಂಗ, ವರ್ಣ, ಮನಸ್ಸು, ಅಂತಸ್ತುಗಳ ಭೇದ ಭಾವ ಇಲ್ಲಿ ಇರಲಿಲ್ಲ. ಇದರಿಂದ ಇಲ್ಲಿಗೆ ಯಾರು ಬೇಕಾದರೂ ಬರಲು ಅವಕಾಶವಿತ್ತು.

❖ **ಬಸವಣ್ಣನವರ ಉಪದೇಶಗಳು :** ಬಸವಣ್ಣನವರು ಎಲ್ಲರಿಗೂ ಹೇಳುತ್ತಿದ್ದದು :-

❖ ಸುಳ್ಳು ಹೇಳಬಾರದು, ಯಾವಾಗಲೂ ಸತ್ಯವನ್ನೇ ಹೇಳಬೇಕು.

❖ ಮಾನವರಲ್ಲಿ ಮೇಲು-ಕೀಳು ಎಂಬ ಭಾವನೆ ಇರಬಾರದು.

❖ ಆಚಾರಗಳು ಸರಳವಾಗಿಯೂ, ಸುಲಭವಾಗಿಯೂ ಇರಬೇಕು.

❖ ಅಧಿಕಾರ, ಡಂಭಾಚಾರ, ಕ್ಷುದ್ರ ದೇವತೆಗಳ ಆರಾಧನೆ ಮಾಡಬಾರದು.

❖ ಗುರು-ಹಿರಿಯರಲ್ಲಿ ಗೌರವ, ಭಕ್ತಿ, ಪ್ರೀತಿ ಇರಬೇಕು.

❖ ಸಕಲ ಪ್ರಾಣಿಗಳಲ್ಲಿ ದಯೆ ಇರಬೇಕು.

❖ "ಕಾಯಕವೇ ಕೈಲಾಸ" ಎಂಬುದನ್ನು ಮರೆಯಬಾರದು.

❖ ಬಸವಣ್ಣನವರು ಅತ್ಯುತ್ತಮವಾದ, ಜೀವನದಲ್ಲಿ ಮಾರ್ಗದರ್ಶನವಾದ ಅನೇಕ ವಚನಗಳನ್ನು ರಚಿಸಿದ್ದಾರೆ.

ಇವರು ರಚಿಸಿದ ವಚನಗಳು ಕನ್ನಡ ಸಾಹಿತ್ಯದ ವಿಶಿಷ್ಟ ರೂಪಕಗಳಾಗಿದ್ದು, ಶ್ರೀ ಸಾಮಾನ್ಯರೆಲ್ಲರಿಗೂ ಅರ್ಥವಾಗುತ್ತದೆ. ಇದರಿಂದ ವಿಶ್ವ ಸಾಹಿತ್ಯದಲ್ಲಿ ಬಸವಣ್ಣನವರ ವಚನಗಳು ಶಾಶ್ವತ ಮನ್ನಣೆ ಪಡೆಯಲು ಸಾಧ್ಯವಾಯಿತು. ಅಂತರ್ಜಾತಿ ವಿವಾಹಕ್ಕೆ ಹೆಚ್ಚು ಮಾನ್ಯತೆ ನೀಡಿದರು.

❖ ಬಸವಣ್ಣನವರು ಹೇಳಿರುವ ಒಂದೊಂದು ವಚನವೂ ಅಮೂಲ್ಯವಾದವು. ಅವುಗಳಲ್ಲಿ ಅನುಭವದ ಸತ್ಯವಿದೆ. ಸಾಹಿತ್ಯದ ಸೌಂದರ್ಯವಿದೆ. ಓದುಗರನ್ನು ಸನ್ಮಾರ್ಗದತ್ತ ನಡೆಯಲು ದಾರಿದೀಪವೂ ಆಗಿದೆ.

ನಿಧನ :

ಸಮಾಜದಲ್ಲಿ ಕಂಡುಬರುವ ಅಂಕುಡೊಂಕುಗಳನ್ನು ಎಷ್ಟೇ ಪ್ರಯತ್ನಪಟ್ಟರೂ ತಿದ್ದಲು ಸಾಧ್ಯವಾಗದೆ ಮನನೊಂದು ನಾನಾ ಕಾರಣಗಳಿಂದ ಮಂತ್ರಿ ಪದವಿಯನ್ನು ತೊರೆದ ಬಸವಣ್ಣನವರು 1167 ರಲ್ಲಿ ಕೂಡಲ ಸಂಗಮದಲ್ಲಿ ಶಿವೈಕ್ಯರಾದರು.

33. ಕೆ. ವೆಂಕಟಪ್ಪ (1886 – 1965)

ಕಲಾ ತಪಸ್ವಿ

ಕಿರು ಪರಿಚಯ :

ಆಧುನಿಕ ಭಾರತದ ಕಲಾ ಪ್ರಪಂಚದಲ್ಲಿ ಅತಿ ಹೆಚ್ಚಿನ ಪ್ರಾಮುಖ್ಯತೆ ಪಡೆದಿರುವ ಇವರು ಚಿತ್ರಕಾರರ ವಂಶದಲ್ಲಿಯೇ ಜನಿಸಿದರು. ಇವರ ಪೂರ್ವಜರು ವಿಜಯನಗರ ಸಾಮ್ರಾಜ್ಯದ ಆಶ್ರಯದಲ್ಲಿ ಕಲಾವಿದರಾಗಿ ಸೇವೆ ಸಲ್ಲಿಸಿದವರು. ಕಲಾಕೃತಿಯು

ರಚನೆಯಲ್ಲಿ ಅದ್ಭುತ ಸಾಧನೆಯನ್ನು ಮಾಡಿದ ವೆಂಟಕಪ್ಪನವರು ಕಲಾ ಶಿಕ್ಷಣ ಮುಗಿಸಿದ ನಂತರ ಹಲವಾರು ಪ್ರಮುಖ ಕೃತಿಗಳನ್ನು ರಚಿಸಿದರು. ಅಲ್ಲದೆ ತಮ್ಮದೇ ಆದ ಸ್ವಂತ ಸ್ಟುಡಿಯೋ ತೆರೆದು, ರಾಮಾಯಣ, ಮಹಾಭಾರತ, ಮಹಶಿವರಾತ್ರಿ, ರಾಣಾಪ್ರತಾಪಸಿಂಹ ಮುಂತಾದ ಕಲಾಕೃತಿಗಳನ್ನು ರಚಿಸಿದರು. ಇವರ ಕಲಾ ಚಮತ್ಕಾರವನ್ನು ಗುರುತಿಸಿದ ಕರ್ನಾಟಕ ಸರ್ಕಾರವು ಅವರ ನೆನಪಿನಲ್ಲಿ ಬೆಂಗಳೂರಿನಲ್ಲಿ ಚಿತ್ರ ಕಲಾ ಶಾಲೆ ತೆರೆದಿದೆ. ಅವರ ಹೆಸರಿನಲ್ಲಿ ಕಲಾವಿದರೊಬ್ಬರಿಗೆ ಪ್ರತಿವರ್ಷವೂ ಪ್ರಶಸ್ತಿ ನೀಡಲಾಗುತ್ತಿದೆ.

ಜನನ ಮತ್ತು ಬಾಲ್ಯ :

ಕೆ. ವೆಂಟಕಪ್ಪನವರು ಮೈಸೂರಿನಲ್ಲಿ ದಿನಾಂಕ 23ನೇ ಜೂನ್ 1886 ರಲ್ಲಿ ಜನಿಸಿದರು. ವೆಂಕಟಪ್ಪನವರ ತಂದೆ ದುರ್ಗದ ಕೃಷ್ಣಪ್ಪ. ಇವರ ತಾಯಿ ರಂಗಮ್ಮ ಗೃಹಿಣಿಯಾಗಿದ್ದರು. ವೆಂಕಟಪ್ಪನವರು ಚಿತ್ರಕಾರರ ವಂಶದಲ್ಲಿ ಜನಿಸಿದ್ದರಿಂದ ಇವರಿಗೂ ಅದರ ಬಗ್ಗೆ ಆಸಕ್ತಿ ಹೆಚ್ಚಾಗಿತ್ತು. ಇವರ ಪೂರ್ವಿಕರು ಮೈಸೂರು ರಾಜರ ಆಶ್ರಯ ಪಡೆದು ಮೈಸೂರಿನಲ್ಲಿಯೇ ನೆಲೆಸಿದ್ದರು.

ವಿದ್ಯಾಭ್ಯಾಸ :

ವೆಂಟಕಪ್ಪನವರು ತಮ್ಮ ಬಾಲ್ಯ ಜೀವನವನ್ನು ಹೆಚ್ಚು ಅವಧಿ ಮೈಸೂರಿನಲ್ಲೇ ಕಳೆದರು. ಇಂಡಸ್ಟ್ರಿಯಲ್ ಶಾಲೆಯಲ್ಲಿ ಶಿಕ್ಷಣ ಪಡೆದ ವೆಂಟಕಪ್ಪನವರು ನಂತರ ಚಾಮರಾಜೇಂದ್ರ ಟೆಕ್ನಿಕಲ್ ಇನ್ಸ್ಟಿಟ್ಯೂಟ್‌ಗೆ ಸೇರಿದರು. ಇವರ ಕಲಾಕೃತಿಯಾದ "ಸಿಂಹ ಸಿಂಹಿಣಿ" ಕಲಾಕೃತಿಯನ್ನು ವೀಕ್ಷಿಸಿದ ನಾಲ್ವಡಿ ಕೃಷ್ಣರಾಜ ಒಡೆಯರು ಸಂತೋಷಗೊಂಡು ಮದರಾಸಿನಲ್ಲಿ ಪ್ರೌಢ ಕಲಾ ಶಿಕ್ಷಣ ಕೊಡಿಸಬೇಕೆಂದು ತೀರ್ಮಾನಿಸಿದರು. ಇದರಲ್ಲಿ ಪ್ರಥಮ ದರ್ಜೆಯಲ್ಲಿ ಉತ್ತೀರ್ಣರಾದರು. 1909 ರಲ್ಲಿ ಹೆಚ್ಚಿನ ಶಿಕ್ಷಣಕ್ಕಾಗಿ ವೆಂಟಕಪ್ಪನವರನ್ನು ಕಲ್ಕತ್ತಾಗೆ ಕಳುಹಿಸಿದರು.

ವೆಂಟಕಪ್ಪನವರು ತಮ್ಮ ಹೆಚ್ಚಿನ ಕಲಾ ಅಭ್ಯಾಸಕ್ಕಾಗಿ ಕಲ್ಕತ್ತಾದ ಪರ್ಸಿ ಬ್ರೌನ್ ಹಾಗೂ ರವೀಂದ್ರನಾಥ ಠಾಗೂರ್‌ರವರ ಮಾರ್ಗದರ್ಶನದಲ್ಲಿ ಕಲಾ ಶಿಕ್ಷಣ ಪಡೆದರು.

ವೃತ್ತಿ ಜೀವನ ಮತ್ತು ಕಾರ್ಯಸಾಧನೆ:

❖ ಲಂಡನ್ನಿನ "ಹೆರಿಂಗ್ ಹ್ಯಾಮ್" ಎಂಬ ಮಹಿಳೆ ಭಾರತಕ್ಕೆ ಭೇಟಿ ನೀಡಿ ಅಜಂತಾ ಮತ್ತು ಎಲ್ಲೋರ ಚಿತ್ರಗಳನ್ನು ಕಂಡು ಆಶ್ಚರ್ಯಚಕಿತರಾದರು. ಅಂತಹ ಚಿತ್ರಗಳನ್ನು ರಚಿಸುವ ಕಲಾವಿದರ ನೆರವನ್ನು ಕೇಳಿದರು. ಆಗ ನಂದಲಾಲ್ ಬಹು ಮತ್ತು ವೆಂಟಕಪ್ಪನವರನ್ನು ಕಳುಹಿಸಿದರು. ಅಲ್ಲಿನ ಹಾಗೆಯೇ ಚಿತ್ರಗಳನ್ನು ವೆಂಟಕಪ್ಪನವರು ರಚಿಸಿದರು. ಇದು ಪುಸ್ತಕ ರೂಪದಲ್ಲಿ ಪ್ರಕಟಗೊಂಡವು. ಇದರಿಂದ ವೆಂಟಕಪ್ಪನವರ ಕೀರ್ತಿ ದೇಶ-ವಿದೇಶಗಳಲ್ಲಿ ಹರಡಿ ಅವರು ಪ್ರಖ್ಯಾತರಾದರು.

❖ 1920 ರಲ್ಲಿ ವೆಂಟಕಪ್ಪನವರು ಕಲಾ ಶಿಕ್ಷಣವನ್ನು ಪೂರ್ಣಗೊಳಿಸಿ ಮೈಸೂರಿಗೆ ಹಿಂದಿರುಗಿದರು. ಮಹಾರಾಜರ ಅಪೇಕ್ಷೆಯಂತೆ ಹಲವಾರು ಕೃತಿಗಳನ್ನು ರಚಿಸಿದರು.

❖ ರವೀಂದ್ರನಾಥ ಠಾಗೂರ್, ವೀಣೆ ಶೇಷಣ್ಣ, ಬುದ್ಧ, ಶಕುಂತಲೆ ಹೀಗೆ ಅನೇಕ ಕಲಾಕೃತಿಗಳು ವೆಂಟಕಪ್ಪನವರು ಹಸ್ತದಿಂದ ರಚಿತಗೊಂಡು ಕಲಾ ಸೌಂದರ್ಯದ ಪ್ರತೀಕಗಳಾದವು.

❖ ಇವುಗಳಲ್ಲದೆ ಊಟಿ-ಕೊಡೈಕೆನಾಲ್ ನಿಸರ್ಗ ದೃಶ್ಯಗಳನ್ನು ರಚಿಸಿ ಕಲೆಗೆ ಮೆರುಗು ನೀಡಿದರು.

❖ ಗಿಡ, ಮರ, ಬಳ್ಳಿ, ಆಕಾಶ, ಮೋಡ, ನದಿ, ಸರೋವರ ಇನ್ನು ಹಲವಾರು ದೃಷ್ಯಗಳು ಅವರ ಕುಂಚದಲ್ಲಿ ಮೂಡಿಬಂದವು.

❖ ವೆಂಟಕಪ್ಪನವರ ಸಾಧನೆ ಕೇವಲ ಕಲಾಕೃತಿಗೆ ಮಾತ್ರ ಸೀಮಿತವಾಗಿರದೆ ಸಂಗೀತದಲ್ಲೂ ಆಸಕ್ತಿ ಹೊಂದಿದವರಾಗಿದ್ದರು. ವೀಣೆ ಶೇಷಣ್ಣನವರಿಂದ ವೀಣೆ ಕಲಿತರು.

❖ ನಾಲ್ವಡಿ ಕೃಷ್ಣರಾಜ ಒಡೆಯರ್ ನಂತರ ವೆಂಟಕಪ್ಪನವರು ಮೈಸೂರನ್ನು ಬಿಟ್ಟು ಬೆಂಗಳೂರಿಗೆ ಬಂದರು.

❖ ಬದುಕಿನಲ್ಲಿ ಶಿಸ್ತು, ಸಂಯಮ, ಕಾರ್ಯನಿರತೆ ಇವುಗಳನ್ನು ಮೈಗೂಡಿಸಿಕೊಂಡು ಚಿತ್ರಕಲೆಯಲ್ಲಿ ಅಪಾರವಾದ ಶ್ರದ್ಧೆಯನ್ನು ಇರಿಸಿಕೊಂಡಿದ್ದರು.

❖ **ಕಲಾ ತಪಸ್ವಿ :** ಅವರ ಗುಣ ವಿಶೇಷ ಎಂದರೆ ತಮ್ಮ ಜೀವನದ ಕೊನೆಯ ಗಳಿಗೆಯವರೆಗೂ ತಾನು ಕಲಾ ವಿದ್ಯಾರ್ಥಿ ಎಂದೇ ಹೇಳಿಕೊಳ್ಳುತ್ತಿದ್ದರು. ಅಹಂಕಾರವಿಲ್ಲದೆ, ಸದ್ಭಾವನೆಯಿಂದ ಕೂಡಿದವರಾಗಿ ಜನಾನುರಾಗಿಗಳಾಗಿದ್ದರು.

❖ **ಚಿತ್ರ ಕಲಾ ಶಾಲೆ :** ವೆಂಟಕಪ್ಪನವರು ಕಲಾ ಚಾತುರ್ಯವನ್ನು ಮನಗಂಡ ಕರ್ನಾಟಕ ಸರ್ಕಾರ ಬೆಂಗಳೂರಿನಲ್ಲಿ ಚಿತ್ರ ಕಲಾ ಶಾಲೆಯೊಂದನ್ನು ತೆರೆದಿದೆ. ಅವರ ಹೆಸರಿನಲ್ಲಿ ಉತ್ತಮ ಕಲಾವಿದರೊಬ್ಬರಿಗೆ ಪ್ರತಿ ವರ್ಷವೂ ಪ್ರಶಸ್ತಿ ನೀಡಿ ಗೌರವಿಸಲಾಗುತ್ತಿದೆ.

ನಿಧನ :

ಕಲಾ ತಪಸ್ವಿಯೆಂದೇ ಪ್ರಖ್ಯಾತರಾದ ಕೆ. ವೆಂಕಟಪ್ಪನವರು ಇಡೀ ನಾಡಿಗೆ ಹೆಚ್ಚಿನ ಕೀರ್ತಿ ತಂದ ಅಪೂರ್ವ ಕಲಾವಿದರೂ ಆಗಿದ್ದು, 1965 ರಲ್ಲಿ ಇಹಲೋಕ ತ್ಯಜಿಸಿದರು. ಕಲಾವಿದರು ಕಣ್ಮರೆಯಾದರೂ ಅವರ ಕೃತಿಗಳೂ ಇಂದಿಗೂ ಜೀವಂತವಾಗಿವೆ.

34. ಬಿ. ಜಯಮ್ಮ (1915 - 1988)

ತ್ರಿಭಾಷಾ ತಾರೆ

ಕಿರು ಪರಿಚಯ :

ಬಿ. ಜಯಮ್ಮನವರು ಕರ್ನಾಟಕದ ಕಲೆ - ಸಂಸ್ಕೃತಿಯನ್ನು ಎಲ್ಲೆಡೆ ಹಬ್ಬಿಸಿದ ತ್ರಿಭಾಷಾ ತಾರೆ. ಇವರು ಗುಬ್ಬಿ ವೀರಣ್ಣನವರ ನಾಟಕ ಕಂಪನಿಯ ಉನ್ನತಿಗಾಗಿ ಶ್ರಮಿಸಿದರು. ಗುಬ್ಬಿ ಕಂಪನಿ ಎಂದರೆ ಕೂಡಲೇ ನೆನಪಾಗುವುದು ಗುಬ್ಬಿ ಕಂಪನಿಯ ವೀರಣ್ಣನವರು ಮತ್ತು ಜಯಮ್ಮನವರು. 1931 ರಲ್ಲಿ ಗುಬ್ಬಿ ವೀರಣ್ಣ, ದೇವುಡು ನರಸಿಂಹ ಶಾಸ್ತ್ರಿ, ಶ್ರೀನಿವಾಸಮೂರ್ತಿ ಮುಂತಾದವರು ಒಟ್ಟಾಗಿ ಸೇರಿಕೊಂಡು "ಕರ್ನಾಟಕ ಫಿಲ್ಮ್ ಕಾರ್ಪೋರೇಷನ್" ಎಂಬ ಸಂಸ್ಥೆಯನ್ನು ಸ್ಥಾಪಿಸಿ ಮೂರು ಮೂಕಿ ಚಿತ್ರಗಳನ್ನು ತಯಾರಿಸಿದರು. "ಹಿಸ್ ಲವ್ ಅಫೇರ್" ಚಿತ್ರದ ನಾಯಕಿ ಜಯಮ್ಮನವರ ಜೊತೆ ಸುಬ್ಬಯ್ಯನಾಯ್ಡು ನಾಯಕರಾಗಿ ನಟಿಸಿದ್ದರು. ಆ ಚಿತ್ರೀಕರಣ ಸಂದರ್ಭದಲ್ಲಿ ಜಯಮ್ಮನವರಿಗೂ ಮತ್ತು ವೀರಣ್ಣನವರಿಗೂ ಪ್ರೇಮಾಂಕುರವಾಗಿ ಜೀವನ ಸಂಗಾತಿಗಳಾದರು.

ಜನನ ಮತ್ತು ಬಾಲ್ಯ :

ಬಿ. ಜಯಮ್ಮನವರು 1915 ರಲ್ಲಿ ಚಿಕ್ಕಮಗಳೂರಿನಲ್ಲಿ ಜನಿಸಿದರು. ಇವರ ತಂದೆ ಟಿ.ಎನ್. ಮಲ್ಲಪ್ಪ, ವೃತ್ತಿಯಲ್ಲಿ ಪೋಲೀಸ್ ಅಧಿಕಾರಿಯಾಗಿದ್ದರು. ತಾಯಿ ಕಮಲಮ್ಮ ಕಲಾವೃತ್ತಿಯಲ್ಲಿ ತೊಡಗಿದ್ದರು. ಇವರ ತಂದೆಗೆ ಜಯಮ್ಮ ಚೆನ್ನಾಗಿ ಓದಿ ವೈದ್ಯೆಯಾಗಬೇಕೆಂಬ ಬಯಕೆಯಿತ್ತು. ಆದರೆ ಅವರ ತಂದೆ ಜಯಮ್ಮನವರಿಗೆ 7 ವರ್ಷ ವಯಸ್ಸಿದ್ದಾಗಲೇ ತೀರಿಕೊಂಡರು. ಶಾಲೆಗೆ ಹೋಗುತ್ತಿದ್ದರೂ ಜಯಮ್ಮನವರಿಗೆ ಕಲೆಯ ಬಗ್ಗೆ ಹೆಚ್ಚು ಆಸಕ್ತಿ ಇತ್ತು. ಸಂಗೀತಕ್ಕೆ ಹೆಚ್ಚು ಪ್ರಾಧಾನ್ಯತೆಯನ್ನು ನೀಡಿ ಸಂಗೀತವನ್ನು ಕಲಿತು ಎಲ್ಲರ ಮೆಚ್ಚುಗೆಗೆ ಪಾತ್ರರಾಗಿದ್ದರು.

ಸಂಗೀತ–ನಾಟಕ :

ಬಿ. ಜಯಮ್ಮನವರು ವಿದ್ಯಾಭ್ಯಾಸಕ್ಕಾಗಿ ಶಾಲೆಗೆ ಸೇರಿದ್ದರೂ ಅವರ ಚಿಕ್ಕಮ್ಮ–ದೊಡ್ಡಮ್ಮರವರಿಗೆ ಸಂಗೀತದಲ್ಲಿ ಹೆಚ್ಚು ಆಸಕ್ತಿ ಇದ್ದುದರಿಂದ ಸಂಗೀತದಲ್ಲಿ ಹೆಚ್ಚು ಪರಿಣತಿಯನ್ನು ಪಡೆದಿದ್ದರು. ಜಯಮ್ಮನವರಿಗೂ ಅವರ ಪ್ರಭಾವ ಬೀರಿ ಸಂಗೀತ ಕಲಿಯುವುದರಲ್ಲಿ ಆಸಕ್ತಿ ಹೊಂದಿದ್ದರು. ಶಾಲೆಯ ಸಮಾರಂಭಗಳಲ್ಲಿ ಜಯಮ್ಮನವರು ಸೊಗಸಾಗಿ ಹಾಡಿ ಎಲ್ಲರ ಮೆಚ್ಚುಗೆಗೆ ಪಾತ್ರರಾದರು. ಬಾಲಕಿಯಾಗಿದ್ದಾಗ ನಾಟಕ ಒಂದನ್ನು ನೋಡಿ ತಾನೂ ಸಹ ನಾಟಕದಲ್ಲಿ ಅಭಿಯಿಸಬೇಕೆಂದು ಅಂದುಕೊಂಡರು.

ವೈವಾಹಿಕ ಜೀವನ :

ಗುಬ್ಬಿ ವೀರಣ್ಣ, ದೇವುಡು ನರಸಿಂಹ ಶಾಸ್ತ್ರಿ, ಶ್ರೀನಿವಾಸಮೂರ್ತಿ ಮುಂತಾದವರು ಒಟ್ಟಾಗಿ ಸೇರಿ 1931 ರಲ್ಲಿ ಮೂರು ಮೂಕಿ ಚಿತ್ರಗಳನ್ನು ತಯಾರಿಸಿದರು.

ಅವುಗಳು :–

ಕಳ್ಳರ ಕೂಟ

ಸಾಂಗ್ ಆಫ್ ಲೈಫ್

ಹಿಸ್ ಲವ್ ಅಫೇರ್

"ಹಿಸ್ ಲವ್ ಅಫೇರ್" ಚಿತ್ರದ ನಾಯಕಿ ಪಾತ್ರದ ಚಿತ್ರೀಕರಣದ ಸಮಯದಲ್ಲಿ ಗುಬ್ಬಿ ವೀರಣ್ಣನವರ ಪರಿಚಯವಾಯಿತು. ಆ ಪರಿಚಯ ಪ್ರೀತಿಯಾಗಿ ಪರಿಣಮಿಸಿತು. ಮುಂದೆ ಅವರಿಬ್ಬರೂ ಜೀವನ ಸಂಗಾತಿಗಳಾದರು.

ನಾಟಕ ಪ್ರವೇಶ :

- ತಾಯಿಯ ಪ್ರೋತ್ಸಾಹ ದೊರೆತ ಜಯಮ್ಮ ಅವರಿಗೆ "ಸೀತಾ ಕಲ್ಯಾಣ" ಎಂಬ ನಾಟಕದಲ್ಲಿ ಸೀತೆಯ ಪಾತ್ರ ದೊರೆಯಿತು. ಆ ಪಾತ್ರ ಮಾಡಿದಾಗ ಅವರಿಗೆ ಜನರ ಬೆಂಬಲ, ಪ್ರಶಂಸೆ ದೊರೆಯಿತು. ಆ ಮೂಲಕ ಅವರು ರಂಗ ಪ್ರವೇಶ ಮಾಡಿದರು. ಆಕೆಯ ರಂಗ ಪ್ರವೇಶದ ಪ್ರಥಮ ಗುರು ಶಾಮಣ್ಣನವರು.

- ನಂತರ ಜಯಮ್ಮನವರು ದಸ್ತಗೀರ್ ಸಾಹೇಬರ ಕಂಪನಿ, ಬಾಳ ಬಸವೀ ಗೌಡರ ನಾಟಕ ಕಂಪನಿ, ಅಗಳಿ ತಿಪ್ಪಯ್ಯನವರ ನಾಟಕ ಕಂಪನಿಗಳಲ್ಲಿ ಸೇರಿ ವಿವಿಧ ಪಾತ್ರಗಳನ್ನು ಅಭಿನಯಿಸಿ ಹೆಸರು ಪಡೆದರು.
- **1928 ರಲ್ಲಿ ಗುಬ್ಬಿ ಕಂಪನಿ ಪ್ರವೇಶ :**
- ಸದಾರಮೆ, ಪ್ರಭಾಮಣಿ ವಿಜಯ, ವೀರ ಸಿಂಹ ಚರಿತ್ರೆ, ದಶಾವತಾರ, ಕುರುಕ್ಷೇತ್ರ, ಸಂಪೂರ್ಣ ರಾಮಾಯಣ, ದೇವದಾಸಿ ಮುಂತಾದ ಹಲವಾರು ನಾಟಕಗಳಲ್ಲಿ ಅಭಿನಯಿಸಿ ಜನಪ್ರಿಯರಾದರು. ಇದರಿಂದ ಗುಬ್ಬಿ ಕಂಪನಿ ಹೆಚ್ಚು ಪ್ರಸಿದ್ಧಿ ಪಡೆಯುವಂತಾಯಿತು.
- ಹೀಗೆ ನಿರಂತರವಾಗಿ ನಾಟಕಾಭಿನಯದಲ್ಲಿ ತೊಡಗಿದ ಜಯಮ್ಮನವರು ಗುಬ್ಬಿ ಕಂಪನಿಯ ಅಭಿವೃದ್ಧಿಯ ಬುನಾದಿಯಾದರು.
- ರಂಗಭೂಮಿಯಲ್ಲಿ ಕೀರ್ತಿ ಅಷ್ಟಕ್ಕೆ ಮಾತ್ರ ಸೀಮಿತವಾಗದೆ, ಚಿತ್ರರಂಗದಲ್ಲೂ ನಟಿಸಿ ಹೆಸರು ಗಳಿಸಿದರು. ಇದು ಅವರ ಶ್ರಮಕ್ಕೆ ಸಾಕ್ಷಿಯಾಯಿತು.
- ಮೂಕಿ ಚಿತ್ರದ ತಯಾರಿಕೆಯಲ್ಲಿ ನಷ್ಟವನ್ನು ಅನುಭವಿಸಿದರೂ ಎದೆಗುಂದದೆ ಜಯಮ್ಮ ಟಾಕಿ ಚಿತ್ರರಂಗ ಪ್ರವೇಶಿಸಿದರು.
- ಚಲನಚಿತ್ರ ತಯಾರಿಸುವಲ್ಲಿ ಉತ್ಸಾಹ ಕಳೆದುಕೊಳ್ಳದೆ ಗುಬ್ಬಿ ವೀರಣ್ಣನವರು ಜಯಮ್ಮನವರನ್ನು ನಾಯಕಿಯನ್ನಾಗಿಯೂ, ಹೊನ್ನಪ್ಪ ಭಾಗವತರನ್ನು ನಾಯಕರನ್ನಾಗಿ ಆರಿಸಿ ಸುಭದ್ರ ಚಿತ್ರವನ್ನು ತಯಾರಿರಿಸಿದರು.
- ಮತ್ತೆ ಜಯಮ್ಮನವರು ನಾಯಕಿಯಾಗಿ ನಟಿಸಿದ "ಜೀವನ ನಾಟಕ" ಪ್ರೇಕ್ಷಕರ ಮನ್ನಣೆಗೆ ಪಾತ್ರವಾಯಿತು. ಜಯಮ್ಮನವರು ತಮ್ಮ 40 ನೇ

ವಯಸ್ಸಿನಲ್ಲಿ ಹಲವಾರು ಚಿತ್ರಗಳಿಗೆ ನಾಯಕಿಯಾಗಿ ಅಭಿನಯಿಸಿ ಎಲ್ಲರ ಮನಸ್ಸನ್ನು ಸೂರೆಗೊಂಡರು.

- **ತ್ರಿಭಾಷಾ ತಾರೆ :** ಹೇಮರೆಡ್ಡಿ ಮಲ್ಲಮ್ಮ, ಗುಣಸುಂದರಿ, ರಾಜ ವಿಕ್ರಮ ಮುಂತಾದ ಚಲನಚಿತ್ರಗಳಲ್ಲಿ ನಟಿಸಿ ಹೆಚ್ಚಿನ ಜನಪ್ರಿಯತೆ ಗಳಿಸಿದರು. ಅಂದಿನಿಂದ ಅವರು ತಮಿಳು, ತೆಲುಗು ಚಿತ್ರಗಳಲ್ಲೂ ಸಹ ನಟಿಸಿ ತ್ರಿಭಾಷಾ ತಾರೆ ಎನಿಸಿಕೊಂಡರು.
- ಜಯಮ್ಮನವರಿಗೆ ಕೀರ್ತಿ ತಂದುಕೊಟ್ಟ ಚಿತ್ರವೆಂದರೆ ತೆಲುಗಿನ "ತ್ಯಾಗಯ್ಯ". ಚಿತ್ತೂರು ನಾಗಯ್ಯನವರು ಈ ಚಿತ್ರದ ನಾಯಕರಾಗಿದ್ದರು.

ಬಿ. ಜಯಮ್ಮನವರು ನಾಯಕಿಯಾಗಿ ನಟಿಸಿದ ಚಲನಚಿತ್ರಗಳು :

- ಕನ್ನಡ – ಹೇಮರೆಡ್ಡಿ ಮಲ್ಲಮ್ಮ, ಗುಣಸುಂದರಿ, ರಾಜಾ ವಿಕ್ರಮ
- ತೆಲುಗು – ತ್ಯಾಗಯ್ಯ, ಸ್ವರ್ಗ ಸೀಮ
- ತಮಿಳು – ಮುಗಯ್ಯರ್ ಅರಸಿ
- ಕನ್ನಡ, ತೆಲುಗು, ತಮಿಳು ಚಲನಚಿತ್ರಗಳಲ್ಲಿ ನಟಿಸಿದ ಜಯಮ್ಮನವರು ಭಾರಿ ಬೇಡಿಕೆಯಿದ್ದ ನಟಿಯಾಗಿದ್ದರು.

ಗೌರವ – ಪ್ರಶಸ್ತಿಗಳು :

- ಹಿರಿಯ ಕಲಾವಿದೆ ಜಯಮ್ಮನವರಿಗೆ ಕರ್ನಾಟಕ ನಾಟಕ ಅಕಾಡೆಮಿ ಪ್ರಶಸ್ತಿ,
- ಕೇಂದ್ರ ಸಂಗೀತ ಅಕಾಡೆಮಿ ಪ್ರಶಸ್ತಿ,
- ಕರ್ನಾಟಕ ಸರ್ಕಾರದ ರಾಜ್ಯೋತ್ಸವ ಪ್ರಶಸ್ತಿ ಮುಂತಾದ ಪ್ರಶಸ್ತಿಗಳು ದೊರಕಿವೆ.
- ಜಯಮ್ಮನವರು 1980 ರಿಂದ 1986 ರವರೆಗೆ ವಿಧಾನ ಪರಿಷತ್ತಿನ ಸದಸ್ಯೆಯಾಗಿದ್ದರು.

ನಿಧನ :

ಜಯಮ್ಮನವರು ಗುಬ್ಬಿ ನಾಟಕ ಕಂಪನಿಯಲ್ಲಿ ಮಾತ್ರವಲ್ಲದೆ ಕರ್ನಾಟಕದ ಕಲಾವಿದರೆಲ್ಲರಿಗೂ ಮಾತೃ ಸಮಾನರಾಗಿದ್ದರು. ಆದ್ದರಿಂದಲೇ ಅವರನ್ನು ಎಲ್ಲರೂ "ಅಮ್ಮಾ" ಎಂದೇ ಕರೆಯುತ್ತಿದ್ದರು. ಅಂತಹ ಕಲಾದೇವತೆ 20ನೇ ಡಿಸೆಂಬರ್ 1988 ರಲ್ಲಿ ಇಹಲೋಕ ತ್ಯಜಿಸಿದರು.

35. ಆಲೂರು ವೆಂಕಟರಾಯರು (1880 – 1964)
ಕರ್ನಾಟಕದ ಕುಲ ಪುರೋಹಿತ

ಕಿರು ಪರಿಚಯ :

ಕನ್ನಡಕ್ಕಾಗಿ – ಕನ್ನಡ ನಾಡಿಗಾಗಿ ತಮ್ಮ ಬದುಕನ್ನೇ ಅರ್ಪಿಸಿದವರಲ್ಲಿ ಆಲೂರು ವೆಂಕಟರಾಯರು ಪ್ರಥಮರು. ಕನ್ನಡವನ್ನೇ ತಮ್ಮ ಜೀವನದ ಉಸಿರಾಗಿಸಿಕೊಂಡು ಬಾಳಿ ಬದುಕಿದವರು ಆಲೂರು ವೆಂಕಟರಾಯರು. ಇವರು ಕೇವಲ ಕನ್ನಡ ಮತ್ತು ಕರ್ನಾಟಕಕ್ಕೆ ಮಾತ್ರ ತಮ್ಮನ್ನು ತೊಡಗಿಸಿಕೊಳ್ಳದೆ ಭಾರತದ ಸ್ವಾತಂತ್ರ್ಯ ಸಂಗ್ರಾಮದಲ್ಲೂ ಸಕ್ರಿಯವಾಗಿ ಭಾಗವಹಿಸಿದ್ದರು. ರಾಜ್ಯ ಹಾಗೂ ರಾಷ್ಟ್ರದ ಬಗ್ಗೆ ಅವರಿಗಿದ್ದ ಅಭಿಮಾನ, ಪ್ರೀತಿ ಅಲ್ಲಗಳೆಯುವಂತಿಲ್ಲ. ಹೈದರಾಬಾದ್ ಕನ್ನಡಿಗರು 1941 ರಲ್ಲಿ ಸಮ್ಮೇಳನವೊಂದನ್ನು ನಡೆಸಿ ಆ ಸಮ್ಮೇಳನಕ್ಕೆ ಇವರನ್ನು ಆಹ್ವಾನಿಸಿ ಅವರಿಗೆ ಕರ್ನಾಟಕ ಕುಲಪುರೋಹಿತ ಎಂಬ ಬಿರುದನ್ನು ನೀಡಿ ಗೌರವಿಸಿದರು.

ಜನನ ಮತ್ತು ಬಾಲ್ಯ :

ಆಲೂರು ವೆಂಕಟರಾಯರು 12 ನೇ ಜುಲೈ 1880 ಬಿಜಾಪುರದಲ್ಲಿ ಜನಿಸಿದರು. ಇವರ ತಂದೆ ಭೀಮರಾಯರು, ತಾಯಿ ಭಾಗೀರಥಿ.

ಭೀಮರಾಯರು ಸರ್ಕಾರಿ ನೌಕರಿಯನ್ನು ಹೊಂದಿದ್ದು ತಾಯಿ ಮನೆ ಕೆಲಸ ನೋಡಿಕೊಳ್ಳುತ್ತಿದ್ದರು. ಇವರು ಕಾಲೇಜಿನಲ್ಲಿ ಓದುತ್ತಿರುವಾಗಲೇ ಭಾಟೆ, ಕರ್ವೆ, ರಾಜವಾಡೆ, ಗೋಖಲೆ ಮುಂತಾದವರು ವೆಂಕಟರಾಯರಿಗೆ ಗುರುಗಳಾದ್ದರು.

ವಿದ್ಯಾಭ್ಯಾಸ :

ಆಲೂರು ವೆಂಕಟರಾಯರ ವಿದ್ಯಾಭ್ಯಾಸವು ನವಲಗುಂದ, ಗದಗ, ಹಾನಗಲ್, ಧಾರವಾಡ ಮುಂತಾದ ಕಡೆಗಳಲ್ಲಿ ನಡೆಯಿತು. ಇವರು 1897 ರಲ್ಲಿ ಮೆಟ್ರಿಕ್ಯುಲೇಷನ್ ಪರೀಕ್ಷೆಯಲ್ಲಿ ಉತ್ತೀರ್ಣರಾದರು. 1903 ರಲ್ಲಿ ಪುಣೆಯ ಫರ್ಗುಸನ್ ಕಾಲೇಜಿನಲ್ಲಿ ಬಿ.ಎ., ಪದವಿಯನ್ನು ಪಡೆದರು. ಅವರು ಕಾಲೇಜಿನಲ್ಲಿ ವ್ಯಾಸಂಗ ಮಾಡುತ್ತಿರುವಾಗ ಪ್ರೊಫೆಸರ್ ಭಾಟೆಯವರು ಗುರುಗಳಾಗಿದ್ದರು. ಸೇನಾಪತಿ ಬಾಪಟ್, ವೀರ ಸಾವರಕರ್ ಇವರುಗಳು ವೆಂಕಟರಾಯರ ಸಹಪಾಠಿಗಳಾಗಿದ್ದರು. ವಿದ್ಯಾರ್ಥಿಯಾಗಿದ್ದಾಗಲೇ ಇವರ ಮೇಲೆ ಪ್ರಭಾವ ಬೀರಿದ ವ್ಯಕ್ತಿ ಬಾಲ ಗಂಗಾಧರ ತಿಲಕರು.

ವೃತ್ತಿ ಜೀವನ ಮತ್ತು ಕಾರ್ಯಸಾಧನೆ :

- ಆಲೂರು ವೆಂಕಟರಾಯರು 1905 ರಲ್ಲಿ ಹಂಪೆಗೆ ಹೋಗಿದ್ದರು. ಅಲ್ಲಿ ಅವರು ಕಣ್ಣಾರೆ ಕಂಡ ಹಾಳು ಬಿದ್ದ ದೇವಾಲಯಗಳು, ಭಿನ್ನವಾದ ವಿಗ್ರಹಗಳು, ನಾಶವಾಗಿದ್ದ ಅರಮನೆ, ಮಹಲ್ ಇವುಗಳನ್ನು ನೋಡಿ ಕಣ್ಣೀರು ಸುರಿಸಿ ಬಹಳವಾಗಿ ನೊಂದರು. ಕನ್ನಡ ನಾಡನ್ನು ಒಂದುಗೂಡಿಸುವುದು, ದೇವಾಲಯ ವಿಗ್ರಹಗಳನ್ನು ರಕ್ಷಿಸುವುದು ನನ್ನ ಆದ್ಯ ಕರ್ತವ್ಯ ಎಂದು ದೃಢ ನಿರ್ಧಾರ ಮಾಡಿಕೊಂಡರು.
- 1905 ರಲ್ಲಿ ಧಾರವಾಡದಲ್ಲಿ ವಕೀಲ ವೃತ್ತಿಯನ್ನು ಆರಂಭಿಸಿದರು.
- ಕರ್ನಾಟಕ ವಿದ್ಯಾವರ್ಧಕ ಸಂಘದ ಚಟುವಟಿಕೆಗಳಲ್ಲಿ ಸಕ್ರಿಯವಾಗಿ ಭಾಗವಹಿಸಿದರು.
- ಹರಿದು ಹಂಚಿ ಹೋಗಿದ್ದ ಕನ್ನಡ ನಾಡನ್ನು ಒಂದು ಗೂಡಿಸಲು ನಿರಂತರ ಪಯತ. ಮಾಡಿದರು.

- ಜನರಲ್ಲಿ ಜಾಗೃತಿ ಮೂಡಿಸುವ ಅನೇಕ ಯೋಜನೆಗಳನ್ನು ಹಮ್ಮಿಕೊಂಡು ಅದರ ಪ್ರಯತ್ನಕ್ಕಾಗಿ ಶ್ರಮಿಸಿದರು.
- ಕರ್ನಾಟಕದ ವಿವಿಧ ಭಾಗಗಳಿಂದ ಶಿಕ್ಷಕರು ಲೇಖಕರನ್ನು ಆಹ್ವಾನಿಸಿ ಕನ್ನಡ ಗ್ರಂಥಕರ್ತರ ಸಮ್ಮೇಳನವನ್ನು ನಡೆಸಿದರು.
- ವಿದ್ಯಾವರ್ಧಕ ಸಂಗದ "ವಾಗ್ಭೂಷಣ" ಪತ್ರಿಕೆಯ ಸಂಪಾದಕರಾಗಿ ಸೇವೆ ಸಲ್ಲಿಸಿದರು.
- **ಕರ್ನಾಟಕ ಗತ ವೈಭವ :** ಕನ್ನಡ ನಾಡಿನ ಉದ್ದಗಲಕ್ಕೂ ಸಂಚರಿಸಿ ಪ್ರಾಚೀನ ಗ್ರಂಥಗಳನ್ನು ಅಧ್ಯಯನ ಮಾಡಿ "ಕರ್ನಾಟಕ ಗತ ವೈಭವ" ಎಂಬ ಪ್ರಮುಖ ಗ್ರಂಥವೊಂದನ್ನು ರಚಿಸಿದರು.
- 1931 ರಲ್ಲಿ ಆಲೂರು ವೆಂಟರಾಯರನ್ನು ಭಾರತ ಸ್ವಾತಂತ್ರ್ಯಕ್ಕೆ ಹೋರಾಡಿದ ಪರಿಣಾಮ ಬ್ರಿಟಿಷ್ ಸರ್ಕಾರವನ್ನು ದಿಗ್ಭಂದನದಲ್ಲಿರಿಸಿತು.
- "ಕರ್ನಾಟಕ ಇತಿಹಾಸ ಸಂಶೋಧನ ಮಂಡಲಿ" ಎಂಬ ಸಂಸ್ಥೆಯೊಂದನ್ನು ಸ್ಥಾಪಿಸಿ ಅದರ ಅಧ್ಯಕ್ಷರಾಗಿ ಸೇವೆ ಸಲ್ಲಿಸಿದರು.
- **ಸಹಕಾರಿ ಪ್ರಕಾಶನ ಸಂಸ್ಥೆ :** ಆಲೂರು ವೆಂಟರಾಯರು ರಾಷ್ಟ್ರ ಹಾಗೂ ರಾಜ್ಯದ ಹಿತಕ್ಕಾಗಿ ನಿರಂತರವಾಗಿ ದುಡಿದು, ಒಳ್ಳೆಯ ಹೆಸರು ಪಡೆದರು. ಇವರು "ಕರ್ನಾಟಕ ಗ್ರಂಥ ಪ್ರಸಾರಕ ಮಂಡಲ" ಎಂಬ ಸಹಕಾರಿ ಪ್ರಕಾಶನ ಸಂಸ್ಥೆಯೊಂದನ್ನು ಸ್ಥಾಪಿಸಿದರು. ಇದರಲ್ಲಿ ಅವರು ರಚಿಸಿದ "ಶಿಕ್ಷಣ ಮೀಮಾಂಸೆ" ಮತ್ತು "ಸಂಸಾರ ಸುಖ" ಎಂಬ ಎರಡು ಗ್ರಂಥಗಳನ್ನು ಪ್ರಕಟಿಸಿದರು.
- **ಅವರ ಪ್ರಮುಖ ಕೃತಿಗಳು :** ಆಲೂರು ವೆಂಟರಾಯರು "ಕರ್ನಾಟಕ ಸಿಂಹಾಸನ ಸ್ಥಾಪನಾಚಾರ್ಯ ವಿದ್ಯಾರಣ್ಯರು", "ಕರ್ನಾಟಕ ವೀರ ರತ್ನಗಳು", "ಕರ್ನಾಟಕತ್ವದ ಸೂತ್ರಗಳು", "ಕರ್ನಾಟಕತ್ವದ ವಿಕಾಸ" ಮುಂತಾದ ಕೃತಿಗಳನ್ನು ರಚಿಸಿದರು.
- ಕನ್ನಡ ಸಾಹಿತ್ಯ ಪರಿಷತ್ತಿನ ಪ್ರಮುಖರಾದ ಆಲೂರು ವೆಂಕಟರಾಯರು ಅಲ್ಲಿ ನಿರಂತರವಾಗಿ ಸೇವೆಯನ್ನು ಸಲ್ಲಿಸಿದರು.

- ಒಂದು ವರ್ಷಗಳಕಾಲ ವೆಂಕಟರಾಯರು "ಕರ್ಮವೀರ" ವಾರಪತ್ರಿಕೆಯ ಸಂಪಾದಕರಾಗಿ ಕಾರ್ಯ ನಿರ್ವಹಿಸಿದರು. ಅಲ್ಲದೇ "ಕನ್ನಡಿಗ" ಎಂಬ ದೈನಿಕದ ಸಂಪಾದಕರಾಗಿಯೂ ಕಾರ್ಯ ನಿರ್ವಹಿಸಿದರು.
- 1930 ರಲ್ಲಿ ಮೈಸೂರಿನಲ್ಲಿ ನಡೆದ 14 ನೇ ಕನ್ನಡ ಸಾಹಿತ್ಯ ಸಮ್ಮೇಳನದ ಅಧ್ಯಕ್ಷರಾಗಿ ವೆಂಕಟರಾಯರು ಸೇವೆ ಸಲ್ಲಿಸಿದರು.
- 1936 ರಲ್ಲಿ ವಿಜಯನಗರ ಸಾಮ್ರಾಜ್ಯ ಸ್ಥಾಪಿತವಾದ 600 ನೇ ವರ್ಷದ ಕಾರ್ಯಕ್ರಮವನ್ನು ನಡೆಸಿದರು.
- 1941 ರಲ್ಲಿ ಹೈದರಾಬಾದ್ ಕನ್ನಡಿಗರು ಸಮ್ಮೇಳನವೊಂದನ್ನು ನಡೆಸಿ ಅಲ್ಲಿ ಆಲೂರು ವೆಂಕಟರಾಯರಿಗೆ "ಕನ್ನಡ ಕುಲಪುರೋಹಿತ" ಎಂಬ ಬಿರುದನ್ನು ನೀಡಿ ಸನ್ಮಾನಿಸಿದರು.
- 1956 ರಲ್ಲಿ ಕರ್ನಾಟಕ ಏಕೀಕರಣವಾದ ನಂತರ ರಾಜಕೀಯ ಕ್ಷೇತ್ರದಿಂದ ಹಿಂದುಳಿದರು. ತಮ್ಮ ಹೆಚ್ಚು ಸಮಯವನ್ನು ಆಧ್ಯಾತ್ಮಿಕತೆಯಲ್ಲಿ ಕಳೆದರು.
- ಅವರ ಮೇಲೆ ಗಾಡವಾದ ಆಧ್ಯಾತ್ಮಿಕ ಪ್ರಭಾವ ಬೀರಿದವರೆಂದರೆ ಶ್ರೀ ಅರವಿಂದ ಘೋಷ್ ಅವರು.
- ಆಲೂರು ವೆಂಕಟರಾಯರು, ಭಗವದ್ಗೀತೆ, ವೇದಾಂತ ಇವುಗಳ ಕುರಿತು ಸುಮಾರು 7 ಗ್ರಂಥಗಳನ್ನು ರಚಿಸಿದ್ದಾರೆ. ಇದಲ್ಲದೆ "ಗೀತಾ ರಹಸ್ಯ" ವನ್ನು ಕನ್ನಡಕ್ಕೆ ಅನುವಾದಿಸಿದ್ದಾರೆ.

ನಿಧನ :

ಕನ್ನಡ ನಾಡಿಗಾಗಿ ನುಡಿಗಾಗಿ, ಕರ್ನಾಟಕ ಏಕೀಕರಣಕ್ಕಾಗಿ ದುಡಿದ ಮಹಾನ್ ಚೇತನ ಆಲೂರು ವೆಂಟಕರಾಯರು ದಿನಾಂಕ 25 ನೇ ಫೆಬ್ರವರಿ 1964 ರಂದು ನಿಧನರಾದರು.

36. ಪುಟ್ಟಣ್ಣ ಕಣಗಾಲ್ (1933 – 1986)

ಚಿತ್ರಬ್ರಹ್ಮ

ಕಿರು ಪರಿಚಯ :

ಪುಟ್ಟಣ್ಣ ಕಣಗಾಲ್ ಎಂಬ ಹೆಸರು ಕೇಳಿದೊಡನೆಯೆ ನೆನಪಾಗುವುದು ಅತ್ಯುತ್ತಮ ನಿರ್ದೇಶಕರೆಂದು. ಕನ್ನಡ ಚಲನಚಿತ್ರ ರಂಗಕ್ಕೆ ಹೊಸ ಮುಖಗಳನ್ನು ಪರಿಚಯಿಸುವ ಮೂಲಕ ಚಿತ್ರರಂಗದ ಇತಿಹಾಸದಲ್ಲೇ ಹೊಸ ಅಧ್ಯಾಯವನ್ನೇ ನಿರ್ಮಿಸಿದವರು. ಕರ್ನಾಟಕದ ಪ್ರಕೃತಿ ಸೌಂದರ್ಯವನ್ನು ಪ್ರೇಕ್ಷಕರ ಮನ ಮುಟ್ಟುವಂತೆ ಮಾಡಿದ ಕೀರ್ತಿ ಅವರಿಗೆ ಸಲ್ಲುತ್ತದೆ. ಇವರು ತಾಂತ್ರಿಕ ಕುಶಲತೆಯಲ್ಲಿ ನುರಿತರಾಗಿದ್ದರು. ಕನ್ನಡ ಚಲನಚಿತ್ರಕ್ಕೆ ಕೇವಲ ತಾರಾಬಲವೊಂದೇ ಸಾಲದು ಅದಕ್ಕೆ ಪೂರಕವಾಗಿ ಸಮರ್ಥ ನಿರ್ದೇಶನವೂ ಯಶಸ್ಸಿಗೆ ಕಾರಣ. ಈ ನಿಟ್ಟಿನಲ್ಲಿ ಪುಟ್ಟಣ್ಣನವರಿಗೆ ಮೊದಲ ಸ್ಥಾನ ದೊರೆತಿದೆ. ಮುಖ್ಯವಾಗಿ ಕಥೆಯೇ ಯಶಸ್ವೀ ಚಲನಚಿತ್ರಗಳ ಜೀವಾಳ ಎಂಬುದನ್ನು ಅರಿತುಕೊಂಡ ಪುಟ್ಟಣ್ಣ ತಮ್ಮ ನಿರ್ದೇಶನದ ಅನೇಕ ಚಿತ್ರಗಳಲ್ಲಿ ಕನ್ನಡ ಕಾದಂಬರಿಗಳಿಗೆ ಹೆಚ್ಚಿನ ಆದ್ಯತೆಯನ್ನು ನೀಡಿದ ಶ್ರೇಷ್ಠ ನಿರ್ದೇಶಕರು. ಹೊಸ ಕಲಾವಿದರು, ತಂತ್ರಜ್ಞರು, ಬರಹಗಾರರನ್ನು ಕನ್ನಡ ಚಲನಚಿತ್ರ ರಂಗಕ್ಕೆ ಕೊಡುಗೆಯಾಗಿ ನೀಡಿದ ಖ್ಯಾತಿ ಪುಟ್ಟಣ್ಣನವರಿಗೆ ಸಲ್ಲುತ್ತದೆ.

ಜನನ ಮತ್ತು ಬಾಲ್ಯ :

ಪುಟ್ಟಣ್ಣನವರು 1933 ರಂದು ಪಿರಿಯಾಪಟ್ಟಣದ ಕಣಗಾಲ್ ಎಂಬ ಗ್ರಾಮದಲ್ಲಿ ಜನಿಸಿದರು. ಇವರ ತಂದೆ ಎಸ್.ಪಿ. ರಾಮಸ್ವಾಮಿ. ತಾಯಿ ಸುಬ್ಬಮ್ಮ. ಇವರ ತಂದೆ ವಿದ್ವಾಂಸರಾಗಿದ್ದರು. ಇದರಿಂದ ಪುಟ್ಟಣ್ಣನವರಿಗೆ ಬಾಲ್ಯದಿಂದಲೇ ಕಲೆ–ಸಾಹಿತ್ಯದ ಕಡೆ ಆಸಕ್ತಿ ಹೆಚ್ಚಾಯಿತು. ಇವರಿಗೆ ವಿದ್ಯಾಭ್ಯಾಸಕ್ಕಿಂತ ನಾಟಕ–ಸಿನಿಮಾಗಳಲ್ಲಿಯೇ ಹೆಚ್ಚು ಆಸಕ್ತಿ ಬೆಳೆಯಿತು.

ಇದರಿಂದ ಮನೆ ಬಿಟ್ಟು ಹೊರಬಂದರು. 1954 ರಲ್ಲಿ ಸಿನಿಮಾ ರಂಗ ಪ್ರವೇಶಿಸಿದರು. ಪ್ರಾಥಮಿಕವಾಗಿ ಪುಟ್ಟಣ್ಣನವರು ಬಿ.ಆರ್. ಪಂತುಲು ಅವರಲ್ಲಿ ಸಂಭಾಷಿಕರಾಗಿ ನೇಮಕಗೊಂಡರು. ನಂತರ ಅವರು ಪದ್ಮಿನಿ ಪಿಕ್ಚರ್ಸ್ ಸಂಸ್ಥೆಯಲ್ಲಿ ಸಹಾಯಕ ನಿರ್ದೇಶಕರಾಗಿ ಹಲವಾರು ವರ್ಷಗಳ ಕಾಲ ಕಾರ್ಯನಿರ್ವಹಿಸಿದರು.

ಚಲನ ಚಿತ್ರರಂಗದಲ್ಲಿ ಪುಟ್ಟಣ್ಣನವರ ಸಾಧನೆ :

- 1960 ರಲ್ಲಿ ಪುಟ್ಟಣ್ಣನವರು ಸ್ವತಂತ್ರ ನಿರ್ದೇಶಕರಾಗಿ ಕಾರ್ಯನಿರ್ವಹಿಸಿ ಮಲಯಾಳಂ ಭಾಷೆಯಲ್ಲಿ "ಪೂಚಿ ಕಣ್ಣಿ" ಎಂಬ ಚಿತ್ರವನ್ನು ನಿರ್ದೇಶಿಸಿದರು.
- ಪ್ರಥಮ ಬಾರಿಗೆ ಪುಟ್ಟಣ್ಣನವರು ನಿರ್ದೇಶಿಸಿದ ಮೊದಲ ಕನ್ನಡ ಚಿತ್ರ ಖ್ಯಾತ ಕಾದಂಬರಿಗಾರ್ತಿ ತ್ರಿವೇಣಿಯವರ "ಬೆಳ್ಳಿಮೋಡ". ಈ ಚಿತ್ರದಿಂದ ಖ್ಯಾತಿಯ ಉತ್ತುಂಗ ಶಿಖರಕ್ಕೇರಿದ ಅವರು ಹಿಂತಿರುಗಿ ನೋಡಲೇ ಇಲ್ಲ. ಬೆಳ್ಳಿಮೋಡ ಚಿತ್ರ ಯಶಸ್ಸು ಕಾಣಲು ಪ್ರಮುಖವಾಗಿ ಪುಟ್ಟಣ್ಣನವರ ಅದ್ಭುತ ನಿರ್ದೇಶನವೇ ಕಾರಣ ಎಂದರೆ ಅತಿಶಯೋಕ್ತಿಯೇನಲ್ಲ. ಅಂದಿನಿಂದ ಪುಟ್ಟಣ್ಣನವರು ಶ್ರೇಷ್ಠ ನಿರ್ದೇಶಕರಾದರು.
- 1971 ರಲ್ಲಿ ತ್ರಿವೇಣಿಯವರ ಕಾದಂಬರಿ ಶರಪಂಜರ ಆಧಾರಿತ ಚಿತ್ರ ನಿರ್ದೇಶಿಸಿದರು. ಈ ಚಿತ್ರದ ನಾಯಕಿ ಕಲ್ಪನಾ ತಮ್ಮ ಅತ್ಯುನ್ನತ ಅಭಿನಯದ ಮೂಲಕ ಕನ್ನಡಿಗರ ಮನೆಮಾತಾದರು. ಇದಕ್ಕೆ ಮೂಲ ಕಾರಣ ಪುಟ್ಟಣ್ಣನವರ ನಿರ್ದೇಶನವೂ ಹೌದು!
- ಕಥೆಯೇ ಯಶಸ್ವೀ ಚಲನಚಿತ್ರಗಳಿಗೆ ಮೂಲ ಎಂದು ಅರಿತುಕೊಂಡ ಪುಟ್ಟಣ್ಣನವರು ತಮ್ಮ ನಿರ್ದೇಶನದಲ್ಲಿ ಅನೇಕ ಚಿತ್ರಗಳಲ್ಲಿ ಕನ್ನಡ ಕಾದಂಬರಿಗಳಿಗೆ ಹೆಚ್ಚು ಪ್ರಾಧಾನ್ಯತೆ ನೀಡುತ್ತಿದ್ದರು.
- ಎಂ.ಕೆ. ಇಂದಿರಾ ಅವರ ಕಾದಂಬರಿ "ಗೆಜ್ಜೆಪೂಜೆ" ಪುಟ್ಟಣ್ಣನವರು ನಿರ್ದೇಶಿಸಿದ ಅತ್ಯುತ್ತಮ ಚಿತ್ರವಾಗಿದ್ದು, ಪ್ರೇಕ್ಷಕರ ಮನಸ್ಸಿನಲ್ಲಿ ಇಂದಿಗೂ ಸ್ಥಾನ ಪಡೆದುಕೊಂಡಿದೆ.

- ಕನ್ನಡ ಚಲನಚಿತ್ರ ರಂಗದಲ್ಲಿ ಮಾಂತ್ರಿಕ ನಿರ್ದೇಶಕ ಎನಿಸಿಕೊಂಡ ಅವರು ನಿರ್ದೇಶಿಸಿದ ಕಥಾಸಂಗಮ ಕನ್ನಡ ಚಿತ್ರರಂಗ ಮರೆಯುವಂತಿಲ್ಲ. ಕಥಾಸಂಗಮದಲ್ಲಿ ಈಶ್ವರಚಂದ್ರರ – ಮುನಿತಾಯಿ, ವೀಣಾ ಶಾಂತೇಶ್ವರರ – ಅತಿಥಿ, ಗಿರಡ್ಡಿ ಗೋವಿಂದರಾಜು ಅವರ – ಹಂಗು ಈ ಮೂರು ಕಥೆಗಳನ್ನು ಒಂದುಗೂಡಿಸಿ ತಯಾರಾದ ಚಿತ್ರವೇ "ಕಥಾಸಂಗಮ". ಈ ಚಿತ್ರದಲ್ಲಿ ಪುಟ್ಟಣ್ಣನವರ ತಾಂತ್ರಿಕ ಕೌಶಲತೆಗೆ ಸಾಕ್ಷಿಯಾಗಿದೆ. ಉತ್ತಮ ಕಥೆಯನ್ನು ಹೊಂದಿದ್ದು ಪುಟ್ಟಣ್ಣನವರ ನಿರ್ದೇಶನ ಇವರ ಯಶಸ್ಸಿಗೆ ಪೂರಕವಾಗಿದೆ.
- 1967 – 1985 ರ ವರೆಗೆ ಸುಮಾರು 23 ಚಲನಚಿತ್ರಗಳನ್ನು ನಿರ್ದೇಶಿಸಿದ ಪುಟ್ಟಣ್ಣನವರ ಅತಿ ಹೆಚ್ಚಿನ ಚಿತ್ರಗಳು ಪ್ರೇಕ್ಷಕರನ್ನು ರಂಜಿಸಿದೆ.
- ಉಪಾಸನೆ, ಬಿಳಿ ಹೆಂಡತಿ, ಕರುಳಿನ ಕರೆ, ಸಾಕ್ಷಾತ್ಕಾರ, ಕಾಲೇಜುರಂಗ, ಪಡುವಾರಳ್ಳಿ ಪಾಂಡವರು, ಧರಣಿ ಮಂಡಲ ಮಧ್ಯದೊಳಗೆ ಮುಂತಾದ ಚಿತ್ರಗಳು ಪುಟ್ಟಣ್ಣ ಕಣಗಾಲ್ ಅವರ ನಿರ್ದೇಶನದಿಂದ ಹೊರಬಂದ ಅಪೂರ್ವ ಚಿತ್ರಗಳು.
- ಹೊಸ ಕಲಾವಿದರು, ಲೇಖಕರು, ತಂತ್ರಜ್ಞರನ್ನು ಕನ್ನಡ ಚಿತ್ರರಂಗಕ್ಕೆ ಕೊಡುಗೆಯಾಗಿ ನೀಡಿದ ಹೆಸರು ಪುಟ್ಟಣ್ಣನವರಿಗೆ ಸಲ್ಲುತ್ತದೆ.
- ಅಂಬರೀಷ್, ವಿಷ್ಣುವರ್ಧನ್, ಜೈಜಗದೀಶ್, ಶಿವರಾಂ, ಶ್ರೀಧರ್ ಮುಂತಾದ ಖ್ಯಾತ ನಟರನ್ನು ಪುಟ್ಟಣ್ಣನವರು ಕನ್ನಡ ಚಲನಚಿತ್ರ ರಂಗಕ್ಕೆ ಪರಿಚಯಿಸಿದರು.

ಪುಟ್ಟಣ್ಣ ಕಣಗಾಲ್ ಅವರು ನಿರ್ದೇಶಿಸಿದ ಚಲನಚಿತ್ರಗಳು :

* ಬೆಳ್ಳಿಮೋಡ * ಶರಪಂಜರ * ಗೆಜ್ಜೆಪೂಜೆ
* ಕಾಲೇಜುರಂಗ * ರಂಗನಾಯಕಿ * ಕಥಾ ಸಂಗಮ
* ನಾಗರಹಾವು * ಎಡಕಲ್ಲು ಗುಡ್ಡದ ಮೇಲೆ

* ಮಸಣದ ಹೂ * ಮಲ್ಲಮ್ಮನ ಪವಾಡ
* ಕಥಾ ಸಂಗಮ * ಬಿಳಿ ಹೆಂಡತಿ * ಉಪಾಸನೆ
* ಅಮೃತ ಘಳಿಗೆ * ಕರುಳಿನ ಕರೆ * ಶುಭಮಂಗಳ
* ಸಾಕ್ಷಾತ್ಕಾರ * ಪಡುವಾರಳ್ಳಿ ಪಾಂಡವರು
* ಧರಣಿ ಮಂಡಲ ಮಧ್ಯದೊಳಗೆ

ಇನ್ನೂ ಮುಂತಾದ ಚಿತ್ರಗಳನ್ನು ಪುಟ್ಟಣ್ಣನವರು ಕನ್ನಡ ಚಲನ ಚಿತ್ರ ಕ್ಷೇತ್ರಕ್ಕೆ ನೀಡಿದ ಅಮೂಲ್ಯ ರತ್ನಗಳು.

ಗೌರವ – ಪ್ರಶಸ್ತಿಗಳು :

- 1947 ರಲ್ಲಿ ರಷ್ಯಾದಲ್ಲಿ ನಡೆದ ಅಂತರರಾಷ್ಟ್ರೀಯ ಚಿತ್ರೋತ್ಸವದಲ್ಲಿ ಭಾರತವನ್ನು ಪ್ರತಿನಿಧಿಸಿದ್ದರು.
- ಗೆಜ್ಜೆಪೂಜೆ, ಶರಪಂಜರ ಚಿತ್ರಗಳಿಗೆ ಕೇಂದ್ರಸರ್ಕಾರದ ಪ್ರಾದೇಶಿಕ ಶ್ರೇಷ್ಠ ಚಿತ್ರ ಪ್ರಶಸ್ತಿ ಪಡೆದುಕೊಂಡಿವೆ.
- ಗೆಜ್ಜೆಪೂಜೆ ಚಿತ್ರಕಥಾ ರಚನೆಗೆ ರಾಜ್ಯ ಪ್ರಶಸ್ತಿ ಬಂದಿದೆ.
- ಮಸಣದ ಹೂ ಕಾದಂಬರಿಯನ್ನು ಚಲನಚಿತ್ರಕ್ಕೆ ತರುವಾಗ ಪುಟ್ಟಣ್ಣನವರು ನಿಧನರಾದರು.
- ಕರ್ನಾಟಕದಲ್ಲಿ ಚಲನಚಿತ್ರ ನಿರ್ದೇಶಕರ ಸಂಘ "ಕಾನ್ಫಿಡಾ"ವನ್ನು ಸ್ಥಾಪಿಸಿದ ಕೀರ್ತಿ ಪುಟ್ಟಣ್ಣನವರದು.

ಪುಟ್ಟಣ್ಣನವರು ನಿರ್ದೇಶಿಸಿದ ಕಾದಂಬರಿಗಳು :

* ಗೆಜ್ಜೆಪೂಜೆ * ಬೆಳ್ಳಿಮೋಡ
* ಶರಪಂಜರ
* ಎಡಕಲ್ಲು ಗುಡ್ಡದ ಮೇಲೆ
* ಮಲ್ಲಮ್ಮನ ಪವಾಡ * ನಾಗರಹಾವು
* ಮಸಣದಹೂ * ಕಥಾ ಸಂಗಮ
* ಅಮೃತ ಘಳಿಗೆ

ನಿಧನ :

ಕನ್ನಡ ಚಿತ್ರರಂಗದಲ್ಲಿ ಹಿಂದೆ ಯಾರೂ ಮಾಡಿರದ ಹೊಸ ಪ್ರಯೋಗವನು ನಡೆಸಿ ಇತಿಹಾಸವನ್ನೇ ನಿರ್ಮಿಸಿದ ಪುಟ್ಟಣ್ಣ ಕಣಗಾಲ್ ಅವರು ಜೂನ್ 5, 1986 ರಂದು ಇಹಲೋಕ ತ್ಯಜಿಸಿದರು.

37. ಟಿ.ಪಿ. ಕೈಲಾಸಂ (1885 – 1946)

ನಾಟಕ ರಚನೆಯ ಸೂತ್ರಧಾರ

ಕಿರು ಪರಿಚಯ :

ಟಿ.ಪಿ. ಕೈಲಾಸಂ ಅವರ ಬದುಕು ವಿಚಿತ್ರವಾದರೂ ಸತ್ಯ. ವಿದ್ಯಾಭ್ಯಾಸ ಮಾಡಿದ್ದು ವಿಜ್ಞಾನ. ಆದರೆ ತಮ್ಮ ಪ್ರವೃತ್ತಿಯನ್ನು ಆಯ್ಕೆ ಮಾಡಿಕೊಂಡಿದ್ದು ನಾಟಕ ಕಲೆ. ಅವರು ಸರಳ ಜೀವಿಯಾಗಿದ್ದು, ವಿಡಂಬನಕಾರರೂ, ಹಾಸ್ಯಬರಹಗಾರರೂ ಆಗಿದ್ದರು. ಇಷ್ಟಲ್ಲದೆ ಅತ್ಯುತ್ತಮ ನಾಟಕ ರಚನಕಾರರೂ ಆಗಿದ್ದು, ಅಂತಹ ವ್ಯಕ್ತಿ ಇನ್ನೊಬ್ಬರಿಲ್ಲ ಮತ್ತು ಹುಟ್ಟಿಲ್ಲ. "ಕನ್ನಡಕ್ಕೊಬ್ಬರೇ ಕೈಲಾಸಂ" ಎಂಬುದು ಎಂದಿಗೂ ಸುಳ್ಳಾಗದು. ಕನ್ನಡ ನಾಟಕ ರಂಗದ, ಕನ್ನಡ ಸಾಹಿತ್ಯದ ಒಂದು ಅದ್ವಿತೀಯ ಪ್ರತಿಭೆ ಕೈಲಾಸಂ ಎಂದರೆ ಅತಿಶಯೋಕ್ತಿಯೇನಲ್ಲ. ತಮ್ಮ ವಿಡಂಬನಾತ್ಮಕ ಶೈಲಿಯ ಮೂಲಕ ಎಲ್ಲರ ಮನಸ್ಸನ್ನು ಸೂರೆಗೊಂಡ ಮಹಾನ್ ವ್ಯಕ್ತಿ ಕೈಲಾಸಂ ಅವರು.

ಜನನ ಮತ್ತು ಬಾಲ್ಯ :

ಟಿ.ಪಿ. ಕೈಲಾಸಂ ಅವರು ದಿನಾಂಕ 20ನೇ ಜುಲೈ 1885 ರಲ್ಲಿ ಬೆಂಗಳೂರಿನಲ್ಲಿ ಜನಿಸಿದರು. ಅವರ ಪೂರ್ವ ಹೆಸರು ತ್ಯಾಗರಾಜ ಪರಮಶಿವ ಕೈಲಾಸಂ. ಇವರ ತಂದೆ ಪರಮಶಿವ ಅಯ್ಯರ್, ತಾಯಿ

ಕಮಲಮ್ಮ. ಉನ್ನತ ವ್ಯಾಸಂಗಕ್ಕಾಗಿ ಇಂಗ್ಲೆಂಡಿಗೆ ತೆರಳಿ, ಮರಳಿ ಬಂದ ಮೇಲೆ ಸರ್ಕಾರದಲ್ಲಿ ಕೆಲವು ವರ್ಷಗಳ ಕಾಲ ವಿಜ್ಞಾನಿಯಾಗಿ ಕಾರ್ಯನಿರ್ವಹಿಸಿದರು.

ವಿದ್ಯಾಭ್ಯಾಸ :

ಟಿ.ಪಿ. ಕೈಲಾಸಂ ಅವರು 1909 ರಲ್ಲಿ ಉನ್ನತ ವ್ಯಾಸಂಗಕ್ಕಾಗಿ ಇಂಗ್ಲೆಂಡಿಗೆ ತೆರಳಿದರು. ಅಲ್ಲಿ ಸುಮಾರು 7 ವರ್ಷಗಳ ಕಾಲ ತಂಗಿದ್ದರು. ಆ ಅವಧಿಯಲ್ಲಿ ಕೈಲಾಸಂ ಅವರು ಅನೇಕ ಆಂಗ್ಲ ನಾಟಕಗಳನ್ನು ಅಧ್ಯಯನ ಮಾಡಿದರು. ವಿಜ್ಞಾನ ಓದಿದ್ದರೂ ಅವರ ಮನಸ್ಸು ಮಾತ್ರ ನಾಟಕ ಕಲೆಯಲ್ಲಿ ನಾಟಿತ್ತು.

ವೃತ್ತಿ ಜೀವನ ಮತ್ತು ಕಾರ್ಯಸಾಧನೆ :

• ಕನ್ನಡ ನಾಟಕ ಕಲೆಯ ಇತಿಹಾಸದಲ್ಲಿ ಹೊಸ ಅಧ್ಯಯನವನ್ನೇ ಪ್ರಾರಂಭಿಸಿದ ಮಹಾಮೇಧಾವಿ ಟಿ.ಪಿ. ಕೈಲಾಸಂ ಅವರು. ಪ್ರೇಕ್ಷಕರನ್ನು ನಿರಂತರವಾಗಿ ಸೆರೆಹಿಡಿದು ಒಂದೆಡೆ ನಿಲ್ಲಿಸುವ ಸಾಮರ್ಥ್ಯ ಹೊಂದಿದವರು. ಮಾತಿನಿಂದ ಎಂತಹವರನ್ನೂ ಮುಗ್ಧಗೊಳಿಸುವ ಚಾಣಕ್ಯರಿವರು. ಇದಕ್ಕಾಗಿ ಕೈಲಾಸಂ ಅವರು ಬಳಸುತ್ತಿದ್ದ ಸಾಧನವೆಂದರೆ ವಿಡಂಬನಾತ್ಮಕ ಹಾಸ್ಯ.

• ಸಮಾಜದಲ್ಲಿ ಕಂಡುಬರುವ ಅಂಕು–ಡೊಂಕುಗಳನ್ನು ತಮ್ಮ ವಾಕ್ಚಾತುರ್ಯದಿಂದ ಸರಿಪಡಿಸುವುದು ಅವರ ಏಕೈಕ ಗುರಿಯಾಗಿತ್ತು.

• ಇತರ ಬರಹಗಾರರಂತೆ ಕೈಲಾಸಂ ಅವರು ಕ್ರಾಂತಿಕಾರಕ ಧೋರಣೆಯನ್ನು ತೋರುತ್ತಿರಲಿಲ್ಲ. ಯಾವುದೇ ಕಠಿಣ ಸಮಸ್ಯೆ ಎದುರಾದರೂ ಸೂಕ್ಷ್ಮ ವಿಡಂಬನೆಯ ಮೂಲಕ ಸರಿಪಡಿಸುತ್ತಿದ್ದರು.

• ಟಿ.ಪಿ. ಕೈಲಾಸಂ ಅವರು ಮಧ್ಯಮವರ್ಗದ ಜೀವನ ಮತ್ತು ಆ ವರ್ಗದ ಸಮಸ್ಯೆಗಳನ್ನು ಅತ್ಯಂತ ಯಶಸ್ವಿಯಾಗಿ ಚಿತ್ರಿಸಿದ ಅದ್ಭುತ ನಾಟಕಕಾರರು.

- ಮಧ್ಯಮವರ್ಗದ ಜೀವನ ಮತ್ತು ಅವರ ದಿನನಿತ್ಯದ ಮಾತುಗಳನ್ನು ನಾಟಕದ ಮೇಲೆ ತಂದು ನಾಟಕ ಕ್ಷೇತ್ರಲ್ಲಿಯೇ ಹೊಸ ಅಧ್ಯಾಯವನ್ನೇ ಪ್ರಾರಂಭಿಸಿದವರು.
- ಇವರ ನಾಟಕಗಳಲ್ಲಿ ಮನರಂಜನೆ, ಗಂಭೀರತೆ, ಹಾಸ್ಯ ಇವುಗಳು ಕಂಡುಬರುತ್ತಿದ್ದವು.
- **ಪ್ರಭಾವಶಾಲಿ :** ಒಟ್ಟಾರೆ ಹೇಳುವುದಾದರೆ ಕೈಲಾಸಂ ಅವರ ನಾಟಕಗಳು ನೇರವಾಗಿ ಅಥವಾ ಪರೋಕ್ಷವಾಗಿ ಸಭಿಕರ ಮನಸ್ಸಿನ ಮೇಲೆ ಪ್ರಭಾವವಿರುವಂತಹುದಾಗಿತ್ತು.
- ನಾಟಕವನ್ನು ಬದುಕಿಗೆ ಅತ್ಯಂತ ನಿಕಟವಾಗಿ ತಂದವರೆಂದರೆ ಕೈಲಾಸಂ ಅವರೇ. ಅವರ ಎಲ್ಲಾ ಪಾತ್ರಗಳು ಮಾನವೀಯ ನೆಲೆಯಿಂದ ಸೃಷ್ಠಿಯಾದವುಗಳೇ ಆಗಿತ್ತು.
- ಇವರ ನಾಟಕಗಳು ಕೇವಲ ಹಾಸ್ಯ – ಮನರಂಜನೆಯಿಂದ ಕೂಡಿತ್ತಲ್ಲದೆ ಸಮಾಜವನ್ನು ತಿದ್ದುವ ವಿಧಾನವೂ ಇತ್ತು. ಸಮಜದ ದೌರ್ಜನ್ಯ, ಕೆಡುಕುಗಳನ್ನು ನಾಟಕಗಳ ಮೂಲಕ ಮಾಡುತ್ತಿದ್ದರು.
- ಇವರ ನಾಟಕಗಳಲ್ಲಿ ಸುಬ್ಬಣ್ಣ, ಪಾರ್ವತಮ್ಮ, ಅಹೋಬಲ, ಸಾವಿತ್ರಮ್ಮ, ವಿಧವೆಯರು, ಸಮಾಜದ ತುಳಿತಕ್ಕೆ ಒಳಗಾದವರು, ಗೃಹಿಣಿಯರು, ಸೋಗು ಹಾಕುವವರು ಎಲ್ಲರೂ ಕಾಣಿಸಿಕೊಳ್ಳುತ್ತಿದ್ದರು.
- **ನಾಟಕ ಕ್ಷೇತ್ರ :** ಕನ್ನಡ ನಾಟಕ ಕ್ಷೇತ್ರದಲ್ಲಿ ಟಿ.ಪಿ. ಕೈಲಾಸಂ ಅವರದು ಒಂದು ಸೇವೆ ಅತ್ಯಂತ ಗುಣಮಟ್ಟದ್ದಾಗಿದ್ದು ಮಾತ್ರವಲ್ಲದೆ, ಅವರಿಗೆ ದೊಡ್ಡ ಹೆಸರೂ ಇದೆ. ರಂಗಭೂಮಿಯ ಮೇಲೆ ಅಚ್ಚಳಿಯದೆ ಪ್ರಭಾವ ಬೀರಿದ ಕೈಲಾಸಂ ರಂಗಭೂಮಿಯನ್ನು ಜೀವಂತವಾಗಿರಿಸುವ ಎಲ್ಲಾ ಪ್ರಯತ್ನಗಳನ್ನೂ ಮಾಡಿದ್ದಾರೆ ಎಂದು ಹೇಳಿದರೆ ಅತಿಶಯೋಕ್ತಿಯೇನಲ್ಲ.

ಕನ್ನಡದಲ್ಲಿ ಕೈಲಾಸಂ ರಚಿಸಿದ ನಾಟಕಗಳು :

- 1923 ಟೊಳ್ಳುಗಟ್ಟಿ
- 1930 ರಲ್ಲಿ ನಂಕಂಪ್ನಿ ಮತ್ತು ಹೋಂರೂಲ್.
- 1942 ರಲ್ಲಿ ಬಂಡ್ವಾಳವಿಲ್ಲದ ಬಡಾಯಿ.
- 1945 ರಲ್ಲಿ ಸೂಳೆ.
- 1949 ರಲ್ಲಿ ಪಾತು ತೌರುಮನೆ, ಅಮ್ಮಾವ್ರ ಗಂಡ. ಇವುಗಳು ಇವರ ಮುಖ್ಯ ನಾಟಕಗಳು.
- ಕೈಲಾಸಂ ಅವರ ಟೊಳ್ಳು ಗಟ್ಟಿ, ತಾವರೆಕೆರೆ, ತಾಳಿ ಕಟ್ಟೋಕು ಕೂಲೀನೆ, ಅಮ್ಮಾವ್ರ ಗಂಡ ಮುಂತಾದ ನಾಟಕಗಳು ಕನ್ನಡ ಮತ್ತು ಆಂಗ್ಲ ಭಾಷೆಯ ಸೃಷ್ಟಿಕರ್ತರು.

ಗೌರವ – ಪ್ರಶಸ್ತಿಗಳು :

- ಟಿ.ಪಿ. ಕೈಲಾಸಂಅವರು ಕನ್ನಡಕೊಬ್ಬನೇ ಕೈಲಾಸಂ ಎಂದು ಪ್ರಖ್ಯಾತರಾದವರು.
- ಕನ್ನಡ ನಾಟಕ ರಂಗದ, ಕನ್ನಡ ಸಾಹಿತ್ಯದ ಒಂದು ಅದ್ವಿತೀಯ ಪ್ರತಿಭೆ ಇವರಾಗಿದ್ದರು.
- 1945 ರಲ್ಲಿ ಮದ್ರಾಸ್ (ಚೆನ್ನೈ) ನಲ್ಲಿ ಕೈಲಾಸಂ ಅವರು ಅಖಿಲ ಭಾರತ ಕನ್ನಡ ಸಾಹಿತ್ಯ ಸಮ್ಮೇಳನದ ಅಧ್ಯಕ್ಷರಾಗಿದ್ದರು.
- ಅತ್ಯುತ್ತಮ ನಾಟಕ ರಚನಕಾರರಾಗಿದ್ದರು.

ನಿಧನ :

ತಂಜಾವೂರ್ ಪರಮಶಿವ ಕೈಲಾಸಂ ರಂಗಭೂಮಿಯಲ್ಲಿ ಅದ್ಭುತ ಸೇವೆಯನ್ನು ಸಲ್ಲಿಸಿದರಲ್ಲದೆ, ಸಮಾಜ ಸುಧಾರಣೆಯಲ್ಲೂ ಪ್ರಮುಖ ಪಾತ್ರವಹಿಸಿದ್ದರು. ಇವರು ದಿನಾಂಕ 24ನೇ ನವೆಂಬರ್ 1946 ರಲ್ಲಿ ನಿಧನರಾದರು.

38. ಬಸವರಾಜ ರಾಜಗುರು (1920 – 1991)

ಹಿಂದೂಸ್ತಾನಿ ಸಂಗೀತ ಮಾಂತ್ರಿಕ

ಕಿರು ಪರಿಚಯ :

ಬಸವರಾಜ ರಾಜಗುರು ಸಂಗೀತ ಮನೆತನದಲ್ಲಿಯೇ ಹುಟ್ಟಿ ಬೆಳೆದವರು. ಇವರು ಭಾರತ-ಪಾಕಿಸ್ತಾನದಲ್ಲಿನ ಜನರ ಮನಸ್ಸನ್ನು ಸಂಗೀತದ ಮೂಲಕ ಸೂರೆಗೊಂಡವರು. ತಮ್ಮ 7ನೇ ವಯಸ್ಸಿನಲ್ಲಿಯೇ ಸರಳೆ, ಜಂಟಿ, ವರ್ಣ, ಕೀರ್ತನೆ ಮುಂತಾದವುಗಳಲ್ಲಿ ಪರಿಣತಿಯನ್ನು ಪಡೆದರು. 1936ರಲ್ಲಿ ಹಂಪಿಯಲ್ಲಿ ನಡೆದ ಸಮಾರಂಭದಲ್ಲಿ ಪ್ರಥಮ ಬಾರಿ ಹಾಡುವ ಅವಕಯಿವರ ಪಾಲಿಗೆ ಒದಗಿ ಬಂದಿತು. ಇವರ ಗುರುಗಳೇ ಪಂಚಾಕ್ಷರಿ ಗವಾಯಿ ಆಗಿದ್ದರು.

ಜನನ ಮತ್ತು ಬಾಲ್ಯ :

ಬಸವರಾಜ ರಾಜಗುರು ಅವರು ಧಾರವಾಡ ಜಿಲ್ಲೆಯ ಎಲಿವಾಳದಲ್ಲಿ 1920 ರಂದು ಜನಿಸಿದರು. ಇವರ ತಂದೆ ಮಹಾಂತಸ್ವಾಮಿ ಸಂಗೀತ ವಿದ್ವಾನ್‌ರಾಗಿದ್ದರು. ಇವರ ತಾತ ಸಿದ್ದಯ್ಯ ರಾಜಗುರು ಕರ್ನಾಟಕ ಸಂಗೀತದಲ್ಲಿ ಹೆಸರು ಪಡೆದವರು. ಬಸವರಾಜ ರಾಜಗುರು ಅವರು ಹಿಂದೂಸ್ತಾನಿ ಸಂಗೀತದ ಮಾಂತ್ರಿಕನೆಂದೇ ಹೆಸರು ಗಳಿಸಿದ್ದರು. ಇವರು ಸಂಗೀತ ಮನೆತನದಲ್ಲಿಯೇ ಹುಟ್ಟಿ ಬೆಳೆದುದರಿಂದ ಸಂಗೀತ ಕಲಿಯಲು ಅಷ್ಟೇನು ಕಷ್ಟವಾಗಲಿಲ್ಲ. ಸಂಗೀತ ಹೆಚ್ಚು ಕಲಿಯಲಿ ಎಂಬ ಉದ್ಧೇಶದಿಂದ ಅವರ ತಂದೆ ಬಸವರಾಜರನ್ನು ನಾಟಕ ಕಂಪನಿಗೆ ಸೇರಿಸಿದರು. ಪರಿಸ್ಥಿತಿಯ ಅನುಗುಣವಾಗಿ ರಾಜಗುರು ಅವರು ಸಂಗೀತದೊಂದಿಗೆ ನಾಟಕಗಳಲ್ಲೂ ಅಭಿನಯಿಸತೊಡಗಿದರು.

ವಿದ್ಯಾಭ್ಯಾಸ :

ತಮ್ಮ ಮಗ ಕೇವಲ ನಾಟಕಾಭಿನಯದಲ್ಲೇ ಎಲ್ಲಿ ತೊಡಗಿಬಿಡುತ್ತಾನೋ ಎಂದು ಭಯಗೊಂಡ ತಂದೆ ಮಹಾಂತಸ್ವಾಮಿ ನಾಟಕ ಕಂಪನಿಯಿಂದ ಬಿಡಿಸಿ ಸಂಸ್ಕೃತ ಕಲಿಯಲೆಂದು ಪಾಠಶಾಲೆಗೆ ಸೇರಿಸಿದರು. ಸಂಸ್ಕೃತ ಕಲಿಯುತ್ತಿರುವ ಸಂದರ್ಭದಲ್ಲಿ ನಡೆದ ಒಂದು ವಿಶೇಷ ಘಟನೆಯು ಅವರ ಜೀವನದ ದಿಕ್ಕನ್ನೇ ಬದಲಾಯಿಸಿತು. ಸಂಗೀತ ಕ್ಷೇತ್ರದ ಪಿತಾಮಹ ಎಂದು ಕರೆಯಿಸಿಕೊಂಡ ಪಂಚಾಕ್ಷರಿ ಗವಾಯಿಗಳು ಅಲ್ಲಿಗೆ ಬಂದಿದ್ದರು. ಬಸವರಾಜ ರಾಜಗುರುಗಳ ಸಾಮರ್ಥ್ಯವನ್ನು ಕಂಡಿದ್ದ ಮಠದ ಸ್ವಾಮೀಜಿಯವರು ಪಂಚಾಕ್ಷರಿ ಗವಾಯಿಗಳಿಗೆ ಇವರ ಪರಿಚಯ ಮಾಡಿಸಿದರು. ಕಣ್ಣಿಲ್ಲದಿದ್ದ ಪಂಚಾಕ್ಷರಿ ಗವಾಯಿಗಳು ಬಾಲಕನ ಮೈ ದಡವಿ ಹಾಡೊಂದನ್ನು ಹಾಡಿಸಿದರು. ಅದಕ್ಕೆ ಬೆರಗಾದ ಗವಾಯಿಗಳು ತಮ್ಮ ಜೊತೆಯಲ್ಲಿಯೇ ಅವರನ್ನು ಕರೆದುಕೊಂಡು ಹೋದರು.

ವೈವಾಹಿಕ ಜೀವನ :

ಬಸವರಾಜ ರಾಜಗುರು ಅವರು ಭಾರತೀದೇವಿಯನ್ನು ವಿವಾಹವಾದರು. ಪತಿಗೆ ತಕ್ಕಂತೆ ಪತ್ನಿ ಎಂಬಂತೆ ಭಾರತಿದೇವಿಯೂ ಸಹ ಕಲಾ ಜೀವನಕ್ಕೆ ತಮ್ಮ ಜೀವನವನ್ನು ಮುಡುಪಾಗಿಟ್ಟರು. ಪತಿಯ ಜೊತೆ ಅವರೂ ಸಹ ನಾನಾ ಕಡೆಗಳಲ್ಲಿ ನಡೆದ ಸಂಗೀತದ ಕಾರ್ಯಕ್ರಮದಲ್ಲಿ ಭಾಗವಹಿಸುತ್ತಿದ್ದರು.

ಜೀವನ ಶೈಲಿ ಮತ್ತು ಕಾರ್ಯಸಾಧನೆ :

• ಸಂಸ್ಕೃತ ಕಲಿಯಬೇಕೆಂಬ ಉದ್ದೇಶದಿಂದ ಸಂಸ್ಕೃತ ಪಾಠಶಾಲೆಗೆ ಸೇರಿದ ರಾಜಗುರು ಅವರು ಸಂಗೀತ ಕ್ಷೇತ್ರದಲ್ಲಿ ತಮ್ಮನ್ನು ತೊಡಗಿಸಿಕೊಂಡರು.

• ಸುಮಾರು 11 ವರ್ಷಗಳಕಾಲ ಕರ್ನಾಟಕ ಹಾಗೂ ಹಿಂದೂಸ್ಥಾನಿ ಸಂಗೀತದಲ್ಲಿ ತರಬೇತಿ ಪಡೆದರು. ಇವರಿಗೆ ಪಂಚಾಕ್ಷರಿ ಗವಾಯಿಗಳೇ ಗುರುಗಳಾಗಿದ್ದರು.

- ಪಂಚಾಕ್ಷರಿ ಗವಾಯಿಗಳು ರಾಜಗುರುಗಳ ಅಭ್ಯಾಸದ ಆಸಕ್ತಿ, ಉತ್ಸಾಹವನ್ನು ಕಂಡು ಅವರಿಗೆ ಅಬ್ದುಲ್ ಕರೀಂಖಾನ್, ಅಖ್ತರ್‌ಬಾಯಿ, ನಿಸಾರ್ ಹುಸೇನ್‌ಖಾನ್, ಫಿಯಾಜ್‌ಖಾನ್ ಮುಂತಾದ ಪ್ರಖ್ಯಾತ ಗಾಯಕರ ಗ್ರಾಮಾಫೋನ್ ರೆಕಾರ್ಡ್‌ಗಳನ್ನು ತರಿಸಿ ಅವುಗಳನ್ನು ಕೇಳುವಂತೆ ತಿಳಿಸಿದರು.

- **ಪ್ರಥಮಬಾರಿಗೆ ಅವಕಾಶ** : 1936ರಲ್ಲಿ ಹಂಪಿಯಲ್ಲಿ ನಡೆದ ಸಮಾರಂಭದಲ್ಲಿ ರಾಜಗುರು ಅವರಿಗೆ ಪ್ರಥಮ ಬಾರಿಗೆ ಹಾಡುವ ಅವಕಾಶ ಕಲ್ಪಿಸಿಕೊಟ್ಟರು.

- ಇದಾದ ನಂತರ ಬಸವರಾಜ ರಾಜಗುರು ಮಿರಾಜ್‌ಕರ್, ಸವಾಯಿ ಗಂಧರ್ವ, ಸುರೇಶ್‌ಬಾಬು ಮಾನೆ, ವಹೀದ್ ಖಾನ್, ಬಶೀರ್ ಖಾನ್, ರೋಷನ್ ಆಲಿ, ಗೋವಿಂದರಾವ್ ತೇಂಬೆ ಮುಂತಾದ ಹಿಂದೂಸ್ತಾನಿ ಗಾಯನದ ಹಿರಿಯರನ್ನು ಪರಿಚಯಿಸಿಕೊಂಡರು.

- ದೈವದತ್ತವಾಗಿ ರಾಜಗುರು ಅವರಿಗೆ ಸುಶ್ರಾವ್ಯ ಕಂಠವಿತ್ತು. ಇದು ಅವರಿಗೆ ಹೆಚ್ಚಿನ ಕೀರ್ತಿ, ಗೌರವವನ್ನು ತಂದುಕೊಟ್ಟಿತು.

- 1938 ರಲ್ಲಿ ಮುಂಬೈ ಆಕಾಶವಾಣಿಯಲ್ಲಿ ಬಿಲ್‌ವಾಲ್ ಮತ್ತು ಗೌಡಮಲ್ಹಾರ್ ರಾಗ ಹಾಡುವ ಮೂಲಕ ಬಸವರಾಜ ರಾಜಗುರು ಪ್ರಖ್ಯಾತರಾದರು.

- 1943 ರಲ್ಲಿ ನಾಗಪುರದ ಅಖಿಲಭಾರತ ಸಂಗೀತ ಸಮ್ಮೇಳನ ನಡೆದಿತ್ತು. ಬಸವರಾಜ ರಾಜಗುರುರವರ ಸಂಗೀತ ಅತ್ಯಂತ ಜನಪ್ರಿಯವಾಗಿತ್ತು. ಅಲ್ಲಿ ಅವರು ಹಾಡಿದ ಹಾಡುಗಳಿಗೆ ಸಂಗೀತ ಪ್ರೇಮಿಗಳು ಅತ್ಯಂತ ಸಂತೋಷಗೊಂಡಿದ್ದರು.

- ದೇಶದ ನಾನಾ ಭಾಗಗಳಲ್ಲಿ ಅವರು ಅನೇಕ ಕಾರ್ಯಕ್ರಮಗಳನ್ನು ಕೊಟ್ಟು ಪ್ರಶಂಸೆ ಪಡೆದುಕೊಂಡರು.

- ಆಕಾಶವಾಣಿ, ದೂರದರ್ಶನದಲ್ಲಿ ಇವರ ಸಂಗೀತ ಪ್ರಸಾರಗೊಂಡು

ಸಂಗೀತಾಭಿಮಾನಿಗಳ ಮನತಣಿಸಿತು. ಇದರಿಂದ ಇನ್ನೂ ಹೆಚ್ಚು ಸ್ಫೂರ್ತಿಗೊಂಡು ಆತ್ಮ ಸಂತೋಷಗೊಂಡ ರಾಜಗುರು ಅವರು 'ಇನ್ನೂ ಸೊಗಸಾಗಿ ಹಾಡಬೇಕು' ಎಂಬ ದೃಢ ನಿರ್ಧಾರಕ್ಕೆ ಬಂದರು.

ಗೌರವ – ಪ್ರಶಸ್ತಿಗಳು :

- ಬಸವರಾಜ ರಾಜಗುರು ಅವರಿಗೆ ಕೇಂದ್ರ ಸಂಗೀತ ನಾಟಕ ಅಕಾಡೆಮಿ,
- ಕರ್ನಾಟಕ ರಾಜ್ಯೋತ್ಸವ ಪ್ರಶಸ್ತಿ,
- ಕರ್ನಾಟಕ ವಿಶ್ವವಿದ್ಯಾನಿಲಯದ ಗೌರವ ಡಾಕ್ಟರೇಟ್,
- ಭಾರತ ಸರ್ಕಾರದ ಪದ್ಮಶ್ರೀ ಹಾಗೂ ಪದ್ಮಭೂಷಣ ಪ್ರಶಸ್ತಿ ಮುಂತಾದವುಗಳು ದೊರೆತಿವೆ.
- ಗಮನಿಸಬೇಕಾದ ಮುಖ್ಯಾಂಶವೆಂದರೆ ಪಾಕಿಸ್ತಾನದ ಖ್ಯಾತ ಗಾಯಕಿ ಬೇಗಂ ಅಕ್ತರ್ ಅವರು ಬಸವರಾಜ ರಾಜಗುರು ಅವರಿಗೆ "ಸ್ವರಗಳ ಚಕ್ರವರ್ತಿ" ಎನ್ನುವ ಬಿರುದನ್ನು ನೀಡಿ ಗೌರವಿಸಿದ್ದಾರೆ. ಇದು ಅವರ ಪಾಂಡಿತ್ಯಕ್ಕೆ ಮೆರುಗು ನೀಡಿದಂತಾಗಿದೆ.

ನಿಧನ :

ಬಸವರಾಜ ರಾಜಗುರು ಅವರು ತಮ್ಮ ಹಾಡಿನ ಮೂಲಕ ಜನರ ಮನಸ್ಸಿನಲ್ಲಿ ಜೀವಂತವಾಗಿದ್ದಾರೆ. ಇವರು 1991 ರಲ್ಲಿ ಕಲಾಲೋಕದಿಂದ ಕಣ್ಮರೆಯಾದರೂ ಇವರ ಹೆಸರು ಅಚ್ಚಳಿಯದೆ ಉಳಿದಿದೆ.

39. ಡಾ. ಡಿ.ವಿ. ಗುಂಡಪ್ಪ (1887 – 1975)

ಪ್ರಸಿದ್ಧ ಪತ್ರಿಕೋದ್ಯಮಿ

ಕಿರು ಪರಿಚಯ :

ಡಿ.ವಿ.ಜಿ. ಎಂಬ ಹೆಸರಿನ ಮೂಲಕವೇ ಖ್ಯಾತರಾಗಿರುವ ದೇವನಹಳ್ಳಿ ವೆಂಕಟರಾಮಯ್ಯ ಕನ್ನಡ ಪ್ರಸಿದ್ಧ ಪತ್ರಿಕೋದ್ಯಮಿ ಮಾತ್ರವಲ್ಲದೆ ಸಾರ್ವಜನಿಕ ಸೇವಾಕರ್ತರೂ, ಸಾಹಿತಿ, ವಿಮರ್ಶಕರಾಗಿಯೂ ಹೆಸರು ಪಡೆದ ಮಹಾನ್ ಚೇತನ. ಸರಳ ಬದುಕನ್ನು ಸಾಗಿಸಿ ಸಮಾಜಕ್ಕೆ ಆದರ್ಶಪ್ರಾಯವಾದರು. ಅವರ ವಿಶೇಷ ಗುಣಗಳನ್ನು ಅವಲೋಕಿಸಿದಾಗ, ನಿರ್ಭೀತ ಹಾಗೂ ಸ್ವತಂತ್ರ ಸ್ವಭಾವಗಳು ಕಂಡುಬರುತ್ತವೆ.

ಬ್ರಿಟೀಷರ ಆಡಳಿತ ಕಾಲದಲ್ಲಿ ಅವರ ಕಾರ್ಯನೀತಿಯನ್ನು ಸದಾ ಟೀಕಿಸುತ್ತಿದ್ದರು. ವಿಮರ್ಶಕರಾಗಿ ಇವರು ಪತ್ರಿಕೋದ್ಯಮದಲ್ಲಿ ತೊಡಗಿದ್ದರೂ ಸಾರ್ವಜನಿಕರ ಸೇವೆಯನ್ನು ಅಲ್ಲಗಳೆಯುತ್ತಿರಲಿಲ್ಲ. ಅವರು ಎಂದಿಗೂ ಅಹಂಕಾರ ಪಡುತ್ತಿರಲಿಲ್ಲ. ಯಾವಾಗಲೂ ಅವರು ಹೇಳುತ್ತಿದ್ದ ಮಾತೆಂದರೆ ನಾನೊಬ್ಬ ಸಾಹಿತ್ಯ ಸೇವಕ. ಹೆಚ್ಚು ವಿದ್ಯೆ ಕಲಿಯದ ಡಿ.ವಿ.ಜಿ. ಅವರು ತಮ್ಮ ನಿರಂತರ ಪರಿಶ್ರಮದಿಂದ ಕನ್ನಡ– ಇಂಗ್ಲಿಷ್–ಸಂಸ್ಕೃತ ಸಾಹಿತ್ಯ ಕ್ಷೇತ್ರದಲ್ಲಿ ಗಣ್ಯರೆನಿಸಿದರು.

ಜನನ ಮತ್ತು ಬಾಲ್ಯ :

ಡಿ.ವಿ.ಜಿ.ಯವರ ಪೂರ್ಣ ಹೆಸರು ದೇವನಹಳ್ಳಿ ವೆಂಕಟರಾಮಯ್ಯ ಗುಂಡಪ್ಪ. ಇವರು ಕೋಲಾರ ಜಿಲ್ಲೆಯ ಮುಳಬಾಗಿಲಿನಲ್ಲಿ ದಿನಾಂಕ 17ನೇ ಮಾರ್ಚ್ 1887 ರಲ್ಲಿ ಜನಿಸಿದರು. ಇವರ ತಂದೆ ದೇವನಹಳ್ಳಿ ವೆಂಕಟರಾಮಯ್ಯನವರು, ವೃತ್ತಿಯಲ್ಲಿ ಉಪಾಧ್ಯಾಯರಾಗಿದ್ದರು.

ವಿದ್ಯಾಭ್ಯಾಸ :

ಗುಂಡಪ್ಪನವರು ಮುಳಬಾಗಿಲಿನಲ್ಲಿ ತಮ್ಮ ಪ್ರಾರಂಭಿಕ ವಿದ್ಯಾಭ್ಯಾಸ ಮುಗಿಸಿ ನಂತರದಲ್ಲಿ ಲೋಯರ್ ಸೆಕೆಂಡರಿ ಶಿಕ್ಷಣ ಪಡೆದರು. ಮೈಸೂರು ಮತ್ತು ಕೋಲಾರದಲ್ಲಿ ಇವರು ಮೆಟ್ರಿಕ್ಯುಲೇಷನ್‌ವರೆಗೆ ಅಭ್ಯಾಸಿಸಿದರು. ಆದರೆ ನಾನಾ ಕಾರಣಗಳಿಂದ ಅವರು ಕಾಲೇಜು ಮೆಟ್ಟಿಲು ಹತ್ತಲಾಗಲಿಲ್ಲ. ಅವರೇ ಅತ್ಯಂತ ಪರಿಶ್ರಮದಿಂದ ಕನ್ನಡ, ಸಂಸ್ಕೃತ, ಇಂಗ್ಲಿಷ್ ಸಾಹಿತ್ಯದಲ್ಲಿ ಪ್ರೌಢಿಮೆಯನ್ನು ಪಡೆದುಕೊಂಡರು.

ವೃತ್ತಿ ಜೀವನ ಮತ್ತು ಕಾರ್ಯಸಾಧನೆ :

- ಗುಂಡಪ್ಪನವರು ಹೆಚ್ಚು ವಿದ್ಯೆ ಕಲಿಯಲು ಸಾದ್ಯವಾಗದೇ ಇದ್ದರೂ ಸಾಹಿತ್ಯದಲ್ಲಿ ಹೆಚ್ಚು ಆಸಕ್ತಿ ಹೊಂದಿದ್ದರು. ತಮ್ಮ ವೃತ್ತಿ ಜೀವನವನ್ನು ಪತ್ರಿಕೋದ್ಯಮದ ಮೂಲಕ ಪ್ರಾರಂಭಿಸಿದರು.
- 1905 ರಲ್ಲಿ ಬೆಂಗಳೂರಿಗೆ ಬಂದು "ಸೂರ್ಯೋ ಪ್ರಕಾಶಿಕ" ಎಂಬ ಪತ್ರಿಕೆಯಲ್ಲಿ ಸುಮಾರು 2 ವರ್ಷಗಳಕಾಲ ಕಾರ್ಯನಿರ್ವಹಿಸಿದರು.
- 1907 ರಲ್ಲಿ ತಾವೇ ಸ್ವತಂತ್ರವಾಗಿ "ಭಾರತಿ" ಎಂಬ ಕನ್ನಡ ದಿನಪತ್ರಿಕೆಯನ್ನು ಪ್ರಾರಂಭಿಸಿದರು. ಅದಲ್ಲದೆ ಅವರು ನಡೆಗನ್ನಡಿ, ಮೈಸೂರು ಮೇಲ್ ಮುಂತಾದ ಪತ್ರಿಕೆಗಳಿಗೂ ಸಹ ಲೇಖನಗಳನ್ನು ಬರೆಯುತ್ತಿದ್ದರು.
- **ಮೈಸೂರು ಟೈಮ್ಸ್ ಮತ್ತು ಕರ್ನಾಟಕ :** ಡಿ.ವಿ.ಜಿಯವರ ಸಂಪಾದಕತ್ವದಲ್ಲಿ ಪ್ರಕಟವಾದ "ಮೈಸೂರು ಟೈಮ್ಸ್" ಮತ್ತು "ಕರ್ನಾಟಕ" ಪತ್ರಿಕೆಗಳು ಪ್ರಕಟವಾದವು.
- ಪತ್ರಿಕೋದ್ಯಮದ ಜೊತೆ ಅವರು ಸಾರ್ವಜನಿಕ ಸೇವೆಯಲ್ಲಿಯೂ ತೊಡಗಿಸಿಕೊಂಡಿದ್ದರು. ಇದು ಅವರ ವಿಶೇಷ ಗುಣಗಳಲ್ಲೊಂದಾಗಿತ್ತು.
- ಬೆಂಗಳೂರಿನಲ್ಲಿದ್ದ 'ಪಾಪ್ಯುಲರ್ ಎಜುಕೇಷನ್ ಲೀಗ್', 'ಸೋಷಿಯಲ್ ಸರ್ವಿಸಿಂಗ್ ಲೀಗ್', 'ಪ್ರಜಾಪರಿಷತ್ತು' ಅಲ್ಲದೆ ಇನ್ನೂ ಅನೇಕ ಸಂಸ್ಥೆಗಳ ಆದ್ಯ ಪ್ರವರ್ತಕರಾಗಿದ್ದರು.

- ಬೆಂಗಳೂರಿನ ಪುರಸಭೆ ಹಾಗೂ ಮೈಸೂರಿನ ಶಾಸನ ಪರಿಷತ್ತಿನ ಸದಸ್ಯರಾಗಿದ್ದರು.
- ಮೈಸೂರು ವಿಶ್ವವಿದ್ಯಾನಿಲಯದ ಸೆನೆಟ್ ಸದಸ್ಯರಾಗಿ, ಕೌನ್ಸಿಲ್ ಸದಸ್ಯ, ರಾಜ್ಯಾಂಗ ಸುಧಾರಣಾ ಸಮಿತಿಯ ಸದಸ್ಯರಾಗಿ ಕಾರ್ಯನಿರ್ವಹಿಸಿದರು.
- **ಗೋಖಲೆ ಸಾರ್ವಜನಿಕ ವಿಚಾರ ಸಂಸ್ಥೆ :** 1945 ರಲ್ಲಿ ಬೆಂಗಳೂರಿನಲ್ಲಿ "ಗೋಖಲೆ ಸಾರ್ವಜನಿಕ ವಿಚಾರ ಸಂಸ್ಥೆ" ಯನ್ನು ಕಟ್ಟಿ ನಾಡಿಗೆ ಅರ್ಪಿಸಿದ ಕೀರ್ತಿ ಡಿ.ವಿ.ಜಿ. ಅವರದ್ದು.
- ಗುಂಡಪ್ಪನವರು ಕೇವಲ ಪತ್ರಿಕೋದ್ಯಮಕ್ಕೆ ಸೀಮಿತವಾಗಿರದೆ ಸಾರ್ವಜನಿಕ ಸೇವಾಕ್ಷೇತ್ರ, ಸಾಹಿತ್ಯಕ್ಷೇತ್ರಕ್ಕೂ ಕೂಡ ತಮ್ಮ ಅಮೂಲ್ಯವಾದ ಕೊಡುಗೆಯನ್ನು ನೀಡಿದ್ದಾರೆ.
- ಡಿ.ವಿ.ಜಿ.ಯವರು ಕಾವ್ಯ ವಿಮರ್ಶೆ, ನಾಟಕ, ಜೀವನ ಚರಿತ್ರೆ, ಮಕ್ಕಳ ಸಾಹಿತ್ಯ ಹೀಗೆ ಸಾಹಿತ್ಯದ ನಾನಾ ಪ್ರಕಾರಗಳಲ್ಲಿ ಕೃತಿಗಳನ್ನು ರಚಿಸಿ ಖ್ಯಾತಿ ಪಡೆದಿದ್ದಾರೆ.
- **ಡಿ.ವಿ.ಜಿ.ಯವರ ಪ್ರಮುಖ ಕೃತಿಗಳು :**
- ಡಿ.ವಿ.ಜಿ.ಯವರ ಕೃತಿಗಳಾದ ದಿವಾನ್ ರಂಗಾಚಾರ್ಲು, ಗೋಪಾಲ ಕೃಷ್ಣ ಗೋಖಲೆ, ವಿದ್ಯಾರಣ್ಯ ವಿಜಯ, ತಿಲೋತ್ತಮ ಮತ್ತು ಮ್ಯಾಕ್‌ಬೆತ್ ನಾಟಕ. ವಸಂತ ಕುಸುಮಾಂಜಲಿ, ನಿವೇದನೆ, ಉಮರನ ಒಸಗೆ, ಶ್ರೀರಾಮ ಪರೀಕ್ಷಣಂ, ಅಂತಃಪುರ ಗೀತೆ, ಶ್ರೀ ಕೃಷ್ಣ ಪರೀಕ್ಷಣಂ ಮುಂತಾದವುಗಳು ಇವರ ಕವನ ಸಂಕಲನಗಳು. ಡಿ.ವಿ.ಜಿ.ಯವರ ವಿಶಿಷ್ಟ ಕೃತಿಯಾದ "ಮಂಕುತಿಮ್ಮನ ಕಗ್ಗ" ಅತ್ಯಂತ ಪ್ರಸಿದ್ಧಿ ಪಡೆದ ಕೃತಿಯಾಗಿದೆ.
- ಇಷ್ಟೇ ಅಲ್ಲದೆ ಅವರು ಮಕ್ಕಳಿಗಾಗಿ ರಚಿಸಿರುವ ಕೃತಿಗಳು ಹಲವಾರು.
- ಅವರು ವೃತ್ತ ಪತ್ರಿಕೆ, ರಾಜ್ಯಶಾಸ್ತ್ರ, ರಾಜ್ಯಾಂಗ ತತ್ವಗಳು 6 ಮುಂತಾದ ಶಾಸ್ತ್ರೀಯ ಗ್ರಂಥಗಳನ್ನು ರಚಿಸಿದ್ದಾರೆ.

- ಡಿ.ವಿ.ಜಿ.ಯವರ ಮತ್ತೊಂದು ವಿಶೇಷ ಕೃತಿಯೆಂದರೆ "ಜ್ಞಾಪಕ ಚಿತ್ರಶಾಲೆ". ಇದು ಸುಮಾರು 8 ಸಂಪುಟಗಳಲ್ಲಿ ರಚಿತಗೊಂಡಿದೆ.
- ಕನ್ನಡ ಸಾಹಿತ್ಯ ಪರಿಷತ್ತಿನ ಉಪಾಧ್ಯಕ್ಷರಾಗಿ 1933 ರಿಂದ 1937 ರ ವರೆಗೆ ಸೇವೆ ಸಲ್ಲಿಸಿದರು.
- ವಸಂತ ಸಾಹಿತ್ಯೋತ್ಸವ, ಗಮಕ ತರಗತಿ, ಪುಸ್ತಕ ಪ್ರದರ್ಶನ ಮುಂತಾದ ಹಲವಾರು ಯೋಜನೆಗಳನ್ನು ಆರಂಭಿಸಿದರು.
- 1932 ರಲ್ಲಿ ಮಡಿಕೇರಿಯಲ್ಲಿ 18ನೇ ಕನ್ನಡ ಸಾಹಿತ್ಯ ಸಮ್ಮೇಳನದ ಅಧ್ಯಕ್ಷರಾಗಿ ಆಯ್ಕೆಗೊಂಡರು.
- ಮೈಸೂರು ವಿಶ್ವವಿದ್ಯಾನಿಲಯದ ಇಂಗ್ಲಿಷ್, ಕನ್ನಡ ನಿಘಂಟಿನ ಸಂಪಾದಕ ಮಂಡಳಿಯ ಸದಸ್ಯರಾಗಿದ್ದರು.
- 1928 ರಲ್ಲಿ ಬಾಗಲಕೋಟೆಯಲ್ಲಿ ನಡೆದ ಅಖಿಲ ಭಾರತ ಕರ್ನಾಟಕ ಪತ್ರಕರ್ತರ ಪ್ರಥಮ ಸಮ್ಮೇಳನದ ಅಧ್ಯಕ್ಷರಾಗಿದ್ದರು.

ಗೌರವ – ಪ್ರಶಸ್ತಿಗಳು :

- ಶ್ರೀಮದ್ಭಗವದ್ಗೀತಾ ತಾತ್ಪರ್ಯ ಇವರು ಭಗವದ್ಗೀತೆಯನ್ನು ಸರಳವಾಗಿ ನಿರೂಪಿಸಿರುವ ಈ ಕೃತಿಗೆ ಕೇಂದ್ರ ಸಾಹಿತ್ಯ ಅಕಾಡೆಮಿ ಪ್ರಶಸ್ತಿ ಬಂದಿದೆ.
- ಮೈಸೂರು ವಿಶ್ವವಿದ್ಯಾನಿಲಯ ಇವರಿಗೆ ಗೌರವ ಡಾಕ್ಟರೇಟ್ ಪದಿವಿಯನ್ನು ನೀಡಿ ಗೌರವಿಸಿದೆ.

ನಿಧನ :

ಪತ್ರಿಕೋದ್ಯಮ, ಸಾಹಿತ್ಯ ರಂಗ, ಸಾರ್ವಜನಿಕ ಸೇವೆಗಳಲ್ಲಿ ತೊಡಗಿ ಕನ್ನಡ ಹಿತಾಸಕ್ತರ ಮನಸ್ಸಿನಲ್ಲಿ ಅಚ್ಚಳಿಯದೆ ಉಳಿದ ಡಿ.ವಿ. ಗುಂಡಪ್ಪನವರು 1975 ರಲ್ಲಿ ವಿಧಿವಶರಾದರು.

40. ಪಿ. ಕಾಳಿಂಗರಾವ್ (1914 – 1981)

ಕನ್ನಡದ ಕೋಗಿಲೆ

ಕಿರು ಪರಿಚಯ :

ಕನ್ನಡದ ಕೋಗಿಲೆ ಎನಿಸಿಕೊಂಡಿರುವ ಪಿ. ಕಾಳಿಂಗರಾವ್ ಹಾಡಿರುವ ಹಾಡುಗಳು ಇಂದಿಗೂ ರಸಿಕರ ಮನಸ್ಸನ್ನು ಸೂರೆ– ಗೊಂಡಿವೆ. ಅನೇಕ ಚಿತ್ರಗಳಲ್ಲಿ ನಟನೆ ಮಾಡಿ ಕೆಲವು ಚಲನಚಿತ್ರಗಳಿಗೆ ಸಂಗೀತವನ್ನೂ ನೀಡಿದ್ದಾರೆ. ಇವರ ಸಂಗೀತ ಪ್ರಜ್ಞೆಯನ್ನು ಗುರುತಿಸಿದ ಮದ್ರಾಸಿನ ದಕ್ಷಿಣ ಹಿಂದಿ ಪ್ರಚಾರ ಸಭೆಯವರು ಹಿಂದಿ ಸಂಗೀತ ಕಾಲೇಜಿಗೆ ಕಾಳಿಂಗರಾಯರನ್ನು ಪ್ರಾಂಶುಪಾಲರನ್ನಾಗಿ ನೇಮಿಸಿದರು. ಅವರ ಅನೇಕ ಶಿಷ್ಯರಲ್ಲಿ ಉತ್ತಮ ಶಿಷ್ಯರಾಗಿ ದೊರೆತವರೇ ಸೋಹನ್ ಕುಮಾರಿ ಹಾಗೂ ಮೋಹನ್ ಕುಮಾರಿ ಸಹೋದರಿಯರು. ಪಿ. ಕಾಳಿಂಗರಾವ್‌ರವರು ತುಂಬಿದ ಕೊಡ, ಕಿತ್ತೂರು ರಾಣಿ ಚೆನ್ನಮ್ಮ, ಅಣ್ಣ ತಂಗಿ ಮುಂತಾದ ಚಲನಚಿತ್ರಗಳಲ್ಲೂ ಹಾಡಿದ್ದಾರೆ. "ಬ್ರಹ್ಮ ನಿಂಗೆ ಜೋಡುಸ್ತೀನಿ ಹೆಂಡ ಮುಟ್ಟಿದ ಕೈನಾ" ಎಂಬ ಇವರು ಹಾಡಿದ ಹಾಡು ಪ್ರಸಿದ್ಧಿಯಾವಾಗಿದೆ.

ಜನನ ಮತ್ತು ಬಾಲ್ಯ :

ಪಿ. ಕಾಳಿಂಗರಾವ್ ಅವರ ಪೂರ್ಣ ಹೆಸರು ಪಾಂಡವೇಶ್ವರ ಕಾಳಿಂಗರಾವ್. ಇವರು ಉಡುಪಿ ಜಿಲ್ಲೆಯ ಆರೂರಿನಲ್ಲಿ 1914 ರಂದು ಜನಿಸಿದರು. ಇವರ ತಂದೆ ನಾರಾಯಣರಾವ್, ತಾಯಿ ನಾಗರತ್ನಮ್ಮನವರು. ತಂದೆ ನಾರಾಯಣರಾವ್ ಯಕ್ಷಗಾನ ಕಲಾವಿದರು. ಯಕ್ಷಗಾನದಲ್ಲಿ ಖ್ಯಾತಿ ಪಡೆದಿದ್ದ ಇವರು ರಾಷ್ಟ್ರ ಮಟ್ಟದಲ್ಲಿಯೂ ಹೆಸರು ಗಳಿಸಿದವರು.

ವಿದ್ಯಾಭ್ಯಾಸ :

ಪಿ. ಕಾಳಿಂಗರಾವ್ ಚಿಕ್ಕ ವಯಸ್ಸಿನಲ್ಲಿಯೇ ಕಲೆಯ ಬಗ್ಗೆ ಹೆಚ್ಚಿನ ಆಸಕ್ತಿ ವಹಿಸಿದ್ದರು. ತಮ್ಮ ಶಾಲಾ ದಿನಗಳಲ್ಲಿ ರಂಗಭೂಮಿಯ ಪ್ರವೇಶ ಮಾಡಿದರು. ಬಾಲಕನಲ್ಲಿ ರಹಸ್ಯವಾಗಿ ಅಡಗಿದ್ದ ಈ ಕಲೆಯನ್ನು ಗುರುತಿಸಿದ ಇವರ ಸೋದರಮಾವ ಸೂರಲ್ ಮಂಜಯ್ಯನವರು ಇವರಿಗೆ ಭಕ್ತಿಗೀತೆ, ಸಂಗೀತ, ದೇವರ ನಾಮ, ಶ್ಲೋಕಗಳನ್ನು ಹೇಳಿಕೊಟ್ಟರು. ಇದಲ್ಲದೆ ಅವರಿಗೆ ಯಕ್ಷಗಾನ, ನಾಟಕ ಇವುಗಳಲ್ಲಿಯೂ ಕಾಳಿಂಗರಾವ್ ಆಸಕ್ತಿ ವ್ಯಕ್ತಪಡಿಸಿದರು. ಕಾಳಿಂಗರಾವ್ ಸೂರಲ್ ಅರಮನೆಯ ರಾಯಲ್ ಸ್ಕೂಲಿನಲ್ಲಿ ತಮ್ಮ ವಿದ್ಯಾಭ್ಯಾಸ ಪ್ರಾರಂಭಿಸಿದರು. ಪಠ್ಯ ಪುಸ್ತಕಗಳಲ್ಲಿದ್ದ ಪದ್ಯಗಳು ಅವರಿಗೆ ತುಂಬಾ ಹಿಡಿಸಿ ಅವುಗಳನ್ನು ಹೆಚ್ಚು ಅಭ್ಯಾಸ ಮಾಡಿದರು. ಶಾಲಾ ವಾರ್ಷಿಕೋತ್ಸವ ಬಂದಾಗ "ಚಂದ್ರಹಾಸ" ಎಂಬ ನಾಟಕ ಪ್ರದರ್ಶನದಲ್ಲಿ ಕಾಳಿಂಗರಾವ್ ಅವರೇ ಚಂದ್ರಹಾಸನ ಪಾತ್ರ ಮಾಡಿದ್ದರು. ಈ ಪಾತ್ರ ಎಲ್ಲರ ಮೆಚ್ಚುಗೆಯನ್ನು ಪಡೆಯಿತು. ಇವರ ಪ್ರತಿಭೆಯನ್ನು ಕಂಡ "ಅಂಬಾ ಪ್ರಸಾದಿತ ನಾಟಕ ಮಂಡಳಿ"ಯ ವ್ಯವಸ್ಥಾಪಕರಾದ ಮುಂಡಾಜೆ ರಂಗನಾಥ ಭಟ್ಟರು ಕಾಳಿಂಗರಾಯರನ್ನು ತಮ್ಮ ಕಂಪನಿಗೆ ಆಹ್ವಾನಿಸಿದರು. ತಮ್ಮ ವಿದ್ಯಾಭ್ಯಾಸಕ್ಕೆ ವಿದಾಯ ಹೇಳಿ ನಾಟಕ ಕಂಪನಿಗೆ ಸೇರಿದರು.

ವೈವಾಹಿಕ ಜೀವನ :

• ಪಿ. ಕಾಳಿಂಗರಾವ್ ಮೀನಾಕ್ಷಮ್ಮ ಎಂಬುವರನ್ನು ವಿವಾಹವಾದರು. ಇವರಿಗೆ ನಾಲ್ಕು ಜನ ಗಂಡು ಮಕ್ಕಳಿದ್ದರು. ಪತ್ನಿಯೂ ಸಹ ಇವರಿಗೆ ಕಲೆಯ ಬಗ್ಗೆ ಹೆಚ್ಚಿನ ಪ್ರೋತ್ಸಾಹ ನೀಡುತ್ತಿದ್ದರು.

ಕಾರ್ಯಸಾಧನೆ :

• ತಮ್ಮ 16ನೇ ವಯಸ್ಸಿನಲ್ಲಿ ಶಿವಮೊಗ್ಗದಲ್ಲಿ ಕರ್ನಾಟಕ ಶಾಸ್ತ್ರೀಯ ಸಂಗೀತ ಕಛೇರಿ ನೀಡಿದರು. ಬಾಲಕನ ಈ ಪ್ರತಿಭೆಗೆ ಬೆರಗಾದ ಜನರು ಅವರನ್ನು ಬಹಳವಾಗಿ ಹೊಗಳಿ ಬಹುಮಾನಗಳನ್ನು ನೀಡಿ ಸನ್ಮಾನಿಸಿದರು.

- ಕಾಳಿಂಗರಾವ್‌ರು ವೆಂಕಟರಾವ್ ರಾಮದುರ್ಗ, ಮಳೇಕರ್, ರಾಮಚಂದ್ರ ಬುವ ಮುಂತಾದವರಲ್ಲಿ ಹಿಂದೂಸ್ಥಾನಿ ಸಂಗೀತವನ್ನು ಅಭ್ಯಾಸ ಮಾಡಿದರು.

- ನಾಟಕದ ಬಗ್ಗೆಯೂ ಹೆಚ್ಚಿನ ಆಸಕ್ತಿ ಇದ್ದುದರಿಂದ ನಾಟಕದ ಕಂಪನಿಯಲ್ಲಿ ಪಾತ್ರಗಳನ್ನು ಮಾಡಿ ಹೆಸರು ಪಡೆದರು.

- ಗುಬ್ಬಿ ಕಂಪನಿಗೆ ಸೇರಿದ ಕಾಳಿಂಗರಾವ್ ಅವರು "ದಶಾವತಾರ" ನಾಟಕಕ್ಕೆ ಸಂಗೀತವನ್ನು ನೀಡಿದರು.

- ನಾಟಕಾಭಿನಯದ ನಂತರ ಚಲನಚಿತ್ರ ರಂಗಕ್ಕೂ ಪ್ರವೇಶಿಸಿ ಖ್ಯಾತಿ ಪಡೆದರು.

- **ಚಲನಚಿತ್ರಗಳಲ್ಲಿ ನಟನೆ :**

- ಕಾಳಿಂಗರಾವ್‌ರು ರಾಯರ ಸೊಸೆ, ಮಹಾನಂದ, ವಸಂತಸೇನಾ, ಕೃಷ್ಣಲೀಲ ಮುಂತಾದ ಚಲನಚಿತ್ರಗಳಲ್ಲಿ ನಟನೆ ಮಾಡಿರುವುದು ಮಾತ್ರವಲ್ಲದೆ ಕೆಲವು ಚಲನಚಿತ್ರಗಳಿಗೆ ಸಂಗೀತವನ್ನು ನೀಡಿದರು.

- ಪಿ. ಕಾಳಿಂಗರಾವ್ ಅಸಾಧಾರಣ ಪ್ರತಿಭೆಯನ್ನು ಕಂಡ ಮದ್ರಾಸಿನ ದಕ್ಷಿಣ ಹಿಂದಿ ಪ್ರಚಾರ ಸಮಿತಿಯವರು ತಮ್ಮ ಹಿಂದಿ ಸಂಗೀತ ಕಾಲೇಜಿಗೆ ಅವರನ್ನು ಪ್ರಾಂಶುಪಾಲರನ್ನಾಗಿ ನೇಮಿಸಿಕೊಂಡರು.

- ಸುಗಮ ಸಂಗೀತದಲ್ಲಿ ಪ್ರಖ್ಯಾತರಾದ ಕಾಳಿಂಗರಾವ್‌ರ ಜೊತೆ ಮೋಹನ್ ಕುಮಾರಿ, ಸೋಹನ್ ಕುಮಾರಿ ಸಹೋದರಿಯರು ಹಾಡುವುದರೊಂದಿಗೆ ಸಂಗೀತಕ್ಕೆ ಜಾನಪದ ಸೊಗಡನ್ನು ನೀಡಿದರು.

- **ಅಮೂಲ್ಯ ಕೊಡುಗೆ :** "ಉದಯವಾಗಲಿ ನಮ್ಮ ಚೆಲುವ ಕನ್ನಡ ನಾಡು" ಹುಯಿಲಗೋಳ ನಾರಾಯಣರಾಯರ ಕವನವನ್ನು ಹಾಡುವ ಮೂಲಕ ಪ್ರಚಾರಮಾಡಿ ಕರ್ನಾಟಕ ಏಕೀಕರಣಕ್ಕೆ ಅತ್ಯಮೂಲ್ಯ ಕೊಡುಗೆಯನ್ನು ನೀಡಿದರು.

- "ಬಾರಯ್ಯ ಬೆಳದಿಂಗಳೇ", "ಅದು ಬೆಟ್ಟ ಇದು ಬೆಟ್ಟ" ಮುಂತಾದ

ಜಾನಪದ ಗೀತೆಗಳನ್ನು ಹಾಡಿ ಅವುಗಳನ್ನು ಹೆಚ್ಚು ಜನಪ್ರಿಯಗೊಳಿಸಿದರು.

• ದಾಸರ ಪದ, ವಚನ ಇವುಗಳಿಗೂ ಸ್ವರ ಸಂಯೋಜಿಸಿ ರಸಿಕರನ್ನು ಆಕರ್ಷಿಸುವಲ್ಲಿ ಯಶಸ್ಸು ಪಡೆದರು.

• ಪಿ. ಕಾಳಿಂಗರಾವ್‌ರು ಕಿತ್ತೂರು ರಾಣಿ ಚೆನ್ನಮ್ಮ, ಅಬ್ಬಾ ಆ ಹುಡುಗಿ!, ಅಣ್ಣ ತಂಗಿ, ತುಂಬಿದ ಕೊಡ ಮುಂತಾದ ಚಲನಚಿತ್ರಗಳಲ್ಲೂ ಹಾಡಿ ಮನೆಮಾತಾಗಿದ್ದರು.

• ಕಿತ್ತೂರು ರಾಣಿ ಚೆನ್ನಮ್ಮ ಚಿತ್ರದಲ್ಲಿ "ತಾಯಿ ದೇವಿಯನ ಕಾಣ ಹಂಬಲಿಸಿ ಕಾಯುತಿಹೆ ಭ್ರಮೆ ಆವರಿಸಿ" ಎಂಬ ಹಾಡು ಎಂತಹ ಗಟ್ಟಿ ಹೃದಯದವರನ್ನಾದರೂ ಕರಗಿಸಿಬಿಡುತ್ತದೆ.

• ರಾಜರತ್ನಂ ಅವರ ರತ್ನನ ಪದಗಳಿಗೆ ಪಾಶ್ಚಿಮಾತ್ಯ ಸಂಗೀತ ಧಾಟಿ ಬಳಸಿರುವುದರಿಂದ ಕಾಳಿಂಗರಾಯರ ಪ್ರತಿಭೆಗೆ ಮತ್ತೊಂದು ಗರಿ ಸಿಕ್ಕಿಸಿದಂತೆಯೇ ಸರಿ!

• ದೆಹಲಿಯಲ್ಲಿ ನಡೆದ ಕಾರ್ಯಕ್ರಮವೊಂದರಲ್ಲಿ ಕಾಳಿಂಗರಾಯರ ಗಾಯನವನ್ನು ಕೇಳಿದ ಜವಾಹರ್ ಲಾಲ್ ನೆಹರೂ ಅವರೂ ಪ್ರಶಂಸಿಸಿದರು.

• ಸಾಹಿತ್ಯದ ನಿಟ್ಟಿನಿಂದಲೂ ಕವಿತೆಯ ಅರ್ಥಕ್ಕೆ ಪ್ರಾಧಾನ್ಯತೆಯನ್ನು ಕೊಟ್ಟು ಅವನ್ನು ತುಂಬು ಹೃದಯದಿಂದ ಹಾಡುತ್ತಿದ್ದುದು ಅವರ ವಿಶೇಷತೆಯಾಗಿತ್ತು.

ನಿಧನ :

ಕಿನ್ನರ ಕಂಠದ ಕನ್ನಡದ ಕೋಗಿಲೆ ಎಂದು ಹೆಸರು ಪಡೆದ ಪಿ. ಕಾಳಿಂಗರಾವ್ ಖ್ಯಾತ ಗಾಯಕರಾಗಿಯೂ ಮನೆಮಾತಾಗಿದ್ದರು. ಇವರು 1981 ರಲ್ಲಿ ನಿಧನರಾದರು.

41. ಬಿ.ಎಂ. ಶ್ರೀಕಂಠಯ್ಯ (1884 – 1946)

ನವೋದಯ ಸಾಹಿತ್ಯದ ಪ್ರಮುಖ ಹರಿಕಾರ

ಕಿರು ಪರಿಚಯ :

ಆಧುನಿಕ ಕನ್ನಡ ಸಾಹಿತ್ಯದಲ್ಲಿ "ನವೋದಯ" ಅತ್ಯಂತ ಪ್ರಮುಖವಾದ ಘಟ್ಟವಾಗಿದೆ. ಬಿ.ಎಂ.ಶ್ರೀ. ಎಂದೇ ಪ್ರಖ್ಯಾತರಾಗಿದ್ದ ಬಿ.ಎಂ. ಶ್ರೀಕಂಠಯ್ಯನವರು ನವೋದಯುದ ಕನ್ನಡ ಸಾಹಿತ್ಯದ ಹರಿಕಾರರಲ್ಲಿ ಒಬ್ಬರಾಗಿ ಕನ್ನಡ ನಾಡು-ನುಡಿಗೆ ಇವರು ನೀಡಿದ ಕೊಡುಗೆ ಅಪಾರ. ಕನ್ನಡ ಭಾಷೆಯ ಅಭಿವೃದ್ಧಿಗಾಗಿ ಗಣನೀಯವಾಗಿ ಸೇವೆ ಸಲ್ಲಿಸಿದರು. ಇವರು ಕನ್ನಡ ಸಾಹಿತ್ಯ ಕ್ಷೇತ್ರದಲ್ಲಿ ವಿಶಿಷ್ಟ ಸ್ಥಾನ-ಮಾನ ಪಡೆದುಕೊಂಡಿದ್ದಾರೆ. ಬಿ.ಎ.ಶ್ರೀ. ಇವರ ಇಂಗ್ಲಿಷ್ ಗೀತೆಗಳು ಆಧುನಿಕ ಕನ್ನಡ ಸಾಹಿತ್ಯದ ಯುಗ ಪ್ರವರ್ತಕ ಕೃತಿ. ಭಾಷೆ, ಕಾವ್ಯ ಶೈಲಿ, ಛಂದಸ್ಸು, ವಸ್ತು ಹೀಗೆ ಯಾವುದೇ ನಿಟ್ಟಿನಿಂದ ನೋಡಿದರೂ ಕನ್ನಡದ ಕಾವ್ಯ ಪರಂಪರೆಯಲ್ಲಿ ಸಾಧಿಸಿದ್ದು ಈ ಕೃತಿಯ ವಿಶೇಷವೆಂದರೆ ಅತಿಶಯೋಕ್ತಿಯೇನಲ್ಲ.

ಜನನ ಮತ್ತು ಬಾಲ್ಯ :

ಬಿ.ಎಂ. ಶ್ರೀಕಂಠಯ್ಯನವರು ದಿನಾಂಕ 3ನೇ ಜನವರಿ 1884 ರಲ್ಲಿ ತುಮಕೂರು ಜಿಲ್ಲೆಯ ಸಂಪಿಗೆಯಲ್ಲಿ ಜನಿಸಿದರು. ಇವರ ಹಿರಿಯರು ಮಂಡ್ಯ ಜಿಲ್ಲೆಯ ಬೆಳ್ಳೂರಿನವರು. ಇವರ ತಂದೆ ಮೈಲಾರಯ್ಯ. ತಾಯಿ ಭಾಗೀರಥಮ್ಮ. ಬೇರೆ ಬೇರೆ ವೃತ್ತಿಗಳನ್ನು ನಡೆಸಿದ ತಂದೆ ಮೈಲಾರಪ್ಪನವರು ತಮ್ಮ ಸ್ವಪ್ರಯತ್ನದಿಂದ ಕಾನೂನು ಪದವಿ ಪಡೆದು ಶ್ರೀರಂಗಪಟ್ಟಣದಲ್ಲಿ ವಕೀಲರಾಗಿದ್ದರು.

ವಿದ್ಯಾಭ್ಯಾಸ :

ಬಿ.ಎಂ.ಶ್ರೀ ಯವರ ಆರಂಭಿಕ ವಿದ್ಯಾಭ್ಯಾಸ ಶ್ರೀರಂಗಪಟ್ಟಣದಲ್ಲಿ ನಡೆಯಿತು. ಮೈಸೂರಿನ ಮಹಾರಾಜ ಕಾಲೇಜಿನಲ್ಲಿ ಎಫ್.ಎ. ತರಗತಿಯವರೆಗೆ ಅಧ್ಯಯನ ಮಾಡಿ ನಂತರ ಬೆಂಗಳೂರಿನ ಸೆಂಟ್ರಲ್ ಕಾಲೇಜಿಗೆ ಬಂದು ಗಣಿತ ಹಾಗೂ ವಿಜ್ಞಾನ ಅಧ್ಯಯನ ಮಾಡಿದರು. ಇವರ ತಂದೆಯವರಿಗೆ ಮಗ ವೈದ್ಯನಾಗಬೇಕೆಂಬ ಹಂಬಲವಿತ್ತು. ಆದರೆ ಬಿ.ಎಂ.ಶ್ರೀಯವರಿಗೆ ತಂದೆಯಂತೆಯೇ ತಾವೂ ನ್ಯಾಯವಾದಿಯಾಗಬೇಕೆಂದು ಇಚ್ಛೆ ಇತ್ತು. ಇದರಿಂದ ಬಿ.ಎಂ.ಶ್ರೀಯವರು ಮದ್ರಾಸಿನಲ್ಲಿ ಕಾನೂನು ಅಧ್ಯಯನ ನಡೆಸಿ, 1907ರಲ್ಲಿ ಬಿ.ಎಲ್. ಕಾನೂನು ಪದವಿಯನ್ನು ಪಡೆದರು. ನಂತರ ಅವರು ಇಂಗ್ಲಿಷ್‌ನಲ್ಲಿ ಎಂ.ಎ. ಪದವಿಯನ್ನು ಪಡೆದರು. ಅಧ್ಯಾಪಕ ವೃತ್ತಿಯತ್ತ ಮನವೊಲಿದು ಅವರು ಅಧ್ಯಾಪಕ ವೃತ್ತಿಯನ್ನು ಆಯ್ಕೆ ಮಾಡಿಕೊಂಡರು.

ವೃತ್ತಿ ಜೀವನ ಮತ್ತು ಕಾರ್ಯಸಾಧನೆ :

❖ ಬೆಳ್ಳೂರು ಮೈಲಾರಯ್ಯ ಶ್ರೀಕಂಠಯ್ಯನವರು (ಬಿ.ಎಂ.ಶ್ರೀ.) 1909ರಲ್ಲಿ ಮೈಸೂರಿನ ಇಂಗ್ಲಿಷ್ ಅಧ್ಯಾಪಕರಾಗಿ ನೇಮಕಗೊಂಡರು.

❖ ಬಿ.ಎಂ.ಶ್ರೀಯವರು ಕನ್ನಡ–ಇಂಗ್ಲಿಷ್–ತಮಿಳು ಭಾಷೆ ಹಾಗೂ ಸಾಹಿತ್ಯವನ್ನು ಆಳವಾಗಿ ಅಭ್ಯಾಸ ಮಾಡಿ ಪಾಂಡಿತ್ಯಗಳಿಸಿದರು.

❖ ಇವೆಲ್ಲದರ ಪರಿಣಾಮವಾಗಿ ಆಧುನಿಕ ಕನ್ನಡ ಸಾಹಿತ್ಯಕ್ಕೆ ಮಹತ್ತರ ಕೊಡುಗೆ ನೀಡಲು ಪೂರಕವಾಯಿತು.

❖ ಇವರಿಗೆ ಸಂಸ್ಕೃತ, ದ್ರಾವಿಡ, ಇಂಗ್ಲಿಷ್ ಭಾಷೆಗಳಲ್ಲಿ ಛಂದೋ ಪ್ರಕಾರಗಳ ಪರಿಚಯವಿತ್ತು. ಇದರಿಂದ ಕನ್ನಡಕ್ಕೆ ಹೊಂದಿಕೊಳ್ಳುವಂತಹ ಆಧುನಿಕ ಭಾವನೆಗಳು ಮೂಡಿಬಂದವು.

❖ ಷೇಕ್ಸ್‌ಪಿಯರ್‌ನ ನಾಟಕಗಳನ್ನು ಆಳವಾಗಿ ಅಧ್ಯಯನ ಮಾಡಿ ಕನ್ನಡದಲ್ಲಿ ಅಂತಹ ನಾಟಕಗಳು ಇಲ್ಲವೆಂದು ಮನಗಂಡರು.

❖ ಪ್ರಾಚೀನ ಕನ್ನಡ ಕಾವ್ಯಗಳಲ್ಲಿ ಸುಂದರವಾದ ಹಾಗೂ ಪರಿಣಾಮಕಾರಿಯಾದ ಸನ್ನಿವೇಶಗಳಿವೆ ಎಂಬುದನ್ನು ಅರಿತ ಬಿ.ಎಂ.ಶ್ರೀಯವರು ರನ್ನನ "ಸಾಹಸ ಭೀಮ ವಿಜಯ" ಎಂಬ ಕೃತಿಯ ಆಧಾರದಿಂದ "ಗದಾಯುದ್ಧ" ನಾಟಕವನ್ನು ರಚಿಸಿದರು.

❖ **ನಾಟಕ ರಚನಕಾರರೂ ಹೌದು!** : ಬಿ.ಎಂ.ಶ್ರೀಯವರು ಹೆಸರಾಂತ ಗ್ರೀಕ್ ನಾಟಕಕಾರ ಸೊಪೋಕ್ಲಿಸ್‌ನ ದುರಂತ ನಾಟಕ "ಅಜೆಕ್ಸ್" ನಾಟಕವನ್ನು ಮಹಾಭಾರತದ ಅಶ್ವತ್ಥಾಮನ ಜೀವನವನ್ನು ಹೊಂದಿಸಿ 'ಅಶ್ವತ್ಥಾಮನ್" ನಾಟಕವನ್ನು ರಚಿಸಿದರು. ಪಾರಸಿಕರು ಎಂಬುದು ಇವರ ಮತ್ತೊಂದು ನಾಟಕ. ಇದು ಗ್ರೀಕ್ ಪ್ರಖ್ಯಾತ ನಾಟಕಕಾರ ಎಸ್ಕಿಲಸ್‌ನ ನಾಟಕದ ಭಾಷಾಂತರ.

❖ ಇವುಗಳೆಲ್ಲಕ್ಕಿಂತ ಮುಖ್ಯವಾಗಿ ಬಿ.ಎಂ.ಶ್ರೀಯವರ "ಇಂಗ್ಲಿಷ್ ಗೀತೆಗಳು" ಇದೊಂದು ಆಧುನಿಕ ಕನ್ನಡ ಸಾಹಿತ್ಯದ ಯುಗ ಪ್ರವರ್ತಕ ಕೃತಿ ಎಂದರೆ ತಪ್ಪೇನಾಗಲಾರದು.

❖ ಹೊಂಗನಸುಗಳು ಇವರ ಮುಖ್ಯ ಕವನ.

❖ ಕನ್ನಡ ಬಾವುಟ ಇದು ಇವರ ಮತ್ತೊಂದು ಸಂಪಾದಿತ ಕೃತಿ.

❖ ಇದು ಪ್ರಾಚೀನ ಕಾಲದಿಂದ ಹಿಡಿದು ಆಧುನಿಕ ಕಾಲದವರೆಗೂ ಶ್ರೇಷ್ಠ ಕನ್ನಡ ಕವಿಗಳು ಕಂಡ ಕರ್ನಾಟಕದ ವರ್ಣನೆ.

❖ **ಕನ್ನಡ ಸಾಹಿತ್ಯ ಪರಿಷತ್ತು** : ಕನ್ನಡ ಸಾಹಿತ್ಯ ಪರಿಷತ್ತಿನ ಸ್ಥಾಪನೆಯಲ್ಲಿ ಇವರ ಪಾತ್ರ ಬಹಳ ಮುಖ್ಯವಾದುದು. ಇದರ ಪ್ರೇರಕರಲ್ಲಿ ಇವರೂ ಒಬ್ಬರಾಗಿದ್ದರು.

❖ "ಕನ್ನಡ ನುಡಿ" ಕನ್ನಡ ಸಾಹಿತ್ಯ ಪರಿಷತ್ತು ಪ್ರಾರಂಭಿಸಿದ ಪತ್ರಿಕೆ ಇವರದ್ದೇ ಆಗಿದೆ. ಅಲ್ಲದೆ ಮುದ್ರಣಾಲಯವನ್ನು ಹೊಂದಲು, ಬಿ.ಎಂ.ಶ್ರೀಯವರೇ ಧನ ಸಹಾಯವನ್ನೂ ಮಾಡಿದ ಮಹಾನ್ ವ್ಯಕ್ತಿ. ಆದ್ದರಿಂದಲೇ ಆ ಮುದ್ರಣಾಲಯಕ್ಕೆ ಅವರ ಹೆಸರನ್ನೇ ಇಡಲಾಗಿದೆ.

❖ ಮೈಸೂರು ಮಹಾರಾಜ ಕಾಲೇಜಿನ ಅಧ್ಯಾಪಕರಾಗಿ ಸೇವೆ ಸಲ್ಲಿಸಿದ

ಇವರು ನಂತರದಲ್ಲಿ ಮೈಸೂರು ವಿಶ್ವವಿದ್ಯಾನಿಲಯದ ರಿಜಿಸ್ಟ್ರಾರ್ ಆಗಿಯೂ ಕಾರ್ಯನಿರ್ವಹಿಸಿದರು.

❖ ಆ ಸಮಯದಲ್ಲಿ ಮೈಸೂರು ವಿಶ್ವವಿದ್ಯಾನಿಲಯದಲ್ಲಿ ಎಂ.ಎ. ತರಗತಿಗಳು ಪ್ರಾರಂಭವಾದವು.

❖ 1942ರಲ್ಲಿ ಬಿ.ಎಂ.ಶ್ರೀಯವರು ರಿಜಿಸ್ಟ್ರಾರ್ ಪದವಿಯಿಂದ ನಿವೃತ್ತರಾದರು. ನಂತರ ಅವರು ಧಾರವಾಡದ ಕರ್ನಾಟಕ ಎಜುಕೇಷನ್ ಬೋರ್ಡ್‌ನ ಆರ್ಟ್ಸ್ ಕಾಲೇಜಿನಲ್ಲಿ ಪ್ರಾಚಾರ್ಯರಾಗಿ ಕಾರ್ಯನಿರ್ವಹಿಸಿದರು.

❖ ಮೈಸೂರು ವಿಶ್ವವಿದ್ಯಾನಿಲಯ ಗ್ರಂಥಮಾಲೆಯ ಪ್ರಕಟಣೆಯನ್ನು ಆರಂಭಿಸಿದರು. ಅಲ್ಲಿ ಕಲೆ, ಕಾವ್ಯ, ವಿಜ್ಞಾನ ಅಲ್ಲದೆ ಇನ್ನೂ ಅನೇಕ ವಿಷಯಗಳಿಗೆ ಸಂಬಂಧಿಸಿದಂತೆ ಪುಸ್ತಕಗಳು ಪ್ರಕಟಗೊಂಡವು.

ಗೌರವ – ಪ್ರಶಸ್ತಿಗಳು :

❖ ಕನ್ನಡ ನಾಡು–ನುಡಿಗಳಿಗೆ, ಸಾಹಿತ್ಯಕ್ಕೆ ಅಪಾರವಾದ ಕೊಡುಗೆಯನ್ನು ನೀಡಿದ ಬಿ.ಎಂ.ಶ್ರೀಯವರಿಗೆ ಅಪಾರವಾದ ಗೌರವ–ಪ್ರಶಸ್ತಿಗಳು ದೊರೆತವು.

❖ ಕಲ್ಬುರ್ಗಿಯಲ್ಲಿ ನಡೆದ ಕನ್ನಡ ಸಾಹಿತ್ಯ ಸಮ್ಮೇಳನದ ಅಧ್ಯಕ್ಷರಾಗಿ ಆಯ್ಕೆಯಾಗಿದ್ದರು.

❖ ಇವರ ಅಭಿಮಾನಿಗಳು, ಶಿಷ್ಯವೃಂದ ಎಲ್ಲರೂ ಸೇರಿ ಬಿ.ಎಂ.ಶ್ರೀಯವರಿಗೆ "ಸಂಭಾವನೆ" ಎಂಬ ಸಂಭಾವನಾ ಗ್ರಂಥವನ್ನು ಅರ್ಪಿಸಿದರು.

ನಿಧನ :

ಕನ್ನಡ ಸಾಹಿತ್ಯಕ್ಕೆ ಹೊಸ ಚೈತನ್ಯವನ್ನು ನೀಡಿದ ಬೆಳ್ಳೂರು ಮೈಲಾರಯ್ಯ ಶ್ರೀಕಂಠಯ್ಯನವರು 5ನೇ ಜನವರಿ 1946 ರಲ್ಲಿ ಇಹಲೋಕ ತ್ಯಜಿಸಿದರು.

42. ಪ್ರೊ. ವಿ.ಕೃ. ಗೋಕಾಕ್ (1909 – 1992)

ಅತ್ಯುತ್ತಮ ಶಿಕ್ಷಣತಜ್ಞರು

ಕಿರು ಪರಿಚಯ :

ಘನ ವಿದ್ವಾಂಸ, ಮಹಾಧೀಮಂತ ಎಂದು ಸಮಕಾಲೀನರಿಂದ, ಕಿರಿಯರಿಂದ ಪ್ರಶಂಸೆ, ಅಪಾರ ಗೌರವಕ್ಕೆ ಪಾತ್ರರಾಗಿದ್ದ ಗೋಕಾಕರು ಬಾಲ್ಯದಿಂದಲೂ ಸಾಹಿತ್ಯದ ಬಗ್ಗೆ ಒಲವು ಬೆಳೆಸಿಕೊಂಡಿದ್ದು, ಭವಿಷ್ಯದಲ್ಲಿ ಉತ್ತಮ ಕವಿಗಳಾದರು. ಕನ್ನಡ ಸಾಹಿತ್ಯ ಸೇವೆಗೆ ದೊರೆತ ಜ್ಞಾನಪೀಠ ಪ್ರಶಸ್ತಿ ಪುರಸ್ಕೃತರೂ ಹೌದು. ತಮ್ಮ 14ನೇ ವಯಸ್ಸಿನಲ್ಲಿಯೇ ಇಂಗ್ಲಿಷ್ ಕವಿತೆಯನ್ನು ರಚಿಸಿದವರು. ಇವರು ಕೇವಲ ಕವಿಯಾಗಿ ಮಾತ್ರವಲ್ಲದೇ ಕಾದಂಬರಿಕಾರರಾಗಿ, ನಾಟಕಕಾರರಾಗಿ, ಪ್ರಬಂಧಕಾರರಾಗಿ, ವಿಮರ್ಶಕರಾಗಿ, ಶಿಕ್ಷಣ ತಜ್ಞರಾಗಿ, ಚಿಂತನಶೀಲರಾಗಿ ಪ್ರಸಿದ್ಧಿ ಪಡೆದವರು. ಇವರು ಕನ್ನಡ, ಸಂಸ್ಕೃತ, ಇಂಗ್ಲಿಷ್, ಮರಾಠಿ ಮುಂತಾದ ಹಲವು ಭಾಷೆಗಳ ಸಾಹಿತ್ಯವನ್ನು ಆಳವಾಗಿ ಅಧ್ಯಯನ ಮಾಡಿದವರು. ಕರ್ನಾಟಕದಲ್ಲಿ ಕನ್ನಡವನ್ನು ಕಡ್ಡಾಯಗೊಳಿಸಲು ಗೋಕಾಕರ ಮುಂದಾಳತ್ವದಲ್ಲಿ ಸಮಿತಿಯೊಂದು ರಚಿಸಲಾಗಿತ್ತು. ಕರ್ನಾಟಕದಲ್ಲಿ ಕನ್ನಡ ಶಿಕ್ಷಣ ಮಾಧ್ಯಮವಾಗಬೇಕೆಂಬುದೇ ಇವರ ಏಕೈಕ ಗುರಿಯಾಗಿತ್ತು.

ಜನನ ಮತ್ತು ಬಾಲ್ಯ :

ಗೋಕಾಕರು ಧಾರವಾಡ ಜಿಲ್ಲೆಯ ಸವಣೂರಿನಲ್ಲಿ 1909 ರಲ್ಲಿ ಜನಿಸಿದರು. ಇವರ ತಂದೆ ಕೃಷ್ಣರಾಯರು, ತಾಯಿ ಸುಂದರಬಾಯಿ. ಬಾಲ್ಯದಲ್ಲಿಂದಲೇ ಗೋಕಾಕರಿಗೆ ಸಾಹಿತ್ಯದಲ್ಲಿ ಹೆಚ್ಚು ಒಲವು. ಧಾರವಾಡದಲ್ಲಿ ಅವರು ವ್ಯಾಸಂಗ ಮಾಡುತ್ತಿದ್ದಾಗ, ಗೋಕಾಕರಿಗೆ ವರ

ಕವಿ ದ.ರಾ. ಬೇಂದ್ರೆ ಅವರ ಪರಿಚಯವಾಯಿತು. ನಂತರದ ದಿನಗಳಲ್ಲಿ ಅನೇಕ ಗೆಳೆಯರ ನಿಕಟ ಸಂಪರ್ಕವನ್ನು ಪಡೆದುಕೊಂಡರು. ಇವರು ಕನ್ನಡದ ವಿದ್ವಾಂಸರಲ್ಲೊಬ್ಬರು.

ವಿದ್ಯಾಭ್ಯಾಸ :

ಇವರು ಮುಂಬೈ ವಿಶ್ವವಿದ್ಯಾಲಯದಿಂದ ಎಂ.ಎ. ಪದವಿ ಪಡೆದು, ಫರ್ಗ್ಯೂಸನ್ ಕಾಲೇಜಿನಲ್ಲಿ ಇಂಗ್ಲಿಷ್ ಅಧ್ಯಾಪಕರಾಗಿ ವೃತ್ತಿ ಜೀವನವನ್ನು ಪ್ರಾರಂಭಿಸಿದರು. ಧಾರವಾಡದಲ್ಲಿ ವ್ಯಾಸಂಗ ಮಾಡುತ್ತಿರುವಾಗಲೇ ಗೋಕಾಕರಿಗೆ ಸಾಹಿತ್ಯದ ಬಗ್ಗೆ ಒಲವು ಹೆಚ್ಚಾಗಿತ್ತು. ಫರ್ಗ್ಯೂಸನ್ ಕಾಲೇಜಿನ ಆಡಳಿತ ಮಂಡಳಿಯವರು ಇವರ ವಿದ್ಯಾಭ್ಯಾಸದ ಆಸಕ್ತಿಯನ್ನು ಗುರುತಿಸಿ ಹೆಚ್ಚಿನ ಅಧ್ಯಯನಕ್ಕಾಗಿ ಇವರನ್ನು ಇಂಗ್ಲೆಂಡಿಗೆ ಕಳುಹಿಸಿದರು. ಲಂಡನ್ನಿನ ವಿಶ್ವವಿದ್ಯಾನಿಲಯದಲ್ಲಿ ಉನ್ನತ ಶಿಕ್ಷಣ ಪಡೆದು ಮರಳಿ ಭಾರತಕ್ಕೆ ಬಂದರು. ನಂತರದಲ್ಲಿ ಸಾಂಗ್ಲಿಯ ವಿಲ್ಲಿಂಗ್‌ಡನ್ ಕಾಲೇಜಿನಲ್ಲಿ ಪ್ರಾಂಶುಪಾಲರಾಗಿ ನೇಮಕಗೊಂಡರು. ನಂತರದ ದಿನಗಳಲ್ಲಿ ಶಿಕ್ಷಣ ಮತ್ತು ಸಾಹಿತ್ಯದ ಜೀವನ ಪ್ರಾರಂಭವಾಯಿತು.

ವೈವಾಹಿಕ ಜೀವನ :

ಗೋಕಾಕರು ಶಾರದ ಬೆತಡೂರ್ ಎಂಬುವವರನ್ನು ವಿವಾಹವಾದರು.

ಕಾರ್ಯ ಸಾಧನೆ :

- ಆಧುನಿಕ ಕನ್ನಡ ಸಾಹಿತ್ಯದಲ್ಲಿ ಗೋಕಾಕರಿಗೆ ಮಹತ್ವದ ಸ್ಥಾನ ಇದೆ.
- 1930 ರಲ್ಲಿ ಇವರ ಪ್ರಥಮ ಕವನ ಸಂಕಲನ, ಕಲೋಪಾಸಕ, ಪ್ರಕಟವಾಯಿತು. ಇದು ನವ್ಯ ಕವಿತೆಗಳನ್ನು ಹೊಂದಿದ್ದು ಕನ್ನಡ ಸಾಹಿತ್ಯದಲ್ಲಿ ಹೊಸ ಪ್ರಾಕಾರಕ್ಕೆ ನಾಂದಿ ಹಾಡಿತು.
- ಗೋಕಾಕರು ಕೇವಲ ಕವಿಯಾಗಿರಲಿಲ್ಲ. ಕಾದಂಬರಿಕಾರರಾಗಿ,

ವಿಮರ್ಶಕರಾಗಿ, ನಾಟಕಕಾರರಾಗಿ, ಶಿಕ್ಷಣ ತಜ್ಞರಾಗಿ ಪ್ರಸಿದ್ಧಿ ಪಡೆದವರು.

• ಮರಾಠಿ, ಇಂಗ್ಲಿಷ್, ಕನ್ನಡ, ಸಂಸ್ಕೃತ ಮೊದಲಾದ ಭಾಷೆಗಳಲ್ಲಿ ಆಳವಾಗಿ ಅಧ್ಯಯನ ಮಾಡಿ ಖ್ಯಾತಿ ಪಡೆದರು.

• 1982 ರಲ್ಲಿ ಇವರು ರಚಿಸಿದ "ಭಾರತ ಸಿಂಧು ರಶ್ಮಿ" ಋಗ್ವೇದದ ವಸ್ತುವನ್ನು ಹೊಂದಿದೆ. ಈ ಕಾವ್ಯದ ನಾಯಕ ವಿಶ್ವಾಮಿತ್ರ.

• **ಕವನ ಸಂಕಲಗಳು :**

• ನಂದನವನ, ಪಯಣ, ಕಾಶ್ಮೀರ, ಉಗಮ, ಪುಣ್ಯಭೂಮಿ ಮುಂತಾದವುಗಳು ಇವರು ರಚಿಸಿದ ಕವನ ಸಂಕಲನಗಳು.

• ಕವಿ ಕಾವ್ಯ ಮಹೋನ್ನತಿ ಮತ್ತು ನವ್ಯತೆ ಹಾಗೂ ಕಾವ್ಯ ಜೀವನ ಮುಂತಾದವುಗಳು ಗೋಕಾಕರ ವಿಮರ್ಶಾ ಕೃತಿಗಳು.

• ಸಮುದ್ರದಿಂದಾಚೆಯಿಂದ ಇವರು ಬರೆದ ಪ್ರವಾಸ ಕಥನ.

• ಸಣ್ಣಕಥೆಗಳೊಂದನ್ನು ಬಿಟ್ಟು ಉಳಿದೆಲ್ಲಾ ಸಾಹಿತ್ಯ ಪ್ರಕಾರಗಳಲ್ಲಿಯೂ ಕೃತಿಗಳನ್ನು ರಚಿಸಿದ ಗೋಕಾಕರು ಹಲವಾರು ನಾಟಕಗಳನ್ನು ರಚಿಸಿದ್ದಾರೆ.

• ಬೇಂದ್ರೆಯವರ ಆದೇಶದಂತೆ ಗೋಕಾಕರು ಮಹರ್ಷಿ ಅರವಿಂದರನ್ನು ಕುರಿತು ವಿಶೇಷ ಅಧ್ಯಯನ ಮಾಡಿದರು.

• ನೆಲ ಮುಗಿಲು, ದ್ಯಾವಾಪೃಥ್ವಿ, ಸಮರಸವೇ ಜೀವನ ಮುಂತಾದ ಕೃತಿಗಳು ಜನಪ್ರಿಯಗೊಂಡಿವೆ.

• ಕರ್ನಾಟಕ ಮತ್ತು ಉಸ್ಮಾನಿಯಾ ವಿಶ್ವವಿದ್ಯಾನಿಲಯಗಳಲ್ಲಿ ಇಂಗ್ಲಿಷ್ ಪ್ರಾಧ್ಯಾಪಕರಾಗಿ ಕಾರ್ಯನಿರ್ವಹಿಸಿದ ಗೋಕಾಕರು ಹೈದರಾಬಾದಿನ ಸೆಂಟ್ರಲ್ ಇನ್ಸ್ಟಿಟ್ಯೂಟ್ ಆಫ್ ಇಂಗ್ಲಿಷ್ ಮತ್ತು ಸಿಮ್ಲಾದ ಇನ್ಸ್ಟಿಟ್ಯೂಟ್ ಆಫ್ ಅಡ್ವಾನ್ಸ್ಡ್ ಸ್ಟಡೀಸ್ ಇಲ್ಲಿ ನಿರ್ದೇಶಕರಾಗಿ ಸೇವೆ ಸಲ್ಲಿಸಿದ್ದಾರೆ

- ಅಮೆರಿಕ ವಿಶ್ವವಿದ್ಯಾನಿಲಯಗಳಲ್ಲಿ ಪರೀಕ್ಷಾ ಕ್ರಮವನ್ನು ಕ್ರಮಬದ್ಧವಾಗಿ ಅಧ್ಯಯನ ಮಾಡಲು ಭಾರತ ಸರ್ಕಾರ ರಚಿಸಿದ್ದ ನಿಯೋಗದ ಅಧ್ಯಕ್ಷರೂ ಆಗಿದ್ದರು.
- **ಭಾರತದ ಸಾಂಸ್ಕೃತಿಕ ರಾಯಭಾರಿಯಾಗಿ :** ಅಮೆರಿಕ, ಇಂಗ್ಲೆಂಡ್, ಗ್ರೀಸ್, ಬೆಲ್ಜಿಯಂ, ಪೂರ್ವ ಆಫ್ರಿಕ ಮುಂತಾದ ದೇಶಗಳಿಗೆ ಭೇಟಿ ನೀಡಿದ ಹಿರಿಮೆ ಇವರದ್ದಾಗಿದೆ.
- **ಇತಿಹಾಸದ ಪುಟಗಳಲ್ಲಿ ದಾಖಲೆ :**
- ಕರ್ನಾಟಕದಲ್ಲಿ ಕನ್ನಡ ಭಾಷೆಯೇ ಶಿಕ್ಷಣ ಮಾಧ್ಯಮ-ವಾಗಿರಬೇಕೆಂಬುದೇ ಗೋಕಾಕರ ಮೂಲ ಉದ್ಧೇಶವಾಗಿತ್ತು. ಇದಕ್ಕಾಗಿ ವರದಿಯೊಂದನ್ನು ರಚಿಸಲಾಯಿತು. ಗೋಕಾಕ್ ವರದಿ ಜಾರಿಗೆ ತರುವ ಸಲುವಾಗಿ ಕರ್ನಾಟಕದಲ್ಲಿ ದೊಡ್ಡ ಚಳವಳಿಯೇ ನಡೆದು, ಇತಿಹಾಸದ ಪುಟಗಳಲ್ಲಿ ದಾಖಲಾಗಿದೆ.
- ಗೋಕಾಕರು ಜ್ಞಾನಪೀಠ ಪ್ರಶಸ್ತಿಯ ಆಯ್ಕೆ ಸಮಿತಿಯ ಅಧ್ಯಕ್ಷರಾಗಿಯೂ ಕಾರ್ಯನಿರ್ವಹಿಸಿದ್ದಾರೆ.
- ಗೋಕಾಕರು ಹಲವಾರು ಅಂತರರಾಷ್ಟ್ರೀಯ ಕವಿ ಸಮ್ಮೇಳನ, ಶಿಕ್ಷಣ ಸಮ್ಮೇಳನಗಳಿಗೆ ಆಹ್ವಾನಿತರಾಗಿ ಹೋಗಿ ಬಂದಿದ್ದಾರೆ.
- ಬಳ್ಳಾರಿಯಲ್ಲಿ ನಡೆದ 40ನೇ ಕನ್ನಡ ಸಾಹಿತ್ಯ ಸಮ್ಮೇಳಮದ ಅಧ್ಯಕ್ಷರೂ ಆಗಿದ್ದರು.

ಗೌರವ – ಪ್ರಶಸ್ತಿಗಳು :

- ಗೋಕಾಕರು ಸಾಹಿತ್ಯ – ಸಂಸ್ಕೃತಿಗೆ ಸಲ್ಲಿಸಿದ ಸೇವೆಯನ್ನು ಗುರುತಿಸಿ ಜನತೆಯೂ – ಸರ್ಕಾರವೂ ಅವರಿಗೆ ಗೌರವಗಳನ್ನು, ಪ್ರಶಸ್ತಿಗಳನ್ನೂ ನೀಡಿ ಸನ್ಮಾನಿಸಿವೆ.
- 1958 ರಲ್ಲಿ ಬಳ್ಳಾರಿಯಲ್ಲಿ ನಡೆದ ಕನ್ನಡ ಸಾಹಿತ್ಯ ಸಮ್ಮೇಳನದ ಅಧ್ಯಕ್ಷತೆಯನ್ನು ವಹಿಸಿದ್ದರು.
- ಕರ್ನಾಟಕ ವಿಶ್ವವಿದ್ಯಾನಿಲಯ ಮತ್ತು ಕ್ಯಾಲಿಫೋರ್ನಿಯಾದ

ಫೆಸಿಫಿಕ್ ವಿಶ್ವವಿದ್ಯಾನಿಲಯಗಳು ಇವರಿಗೆ ಗೌರವ ಡಾಕ್ಟರೇಟ್ ನೀಡಿ ಗೌರವಿಸಿವೆ.

- ಕೇಂದ್ರಸರ್ಕಾರವು ಇವರಿಗೆ ಪದ್ಮಶ್ರೀ ಪ್ರಶಸ್ತಿ ನೀಡಿದೆ.
- ಕೇಂದ್ರ ಸಾಹಿತ್ಯ ಅಕಾಡೆಮಿಯು ಅಧ್ಯಕ್ಷ ಪದವಿಯನ್ನು ನೀಡಿತು.
- ಇವರ ಮೇರು ಕೃತಿ "ಭಾರತ ಸಿಂಧುರಶ್ಮಿ"ಗೆ ಕರ್ನಾಟಕ ಸಾಹಿತ್ಯ ಅಕಾಡೆಮಿ ಪ್ರಶಸ್ತಿಯನ್ನು ನೀಡಿ ಗೌರವಿಸಿತು.
- ಭಾರತೀಯ ವಿದ್ಯಾಭವನದ ರಾಜಾಜಿ ಪ್ರಶಸ್ತಿ ದೊರೆತಿದೆ.
  - **ಮುಖ್ಯಾಂಶ :**
  - ಗೋಕಾಕರಿಗೆ ಜ್ಞಾನಪೀಠ ಪ್ರಶಸ್ತಿಯನ್ನು ನೀಡುವಾಗ ಪ್ರಶಸ್ತಿ ಆಯ್ಕೆ ಅಮಿತಿ ಅವರ ಯಾವುದೇ ಕೃತಿಯನ್ನು ಹೆಸರಿಸಿರಲಿಲ್ಲ. ಕನ್ನಡ ಸಾಹಿತ್ಯ ಕ್ಷೇತ್ರಕ್ಕೆ ಅವರು ಸಲ್ಲಿಸಿದ ಅಪಾರ ಕೊಡುಗೆಯನ್ನು ಗಮನಿಸಿ ಈ ಪ್ರಶಸ್ತಿಯನ್ನು ನೀಡಲಾಗಿದೆ. ಯಾವುದೇ ಕೃತಿಯನ್ನು ಹೆಸರಿಸದೆ ಜ್ಞಾನಪೀಠ ಪ್ರಶಸ್ತಿಯನ್ನು ಕೊಟ್ಟದ್ದು ಇದೇ ಮೊದಲು. ಆದರೆ ಬಹಳಷ್ಟು ಜನರು ಗೋಕಾಕರಿಗೆ ಅವರ ಮೇರು ಕೃತಿ "ಭಾರತ ಸಿಂಧು ರಶ್ಮಿ" ಗಾಗಿಯೇ ಈ ಪ್ರಶಸ್ತಿ ಬಂದಿದೆ ಎಂದು ಭಾವಿಸಿದ್ದಾರೆ.

ನಿಧನ :

ತಮ್ಮ ಹಲವು ಸಾಧನೆ, ಸಾಹಿತ್ಯ ಕ್ಷೇತ್ರದಲ್ಲಿ ನಿರಂತರವಾಗಿ ಶ್ರಮಿಸಿದ, ಕನ್ನಡಕ್ಕೆ ಅಂತರರಾಷ್ಟ್ರೀಯ ಖ್ಯಾತಿಯನ್ನು ಗೌರವವನ್ನು ತಂದುಕೊಟ್ಟ ವಿನಾಯಕ ಕೃಷ್ಣ ಗೋಕಾಕರು 1992 ರಲ್ಲಿ ನಿಧನರಾದರು.

43. ಕುವೆಂಪು (1904 – 1994)

ಕನ್ನಡ ಸಾಹಿತ್ಯ ಲೋಕದ ಸಾರ್ವಭೌಮ

ಕಿರು ಪರಿಚಯ :

ಕನ್ನಡ ನಾಡಿಗೆ, ಕನ್ನಡ ಸಾಹಿತ್ಯಕ್ಕೆ ಅಪಾರ ಕೀರ್ತಿ ಹಾಗೂ ಅಮೂಲ್ಯ ಗೌರವ ತಂದುಕೊಟ್ಟವರು ರಾಷ್ಟ್ರಕವಿ ಕುವೆಂಪುರವರು. ಆಧುನಿಕ ಕನ್ನಡ ಸಾಹಿತ್ಯದ ಪರಂಪರೆಗೆ ನಾಂದಿ ಹಾಡಿದ ಅಪರೂಪದ ವ್ಯಕ್ತಿ. ಅಧ್ಯಾಪಕರಾಗಿ, ನಾಟಕಕಾರರಾಗಿ, ಭಾವಜೀವಿಗಳಾಗಿ, ಉಪಕುಲಪತಿಗಳಾಗಿ, ಕನ್ನಡ ಭಾಷೆ ಬಗ್ಗೆ ಅಪಾರವಾದ ಪ್ರೀತಿ, ವಿಶ್ವಾಸ ಬೆಳೆಸಿಕೊಂಡ ಇವರು ಕನ್ನಡಕ್ಕಾಗಿಯೇ ತಮ್ಮ ತನು–ಮನ–ಧನ ಸವೆಸಿದ ದಾರ್ಶನಿಕರು ಕುವೆಂಪುರವರು. ಕನ್ನಡ ಸಾಹಿತ್ಯದ ಮೇರು ಕೃತಿಯಾದ "ಶ್ರೀ ರಾಮಾಯಣ ದರ್ಶನಂ" ಕನ್ನಡ ಸಾಹಿತ್ಯದಲ್ಲಿಯೇ ಕಿರೀಟ ಪ್ರಾಯವಾಗಿದೆ. ಇವರು ಕನ್ನಡ ಸಾಹಿತ್ಯಕ್ಕೆ ಸಲ್ಲಿಸಿದ ಸೇವೆ ಅಪಾರ.

ಜನನ ಮತ್ತು ಬಾಲ್ಯ :

ಕುವೆಂಪು ಅವರ ಪೂರ್ಣ ಹೆಸರು ಕುಪ್ಪಳ್ಳಿ ವೆಂಕಟಪ್ಪ ಪುಟ್ಟಪ್ಪ. ಇವರು ದಿನಾಂಕ 29ನೇ ಡಿಸೆಂಬರ್ 1904 ರಲ್ಲಿ ಶಿವಮೊಗ್ಗ ಜಿಲ್ಲೆಯ ತೀರ್ಥಹಳ್ಳಿ ತಾಲ್ಲೂಕಿನ ಹಿರೇಕೊಡುಗೆಯಲ್ಲಿ ಜನಿಸಿದರು. ಇವರ ತಂದೆ ಕುಪ್ಪಳ್ಳಿ ವೆಂಕಟಪ್ಪನವರು. ತಾಯಿ ಸೀತಮ್ಮನವರು.

ವಿದ್ಯಾಭ್ಯಾಸ :

ಕೆ.ವಿ. ಪುಟ್ಟಪ್ಪ (ಕುವೆಂಪು) ರವರ ಪ್ರಾರಂಭಿಕ ವಿದ್ಯಾಭ್ಯಾಸ ತೀರ್ಥಹಳ್ಳಿಯಲ್ಲೇ ನಡೆಯಿತು. ಮಲೆನಾಡಿನ ಪ್ರದೇಶದಲ್ಲಿ ಹುಟ್ಟಿ ಬೆಳೆದ ಇವರು ಪ್ರಕೃತಿಗೆ ಮಾರುಹೋಗಿದ್ದರು. ಇವರು ತಮ್ಮ ಪ್ರಾರಂಭಿಕ ವಿದ್ಯಾಭ್ಯಾಸವನ್ನು ಮುಗಿಸಿದ ನಂತರ ಮೈಸೂರಿನಲ್ಲಿ ಪ್ರೌಢಶಾಲೆ

ವಿದ್ಯಾಭ್ಯಾಸ ಮುಗಿಸಿ, ಎಂ.ಎ. ಪದವಿಯನ್ನು ಪಡೆದರು. ಇವರು ತಮ್ಮ ವಿದ್ಯಾರ್ಥಿ ಜೀವನವನ್ನು ಮೈಸೂರು ರಾಮಕೃಷ್ಣ ಆಶ್ರಮದಲ್ಲೇ ಕಳೆದರು. ಇದರಿಂದ ಅವರಿಗೆ ರಾಮಕೃಷ್ಣ ಪರಮಹಂಸ, ಸ್ವಾಮಿ ವಿವೇಕಾನಂದರ ಬಗ್ಗೆ ಆಸಕ್ತಿ ಉಂಟಾಗಿ, ಅವರ ಚರಿತ್ರೆಯ ಕುರಿತು ಅಧ್ಯಯನ ಮಾಡಿದರು. ಇದರಿಂದ ಆಧ್ಯಾತ್ಮ ಚಿಂತನೆಯೂ ಬೆಳೆಯಿತು. ಇವರಿಗೆ ಎ.ಆರ್. ಕೃಷ್ಣ ಶಾಸ್ತ್ರಿ, ಬಿ.ಎಂ. ಶ್ರೀಕಂಠಯ್ಯ, ಟಿ.ಎಸ್. ವೆಂಕಣಯ್ಯ ಮುಂತಾದ ಗುರುಗಳ ಮಾರ್ಗದರ್ಶನವೂ ದೊರೆಯಿತು.

ವೈವಾಹಿಕ ಜೀವನ :

ಕುವೆಂಪು ಅವರು ಹೇಮಾವತಿಯೆಂಬುವವರನ್ನು 1937 ರಲ್ಲಿ ವಿವಾಹವಾದರು

ವೃತ್ತಿ ಜೀವನ ಮತ್ತು ಕಾರ್ಯಸಾಧನೆ :

- ಕುವೆಂಪುರವರು 1929 ರಲ್ಲಿ ಮೈಸೂರು ಮಹಾರಾಜ ಕಾಲೇಜಿನಲ್ಲಿ ಕನ್ನಡ ಪ್ರಾಧ್ಯಾಪಕರಾಗಿ ತಮ್ಮ ವೃತ್ತಿ ಜೀವನವನ್ನು ಪ್ರಾರಂಭಿಸಿದರು.
- 1955 ರಲ್ಲಿ ಅದೇ ಕಾಲೇಜಿನಲ್ಲಿ ಪ್ರಾಂಶುಪಾಲರಾಗಿ ಕಾರ್ಯನಿರ್ವಹಿಸಿದರು.
- 1956 ರಲ್ಲಿ ಮೈಸೂರು ವಿದಶ್ವವಿದ್ಯಾನಿಲಯದ ಉಪಕುಲಪತಿಗಳಾಗಿ ದಕ್ಷ ಆಡಳಿತ ನೀಡಿ ಉತ್ತಮ ಕಾರ್ಯ ನಿರ್ವಹಿಸಿದರು.
- ಕುವೆಂಪುರವರು ನಾನಾ ಪ್ರಕಾರಗಳಲ್ಲಿ ಸಾಹಿತ್ಯ ಸೇವೆ ಮಾಡಿದ ಉತ್ತಮ ಕವಿಗಳೂ ಹೌದು!
- **ಜ್ಞಾನಪೀಠ ಪ್ರಶಸ್ತಿ** : 1949 ರಲ್ಲಿ ರಚಿಸಿದ "ಶ್ರೀ ರಾಮಾಯಣ ದರ್ಶನಂ" ಅತ್ಯಂತ ಪ್ರಸಿದ್ಧಿಯಾದ ಕೃತಿಯಾಗಿತ್ತು. ಇದಕ್ಕೆ 1968 ರಲ್ಲಿ ಮೊಟ್ಟಮೊದಲ ಜ್ಞಾನಪೀಠ ಪ್ರಶಸ್ತಿ ಬಂದಿತು. ವಾಲ್ಮೀಕಿ ರಾಮಾಯಣದಿಂದಲೇ ವಸ್ತುವನ್ನು ಆಯ್ಕೆ ಮಾಡಿಕೊಂಡಿದ್ದರೂ

ಕಲೆ ಹಾಗೂ ದರ್ಶನದಿಂದ ಅಪೂರ್ವತೆಯನ್ನು ಸಾಧಿಸಿದ ಶ್ರೀ ರಾಮಾಯಣ ದರ್ಶನಂ ಹೆಚ್ಚು ಜನಪ್ರಿಯವಾಗಿದೆ.

❖ ಇವರು ಮಕ್ಕಳ ಸಾಹಿತ್ಯದಿಂದ ಹಿಡಿದು ಮಹಾಕಾವ್ಯದವರೆಗೂ ಇವರು ಕೃತಿಗಳನ್ನು ರಚಿಸಿರುವರು.

❖ ಇವರು ಪ್ರಧಾನವಾಗಿ ರಚಿಸಿದ ಭಾವಗೀತೆಗಳು : – ಕೊಳಲು, ನವಿಲು, ಪಕ್ಷಿಕಾಶಿ, ಅಗ್ನಿ ಹಂಸ, ಕೋಗಿಲೆ.

❖ ಅವರ ಹೆಬ್ಬಯಕೆಯೆಂದರೆ ಜಾತಿ, ಮತ, ಭೇದ ಇವುಗಳನ್ನು ತೊರೆದು ವಿಶ್ವಮಾನವನಾಗಬೇಕೆಂಬುದೇ ಆಗಿತ್ತು.

❖ **ನಾಟಕ :** ಕುವೆಂಪುರವರ ಪ್ರಮುಖ ನಾಟಕಗಳೆಂದರೆ : ಜಲಗಾರ, ಸ್ಮಶಾನ, ಕುರುಕ್ಷೇತ್ರ, ಶೂದ್ರ ತಪಸ್ವಿ, ಬೆರಳ್ಗೆಕೊರಳ್ ಇನ್ನೂ ಹಲವಾರು.

❖ ಇವುಗಳಲ್ಲದೆ ಇವರು ಉತ್ತಮ ಹಾಗೂ ಮನಮುಟ್ಟುವ ಕಾದಂಬರಿಗಳನ್ನು ರಚಿಸಿದ್ದಾರೆ. ಅವುಗಳೆಂದರೆ : ಕಾನೂರು ಸುಬ್ಬಮ್ಮ ಹೆಗ್ಗಡತಿ, ಮಲೆಗಳಲ್ಲಿ ಮದುಮಗಳು ಮುಖ್ಯವಾದವುಗಳು.

❖ ಅಲ್ಲದೆ ಧನ್ವಂತರಿ ಎಂಬುದು ಇವರ ಸಣ್ಣ ಕಥಾ ಸಂಕಲನವಾಗಿದೆ.

❖ ನನ್ನ ಗೋಪಾಲ ಎಂಬ ನಾಟಕ ಮತ್ತು ಬೊಮ್ಮನಹಳ್ಳಿ ಕಿಂದರಿ ಜೋಗಿ ಎಂಬ ಕವನವನ್ನು ಶಿಶು ಸಾಹಿತ್ಯವಾಗಿ ರಚಿಸಿರುವರು. ಅಲ್ಲದೆ ಇವರು ಕಾವ್ಯ ಮೀಮಾಂಸೆ, ವಿಮರ್ಶೆ ಕುರಿತಾಗಿ ಅನೇಕ ಕೃತಿಗಳನ್ನೂ ರಚಿಸಿದ್ದಾರೆ.

❖ **ದೇಶಭಕ್ತಿ ಕವನಗಳು :** ಕುವೆಂಪುರವರು ಭಾರತದ ಸ್ವಾತಂತ್ರ್ಯದ ಹೋರಾಟದ ಸಮಯದಲ್ಲಿ ಅನೇಕ ದೇಶಭಕ್ತಿ ಕವನಗಳನ್ನು ರಚಿಸಿದ್ದಾರೆ.

❖ ಇವರು ಕರ್ನಾಟಕದ ಏಕೀಕರಣ ಹಾಗೂ ಕನ್ನಡ ನಾಡು–ನುಡಿಗೆ ಸೇರಿದಂತೆ ಅನೇಕ ಕವನಗಳನ್ನು ರಚಿಸಿ, ಕನ್ನಡಿಗರಲ್ಲಿ ಅಭಿಮಾನವನ್ನು ಮೂಡಿಸಿದ್ದಾರೆ.

❖ "ನೆನಪಿನ ದೋಣಿಯಲ್ಲಿ" ಕುವೆಂಪುರವರ ಆತ್ಮಕಥನವಾಗಿದೆ.

❖ **ಕುವೆಂಪುರವರ ಕಾವ್ಯನಾಮ :** ಆಧುನಿಕ ಕನ್ನಡದ ಧೀಮಂತ ಕವಿ ಕುಪ್ಪಳ್ಳಿ ವೆಂಕಟಪ್ಪ ಪುಟ್ಟಪ್ಪ ಅವರ ಕಾವ್ಯನಾಮ ಕುವೆಂಪು.

❖ ಇವರು ರಚಿಸಿದ ಸಾಹಿತ್ಯ ಅತ್ಯಮೂಲ್ಯವಾದುದು ಹಾಗೂ ಅತ್ಯಂತ ವಿಶಾಲವಾದುದು. ಅಲ್ಲದೆ ಅಷ್ಟೇ ಮೌಲಿಕವಾದುದು.

❖ ಕನ್ನಡದಲ್ಲಿ ಸಾಹಿತ್ಯ ರಚನೆ ಮಾಡಿದ ಇವರು ರಾಷ್ಟ್ರ ಮಟ್ಟದಲ್ಲಿ ಅಪಾರವಾದ ಕೀರ್ತಿ–ಗೌರವಗಳನ್ನು ತಂದು ಕೊಟ್ಟರು.

❖ **ಮೊದಲ ಕವನ ಸಂಕಲನ ದಿ ಬಿಗಿನರ್ಸ್ ಮ್ಯೂಸ್ :** ಕುವೆಂಪುರವರ ಮೊದಲ ಕವನ ಸಂಕಲನ "ದಿ ಬಿಗಿನರ್ಸ್ ಮ್ಯೂಸ್" ಇಂಗ್ಲಿಷ್ ಕವನ ಸಂಕಲನ. ಇದನ್ನು ಮೆಚ್ಚಿಕೊಂಡ ಐರ್ಲೆಂಡಿನ ಸಾಹಿತಿ ಜೇಮ್ಸ್ ಹೆಚ್. ಕಸಿನ್ಸ್ ಅವರು ಕನ್ನಡದಲ್ಲಿ ಬರೆಯುವಂತೆ ಸೂಚಿಸಿದರು. ಇಂಗ್ಲಿಷ್ ಸಾಹಿತ್ಯದಿಂದ ಪ್ರಭಾವಗೊಂಡರೂ, ಕನ್ನಡ ನಾಡು–ನುಡಿ–ಸಂಸ್ಕೃತಿಯನ್ನು ಮೈಗೂಡಿಸಿಕೊಂಡು ಕನ್ನಡಭಾಷೆಗೆ ಹೊಸದೊಂದು ಆಯಾಮ ನೀಡಿದ ಕುವೆಂಪುರವರು ನಿಜಕ್ಕೂ ಪ್ರಶಂಸಾರ್ಹರು.

ಗೌರವ – ಪ್ರಶಸ್ತಿಗಳು :

❖ ಖ್ಯಾತ ಕವಿ ಕುವೆಂಪುರವರಿಗೆ ಸಂದ ಗೌರವ – ಪ್ರಶಸ್ತಿಗಳು ಅಪಾರ.

❖ ಮೈಸೂರು, ಕರ್ನಾಟಕ, ಬೆಂಗಳೂರು, ಗುಲ್ಬರ್ಗ ವಿಶ್ವವಿದ್ಯಾನಿಲಯ, ಕಾನ್ಪುರ, ವರ್ಲ್ಡ್ ಅಕಾಡೆಮಿ ಆಫ್ ಆರ್ಟ್ಸ್ ಅಂಡ್ ಕಲ್ಚರ್ ಇವರುಗಳಿಂದ ಗೌರವ ಡಾಕ್ಟರೇಟ್ ಪ್ರಶಸ್ತಿ ದೊರೆತಿವೆ.

❖ 1955 ರಲ್ಲಿ ಕೇಂದ್ರ ಸಾಹಿತ್ಯ ಅಕಾಡೆಮಿ ಪ್ರಶಸ್ತಿ.

❖ 1958 ರಲ್ಲಿ ಪದ್ಮಭೂಷಣ ಪ್ರಶಸ್ತಿ.

❖ 1958 ರಲ್ಲಿ ಧಾರವಾಡದಲ್ಲಿ ನಡೆದ ಕನ್ನಡ ಸಾಹಿತ್ಯ ಸಮ್ಮೇಳನಕ್ಕೆ

ಅಧ್ಯಕ್ಷ ಸ್ಥಾನ ದೊರೆತಿವೆ. ಇಷ್ಟೇ ಅಲ್ಲದೆ ಕರ್ನಾಟಕ ಸರ್ಕಾರವು ಇವರಿಗೆ ರಾಷ್ಟ್ರ ಕವಿ ಎಂಬ ಪ್ರಶಸ್ತಿ ನೀಡಿ ಗೌರವಿಸಿದೆ.

ನಿಧನ :

ಕುವೆಂಪು ಎಂಬ ಕಾವ್ಯನಾಮದಿಂದ ಪ್ರಖ್ಯಾತರಾದ ಕೆ.ವಿ. ಪುಟ್ಟಪ್ಪನವರು 1994 ರಲ್ಲಿ ನಿಧನರಾದರು.

44. ಪಂಜೆ ಮಂಗೇಶ್ವರಾವ್ (1874 – 1937)

ಮಕ್ಕಳ ಸಾಹಿತ್ಯಕ್ಕೆ ಜೀವಕಳೆ ತುಂಬಿದವರು

ಕಿರು ಪರಿಚಯ :

ಪಂಜೆ ಮಂಗೇಶ್ವರಾವ್‌ರವರು ಕನ್ನಡದಲ್ಲಿ ಶಿಶು ಸಾಹಿತ್ಯಕ್ಕೆ ನೀಡಿದ ಕೊಡುಗೆ ಅಪಾರವಾದುದು. ಇವರು ಮಕ್ಕಳಿಗಾಗಿಯೇ ಸಣ್ಣ ಕಥೆಗಳು, ಕವನಗಳು ಮುಂತಾದವುಗಳನ್ನು ರಚಿಸಿ ಚಿಣ್ಣರನ್ನು ಆಕರ್ಷಿಸಿದವರು. ಇಷ್ಟಕ್ಕೆ ಮಾತ್ರವೇ ಇವರ ಕಾರ್ಯಸಾಧನೆ ಸೀಮಿತವಾಗಿರಲಿಲ್ಲ. ಶಿಕ್ಷಣ ಕ್ಷೇತ್ರದಲ್ಲಿಯೂ ಅವರ ಕೊಡುಗೆ ಅಪಾರ. ಮಂಗೇಶ್ವರಾಯರು ಕನ್ನಡ ಕಾವ್ಯ ಪ್ರಪಂಚದಲ್ಲಿ ಪ್ರಸಿದ್ಧರಾದುದರಿಂದ ಅವರು "ಪಂಜೆ ಮಂಗೇಶ್ವರಾಯ" ಎಂದೇ ನಾಮಾಂಕಿತರಾದರು. ಪಂಜೆ ಮಂಗೇಶ್ವರಾಯರು ಕನ್ನಡ ನವೋದಯ ಕಾವ್ಯದ ಆದ್ಯ ಪ್ರವರ್ತಕರೂ ಹೌದು! ಇವರು ನವೋದಯ ಸಾಹಿತ್ಯ ರಚನೆಯ ಮೊದಲಿಗರು. 1921 ರಲ್ಲಿ ಇವರು ಮಂಗಳೂರಿನಲ್ಲಿ "ಬಾಲ್ಯ ಸಾಹಿತ್ಯ ಮಂಡಳಿ" ಎಂಬ ಸಂಸ್ಥೆಯನ್ನು ಸ್ಥಾಪಿಸಿ ಮಕ್ಕಳಿಗೆ ಸಾಹಿತ್ಯಾಭಿರುಚಿಯನ್ನು ನೀಡಿ ಎಲ್ಲರ ಮೆಚ್ಚುಗೆಗೆ ಪಾತ್ರರಾದರು.

ಜನನ ಮತ್ತು ಬಾಲ್ಯ :

ಪಂಜೆ ಮಂಗೇಶ್ವರಾವ್‍ರವರು 22ನೇ ಫೆಬ್ರವರಿ 1874 ರಲ್ಲಿ ಬಂಟ್ವಾಳದಲ್ಲಿ ಜನಿಸಿದರು. ಇವರ ಪೂರ್ವಿಕರು ದಕ್ಷಿಣ ಕನ್ನಡ ಜಿಲ್ಲೆಯ ಪಂಜ ಗ್ರಾಮದ ಮೂಲ ನಿವಾಸಿಗಳಾಗಿದ್ದರು. ಆದುದರಿಂದಲೇ ಇವರ ಮನೆತನಕ್ಕೆ "ಪಂಜೆ" ಎಂಬ ಹೆಸರು ಬಂದಿತು. ಇವರ ತಂದೆ ರಾಮಯ್ಯ. ತಾಯಿ ಶಾಂತದುರ್ಗೆ. ಮಂಗೇಶ್ವರಾವ್‍ರವರು ಕಾವ್ಯ ಕ್ಷೇತ್ರದಲ್ಲಿ ಪ್ರಖ್ಯಾತರಾದುದರಿಂದ ಅವರು "ಪಂಜೆ ಮಂಗೇಶ ರಾಯ" ಎಂದೇ ನಾಮಾಂಕಿತರಾದರು.

ವಿದ್ಯಾಭ್ಯಾಸ :

ದುರಾದೃಷ್ಟವಶಾತ್ ಮಂಗೇಶರಾಯರು ಬಾಲ್ಯದಲ್ಲಿಯೇ ತಮ್ಮ ತಂದೆಯವರನ್ನು ಕಳೆದುಕೊಂಡರು. ತಾವೇ ಸ್ವತಃ ಅತ್ಯಂತ ಕಷ್ಟಪಟ್ಟು ವ್ಯಾಸಂಗ ಮಾಡಿ ಬಿ.ಎ. ಪದವಿಯನ್ನು ಪಡೆದರು. ನಂತರ ಇವರು ಎಲ್.ಡಿ. ಪರೀಕ್ಷೆಯಲ್ಲಿ ಉತ್ತೀರ್ಣರಾದರು.

ವೈವಾಹಿಕ ಜೀವನ :

ಪಂಜೆ ಮಂಗೇಶರಾಯರು ತಮ್ಮ 20ನೇ ವಯಸ್ಸಿನಲ್ಲಿ ಗಿರಿಜಾಬಾಯಿ ಎಂಬುವವರನ್ನು ವಿವಾಹವಾದರು. ಆಕೆ ಮತ್ತು ಆಕೆಯ ಮಕ್ಕಳು ಸಂಗೀತ ಹಾಗೂ ಬರವಣಿಗೆಯಲ್ಲಿ ಆಸಕ್ತಿವಹಿಸಿದ್ದರು.

ವೃತ್ತಿ ಜೀವನ ಮತ್ತು ಕಾರ್ಯಸಾಧನೆ :

❖ ವಿದ್ಯಾಭ್ಯಾಸ ಮುಗಿಸಿದ ನಂತರ ಮಂಗೇಶರಾಯರು ಜೀವನ ನಿರ್ವಹಣೆಗಾಗಿ ಮಂಗಳೂರಿನ ಕಾಲೇಜಿನಲ್ಲಿ ಶಿಕ್ಷಕ ವೃತ್ತಿಯನ್ನು ಆರಂಭಿಸಿದರು.

❖ ಇವರು ತಾವು ನಿವೃತ್ತರಾಗುವವರೆಗೂ ಶಿಕ್ಷಣ ಕ್ಷೇತ್ರದಲ್ಲಿಯೇ ತಮ್ಮ ಜೀವನ ಸಾಗಿಸಿ ಶಿಕ್ಷಣ ಕ್ಷೇತ್ರಕ್ಕೆ ಅಪಾರವಾದ ಸೇವೆ ಸಲ್ಲಿಸಿದರು.

❖ **ಶಿಶು ಸಾಹಿತ್ಯಕ್ಕೆ ಅಪಾರ ಕೊಡುಗೆ :** ಪಂಜೆ ಮಂಗೇಶರಾಯರು ಕನ್ನಡದಲ್ಲಿ ಶಿಶು ಸಾಹಿತ್ಯ ಕ್ಷೇತ್ರಕ್ಕೆ ನೀಡಿದ ಕೊಡುಗೆ ಅಪಾರವಾದುದೆಂದರೆ ಅತಿಶಯೋಕ್ತಿಯೇನಲ್ಲ.

❖ ಮಕ್ಕಳ ಸಾಹಿತ್ಯಕ್ಕೆ ಜೀವ ತುಂಬಿದ ಶ್ರೇಯಸ್ಸು ಇವರಿಗೆ ಸಲ್ಲುತ್ತದೆ. ಮಕ್ಕಳಿಗಾಗಿ ಸುಂದರ ಕವನಗಳನ್ನು ರಚಿಸುವುದು, ಸಣ್ಣ ಕಥೆಗಳನ್ನು ಬರೆಯುವುದು ಇವರ ಮುಖ್ಯವಾದ ಹವ್ಯಾಸ. ಇವರು ಬರೆದ ಮಕ್ಕಳ ಕವನ ಸಂಕಲನ ಪಠ್ಯಪುಸ್ತಕವಾಗಿ 1912 ರಲ್ಲಿ ಪ್ರಕಟಗೊಂಡಿತು.

❖ 1927 ರಲ್ಲಿ "ಪಂಚಕಜ್ಜಾಯ" ಒಂದು ಸಂಶೋಧನಾತ್ಮಕ ಸಂಕಲನ.

❖ ಪಂಜೆಯವರ ಹುತ್ತರಿ ಹಾಡು, ತೆಂಕಣ ಗಾಳಿಯಾಟ, ನಾಗರ ಹಾವೇ ಹಾವೊಳು ಹೂವೇ ಮುಂತಾದ ಕವನಗಳು ಪ್ರಸ್ತುತವೂ ಮನೆಮಾನತಾಗಿವೆ.

❖ **ಇವರು ರಚಿಸಿದ ಪ್ರಮುಖ ಗ್ರಂಥಗಳು :** ಪಂಜೆ ಮಂಗೇಶರಾಯರು ರಚಿಸಿದ : ಐತಿಹಾಸಿಕ ಕಥಾವಳಿ, ಒಡ್ಡನ ಓಟ, ಕೊಕ್ಕೊ ಕೋಳಿ, ಕೋಟಿ ಚೆನ್ನಯ್ಯ, ಹೇನು ಸತ್ತು ಕಾಗೆ ಬಡವಾಯಿತು, ಇಲಿಗಳ ಥಕಥೈ, ಅಜ್ಜಿ ಸಾಕಿದ ಮಗು ಮುಂತಾದವುಗಳು ಇವರು ರಚಿಸಿದ ಪ್ರಮುಖ ಗ್ರಂಥಗಳಾಗಿವೆ.

❖ ಕನ್ನಡದಲ್ಲಿ ನವೋದಯ ಸಾಹಿತ್ಯಕ್ಕೆ ಬುನಾದಿ ಹಾಕಿದ ಕೀರ್ತಿ ಇವರಿಗೆ ಸಲ್ಲುತ್ತದೆ.

❖ ಬಿ.ಎಂ.ಶ್ರೀ ಇವರ "ಇಂಗ್ಲಿಷ್ ಗೀತೆಗಳು" ನವೋದಯ ಕಾವ್ಯದಲ್ಲಿ ಹೆಸರು ಮಾಡುವುದಕ್ಕಿಂತಲೂ ಮುಂಚೆಯೇ ಇವರು ನವೋದಯ ಕಾವ್ಯದಲ್ಲಿ ಸೇವೆ ಸಲ್ಲಿಸಿದರು.

❖ 1921 ರಲ್ಲಿ ಮಂಗೇಶರಾಯರು ಮಂಗಳೂರಿನಲ್ಲಿ "ಬಾಲ ಸಾಹಿತ್ಯ ಮಂಡಳಿ" ಎಂಬ ಸಂಸ್ಥೆಯನ್ನು ಸ್ಥಾಪಿಸಿ, ಮಕ್ಕಳಿಗೆ ಅಲ್ಲಿ ಉಪಯುಕ್ತವಾದ ಸಾಹಿತ್ಯ ನೀಡಿ ಎಲ್ಲರ ಮೆಚ್ಚುಗೆಗೆ ಪಾತ್ರರಾದರು.

ನಿಧನ :

ಮಕ್ಕಳ ಸಾಹಿತ್ಯ ಕ್ಷೇತ್ರದಲ್ಲಿ ಅಪಾರ ಕೊಡುಗೆ ನೀಡಿದ, ನವೋದಯದ ಆದ್ಯ ಪ್ರವರ್ತಕರೂ ಆದ ಪಂಜೆ ಮಂಗೇಶರಾಯರು ದಿನಾಂಕ 24 ನೇ ಅಕ್ಟೋಬರ್ 1937 ರಲ್ಲಿ ದೈವಾಧೀನರಾದರು.

45. ಡಾ॥ ರಾಜ್‌ಕುಮಾರ್ (1929 – 2006)

ಚಿತ್ರರಂಗದ ಧ್ರುವತಾರೆ

ಕಿರು ಪರಿಚಯ :

ಕನ್ನಡ ಚಿತ್ರರಂಗದ ರಾಜನೆಂದರೆ ರಾಜ್‌ಕುಮಾರ್‌ರವರೇ. ಕಲಿತದ್ದು ಕಡಿಮೆ, ಆದರೆ ಕೀರ್ತಿ ಅಪಾರ. ಕನ್ನಡ ಭಾಷೆಗೆ ಹೆಚ್ಚು ಪ್ರಾಧಾನ್ಯತೆ ನೀಡಿ ಕನ್ನಡಕ್ಕಾಗಿಯೇ ದುಡಿದು, ಕನ್ನಡಕ್ಕೊಬ್ಬರೇ ಧ್ರುವತಾರೆಯಗಿ ಮೆರೆದವರು ರಾಜ್‌ಕುಮಾರ್. ತನ್ನ ಅಭಿನಯದಿಂದಲೇ ಸಮಾಜಕ್ಕೆ ಒಳ್ಳೆಯ ಸಂದೇಶವನ್ನು ನೀಡುತ್ತಿದ್ದ ಧೀಮಂತ ನಾಯಕ ನಟ. ದುಶ್ಚಟಗಳಿಂದ ದೂರ ಉಳಿದು, ಯುವಜನಂಗಕ್ಕೆ ದಾರಿದೀಪವಾಗಿ ಉತ್ತಮ ಬದುಕನ್ನು ಸಾಗಿಸಿದವರು. ಕನ್ನಡ ನಾಡು, ಕನ್ನಡ ನುಡಿ, ಕನ್ನಡ ಜನತೆಗೆ ಒಲವಿನ ವ್ಯಕ್ತಿಯಾದ ಇವರು ಚಿತ್ರರಂಗದಲ್ಲಿ ಹೆಮ್ಮರವಾಗಿ ಬೆಳೆದ ಮಹಾನ್ ಚೇತನ. ವಿನಯ, ಸಹನೆ, ನ್ಯಾಯ, ನೀತಿ ಇವುಗಳನ್ನು ಮೈಗೂಡಿಸಿಕೊಂಡ ರಾಜ್‌ಕುಮಾರ್‌ರವರು ಶ್ರೀಸಾಮಾನ್ಯರಿಂದ ಹಿಡಿದು ಶ್ರೀಮಂತರವರೆಗೂ ಆದರ್ಶ ವ್ಯಕ್ತಿಯಾಗಿ ಮೆರೆದವರು. ಅಪಾರ ಕಲಾ ಸಂಪತ್ತನ್ನು ಹೊಂದಿದ್ದರೂ ಸಾಮಾನ್ಯ ಜೀವನ ಇವರದ್ದಾಗಿತ್ತು. "ಆಡು ಮುಟ್ಟದ ಸೊಪ್ಪಿಲ್ಲ" ಎಂಬ ಗಾದೆಯಂತೆ ಯಾವ ಪಾತ್ರಗಳಲ್ಲಿ

ಬೇಕಾದರೂ ಲೀಲಾಜಾಲವಾಗಿ ಅಭಿನಯಿಸುತ್ತಿದ್ದರು. ಅವರು ಮಾಡದೆ ಇರುವ ಪಾತ್ರಗಳೇ ಇಲ್ಲ. ಕೇವಲ ಸಿನಿಮಾ ನಟರಾಗಿದ್ದು ಮಾತ್ರವಲ್ಲದೆ ಯೋಗಾಭ್ಯಾಸದಲ್ಲೂ ಪರಿಣತಿ ಹೊಂದಿದ್ದರು. ಕನ್ನಡಕ್ಕಾಗಿ ನಿರಂತರವಾಗಿ ದುಡಿದ ಮಹಾನ್ ವ್ಯಕ್ತಿ ರಾಜ್‌ಕುಮಾರ್‌ರವರೇ ಎಂದರೆ ಅತಿಶಯೋಕ್ತಿಯೇನಲ್ಲ.

ಜನನ ಮತ್ತು ಬಾಲ್ಯ :

ರಾಜ್‌ಕುಮಾರ್‌ರವರು ದಿನಾಂಕ 24ನೇ ಏಪ್ರಿಲ್ 1929 ರಲ್ಲಿ ಗಾಜನೂರಿನಲ್ಲಿ ಜನಿಸಿದರು. ಇವರ ತಂದೆ ಪುಟ್ಟಸ್ವಾಮಯ್ಯ. ತಾಯಿ ಲಕ್ಷ್ಮೀದೇವಿ. ಆ ದಂಪತಿಗಳಿಗೆ ಹೆಮ್ಮೆಯ ಹಿರಿಯ ಪುತ್ರರೇ ರಾಜ್‌ಕುಮಾರ್‌ರವರು.

ವಿದ್ಯಾಭ್ಯಾಸ :

ರಾಜ್‌ಕುಮಾರ್‌ರವರು ವಿದ್ಯಾವಂತರೇನಲ್ಲ. ಕಲಿತದ್ದು ಕಡಿಮೆಯಾದರೂ ಅವರಿಗೆ ಕಲಾ ಸರಸ್ವತಿಯ ಅನುಗ್ರಹ ಹೆಚ್ಚಾಗಿತ್ತು. ಬೆಳೆಯುತ್ತಿದ್ದಂತೆಯೇ ಅವರು ಗುಬ್ಬಿ ವೀರಣ್ಣನವರ ನಾಟಕ ಕಂಪನಿಯಲ್ಲಿ ಶಿಕ್ಷಣ ಪಡೆದರು. ನಂತರದ ದಿನಗಳಲ್ಲಿ ಅವರು ನಾಟಕಗಳಲ್ಲಿ ಬಾಲ ನಟರಾಗಿ ಅಭಿನಯಿಸತೊಡಗಿದರು. ನಾಟಕಾಭಿನಯದ ನಂತರ ಚಿತ್ರರಂಗಕ್ಕೂ ಪ್ರವೇಶಿಸಿದರು. ಅಲ್ಲಿ ಹೆಚ್ಚು ಹೆಚ್ಚು ಅದ್ಭುತ ಪಾತ್ರಗಳನ್ನು ಮಾಡಿ ಜನಾನುರಾಗಿಗಳಾದರು. ಇವರು ಸರಳ ಕನ್ನಡದೊಳಗೆ ತಮ್ಮ ಆತ್ಮೀಯರನ್ನೂ, ಬಂಧುಗಳನ್ನು, ಅಭಿಮಾನಿಗಳ ಮನಸ್ಸನ್ನು ಸೂರೆಗೊಂಡರು. ಕನ್ನಡ ನಾಡು–ನುಡಿಗಾಗಿ–ಐಕ್ಯತೆಗಾಗಿ ಪಣತೊಟ್ಟು ನಿಂತರು.

ವೈವಹಿಕ ಜೀವನ :

ರಾಜ್‌ಕುಮಾರ್‌ರವರು ದಿನಾಂಕ 25 ನೇ ಜೂನ್ 1953 ರಲ್ಲಿ ಪಾರ್ವತಮ್ಮ ಅವರೊಡನೆ ವಿವಾಹವಾಯಿತು. ರಾಜ್‌ರವರಿಗೆ ವರದರಾಜ ಎಂಬ ಸಹೋದರ, ಶಾರದಮ್ಮ ಎಂಬ ತಂಗಿ ಇದ್ದರು.

ವೃತ್ತಿ ಜೀವನ ಮತ್ತು ಕಾರ್ಯಸಾಧನೆ :

- ❖ ರಾಜ್‌ರವರು ತಮ್ಮ ಅಭಿನಯದ ಮೂಲಕ ಶರಣರ, ವ್ಯಾಸರ ಪದಗಳನ್ನು ತಿಳಿಸಿ ಅವುಗಳ ಅರ್ಥವನ್ನು ಹೇಳುತ್ತಿದ್ದರು. ಇದರಿಂದ ಸಮಾಜದಲ್ಲಿ ಕೆಲವು ಬದಲಾವಣೆಗಳಾಯಿತು. ಅವರೆಲ್ಲರಿಗೂ ಮನಸ್ಸಿನ ಮೇಲೆ ತುಂಬಾ ಪರಿಣಾಮ ಬೀರಿತು.
- ❖ ಕನ್ನಡಿಗರ ಮನಸ್ಸಿನಲ್ಲಿ ಅವರು ಹೂವಾಗಿ ಅರಳಿ ಪರಿಮಳಿಸಿದರು. ಎಲ್ಲರ ಗೌರವ-ಪ್ರೀತಿಯನ್ನು ಪಡೆದರು.
- ❖ ನಿರಂತರ ಪ್ರಯತ್ನದಿಂದ, ಶ್ರಮದಿಂದ ಇವರು ಧ್ರುವತಾರೆಯಾಗಿ ಮೆರೆದರು.
- ❖ ಮಾತೃ ಭಾಷೆಗಾಗಿ ಹೆಚ್ಚಿನ ಮನ್ನಣೆಯನ್ನು ಕೊಡುತ್ತಿದ್ದ ಇವರು ಕನ್ನಡ ನಾಡಿನ ಕೀರ್ತಿ ಎಲ್ಲೆಡೆ ಪಸರಿಸುವಂತೆ ಮಾಡಿದ ಮಹಾ ವ್ಯಕ್ತಿ.
- ❖ ಇವರ ವಿಶೇಷಗುಣವೆಂದರೆ, ಇವರು ಯಾವುದೇ ದುಶ್ಚಟಗಳಿಗೆ ಬಲಿಯಾಗಿರಲಿಲ್ಲ. ಧ್ಯಾನ-ಯೋಗ-ಸಂಗೀತ ಇವುಗಳತ್ತ ಒಲವು ಹೆಚ್ಚಾಗಿತ್ತು. ಅವುಗಳಲ್ಲಿ ಪರಿಣತಿಯನ್ನೂ ಪಡೆದುಕೋಂಡಿದ್ದರು.
- ❖ ಇವರು ಗಾಯನದಲ್ಲೂ ಮುಂದಿದ್ದರು. ಅಲ್ಲದೆ ಅಭಿನಯದಲ್ಲೂ ಇವರಿಗೆ ಯಾರೂ ಸಾಟಿ ಇರಲಿಲ್ಲ.
- ❖ ತಮ್ಮ ಅಭಿನಯದಿಂದಲೇ ಜನತೆಗೆ ಸಮಭಾವ, ಸಮಜೀವ, ಸಂಯಮ, ಉತ್ತಮ ಜೀವನ ನಡೆಸುವ ಸಂದೇಶವನ್ನು ನೀಡುತ್ತಿದ್ದರು.
- ❖ ರಾಜ್‌ರವರು ಮಾನವೀಯತೆಗೆ ಹೆಸರುವಾಸಿಯಾದವರು. ಕನ್ನಡ ಭಾಷೆಯನ್ನು ತಮ್ಮ ಬದುಕಿನ ಏಳಿಗೆಗಾಗಿ ಉಪಯೋಗಿಸಿಕೊಂಡವರು.
- ❖ ಕನ್ನಡ ನುಡಿಗಾಗಿ, ಕನ್ನಡ ನಾಡಿಗಾಗಿ, ನ್ಯಾಯಕ್ಕಾಗಿ, ಧರ್ಮಕ್ಕಾಗಿ, ಸಂಸ್ಕೃತಿಗಾಗಿ ನಿರಂತರವಾಗಿ ಶ್ರಮಿಸಿದರು.

- ಜನತೆಗೆ ತಮ್ಮ ಕೈಯಲ್ಲಾದಷ್ಟು ಜನತೆಗೆ ಸೇವೆ ಮಾಡುವಂತೆ ಹೇಳುತ್ತಿದ್ದರು. ಸದಾ ಶಾಂತಿ–ನೆಮ್ಮದಿಯಿಂದ ಜೀವಿಸುವಂತೆ ಸಮಾಜಕ್ಕೆ ಕರೆಕೊಡುತ್ತಿದ್ದರು.
- ಅವರ ಜೀವನ ಸಾಮಾನ್ಯವಾಗಿತ್ತು. ಅವರಲ್ಲಿದ್ದ ಮುಖ್ಯವಾದ ಆಸ್ತಿಯೆಂದರೆ ಅಪಾರವಾದ ಕಲಾ ಸಂಪತ್ತು. ಅದರಿಂದಲೇ ತಮ್ಮ ಅಭಿಮಾನಿಗಳ ಮನಸ್ಸನ್ನು ಗೆದ್ದರು.
- **ಆಡು ಮುಟ್ಟದ ಸೊಪ್ಪಿಲ್ಲ :** ಆಡು ಮುಟ್ಟದ ಸೊಪ್ಪಿಲ್ಲ ಎಂಬ ಗಾದೆಯಂತೆ ಅವರು ಮಾಡದ ಪಾತ್ರಗಳೇ ಇಲ್ಲ, ಹಾಕದಂತಹ ವೇಷ–ಭೂಷಣಗಳಿಲ್ಲ. ಏನೆಲ್ಲಾ ಕೆಲಸಗಳಿದ್ದರೂ, ಬ್ರಾಹ್ಮೀ ಮುಹೂರ್ತದಲ್ಲಿ ಎದ್ದು ಯೋಗಾಸನ ಮಾಡುತ್ತಿದ್ದರು. ಇದರ ಪರಿಣಾಮ ಶುದ್ಧ ಶರೀರ, ಶುದ್ಧವಾದ ಆರೋಗ್ಯ, ಸಮೃದ್ಧಿ ಉಂಟಾಗಿತ್ತು.
- ದಿನಾಂಕ 30ನೇ ಜುಲೈ 2000 ರಲ್ಲಿ ಕುಖ್ಯಾತ ದಂತ ಚೋರ, ನರಹಂತಕ ಹಿಂಸಾಚಾರಕ ವೀರಪ್ಪನ್‌ನಿಂದ ಅಪಹರಣವಾದರು. ಅಪಹರಣದ ನಂತರ ಸುಮಾರು 108 ದಿನಗಳ ಕಾಲ ಅರಣ್ಯವಾಸ ಅನುಭವಿಸಿದರು. ನಂತರ ದಿನಾಂಕ 15ನೇ ಡಿಸೆಂಬರ್ 2000 ರಲ್ಲಿ ಬಿಡುಗಡೆ ಹೊಂದಿದರು.

ಗೌರವ – ಪ್ರಶಸ್ತಿಗಳು :

- ರಾಜ್‌ಕುಮಾರ್‌ರವರಿಗೆ ಅವರು ಚಿತ್ರರಂಗಕ್ಕೆ ಸಲ್ಲಿಸಿದ ಸೇವೆಯನ್ನು ಪರಿಗಣಿಸಿ ಭಾರತ ಸರ್ಕಾರವು ಇವರಿಗೆ ಪದ್ಮಭೂಷಣ ಪ್ರಶಸ್ತಿಯನ್ನು ನೀಡಿ ಗೌರವಿಸಿತು.
- 1995 ರಲ್ಲಿ ದಾದಾ ಸಾಹೇಬ್ ಫಾಲ್ಕೆ ಪ್ರಶಸ್ತಿ, ಕರ್ನಾಟಕ ಸರ್ಕಾರದಿಂದ ಕರ್ನಾಟಕ ರತ್ನ, ನಾಡೋಜ ಪ್ರಶಸ್ತಿ, ಗುಬ್ಬಿ ವೀರಣ್ಣ ಪ್ರಶಸ್ತಿ ಹಾಗೂ ಅಮೆರಿಕಾದ ಕೆಂಟಕಿ ರಾಜ್ಯದ ಗವರ್ನರ್ ನೀಡಿದ "ಕೆಂಟಕಿ ಕರ್ನಲ್" ಪ್ರಶಸ್ತಿಯನ್ನು ಪಡೆದುಕೊಂಡಿದ್ದಾರೆ.

❖ **ಗೌರವ ಡಾಕ್ಟರೇಟ್ :** ಮೈಸೂರು ವಿಶ್ವವಿದ್ಯಾನಿಲಯವು ಇವರಿಗೆ ಗೌರವ ಡಾಕ್ಟರೇಟ್‌ನ್ನು ನೀಡಿ ಗೌರವಿಸಿದೆ.

❖ ಇವುಗಳಲ್ಲದೆ ರಾಜ್‌ರವರಿಗೆ ಇನ್ನೂ ಅನೇಕ ಪ್ರಶಸ್ತಿ-ಪುರಸ್ಕಾರಗಳು ದೊರೆತಿವೆ.

❖ **ಗೋಕಾಕ್ ಚಳವಳಿ :** ರಾಜ್‌ರವರ ನೇತೃತ್ವದಲ್ಲಿ ಇಡೀ ಕನ್ನಡ ಚಿತ್ರರಂಗವೇ ಗೋಕಾಕ್ ಚಳವಳಿಗೆ ಸಂಪೂರ್ಣ ಬೆಂಬಲ ಪ್ರಕಟಿಸಿ ರಾಜ್ಯಾದಂತ ಪ್ರವಾಸ ಕೈಗೊಂಡಿತು.

ನಿಧನ :

ಡಾ॥ ರಾಜ್‌ಕುಮಾರ್‌ರವರು ಪ್ರತಿಯೊಂದು ಪಾತ್ರಗಳಲ್ಲೂ ಜೀವತುಂಬಿ ನಟಿಸುತ್ತಿದ್ದರು. ಸೌಹಾರ್ದತೆ, ನಮ್ರತೆ, ಒಳ್ಳೆಯ ನಡತೆ ಇವುಗಳಿಗೆ ಪ್ರಖ್ಯಾತರಾದ ರಾಜ್‌ರವರು 12 ನೇ ಏಪ್ರಿಲ್ 2006 ರಲ್ಲಿ ನಿಧನರಾದರು.

46. ಬಿ. ಚೌಡಯ್ಯ (1894 – 1967)

ಪ್ರಖ್ಯಾತ ಪಿಟೀಲು ವಾದಕರು

ಕಿರು ಪರಿಚಯ :

ಕರ್ನಾಟಕದಲ್ಲಿ ಪಿಟೀಲು ವಾದಕ ಚೌಡಯ್ಯನವರು ಹೆಸರು ಕೇಳದವರು ಅತಿ ವಿರಳ ಎನ್ನಬಹುದು. ಇವರು ಕೇವಲ ಪಿಟೀಲು ವಾದಕರಾಗಿದ್ದುದು ಮಾತ್ರವಲ್ಲದೆ ಖ್ಯಾತ ಸಂಗೀತಗಾರರೂ ಹೌದು! ಒಮ್ಮೆ ಚೌಡಯ್ಯನವರು ತಮ್ಮ ತಾಯಿ ಸುಂದರಾಂಬಿಕೆಯವರೊಂದಿಗೆ ತಿರುಮಕೊಡಲು ನರಸೀಪುರದ ಅಗಸ್ತೇಶ್ವರ ದೇವಾಲಯಕ್ಕೆ ಹೋಗಿದ್ದರು. ದೇವಾಲಯದ

ಶಿಲಾಬಾಲಿಕೆಯ ವಿಗ್ರಹವು ಚೌಡಯ್ಯನವರನ್ನು ಆಕರ್ಷಿಸಿತು. ಕೈಯ್ಯಲ್ಲಿ ವೀಣೆ ನುಡಿಸುವ ಭಂಗಿಯಲ್ಲಿ ನಿಂತಿರುವ ಶಿಲಾ ಬಾಲಿಕೆಯ ವಿಗ್ರಹವು ಇವರನ್ನು ಸಂಗೀತದತ್ತ ಎಳೆಯಿತು. ಸದಾ ಅವರು ಸಂಗೀತ ಧ್ಯಾನದಲ್ಲೇ ಇರುವುದನ್ನು ಕಂಡ ಅವರ ತಂದೆ-ತಾಯಿ ಅದೇ ಊರಿನಲ್ಲಿದ್ದ ಸುಬ್ಬಣ್ಣ ಮತ್ತು ರಾಮಣ್ಣ ಎಂಬ ಗುರುಗಳಿಂದ ಸಂಗೀತ ಪಾಠವನ್ನು ಕಲಿಸಲು ಪ್ರಾರಂಭಿಸಿದರು.

ಜನನ ಮತ್ತು ಬಾಲ್ಯ :

ಚೌಡಯ್ಯನವರು ಮೈಸೂರು ಸಮೀಪದಲ್ಲಿರುವ ತಿರುಮಕೂಡಲು ನರಸೀಪುರದಲ್ಲಿ (ಟಿ. ನರಸೀಪುರ) 1ನೇ ಜನವರಿ 1894ರಂದು ಜನಿಸಿದರು. ಇವರ ತಂದೆ ಅಗಸ್ತೇ ಗೌಡರು, ತಾಯಿ ಸುಂದರಾಂಬಿಕೆ. ಚೌಡಯ್ಯನವರ ತಂದೆ ವೃತ್ತಿಯಲ್ಲಿ ಕೃಷಿಕರು. ಆದರೆ ಅವರು ಸಂಗೀತ ಪ್ರಿಯರೂ ಆಗಿದ್ದರು. ತಾಯಿ ಮಹಾ ದೈವಭಕ್ತೆ. ಚೌಡಯ್ಯನವರು ವಿದ್ಯಾಭ್ಯಾಸದಲ್ಲಿ ಹೆಚ್ಚು ಉತ್ಸಾಹ-ಆಸಕ್ತಿ ತೋರದ ಕಾರಣ ತಂದೆ-ತಾಯಿಗೆ ಅತ್ಯಂತ ಬೇಸರವಾಯಿತು. ತಮ್ಮ ಮಗ ದೊಡ್ಡ ಅಧಿಕಾರಿಯಾಗಬೇಕೆಂಬ ಹಂಬಲ ಈಡೇರದೇ ಕೊರಗುತ್ತಿದ್ದರು. ಒಮ್ಮೆ ಚೌಡಯ್ಯನವರು ಹಾಡುತ್ತಿರುವುದನ್ನು ಕಂಡ ಸೋಸಲೆ ವ್ಯಾಸರಾಯರ ಮಠದ ಸ್ವಾಮಿಗಳು ಅವರ ತಂದೆ-ತಾಯಿಯನ್ನು ಕರೆದು ಚೌಡಯ್ಯನವರಿಗೆ ಸಂಗೀತದಲ್ಲಿ ಆಸಕ್ತಿ ಇರುವುದರಿಂದ ಸಂಗೀತ ಪಾಠ ಕಲಿಸುವುದೇ ಒಳ್ಳೆಯದೆಂದು ಹೇಳಿದರು. ಆ ಪ್ರಕಾರವಾಗಿ ಚೌಡಯ್ಯನವರಿಗೆ ಸಂಗೀತದ ಪಾಠ ಪ್ರಾರಂಭವಾಯಿತು.

ವೃತ್ತಿ ಜೀವನ ಮತ್ತು ಕಾರ್ಯಸಾಧನೆ :

❖ ಆ ಸಮಯದಲ್ಲಿ ಬಿಡಾರಂ ಕೃಷ್ಣಪ್ಪನವರು ಪಿಟೀಲು ವಾದನದಲ್ಲಿ ಹೆಸರು ಪಡೆದಿದ್ದರು.

❖ ಚೌಡಯ್ಯನವರ ಗುರುಗಳಾದ ಸುಬ್ಬಯ್ಯನವರು ಹೆಚ್ಚಿನ ಸಂಗೀತಾಭ್ಯಾಸಕ್ಕಾಗಿ ಬಿಡಾರಂ ಕೃಷ್ಣಪ್ಪನವರ ಹತ್ತಿರ ಬಿಟ್ಟರು.

❖ ಬಿಡಾರಂ ಕೃಷ್ಣಪ್ಪನವರ ಆಶ್ರಯದಲ್ಲಿ ಚೌಡಯ್ಯನವರು 1910ರಿಂದ 1918ರ ವರೆಗೆ ಎಂಟು ವರ್ಷಗಳ ಕಾಲ ಪಿಟೀಲು ವಾದನದಲ್ಲಿ ತರಬೇತಿ ಪಡೆದರು.

❖ **ಕಪಾಳ ಮೋಕ್ಷ :** ಚೌಡಯ್ಯನವರು ಅಭ್ಯಾಸ ಮಾಡುತ್ತಿರುವಾಗಲೇ ಸಾರ್ವಜನಿಕ ಸಭೆಗೆ ಕರೆದೊಯ್ದರು. ಅಲ್ಲಿ ಚೌಡಯ್ಯನವರು ಪಿಟೀಲನ್ನು ಸರಿಯಾಗಿ ನುಡಿಸದೆ ಇದ್ದುದರಿಂದ ಗುರುಗಳಿಂದ ಕಪಾಳಕ್ಕೆ ಏಟು ತಿನ್ನಬೇಕಾಯಿತು. ಅಂದಿನಿಂದ ಚೌಡಯ್ಯನವರು ಹೆಚ್ಚಿನ ಆಸಕ್ತಿಯಿಂದ ಪಿಟೀಲು ವಾದನವನ್ನು ಅಭ್ಯಾಸ ಮಾಡಿ ಸಂಗೀತ ಮತ್ತು ಪಿಟೀಲು ವಾದನದಲ್ಲಿ ಪ್ರಖಾತರಾದರು.

❖ ಗುರುಗಳ ಆಶೀರ್ವಾದವನ್ನು ಪಡೆದ ಚೌಡಯ್ಯನವರ ಕೀರ್ತಿ ಎಲ್ಲೆಡೆ ಪಸರಿಸಿತು. ಸುಬ್ರಹ್ಮಣ್ಯಂ ಅಯ್ಯರ್ ಹಾಗೂ ಚೌಡಯ್ಯನವರ ಅದ್ಭುತ ಜೋಡಿ ಸಂಗೀತ ರಸಿಕರಿಗೆ ರಸದೌತಣ ದೊರೆಯಿತು.

❖ **ಐದು ತಂತಿಯ ಪಿಟೀಲಿನ ಆವಿಷ್ಕಾರ :** ಎಲ್ಲಾ ಕಡೆಗಳಲ್ಲೂ ಪಿಟೀಲಿನ ಕಛೇರಿಗಳನ್ನು ನಡೆಸಿ ನಾಲ್ಕು ತಂತಿ ಪಿಟೀಲಿನ ಬದಲಿಗೆ ಐದು ತಂತಿಯ ಪಿಟೀಲನ್ನು ಆವಿಷ್ಕರಿಸಿ ಸಂಗೀತ ಸಾಮ್ರಾಜ್ಯದಲ್ಲಿ ಹೊಸ ನಾಂದಿ ಹಾಡಿದರು.

❖ 1958–59ರ ಹೊತ್ತಿಗೆ 19 ತಂತಿಗಳ ಪಿಟೀಲನ್ನು ಆವಿಷ್ಕಾರ ಮಾಡಿದರು.

❖ ಬಿಡಾರಂ ಕೃಷ್ಣಪ್ಪನವರ ನಿಧನದ ನಂತರ ಚೌಡಯ್ಯನವರು ತುಂಬಾ ಚಿಂತಾಕ್ರಾಂತರಾದರು ಆದರೆ ಅವರು ವೈದ್ಯನಾಥ ಭಾಗವತರೇ ತನ್ನ ಗುರು ಎಂದು ನಿರ್ಧಾರ ಮಾಡಿದರು.

❖ ಸಂತಾನಂ, ಜಿ.ಎನ್. ಬಾಲಸುಬ್ರಹ್ಮಣ್ಯಂ, ಟಿ.ಆರ್. ಮಹಾಲಿಂಗಂ ಮುಂತಾದ ಕಲಾವಿದರೊಂದಿಗೆ ಪಿಟೀಲು ವಾದ್ಯವನ್ನು ನುಡಿಸಿದ ಚೌಡಯ್ಯನವರು ಸಿನಿಮಾ ಕ್ಷೇತ್ರದಲ್ಲೂ ಸೇವೆ ಸಲ್ಲಿಸಿದರು.

❖ "ತ್ರಿಮುಕುಟ" ಎಂಬ ಅಂಕಿತನಾಮದಲ್ಲಿ ಚೌಡಯ್ಯನವರು ಅನೇಕ ಕೃತಿಗಳನ್ನು ರಚಿಸಿದ್ದಾರೆ.

❖ ಬೆಂಗಳೂರು, ಮೈಸೂರಿನಲ್ಲಿ ಇವರು "ಅಯ್ಯನಾರ್ ಕಲಾಶಾಲೆ" ಎಂಬ ಕಲಾ ಸಂಸ್ಥೆಯನ್ನು ಸ್ಥಾಪಿಸಿ, ಸಂಗೀತ ಶಿಕ್ಷಣ ನೀಡಿದರು. ಅನೇಕ ಪ್ರಮುಖ ಸಂಗೀತಗಾರರು ಪ್ರಸ್ತುತ ಚೌಡಯ್ಯನವರ ಶಿಷ್ಯರೇ ಆಗಿರುವರು.

❖ **ಸಂಗೀತ ರತ್ನ :** ಮೈಸೂರು ಅರಮನೆಯ ಆಸ್ಥಾನ ವಿದ್ವಾಂಸರಾಗಿದ್ದ ಚೌಡಯ್ಯನವರಿಗೆ ಮಹಾರಾಜರು "ಸಂಗೀತ ರತ್ನ" ಎಂಬ ಬಿರುದನ್ನು ನೀಡಿ ಗೌರವಿಸಿದ್ದರು.

❖ **ಗೌರವ – ಪ್ರಶಸ್ತಿಗಳು :**

❖ ಚೌಡಯ್ಯನವರಿಗೆ ಮದರಾಸಿನ ಸಂಗೀತ ಅಕಾಡೆಮಿಯ "ಸಂಗೀತ ಕಲಾನಿಧಿ" ಎಂಬ ಪ್ರಶಸ್ತಿಯನ್ನು ನೀಡಿ ಗೌರವಿಸಿದೆ.

❖ ಸಂಗೀತ ಪರಿಷತ್ತಿನಿಂದ ಚೌಡಯ್ಯನವರಿಗೆ "ಗಾನ ಕಲಾ ಸಿಂಧು" ಎಂಬ ಬಿರುದನ್ನು ನೀಡಿ ಗೌರವಿಸಿದೆ.

ನಿಧನ :

ಸಂಗೀತ ಸಾಮ್ರಾಟ್, ಸಾಮಾಜಿಕ, ಧಾರ್ಮಿಕ ಕ್ಷೇತ್ರಗಳಲ್ಲಿ ಸಂಗೀತ ಕಾರ್ಯಕ್ರಮಗಳನ್ನು ನಡೆಸಿಕೊಟ್ಟ ಚೌಡಯ್ಯನವರು 1967ರಲ್ಲಿ ನಿಧನ ಹೊಂದಿದರು. ಅವರ ಸವಿನೆನಪಿಗಾಗಿ ಬೆಂಗಳೂರಿನ ಮಲ್ಲೇಶ್ವರಂನಲ್ಲಿ ಪಿಟೀಲು ಆಕಾರದಲ್ಲಿ ಅವರ ಸ್ಮಾರಕ ಭವನವನ್ನು ನಿರ್ಮಿಸಲಾಗಿದೆ.

47. ಕೆ.ಕೆ. ಹೆಬ್ಬಾರ್ (1911 – 1996)

ರೇಖಾಚಿತ್ರ ಮತ್ತು ವರ್ಣಚಿತ್ರಗಳ ಕಲಾವಿದ

ಕಿರು ಪರಿಚಯ :

ಕೆ.ಕೆ. ಹೆಬ್ಬಾರ್ ಅವರು 1949 ರಲ್ಲಿ ಚಿತ್ರ ಕಲೆಯ ಅಧ್ಯಯನಕ್ಕಾಗಿ ಯೂರೋಪ್– ಪ್ಯಾರಿಸ್ ಪ್ರವಾಸ ಕೈಗೊಂಡರು. ಅಲ್ಲಿ ಅವರು ನಿರಂತರವಾಗಿ ಕಲೆಯ ಅಭ್ಯಾಸಮಾಡಿದರು. ಬಾಲ್ಯದಿಂದಲೆ ಚಿತ್ರಕಲೆಗೆ ಹೆಚ್ಚು ಗಮನ ಹೊಂದಿದ್ದ ಹೆಬ್ಬಾರ್ರವರು ಖ್ಯಾತ ಕಲಾವಿದ ರವಿವರ್ಮರ ಚಿತ್ರಗಳನ್ನು ಕಂಡು ಪ್ರಭಾವಿತರಾದರು. ಚಿತ್ರ ಕಲೆಯನ್ನು ಅಭ್ಯಾಸಿಸಿದ ಹೆಬ್ಬಾರರು ಲಂಡನ್, ಪ್ಯಾರಿಸ್, ಬರ್ನ್ ಮುಂತಾದ ನಗರಗಳಲ್ಲಿ ಚಿತ್ರ ಪ್ರದರ್ಶನ ಏರ್ಪಡಿಸಿ ಚಿತ್ರಕಲಾಭಿಮಾನಿಗಳ ಹೃದಯವನ್ನು ಸೂರೆಗೊಂಡರು. ಅಲ್ಲದೆ ವಿಮರ್ಶಕರ ಮೆಚ್ಚುಗೆಯನ್ನು ಗಳಿಸಿಕೊಂಡರು. ಪಶ್ಚಿಮ ಜರ್ಮನಿ, ನ್ಯೂಯಾರ್ಕ್, ಬಾಸೆಲ್, ಸಿಡ್ನಿ, ಅಡಿಲೇಡ್, ರಷ್ಯಾ, ಹಂಗೇರಿ ಮೊದಲಾದ ದೇಶಗಳಲ್ಲಿಯೂ ತಮ್ಮ ಕೃತಿಗಳನ್ನು ಪ್ರದರ್ಶನಗೊಳಿಸಿ ಮೆಚ್ಚುಗೆ ಗಳಿಸಿಕೊಂಡರು.

ಜನನ ಮತ್ತು ಬಾಲ್ಯ :

ಕೆ.ಕೆ. ಹೆಬ್ಬಾರ್ರವರು ಉಡುಪಿ ಜಿಲ್ಲೆಯ ಕಟ್ಟಿಂಗೇರಿಯಲ್ಲಿ ದಿನಾಂಕ 15ನೇ ಜೂನ್ 1911 ರಂದು ಜನಿಸಿದರು. ಇವರ ಪೂರ್ತಿ ಹೆಸರು ಕಟ್ಟಿಂಗೇರಿ ಕೃಷ್ಣ ಹೆಬ್ಬಾರ. ಇವರ ತಂದೆ ನಾರಾಯಣ ಹೆಬ್ಬಾರ. ತಾಯಿ ಸೀತಮ್ಮನವರು. ಇವರ ತಂದೆ ಕಟ್ಟಿಂಗೇರಿಯಲ್ಲಿನ ಬ್ರಹ್ಮಲಿಂಗೇಶ್ವರ ದೇವಾಲಯದಲ್ಲಿ ಕೆಲಸ ಮಾಡುತ್ತಿದ್ದರು. ತಾಯಿಯವರು ಮನೆಕೆಲಸ ಮಾಡಿಕೊಂಡಿದ್ದರು. ಹೆಬ್ಬಾರರು ಚಿಕ್ಕಂದಿನಲ್ಲಿ ತಾಯಿ ಸೀತಮ್ಮನವರ ಜೊತೆಯಲ್ಲಿ ಉಡುಪಿ ಕೃಷ್ಣ ಮಠಕ್ಕೆ ಹೋಗಿದ್ದಾಗ ಮಂಟಪದ ಗೋಡೆಯ ಮೇಲೆ ಚಿತ್ರಕಲೆಯನ್ನು ನೋಡಿ ತಾವೂ ಚಿತ್ರಕಲೆಯನ್ನು

ಕಲಿಯಬೇಕೆಂದು ನಿಶ್ಚಯ ಮಾಡಿದರು. ರವಿವರ್ಮ ರಚಿಸಿದ ಸರಸ್ವತಿಯ ಚಿತ್ರ ಒಂದನ್ನು ತಂದು ಮನೆಯಲ್ಲಿಟ್ಟು ಪೂಜಿಸುತ್ತಾ ತನಗೂ ಚಿತ್ರಕಲೆ ಒಲಿಯುವಂತೆ ಪ್ರತಿನಿತ್ಯವೂ ಬೇಡಿಕೊಳ್ಳುತ್ತಿದ್ದರಂತೆ.

ವಿದ್ಯಾಭ್ಯಾಸ :

ಬಡತನದ ಕುಟುಂಬದಲ್ಲಿ ಜನಿಸಿದ ಹೆಬ್ಬಾರ್ ಹೆಚ್ಚಿನ ವಿದ್ಯಾಭ್ಯಾಸಕ್ಕೆ ಅವಕಾಶ ಇಲ್ಲದಂತಾಗಿ ಪ್ರಾಥಮಿಕ ಶಿಕ್ಷಕರಾಗಿ ಶಾಲೆಯಲ್ಲಿ ಜೀವನ ಆರಂಭಿಸಿದರು. ಚಿತ್ರಗಳ ಮೂಲಕವೇ ಮಕ್ಕಳಿಗೆ ಪಠ ಹೇಳುವ ಮೂಲಕ ಉತ್ತಮ ಚಿತ್ರಕಲಾ ಶಿಕ್ಷಕರಾದರು. ಶಾಲೆಯ ಮೇಲಾಧಿಕಾರಿಗಳ ಹಾಗೂ ಮನೆಯವರ ಒತ್ತಾಯದ ಮೇರೆಗೆ ಅವರು ಉಡುಪಿಯ ಮಿಷನ್ ಪ್ರೌಢಶಾಲೆಯಲ್ಲಿ ವಿದ್ಯಾಭ್ಯಾಸ ಮತ್ತೆ ಪುನರಾರಂಭಿಸಿದರು. ಮೈಸೂರಿನ ಚಾಮರಾಜೇಂದ್ರ ಕಲಾ ಶಾಲೆಗೆ ಸೇರಿ ತೃಪ್ತಿ ಹೊಂದದೆ ಮುಂಬೈಗೆ ತೆರಳಿದರು. ಅಲ್ಲಿ ಖ್ಯಾತ ಕಲಾವಿದರಾದ ಜಿ.ಎಸ್. ದಂಡಾವತಿಯಲ್ಲಿ ಕಲಾ ವ್ಯಾಸಂಗ ಮಾಡಿದರು. ತಮ್ಮ ಬಿಡುವಿನ ವೇಳೆಯಲ್ಲಿ ಛಾಯಾ ಚಿತ್ರಗಳನ್ನು ತಿದ್ದುವ ಮೂಲಕ ತಮ್ಮ ವೃತ್ತಿಯನ್ನು ಆರಂಭಿಸಿದರು. ನಂತರ ಅವರು ಮುಂಬೈನ ಸರ್.ಜೆ.ಜೆ. ಸ್ಕೂಲ್ ಆಫ್ ಆರ್ಟ್ಸ್ ಡಿಪ್ಲೊಮೋ ತರಗತಿಗೆ ಸೇರಿಕೊಂಡರು.

ವೃತ್ತಿ ಜೀವನ ಮತ್ತು ಕಾರ್ಯಸಾಧನೆ :

- 1938ರಲ್ಲಿ ಕೆ.ಕೆ. ಹೆಬ್ಬಾರ್‌ರವರು ಜೆ.ಜೆ. ಕಲಾಶಾಲೆಯಿಂದ ರೇಖಾ ಚಿತ್ರ ಮತ್ತು ವರ್ಣಚಿತ್ರಗಳ ಕಲೆಗಳಲ್ಲಿ ಡಿಪ್ಲೊಮಾ ಪಡೆದರು.
- 1939 ರಿಂದ 1940ರ ವರೆಗೆ ಹಾಗೂ 1943 ರಿಂದ 1947ರ ವರೆಗೆ ಅದೇ ಸಂಸ್ಥೆಯಲ್ಲಿ ಅಧ್ಯಾಪಕರಾಗಿ ಸೇವೆ ಸಲ್ಲಿಸಿದರು.
- ಆ ಸಂದರ್ಭದಲ್ಲಿಯೇ ಅವರು ಮಿನಿಯೇಚರ್ ಚಿತ್ರಗಳಿಂದ ತುಂಬಾ ಆಕರ್ಷಿತರಾದರು.
- ಒಮ್ಮೆ ಮುಂಬೈನಲ್ಲಿ ನಡೆದ ಖ್ಯಾತ ಚಿತ್ರಗಾರ್ತಿ "ಅಮೃತಾ ಶೇರ್‌ಗಿಲ್" ಅವರ ಚಿತ್ರಕಲಾ ಪ್ರದರ್ಶನವನ್ನು ವೀಕ್ಷಿಸಿದ ಹೆಬ್ಬಾರ್‌ರವರು ಚಿತ್ರ ಶೈಲಿಯ ಪ್ರಭಾವಕ್ಕೆ ಒಳಗಾದರು. ಆದರೆ

ಅದರಿಂದ ಹೊರಬಂದು ತಮ್ಮತನ ಮೈಗೂಡಿಸಿಕೊಳ್ಳುವುದರಲ್ಲಿ ಯಶಸ್ವಿಯಾದರು. ಹೆಬ್ಬಾರರು ರಷ್ಯಾ, ಹಂಗೇರಿ ಮುಂತಾದ ನಗರಗಳಲ್ಲೂ ತಮ್ಮ ಕಲಾಕೃತಿಗಳನ್ನು ಪ್ರದರ್ಶಿಸಿ ಎಲ್ಲರ ಮೆಚ್ಚುಗೆಗೆ ಪಾತ್ರರಾದರು.

❖ **ವಿಶೇಷ ಕಲಾಕೃತಿಗಳು :**

❖ ಅನೇಕಬಾರಿ ಹೆಬ್ಬಾರರು ವಿದೇಶಿ ಪ್ರವಾಸ ಕೈಗೊಂಡಿದ್ದರಿಂದ ಅವರ ಕೃತಿಗಳಲ್ಲಿ ವಿದೇಶಿ ಕಲೆಯ ಸೊಬಗನ್ನು ಕಾಣಬಹುದು. ಬ್ಯಾಲೆ ನೃತ್ಯಕಾರರು, ಲೆಜಿಮ್ ಆಟದವರು, ರಷ್ಯಾದ ಕುಣಿಯುವ ಹುಡುಗಿಯರು ಮುಂತಾದ ವಿದೇಶಿ ಕಲಾಕೃತಿಗಳನ್ನು ಕಾಣಬಹುದು.

❖ **ಪ್ರಸಿದ್ಧ ಕಲಾಕೃತಿಗಳು :**

❖ ನಾಗಮಂಡಲದ ಕುಣಿತದವರು, ಮಹಾಬಲೇಶ್ವರ ಸಂತೆ, ರಂಗ ಪಂಚಮಿ, ಮಾರುಕಟ್ಟೆ ಮುಂತಾದ ಕೃತಿಗಳು ಸ್ವದೇಶಿ ಪರಿಸರದಿಂದ ಮೂಡಿಬಂದಂತವುಗಳು. ಇವುಗಳಲ್ಲದೆ ವಿಜ್ಞಾನಕ್ಕೆ ಸಂಬಂಧ ಪಟ್ಟಂತೆ ಹಲವಾರು ಚಿತ್ರಗಳನ್ನು ರಚಿಸಿದ್ದಾರೆ.

❖ ಹೆಬ್ಬಾರರ ಕಲೆಯು ಸಾಂಪ್ರದಾಯಿಕ ರೀತಿಯಲ್ಲೇ ಆಗಿದ್ದರೂ, ತಮ್ಮತನವನ್ನು ಮೈಗೂಡಿಸಿಕೊಂಡವರು. ಪಾಶ್ಚಾತ್ಯ, ಭಾರತೀಯ ಚಿತ್ರಕಲೆ ಇವೆರಡರ ಮಿಶ್ರಣ ಹೆಬ್ಬಾರರು ಚಿತ್ರಕಲೆಯ ವೈಶಿಷ್ಟ್ಯ ಎಂದೇ ಹೇಳಬಹುದು.

❖ ರೇಖಾಚಿತ್ರಗಳಲ್ಲಿ ಅವರ ವಿನ್ಯಾಸವು ಕ್ಷೇತ್ರದಲ್ಲಿಯೇ ಹೊಸ ಅಲೆಯನ್ನೇ ಎಬ್ಬಿಸಿದೆ. ರೇಖಾ ಚಿತ್ರಗಳಲ್ಲಿ ಕಂಡುಬರುವ ಲಯ ಮತ್ತು ರೇಖೆಗಳ ಪ್ರಾಮುಖ್ಯತೆ ಅವರ ಸೃಜನಾತ್ಮಕ ಕಲಾದೃಷ್ಟಿಗೆ ಸಾಕ್ಷಿಯಾಗಿದೆ.

❖ ಕೆ.ಕೆ. ಹೆಬ್ಬಾರರು ಶ್ರೇಷ್ಠ ಮಾನವತಾವಾದಿಯೂ ಆಗಿದ್ದರು. ಅವರು ಪರಿಸರಕ್ಕೆ ಸದಾ ಸ್ಪಂದಿಸುತ್ತಿದ್ದರು. ಅವರು ರಚಿಸಿದ ಕೃತಿಗಳಲ್ಲಿ

ಸರ್ವನಾಶ, ಜೀವನ ಮತ್ತು ಸಾವು, ನಿರಾಶ್ರಿತರು ಇವುಗಳು ಮಹಾಕೃತಿಗಳಾಗಿದ್ದವು.

ಗೌರವ – ಪ್ರಶಸ್ತಿಗಳು :

❖ ಹೆಬ್ಬಾರರು ಕೇಂದ್ರ ಲಲಿತ ಅಕಾಡೆಮಿ ಹಾಗೂ ಕರ್ನಾಟಕ ರಾಜ್ಯ ಲಲಿತ ಅಕಾಡೆಮಿಯ ಅಧ್ಯಕ್ಷರಾಗಿ ಸೇವೆ ಸಲ್ಲಿಸಿದ್ದರು.

❖ ಇವರಿಗೆ ಸಂದ ಪ್ರಶಸ್ತಿ ಮತ್ತು ಪುರಸ್ಕಾರಗಳು ಅನೇಕ.

❖ ಇವರಿಗೆ 1961ರಲ್ಲಿ ಪದ್ಮಶ್ರೀ ಪ್ರಶಸ್ತಿ,

❖ 1983ರಲ್ಲಿ ಸೋವಿಯತ್ ಲ್ಯಾಂಡ್ ಪ್ರಶಸ್ತಿ,

❖ 1986ರಲ್ಲಿ ಕರ್ನಾಟಕ ಲಲಿತಕಲಾ ಅಕಾಡೆಮಿ ಗೌರವ ಪ್ರಶಸ್ತಿ ದೊರೆತಿವೆ.

ನಿಧನ :

ಕಲಾ ಸಾಮ್ರಾಟ್ ಎನಿಸಿಕೊಂಡ ಕೆ.ಕೆ. ಹೆಬ್ಬಾರ್ ಅವರು ದಿನಾಂಕ 26ನೇ ಮಾರ್ಚ್ 1966 ರಲ್ಲಿ ನಿಧನರಾದರು.

48. ಫರ್ಡಿನೆಂಡ್ ಕಿಟ್ಟೆಲ್ (1832 – 1903)

ಕನ್ನಡ – ಇಂಗ್ಲಿಷ್ ನಿಘಂಟ್‌ನ ರಚನಕಾರ

ಕಿರು ಪರಿಚಯ :

ಮೂಲತಃ ಜರ್ಮನಿಯವರಾದ ಫರ್ಡಿನೆಂಡ್ ಕಿಟ್ಟೆಲ್‌ರವರು ಭಾರತಕ್ಕೆ ಬಂದು ಕರ್ನಾಟಕದಲ್ಲಿ ನೆಲೆಸಿ, ಕನ್ನಡ ಕಲಿತು ಕನ್ನಡ ಭಾಷೆಯ ಪ್ರಾಚೀನ ಸಾಹಿತ್ಯವನ್ನು ಅಧ್ಯಯನ ಮಾಡಿ ಕನ್ನಡಿಗರಿಗೆ ವಿಶಿಷ್ಟವಾದ ನಿಘಂಟೊಂದನ್ನು ಕೊಡುಗೆಯಾಗಿ ನೀಡಿದ್ದಾರೆ. ಇವರು ಕನ್ನಡ ಭಾಷೆಯ ಮೇಲೆ

ಅಪಾರವಾದ ಪಂಡಿತ್ಯವನ್ನು ಸಾಧಿಸಿದವರು. ನಿಘಂಟಿನ ರಚನೆ ಅಷ್ಟೊಂದು ಸುಲಭವಾದ ಕಾರ್ಯವಲ್ಲ. ಆದ್ದರಿಂದ ಇವರು ನಿಘಂಟಿನ ರಚನೆಯ ಕಾಲದಲ್ಲಿ ವಿದ್ಯಾವಂತರ ಹಾಗೂ ಗ್ರಾಮೀಣ ಜನರನ್ನು ಸಂಪರ್ಕಿಸಿ ಅವರ ನೆರವನ್ನು ಪಡೆದರು. ಅವರ ಕನ್ನಡದ ಅಭಿಮಾನಕ್ಕೆ ಮೆಚ್ಚಿದ ಆಂಗ್ಲ ಅಧಿಕಾರಿಗಳು ಇವರಿಗೆ ನಿಘಂಟಿನ ರಚನೆಗೆ ಪ್ರೋತ್ಸಾಹ ನೀಡಿದರು. ಕಿಟ್ಟೆಲ್ ಅವರು ಇಂಗ್ಲಿಷಿನಲ್ಲಿ ಸುಮಾರು 19 ಲೇಖನಗಳನ್ನು ರಚಿಸಿದ್ದು ಅವುಗಳು "ಇಂಡಿಯನ್ ಆಂಟಿಕ್ವೆರಿ" ಎಂಬ ಪತ್ರಿಕೆಯಲ್ಲಿ ಪ್ರಕಟವಾಗಿವೆ. "ಗ್ರಾಮರ್ ಆಫ್ ದಿ ಕನ್ನಡ ಲಾಂಗ್ವೇಜ್" ಎಂಬುದು ಇವರು ಇಂಗ್ಲಿಷ್‌ನಲ್ಲಿ ಬರೆದ ಕೊನೆಯ ಕೃತಿ.

ಜನನ ಮತ್ತು ಬಾಲ್ಯ :

ಕಿಟ್ಟೆಲ್‌ರವರು 1832 ರಲ್ಲಿ ಜರ್ಮನಿಯ ರೋಸ್ಟರ್ ಹಾಫೆಯಲ್ಲಿ ಜನಿಸಿದರು. ಇವರ ತಂದೆ ಕಿಟ್ಟೆಲ್ ಅವರು ಕ್ರೈಸ್ತ ಮತದ ಪ್ರಾಟೆಸ್ಟಂಟ್ ಪಂಗಡಕ್ಕೆ ಸೇರಿದ ಧರ್ಮಾಧಿಕಾರಿಯಾಗಿದ್ದರು. ಇವರ ತಾಯಿ ಹೆಲೆನ್ ಹ್ಯೂಬರ್ಟ್. ಕಿಟ್ಟಲ್‌ರವರು ಮೂಲತಃ ಜರ್ಮನಿಯವರಾದರೂ, ಭಾರತಕ್ಕೆ ಬಂದು ಕರ್ನಾಟಕದಲ್ಲಿ ನೆಲೆಸಿ, ಕನ್ನಡ ಸಾಹಿತ್ಯವನ್ನು ತುಂಬು ಹೃದಯದಿಂದ ಅಧ್ಯಯನ ಮಾಡಿದವರು.

ವಿದ್ಯಾಭ್ಯಾಸ :

ಕಿಟ್ಟಲ್‌ರವರು ಔರಿಕ್ \ನಲ್ಲಿ ತಮ್ಮ ಪ್ರಾಥಮಿಕ ವಿದ್ಯಾಭ್ಯಾಸವನ್ನು ಮುಗಿಸಿ, ಸ್ವಿಟ್ಜರ್‌ಲೆಂಡಿಗೆ ತೆರಳಿ ಮೂರು ವರ್ಷಗಳ ತನಕ ವ್ಯಾಸಂಗ ಮಾಡಿ ನಂತರ ಅವರು ಪಾದ್ರಿಯಾಗಿ ನೇಮಕಗೊಂಡರು. 1853 ರಲ್ಲಿ ಧರ್ಮ ಪ್ರಚಾರದ ಸಲುವಾಗಿ ಭಾರತಕ್ಕೆ ಬಂದು ಕರ್ನಾಟಕದ ಧಾರವಾಡದಲ್ಲಿ ನೆಲೆಸಿ, ನಂತರ ಮಂಗಳೂರಿಗೆ ಬಂದು ಕನ್ನಡ ಕಲಿತರು. ಹಾಗೆಯೇ ಮುಂದುವರಿದು 1871ರ ವೇಳೆಗೆ ಅವರು ಕನ್ನಡ ಭಾಷೆ ಹಾಗೂ ಕನ್ನಡ ಸಾಹಿತ್ಯದಲ್ಲಿ ಅವರು ಹೆಸರುಗಳಿಸಿದರು.

ವೈವಾಹಿಕ ಜೀವನ :

1860 ರಲ್ಲಿ ಫರ್ಡಿನೆಂಡ್ ಕಿಟ್ಟೆಲ್ ಅವರು ಪಾಲಿನ್ ಎಫ್. ಈತ್

ಎಂಬ ಜರ್ಮನಿ ಹುಡುಗಿಯೊಂದಿಗೆ ವಿವಾಹವಾದರು. ಅವರಿಗೆ ಇಬ್ಬರು ಗಂಡು ಮಕ್ಕಳಿದ್ದರು. ವಿವಾಹವಾಗಿ ಕೇವಲ ನಾಲ್ಕು ವರ್ಷಗಳಾದಾಗ ಅವರ ಮಡದಿ ಮಂಗಳೂರಿನಲ್ಲಿ ನಿಧನರಾದರು. ನಂತರ ಕೆಲವು ವರ್ಷಗಳ ಕಾಲ ಯೂರೋಪ್ ದೇಶಗಳಿಗೆ ಪ್ರವಾಸ ಮಾಡಿ ಪುನಃ ಭಾರತಕ್ಕೆ ಬಂದರು.

ವೃತ್ತಿ ಜೀವನ ಮತ್ತು ಕಾರ್ಯಸಾಧನೆ :

- ಫರ್ಡಿನೆಂಡ್ ಕಿಟ್ಟೆಲ್‌ರವರು ಕನ್ನಡ ಭಾಷೆಯ ಬಗ್ಗೆ, ಕನ್ನಡ ಸಾಹಿತ್ಯದ ಬಗ್ಗೆ ಅಪಾರವಾದ ಒಲುವನ್ನು ಬೆಳೆಸಿಕೊಂಡಿದ್ದರು. ಅವರಿಗೆ ಕನ್ನಡದ ಬಗ್ಗೆ ಇದ್ದ ಹಿರಿಮೆಯನ್ನು ಅರಿತುಕೊಂಡ ಹಿರಿಯ ಬ್ರಿಟಿಷ್ ಅಧಿಕಾರಿಗಳಾಗಿದ್ದ ಸರ್. ವಾಲ್ಟರ್ ಎಲಿಯಟ್ ಕಿಟ್ಟಲ್‌ರವರಿಗೆ ಕನ್ನಡ-ಇಂಗ್ಲಿಷ್ ನಿಘಂಟನ್ನು ರಚಿಸುವ ಕಾರ್ಯವನ್ನು ವಹಿಸಿದರು. ಅದರ ಜೊತೆಗೆ ತಮ್ಮೆಲ್ಲ ಪ್ರೋತ್ಸಾಹ, ನೆರವನ್ನೂ ನೀಡಿದರು.
- ನಿಘಂಟು ರಚನೆಯನ್ನು ತೀವ್ರವಾಗಿ ಪರಿಗಣಿಸಿ ಕಿಟ್ಟೆಲ್‌ರವರು ಅದರ ಅವಶ್ಯಕತೆ ಇದೆಯೆಂದು ತಿಳಿದು ಕಾರ್ಯಮಗ್ನರಾದರು. ಕ್ರೈಸ್ತ ಫಾದ್ರಿ ರೆವರೆಂಡ್ ರೀವ್ ಮುಂಚೆಯೇ ರಚಿಸಿದ್ದ ಕನ್ನಡ ನಿಘಂಟು ಅಷ್ಟೊಂದು ಶಾಸ್ತ್ರೀಯ ನಿಟ್ಟಿನಿಂದ ಸಮರ್ಪಕವಾಗಿರಲಿಲ್ಲ.
- ನಿಘಂಟಿನ ರಚನೆಯ ಕಾರ್ಯದಲ್ಲಿ ಕಿಟ್ಟೆಲ್‌ರವರು ಅನೇಕ ಪಂಡಿತರ ನೆರವನ್ನು, ವಿದ್ಯಾವಂತರನ್ನೂ ಹಾಗೂ ಗ್ರಾಮೀಣ ಜನರನ್ನು ಸಂಪರ್ಕಿಸಿ ಮಾಹಿತಿ ಕಲೆ ಹಾಕಿದರು.
- ವಿಶೇಃವಾಗಿ ಅವರು ಕನ್ನಡ ಪ್ರಸಿದ್ಧ ಗ್ರಂಥಗಳಲ್ಲಿದ್ದ ಗಾದೆ ಮಾತುಗಳಲ್ಲಿ ಉಪಯೋಗಿಸುವ ಪದಗಳನ್ನು ಅವುಗಳ ಅರ್ಥಗಳನ್ನು ಸಂಗ್ರಹಿಸಿದರು.
- ಅನಾರೋಗ್ಯದ ಕಾರಣ ಕಿಟ್ಟೆಲ್‌ರವರು ಹಸ್ತ ಪ್ರತಿಯೊಂದಿಗೆ 1877

ರಲ್ಲಿ ಜರ್ಮನಿಗೆ ತೆರಳಿದರು. ಆಗಲೂ ಸಹ ತಮ್ಮ ಬಿಡುವಿನ ವೇಳೆಯಲ್ಲಿ ನಿಘಂಟು ರಚನೆಯ ಕಾರ್ಯದಲ್ಲಿ ತೊಡಗುತ್ತಿದ್ದರು.

❖ 1883ರಲ್ಲಿ ಪುನಃ ಭಾರತಕ್ಕೆ ಬಂದ ಕಿಟ್ಟಲ್‌ರವರು ಅಪಾರ ಶ್ರಮವಹಿಸಿ ನಿಘಂಟಿನ ಮುದ್ರಣ ಕೆಲಸವನ್ನು ಮಂಗಳೂರಿನ ಬಾಸೆಲ್ ಅವರಿಗೆ ಒಪ್ಪಿಸಿದರು.

❖ 1892 ರಲ್ಲಿ ಕಿಟ್ಟೆಲ್‌ರವರು ತೀವ್ರವಾಗಿ ತಲೆ ಶೂಲೆಯಿಂದ ಬಳಲುತ್ತಿದ್ದರು. ತಮ್ಮ ಆರೋಗ್ಯದ ದೃಷ್ಟಿಯಿಂದ ಪುನಃ ಜರ್ಮನಿಗೆ ತೆರಳಿದರು.

❖ 1894ರ ವೇಳೆಗೆ 20,000 ಪದಗಳನ್ನೊಳಗೊಂಡ ಬೃಹತ್ ನಿಘಂಟು ಮುದ್ರಿತವಾಗಿ ಹೊರಬಂದಿತು.

❖ ಅಂತಹ ಮಹತ್ವ ಪೂರ್ಣವಾದ ನಿಘಂಟು ಭಾರತದ ಬೇರೆ ಯಾವ ಭಾಷೆಯಲ್ಲೂ ಇರಲಿಲ್ಲ ಎಂಬುದು ವಿದ್ವಾಂಸರ ಅಭಿಪ್ರಾಯವಾಗಿತ್ತು.

❖ ಮುಂದೆ ಈ ಕನ್ನಡ-ಇಂಗ್ಲಿಷ್ ನಿಘಂಟು ಭಾರತದ ಎಲ್ಲಾ ಅಧ್ಯನದವರಿಗೂ ಶ್ರೀಸಾಮಾನ್ಯರಿಗೂ ಅತ್ಯಂತ ಉಪಯೋಗವಾಯಿತು.

❖ ಕಿಟ್ಟೆಲ್‌ರವರ ನಿಘಂಟು ಕೆಲವರಿಗೆ ವರ್ಷಗಳ ನಂತರ ಎಲ್ಲರಿಗೂ ದೊರೆಯುವುದು ಕಷ್ಟವಾಯಿತು. ಆಗ ಮದ್ರಾಸು ವಿಶ್ವವಿದ್ಯಾನಿಲಯದ ಕನ್ನಡ ವಿಭಾಗದವರು ನಾಲ್ಕು ಸಂಪುಟಗಳಲ್ಲಿ ಪ್ರಕಟಿಸಿದರು.

❖ ಫರ್ಡಿನೆಂಡ್ ಕಿಟ್ಟೆಲ್‌ರವರು ಕನ್ನಡ-ಇಂಗ್ಲಿಷ್ ನಿಘಂಟನ್ನು ಮಾತ್ರವಲ್ಲದೆ ಕೇಶಿರಾಜನ ಶಬ್ದ ಮಣಿ ದರ್ಪಣ ವನ್ನು 1871ರಲ್ಲಿ ಪರಿಷ್ಕರಿಸಿ ಪ್ರಕಟಿಸಿದರು.

❖ ಮಕ್ಕಳ ದೃಷ್ಟಿಯಿಂದ ಕಿಟ್ಟೆಲ್‌ರವರು ಪಂಚತಂತ್ರ ಎಂಬುದನ್ನು ಸಂಪಾದಿಸಿ ಕೊಡುಗೆಯಾಗಿ ನೀಡಿದರು.

❖ ಇವರು "ಕನ್ನಡ ಕಾವ್ಯ ಮಾಲೆ" ಎಂಬ ಕವನ ಸಂಗ್ರಹವನ್ನು ಸಹ ಪ್ರಕಟಿಸಿದ್ದಾರೆ.

❖ ಇವರು ಇಂಗ್ಲಿಷ್‌ನಲ್ಲಿ ಸುಮಾರು 19 ಲೇಖನಗಳನ್ನು ಬರೆದಿದ್ದು, ಅವುಗಳೆಲ್ಲವೂ 1871–1899 ರಲ್ಲಿ "ಇಂಡಿಯನ್ ಆಂಟಿಕ್ವೆರಿ" ಎಂಬ ಪತ್ರಿಕೆಯಲ್ಲಿ ಪ್ರಕಟವಾಗಿವೆ.

❖ ಇವರು ಬರೆದ :ಗ್ರಾಮರ್ ಆಫ್ ದಿ ಕನ್ನಡ ಲಾಂಗ್ವೇಜ್" ಎಂಬುದು ಕೊನೆಯ ಕೃತಿಯಾಗಿದೆ.

ನಿಧನ :

ಜರ್ಮನಿಯಲ್ಲಿ ಜನಿಸಿ, ಭಾರತಕ್ಕೆ ಬಂದು ಕರ್ನಾಟಕದಲ್ಲಿ ನೆಲೆನಿಂತು ಕನ್ನಡ ಕಲಿತು ಕನ್ನಡದ ಬಗ್ಗೆ ಅಪಾರವಾದ ಪ್ರೀತಿ–ವಿಶ್ವಾಸ ಹೊಂದಿ ತಮ್ಮ ಜೀವಿತದ ಅಂತ್ಯದವರೆಗೂ ಕನ್ನಡಕ್ಕಾಗಿ ಜೀವನವನ್ನೇ ಮುಡುಪಾಗಿರಿಸಿದ್ದ ಫರ್ಡಿನೆಂಡ್ ಕಿಟ್ಟೆಲ್‌ರವರು 1903 ರಲ್ಲಿ ಜರ್ಮನಿಯಲ್ಲಿ ನಿಧನರಾದರು. ಪಾಶ್ಚಾತ್ಯದವರಾದರೂ ಕನ್ನಡ ಭಾಷೆಯ ಬಗ್ಗೆ ಅಪಾರವಾದ ಗೌರವವನ್ನು ಇಟ್ಟುಕೊಂಡಿದ್ದ ಕಿಟ್ಟೆಲ್‌ರವರು ನಿಜಕ್ಕೂ ಒಬ್ಬ ಶ್ರೇಷ್ಠ ವ್ಯಕ್ತಿಯೇ ಹೌದು!

49. ಅರವಿಂದ ಘೋಷ್ (1872 – 1950)

ತತ್ವಶಾಸ್ತ್ರಜ್ಞ

ಕಿರು ಪರಿಚಯ :

ಅರವಿಂದ ಘೋಷ್‌ರವರು ಪ್ರಖ್ಯಾತ ತತ್ವಜ್ಞಾನಿಗಳಲ್ಲೊಬ್ಬರು. ಇವರು ಸುಮಾರು 14 ವರ್ಷಗಳ ಕಾಲ ಮ್ಯಾಂಚೆಸ್ಟರ್, ಲಂಡನ್, ಕೇಂಬ್ರಿಡ್ಜ್‌ಗಳಲ್ಲಿ ಅಧ್ಯಯನ ಮಾಡಿ ಇಂಗ್ಲಿಷ್, ಲ್ಯಾಟಿನ್, ಗ್ರೀಕ್, ಮುಂತಾದ ಭಾಷೆಗಳಲ್ಲಿ

ಅದ್ವಿತೀಯವಾದ ಪಾಂಡಿತ್ಯವನ್ನು ಪಡೆದರು. ಇಷ್ಟಕ್ಕೆ ಮಾತ್ರ ಅವರ ಕಾರ್ಯ ಚಟುವಟಿಕೆ ಸೀಮಿತವಾಗಿರಲಿಲ್ಲ. ಸಾಹಿತ್ಯ ಕ್ಷೇತ್ರದಲ್ಲಿಯೂ ನಿರಂತರವಾಗಿ ಸೇವೆ ಸಲ್ಲಿಸಿದ ಪ್ರಮುಖ ಕವಿಗಳೂ ಹೌದು!

ಜನನ ಮತ್ತು ಬಾಲ್ಯ :

ಅರಿಂದ ಘೋಷ್ ಅವರು ದಿನಾಂಕ 15ನೇ ಆಗಸ್ಟ್ 1872 ರಂದು ಬಂಗಾಳದಲ್ಲಿ ಜನಿಸಿದರು. ಇವರ ತಂದೆ ಕೃಷ್ಣ ಧನ ಘೋಷ್. ಇವರ ತಾಯಿ ಸ್ವರ್ಣಲತಾದೇವಿ. ಅರವಿಂದ್ ಅವರು 7 ವರ್ಷದ

ಬಾಲಕನಾಗಿದ್ದಾಗಲೇ ವಿದ್ಯಾಭ್ಯಾಸದ ಹಂಬಲದಿಂದ ಇಂಗ್ಲೆಂಡಿಗೆ ತೆರಳಿದರು. ಇವರು ದೇಶಭಕ್ತರು ಮಾತ್ರವಲ್ಲದೆ ಸಾಹಿತಿಗಳೂ ಆಗಿದ್ದು, ಸ್ವಾತಂತ್ರ್ಯ ಚಳವಳಿಯಲ್ಲಿ ಭಾಗವಹಿಸಿದ್ದರು.

ವಿದ್ಯಾಭ್ಯಾಸ :

ಅರವಿಂದ ಘೋಷ್ ಅವರು ತಂದೆಯ ಬಯಕೆಯಂತೆ ಐ.ಎ.ಎಸ್.

ಪರೀಕ್ಷೆಯಲ್ಲಿ ಉತ್ತೀರ್ಣರಾದರು. ಆದರೆ ಆ ಪದವಿ ನಾನಾ ಕಾರಣಗಳಿಂದ ದೊರೆಯಲಿಲ್ಲ. ಕೇಂಬ್ರಿಡ್ಜ್‌ನಲ್ಲಿ ನಿರಂತರವಾಗಿ ವಿದ್ಯಾಭ್ಯಾಸ ಮುಂದುವರಿಸಿ, ಇಂಗ್ಲಿಷ್, ಲ್ಯಾಟಿನ್, ಗ್ರೀಕ್ ಭಾಷೆಗಳಲ್ಲಿ ಪಾಂಡಿತ್ಯವನ್ನು ಪಡೆದುಕೊಂಡರು. 1983 ರಲ್ಲಿ ಭಾರತಕ್ಕೆ ಮರಳಿ ಬಂದು ಗಾಯಕ್‌ವಾಡದ ಮಹಾರಾಜರ ಆಹ್ವಾನದ ಮೇರೆಗೆ ಬರೋಡಾ ಕಾಲೇಜಿನಲ್ಲಿ ಇಂಗ್ಲಿಷ್ ಅಧ್ಯಾಪಕರಾಗಿ ಸೇವೆ ಸಲ್ಲಿಸಿದರು. ಹಾಗೆಯೇ ಕೆಲವು ಕಾಲ ಮಹಾರಾಜರ ಆಪ್ತ ಕಾರ್ಯದರ್ಶಿಯಾಗಿಯೂ ಸೇವೆ ಸಲ್ಲಿಸಿದರು.

ವೈವಾಹಿಕ ಜೀವನ :

ಅರವಿಂದ ಘೋಷ್ 1901ರಲ್ಲಿ ಮೃಣಾಲಿನಿ ಎಂಬ ಕನ್ಯೆಯನ್ನು ವಿವಾಹವಾದರು.

ವೃತ್ತಿ ಜೀವನ ಮತ್ತು ಕಾರ್ಯಸಾಧನೆ :

❖ ಅರವಿಂದ ಘೋಷ್‌ರವರು ಸರಳ ಜೀವನಕ್ಕೆ ಹೆಸರಾದವರು. ತಮ್ಮ ಮಾತೃ ಭಾಷೆಯಾದ ಬಂಗಾಳಿಯತ್ತ ಹೆಚ್ಚು ಒಲವು ತೋರಿಸಿ,

ಬಂಕಿಮ ಚಂದ್ರ, ಮಧುಸೂಧನ ದತ್, ಸ್ವಾಮಿ ವಿವೇಕಾನಂದ, ರವೀಂದ್ರನಾಥ ಠಾಗೂರ್ ಅವರ ಕೃತಿಗಳನ್ನು ಅಧ್ಯಯನ ಮಾಡಿದರು.

❖ ಶ್ರೀರಾಮಕೃಷ್ಣ ಪರಮಹಂಸರ ವಚನಾಮೃತ ಎಂಬ ಗ್ರಂಥವು ಇವರನ್ನು ಹೆಚ್ಚು ಆಕರ್ಷಿಸಿತು. ಅವರ ತತ್ವಗಳನ್ನು ಅನುಸರಿಸಲು ಮುಂದಾದರು.

❖ ಸಂಸ್ಕೃತವನ್ನು ಉನ್ನತ ಮಟ್ಟದಲ್ಲಿ ಅಭ್ಯಸಿಸಿ ಅದರಲ್ಲೂ ಪಾಂಡಿತ್ಯವನ್ನು ಪಡೆದರು. ಘೋಷ್‌ರವರು ಭರ್ತೃಹರಿಯ "ನೀತಿ ಶತಕ", ಕಾಳಿದಾಸನ "ವಿಕ್ರಮೋರ್ವಶೀಯ" ಮುಂತಾದ ಸಂಸ್ಕೃತ ಕೃತಿಗಳನ್ನು ಇಂಗ್ಲಿಷ್ ಭಾಷೆಗೆ ಭಾಷಾಂತರಿಸಿದರು.

❖ ನಂತರದಲ್ಲಿ ವಾಲ್ಮೀಕಿ ರಾಮಾಯಣ, ವ್ಯಾಸರ ಭಾರತದ ಕೆಲವು ಆಯ್ದ ಭಾಗಗಳನ್ನು ಇಂಗ್ಲಿಷ್‌ಗೆ ಅನುವಾದ ಮಾಡಿದರು. ಇದರಿಂದ ಅವರಿಗೆ ಎಲ್ಲೆಡೆ ಗೌರವ ದೊರೆಯಿತು.

❖ ದೇಶದ ಸ್ವಾತಂತ್ರ್ಯ ಚಳವಳಿಯಲ್ಲಿ ಪಾಲುಗೊಳ್ಳಬೇಕೆಂಬ ಆಸೆಯಿದಿಂದ ಉದ್ಯೋಗಕ್ಕೆ ರಾಜಿನಾಮೆ ಸಲ್ಲಿಸಿದರು.

❖ 1901 ರಲ್ಲಿ ನಡೆದ ಕಾಂಗ್ರೆಸ್ ಸಮ್ಮೇಳನದಲ್ಲಿ ಪಾತ್ರ ವಹಿಸಿದ ಅರವಿಂದ ಘೋಷ್‌ರವರು "ಸಂಪೂರ್ಣ ಸ್ವಾತಂತ್ರ್ಯವೇ ಭಾರತದ ಹಕ್ಕು" ಎಂಬ ತೀರ್ಮಾನಕ್ಕೆ ಬಂದು ಸಮ್ಮೇಳನವನ್ನು ಯಶಸ್ವಿಗೊಳಿಸಿದರು.

❖ ಸ್ವಾತಂತ್ರ್ಯ ಚಳುವಳಿಯಲ್ಲಿ ದೇಶ ಸಂಚಾರ ಮಾಡುತ್ತಿದ್ದ ಸಂದರ್ಭದಲ್ಲಿ ಅರವಿಂದ ಘೋಷ್‌ರವರು ಬರೋಡಾದ "ಭಾಸ್ಕರ ಲೀಲೆ" ಎಂಬ ಯೋಗಿಗಳನ್ನು ಸಂಧಿಸಿದರು. ಅವರ ತತ್ವಗಳನ್ನು ಅರಿತುಕೊಂಡ ಅವರು ತಮ್ಮ ಮನಸ್ಸನ್ನು ಆಧ್ಯಾತ್ಮಿಕದತ್ತ ಹರಿಸಿದರು.

❖ ಬಿಪಿನ್ ಚಂದ್ರಪಾಲರು ಪ್ರಕಟಿಸುತ್ತಿದ್ದ "ವಂದೇ ಮಾತರಂ"

ಪತ್ರಿಕೆಗೆ ಸಂಬಂಧಿಸಿದ ಲೇಖನಗಳನ್ನು ಇಂಗ್ಲಿಷ್ ಪತ್ರಿಕೆಗೆ ಬರೆದು ಯುವಕರಲ್ಲಿ ಸ್ವಾತಂತ್ರ್ಯದ ಬಗ್ಗೆ ಅರಿವು ಮೂಡಿಸಿದರು.

❖ ಈ ಲೇಖನಗಳನ್ನು ಕಂಡ ಬ್ರಿಟಿಷರು ಅರವಿಂದ ಘೋಷ್‌ರನ್ನು ಬಂಧಿಸಿ ಕಾರಾಗೃಹ ಶಿಕ್ಷೆಯನ್ನು ವಿಧಿಸಿತು.

❖ ಸೆರೆಮನೆಯಲ್ಲಿಯೇ ಘೋಷ್‌ರವರು ವೇದ–ಉಪನಿಷತ್ತುಗಳನ್ನು ಅಧ್ಯಯನ ಮಾಡಿದರು.

❖ ಸೆರೆಮನೆಯ ಶಿಕ್ಷೆಯನ್ನು ಅನುಭವಿಸಿದ ಅರವಿಂದರು ಇಂಗ್ಲಿಷ್‌ನಲ್ಲಿ ಕರ್ಮಯೋಗಿ ಎಂದೂ, ಬಂಗಾಳಿಯಲ್ಲಿ ಧರ್ಮ ಎಂದು ಸಾಪ್ತಾಹಿಕ ಪತ್ರಿಕೆಯನ್ನು ಆರಂಭಿಸಿದರು.

❖ ದಿನಾಂಕ 4ನೇ ಏಪ್ರಿಲ್ 1910 ರಿಂದ 1950ರ ವರೆಗೂ ಅವರು ಪಾಂಡಿಚೇರಿಯನ್ನು ಬಿಟ್ಟು ಹೋಗದೇ ಅಲ್ಲೇ ಉಳಿದರು.

❖ ದಿನಾಂಕ 24ನೇ ಏಪ್ರಿಲ್ 1920 ರಂದು ಮೇರಿ ರಿಚರ್ಡ್ಸ್ ಎಂಬ ಫ್ರಾನ್ಸ್ ಮಹಿಳೆ ಅರವಿಂದರ ಶಿಷ್ಯೆಯಾಗಿ ಬಂದರು. ಅವರು ಅರವಿಂದಾಶ್ರಮವನ್ನು ಅಭಿವೃದ್ಧಿಗೊಳಿಸಲು ಪ್ರಾರಂಭಿಸಿದರು.

❖ **ಲೇಖನಗಳು** : 1926 ರಲ್ಲಿ ಸುಮಾರು 7 ವರ್ಷಗಳಕಾಲ "ಆರ್ಯ" ಎಂಬ ಪತ್ರಿಕೆಯಲ್ಲಿ ಆದರ್ಶ ಯೋಗ, ಸಾಹಿತ್ಯ ದರ್ಶನ, ದಿವ್ಯ ಜೀವನ ಮುಂತಾದ ವಿಷಯಗಳ ಬಗ್ಗೆ ಅನೇಕ ಲೇಖನಗಳನ್ನು ಬರೆದು ಪ್ರಕಟಿಸಿದರು.

❖ ಸಾವಿತ್ರಿ, ಮಹಾಕಾವ್ಯ, ಯೋಗ ಸಮನ್ವಯ, ಭಾರತೀಯ ಸಂಸ್ಕೃತ ಬುನಾದಿ, ಕಾಳಿದಾಸ, ವ್ಯಾಸ, ವಾಲ್ಮೀಕಿ, ಮಾನವ ಚಕ್ರ ಮುಂತಾದವುಗಳು ಅರವಿಂದ ಘೋಷ್ ಅವರು ರಚಿಸಿದ ಕೃತಿಗಳು.

ನಿಧನ :

ಅರವಿಂದ ಘೋಷ್ ಅವರು ಸಮಾಜ ಸೇವೆ, ಸಾಹಿತ್ಯ ಸೇವೆ ಇವುಗಳಲ್ಲಿ ತಮ್ಮನ್ನು ತಾವು ತೊಡಗಿಸಿಕೊಂಡವರು. ದಿನಾಂಕ 5ನೇ ಡಿಸೆಂಬರ್ 1950 ರಲ್ಲಿ ಇಹಲೋಕ ತ್ಯಜಿಸಿದರು.

50. ಮಹರ್ಷಿ ಶ್ರೀ ರಮಣರು (1879 – 1950)

ಪೂರ್ಣ ವೈರಾಗ್ಯದ ಸಾಕಾರ ಮೂರ್ತಿ

ಕಿರು ಪರಿಚಯ :

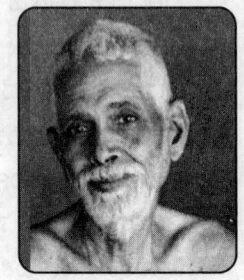

"ನಾನು" ಎಂಬುದು ಹೋದಾಗಲೇ ಚಿತ್ತವು ಪರಿಶುದ್ಧವಾಗುವುದು, ಈ ಜಡ ದೇಹದ ನಾಶದಿಂದ ಪ್ರತಿಕ್ಷಣಕ್ಕೂ ಮನಸ್ಸಿನ ಅಂತರಾಳದಲ್ಲಿ ಅಡಕಗೊಂಡಿರುವ "ನಾನು" ಎಂಬುದು ನಾಶವಾಗದ ಹೊರತು ಉದ್ಧಾರವಾಗಲು ಸಾಧ್ಯವಿಲ್ಲ! ಶ್ರೀ ರಮಣರು ಅರುಣಾಚಲದಲ್ಲಿ ಆಧ್ಯಾತ್ಮಿಕ ಸಾಧನೆಯನ್ನು ವಿಶೇಷವಾಗಿ ಆಚರಿಸಿದವರು. ಅರುಣಾಚಲದ ಪರಮೇಶ್ವರನನ್ನು ಪ್ರಾರ್ಥಿಸಿದ ಶ್ರೀ ರಮಣರು "ಪರಮೇಶ್ವರ ನಿಜ ಸತ್ಯದ ಬೆಳಕನ್ನು ತೋರಿ ರಕ್ಷಿಸು" ಎಂದು ಬೇಡುತ್ತಾ ಅಲ್ಲಿಯೇ ಹಲವಾರು ವರ್ಷಗಳ ಕಾಲ ನಿಂತರು. ಅಲ್ಲಿಯೇ ಆಧ್ಯಾತ್ಮ ಸಿದ್ಧಿಯನ್ನು ಪಡೆದು ಭಾರತೀಯ ಆಧ್ಯಾತ್ಮಿಕ ಪರಂಪರೆಯನ್ನು ಉದ್ದೀಪನಗೊಳಿಸಿದ ಮಹಾನ್ ಚೇತನ ಶ್ರೀ ರಮಣರು.

ಜನನ ಮತ್ತು ಬಾಲ್ಯ :

ಶ್ರೀ ರಮಣರು ದಿನಾಂಕ 30ನೇ ಡಿಸೆಂಬರ್ 1879 ರಲ್ಲಿ ತಮಿಳುನಾಡಿನ ತಿರುಚಳ್ಳಿಯಲ್ಲಿ ಜನಿಸಿದರು. ಇವರ ತಂದೆ ಧಾರ್ಮಿಕ ಪ್ರವೃತ್ತಿಯನ್ನು ಹೊಂದಿದ ಸುಂದರಂ ಅಯ್ಯರ್. ಇವರ ತಾಯಿ ಅಳಗಮ್ಮಾಳ್. ಶ್ರೀ ರಮಣರಿಗೆ ಬಾಲ್ಯದಲ್ಲಿ ಪಾಠ ಕಲಿಯುವಿಕೆ, ಆಟಗಳಿಗಿಂತ ಹೆಚ್ಚು ಗಮನ ಆಧ್ಯಾತ್ಮಿಕ, ಧಾರ್ಮಿಕ ವಿಷಯಗಳ ಕಡೆ ಹೆಚ್ಚು ಆಸಕ್ತಿ ಇದ್ದಿತು. ಶ್ರೀ ರಮಣರು ಇವುಗಳೆಲ್ಲದರ ಜೊತೆ ಅಗಾಧವಾದ ಶಕ್ತಿ, ಭಕ್ತಿ, ನಿಷ್ಠೆ ಇವುಗಳನ್ನು ಮೈಗೂಡಿಸಿಕೊಂಡಿದ್ದರು. ಅವರು ಯಾವ ವಿಷಯವನ್ನು ಸುಲಭವಾಗಿ ಒಪ್ಪುತ್ತಿರಲಿಲ್ಲ. ಪ್ರತಿಯೊಂದು ವಿಚಾರವನ್ನು ಅತ್ಯಂತ ಕುತೂಹಲದಿಂದ ವೀಕ್ಷಿಸುತ್ತಿದ್ದರು.

ಕಾರ್ಯಸಾಧನೆ :

❖ ಶ್ರೀ ರಮಣರು ತಮ್ಮ ಬಾಲ್ಯದಲ್ಲಿ ಉಂಟಾದ ಮೃತ್ಯು ಭಯವನ್ನು ಭಯವನ್ನಾಗಿ ಸ್ವೀಕರಿಸದೆ ಅದರ ಹಿಂದಿರುವ ಸತ್ಯವನ್ನು ಅರಿಯಬೇಕೆಂದು ದೃಢನಿರ್ಧಾರ ಕೈಗೊಂಡರು.

❖ ಶ್ರೀ ರಮಣರು ಅರುಣಾಚಲದಲ್ಲಿ ಆಧ್ಯಾತ್ಮ ಸಾಧನೆಯನ್ನು ಪ್ರಾರಂಭಿಸಿದರು. ಪೂರ್ಣ ವೈರಾಗ್ಯದ ಸಾಕಾರ ಮೂರ್ತಿಯಾಗಿ ಅರುಣಾಚಲದ ಪರಮೇಶ್ವರನ ವಿಶೇಷವಾಗಿ ಪ್ರಾರ್ಥಿಸತೊಡಗಿದರು. ಹಲವಾರು ವರ್ಷಗಳ ಕಾಲ ಅಂತರಂಗ ಶೋಧನೆಯ ತಪಸ್ಸನ್ನು ಆಚರಿಸಿ ಸಿದ್ಧಿಯನ್ನು ಪಡೆದರು.

❖ **ಕರ್ಮಫಲ :** ಶ್ರೀ ರಮಣರು ಸೃಷ್ಟಿಕರ್ತನಾದ ಭಗವಂತನ ಆಜ್ಞೆ ಹಾಗೂ ತಮ್ಮ ತಮ್ಮ ಕರ್ಮಾನುಗಳಿಗನುಸಾರವಾಗಿ ಕರ್ಮಫಲ ದೊರೆಯುತ್ತದೆ. ಕರ್ಮವು ಆದಿ–ಅಂತ್ಯಗಳಿಂದ ಕೂಡಿದ್ದು, ಅದು ಆನಂದವನ್ನು ಕೊಡುವುದಿಲ್ಲ. ಮಾಡುವ ಪ್ರತಿಯೊಂದು ಕೆಲಸವೂ ಅದು ಪರಮೇಶ್ವರನಿಗೆ ಸೇರಿದ್ದು ಎಂದು ಅರಿತು ಮಾಡಿದಾಗ ಮಾತ್ರ ಅದರಿಂದ ಚಿತ್ತ ಶುದ್ಧಿಯಾಗಿ ಸತ್ಫಲಗಳು ಉಂಟಾಗುತ್ತವೆ.

❖ ಶ್ರೀ ರಮಣರು ಹೇಳಿದ ಪ್ರತಿಯೊಂದು ವಾಕ್ಯದಲ್ಲೂ ಚಿತ್ತಶುದ್ಧಿಗಾಗಿಯೇ ಇರುತ್ತದೆ. ಯಾವಾಗ ಚಿತ್ತ ಶುದ್ಧಿಯಾಗಿತ್ತದೆಯೋ ಆಗ ಮಾತ್ರ ಮಾನವ ಮೋಕ್ಷ ಪಡೆಯಲು ಸಾಧ್ಯ.

❖ ಶ್ರೀ ರಮಣರು ಅತ್ಯಂತ ಸರಳ ಜೀವನವನ್ನು ನಡೆಸುತ್ತಿದ್ದರು. ಶ್ರೀ ಸಾಮಾನ್ಯರ ಜೊತೆಯಲ್ಲಿಯೇ ಬೆರೆಯುತ್ತಿದ್ದರು. ಎಲ್ಲರಲ್ಲೂ ಪ್ರೀತೀ, ವಿಶ್ವಾಸ, ನಂಬಿಕೆಗಳನ್ನು ಇಟ್ಟುಕೊಂಡವರು.

❖ ಮಮತೆ, ಅನುಕಂಪ, ಸಹಾನುಭೂತಿ, ಸಹಾಯ ಮುಂತಾದ ಸ್ವಭಾವಗಳನ್ನು ಹೊಂದಿದವರು.

❖ ಶ್ರೀ ರಮಣರು ಅರುಣಾಚಲದ ಪ್ರಶಾಂತವಾದ ತಾಣದಲ್ಲಿ ತಮ್ಮ

ಜೀವನ ಸಾಗಿಸಿ, ಮೌನ ಮಹರ್ಷಿಯಾಗಿದ್ದುಕೊಂಡೇ ತಮ್ಮ ಆಧ್ಯಾತ್ಮಿಕ ಚೈತನ್ಯದ ಪ್ರಭಾವವನ್ನು ಇಡೀ ವಿಶ್ವಕ್ಕೇ ಬೀರಿದರು.

❖ ಶ್ರೀ ರಮಣರ ಮೌನ ಸಂದೇಶ ಇಡೀ ವಿಶ್ವದ ಜನರನ್ನು ಸೂರೆಗೊಂಡು ಜನಮನದಲ್ಲಿ ಅಗಾಧವಾದ ಹೃದಯ ಪರಿವರ್ತನೆಯನ್ನು ಉಂಟುಮಾಡಿತು. ಇದರಿಂದ ಜನರು ಶಾಂತಿಯಿಂದ, ದುಃಖ ದುಮ್ಮಾನಗಳಿಂದ ದೂರ ಸರಿದರು.

❖ ಶ್ರೀ ರಮಣರ ನುಡಿಗಳು ಆಧ್ಯಾತ್ಮ ಜ್ಞಾನತ್ವದ ನಿಖರತೆಯನ್ನು ಸಾದರ ಪಡಿಸುತ್ತದೆ. ಪಾಶ್ಚಾತ್ಯರಿಗೂ ಅವರ ನುಡಿ, ನಡತೆ, ಸಹನೆ ತುಂಬಾ ಮೆಚ್ಚುಗೆಯಾಗಿ ಪ್ರಶಂಸೆಗಳಿಸಿದರು.

❖ ಶ್ರೀ **ರಮಣರು ಗುರುವಾಗಿ :** ಜೀವನ ಎಂದರೇನು? ಜೀವನದಲ್ಲಿ ಯಾವುದಕ್ಕಾಗಿ ಜೀವಿಸಿರಬೇಕು? ಯಾವ ರೀತಿ ಬದುಕಬೇಕು? ನಾನು, ನನ್ನದು ಎಂಬುದರಿಂದ ದೂರವಿದ್ದು ಕಾರ್ಯಸಾಧನೆಯತ್ತ ಗಮನ ಹರಿಸಬೇಕು ಎದು ಎಲ್ಲದರಲ್ಲೂ ಯಶಸ್ಸು ತರುತ್ತದೆ ಎಂಬುದನ್ನು ತಿಳಿಸಿದರು.

❖ ಶ್ರೀ ರಮಣರು ಆಧ್ಯಾತ್ಮಿಕ ತತ್ವ ವಿಚಾರವನ್ನು ಅತ್ಯಂತ ಸರಳ ಹಾಗೂ ಸುಲಭವಾಗಿಯೂ ಅರ್ಥವಾಗುವಂತೆ ವಿವರಿಸಿದ್ದಾರೆ. ಜನಸಾಮಾನ್ಯರಲ್ಲಿ ಆ ತತ್ವ ಶಾಶ್ವತವಾಗಿ ನೆಲೆಯೂರುವಂತೆ ಪ್ರೇರಣಾಶಕ್ತಿಯಾಗಿದ್ದರು.

❖ ನಾನೆಂಬ ಅಹಂಕಾರವನ್ನು ತೊರೆದು, ನಿಸ್ವಾರ್ಥತೆಯಿಂದ ಬದುಕಬೇಕು. ಬಾಹ್ಯಾಚಾರ, ಆಚಾರಗಳಿಂದ ಸಾಧನೆ ಸಾಧ್ಯವಿಲ್ಲ ಎನ್ನುತ್ತಾರೆ ಶ್ರೀ ರಮಣರು.

❖ ಮನಸ್ಸನ್ನು ಸದಾ ಹಿಡಿತದಲ್ಲಿಟ್ಟುಕೊಳ್ಳಬೇಕು. ಚಂಚಲ ಸ್ವಭಾವವನ್ನು ಹೊಂದಿರುವ ಮನಸ್ಸನ್ನು ಏಕಾಗ್ರತೆಯಿಂದ ಬಂಧಿಸಿ ಕಾರ್ಯಕ್ಕೆ ತೊಡಗಬೇಕು. ಮನಸ್ಸಿನ ಪರಿವರ್ತನೆಯಿಂದಲೇ ಎಲ್ಲವೂ ಸಾಧ್ಯವೆಂದು ಶ್ರೀ ರಮಣರು ಪದೇ ಪದೇ ಹೇಳುತ್ತಿದ್ದರು.

ನಿಧನ :

ಮಾನವರಿಗೆ ಧಾರ್ಮಿಕ ಗುರುಗಳಾಗಿ, ಮನಸ್ಸನ್ನು ದುಷ್ಟ ಬುದ್ಧಿಗಳಿಂದ ಹೊರಹಾಕಿ ಬಾಳಬೇಕೆಂದು ಸಾರಿದ ಶ್ರೀ ರಮಣರು ದಿನಾಂಕ 14ನೇ ಏಪ್ರಿಲ್ 1950 ರಂದು ವಿಧಿವಶರಾದರು.

51. ವಿನೋಬಾ ಭಾವೆ (1895 – 1982)

ಭೂದಾನ ಚಳವಳಿಯ ಪಿತಾಮಹ

ಕಿರು ಪರಿಚಯ :

ವಿನೋಬಾ ಭಾವೆ ಅವರ ಪೂರ್ವ ಹೆಸರು ವಿನಾಯಕ ನರಸಿಂಹ ಭಾವೆ. ಭೂದಾನ ಚಳವಳಿಯ ಸೃಷ್ಟಿಕರ್ತರೆಂದೇ ಪ್ರಖ್ಯಾತರಾದ ವಿನೋಬಾ ಭಾವೆ ವಿದ್ಯಾಭ್ಯಾಸದ ನಂತರ ಎರಡು ಗುರಿಗಳನ್ನು ಹೊಂದಿದ್ದರು. ಮೊದಲನೆಯದಾಗಿ ಆತ್ಮಶೋಧನೆ ಮಾಡಿಕೊಳ್ಳುವುದು. ಎರಡನೆಯದಾಗಿ ಬಂಗಾಳದ ಉಗ್ರಗಾಮಿಗಳ ಜೊತೆ ಸೇರಿ ತಾಯ್ನಾಡನ್ನು ದಾಸ್ಯ ವಿಮೋಚನೆಗೆ ಪ್ರಯತ್ನಿಸುವುದು. ಭಾರತದ ಸಾಮಾಜಿಕ–ಆರ್ಥಿಕ–ಸಾಹಿತ್ಯಿಕ–ಧಾರ್ಮಿಕ–ರಾಜಕೀಯ ಕ್ಷೇತ್ರಗಳಿಗೆ ವಿಶೇಷ ಕೊಡುಗೆ ನೀಡಿದ ಸರ್ವೋದಯ ಮುಖಂಡರೂ ಹೌದು!

ಜನನ ಮತ್ತು ಬಾಲ್ಯ :

ವಿನೋಬಾ ಭಾವೆ ಅವರು 11ನೇ ಸೆಪ್ಟೆಂಬರ್ 1895 ರಲ್ಲಿ ಮಹಾರಾಷ್ಟ್ರದ ಕೋಲಾಬ ಜಿಲ್ಲೆಯ ಗಗೋಡದಲ್ಲಿ ಜನಿಸಿದರು. ಇವರ ತಂದೆ ನರಹರಿ ಶಂಭು ರಾವ್. ತಾಯಿ ರುಕ್ಮಿಣಿ ಬಾಯಿ. ಪ್ರಾರಂಭದಿಂದಲೂ ಇವರ ತಾಯಿ ರುಕ್ಮಿಣಿ ಬಾಯಿಯವರೇ ವಿನೋಬಾ ಅವರ ಮೇಲೆ ಪರಿಣಾಮಕಾರಿಯಾದ ಪ್ರಭಾವ ಬೀರಿದವರಾಗಿದ್ದರು. ಇವರ ಸಹೋದರರಲ್ಲಿ ವಿನಾಯಕರವರು ಹಿರಿಯರು.

ವಿದ್ಯಾಭ್ಯಾಸ :

ಭಾವೆ ಅವರು ಬರೋಡದಲ್ಲಿ ವಿದ್ಯಾಭ್ಯಾಸ ಮಾಡಿ, ಮೆಟ್ರಿಕ್ಯುಲೇಷನ್ ಪರೀಕ್ಷೆಯಲ್ಲಿ ಉನ್ನತ ಶ್ರೇಣಿಯಲ್ಲಿ ತೇರ್ಗಡೆಯಾದರು. ನಂತರ ಅವರು ಕಾಶಿಗೆ ತೆರಳಿ ಸಂಸ್ಕೃತ ಅಧ್ಯಯನ ಮಾಡಿ ಹಲವಾರು ಭಾಷೆಗಳಲ್ಲಿ ಪಾಂಡಿತ್ಯವನ್ನು ಪಡೆದುಕೊಂಡರು.

ಅವರ ವ್ಯಕ್ತಿತ್ವದ ಮತ್ತೊಂದು ವಿಶೇಷತೆಯೆಂದರೆ ಇಂಗ್ಲಿಷ್, ಉರ್ದು, ಮರಾಠಿ, ಜರ್ಮನ್, ಫ್ರೆಂಚ್, ಅರೇಬಿಕ್, ಪರ್ಷಿಯನ್ ಹೀಗೆ ನಾನಾ ಭಾಷೆಗಳ ಮೇಲೆ ಪ್ರಭುತ್ವವನ್ನು ಪಡೆದುಕೊಂಡಿದ್ದರು. ಇವುಗಳಲ್ಲದೆ, ಧಾರ್ಮಿಕ ಗ್ರಂಥಗಳನ್ನು ಸಹ ಅಧ್ಯಯನ ಮಾಡುತ್ತಿದ್ದರು. ಆಶ್ರಮವಾಸಿಗಳಿಗೆ ವಿಧಿಸಿದ್ದ ಮತಾಚರಣೆಗಳನ್ನು ಕಟ್ಟುನಿಟ್ಟಾಗಿ ಪಾಲಿಸುತ್ತಿದ್ದರು. ವೇದ, ಉಪನಿಷತ್ತು, ಬ್ರಹ್ಮಸೂತ್ರ ಇವುಗಳನ್ನು ಆಳವಾಗಿ ಅಧ್ಯಯನ ಮಾಡಿದ್ದರು. ಇದರಿಂದ ಅವರಿಗೆ "ಆಚಾರ್ಯ ವಿನೋಬಾ ಭಾವೆ" ಎಂಬ ಹೆಸರು ಬಂದಿತು.

ರಾಜಕೀಯ ಜೀವನ ಮತ್ತು ಕಾರ್ಯಸಾಧನೆ :

- 1921ರಲ್ಲಿ ವಾರ್ಧಾದಲ್ಲಿ ನಡೆದ ಮದ್ಯಪಾನ ವಿರೋಧ ಚಳಿವಳಿಯ ಮುಖಂಡತ್ವವನ್ನು ವಹಿಸಿದ್ದರು.
- ದಂಡಿ ಸತ್ಯಾಗ್ರಹದಲ್ಲಿ ಭಾಗವಹಿಸಿ ಸೆರೆಮನೆ ವಾಸವನ್ನು ಅನುಭವಿಸಿದರು.
- 1921 ರಲ್ಲಿ "ಪೌನಾರ್‌ಧಾಮ್" ಆಶ್ರಮವನ್ನು ಸ್ಥಾಪಿಸಿದರು. ಇವರಿಗೆ ದಾನಿಗಳು ನೀಡಿದ ಪವನಾರ್‌ನಲ್ಲಿದ್ದ ಬಂಗಲೆಯನ್ನೇ ಇದಕ್ಕೆ ಉಪಯೋಗಿಸಿದರು. ಅವರು ತಮ್ಮ ಜೀವನದ ಹೆಚ್ಚು ಅವಧಿಯನ್ನು ಇಲ್ಲಿಯೇ ಕಳೆದರು.
- ಹೆಣ್ಣುಮಕ್ಕಳಿಗೆ ವೇದಾಧ್ಯಯನ ಮಾಡಲು ಸಕಲ ಸೌಲಭ್ಯಗಳನ್ನು ಒದಗಿಸಿದರು.
- ನೂರಾರು ಸ್ವಯಂಸೇವಕರನ್ನು ಸತ್ಯಾಗ್ರಹ ಚಳವಳಿಯಲ್ಲಿ

ಭಾಗವಹಿಸಲು ವಿನೋಬಾ ಭಾವೆಯವರು ಕಾಣಿಕೆಯಾಗಿ ನೀಡಿದರು.

- 1951ರಲ್ಲಿ ವಿನೋಬಾ ಭಾವೆಯವರು ಆಂಧ್ರಪ್ರದೇಶದ ತೆಲಂಗಾಣಕ್ಕೆ ಭೇಟಿ ನೀಡಿ ಹರಿಜನರಿಗೆ ಜಮೀನ್‌ದಾರ್‌ರಿಂದ ಭೂಮಿಯನ್ನು ಕೊಡಿಸಿಕೊಟ್ಟರು. ಜಮೀನ್‌ದಾರ್‌ರಿಂದ ಭೂಮಿಯನ್ನು ಪಡೆದ ಫಲಾನುಭವಿಗಳು, ಭೂರಹಿತ ನಿರ್ಗತಿಕರಿಗೆ ಹಂಚುವ ಸಲುವಾಗಿ ಭೂದಾನ ಚಳವಳಿಗೆ ಸಂಬಂಧಪಟ್ಟಂತೆ ರೂಪುರೇಷೆಗಳನ್ನು ರಚಿಸಿದರು. ಅಂದಿನಿಂದ ಅವರು ಭಾರತದೆಲ್ಲೆಡೆ ಸಂಚರಿಸಿ, ನೂರಾರು ಹಳ್ಳಿಗಳಿಗೆ ನಿರಂತರವಾಗಿ ಭೇಟಿನೀಡಿ ಜಮೀನ್ದಾರರಿಂದ ಸಂಗ್ರಹಿಸಿದ ಜಮೀನನ್ನು ಭೂರಹಿತರಿಗೆ ಹಂಚಿದರು.
- ಈ ಸಂದರ್ಭದಲ್ಲಿ ಜಯಪ್ರಕಾಶ ನಾರಾಯಣ ಅವರೂ ಕೂಡ ಈ ಕಾರ್ಯಕ್ರಮದಲ್ಲಿ ವಿನೋಬಾ ಭಾವೆಯವರಿಗೆ ಸಹಕರಿಸಿದರು.
- **ಗೋಹತ್ಯೆ ವಿರೋಧ :** ವಿನೋಬಾ ಭಾವೆಯವರ ಪ್ರಮುಖ ಕಾರ್ಯಸಾಧನೆಗಳಲ್ಲಿ ಚಂಬಲ್ ಕಣಿವೆಯ ಡಕಾಯಿತರ ಮನಸ್ಸನ್ನು ಪರಿವರ್ತನೆಗೊಳಿಸುವುದು, ಗೋಹತ್ಯೆ ವಿರೋಧಕ್ಕೆ ಚಳವಳಿ ನಡೆಸುವುದು, ಹರಿಜನರು ದೇವಾಲಯಗಳಿಗೆ ಪ್ರವೇಶಿಸುವ ಹಕ್ಕನ್ನು ನೀಡುವ ಸಲುವಾಗಿ ಕಾರ್ಯಕ್ರಮಗಳನ್ನು ರೂಪಿಸಿದರು. ಇದಲ್ಲದೆ ಅವರು ರಾಜ್ಯ-ರಾಜ್ಯಗಳ ನಡುವೆ ಉಂಟಾದ ಭಾಷಾ ವಿವಾದಗಳನ್ನು ಸಹ ಪರಿಹರಿಸಲು ಪ್ರಯತ್ನಿಸಿದರು.
- ಆರ್ಥಿಕ, ಸಾಮಾಜಿಕ, ಧಾರ್ಮಿಕ, ರಾಜಕೀಯ ಕ್ಷೇತ್ರಗಳಿಗೆ ವಿಶಿಷ್ಟ ಕೊಡುಗೆಗಳನ್ನು ನೀಡಿ "ಸರ್ವೋದಯ ಮುಖಂಡ" ಎಂಬ ಬಿರುದನ್ನು ಪಡೆದುಕೊಂಡರು.
- ವಿನೋಬಾ ಭಾವೆಯವರು ವೈವಾಹಿಕ ಜೀವನಕ್ಕೆ ಮಾರು ಹೋಗದೆ ಆಜೀವ ಬ್ರಹ್ಮಚಾರಿಯಾಗಿಯೇ ಉಳಿದಿದ್ದರು.

ನಿಧನ :

ದಿನಾಂಕ 15ನೇ ನವೆಂಬರ್ 1982ರಲ್ಲಿ ಭೂದಾನ ಚಳವಳಿಯ ಆಶಾಕಿರಣ ಭಾವೆ ಅವರದ್ದೇ ಆದ ಪೌನಾರ್ ಆಶ್ರಮದಲ್ಲಿ ನಿಧನರಾದರು. 1983ರಲ್ಲಿ ಅವರಿಗೆ ಮರಣೋತ್ತರವಾಗಿ "ಭಾರತ ರತ್ನ" ಪ್ರಶಸ್ತಿಯನ್ನು ನೀಡಿ ಗೌರವಿಸಲಾಯಿತು.

25. ಹೆಚ್. ನರಸಿಂಹಯ್ಯ (1920 – 2005)

ಉತ್ತಮ ಅಧ್ಯಾಪಕ – ದಕ್ಷ ಆಡಳಿತಗಾರ

ಕಿರು ಪರಿಚಯ : ಡಾ. ಹೆಚ್.ಎನ್. ಎಂದೇ ಪ್ರಸಿದ್ಧರಾದ ಹೆಚ್.

ನರಸಿಂಹಯ್ಯನವರ ಪೂರ್ಣ ಹೆಸರು ಹೊಸೂರು ನರಸಿಂಹಯ್ಯ. ಇವರು ದಕ್ಷ ಆಡಳಿತಕ್ಕೆ ಹೆಸರು ವಾಸಿಯಾದವರು. ಸರಳಜೀವಿಯಾಗಿದ್ದ ಇವರು ಸ್ನೇಹಮಯಿ-ವಿಚಾರವಾದಿ ಅಲ್ಲದೆ ಹಾಸ್ಯ ಪ್ರಜ್ಞೆಯನ್ನು ಬೆಳೆಸಿಕೊಂಡವರು. ತಮ್ಮ ಇಡೀ ಜೀವನವನ್ನು ಶಿಕ್ಷಣಕ್ಕೆ ಮೀಸಲಾಗಿರಿಸಿದ್ದರು. ನ್ಯಾಷನಲ್ ಕಾಲೇಜ್, ನ್ಯಾಷನಲ್ ಹೈಸ್ಕೂಲ್, ನ್ಯಾಷನಲ್ ಪ್ರೈಮರಿ ಶಾಲೆಗಳನ್ನೊಳಗೊಂಡಂತೆ ನ್ಯಾಷನಲ್ ಎಜುಕೇಷನ್ ಸೊಸೈಟಿ ಅಭಿವೃದ್ಧಿಯ ರೂವಾರಿಯೂ ಹೌದು! ಹೆಚ್. ನರಸಿಂಹಯ್ಯನವರಿಗೆ ವಿಜ್ಞಾನದಲ್ಲಿ ಅಪಾರ ನಂಬಿಕೆಯಿತ್ತು. ಆದರೆ ಮೂಢ ನಂಬಿಕೆಗಳಿಗೆ ಎಂದಿಗೂ ಮಣಿಯುತ್ತಿರಲಿಲ್ಲ. ಇದಕ್ಕಾಗಿ ಅವರು ನಿರಂತರವಾಗಿ ಹೋರಾಡುತ್ತಿದ್ದರು.

ಜನನ ಮತ್ತು ಬಾಲ್ಯ :

ಡಾ. ಹೆಚ್. ನರಸಿಂಹಯ್ಯನವರು 6ನೇ ಜೂನ್ 1920ರಲ್ಲಿ ಗೌರಿಬಿದನೂರು ತಾಲ್ಲೂಕಿನ ಹೊಸೂರು ಗ್ರಾಮದಲ್ಲಿ ಜನಿಸಿದರು. ಬಡ ಕುಟುಂಬದಲ್ಲಿ ಜನಿಸಿದರೂ ಬುದ್ಧಿವಂತಿಕೆಗೇನೂ ಕಡಿಮೆಯಿರಲಿಲ್ಲ. ಇವರ ತಂದೆ ಹನುಮಂತಪ್ಪ, ತಾಯಿ ವೆಂಕಟಮ್ಮ. ಇವರ ಮಾತೃಭಾಷೆ ತೆಲುಗಾಗಿದ್ದರೂ ಕನ್ನಡವೆಂದರೆ ಅವರಿಗೆ ಅಚ್ಚುಮೆಚ್ಚು. ಶಿಕ್ಷಣ ಕ್ಷೇತ್ರದಲ್ಲಿ ಅಪಾರವಾದ ಸೇವೆ ಸಲ್ಲಿಸಿದ ನರಸಿಂಹಯ್ಯನವರು ಸರಳ ಜೀವನಕ್ಕೂ ಹೆಸರಾದವರು.

ವೃತ್ತಿ ಜೀವನ ಮತ್ತು ಕಾರ್ಯಸಾಧನೆ :

- 1946 ರಲ್ಲಿ ಬೆಂಗಳೂರು ಬಸವನಗುಡಿಯಲ್ಲಿರುವ ನ್ಯಾಷನಲ್ ಕಾಲೇಜಿನಲ್ಲಿ ಭೌತಶಾಸ್ತ್ರದ ಅಧ್ಯಾಪಕರಾಗಿ ವೃತ್ತಿ ಜೀವನ ಪ್ರಾರಂಭಿಸಿದರು.
- 1972 ರಿಂದ 1977 ರವರೆಗೆ ಇವರು ಬೆಂಗಳೂರು ವಿಶ್ವವಿದ್ಯಾಲಯದ ಉಪಕುಲಪತಿಗಳಾಗಿದ್ದರು.
- "ಹೆಚ್.ಎನ್. ನ್ಯಾಷನಲ್ ಎಜುಕೇಷನ್ ಸೊಸೈಟಿ ಆಫ್ ಕರ್ನಾಟಕ" ಇದರ ಅಧ್ಯಕ್ಷರಾಗಿಯೂ ಕಾರ್ಯನಿರ್ವಹಿಸಿದರು.
- 1942 ರಲ್ಲಿ ಸೆಂಟ್ರಲ್ ಕಾಲೇಜಿನಲ್ಲಿ ವ್ಯಾಸಂಗ ಮಾಡುತ್ತಿದ್ದಾಗ, ಗಾಂಧೀಜಿಯವರು ಮೊದಲು ನಡೆಸಿದ ಕ್ವಿಟ್ ಇಂಡಿಯಾ ಸ್ವಾತಂತ್ರ್ಯ ಚಳವಳಿಯಲ್ಲಿ ಭಾಗವಹಿಸಿದರು.
- ಅಮೆರಿಕದ ಓಹಿಯೋ ರಾಜ್ಯ ವಿಶ್ವವಿದ್ಯಾಲಯದಲ್ಲಿ 3 ವರ್ಷಗಳ ಕಾಲ ನಿರಂತರ ಅಭ್ಯಾಸ ಮಾಡಿ ನ್ಯೂಕ್ಲಿಯರ್ ಫಿಸಿಕ್ಸ್‌ಗೆ ಸಂಬಂಧಿಸಿದಂತೆ 1960 ರಲ್ಲಿ ಡಾಕ್ಟರೇಟ್ ಪದವಿಯನ್ನು ಪಡೆದರು.
- ಅಮೆರಿಕದ ಸದರನ್ ವಿಶ್ವವಿದ್ಯಾಲಯದಲ್ಲಿ ಒಂದು ವರ್ಷ ಸಂದರ್ಶಕ ಪ್ರಾಧ್ಯಾಪಕರಾಗಿದ್ದರು.
- **ಗೌರವ – ಪ್ರಶಸ್ತಿಗಳು :**
- ಡಾ. ಹೆಚ್. ನರಸಿಂಹಯ್ಯನವರ ನಿರಂತರ ಸೇವೆಯನ್ನು ಗುರುತಿಸಿ ಅವರಿಗೆ ಕರ್ನಾಟಕ ರಾಜ್ಯ ಪ್ರಶಸ್ತಿ ದೊರೆಯಿತು.
- ಭಾರತ ಸರ್ಕಾರದ ಪದ್ಮ ಭೂಷಣ ಪ್ರಶಸ್ತಿ,
- ಗುಲ್ಬರ್ಗ ವಿಶ್ವವಿದ್ಯಾಲಯದ ಗೌರವ ಡಾಕ್ಟರೇಟ್ ಪ್ರಶಸ್ತಿ,

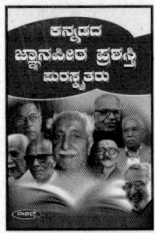

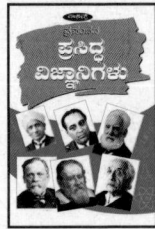

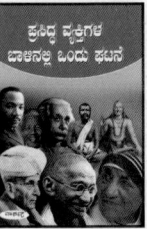

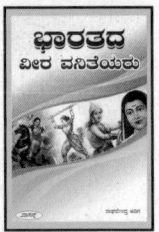

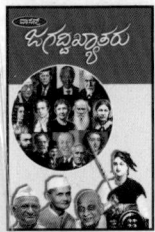

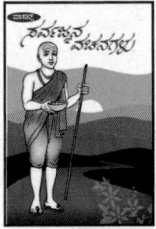

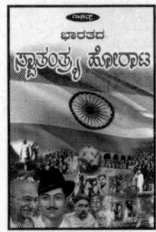

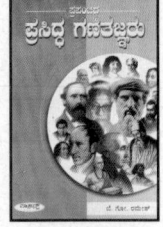

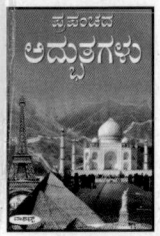

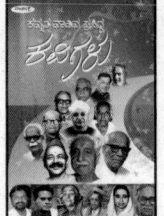

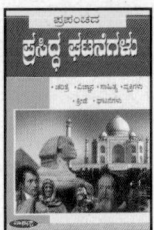

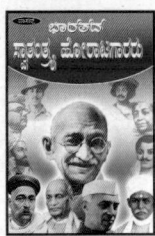

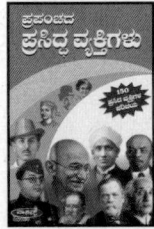

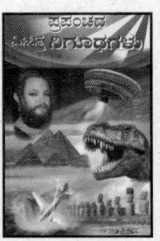

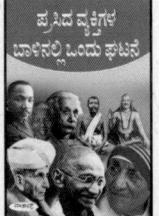

ISBN 978-93-5026-360-0
9 789350 263600

ವಾಸನ್ ಪಬ್ಲಿಕೇಷನ್ಸ್

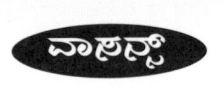

ವಾಸನ್ಸ್

ಭಾರತದ

ಸ್ವಾತಂತ್ರ್ಯ ಹೋರಾಟ

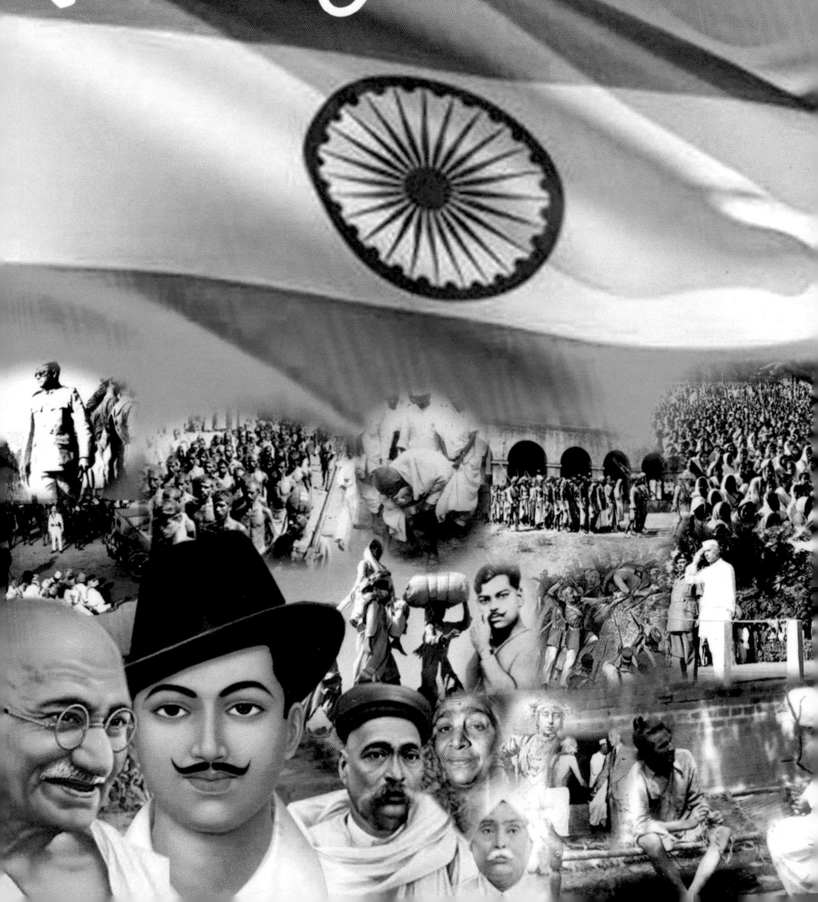

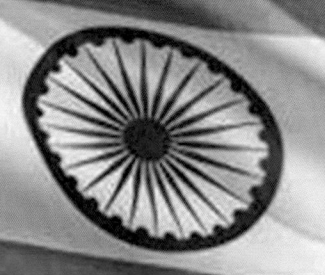

ಭಾರತದ ಸ್ವಾತಂತ್ರ್ಯ ಹೋರಾಟ

ಸಂಪಾದಕರು :

ಜುಬಲ್ ಡಿ. ಕ್ರೂಜ್

 ವಾಸನ್ ಪಬ್ಲಿಕೇಷನ್ಸ್

ಭಾರತದ ಸ್ವಾತಂತ್ರ್ಯ ಹೋರಾಟ

© ವಾಸನ್ ಪಬ್ಲಿಕೇಷನ್ಸ್

ಕನ್ನಡಕ್ಕೆ : ಎನ್. ಕೌಸಲ್ಯಬಾಯಿ

ಪ್ರಥಮ ಮುದ್ರಣ : 2009
ದ್ವಿತೀಯ ಮುದ್ರಣ : 2010
ತೃತೀಯ ಮುದ್ರಣ : 2011
ನಾಲ್ಕನೇ ಮುದ್ರಣ : 2012
ಐದನೇ ಮುದ್ರಣ : 2014
ಆರನೇ ಮುದ್ರಣ : 2017
ಏಳನೇ ಮುದ್ರಣ : 2020
ಎಂಟನೇ ಮುದ್ರಣ : 2022
ಒಂಬತ್ತನೇ ಮುದ್ರಣ : 2024

ಪ್ರಕಾಶಕರು :

ವಾಸನ್ ಪಬ್ಲಿಕೇಷನ್ಸ್

 # 25, ವಾಸನ್ ಟವರ್ಸ್,
ಡಾ॥ ಟಿ.ಸಿ.ಎಂ. ರಾಯನ್ ರಸ್ತೆ (ಗೂಡ್ಸ್‌ಶೆಡ್ ರಸ್ತೆ),
ಬೆಂಗಳೂರು – 560 053
e-mail: vasanpublications@gmail.com
www.mastermindbooks.com

₹ 80/-

ಡಿ.ಟಿ.ಪಿ. :
ಸುಪ್ರಿಂ ಪಾಯಿಂಟ್

ಮುದ್ರಣ :
ಉಮೇಶ್ ಪ್ರಿಂಟರ್ಸ್

ಮುನ್ನುಡಿ

ಭಾರತವನ್ನು ಅವರು ಆಳುವಾಗ, (ಬ್ರಿಟಿಷರು ಬಹಳ ಒಳ್ಳೆಯ ಜನಗಳೆಂದು ನಾನು ಯಾವಾಗಲೂ ಯೋಚಿಸುತ್ತಿದ್ದೆ. ಏಕೆಂದರೆ ನನ್ನ ಅಜ್ಜ ಹಾಗೂ ಮುತ್ತಜ್ಜಂದಿರು ಅವರಿಗಾಗಿ ಕೆಲಸ ಮಾಡಿದ್ದರು. ಸ್ವಾತಂತ್ರ್ಯದ ಹೋರಾಟದ ಬಗ್ಗೆ ಒಂದು ಪುಸ್ತಕವನ್ನು ಬರೆದುಕೊಡಿ ಎಂದು ಪ್ರಕಾಶಕರು ನನ್ನನ್ನು ಕೇಳುವವರೆಗೂ, ಬ್ರಿಟಿಷರ ವಿಚಾರವಾಗಿ ನನಗೆ ಏನೂ ತಿಳಿದಿರಲಿಲ್ಲ ಏಕೆಂದರೆ ನಾನು ಆ ಕಾಲದಲ್ಲಿ ಜನಿಸಿರಲಿಲ್ಲ.

ಪುಸ್ತಕ ಬರೆಯಲು ವಿಷಯ ಸಂಗ್ರಹಿಸುವುದು ಅಷ್ಟು ಸುಲಭದ ಕೆಲಸವಾಗಿರಲಿಲ್ಲ. ಆದರೆ ಒಮ್ಮೆ ನಾನು ಬರೆಯಲು ಪ್ರಾರಂಭಿಸಿದ ಕೂಡಲೆ, ನನ್ನ ಲೇಖನಿಗೆ ವಿರಾಮವೇ ಇರಲಿಲ್ಲ.

ಸ್ವಾತಂತ್ರ್ಯಕ್ಕಾಗಿ ಭಾರತದ ಹೋರಾಟವು ಬಹಳ ವಿಸ್ತಾರವಾದದ್ದು ಹಾಗೂ ದಣಿವಾಗುವಂತದ್ದು. ಆದರೆ ಈ ಹೋರಾಟದ ಮುಖಾಂತರ, ರಾಷ್ಟ್ರಪತಿ ಮಹಾತ್ಮಗಾಂಧಿಯವರು ಅಷ್ಟು ಬಲವಾಗಿ ನಂಬಿದ್ದ ಅಹಿಂಸೆಯ ತತ್ವ ಮತ್ತು ಮಾದರಿಯು ಬೆಳಕಿಗೆ ಬಂದಿತು. ಅದು ವಿಶ್ವಕ್ಕೆ ಒಂದು ಉದಾಹರಣೆಯಾಯಿತು ಹಾಗೂ ಬ್ರಿಟಿಷರ ಆಳ್ವಿಕೆಯ ದಬ್ಬಾಳಿಕೆಯಿಂದ ತನ್ನ ಸ್ವಾತಂತ್ರ್ಯವನ್ನು ಗಳಿಸಲು ಭಾರತಕ್ಕೆ ಸಹಾಯ ಮಾಡಿತು.

ಹೋರಾಟವು ಅದರ ಬಗ್ಗೆ ತನ್ನದೇ ಆದ ಉತ್ಕೃಷ್ಟತೆಯನ್ನು ಹೊಂದಿದೆ. ಅದು ಮಹಾನ್ ಭಾರತದ ನಾಗರಿಕತೆಯನ್ನು ರಾಷ್ಟ್ರವ್ಯಾಪಿ ರಾಜ್ಯವನ್ನಾಗಿ ಬದಲಾಯಿಸಿದ್ದು ಅಲ್ಲದೆ, ದೊಡ್ಡ ದೊಡ್ಡ ಜನಪ್ರಿಯ ಚಳುವಳಿಗಳಿಗೆ ಹೆಗ್ಗುರುತುಗಳು (bench marks) ತಿಳಿಯಾಗುವಂತೆ ಮಾಡಿತು. ಅದು ಪರದೇಶಿಯರ ಆಳ್ವಿಕೆಯ ವಿರುದ್ಧ ಹೋರಾಟವೂ ಅಲ್ಲದೆ, ಅಜ್ಞಾನದ ವಿರುದ್ಧ ನೈತಿಕ ಅಂದೋಲವು ಸಹ ಆಗಿತ್ತು. ಇದು ಪರದೇಶದ ಮತ್ತು ಭಾರತದ ರಾಜರುಗಳಿಬ್ಬರ ವಿರುದ್ಧವಾಗಿಯೂ ಮಾರ್ಗ ನಿರ್ದೇಶನ ಮಾಡುತ್ತಿತ್ತು. ಹತ್ತೊಂಬತ್ತನೆ ಶತಮಾನದಲ್ಲಿ ರಾದಯೋಗ್ಯ ಹಿಂಸೆಗೆ ಅವ್ಯವಸ್ಥಿತ

ಪ್ರತಿಕ್ರಿಯೆಯ ಹರಡಿದ್ದೇ, ವರುಷಗಳ ನಂತರ ಇತ್ತೀಚಿನ ಚರಿತ್ರೆಯಲ್ಲಿ ಮಹಾತ್ಮಗಾಂಧಿಯವರ ನೇತೃತ್ವದ ಕೆಳಗೆ, ಕಷ್ಟವಾದ ಸಾಮೂಹಿಕ ಚಳುವಳಿಗಳಲ್ಲಿ ಒಂದರಂತೆ ವಿಕಸಿತವಾಯಿತು. ಅವರ ಸರಿಸಾಟಿಯಿಲ್ಲದ ಆಯುಧಗಳಾದ ಸತ್ಯ ಮತ್ತು ಅಹಿಂಸೆಯು ಬ್ರಿಟಿಷರ ವಿರುದ್ಧ ಹೋರಾಡಲು ವಿನಯಶೀಲ ಭಾರತೀಯರನ್ನು ಸಶಕ್ತಗೊಳಿಸಿತು.

ಸ್ವಾತಂತ್ರ್ಯದ ಬಗ್ಗೆ ನಮ್ಮಲ್ಲಿ ಪ್ರತಿಯೊಬ್ಬರೂ ಬೇರೆ ಬೇರೆ ಅಭಿಪ್ರಾಯಗಳನ್ನು ಹೊಂದಿದ್ದರೂ, ನಮಗೆ ಅದನ್ನು ಮುಖ್ಯವಾಗಿ, ಒಪ್ಪಬೇಕೆಂದೇನೂ ಇಲ್ಲ. ನಮ್ಮ ಸಂವಿಧಾನದಲ್ಲಿ ತಿಳಿಸಿರುವಂತೆ, ನಾವು ಬಹುಮುಖ್ಯ ಹಕ್ಕುಗಳನ್ನು ಅನುಭವಿಸುತ್ತೇವೆ. ವಾಕ್‌ಸ್ವಾತಂತ್ರ್ಯ, ಅಭಿಪ್ರಾಯವನ್ನು ವ್ಯಕ್ತಪಡಿಸುವ ಸ್ವಾತಂತ್ರ್ಯ ವಿದ್ಯಾಭ್ಯಾಸವನ್ನು ಪಡೆಯುವ ಹಾಗೂ ಇನ್ನೊಬ್ಬರಿಗೆ ಕೊಡುವ ಹಕ್ಕು, ಮುಂತಾದವುಗಳು. ಸ್ವಾತಂತ್ರ್ಯವನ್ನು ಆಚರಿಸುವುದು ಕೇವಲ ಒಂದು ದಿನಕ್ಕೆ ಮಾತ್ರ ಸೀಮಿತವಾಗಬಾರದು. ವರ್ಷದ 365 ದಿನಗಳಲ್ಲಿಯೂ ಅದನ್ನು ಆಚರಿಸಬೇಕು.

ನನ್ನ ಮಡದಿ ಶರ್ಲಿಯು ನಾನು ಈ ಪುಸ್ತಕ ಬರೆಯಲು ನನಗೆ ಸಹಾಯ ಮಾಡಿದ್ದಕ್ಕೂ ಹಾಗು ನನ್ನ ಮಗಳು ಶ್ವೇತಾ ಶಾಲೆಯಲ್ಲಿ ಇದೇ ವಿಷಯದ ಬಗ್ಗೆ ತಾನು ಕಲಿತ ಮಾಹಿತಿಯನ್ನು ನನಗೆ ತಿಳಿಸಿದ್ದಕ್ಕೂ ಅನೇಕ ವಂದನೆಗಳು.

ಆದ್ದರಿಂದ, ಭಾರತದ ಮಣ್ಣಿನ ಮಕ್ಕಳೇ, ನಾವು ನಮ್ಮ ಸ್ವಾತಂತ್ರ್ಯವನ್ನು ಆಚರಿಸಿ, ನಮ್ಮ ದೇಶದ ಚರಿತ್ರೆಯನ್ನು ಹೆಮ್ಮೆಯಿಂದ ಹಿಂದುರಿಗಿ ನೋಡೋಣ. ಸ್ವಾತಂತ್ರ್ಯ ದಿನಾಚರಣೆಯು ಮುಗಿದು ಹೋದ ಮೇಲೂ ಸಹ, ದೇಶಭಕ್ತಿಯು ಎಂದಿಗೂ ನಂದಿಹೋಗಬಾರದೆಂಬ ದೃಢ ಪ್ರತಿಜ್ಞೆಯಿಂದ ನಮ್ಮ ಪ್ರಮುಖ ನಾಯಕರು ಮಾಡಿರುವ ಅಪರಿಮಿತ ತ್ಯಾಗವನ್ನು ಸಹ ನೆನೆಯೋಣ.

ಭಾರತದ ಸ್ವಾತಂತ್ರ್ಯಕ್ಕಾಗಿ ಹೋರಾಡುತ್ತ ತಮ್ಮ ಜೀವನಗಳನ್ನು ಬಲಿಕೊಟ್ಟ ನಮ್ಮ ಎಲ್ಲಾ ಸ್ವಾತಂತ್ರ್ಯ ಹೋರಾಟಗಾರರಿಗೆ ನಾನು ಈ ಪುಸ್ತಕವನ್ನು ಸಮರ್ಪಿಸುತ್ತಿದ್ದೇನೆ. ಅವರ ಆತ್ಮಗಳಿಗೆ ಚಿರಶಾಂತಿ ದೊರಕಲಿ.

- ಜುಬೆಲ್ ಡಿ. ಕ್ರೂಜ್

ಪರಿವಿಡಿ

1. ಭಾರತದಲ್ಲಿ ಬ್ರಿಟಿಷರು (ಆಂಗ್ಲರು)

ಮಕ್ಕಳೆ, ಭಾರತವು ಹೇಗೆ ತನ್ನ ಸ್ವಾತಂತ್ರ್ಯವನ್ನು ಪಡೆಯಿತು ಎಂಬುದನ್ನು ತಿಳಿಯಲು ಬಯಸುವಿರಾ? ಒಳ್ಳೆಯದು, ಅದು ಒಂದು ದೊಡ್ಡ ಕಥೆ. ಓದುತ್ತಾ ಹೋದಂತೆ ನಿಮಗೆ ಸತ್ಯವು ತಿಳಿಯುವುದು. ಮೋಹನದಾಸ ಕರಮಚಂದ ಗಾಂಧಿ, ಲಾಲ ಲಜಪತರಾಯ್, ವಿನಾಯಕ ದಾಮೋದರ ಸಾವರ್ಕರ್ ಹಾಗೂ ಇನ್ನು ಅನೇಕ ಕ್ರಾಂತಿಕಾರರು ಬ್ರಿಟಿಷರ ವಿರುದ್ಧ ಯುದ್ಧ ಮಾಡದ ಹೋಗಿದ್ದರೆ, ನಾವು ಇನ್ನೂ ಬ್ರಿಟಿಷ್ ಆಡಳಿತದ ನಿರಂಕುಶಾಧಿಕಾರದ (ಬಲಾತ್ಕಾರದ) ಕೆಳಗೆ ವಾಸಿಸುತ್ತಿದ್ದೆವು.

ನಿಜವಾಗಿಯೂ ಸ್ವಾತಂತ್ರ್ಯದ ಹೋರಾಟವು 19ನೇ ಶತಮಾನದ ದ್ವಿತೀಯಾರ್ಧದಲ್ಲಿಯೆ ಪ್ರಾರಂಭವಾಯಿತು. ಕ್ರಿ.ಶ. 1600ರಲ್ಲಿ ಬ್ರಿಟಿಷರು ವ್ಯಾಪಾರಿಗಳಾಗಿ ಬಂದು ಕಲ್ಕತ್ತಾದಲ್ಲಿ ಈಸ್ಟ್ ಇಂಡಿಯಾ ಕಂಪನಿಯನ್ನು ಪ್ರಾರಂಭಿಸಿದರು. ಸಾಕಷ್ಟು ಆರ್ಥಿಕ ನಷ್ಟ ಹಾಗೂ ತಮ್ಮ ಕಂಪನಿಯನ್ನು ಸ್ಥಾಪಿಸಲು ಕಲ್ಕತ್ತ ಅಷ್ಟು ಸರಿಯಾದ (ಒಳ್ಳೆಯ) ಸ್ಥಳವಲ್ಲವೆಂದು ತಿಳಿದು, ತಮ್ಮ ನೆಲೆಯನ್ನು ಗುಜರಾತಿನ ಸೂರತ್‌ಗೆ ಬದಲಾಯಿಸಿದರು. ಇಲ್ಲಿಯೂ ಸಹ ಆ ಜಾಗವು ಅವರಿಗೆ ಸೂಕ್ತವಾಗಿರಲಿಲ್ಲ. ಕೊನೆಯದಾಗಿ, ಅವರು ಸಮುದ್ರತೀರಕ್ಕೆ ಹತ್ತಿರವೆಂದು ಬೊಂಬಾಯಿಗೆ ಸ್ಥಳಾಂತರಿಸಿದರು. ಬೊಂಬಾಯಿಯಲ್ಲಿ, ಅವರು ಜನಗಳಿಗೆ ಕೆಲಸ ಹಾಗೂ ಇತರೆ ಆಮಿಷಗಳನ್ನು ತೋರಿಸಿ ಅವರ ಜೊತೆ ಬೆರೆಯಲು ಪ್ರಾರಂಭಿಸಿದರು. ಅವರಿಗೆ ಕೊಡುವ ಸಂಬಳವು (ಕೂಲಿಯು) ಕಡಿಮೆ ಇತ್ತು. ಆದಾಗ್ಯೂ, ಬೊಂಬಾಯಿನ ಜನಗಳಿಗೆ ಬ್ರಿಟಿಷರ ಬಳಿ ಕೆಲಸ ಮಾಡುವುದನ್ನು ಬಿಟ್ಟರೆ ಬೇರೆ ದಾರಿಯೇ ಇರಲಿಲ್ಲ.

ಜನಗಳನ್ನು ಕೆಲಸಕ್ಕೆ ಸೇರಿಸಿಕೊಂಡ ಮೇಲೆ, ಆಂಗ್ಲರು ಅವರನ್ನು ತಮ್ಮ ಧರ್ಮಕ್ಕೆ ಮತಾಂತರಗೊಳಿಸಲು ಪ್ರಾರಂಭಿಸಿದರು. ಅವರು ಜನಗಳಿಗಾಗಿ ಚರ್ಚುಗಳನ್ನು ಸಹ ಕಟ್ಟಿಸಿದರು. ಕಡೆಗೆ, ಇವರುಗಳು ಭಾರತದ ಬೇರೆ ಬೇರೆ

ಭಾಗಗಳಿಗೆ ಹೋಗಿ, ಅಲ್ಲಿಯ ಹಿಂದೂಗಳು, ಮುಸ್ಲಿಮರು, ಪಾರ್ಸಿಗಳು ಹಾಗೂ ಸಿಖ್ ಧರ್ಮಿಯರನ್ನು ಮತಾಂತರಗೊಳಿಸಲು ಶುರುಮಾಡಿದರು.

ಸಂಕ್ಷಿಪ್ತದಲ್ಲಿ, ಭಾರತಕ್ಕೆ ವ್ಯಾಪಾರಿಗಳಾಗಿ ಬಂದ ಬ್ರಿಟಿಷರು, ಬೇಗನೆ ಇಲ್ಲಿಯ ಜನಗಳನ್ನು ಶೋಷಿಸಿ ಮತಾಂತರಗೊಳಿಸುವುದರಲ್ಲಿ ನಿರತರಾದರು.

ಕ್ರಿ.ಶ. 1707 ಇಸವಿಯಲ್ಲಿ, ಮೊಘಲ್ ಚಕ್ರವರ್ತಿ ಔರಂಗಜೇಬನು ಮರಣ ಹೊಂದಿದಾಗ, ಬ್ರಿಟಿಷರು ಮೋಘಲ್ ಚಕ್ರಾಧಿಪತ್ಯದ ಅವನತಿಯ ಹೆಜ್ಜೆಯಲ್ಲಿ ಪ್ರಮುಖವಾದ ಪಾತ್ರವಹಿಸಿ, ತಮ್ಮ ಸ್ವಂತ ರಾಜಕೀಯ ಪ್ರಭಾವದ ಏಳ್ಗೆಗಾಗಿ ಶಾಶ್ವತವಾದ ನೆಲೆಯನ್ನು ಸ್ಥಾಪಿಸಲು ನಿರ್ಧರಿಸಿದರು.

ಔರಂಗಜೇಬನ ಉತ್ತರಾಧಿಕಾರಿಗಳು ಬಹಳ ಬಲಹೀನರಾದ ಕಾರಣ ಅವರು ಬ್ರಿಟಿಷರನ್ನು ಎದುರಿಸಲು (ಸೋಲಿಸಲು) ಸಾಧ್ಯವಾಗಲಿಲ್ಲ. ಏಕೆಂದರೆ ಬ್ರಿಟಿಷರು ಬಹಳ ಶಕ್ತಿಶಾಲಿಗಳು ಮತ್ತು ಅವರಿಗಾಗಿ ಯುದ್ಧಮಾಡಲು ಬೇಕಾದಷ್ಟು ಜನಗಳನ್ನು ಹೊಂದಿದ್ದರು.

1739ರಲ್ಲಿ ನಾದಿರ್‌ಶಾಹನ ಧ್ವಂಸಮಾಡುವ ಆಕ್ರಮಣವು, ಮೊಘಲ್ ಚಕ್ರಾಧಿಪತ್ಯಕ್ಕೆ ದೊಡ್ಡ ಪೆಟ್ಟನ್ನು ಕೊಟ್ಟಿತು. ಎಂಟು ವರ್ಷಗಳ ನಂತರ, ಇನ್ನೊಬ್ಬ ಮೊಘಲ್ ಚಕ್ರವರ್ತಿ ಅಹಮದ್‌ಶಾಹನು ಆಫ್ಘಾನಿಸ್ತಾನದಲ್ಲಿ ಒಂದು ರಾಜ್ಯವನ್ನು ಸ್ಥಾಪಿಸಿ, ಭಾರತದ ಮೇಲೆ ಅನೇಕ ಆಕಸ್ಮಿಕ ದಾಳಿಗಳನ್ನು ಮಾಡಿದನು. ಮರಾಠರ ಏಕೈಕ ಶಕ್ತಿಯೊಂದೆ ಈಗ ಈ ಭಯಂಕರ ಸೈನ್ಯದಿಂದ ಭಾರತವನ್ನು ಉಳಿಸಬಹುದಾಗಿತ್ತು. 1758ರಲ್ಲಿ ಆಫ್ಘನ್ನರನ್ನು ಭಾರತದಿಂದ ಹೊಡೆದೋಡಿಸಿದ ಮೇಲೆ, ಅವರು ಲಾಹೋರನ್ನು ವಶಪಡಿಸಿಕೊಂಡರು. ಆದರೆ ಕೆಟ್ಟ ದಿನಗಳು ಹತ್ತಿರವಿದ್ದವು. ಅಹಮದ್‌ಶಾಹನು 1759ರಲ್ಲಿ ಪಂಜಾಬನ್ನು ಕೈವಶ ಮಾಡಿಕೊಂಡನು. 1761ರಲ್ಲಿ ಪಾಣಿಪತ್ತಿನಲ್ಲಿ ಮರಾಠ ಸೈನ್ಯವನ್ನು ಎದುರಿಸಿದನು.

ಇದರ ಮಧ್ಯೆ 1757ರಲ್ಲಿ ಬ್ರಿಟಿಷ್ ಸರ್ಕಾರವು ಬಂಗಾಳವನ್ನು ವಶಪಡಿಸಿಕೊಂಡಿತು. ಬಂಗಾಳದ ನವಾಬ ಸಿರಾಜ್-ಉದ್-ದೌಲ್ಲನು ಅಷ್ಟು ಯೋಗ್ಯ (ಶಕ್ತಿಶಾಲಿ) ರಾಜನಾಗಿರಲಿಲ್ಲ. ಈಸ್ಟ್ ಇಂಡಿಯಾ ಕಂಪನಿಯ

ಅಧಿಕಾರಿ ರಾಬರ್ಟ್ ಕ್ಲೈವನು, ನವಾಬ ಮುಖ್ಯ ಸೈನ್ಯಾಧಿಕಾರಿ ಮಿರ್‌ಜಾಫರನ ಹತ್ತಿರ ಒಳಸಂಚು (ಪಿತೂರಿ) ನಡೆಸಿದನು. ರಾಜದ್ರೋಹಿಯಾದ ಮಿರ್ ಜಾಫರನು ಕೇವಲ ಇನಾಮುಗಳನ್ನು ಪಡೆಯಲೆಂದೇ ಬ್ರಿಟಿಷರ ಪಕ್ಷ ವಹಿಸುತ್ತಿದ್ದನು.

1757 ಜೂನ್ 23ರ ಪಾರ್ಸಿ ಕಂದನದಲ್ಲಿ ಸಿರಾಜ್-ಉದ್-ದೌಲ್ಲನು ಸೋಲಿಸಲ್ಪಟ್ಟನು. ಈ ಯುದ್ಧವು ಬ್ರಿಟಿಷರನ್ನು ಬಂಗಾಳದ ನಿಜವಾದ ರಾಜರನ್ನಾಗಿ ಮಾಡಿತು.

ಅವರು ಮಿರ್‌ಜಾಫರನನ್ನು ವಜಾಮಾಡಿ, ಅವನ ಅಳಿಯ ಮಿರ್‌ಖಾಸಿಂನನ್ನು ನಾವಬನನ್ನಾಗಿ ಮಾಡಿದರು. ಆದರೆ ಮಿರ್‌ಜಾಫರನು ತನ್ನ ಹಕ್ಕನ್ನು (ಅಧಿಕಾರವನ್ನು) ದೃಢವಾಗಿ ಕೇಳಿದ ಕೂಡಲೆ, ಅವನನ್ನು ಸೋಲಿಸಿದರು. ಅವನು ಅವಧ್‌ನ ನವಾಬನ ಹತ್ತಿರ ಓಡಿಹೋದನು. ನವಾಬನು ಮೊಘಲ್ ಚಕ್ರವರ್ತಿ ಶಹಆಲಮ್‌ನ ಸಹಾಯದಿಂದ ಬಂಗಾಳಕ್ಕೆ ಮುತ್ತಿಗೆ ಹಾಕಿದನು. ಆದರೆ ಸೋತುಹೋಗಿ ಬ್ರಿಟಿಷರ ಒಂದು ಒಪ್ಪಂದಕ್ಕೆ ಬಲವಂತವಾಗಿ ಸಹಿ ಹಾಕಬೇಕಾಯಿತು.

ಪ್ಲಾಸಿ ಕದನದ ನಂತರ ನೂರು ವರುಷಗಳ ಅವಧಿಯಲ್ಲಿ ಕೇವಲ ಬ್ರಿಟಿಷ್ ಸಾಮ್ರಾಜ್ಯದ ವಿಸ್ತರಣೆಯನ್ನು ಅಲ್ಲದೆ ಪಾಶ್ಚಾತ್ಯ ಭಾವನೆಗಳು ಮತ್ತು ಸಂಸ್ಕೃತಿಯು ಹರಡುವುದನ್ನು ಕಾಣಬೇಕಾಯಿತು.

ರಾಬರ್ಟ್ ಕ್ಲೈವ್‌ನ ನಿರ್ಗಮನದ ನಂತರ 1772ರಲ್ಲಿ ವಾರನ್ ಹೇಸ್ಟಿಂಗ್ಸನು ಬಂಗಾಳದ ಗವರ್ನರಾಗಿ (ರಾಜ್ಯಪಾಲ) ನೇಮಿಸಲ್ಪಟ್ಟನು. ನಂತರ, ಅವನು ಭಾರತದ ಮೊದಲನೆ ಗವರ್ನರ್ ಜನರಲ್ ಆದನು.

ವಾರನ್‌ಹೇಸ್ಟಿಂಗ್ಸನು ಒಂದು ವ್ಯವಸ್ಥೆಯನ್ನು ಪ್ರಾರಂಭಿಸಿದನು. ಇದರ ಪ್ರಕಾರ ಭೂಕಂದಾಯವನ್ನು ಹರಾಜು ಮಾಡಲಾಗುತ್ತಿತ್ತು. ಹರಾಜಿನಲ್ಲಿ ಯಾರು ಅತಿ ಹೆಚ್ಚು ಬೆಲೆಗೆ ಕೊಳ್ಳುತ್ತಿದ್ದರೋ, ಅವರು 5 ವರ್ಷಗಳ ಅವಧಿಯವರೆಗೆ ಕಂದಾಯ ವಸೂಲು ಮಾಡುವುದೆಂದು ತೀರ್ಮಾನವಾಯಿತು. ಇದರ ಪರಿಣಾಮ ಎಲ್ಲವನ್ನು ನಾಶಗೊಳಿಸುವಂತಿತ್ತು. ತಾತ್ಕಲಿಕ

ಭೂ ಒಡೆಯನು ತನ್ನ ಅಧಿಕಾರದ ಅವಧಿಯಲ್ಲಿ ಬೇಕಾದಷ್ಟು ಹಣವನ್ನು ಮಾಡಿಕೊಳ್ಳಬಹುದಾಗಿತ್ತು. ಅವನು ಬಡರೈತರನ್ನು ಯಾವಾಗಲೂ ಹಿಂಸಿಸುತ್ತಿದ್ದನು. ಭೂಮಿಯಲ್ಲಿ ಅಥವಾ ಕಂದಾಯದಲ್ಲಿ ಯಾವುದೇ ಒಂದು ಸುಧಾರಣೆಯನ್ನು ಮಾಡುತ್ತಿರಲಿಲ್ಲ. ವಾರನ್ ಹೇಸ್ಟಿಂಗ್ಸ್‌ನ ನಂತರ ಬಂದ ಚಾರ್ಲ್ಸ್‌ಕಾರನ್‌ವಾಲಿಸನು 1786ರಲ್ಲಿ ವಾರ್ಷಿಕ ಆದಾಯದ ಸಂದಾಯದ (ಸಂಬಳದ) ಮೇಲೆ ಜಮೀನುದಾರರ ಜೊತೆ ಶಾಶ್ವತವಾದ ಭೂಕಂದಾಯದ ತೀರ್ಮಾನವನ್ನು ಮಾಡಿದನು. ಈ ಕಠೋರ ವ್ಯವಸ್ಥೆಯಿಂದ ರೈತರು ಬಹಳ ಕಷ್ಟ ಅನುಭವಿಸಿದರು.

ಬೇಗನೆ ಅತಿ ಹೆಚ್ಚು ಜನ ರೈತರು ಭೂಮಿಯನ್ನು ಕಳೆದುಕೊಂಡರು. ನಂತರ ಭಾರತದ ಗವರ್ನರ್ ಜನರಲ್ ಆದ ವಿಲಿಯಮ್ ಬೆಂಟಿಂಕನು ಕೆಲವು ಸುಧಾರಣೆಗಳನ್ನು ಕೈಗೊಂಡನು. ಅವನು ಸತಿ ಸಹಗಮನದ ಪದ್ಧತಿಯನ್ನು ರದ್ದುಪಡಿಸಿದನು. (ಒಬ್ಬ ವಿಧವೆಯನ್ನು ಆಕೆಯ ಗಂಡನ ಶವಸಂಸ್ಕಾರದ ಚಿತೆಯ ಜೊತೆಗೆ ಸುಡುವುದು), ವಿಧವಾ ವಿವಾಹ ಪದ್ಧತಿಯನ್ನು ಪ್ರೋತ್ಸಾಹಿಸಿದನು ಹಾಗೂ ಹೆಚ್ಚಿನ ಅರ್ಹತೆಯುಳ್ಳ ಭಾರತೀಯರಿಗೆ ಉದ್ಯೋಗದ ಅವಕಾಶಗಳನ್ನು ಮಾಡಿಕೊಟ್ಟನು. (ಬಾಗಿಲನ್ನು ತೆರೆದನು). ಅವನು ಪರ್ಶಿಯನ್ ಭಾಷೆಯನ್ನು ಕೋರ್ಟ್ ಸ್ಥಾನದಿಂದ ತೆಗೆದುಹಾಕಿದನು. ಈ ಎಲ್ಲಾ ಬದಲಾವಣೆಗಳಲ್ಲಿ, ವಿಲಿಯಮ್ ಬೆಂಟಿಂಕನು ಹೆಚ್ಚಿನ ಭಾರತೀಯರ, ವಿಶೇಷವಾಗಿ ರಾಜಾರಾಮ್ ಮೋಹನ್‌ರಾಯ್‌ರವರಿಂದ ಬೆಂಬಲ ಪಡೆದನು. ವಾಕ್‌ಸ್ವಾತಂತ್ರ್ಯ, ಪತ್ರಿಕಾ ಸ್ವಾತಂತ್ರ್ಯ, ಭೂ ಕಂದಾಯ ದಲ್ಲಿ ಕಡಿತ, ಸೈನ್ಯದ ಭಾರತೀಯತೆ, ಕಾರ್ಯಾಂಗದಿಂದ ನ್ಯಾಯಾಂಗವನ್ನು ಬೇರ್ಪಡಿಸುವುದು ಹಾಗೂ ಕಾನೂನನ್ನು ಕಾಯಿದೆಗೊಳಿಸುವುದು ಈ ಎಲ್ಲಾ ಉದ್ದೇಶಗಳು ರಾಜಾರಾಮ್ ಮೋಹನರಾಯನನ್ನು ಆಧುನಿಕ ಭಾರತದ ನಿರ್ಮಾಣಕಾರರಲ್ಲಿ ಮೊದಲಿಗನನ್ನಾಗಿ ಮಾಡಿತು.

ಪಾಶ್ಚಾತ್ಯ ನಾಗರಿಕತೆಯ ಪ್ರತಿಭಟನೆಯನ್ನು ರಾಜಾರಾಮ್‌ಮೋಹನನು ಪೂರ್ತಿಯಾಗಿ ತಿಳಿದಿದ್ದನು. ಭಾರತದ ಸಾಂಸ್ಕೃತಿಕ ಪರಂಪರೆಯನ್ನು ಬಿಟ್ಟುಕೊಡದೆ ಪಾಶ್ಚಾತ್ಯ ಆಧುನಿಕತೆಯನ್ನು ಸಮಗೊಳಿಸುವಂತಹ ಒಂದು

ನವೀನ ತತ್ವಶಾಸ್ತ್ರದ ಅವಶ್ಯಕತೆಯನ್ನು ಕಂಡುಕೊಂಡನು. ಅವನು ಆಗಸ್ಟ್ 20, 1828ರಲ್ಲಿ ಬ್ರಹ್ಮಸಮಾಜವೆಂಬ ಒಂದು ಸಂಘವನ್ನು ಸ್ಥಾಪಿಸಿದನು. ಅದು ಜಾತ್ಯಾತೀತತೆಯನ್ನು ನಂಬಿತ್ತು. ಅಂದರೆ, ಎಲ್ಲಾ ಧರ್ಮಗಳ ಸಮಾನತೆ ಹಾಗೂ ಒಂದು ಪರಮಶ್ರೇಷ್ಠ, ಸ್ವರೂಪಹೀನವಾದ ಅಸ್ತಿತ್ವದ ಪೂಜೆ. ಲಾರ್ಡ್ ವಿಲಿಯಮ್ ಬೆಂಟಿಂಕನಂತೆ, ಸತಿಪದ್ಧತಿಯನ್ನು ರದ್ದುಗೊಳಿಸಿದ್ದು ಅವನ ಅತ್ಯಂತ ದೊಡ್ಡ ಸಾಧನೆ (ಮಹತ್ಕಾರ್ಯ)

ದೇವೇಂದ್ರನಾಥ ಟಾಗೋರ್, ಕೇಶವ್ ಚಂದ್ರಸೇನ್ ಮತ್ತು ಈಶ್ವರ್‌ಚಂದ್ರ ವಿದ್ಯಾಸಾಗರರು ಈ ಸಂಘದ ಸದಸ್ಯರು.

1809ರಲ್ಲಿ, ಬ್ರಿಟಿಷರು ಪಂಜಾಬಿನ ಮಹಾರಾಜಾ ರಣಜಿತ್‌ಸಿಂಹನ ಜೊತೆ ಒಂದು ಒಪ್ಪಂದಕ್ಕೆ ಸಹಿಹಾಕಿದರು. ಆದರೆ 1839ರಲ್ಲಿ ರಣಜಿತ್‌ಸಿಂಹನ ಮರಣದ ನಂತರ, ಕೂಡಲೆ ಅವರು ಪಂಜಾಬಿಗೆ ಮುತ್ತಿಗೆಹಾಕಿ ಅದನ್ನು ವಶಪಡಿಸಿಕೊಂಡರು.

1814 ರಿಂದ 1826ರ ನಡುವೆ ಬ್ರಿಟಿಷರು ಉತ್ತರದಲ್ಲಿ ಗೂರ್ಖರ ಹಾಗೂ ಈಶಾನ್ಯ ದಿಕ್ಕಿನಲ್ಲಿ ಬರ್ಮಿಯರ ವಿರುದ್ಧವಾಗಿ ಅನೇಕ ಯುದ್ಧಗಳನ್ನು ಮಾಡಬೇಕಾಯಿತು. ಅನೇಕ ನಷ್ಟಗಳು ಮತ್ತು ಕೆಲವು ಲಾಭಗಳ ನಂತರ, ಬ್ರಿಟಿಷರು ನೇಪಾಳದ ಗೂರ್ಖರು ಹಾಗೂ ಬರ್ಮಾದ ಬರ್ಮಿಯರ ಜೊತೆ ಶಾಂತಿ ಒಪ್ಪಂದಗಳಿಗೆ ಸಹಿ ಹಾಕಿದರು. 1819-1818ರ ಅವಧಿಯಲ್ಲಿ, ಬ್ರಿಟಿಷ್ ಸಂಸ್ಥಾನಗಳನ್ನೂ ಲೂಟಿ ಮಾಡುತ್ತಿದ್ದ ಅಸಂಪ್ರದಾಯ ಪುಡಾರಿಗಳ ಸೈನ್ಯದ ವಿರುದ್ಧವಾಗಿ ಬ್ರಿಟಿಷರು ಯುದ್ಧಮಾಡಬೇಕಾಯಿತು. ಕೊನೆಗೆ ಬ್ರಿಟಿಷರು ಅವರನ್ನು ಸೋಲಿಸಿದರು. ಇದೇ ಅವಧಿಯಲ್ಲಿ ಪಂಜಾಬಿನ ವಾಯುವ್ಯ ಭಾಗದಲ್ಲಿ, ಸಿಖ್ಖರ ಪ್ರಾಬಲ್ಯವು ಹೆಚ್ಚುತ್ತಿತ್ತು. ಪಂಜಾಬಿನ ಮಹಾರಾಜ ರಣಜಿತ್‌ಸಿಂಹನು ಬಹಳ ಶಕ್ತಿಶಾಲಿಯಾದನು. ಈಗಾಗಲೇ ಬ್ರಿಟಿಷರ ಕೈತುಂಬಾ ಸಮಸ್ಯೆಗಳಿದ್ದು, ರಣಜಿತ್‌ಸಿಂಹನ ಶಕ್ತಿಗೆ ಹೆದರುತ್ತಿದ್ದರು. ಅದೇ ವರುಷವೇ ಭಾರತದ ವಾಯುವ್ಯ ಭಾಗದ ಒಂದು ದೊಡ್ಡಕ್ಷಾಮದಿಂದ ಒಂದು ಮಿಲಿಯಗಿಂತಲೂ ಹೆಚ್ಚು ಜನರು ಮರಣ ಹೊಂದಿದರು. ಆದರೆ ರಣಜಿತ್‌ಸಿಂಹನು ಗತಿಸಿದ ನಂತರ, ಸಿಖ್ಖರಲ್ಲಿ ಒಳಜಗಳವುಂಟಾಯಿತು.

ಬ್ರಿಟಿಷರು ಇದರ ಪ್ರಯೋಜನ ಪಡೆಯಲು ಪ್ರಯತ್ನಿಸಿ, ಮೊದಲನೆ ಆಂಗ್ಲೋ-ಸಿಖ್ ಯುದ್ಧ ಪ್ರಾರಂಭಿಸಿದರು. ಮುಂಬರುವ ಪೀಳಿಗೆಗಳಿಗೆ ಸ್ಫೂರ್ತಿಯ ಉಗಮವಾಗಿ ಸೇವೆ ಸಲ್ಲಿಸಿದ ಅನೇಕ ಕಂತುಗಳಲ್ಲಿ 1857ರಲ್ಲಿ ತಲೆದೋರಿದ ಕ್ರಾಂತಿಯು ಸಹ ಒಂದು. ಅನೇಕರು ಅದನ್ನು ರಾಷ್ಟ್ರೀಯ ಸ್ವಾತಂತ್ರ್ಯದ ಮೊದಲು ಯುದ್ಧವೆಂದು ಪರಿಗಣಿಸುತ್ತಾರೆ.

ಮಾರ್ಚ್ 29, 1857ರಲ್ಲಿ ಒರಿಸ್ಸಾದ ಬಾರಕ್‌ಪೋರಿನಲ್ಲಿ ಒಬ್ಬ ಸಿಪಾಯಿಯು ತನ್ನ ಅಧಿಕಾರಿಗೆ ಹೊಡೆದಾಗ, ಕ್ರಾಂತಿಯ ಚೈತನ್ಯವು ಸ್ಪಷ್ಟವಾಯಿತು. ಯುದ್ಧವು ಪ್ರಾರಂಭವಾಗಿ ಅನೇಕರು ಬಂದೂಕಿಗೆ ಆಹುತಿಯಾದರು. ಈ ಎಲ್ಲಾ ಘಟನೆಗಳ ತಕ್ಷಣದ ಪರಿಣಾಮವಾಗಿ ಈಸ್ಟ್‌ಇಂಡಿಯಾ ಕಂಪನಿಯಿಂದ ಅದಿಕಾರವು ಬ್ರಿಟಿಷ್‌ರಾಣಿಗೆ ಬದಲಾಯಿತು. ಈಗ ಈಸ್ಟ್ ಇಂಡಿಯಾ ಕಂಪನಿಯ ಆಳ್ವಿಕೆಯು ಕೊನೆಗೊಂಡಿತು. ನವೆಂಬರ್ 1858ರಲ್ಲಿ ವಿಕ್ಟೋರಿಯಾ ಮಹಾರಾಣಿಯ ಪ್ರಕಟಣೆಯಿಂದ ಅಧಿಕಾರದ ಹಸ್ತಾಂತರವು ಘೋಷಿಸಲ್ಪಟ್ಟಿತು. ಲಾರ್ಡ್‌ಕ್ಯಾನಿಂಗನು ಭಾರತದ ವೈಸರ್‌ರಾಯ್ ಆದನು. ಹಾಗೂ ಬ್ರಿಟಿಷ್ ಮುಕುಟದ (ರಾಜ್ಯಾಧಿಕಾರದ) ಪ್ರತಿನಿಧಿಯಾಗಿ ಭಾರತವನ್ನು ಆಳಲು ಪ್ರಾರಂಭಿಸಿದನು. ಧಾರ್ಮಿಕ ಸ್ವಾತಂತ್ರ್ಯವು ಸುರಕ್ಷಿತಗೊಳಿಸಲ್ಪಟ್ಟಿತು ಹಾಗೂ ಯಾವುದೇ ಜಾತಿ, ಧರ್ಮ ಅಥವಾ ಬಣ್ಣದ ಭೇದಭಾವವಿಲ್ಲದೆ ಪ್ರಜೆಗಳಿಗೆ ಎಲ್ಲಾ ಸಾರ್ವಜನಿಕ ಕಚೇರಿಗಳು ತೆರೆಯಲ್ಪಟ್ಟವು. ಆದರೆ ಈ ಬದಲಾವಣೆಯಿಂದ ಜನಗಳ ಕಷ್ಟಗಳು ಕೊನೆಗೊಳ್ಳಲಿಲ್ಲ. ಅವರು ಇನ್ನೂ ಶೋಷಣೆಗೆ ಒಳಗಾದರು.

ಬ್ರಿಟಿಷರ ಆಗಮನವು ನಿಜವಾಗಿಯೂ 17ನೇ ಶತಮಾನದ ಮೊದಲ ಭಾಗದಲ್ಲಿಯೇ ಪ್ರಾರಂಭವಾಯಿತು. ಡಿಸೆಂಬರ್ 31, 1600ರಲ್ಲಿ ಇಂಗ್ಲೆಂಡಿನ ರಾಣಿ ಎಲಿಜಬತಳು ಒಂದು ಹೊಸ ವ್ಯಾಪಾರಿ ಕಂಪನಿಗೆ ಗುತ್ತಿಗೆ ಕೊಡುವ, ವ್ಯಾಪಾರಿಗಳ ಬೇಡಿಕೆಗೆ ಒಪ್ಪಿದಳು.

1601 ರಿಂದ 1613ರ ಮಧ್ಯೆ, ಈಸ್ಟ್ ಇಂಡಿಯಾ ಕಂಪನಿಯ ವ್ಯಾಪಾರಿಗಳು ಭಾರತಕ್ಕೆ ಅನೇಕ ಸಮುದ್ರ ಯಾನವನ್ನು ಕೈಗೊಂಡರು. ವಿಲಿಯಮ್ ಹಾಕಿನ್ಸನು 1608ರಲ್ಲಿ ಭಾರತದಲ್ಲಿ ಬ್ರಿಟಿಷ್ ಆಳ್ವಿಕೆಯನ್ನು

ಸ್ಥಾಪಿಸುವ ಅನುಮತಿ ಪಡೆಯಲು ಜಹಂಗೀರ್ ಚಕ್ರವರ್ತಿಯ ಆಸ್ಥಾನಕ್ಕೆ ಬಂದನು. ಜಹಂಗಿರನು ವಿಲಿಯಂ ಹಾಕಿನ್ಸನ ಹೇಳಿಕೆಯನ್ನು ತಳ್ಳಿಹಾಕಿದನು. ಆದರೆ 1614ರಲ್ಲಿ ಮೊದಲನೆ ಜೇಮ್ಸ್ ರಾಜನು ಜಹಂಗಿರನ ಆಸ್ಥಾನಕ್ಕೆ ಸರ್ ಥಾಮಸ್‌ರೋನನ್ನು ಕಳುಹಿಸಿದಾಗ, ಅವನು ಅವನ ಸ್ನೇಹಿತನನ್ನು ಗೆಲ್ಲುವಲ್ಲಿ ಸಫಲನಾದನು. ಕೂಡಲೆ ಭಾರತದಲ್ಲಿ ಬ್ರಿಟಿಷ್ ರಾಜ್ಯವು ಸ್ಥಾಪಿಸಲ್ಪಟ್ಟಿತು ಹಾಗೂ ಯುರೋಪಿನ ಎಲ್ಲಾ ಕಡೆಯಿಂದಲೂ ಆಂಗ್ಲರು ಭಾರತಕ್ಕೆ ಬರಲು ಪ್ರಾರಂಭಿಸಿದರು. 1640ರಲ್ಲಿ ಬ್ರಿಟಿಷ್ ಈಸ್ಟ್ ಇಂಡಿಯಾ ಕಂಪನಿಯು ಮದ್ರಾಸಿನಲ್ಲಿ ಗಡಿಕಾವಲ ಪಡೆಯನ್ನು ಪ್ರಾರಂಭಿಸಿತು. 1661ರಲ್ಲಿ, ಕಂಪನಿಯು ರಾಜಕುಮಾರ ಎರಡನೆ ಚಾರ್ಲ್ಸ್‌ನಿಂದ ಬೊಂಬಾಯಿಯನ್ನು ಪಡೆಯಿತು. ಹಾಗು ಅದನ್ನು ಅಭಿವೃದ್ಧಿ ಹೊಂದುವ ವ್ಯಾಪಾರಿ ಕೇಂದ್ರವಾಗಿ ಪರಿವರ್ತಿಸಿತು. ಆಂಗ್ಲರ ವಸಾಹತುಗಳು ಒರಿಸ್ಸಾ ಮತ್ತು ಬಂಗಾಳ ದಲ್ಲಿಯೂ ಸಹ ಬೆಳೆದವು. ಈಸ್ಟ್ ಇಂಡಿಯಾ ಕಂಪನಿಯ ಏಜೆಂಟನಾದ (ಕಾರ್ಯಕರ್ತನಾದ) ಜೊಬ್‌ಚರ್ನಾಕನು ಬಂಗಾಳದಲ್ಲಿ ಒಂದು ಕಾರ್ಖಾನೆ ಯನ್ನು ಸ್ಥಾಪಿಸಿದನು. ಹತ್ತು ವರ್ಷಗಳ ನಂತರ, ಕಾರ್ಖಾನೆಯನ್ನು ಭದ್ರಪಡಿಸಿದಾಗ, ಫೋರ್ಟ್ ವಿಲಿಯಮ್ಸ್ ಎಂದು ಕರೆಯಲ್ಪಟ್ಟಿತು. 17ನೇ ಶತಮಾನದ ಕೊನೆಯ ಹೊತಿಗೆ, ಕಂಪನಿಯು ಭಾರತೀಯ ಉಪಖಂಡದಲ್ಲಿ ತನ್ನ ಬುದ್ಧಿವಂತಿಕೆಯಿಂದ ಸ್ವಂತ ರಾಷ್ಟ್ರವಾಗಿ, ಸಾಕಷ್ಟು ಮಿಲಿಟರಿ ಶಕ್ತಿಯನ್ನು ಹೊಂದಿ ಮೂರು ಪ್ರಾಂತಗಳನ್ನು ಆಳುತ್ತಿತ್ತು.

2. ಪ್ಲಾಸಿ ಕದನ

ಪ್ಲಾಸಿ ಕದನವು ಜೂನ್ 23, 1757ರಲ್ಲಿ ಕಲ್ಕತ್ತದ ಉತ್ತರದಲ್ಲಿ ಸುಮಾರು 150 ಕಿ.ಮೀ. ದೂರವಿರುವ ಭಾಗೀರಥಿ ನದಿಯ ದಂಡೆಯ ಮೇಲೆ ನಡೆಯಿತು. ಅದು ಬಂಗಾಳದ ಸ್ವತಂತ್ರ ನವಾಬನಾದ ಸಿರಾಜ್-ಉದ್-ದೌಲ್ಲನಿಗೂ ಮತ್ತು ಬ್ರಿಟಿಷ್ ಈಸ್ಟ್ ಇಂಡಿಯಾ ಕಂಪನಿಯ ಸೈನ್ಯದ ಮಧ್ಯೆ ನಡೆಯಿತು. ಸಿರಾಜ್-ಉದ್-ದೌಲ್ಲನ ಸೈನ್ಯಾಧಿಕಾರಿ ಸ್ವಾಮಿದ್ರೋಹಿ. ಅವನು

ಬ್ರಿಟಿಷರ ಪಕ್ಷವಹಿಸಿ ಯುದ್ಧ ಮಾಡಿದ ಕಾರಣ ಅವನ ಸೈನ್ಯವು ಸೋತು ಹೋಯಿತು. ಈ ಸೋಲಿನ ನಂತರ, ಸಂಪೂರ್ಣ ಬಂಗಾಳ ಪ್ರಾಂತವು ಕಂಪನಿಗೆ ಸೇರಿತು. ಇಂದಿಗೂ ಈ ಯುದ್ಧವು ಭಾರತದಲ್ಲಿ ಬ್ರಿಟಿಷ್ ಸಾಮ್ರಾಜ್ಯದ ಸ್ಥಾಪನೆಯಲ್ಲಿ ಮೂಲಭೂತವಾದ ಯುದ್ಧವೆಂದು ತಿಳಿಯಲ್ಪಟ್ಟಿದೆ.

''ತನ್ನ ವಿಜಯದ ನಂತರ, ಬಂಗಾಳದ ಖಜಾನೆಯಿಂದ ಲೂಟಿಮಾಡಿದ ಅತಿಹೆಚ್ಚು ಸಂಪತ್ತಿನಿಂದ (ಐಶ್ವರ್ಯ), ಕಂಪನಿಯು ಪ್ರಮುಖವಾಗಿ ತನ್ನ ಮಿಲಿಟರಿ ಶಕ್ತಿಯನ್ನು ಹೆಚ್ಚಿಸಿಕೊಳ್ಳಲು (ಬಲಪಡಿಸಿಕೊಳ್ಳಲು) ಸಾಧ್ಯವಾಯಿತು. ಈಸ್ಟ್ ಇಂಡಿಯಾ ಕಂಪನಿಯವರು ಹಾಗೂ ಫ್ರೆಂಚರು ಯುರೋಪಿನಲ್ಲಿ 1756 ರಿಂದ 1763ರ ವರೆಗೆ '7 ವರುಷಗಳ ಯುದ್ಧ' ಮಾಡುತ್ತಿರುವಾಗ ಈ ಕದನವೂ ನಡೆಯಿತು. ಬ್ರಿಟಿಷ್ ಈಸ್ಟ್ ಇಂಡಿಯಾ ಕಂಪನಿಯ ವಿರುದ್ಧವಾಗಿ ಯುದ್ಧ ಮಾಡಲು 'La Compagnice des Indes Orientales' ಒಂದು ಚಿಕ್ಕ ಮಂಡಲಿ (ಪಕ್ಷ, Party)ಯನ್ನು ಕಳುಹಿಸಿತು.

3. 1857ರ ದಂಗೆ ಸ್ವಾತಂತ್ರ್ಯಕ್ಕಾಗಿ ಯುದ್ಧ

ಭಾರತಕ್ಕೆ ವ್ಯಾಪಾರಿಗಳಾಗಿ ಬಂದ ಬ್ರಿಟಿಷರ ಪ್ಲಾಸಿಕದನದ ಜಯವು ಅವರ ರಾಜಕೀಯ ಆಳ್ವಿಕೆಗೆ ಅಸ್ತಿಭಾರ ಹಾಕಿತು. ಸ್ವಾತಂತ್ರ್ಯಕ್ಕಾಗಿ ನಡೆದ ಯುದ್ಧ 1857ರ ಕ್ರಾಂತಿಯು ಥಟ್ಟನೆ ಸಂಭವಿಸಿದ ಘಟನೆಯಲ್ಲ. ನಂತರ ಬಂದ ಒಂದು ಶತಮಾನದ ಅವಧಿಯಲ್ಲಿ ಆಂಗ್ಲರ ಪ್ರಾಬಲ್ಯವು ಹೆಚ್ಚಿದಂತೆ, ಅನೇಕ ಸ್ಥಳಗಳಲ್ಲಿ ಅದು ವಿರೋಧವನ್ನು ಎದುರಿಸಬೇಕಾಯಿತು. ಆಂಗ್ಲರ ರಾಜ್ಯಭಾರ ವಿಸ್ತರಣಾ ಕೌಶಲ್ಯದ ಕಾರಣ ತಮ್ಮ ರಾಜ್ಯ ಹಾಗೂ ಪ್ರಾಬಲ್ಯವನ್ನು ಕಳೆದುಕೊಂಡ ಚಿಕ್ಕ ಚಿಕ್ಕ ರಾಜರು ಹಾಗೂ ಜಮೀನುದಾರರು, ಈಸ್ಟ್ ಇಂಡಿಯಾ ಕಂಪನಿಯ ವಿರುದ್ಧವಾಗಿ ಅತೃಪ್ತಿಯನ್ನು ಬೆಳೆಸಿಕೊಂಡರು. ಅನೇಕ ಸ್ಥಳಗಳಲ್ಲಿ ಈ ಅತೃಪ್ತಿಯು ದಂಗೆಯ ರೂಪದಲ್ಲಿ ಸಿಡಿಯಿತು. ಅಸಂತುಷ್ಟ ಕುಶಲ ಕೆಲಸಗಾರರು ಹಾಗೂ ರೈತರು ಈ ದಂಗೆಗಳಲ್ಲಿ ಹೆಚ್ಚಿನ ಸಂಖ್ಯೆಯಲ್ಲಿ ಭಾಗವಹಿಸಿದರು.

ಬ್ರಿಟಿಷರ ಸೈನ್ಯದಲ್ಲಿ ಸೇವೆ ಸಲ್ಲಿಸಿದ ಭಾರತೀಯ ಸೈನಿಕರು ಭಾರತದಲ್ಲಿ ಆಂಗ್ಲರ ಆಳ್ವಿಕೆಗೆ ಆಧಾರಸ್ತಂಭವಾಗಿದ್ದರು. 19ನೇ ಶತಮಾನದಲ್ಲಿ, ಈ ಸ್ತಂಭಗಳಲ್ಲಿ ಬಿರುಕುಂಟಾಗಲು ಪ್ರಾರಂಭವಾಯಿತು. ಈಸ್ಟ್ ಇಂಡಿಯಾ ಕಂಪನಿಯ ಮಿಲಿಟರಿ ಕಾರ್ಯನೀತಿಯಿಂದ ಬೇಸರಗೊಂಡ ಭಾರತೀಯ ಸೈನಿಕರು, 1806ರಲ್ಲಿ ತಮಿಳುನಾಡಿನ ವೆಲ್ಲೂರಿನಲ್ಲಿ ಆಂಗ್ಲರವಿರುದ್ಧವಾಗಿ ದಂಗೆಯೆದ್ದರು. ಬ್ರಿಟಿಷ್ ಸೈನ್ಯದ ಭಾರತೀಯ ಸೈನಿಕರಿಂದ ನಡೆದ ಇದೇ ಮೊದಲ ದೊಡ್ಡಕ್ರಾಂತಿ. ಆದರೆ 1857ರ ದಂಗೆಯು ಬ್ರಿಟಿಷ್ ಸಾಮ್ರಾಜ್ಯದ ಅಸ್ತಿಭಾರವನ್ನೇ ಅಲುಗಾಡಿಸಿಬಿಟ್ಟಿತು.

ಭಾರತದಲ್ಲಿ ಬ್ರಿಟಿಷ್ ಆಳ್ವಿಕೆಯ ಬಗ್ಗೆ ಇದ್ದ ಅತೃಪ್ತಿಯೇ ಈ ಕ್ರಾಂತಿಯ ಮೂಲ (ಮುಖ್ಯ) ಕಾರಣ. 1857ರ ಹೊತ್ತಿಗೆ, ಈಸ್ಟ್ ಇಂಡಿಯಾ ಕಂಪನಿಯು ತನ್ನ ಸಾಮ್ರಾಜ್ಯವನ್ನು ಭಾರತದಲ್ಲಿ ಹೆಚ್ಚು ಕಡಿಮೆ ಎಲ್ಲಾ ಕಡೆಯೂ ಸ್ಥಾಪಿಸಿತ್ತು. ಭಾರತೀಯರಲ್ಲಿದ್ದ ಅಸಮಾಧಾನವನ್ನು ಹೋಗಲಾಡಿಸಲು ತನ್ನ ಪ್ರಭಾವಕ್ಕಾಗಿ ಹಳೆಯ ರಾಜರ ಪ್ರಾಂತಗಳನ್ನು ಹಾಗೆಯೇ ಉಳಿಸಿಕೊಂಡಿತ್ತು. ಆದರೆ ಆ ರಾಜರುಗಳು ಸಂಪೂರ್ಣವಾಗಿ ಕಂಪನಿ ಸರ್ಕಾರದ ಹಿಡಿತದಲ್ಲಿದ್ದರು. 1848ರಲ್ಲಿ ಭಾರತದ ಗವರ್ನರ್ ಜನರಲ್ ಆದ ಲಾರ್ಡ್ ಡಾಲ್‌ಹೌಸಿಯು, ಈ ಬಲಹೀನ ರಾಜ್ಯಗಳು ಇರುವುದನ್ನು ಇಷ್ಟಪಡಲಿಲ್ಲ. ಆದ್ದರಿಂದ ದುರಾಡಳಿತದ ನೆಪ ಹೇಳಿ ಅವನು ಸತಾರಾ, ಜೈಪುರ್, ಸಂಬಲ್‌ಪುರ್, ಉದಯ್‌ಪುರ್, ಝಾಂಸಿ, ನಾಗಪುರ್ ಹಾಗೂ ಅವಧ್ ರಾಜ್ಯಗಳನ್ನು ಸ್ವಾಧೀನಪಡಿಸಿಕೊಂಡನು. ಈಸ್ಟ್ ಇಂಡಿಯಾ ಕಂಪನಿಯ ರಾಜ್ಯಾದಾಯದ ಕಾರ್ಯನೀತಿಯ ಕಾರಣ ಅವದ್‌ನಲ್ಲಿ ರೈತರು ಹಾಗೂ ಜಮೀನುದಾರರು ಅಸಂತುಷ್ಟರಾದರು. ಇದರ ಪರಿಣಾಮವಾಗಿ, ಆದಾಯದ ಕರವು ಹೆಚ್ಚಾದ ಕಾರಣ ರೈತರು ಸಾಲ ತೀರಿಸಲಾಗದೆ ದಿವಾಳಿಯಾದರು. ಆಂಗ್ಲರ ವ್ಯಾಪಾರ ಮತ್ತು ಕೈಗಾರಿಕೆಯನ್ನು ಕಾಪಾಡುವುದೇ ಈ ಆರ್ಥಿಕ ನೀತಿಯ ಗುರಿಯಾಗಿತ್ತು. ಮಹಾರಾಷ್ಟ್ರದಲ್ಲಿ, 1876 ಸುಮಾರಿಗೆ, ಶ್ರೀ ವಾಸುದೇವ ಬಲವಂತ ಫಡ್ಕೆಯು ಬ್ರಿಟಿಷರ ವಿರುದ್ಧವಾಗಿ ಸಶಸ್ತ್ರ ಕ್ರಾಂತಿಯನ್ನು ಮಾಡಿದನು. ಜೂನ್ 22, 1897ರಲ್ಲಿ, ದಾಮೋದರ ಚಾಂಫೇಕರ್ ಎನ್ನುವ ಯುವಕನು ಪೂನಾದ

ಜನಗಳನ್ನು ಹಿಂಸಿಸುವ ಜಿಲ್ಲಾಧಿಕಾರಿ ಶ್ರಿರ್ಯಾಂಡ್‌ನನ್ನು ಅವನ ಸಹದ್ಯೋಗಿಯ ಸಹಿತ ಗುಂಡಿಟ್ಟು ಕೊಂದನು.

4. ದಂಗೆಯ ಮಹತ್ವ

ಸ್ವಾತಂತ್ರ್ಯದ ಯುದ್ಧ 1857ರ ದಂಗೆಯು ಭಾರತೀಯ ರಾಷ್ಟ್ರೀಯತೆಗೆ ಹೊಂದಿಕೊಳ್ಳುತ್ತಿತ್ತು. ಅದು ಕೇವಲ ಸೈನ್ಯದ ದಂಗೆಯಲ್ಲ. ಅದು ಹಿಂದು-ಮುಸ್ಲಿಮ್ ಒಗ್ಗಟ್ಟಿನ ಗುಣಲಕ್ಷಣವಿವರಿಸುವ ದಂಗೆ ಹಾಗೂ ರಾಷ್ಟ್ರವ್ಯಾಪಿ ಐಕ್ಯಮತ್ಯಕ್ಕೆ ದಾರಿಯಾಯಿತು. ತಮ್ಮ ಸ್ವಂತ ಆಯುಧಗಳು ಮತ್ತು ಆಧುನಿಕ ಆಲೋಚನೆಯ ಸಹಿತ ಬ್ರಿಟಿಷರ ಜೊತೆ ಹೋರಾಟ ನಡೆಸಬೇಕೆಂಬುದನ್ನು ಕ್ರಾಂತಿ-ಕಾರರು ತಿಳಿದುಕೊಂಡರು. ಇದನ್ನು ಮನಸ್ಸಿನಲ್ಲಿಟ್ಟುಕೊಂಡು, ಅವರು ಜನಗಳಲ್ಲಿ ರಾಜಕೀಯ ಜಾಗೃತಿಯನ್ನು ಮೂಡಿಸಲು ಪ್ರಾರಂಭಿಸಿದರು.

5. ಬ್ರಿಟಿಷರ ಕಾರ್ಯನೀತಿಗಳು

ಮೊದಲನೆಯದಾಗಿ, ಬ್ರಿಟಿಷರ ಈಸ್ಟ್ ಇಂಡಿಯಾ ಕಂಪೆನಿಯು ಭಾರತದಲ್ಲಿ ಏಸುಕ್ರಿಸ್ತನ ಸುವಾರ್ತೆಗಳನ್ನು ಬೋಧಿಸಲು ಇಂಗ್ಲೆಂಡಿನ ಕ್ರೈಸ್ತಪಾದ್ರಿಗಳನ್ನಲ್ಲದೆ ಬೇರೆಯವರ ಪರವಾನಿಗೆಯನ್ನು ತಿರಸ್ಕರಿಸಿತು. ಆದರೆ ಕೊನೆಗೆ, ಈ ಪಾದ್ರಿಗಳು ಅನುಮತಿ ಪಡೆಯುವಲ್ಲಿ ಸಫಲರಾದರು. ಈಸ್ಟ್ ಇಂಡಿಯಾ ಕಂಪನಿಯ ಸೈನ್ಯದಲ್ಲಿ ಮುಖ್ಯವಾಗಿ ಭಾರತೀಯ ಸೈನಿಕರೆ ಹೆಚ್ಚಾಗಿದ್ದಾಗ್ಯೂ, ಬಣ್ಣದ ಆಧಾರದ ಮೇಲೆ ಅವರ ವಿರುದ್ಧ ಬೇಧಭಾವ ಮಾಡಲಾಗುತ್ತಿತ್ತು. ಅವರು ಮಾಡುವ ಕೆಲಸಕ್ಕೆ ಕಡಿಮೆ ಸಂಬಳ ಕೊಡುತ್ತಿದ್ದರು ಹಾಗೂ ಕಛೇರಿಗಳಲ್ಲಿ ಅವರಿಗೆ ಉನ್ನತ ದರ್ಜೆಗಳನ್ನು ಕೊಡುತ್ತಿರಲಿಲ್ಲ. ಅದೂ ಅಲ್ಲದೆ, ಕಾರ್ಯಚರಣೆಯ ಕಾಲದಲ್ಲಿ ಅವರು ಅವರ ಸಂಪ್ರದಾಯಕ್ಕೆ ವಿರುದ್ಧವಾದ ಸಮುದ್ರಯಾನವನ್ನು ಕೈಗೊಳ್ಳಬೇಕಾಗುತ್ತಿತ್ತು. ಬೇರೆ ಕಾರ್ಯನೀತಿಗಳು ಸಹ ಸೈನಿಕರನ್ನು ಘಾಸಿಗೊಳಿಸಿತು.

6. ವಾಂಡಿವಾಷ್ ಕದನ

ಭಾರತದಲ್ಲಿ ಆಂಗ್ಲರು ಹಾಗೂ ಫ್ರೆಂಚರು ತಮ್ಮತಮ್ಮ ಕಂಪನಿಗಳನ್ನು ಹೊಂದಿದ್ದರು. ಮದ್ರಾಸು ಮತ್ತು ಪಾಂಡಿಚೆರಿ ಆಂಗ್ಲರ ಮುಖ್ಯ ವ್ಯಾಪಾರಿ ಕೇಂದ್ರಗಳಾಗಿದ್ದವು. ಫ್ರೆಂಚರ ಮುಖ್ಯ ವ್ಯಾಪಾರದ ಕೇಂದ್ರಗಳು ಕೋರಮಂಡಲ್ ಕಡಲತೀರದಲ್ಲಿದ್ದವು. ಎರಡೂ ಕಂಪನಿಗಳ ನಡುವಿನ ಸಂಬಂಧ ಖಚಿತವಾಗಿರಲಿಲ್ಲ.

ಕರ್ನಾಟಕದ ಭಾಗವು ರಾಜಕೀಯವಾಗಿ ಸಂಪೂರ್ಣ ಹಾಳಾಗಿ ಹೋಗಿತ್ತು. ಗವರ್ನರನು, ಮರಾಠರು ಮತ್ತು ಉತ್ತರಭಾರತದವರೊಡನೆ ಸಂಪೂರ್ಣವಾಗಿ ಮುಳುಗಿಹೋಗಿದ್ದನು. ಅವನಿಗೆ ಕರ್ನಾಟಕ ಪ್ರಾಂತದ ಕಡೆ ಗಮನಹರಿಸಲು ಸಮಯವೇ ಇರಲಿಲ್ಲ. ಕಡೆಗೆ, ಈ ಮರಾಠರು ಗವರ್ನರನನ್ನು ಕೊಂದುಹಾಕಿದರು. ಹೊಸ ನವಾಬನ ನೇಮಕಾತಿಯು ಕರ್ನಾಟಕ ಪ್ರಾಂತದ ಸಮಸ್ಯೆಗಳನ್ನು ಇನ್ನೂ ಹದಗೆಡಿಸಿತು. ಆದರೆ ಈ ಬಾರಿ, ಆಂಗ್ಲರು ಹಾಗೂ ಫ್ರೆಂಚರು ಭಾರತೀಯ ರಾಜಕೀಯದಲ್ಲಿ ಹೆಚ್ಚಾದ ಗಮನವನ್ನು ತೆಗೆದುಕೊಳ್ಳಲಿಲ್ಲ. 1740ರಲ್ಲಿ, ಆಸ್ಟ್ರಿಯಾದ ಹಕ್ಕುದಾರಿಕೆಯ ಬಗ್ಗೆ ನಡೆದ ಯುದ್ಧದಲ್ಲಿ ಇಂಗ್ಲೆಂಡ್ ಮತ್ತು ಫ್ರಾನ್ಸ್ ವಿರುದ್ಧ ಪಕ್ಷವಹಿಸಿದವು. ಇದು ಭಾರತದಲ್ಲಿ ಎರಡೂ ಕಂಪನಿಗಳಿಗೂ ಯುದ್ಧದ ಪರಿಸ್ಥಿತಿಗೆ ತಂದಿತು. ಜೂನ್ 1748ರಲ್ಲಿ ಮದ್ರಾಸಿನ ಮುತ್ತಿಗೆಯ ಸೇಡನ್ನು ತೀರಿಸಿಕೊಳ್ಳಲು ನೌಕಾಪಡೆಯ ಬೊಸ್ಕವನ್ ಅಧಿಪತಿ ಬೊಸ್ಕವನ್ನನ ಕೈಕೆಳಗೆ ಒಂದು ದೊಡ್ಡ ಸೈನ್ಯವು ಕಳುಹಿಸಲ್ಪಟ್ಟಿತು. ಆದರೆ ಅಕ್ಟೋಬರ್ ಹೊತ್ತಿಗೆ, ಆಸ್ಟ್ರೀಯಾದ ಉತ್ತರಾಧಿಕಾರತ್ವದ ಬಗ್ಗೆ ನಡೆದ ಯುದ್ಧವು ಕೊನೆಗೊಂಡಿತು. ಒಪ್ಪಂದದ ಪ್ರಕಾರ, ಮದ್ರಾಸನ್ನು ಬ್ರಿಟಿಷರಿಗೆ ಹಿಂತಿರುಗಿ ಕೊಡಲಾಯಿತು.

ನಂತರ, ಎರಡನೆ ಕರ್ನಾಟಕ ಯುದ್ಧದ ಅವಧಿಯಲ್ಲಿ, ಈಸ್ಟ್ ಇಂಡಿಯಾ ಕಂಪನಿಯು ಫ್ರೆಂಚರ ಸೈನ್ಯವನ್ನು ವಾಂಡಿವಾಷ್ ಕದನದಲ್ಲಿ ಸೋಲಿಸಿತು. ಇದರಿಂದಾಗಿ ಭಾರತದ ಪ್ರಭುತ್ವದ ಸುಮಾರು ಒಂದು ಶತಮಾನದ ಘರ್ಷಣೆಯು ಕೊನೆಗೊಂಡಿತು. 1744 ರಿಂದ ಮುಂದೆ, ಫ್ರೆಂಚರು ಹಾಗೂ

ಆಂಗ್ಲರು ಕರ್ನಾಟಕ ಪ್ರಾಂತದ ಪ್ರಭುತ್ವ (ಪ್ರಾಬಲ್ಯ)ಕ್ಕಾಗಿ ಸರಣಿ ಯುದ್ಧಗಳನ್ನು ಮಾಡಿದರು. ಈ ಯುದ್ಧವು ಬ್ರಿಟಿಷ್ ವ್ಯಾಪಾರಿ ಕಂಪನಿಗೆ ಅತ್ಯುತ್ತಮ ಸ್ಥಾನವನ್ನು ಕೊಟ್ಟಿತು.

7. ಬಕ್ಸಾರ್ ಕದನ

ಬ್ರಿಟಿಷ್ ಈಸ್ಟ್ ಇಂಡಿಯಾ ಕಂಪನಿಯ ಆಜ್ಞೆಯಂತೆ ಸೈನ್ಯಗಳ ನಡುವೆ ಅಕ್ಟೋಬರ್ 1764ರಲ್ಲಿ ನಡೆದ ಬಕ್ಸಾರ್ ಕದನವು ಒಂದು ಮಹತ್ವದ ಕದನ. ಜೂನ್ 1763ರಲ್ಲಿ ಬ್ರಿಟಿಷ್ ಸೈನ್ಯವು ಮೇಜರ್ ಆಡಮ್ಸ್‌ನ ನೇತೃತ್ವದಲ್ಲಿ ಬಂಗಾಳದ ನವಾಬ ಮಿರ್‌ಕಾಸಿಮ್ಮನನ್ನು ಸೋಲಿಸಿತು. ಯುದ್ಧದ ಗೆಲುವಿನ ನಂತರ, ಬ್ರಿಟಿಷರು ಬಂಗಾಳ, ಬಿಹಾರ ಮತ್ತು ಒರಿಸ್ಸಾದಂತಹ ಸ್ಥಳಗಳಲ್ಲಿ ಭೂಆದಾಯವನ್ನು ವಸೂಲಿ ಮಾಡುವ ಹಕ್ಕನ್ನು ಪಡೆದುಕೊಂಡರು. ಈ ಬೆಳವಣಿಗೆಯು ಭಾರತದಲ್ಲಿ ಬ್ರಿಟಿಷರ ರಾಜಕೀಯ ಆಳ್ವಿಕೆಯ ಅಡಿಪಾಯವನ್ನು ಹಾಕಿತು. ಬಕ್ಸಾರ್‌ನಲ್ಲಿ ಬ್ರಿಟಿಷರ ವಿಜಯದ ನಂತರ, ರಾಬರ್ಟ್‌ಕ್ಲೈವ್‌ನು ಗವರ್ನರ್‌ಆಗಿ ಹಾಗೂ 1765ರಲ್ಲಿ ಬಂಗಾಳದಲ್ಲಿ ಬ್ರಿಟಿಷ್ ಸೈನ್ಯದ ಮುಖ್ಯ ಸೇನಾಧಿಪತಿಯಾಗಿ ನೇಮಿಸಲ್ಪಟ್ಟನು. ಅವನು ಕಂಪನಿಯ ಆಡಳಿತದಲ್ಲಿ ಮತ್ತು ಸೈನ್ಯವನ್ನು ಸುವ್ಯವಸ್ಥಿತಗೊಳಿಸುವಲ್ಲಿ ಅನೇಕ ಸುಧಾರಣೆಗಳನ್ನು ತಂದನು. ಬಕ್ಸಾರ್ ಕದನವು ದಿವಾನಿ ಹಕ್ಕುಗಳನ್ನು ಪಡೆಯುವಲ್ಲಿ ಸಫಲವಾಯಿತು. ಇದರಿಂದ ದೊಡ್ಡ ಪ್ರದೇಶಗಳ ಆದಾಯವನ್ನು ವಸೂಲಿ ಮಾಡಿ ಕಾರ್ಯ ನಿರ್ವಹಿಸಿ ಆಡಳಿತ ನಡೆಸಬಹುದಾಗಿತ್ತು. ಆ ಪ್ರದೇಶಗಳು ಈಗಿನ ಪಶ್ಚಿಮ ಬಂಗಾಳ, ಬಿಹಾರ್, ಜಾರ್ಖಂಡ್ ಮತ್ತು ಉತ್ತರಪ್ರದೇಶವು ಅಲ್ಲದೆ ಬಾಂಗ್ಲಾದೇಶದ ಭಾಗಗಳಾಗಿವೆ. ಭಾರತೀಯ ಉಪಖಂಡದ ಪೂರ್ವಭಾಗದಲ್ಲಿ ಈಸ್ಟ್ ಇಂಡಿಯಾ ಕಂಪನಿಯ ಆಳ್ವಿಕೆಯ ಸ್ಥಾಪನೆಯಲ್ಲಿ ಬಕ್ಸಾರ್ ಕದನವು ಸಂದೇಶವಾಹಕವಾಯಿತು. ಪ್ಲಾಸಿ ಕದನವು ಬ್ರಿಟಿಷ್ ಈಸ್ಟ್ ಕಂಪನಿಗೆ ಭಾರತದಲ್ಲಿ ಕಾಲೂರಲು ಸುಭದ್ರಸ್ಥಾನವನ್ನು ಕೊಟ್ಟರೆ, ಬಕ್ಸಾರ್ ಕದನವು ಅವರನ್ನು ಭಾರತದಲ್ಲಿ ಕೇಂದ್ರಶಕ್ತಿಯನ್ನಾಗಿಸಿತು.

8. ಬ್ರಿಟಿಷರು ಡೆಕ್ಕನ್ ಪ್ರಾಂತವನ್ನು ತೆಗೆದುಕೊಂಡರು

1760ರಲ್ಲಿ ಮೈಸೂರು ಮಹಾರಾಜರ ಮರಣಾನಂತರ, ಹೈದರಾಲಿಯು ಆ ರಾಜ್ಯದ ರಾಜನಾದನು. ಅವನು ಬಿದನೂರ್, ಸುಂಡ್ರಾ, ಸಿರಾ, ಕೆನರಾ ಹಾಗೂ ಗುಟಿ ಪ್ರದೇಶಗಳನ್ನು ಗೆದ್ದು ತನ್ನ ಪ್ರಾಂತಗಳನ್ನು ವಿಸ್ತರಿಸಿದನು ಮತ್ತು ದಕ್ಷಿಣಭಾರತದ ಪಾಳೆಗಾರರನ್ನು ವಶಪಡಿಸಿಕೊಂಡನು.

ಬಂಗಾಳದ ಸುಲಭದ ಯಶಸ್ಸಿನಿಂದ, ಆಂಗ್ಲರು 1767ರಲ್ಲಿ ಹೈದರಾಬಾದಿನ ನಿಜಾಮ್ ಅಲಿಯ ಜೊತೆ ಒಂದು ಒಪ್ಪಂದ ಮಾಡಿಕೊಂಡರು ಹಾಗೂ ಹೈದರಾಲಿಯ ವಿರುದ್ಧದ ಅವನ ಯುದ್ಧದಲ್ಲಿ ಸೈನ್ಯದ ಸಹಾಯ ಮಾಡುವುದಾಗಿ ಮಾತುಕೊಟ್ಟರು. ಹೈದರಾಬಾದಿನ ನಿಜಾಮ, ಮರಾಠರು ಹೈದರಾಲಿಯ ವಿರುದ್ಧವಾಗಿ ಸೈನ್ಯವನ್ನು ಸೇರಿಸಿದರು. ಆದರೆ ಹೈದರಾಲಿಯು ಮರಾಠರ ಜೊತೆ ಶಾಂತಿ ಸಂಧಾನವನ್ನು ಹಾಗೂ ನಿಜಾಮನಿಗೆ ಕೆಲವು ಪ್ರಾಂತಗಳ ಲಾಭದ ಆಸೆ ತೋರಿಸಿ ಆಂಗ್ಲರನ್ನು ತಿರುಗೇಟುಕೊಟ್ಟು ಸೋಲಿಸಿದನು. ನಿಜಾಮನ ಜೊತೆಗೂಡಿ, ಹೈದರಾಲಿಯು ಆರ್ಕಾಟ್‌ನ ಮುತ್ತಿಗೆಯಲ್ಲಿ ಸೇರಿಕೊಂಡನು. ಹದಿನೆಂಟು ತಿಂಗಳ ದೊಡ್ಡಯುದ್ಧವು ಬ್ರಿಟಿಷರಿಗೆ ಹೆಚ್ಚಿನ ನಷ್ಟದಿಂದ ಬಲವಾದ ಪೆಟ್ಟುಕೊಟ್ಟಿತು. ಕಡೆಗೆ, ಪರಸ್ಪರ ಪ್ರಾಂತಗಳನ್ನು ಹಿಂದಿರುಗಿಸಬೇಕೆಂಬ ಸಂಧಾನಕ್ಕೆ ಒಪ್ಪಿ ಏಪ್ರಿಲ್ 4, 1796 ರಂದು ಸಹಿ ಹಾಕಿದರು.

1772 ರಿಂದ 1785ರ ಅವಧಿಯ ಕಾಲದಲ್ಲಿ, ಈಸ್ಟ್ ಇಂಡಿಯಾ ಕಂಪನಿಯ ರಾಜ್ಯವು ಬಂಗಾಳ, ಬಿಹಾರ್, ಒರಿಸ್ಸಾ, ಬನಾರಸ್, ಗಾಜಿಪುರ್ ಹಾಗೂ ಸಾಲ್‌ಸೆಟ್, ಮದ್ರಾಸು ಮತ್ತು ಬೊಂಬಾಯಿ ಬಂದರುಗಳನ್ನು ಒಳಗೊಂಡಿತ್ತು.

ವೇಗವಾಗಿ ಕ್ಷೀಣಿಸುತ್ತಿದ್ದ ಮೊಘಲ್ ರಾಜ್ಯದಲ್ಲಿ ದೆಹಲಿ ಹಾಗೂ ಅದರ ಸುತ್ತಮುತ್ತಲ ಪ್ರದೇಶಗಳು ಸೇರಿದ್ದವು. ಸ್ವತಂತ್ರ ಪ್ರಾಂತ ಅವಧ್ 1765 ರಿಂದ ಈಸ್ಟ್ ಇಂಡಿಯ ಕಂಪೆನಿಯ ಜೊತೆ ಮೈತ್ರಿಗೆ ಕಟ್ಟುಬಿದ್ದಿತ್ತು. ಭಾರತದ

ವಾಯುವ್ಯ ಭಾಗವು ಸಿಖ್ ವಂಶದವರ ಕೈಕೆಳಗಿತ್ತು. ಅವರು ಸಟ್ಲೆಜ್ ನದಿಯ ಪ್ರಾಂತವನ್ನು ಹತೋಟಿಯಲ್ಲಿಟ್ಟುಕೊಂಡಿದ್ದರು. ಮರಾಠರು ಪಶ್ಚಿಮ ಭಾರತ ಮತ್ತು ಮಧ್ಯಭಾರತದ ಕೆಲವು ಭಾಗಗಳ ಮೇಲೆ ಪ್ರಭುತ್ವ ಹೊಂದಿದ್ದರು. ಡೆಕ್ಕನ್ ಪ್ರಾಂತವನ್ನು ಹೈದರಾಬಾದಿನ ನಿಜಾಮನು, ಮೈಸೂರನ್ನು ಹೈದರಾಲಿಯು, ತಂಜಾವೂರು ಹಾಗೂ ತಿರುವಾಂಕೂರನ್ನು ಹಿಂದೂ ರಾಜರು ಆಳುತ್ತಿದ್ದರು.

9. ಮೂರನೆಯ ಮೈಸೂರು ಯುದ್ಧ

ಕೊಚ್ಚಿನ್ ಪ್ರಾಂತದ ವ್ಯಾಜ್ಯದ ವಿಚಾರವಾಗಿ ಡಿಸೆಂಬರ್ 29, 1789 ರಂದು ಟಿಪ್ಪುವು ತಿರುವಾಂಕೂರನ್ನು ಆಕ್ರಮಿಸಿದ್ದು ಈ ಯುದ್ಧದ ಕಾರಣವಾಗಿತ್ತು. ಟಿಪ್ಪುಸುಲ್ತಾನ್ ಹಾಗೂ ಮಿತ್ರರಾಜ್ಯದವರ ನಡುವೆ ಈ ಯುದ್ಧವು ಸುಮಾರು ಎರಡು ವರ್ಷಗಳ ಕಾಲ ನಡೆಯಿತು. ಮುಖ್ಯ ಸೈನಾಧಿಕಾರಿ ಮೆಡೋಸ್‌ನ ನೇತೃತ್ವದಲ್ಲಿ ಬ್ರಿಟಿಷರು ಟಿಪ್ಪುಸುಲ್ತಾನನ ವಿರುದ್ಧವಾಗಿ ಗೆಲ್ಲಲು ಸಾಧ್ಯವಾಗಲಿಲ್ಲ. ಜನವರಿ 29, 1791 ರಂದು ಸ್ವತಃ ಲಾರ್ಡ್‌ಕಾರ್ನ್‌ವಾಲಿಸನೇ ಬ್ರಿಟಿಷ್ ಸೈನ್ಯದ ಹತೋಟಿ ತೆಗೆದುಕೊಂಡನು. ಅವನು 1791ರಲ್ಲಿ ಬೆಂಗಳೂರನ್ನು ವಶಪಡಿಸಿಕೊಂಡು, ಟಿಪ್ಪುಸುಲ್ತಾನನ ರಾಜಧಾನಿ ಶ್ರೀರಂಗಪಟ್ಟಣವನ್ನು ಪ್ರವೇಶಿಸಿದನು. ಟಿಪ್ಪುಸುಲ್ತಾನನು ನಗರವನ್ನು ರಕ್ಷಿಸಿ ಲಾರ್ಡ್ ಕಾರ್ನ್‌ವಾಲಿಸನು ಹಿಮ್ಮೆಟ್ಟುವಂತೆ ಒತ್ತಾಯಿಸಿದನು.

ಫೆಬ್ರವರಿ 5, 1792ರಂದು ಲಾರ್ಡ್ ಕಾರ್ನ್‌ವಾಲಿಸನು ಶ್ರೀರಂಗ ಪಟ್ಟಣಕ್ಕೆ ಬಂದನು. ಟಿಪ್ಪುಸುಲ್ತಾನನು ಶಾಂತಿಗಾಗಿ ವಾದ ಮಾಡಿದನು. ಪರಿಣಾಮವಾಗಿ ಮಾರ್ಚ್ 1792ರಲ್ಲಿ ಶ್ರೀರಂಗಪಟ್ಟಣದ ಒಪ್ಪಂದವು ತೀರ್ಮಾನವಾಯಿತು. ಮೈಸೂರಿನ ಸುಮಾರು ಅರ್ಧದಷ್ಟು ಪ್ರಾಂತವನ್ನು ವಿಜಯಿಯಾದ ಮಿತ್ರರಾಜ್ಯದವರಿಗೆ ಒಪ್ಪಿಸಬೇಕೆಂಬುದೇ ಒಪ್ಪಂದದ ಪರಿಣಾಮ. ಟಿಪ್ಪುಸುಲ್ತಾನನು ಸಹ ಯುದ್ಧದ ಖರ್ಚಿನ ದೊಡ್ಡ ಮೊತ್ತವನ್ನು ಕೊಡಬೇಕಾಯಿತು ಹಾಗೂ ತನ್ನ ಇಬ್ಬರು ಗಂಡುಮಕ್ಕಳನ್ನು ಒತ್ತೆಯಾಳುಗಳಾಗಿ ಕಳುಹಿಸಬೇಕಾಯಿತು.

10. ನಾಲ್ಕನೆಯ ಮೈಸೂರು ಯುದ್ಧ

1798ರಲ್ಲಿ ಲಾರ್ಡ್‌ವೆಲ್ಲಸ್ಲಿಯು ಭಾರತದ ಗವರ್ನರ್ ಜನರಲ್ ಆದಾಗ, ಟಿಪ್ಪುಸುಲ್ತಾನನು ಭಾರತದಲ್ಲಿ ಆಂಗ್ಲರ ವಿರುದ್ಧವಾಗಿ ಫ್ರೆಂಚ್ ಸರ್ಕಾರದ ಜೊತೆ ಮೈತ್ರಿಕೂಟಕ್ಕೆ ಪ್ರಯತ್ನಿಸಿದನು. ಲಾರ್ಡ್‌ವೆಲ್ಲಸ್ಲಿಯು ಫ್ರೆಂಚರ ಜೊತೆ ಟಿಪ್ಪುಸುಲ್ತಾನನ ಸಂಬಂಧವನ್ನು ಪ್ರಶ್ನಿಸಿ 1799ರಲ್ಲಿ ಮೈಸೂರನ್ನು ಮುತ್ತಿದನು. ಮುಂದೆ ನಡೆದ ಯುದ್ಧದಲ್ಲಿ, ಟಿಪ್ಪುಸುಲ್ತಾನನು ತನ್ನ ರಾಜಧಾನಿಯನ್ನು ರಕ್ಷಿಸುತ್ತಾ ಮೇ 4, 1799ರಂದು ಮರಣ ಹೊಂದಿದನು.

1814 ರಿಂದ 1826ರ ಅವಧಿಯಲ್ಲಿ, ಬ್ರಿಟಿಷರು ನೇಪಾಳಿಯರು ಹಾಗೂ ಬರ್ಮಿಯರ ವಿರುದ್ಧವಾಗಿಯೂ ಸಹ ಅನೇಕ ಯುದ್ಧಗಳನ್ನು ಮಾಡಬೇಕಾಯಿತು. 1817-1818ರ ನಡುವೆ ಬ್ರಿಟಿಷರು ಪಿಂಡಾರಿಗಳ ವಿರುದ್ಧ ಹೋರಾಡಬೇಕಾಯಿತು. ಆದರೆ ಇವರನ್ನು ಬ್ರಿಟಿಷರು ಕೊನೆಗೆ ಸಂಪೂರ್ಣ ವಾಗಿ ನಾಶಮಾಡಿದರು.

ಇದೇ ಅವಧಿಯಲ್ಲಿ, ಪಂಜಾಬಿನ ವಾಯುವ್ಯ ಭಾಗ ಪ್ರಾಂತಗಳಲ್ಲಿ ಸಿಖ್ಖರ ಪ್ರಾಬಲ್ಯವು ಹೆಚ್ಚುತ್ತಲಿತ್ತು. ಮಹಾರಾಜ ರಣಜಿತ್‌ಸಿಂಗನು ಬಹಳ ಶಕ್ತಿಶಾಲಿಯಾದನು. ಬೆಳೆಯುತ್ತಿರುವ ಅವನ ಪ್ರಾಬಲ್ಯಕ್ಕೆ ಹೆದರಿ, ಬ್ರಿಟಿಷರು ಅವನ ಜೊತೆ ಒಂದು ಶಾಂತಿ ಸಂಧಾನಕ್ಕೆ ಸಹಿ ಹಾಕಿದರು. ಆದರೆ 1839ರಲ್ಲಿ ರಣಜಿತ್‌ಸಿಂಹನ ಮರಣಾನಂತರ, ಸಿಖ್ಖರ ವಿರುದ್ಧವಾಗಿ ಅಂತರಂಗದ ದ್ವೇಷವು ಬೆಳೆಯಿತು.

ಬ್ರಿಟಿಷರು ಸಿಖ್ಖರ ಬಲಹೀನತೆಯನ್ನು (ನ್ಯೂನತೆಯನ್ನು) ನೋಡಿ, ಅದರ ಪ್ರಯೋಜನ ಪಡೆಯಲು 1845ರಲ್ಲಿ ಮೊದಲನೆ ಆಂಗ್ಲೊ-ಸಿಖ್ ಯುದ್ಧವನ್ನು ಮಾಡಿದರು. 1848ರಲ್ಲಿ ಎರಡನೆ ಆಂಗ್ಲೊ-ಸಿಖ್ ಯುದ್ಧದಲ್ಲಿ, ಸಿಖ್ಖರನ್ನು ಸೋಲಿಸಿದ ನಂತರ ಭಾರತದ ಹೆಚ್ಚು ಭಾಗವನ್ನು ವಶಪಡಿಸಿ ಕೊಳ್ಳುವಲ್ಲಿ ಸಫಲರಾದರು.

11. ಆಂಗ್ಲೊ - ಸಿಖ್ಖರ ಯುದ್ಧಗಳು

1845-46 ಮತ್ತು 1848-49ರ ಆಂಗ್ಲೋ-ಸಿಖ್ ಯುದ್ಧಗಳು ಭಾರತದಲ್ಲಿ ಬ್ರಿಟಿಷರಿಗೆ ಒಂದು ಅನುಪಮ ಮಿಲಿಟರಿ ಅನುಭವ. ತಮ್ಮ ಶತೃಗಳ ಯುದ್ಧದ ಕೌಶಲ್ಯಕ್ಕಿಂತ, ರಾಜ್ಯ ಅಥವಾ ಹವಾಮಾನದಂತಹ ಅಂಶಗಳನ್ನು ಮುಖ್ಯವೆಂದು ತಿಳಿಯುವುದು ಅವರಿಗೆ ವಾಡಿಕೆಯಾಗಿತ್ತು. ಸೆಪ್ಟೆಂಬರ್ 12, 1845 ರಂದು ಸಿಖ್ಖರ ಸೈನ್ಯವು ಸಟ್ಲೆಜ್ ನದಿಯನ್ನು ದಾಟಿದ್ದು ಮೊದಲನೆ ಆಂಗ್ಲೊ-ಸಿಖ್ ಕದನವು ತಲೆದೋರುವ (ಪ್ರಾರಂಭವಾಗುವ) ಕಾರಣವೆಂದು ಆರೋಪಿಸಲಾಯಿತು. ಹರಿಕಿಯಲ್ಲಿ ನದಿಯನ್ನು ದಾಟಿದ ಮೇಲೆ, 50,000ಕ್ಕೂ ಹೆಚ್ಚಿನ ಸೈನಿಕರನ್ನು ಹೊಂದಿದ್ದ ಸಿಖ್ಖರ ಸೈನ್ಯವು ಇಬ್ಭಾಗವಾಗಿ ಒಡೆದು ಮುನ್ನುಗ್ಗಿತು. ಹಾಗೂ ಬದಲಿಗೆ ಕಾವಲುಪಡೆಯವರನ್ನು ಆಕ್ರಮಿಸುವಲ್ಲಿ ಸೋಲುವ ಸಂದಿಗ್ಧ ಪರಿಸ್ಥಿತಿ ಎದುರಿಸಿದರು.

ಸೈನ್ಯವು ನದಿಯನ್ನು ದಾಟಿದ ಆರು ದಿನಗಳೊಳಗೆ, ಸರ್ ಜಾನ್ ಗೌಫನ ಹತೋಟಿಯಲ್ಲಿ ಬ್ರಿಟಿಷರು ಅನೇಕ ದಂಡು ಪ್ರದೇಶಗಳಿಂದ ಲೂಧಿಯಾನ, ಅಂಬಾಲಾನಗರ ಹಾಗೂ ಮೀರತ್‌ನಲ್ಲಿ ಸಿಖ್ಖರ ಕಡೆಗೆ ಮುನ್ನುಗ್ಗಲು ಪ್ರಾರಂಭಿಸಿದರು. ಯುದ್ಧದ ಕಾರಣಗಳು:

1) ಪಂಜಾಬಿನ ಮಹಾರಾಜ ರಣಜಿತ್‌ಸಿಂಹನ ಮರಣಾನಂತರ ಲಾಹೋರ್ ರಾಜ್ಯದಲ್ಲಿ ಉಂಟಾದ ಗಲಭೆ;

2) 1841ರಲ್ಲಿ ಗ್ವಾಲಿಯರ್ ಮತ್ತು ಸಿಂಧ್ ಪ್ರಾಂತಗಳನ್ನು ಸ್ವಾಧೀನ ಪಡಿಸಿಕೊಳ್ಳಲು ಬ್ರಿಟಿಷರ ಇತ್ತೀಚಿನ ಮಿಲಿಟರಿ ಕಾರ್ಯಾಚರಣೆ ಹಾಗೂ 1842ರಲ್ಲಿ ಆಫ್ಘಾನಿಸ್ತಾನದ ಕಾರ್ಯಾಚರಣೆ ಗಳಿಂದ ಸಿಖ್ ಸೈನ್ಯದಲ್ಲಿ ಅನುಮಾನ ಮೂಡಿದ್ದು.

3) ಬ್ರಿಟಿಷ್ ಸೈನ್ಯದ ಸಂಖ್ಯೆಯನ್ನು ಹೆಚ್ಚಿಸಿ, ಅದನ್ನು ಲಾಹೋರ್ ರಾಜ್ಯದ ಗಡಿಯ ಹತ್ತಿರ ನಿಲ್ಲಿಸಿದ್ದು - ಇವೇ ಆಂಗ್ಲೊ-ಸಿಖ್ ಕದನದ ಕಾರಣಗಳು.

12. ಸಿಪಾಯಿ ದಂಗೆ

ಬ್ರಿಟಿಷರು 1857ರಲ್ಲಿ ಅವಧ್ ರಾಜ್ಯವನ್ನು ಸ್ವಾಧೀನಪಡಿಸಿಕೊಂಡರು. ಇದರ ಪರಿಣಾಮವಾಗಿ ಆ ಪ್ರದೇಶದ ಭಾರತೀಯ ಸೈನಿಕರು ತಮ್ಮ ಸೌಕರ್ಯ (ಹಕ್ಕು)ಗಳನ್ನು ಕಳೆದುಕೊಂಡರು. ಇದರಿಂದ ಸಾಮಾನ್ಯ ಜನಗಳ ಮನಸ್ಸಿನಲ್ಲಿ ಕುದಿಯುವ ಅತೃಪ್ತಿಯುಂಟಾಯಿತು. ಆದಾಗ್ಯೂ ಎನ್‌ಫೀಲ್ಡ್ ಬಂದೂಕನ್ನು ಪರಿಚಯಮಾಡಿಸಿದ್ದು ತಕ್ಷಣತ ಘಟನೆ. ಈ ಬಂದೂಕಿಗೆ ಗುಂಡುಗಳನ್ನು ತುಂಬುವ ಮೊದಲು ಕಚ್ಚಬೇಕಾಗುತ್ತಿತ್ತು. ಗುಂಡುಗಳು ಹಸು ಮತ್ತು ಹಂದಿಯ ಕೊಬ್ಬಿನಿಂದ ಮಲಿನಗೊಳಿಸಲ್ಪಟ್ಟಿದೆಯೆಂಬ ವದಂತಿ ಸಿಪಾಯಿಗಳ ಮಧ್ಯೆ ಹರಡಲಾರಂಭಿಸಿತು. ಇದನ್ನು ಕೇಳಿ ಹಿಂದೂ, ಮುಸ್ಲಿಂ ಮತ್ತು ಸಿಖ್ ಸಿಪಾಯಿಗಳು ಗುಂಡುಗಳನ್ನು ಉಪಯೋಗಿಸಲು ನಿರಾಕರಿಸಿದರು. ಏಕೆಂದರೆ ಅವರು ಗೋಮಾಂಸ ಹಾಗೂ ಹಂದಿಮಾಂಸವನ್ನು ತಿನ್ನುತ್ತಿರಲಿಲ್ಲ. ಬ್ರಿಟಿಷ್ ಸೈನ್ಯದಲ್ಲಿ ಕೆಲಸ ಮಾಡುತ್ತಿದ್ದ ಮಂಗಳಪಾಂಡೆ ಎಂಬ ಸೈನಿಕ ಮೊದಲು ಮುನ್ನುಗ್ಗಿ ತನ್ನ ಸಹ-ಸೈನಿಕರನ್ನು ಈ ಧರ್ಮದ್ರೋಹದ ವಿರುದ್ಧವಾಗಿ ಪ್ರತಿಭಟಿಸಲು ಪ್ರೋತ್ಸಾಹಿಸಿದನು. ಇದು ಒಂದು ಯುದ್ಧಕ್ಕೆ ತಿರುಗಿ, ಅನೇಕ ಬ್ರಿಟಿಷ್ ಸೈನಿಕರು ಕೊಲ್ಲಲ್ಪಟ್ಟರು.

ಸಿಪಾಯಿ ದಂಗೆಯ ಪ್ರತ್ಯಕ್ಷ ಪರಿಣಾಮವಾಗಿ, ಬ್ರಿಟಿಷ್ ಸೈನ್ಯದಲ್ಲಿದ್ದ ಭಾರತೀಯರ ಸಂಖ್ಯೆಯನ್ನು ಸುಮಾರು ಅರ್ಧದಷ್ಟು ಕಡಿತಗೊಳಿಸಲಾಯಿತು. ಪ್ರತ್ಯೇಕವಾಗಿ ಕಾರ್ಯನಿರ್ವಹಿಸಲು ಒಪ್ಪಿಗೆ ಪಡೆದಿದ್ದ ಭಾರತೀಯ ಸೇನಾಪಡೆಗಳನ್ನು, ಈಗ ಬ್ರಿಟಿಷ್ ಸೇನಾಪಡೆಯಲ್ಲಿಯೇ ಸೇರಿಸಲಾಯಿತು.

13. ಧಾರ್ಮಿಕವಾಗಿ ಒಡಕು ಹುಟ್ಟಿಸಿ ವಿಭಜನೆ ಮಾಡುವುದು

ಸ್ವಾತಂತ್ರ ಸಂಗ್ರಾಮದುದ್ದಕ್ಕೂ, ಭಾರತೀಯರು ಹಿಂದೂ-ಮುಸ್ಲಿಮರ ಮಧ್ಯೆ ಧಾರ್ಮಿಕವಾದ ಒಡಕು ಹಾಗೂ ದ್ವೇಷದ ವಿರುದ್ಧ ಹೋರಾಡಬೇಕಾಯಿತು. ಹಿಂದೂ ಮಹಾಸಭಾ 1923ರಲ್ಲಿ ಪ್ರಾರಂಭವಾಯಿತು. ಅದು

ಹಿಂದೂ-ಭಾರತವನ್ನು ಸ್ಥಾಪಿಸಬೇಕೆಂಬ ನಂಬಿಕೆಯಿಟ್ಟುಕೊಂಡಿತ್ತು. ಹಾಗೂ ಮಹಾತ್ಮಾಗಾಂಧಿಯವರ ಮುಸ್ಲಿಮರನ್ನು ಸಮಾಧಾನಪಡಿಸುವ ಪ್ರಯತ್ನಗಳನ್ನು ವಿರೋಧಿಸುತ್ತಿತ್ತು. ಬ್ರಿಟಿಷರು ಭಾರತೀಯರಲ್ಲಿ ಈ ಸ್ವಾಭಾವಿಕವಾದ ಪ್ರತ್ಯೇಕತಾ ಭಾವನೆಯನ್ನು ಹುಟ್ಟಿಸಿ, ಭಾರತೀಯ ಸ್ವಾತಂತ್ರ್ಯ ಚಳುವಳಿಯನ್ನು ನಿಗ್ರಹಿಸಲು ಉಪಯೋಗಿಸಿ ಕೊಂಡರು. ಕೊನೆಗೆ ರಾಷ್ಟ್ರವನ್ನು ಮುಸ್ಲಿಮ್ ಪಾಕಿಸ್ತಾನ ಹಾಗೂ ಜಾತ್ಯಾತೀತ ಭಾರತವೆಂದು ವಿಭಾಗಿಸಿದರು.

14. ಸುಧಾರಣೆಗಳ ಅವಶ್ಯಕತೆ

ಈ ವಿಷಯಗಳ ಬಗ್ಗೆ ಗಮನವನ್ನು ಕೇಂದ್ರೀಕರಿಸುವ ಆಧುನಿಕ ಹೊಣೆ ಹಾಗೂ ಸುಧಾರಣೆಗಳ ಅವಶ್ಯಕತೆಯ ಪರಿಣಾಮವು ಕೆಲವು ರಾಜಕೀಯ ಮುಖಂಡರಾದ ಉಮೇಶ್ ಚಂದ್ರ ಬ್ಯಾನರ್ಜಿ, ದಾದಾಭಾಯಿ ನವರೋಜಿ, ಸುರೇಂದ್ರನಾಥ ಬ್ಯಾನರ್ಜಿ, ಫಿರೋಜಷಾಹ ಮೆಹತಾ, ಆನಂದ್ ಮೋಹನ್‌ಬೋಸ್ ಹಾಗೂ ದಿನ್‌ಶಾ ಎಡುಜಿ ಅವರ ಕಿವಿಗೆ ಬಿದ್ದಿತು. ಇದೇ ಸಮಯದಲ್ಲಿಯೆ ಮಹಾರಾಷ್ಟ್ರದ ಒಬ್ಬ ಮುಖಂಡರಾದ ಮಹಾದೇವ ಗೋವಿಂದರಾನಡೆಯವರು 'ಸಾರ್ವಜನಿಕ ಸಭ' ಎನ್ನುವ ಮತ್ತೊಂದು ಸಂಸ್ಥೆಯನ್ನು ಸ್ಥಾಪಿಸಿದರು.

ಉತ್ತರಭಾರತದಲ್ಲಿ ಈ ಕೆಲಸ ಪರಿಣಾಮವಾಗಿ ಸ್ವಾಮಿ ದಯಾನಂದ ಸರಸ್ವತಿಯವರು ಆರ್ಯ ಸಮಾಜವನ್ನು ಸ್ಥಾಪಿಸಿದರು. ವಿಶೇಷವಾಗಿ ಮಹಾರಾಷ್ಟ್ರ ಮತ್ತು ಬಂಗಾಳದ ಮುಖಂಡರಿಂದ ಮುಂದುವರಿದ ರಾಜಕೀಯ ಕಲ್ಪನೆಗಳು ಡಿಸೆಂಬರವಿ 1883ರಂದು ಕಲ್ಕತ್ತಾದಲ್ಲಿ ಅಖಿಲ ಭಾರತೀಯ ರಾಜಕೀಯ ಸಮ್ಮೇಳನ ನಡೆಸಲು ದಾರಿಯಾಯಿತು.

ನಿವೃತ್ತಿಯಾದ ಸಮಾಜ ಸೇವಕ ಅಲನ್ ಆಕ್ಟೇವಿಯನ್‌ಹ್ಯೂಮ್ ಎಂಬ ಒಬ್ಬ ಆಂಗ್ಲನು, ಬ್ರಿಟಿಷರಿಂದ ಅನಾದರಕ್ಕೆ ಒಳಗಾದ ಭಾರತೀಯರ ಕಷ್ಟಗಳನ್ನು ನೋಡಿ, 1885ರಲ್ಲಿ ಸ್ಥಾಪಿತವಾದ ಈ ಸಂಸ್ಥೆಯು, ಆಗಸ್ಟ್ 15, 1947ರ ಭಾರತದ ಸ್ವಾತಂತ್ರ್ಯದವರೆಗೂ, ಈ ಭಾರತೀಯ ರಾಷ್ಟ್ರೀಯ ಕಾಂಗ್ರೆಸ್

ಅತಿದೊಡ್ಡ ಹಾಗೂ ಬಹುಮುಖ್ಯ ಭಾರತೀಯ ಸಾರ್ವಜನಿಕ ಸಂಸ್ಥೆಯಾಗಿತ್ತು. ಅದು ಭಾರತೀಯ ಸ್ವಾತಂತ್ರ್ಯ ಚಳುವಳಿಯ ಕೇಂದ್ರವಾಗಿ ಸ್ಪಷ್ಟಪ್ರಭಾವ ಬೀರಿತು. ಮೊದಲನೆಯ ಹಾಗೂ ಪ್ರಾಥಮಿಕವಾಗಿ ಒಂದು ರಾಜಕೀಯ ಸಂಸ್ಥೆಯಾದಾಗ್ಯೂ, ಕಾಂಗ್ರೆಸ್ ಸಾಮಾಜಿಕ ಸುಧಾರಣೆಗಳಿಗೆ ಹಾಗೂ ಮನುಕುಲದ ಉದ್ಧಾರಕ್ಕೆ ಒಂದು ರಾಷ್ಟ್ರೀಯ ವಾಹನವಾಗಿ ಪರಿಣಮಿಸಿತು. ಪ್ರಜಾಪ್ರಭುತ್ವದಲ್ಲಿ ಕಾಂಗ್ರೆಸ್‌ನ ತಳಪಾಯ ಮತ್ತು ಬಹುರೂಪಿ ಸಂಸ್ಕೃತಿಯು, ಭಾರತವು ಒಂದು ಸ್ಥಿರವಾದ ಪ್ರಜಾಪ್ರಭುತ್ವ ಹಾಗೂ ಸ್ವತಂತ್ರ್ಯ ರಾಷ್ಟ್ರವಾಗಿ ಬೆಳೆಯಲು ಸಹಾಯ ಮಾಡಿತು. ಕಾಂಗ್ರೆಸ್ ಅತ್ಯಂತ ಶಕ್ತಿಶಾಲಿ ತಳಪಾಯವಾಗಿ ಆಧುನಿಕ ಭಾರತೀಯ ರಾಷ್ಟ್ರೀಯತೆಯಲ್ಲಿ ಸ್ಪಷ್ಟವಾದ ಪ್ರಭಾವ ಬೀರಿತು.

ಭಾರತೀಯ ರಾಷ್ಟ್ರೀಯ ಕಾಂಗ್ರೆಸ್‌ನ ಮೊದಲ ಸಭೆ 1885ರಲ್ಲಿ ಬೊಂಬಾಯಿಯಲ್ಲಿ ಉಮೇಶ್‌ಚಂದ್ರ ಬ್ಯಾನರ್ಜಿಯವರ ಅಧ್ಯಕ್ಷತೆಯಲ್ಲಿ ಜರುಗಿತು. ಎರಡನೆಯ ಮತ್ತು ಮೂರನೆಯ ಸಭೆಗಳು ಕಲ್ಕತ್ತ ಹಾಗೂ ಮದ್ರಾಸಿನಲ್ಲಿ ದಾದಾಭಾಯಿ ನವರೋಜಿ ಮತ್ತು ಬದ್ರುದ್ದೀನ್ ತಯಾಬ್ಜಿಯವರ ಅಧ್ಯಕ್ಷತೆಯಲ್ಲಿ ನಡೆದವು. ಇಲ್ಲಿಂದ ಮುಂದೆ, ಕಾಂಗ್ರೆಸ್ ದೇಶದ ಬೇರೆ ಬೇರೆ ಸ್ಥಳಗಳಲ್ಲಿ ಕ್ರಮಬದ್ಧವಾಗಿ ಸೇರುತ್ತಿತ್ತು ಹಾಗೂ ಬ್ರಿಟಿಷರ ವಿರುದ್ಧವಾಗಿ ಪ್ರತಿಭಟಿಸಿ ಅನೇಕ ನಿರ್ಣಯಗಳನ್ನು ಜಾರಿಗೊಳಿಸಿತು.

ಭಾರತದ ಎಲ್ಲ ಭಾಗಗಳಿಂದ ಬಂದ ಭಾರತೀಯರ ವಾರ್ಷಿಕ ಸಭೆಗಳು ದೇಶಭಕ್ತಿಯ ಭಾವನೆಗಳನ್ನು ಪ್ರಚೋದಿಸುತ್ತಿತ್ತು ಮತ್ತು ಉನ್ನತ ವರ್ಗದ ಜನಗಳಲ್ಲಿ ರಾಜಕೀಯ ಜ್ಞಾನವನ್ನು ಜಾಗೃತಗೊಳಿಸುತ್ತಿದ್ದವು. ದಾದಾಭಾಯಿ ನವರೋಜಿಯವರು ಇಂಗ್ಲೆಂಡಿಗೂ ಸಹ ಭೇಟಿಕೊಟ್ಟು, ಅಲ್ಲಿ ತಮ್ಮ ಪ್ರಚಾರವನ್ನು ಮುಂದುವರಿಸಿದರು. ಅವರು ಅಲ್ಲಿನ ಪಾರ್ಲಿಮೆಂಟಿನ (ಸಂಸತ್ತಿನ) ಸದಸ್ಯರೂ ಸೇರಿದಂತೆ ಹೆಚ್ಚಿನ ಸಂಖ್ಯೆಯ ಯುರೋಪಿಯನ್ನರ ಸಹಾನುಭೂತಿಯನ್ನು ಗೆಲ್ಲುವಲ್ಲಿ ಸಫಲರಾದರು. ಇದರ ಪರಿಣಾಮ ವಾಗಿ, ಇಂಗ್ಲೆಂಡಿನಲ್ಲಿ ಕಾಂಗ್ರೆಸಿನ ಬ್ರಿಟಿಷ್ ಸಮಿತಿಯು (ಕಮಿಟಿ) ಪ್ರಾರಂಭವಾಯಿತು.

ಭಾರತದ ರಾಜಕೀಯ ಸುಧಾರಣೆಗಳಿಗಾಗಿ ಸಾಮಾನ್ಯರ ಸಭೆಯಲ್ಲಿ (House of Commons) ಪ್ರತಿಭಟಿಸಲು 1893ರಲ್ಲಿ, ಸರ್ ವಿಲಿಯಮ್ ವೆಡ್ಡರ್‌ಬರ್ನ್ ಮತ್ತು ಡಬ್ಲ್ಯು.ಎಸ್. ಕೈನೆಯವರು ಭಾರತೀಯ ಪಾರ್ಲಿಮೆಂಟರಿ ಸಮಿತಿಯನ್ನು ಸ್ಥಾಪಿಸಿದರು. ಕಹಿ ಮತ್ತು ದ್ವೇಷದ ಟೀಕೆಗಳಿದ್ದಾಗ್ಯೂ, ಕಾಂಗ್ರೆಸ್ ಮುಂಚಿತವಾಗಿಯೇ ಸ್ಪಷ್ಟಪಡಿಸಿತು. ಲಾರ್ಡ್ ಡಫ್ರರಿನ್ ಕಾಂಗ್ರೆಸ್‌ನ್ನು ಖಂಡಿಸಿದನು. ಆದರೆ ಬ್ರಿಟಿಷ್ ಸರ್ಕಾರವು ಆಡಳಿತ ಮಂಡಳಿಗಳನ್ನು (councils) ಉದಾರಗೊಳಿಸಿ ಭಾರತೀಯರನ್ನು ಸಮಾಧಾನಗೊಳಿಸಲು ಪ್ರಯತ್ನಿಸಿದನು. ಗವರ್ನರ್ ಜನರಲ್ಲನ ಹಾಗೂ ಪ್ರಾಂತದ ಆಡಳಿತ ಮಂಡಳಿಗಳಿಗೆ ಗೈರು ಸರ್ಕಾರಿ ಸದಸ್ಯರನ್ನು ನೇಮಿಸಲು 'ಮಂಡಳಿ ಕಾಯ್ದೆ' (council act) ಯೋಚಿಸಿತು.

ಕಾಂಗ್ರೆಸ್ ಈ ರೀತಿ ತನ್ನ ಪ್ರತಿಭಟನೆಯನ್ನು ಮುಂದುವರಿಸುತ್ತಿರುವಾಗ, ಬಂಗಾಳ ಮತ್ತು ಮಹಾರಾಷ್ಟ್ರದಲ್ಲಿ ರಾಷ್ಟ್ರೀಯತೆ ಎನ್ನುವ ಒಂದು ಹೊಸ ಅಲೆಯು ರಭಸದಿಂದ ಬೀಸುತ್ತಿತ್ತು. ಲೋಕಮಾನ್ಯ ತಿಲಕ್, ಅರವಿಂದ್ ಘೋಷ್, ಬಿಪಿನ್ ಚಂದ್ರಪಾಲ್, ಲಾಲ ಲಜಪತ್‌ರಾಯ್ ಇನ್ನೂ ಮುಂತಾದವರು ಈ ಚಳುವಳಿಯ ಮುಖಂಡರು. ಸುಧಾರಣೆಗಳನ್ನು ಪಡೆಯುವ ಕಾಂಗ್ರೆಸ್‌ನ ಕಾರ್ಯನೀತಿಯನ್ನು ಅವರು ನಿರಾಕರಿಸಿದರು ಹಾಗೂ ಜನಗಳ ಗುಂಪಿನ ಭರವಸೆಯಿಂದ ಹಕ್ಕುಗಳ ಒಂದು ಪ್ರಕಟನೆಯನ್ನು ತರಲು ನಿರ್ಧರಿಸಿದರು.

ಕಾಂಗ್ರೆಸನ್ನು ಕಟುವಾಗಿ ಟೀಕಿಸುತ್ತಿದ್ದ ಪಂಜಾಬಿನ ಲಾಲಲಜಪತ್‌ರಾಯ್ ಮತ್ತು ಬಂಗಾಳದ ಬಿಪಿನ್‌ಚಂದ್ರಪಾಲರು, ಬ್ರಿಟಿಷ್ ಸರ್ಕಾರವನ್ನು ಬಲವಾಗಿ ಖಂಡಿಸಿದರು. ಇದೇ ಸಮಯದಲ್ಲಿಯೇ ಲಾರ್ಡ್‌ಕರ್ಜನ್, ಭಾರತದಲ್ಲಿ ಏರುತ್ತಿರುವ ರಾಷ್ಟ್ರೀಯತೆಯೆಂಬ ಅಲೆಯನ್ನು ತಡೆಯುವ ದೃಢ ನಿರ್ಧಾರದಿಂದ ಇಲ್ಲಿಗೆ ವೈಸ್‌ರಾಯಾಗಿ ಬಂದನು. ಇಂಗ್ಲೆಂಡಿನ್ ವಶದಲ್ಲಿದ್ದ ಭಾರತವು ಹಾಗೆಯೇ ಉಳಿಯಬೇಕೆಂಬುದು ಅವನ ದೃಢವಾದ ವಿಚಾರ ವಾಗಿತ್ತು.

15. ಭಾರತೀಯ ರಾಷ್ಟ್ರೀಯ ಕಾಂಗ್ರೆಸ್

1885ರ ಹೊತ್ತಿಗೆ, ಭಾರತದಲ್ಲಿ ಬ್ರಿಟಿಷರ ಆಳ್ವಿಕೆಯ ವಿರುದ್ಧವಾಗಿ ಅಸಮಾಧಾನ ಹೆಚ್ಚುತ್ತಿತ್ತು. ಈ ಹಿನ್ನೆಲೆಗೆ ವಿರುದ್ಧವಾಗಿ, ಬ್ರಿಟಿಷ್ ಸರ್ಕಾರವು ಈ ಹೆಚ್ಚುತ್ತಿರುವ ಅಸಮಾಧಾನಕ್ಕೆ ಒಂದು ನಿಯಂತ್ರಿಸುವ ದಾರಿಯನ್ನು ಒದಗಿಸಲು ಆಶಿಸಿತು. ಸರ್ಕಾರವು ತನ್ನ ಸಹಾಯದಿಂದ ಸ್ಥಾಪಿತವಾದ ಕಾಂಗ್ರೆಸ್ ಈ ಕೆಲಸ ಮಾಡಬಲ್ಲುದೆಂದು ಯೋಚಿಸಿತು. ಇಲ್ಲದಿದ್ದರೆ (ಇನ್ನೊಂದು ರೀತಿಯಿಂದ), ಸರ್ಕಾರದಿಂದ ಯಾವುದೇ ಸಂಭವನೀಯ ವಿರೋಧವನ್ನು ನಿವಾರಿಸುವ ದೃಷ್ಟಿಯಿಂದ ಭಾರತೀಯ ನೇಕಾರರಿಗೆ ಅಲನ್ ಅಕ್ಟೇವಿಯನ್ನನ ಪಾತ್ರ ಅನುಕೂಲಕರವಾಗಿತ್ತು. ಭಾರತೀಯ ರಾಷ್ಟ್ರೀಯ ಕಾಂಗ್ರೆಸಿನ ಮೊದಲ ಅಧಿವೇಶನದ ಸಭೆ ಉಮೇಶ್‌ಚಂದ್ರ ಬ್ಯಾನರ್ಜಿಯವರ ಅಧ್ಯಕ್ಷತೆಯಲ್ಲಿ ಡಿಸೆಂಬರ್ 1885ರಂದು ಮುಂಬಯಿಯಲ್ಲಿ ನಡೆಯಿತು.

ಪ್ರಾರಂಭದಲ್ಲಿ, ಭಾರತೀಯ ರಾಷ್ಟ್ರೀಯ ಕಾಂಗ್ರೆಸ್‌ನ ಗುರಿಗಳು ಯಾವುವೆಂದರೆ:

1) ಅನೇಕ ಪ್ರಾಂತಗಳಿಂದ ಜನಗಳನ್ನು ಕರೆತಂದು, ಒಟ್ಟಾಗಿ ಸೇರಿಸುವುದು.

2) ಸಾಮಾಜಿಕ ಹಾಗೂ ರಾಷ್ಟ್ರೀಯವಾಗಿ ಬೇರೆ ಬೇರೆ ಮಹತ್ವದ ವಿಷಯಗಳ ಬಗ್ಗೆ ಚರ್ಚಿಸುವುದು.

3) ಯೋಗ್ಯ ಪರಿಹಾರ ಸೂಚಿಸುವುದು (ಕಂಡುಹಿಡಿಯುವುದು)

4) ಸೂಕ್ತ ನಿವಾರಣೆಗಳ ಬಗ್ಗೆ ಸಲಹೆಗಳನ್ನು ಕೊಡುವುದು.

ಸ್ವಾತಂತ್ರ್ಯವನ್ನು ಪಡೆಯುವುದೇ ಕಾಂಗ್ರೆಸ್‌ನ ಕಟ್ಟಕಡೆಯ ಗುರಿಯಾಗಿದ್ದರೂ, ಅದರ ಬೇಡಿಕೆಗಳು ಸಾಧಾರಣವಾಗಿದ್ದವು.

ಲೋಕಮಾನ್ಯ ತಿಲಕರು ಸ್ವಾತಂತ್ರ್ಯದ ನಿರ್ಣಯವನ್ನು ಬಲಪಡಿಸಿದರು. ಅವರು 'ಹೊಂ ರೂಲ್‌ಲೀಗ್'ನ ಬಾವುಟದ ಅಡಿಯಲ್ಲಿ ಒಂದಾಗಬೇಕೆಂದು ಬೇಡುತ್ತಾ ರಾಷ್ಟ್ರವ್ಯಾಪಿ ಪ್ರವಾಸ ಮಾಡಿದರು. ಅನ್ನಿಬೆಸೆಂಟ್ ಎಂಬ ಹೆಸರಿನ

ಐರಿಶ್ ಮಹಿಳೆ ಭಾರತದಲ್ಲಿ ಥಿಯಾಸೋಫಿಕಲ್ ಸಂಸ್ಥೆಯ ಸದಸ್ಯೆಯಾಗಿದ್ದಳು. ಆಕೆಗೆ ಈ ರಾಷ್ಟ್ರದ ಬಗ್ಗೆ ಗಾಢವಾದ ಪ್ರೀತಿಯಿತ್ತು ಹಾಗೂ ಈ ಚಳುವಳಿಯಲ್ಲಿ ಪ್ರಮುಖ ಪಾತ್ರವಹಿಸಿದ್ದಳು. ಸ್ವಾತಂತ್ರ್ಯದ ಚಳುವಳಿಯು ಮುಂದುವರಿಯ ಬೇಕೆಂಬುದೇ ಈ ಸಂಸ್ಥೆಯ ಗುರಿಯಾಗಿತ್ತು. 'ಹೊಂ ರೂಲ್ ಲೀಗನ್' ಮುಖಂಡರು ಜನಗಳಲ್ಲಿ ಜಾಗೃತಿಯನ್ನು ಮೂಡಿಸಿದರು. ಲಾಲ ಲಜಪತ್ ರಾಯ್ ಅಮೇರಿಕಾ ಸಂಯುಕ್ತ ಸಂಸ್ಥಾನದಲ್ಲಿ ಇದನ್ನು ಪ್ರಚಾರ ಮಾಡಿದನು.

ಹೆಚ್ಚುತ್ತಿರುವ ಕ್ರಾಂತಿಕಾರಿ ಆವೇಶವನ್ನು ತಡೆಯಲು, ಬ್ರಿಟಿಷ್ ಸರ್ಕಾರವು ಭವಿಷ್ಯದಲ್ಲಿ ಚಳುವಳಿಗಳು ಹಾಗೂ ಸಭೆಗಳನ್ನು ನಿಷೇಧಿಸಲು ಕಟ್ಟುನಿಟ್ಟಾದ ಕಾನೂನುಗಳನ್ನು ಹೇರಿತು. ಭಾರತದ ಸ್ವಾತಂತ್ರ್ಯವೆ ಭಾರತೀಯ ರಾಷ್ಟ್ರೀಯ ಚಳುವಳಿಯ ಸ್ಪಷ್ಟ ಗುರಿ ಎಂಬುದು 'ಹೊಂರೂಲ್‌ಲೀಗನ' ಮಹತ್ವದಲ್ಲಿ ಅಡಗಿತ್ತು. ಹೆಚ್ಚಾಗಿ ಸಾರ್ವಜನಿಕರು, ಮುಖ್ಯವಾಗಿ ಯುವಕರು, ಸಂಸತ್ತಿನ ಸಭೆಗಳಲ್ಲಿ ಬಾಂಬ್ ಸಿಡಿಸುವ, ರೈಲು ಹಳಿಗಳನ್ನು ಕಿತ್ತುಹಾಕುವ ಹಾಗೂ ಅಂಗಡಿಗಳನ್ನು ಲೂಟಿ ಮಾಡುವಂತಹ ಭಯೋತ್ಪಾದನಾ ಕೆಲಸಗಳಲ್ಲಿ ತೊಡಗಲು ಪ್ರಾರಂಭಿಸಿದರು. ಈ ಸಮಯದಲ್ಲಿ ಪ್ರಗತಿಯ ಮುಂಚೂಣಿ ಯಲ್ಲಿದ್ದ ಬಂಗಾಳದಲ್ಲಿ ಕಾಂಗ್ರೆಸ್‌ಗಿಂತ ಮುಂಚಿತವಾಗಿ ಬಂದ ಅನೇಕ ರಾಜಕೀಯ ಸಂಸ್ಥೆಗಳಿದ್ದವು. 1843ರಲ್ಲಿ ಸ್ಥಾಪಿತವಾದ ಬ್ರಿಟಿಷ್ ಭಾರತೀಯ ಸಂಘವು ಕೊನೆಗೆ ಬ್ರಿಟಿಷ್ ಭಾರತೀಯ ಸಂಘದಲ್ಲಿ ಐಕ್ಯವಾಯಿತು.

1907ರಲ್ಲಿ, ಕಾಂಗ್ರೆಸ್‌ನಲ್ಲಿ ಇಬ್ಭಾಗವಾಯಿತು. ಬಿಪಿನ್‌ಚಂದ್ರಪಾಲ್, ಲಾಲಲಜಪತ್‌ರಾಯ್ ಮತ್ತು ಬಾಲಗಂಗಾಧರ ತಿಲಕರಂತಹ ಮುಖಂಡರು ಸಂಸ್ಥೆಯನ್ನು ತ್ಯಜಿಸಿದರು. ಇದೇ ಸಮಯದಲ್ಲಿ ಉಗ್ರ ರಾಷ್ಟ್ರೀಯವಾದಿಗಳು ಮುಂದೆ ಬಂದರು. ಇದು ಪೂರ್ವ ಹಾಗೂ ಪಶ್ಚಿಮ ಬಂಗಾಳದ ವಿಂಗಡಣೆ ಬೆಂಕಿಯ ಕಿಡಿಯಂತೆ ಸಿಡಿಯಿತು. ಆ ಸಮಯದಲ್ಲಿ ವೈಸ್‌ರಾಯ್ ಹಾಗೂ ಗವರ್ನರ್ ಜನರಲ್ ಆದ ಲಾರ್ಡ್‌ಕರ್ಜನನು ಅತಿಹೆಚ್ಚು ಜನಸಂಖ್ಯೆಯ ಪ್ರಾಂತದ ರಾಜ್ಯಭಾರವನ್ನು ಸುಧಾರಿಸಲು ಸಹಾಯ ಮಾಡಿದನು. ಅಲ್ಲಿಯ ಬೆಂಗಾಲಿ ಹಿಂದೂ ಬುದ್ಧಿಜೀವಿಗಳು ಸ್ಥಳೀಯ ಹಾಗೂ ರಾಷ್ಟ್ರೀಯ ರಾಜಕೀಯದಲ್ಲಿ ಸಾಕಷ್ಟು ಪ್ರಭಾವ ಬೀರಿದರು. ಈ ವಿಂಗಡಣೆಯಿಂದ ಪೂರ್ವ ಬಂಗಾಳ ಮತ್ತು ಅಸ್ಸಾಂ ಎಂಬ ಎರಡು ಪ್ರಾಂತ (ಸಂಸ್ಥಾನ)ಗಳ

ನಿರ್ಮಾಣವಾಯಿತು. ಈ ಆತುರದ (ದುಡುಕಿನ) ಜಾರಿಗೊಳಿಸಿದ ಕೆಲಸದಿಂದ ಬಂಗಾಳದ ಜನಗಳನ್ನು ರೊಚ್ಚಿಗೆಬ್ಬಿಸಿತು ಹಾಗೂ ರಾಜ್ಯದ ಎಲ್ಲಾ ಕಡೆಗೂ ವ್ಯಾಪಕವಾಗಿ ಹಬ್ಬಿದ ಚಳುವಳಿಗಳಾದವು. ವಿಂಗಡಣೆಯು ಜಾರಿಗೆ ಬಂದ 1905ನೇ ಅಕ್ಟೋಬರ್ 16ನೇ ದಿನವನ್ನು ಬಂಗಾಳದ ಸಾದ್ಯಂತವಾಗಿ (ಎಲ್ಲ ಕಡೆಗೆ) ಶೋಕ ಹಾಗೂ ಉಪವಾಸ ದಿನಾಚರಣೆಯಂದು ಆಚರಿಸಲಾಯಿತು. ರವೀಂದ್ರನಾಥ ಟಾಗೋರರು ಈ ರಾಜಕೀಯ ಘಟನೆಯ ವಿರುದ್ಧವಾಗಿ ಹೆಚ್ಚು ಸ್ಫೂರ್ತಿಯುತವಾದ ಪದ್ಯದ ಮುಖಾಂತರ ಮಾತನಾಡಿದರು. ಜನಗಳು ಸಾಮೂಹಿಕ ಉಪವಾಸ ಮಾಡಿದರು ಹಾಗೂ ಆ ದಿನ ಆಹಾರವನ್ನು ತಯಾರಿಸುವುದಾಗಲಿ ಅಥವಾ ವಿತರಣೆಯಾಗಲಿ (ಬಡಿಸುವುದಾಗಲಿ) ಇರಲಿಲ್ಲ. ಅದೇ ಸಮಯದಲ್ಲಿಯೆ ಸ್ವದೇಶಿ ಚಳುವಳಿಯು ಪ್ರಾರಂಭ ವಾಯಿತು. ರಾಷ್ಟ್ರದ ಎಲ್ಲಾ ಕಡೆಯಿಂದಲೂ ಭಾರತೀಯರು ಗುಂಪು ಗುಂಪಾಗಿ ಒಟ್ಟಾಗಿ ಬಂದರು. ವಸ್ತ್ರಗಳು (ಉಡುಪುಗಳು), ಸೋಪುಗಳು, ಸುಗಂಧ ದ್ರವ್ಯಗಳು ಹಾಗೂ ಶೂಗಳಂತಹ ಪರದೇಶದಲ್ಲಿ ತಯಾರಾದ ವಸ್ತುಗಳನ್ನು ಸಾರ್ವಜನಿಕವಾಗಿ ಬೆಂಕಿಹಚ್ಚಿದ್ದರು. ಅವರು ಬ್ರಿಟಿಷರ ವಿರುದ್ಧವಾಗಿ ಘೋಷಣೆಗಳನ್ನು ಸಹ ಕೂಗುತ್ತಾ ಕಪ್ಪು ಬಾವುಟ ಪ್ರದರ್ಶಿಸಿದರು. ಆಗಸ್ಟ್ 15, 1906ರಂದು ರಾಷ್ಟ್ರೀಯ ಶಿಕ್ಷಣ ನೀತಿಯು, ಶಿಕ್ಷಣತಜ್ಞ ಹಾಗೂ ಕ್ರಾಂತಿಕಾರಿ ದೊರೆ ಅರವಿಂದ್‌ಘೋಷ್‌ರ ನೇತೃತ್ವದಲ್ಲಿ ಪ್ರಾರಂಭವಾಯಿತು.

16. ಬಂಗಾಳದ ವಿಭಜನೆ

'ಒಡೆದು ಆಳುವ' ಕಾರ್ಯನೀತಿಯನ್ನು ಅನುಸರಿಸಿ ಬ್ರಿಟಿಷರು ಬಂಗಾಳವನ್ನು ಅಕ್ಟೋಬರ್ 1905ರಂದು ಹಿಂದು ಮತ್ತು ಮುಸ್ಲಿಂ ಪ್ರದೇಶಗಳೆಂದು ವಿಭಾಗಿಸಿದರು. ಹೀಗೆ ಮಾಡುವುದರಿಂದ, ಎರಡೂ ಸಮಾಜಗಳ ಮಧ್ಯೆ ಘರ್ಷಣೆಯನ್ನು ಹೆಚ್ಚಿಸಬಹುದೆಂದು ಬ್ರಿಟಿಷರು ನಂಬಿದ್ದರು. ಆ ಸಮಯದಲ್ಲಿ ಲಾರ್ಡ್ ಕರ್ಜನ್ನನು ಭಾರತದ ಗವರ್ನರ್ ಜನರಲ್ ಆಗಿದ್ದನು.

ಭಾರತದ ರಾಜ್ಯ ಕಾರ್ಯದರ್ಶಿಯು (Secretary of state) ಬಂಗಾಳ

ವಿಭಜನೆಯಲ್ಲಿ ತನ್ನ ಗುರಿಗಳ ಕಲ್ಪನೆಯನ್ನು, ಜಾನ್ ಬ್ರೊಡ್ರಿಕ್‌ಗೆ ಫೆಬ್ರವರಿ 2, 1905ನೇ ದಿನಾಂಕದಂದು ಬರೆದ ಪತ್ರದಿಂದ ಆಯ್ದ ಭಾಗಗಳು ಈ ಕೆಳಗಿನಂತಿವೆ.

''ಸಂಪೂರ್ಣ ಬಂಗಾಳದ ಎಲ್ಲ ಕಡೆ ಹಾಗೂ ಮುಖ್ಯವಾಗಿ ಸಂಪೂರ್ಣ ಭಾರತವನ್ನು ಕಾಂಗ್ರೆಸ್ ಪಕ್ಷವು ಯುಕ್ತಿಯಿಂದ ನಿಭಾಯಿಸುತ್ತಿರುವುದಕ್ಕೆ ಕಲ್ಕತ್ತವು ಕೇಂದ್ರವಾಗಿದೆ. ಅದರ ಅತ್ಯುತ್ತಮ ರಾಜಕಾರಣಿಗಳ ಹಾಗೂ ಅದರ ಅತಿ ಹೆಚ್ಚು ಗೊಡ್ಡು ಹರಟೆ ಹೊಡೆಯುವ ವಾಗ್ಮಿಗಳು, ಎಲ್ಲರೂ ಇಲ್ಲಿ ವಾಸಿಸುತ್ತಾರೆ. ಅವರು ಪ್ರಯೋಗಿಸಲು ಸಮರ್ಥಗೊಳಿಸುವ ಸಂಘಟನೆ ಮತ್ತು ನಿರಂಕುಶಾಧಿಕಾರದ ನೈಪುಣ್ಯತೆಯು ಖಂಡಿತವಾಗಿಯೂ ಅಸಾಧಾರಣ, ಅವರು ಕಲ್ಕತ್ತಾದಲ್ಲಿ ಸಾರ್ವಜನಿಕ ಅಭಿಪ್ರಾಯಗಳನ್ನು ಆಳುತ್ತಾರೆ. ಅವರು ಉಚ್ಚನ್ಯಾಯಾಲಯದ ಮೇಲೆ ಪ್ರಭಾವ ಬೀರುತ್ತಾರೆ. ಅವರು ಸ್ಥಳೀಯ ಸರ್ಕಾರವನ್ನು ಹೆದರಿಸುತ್ತಾರೆ. ಹಾಗೂ ಕೆಲವು ವೇಳೆ ಅವರು ಭಾರತ ಸರ್ಕಾರದ ಮೇಲೆ ಮಹತ್ವವಾದ ಪ್ರಭಾವ ಬೀರದೆ ಇರುವುದಿಲ್ಲ. ಅವರ ಸಂಪೂರ್ಣ ಚಟುವಟಿಕೆಯು ಒಂದು ಪರಿಣಾಮ ಉಂಟುಮಾಡುವ ಶಕ್ತಿಯನ್ನು ರಚಿಸುವುದಾಗಿತ್ತು. ಅದು ಎಷ್ಟು ಶಕ್ತಿಶಾಲಿಯಾಗಿರಬೇಕೆಂದರೆ ತಾವು ಬಯಸಿದುದನ್ನು ತಮಗೆ ಕೊಡಲು ಒಂದು ಬಲಹೀನ ಸರ್ಕಾರವನ್ನು ಒತ್ತಾಯಪಡಿಸಿತು. ಒಂದಲ್ಲ ಒಂದು ದಿನ ತಮಗೆ ಸಾಧ್ಯವಾಗಬಹುದು. ಬಂಗಾಳಿ ಮಾತನಾಡುವ ಜನರನ್ನು ವಿಭಜಿಸುವಂತಹ, ಚಟುವಟಿಕೆಯ ಕೇಂದ್ರಗಳಿಗೆ ಒಪ್ಪಿಗೆ ಕೊಟ್ಟು ಅವುಗಳ ಪ್ರಭಾವವು ಹೆಚ್ಚುವಂತಹ, ಕಲ್ಕತ್ತವನ್ನು ಯಶಸ್ವಿ ಒಳಸಂಚಿನ ಕೇಂದ್ರಸ್ಥಾನದಿಂದ ಪದಚ್ಯುತಿಗೊಳಿಸುವಂತಹ, ಇಲ್ಲವೆ ಸಂಪೂರ್ಣ ಸಂಸ್ಥೆಯ ಹಿಡಿತವನ್ನು ಹೊಂದಿರುವ ನ್ಯಾಯವಾದಿ ವರ್ಗದವರ ಪ್ರಭಾವವನ್ನು ಬಲಹೀನಗೊಳಿಸುವಂತಹ ಯಾವುದೇ ಕಾನೂನಿನ ಪರಿಣಾಮವು ಅವರಿಂದ ಅತ್ಯಂತ ಉಗ್ರವಾಗಿ ವಿರೋಧಿಸಲ್ಪಟ್ಟಿತು. ಕೂಗಾಟವು ಬಹಳ ಭಯಂಕರವಾಗಿ ಉಚ್ಚಸ್ವರದಲ್ಲಿರುತ್ತದೆ, ಆದರೆ ಸ್ಥಳೀಯ (ದೇಶಿಯ) ಒಬ್ಬ ಸಜ್ಜನನು ನನಗೆ ಹೇಳಿದಂತೆ, ''ನನ್ನ ದೇಶಬಾಂಧವರು ಒಂದು ವಿಷಯವು ನೆಲೆಗೊಳ್ಳುವ ತನಕ ಅರಚುತ್ತಾರೆ, ನಂತರ ಅವರು ಅದನ್ನು ಒಪ್ಪಿಕೊಳ್ಳುತ್ತಾರೆ''

ಅಕ್ಟೋಬರ್ 16, 1805 ರಂದು ಮತ್ತು ನಂತರ ದೇಶದ ಎಲ್ಲಾ ಕಡೆಯೂ ವಿಭಜನೆಯ ವಿರುದ್ಧವಾಗಿ ಪ್ರತಿಭಟನಾ ಸಭೆಗಳು ಕ್ರಮವಾಗಿ ಸಂಘಟಿಸಲ್ಪಟ್ಟವು. ಬಂಗಾಳದ ವಿಭಜನೆಯಿಂದ ಭಾರತೀಯ ರಾಷ್ಟ್ರೀಯ ಕಾಂಗ್ರೆಸ್ಸಿನಲ್ಲಿ 'ಮಧ್ಯಮ ಮಾರ್ಗಗಾಮಿಗಳು' ಹಾಗೂ 'ಕಠಿಣ (ಉಗ್ರ) ಮಾರ್ಗಗ್ರಾಮಿಗಳು' ಬೇರೆ ಬೇರೆಯಾದರು. ವಿಭಜನೆಯು ಬ್ರಿಟಿಷರ ಆಳ್ವಿಕೆಯ ವಿರುದ್ಧವಾಗಿ ಸಾರ್ವಜನಿಕ ಕೋಪದ ಒಟ್ಟಾದ ಸಿಡಿತವನ್ನು ಸೃಷ್ಟಿಸಿತು. ಬುದ್ಧಿಜೀವಿಗಳು ಅಲ್ಲದೆ ಸಾಮಾನ್ಯ ಜನಗಳೂ ಒಟ್ಟಾದ ಚಳುವಳಿಯಲ್ಲಿ ಭಾಗವಹಿಸಿದರು. ರವೀಂದ್ರನಾಥ ಠಾಗೂರರು ಅಂಧೋಲನವನ್ನು ತೀವ್ರತೆಯಿಂದ ಬೆಂಬಲಿಸಿದರು. ಬಂಕಿಮ್‌ಚಂದ್ರ ಚಟರ್ಜಿಯವರ 'ವಂದೇ ಮಾತರಂ' ಹೃದಯ ಕಲಕುವಂತಹ ಘೋಷಣೆ ಯಾಯಿತು. ಬಂಗಾಳದಲ್ಲಿ ಅನೇಕ ಕ್ರಾಂತಿಕಾರಿ ಗುಂಪುಗಳು ಕೆಲಸ ಮಾಡಲು ಪ್ರಾರಂಭವಾದವು. ಅರವಿಂದ ಘೋಷ್, ರಾಸ್‌ಬಿಹಾರ ಬೋಸ್ ಮತ್ತು ಜತೀಂದ್ರನಾಥ್ ಮುಖರ್ಜಿಯವರು ಈ ಕ್ರಾಂತಿಕಾರಿ ಗುಂಪುಗಳ ಕೆಲವು ಮುಖ್ಯ ಮುಖಂಡರಾಗಿದ್ದರು.

17. ಮಹಾತ್ಮಗಾಂಧಿಯವರ ರಾಜಕೀಯ ಪ್ರವೇಶ

1893ರಲ್ಲಿ ಮಹಾತ್ಮಗಾಂಧಿ (ಮೋಹನ ದಾಸ ಕಮರಚಂದ ಗಾಂಧಿ - ಅದು ಅವರ ನಿಜವಾದ ಹೆಸರು)ಯವರು ಕಾನೂನು ವೃತ್ತಿಗಾಗಿ ದಕ್ಷಿಣಾ ಆಫ್ರಿಕಾಕ್ಕೆ ಹೋಗಿದ್ದರು. ಅವರು 49ನೇ ವಯಸ್ಸಿನಲ್ಲಿ ಭಾರತಕ್ಕೆ ಬಂದರು. ಅವರು ದಕ್ಷಿಣ ಆಫ್ರಿಕಾದಲ್ಲಿರುವಾಗಲೇ ರಾಜಕೀಯ ಮುಖಂಡರೆಂದು ಪ್ರಚಂಡ ಖ್ಯಾತಿಗಳಿಸಿದ್ದರು. ಅವರು ಬೊಂಬಾಯಿಗೆ ಬಂದ ಕೂಡಲೆ, ಅವರಿಗೆ ರಾಷ್ಟ್ರೀಯ ಸ್ವತಂತ್ರ ಚಳುವಳಿಯಲ್ಲಿ ಪ್ರವೇಶಿಸಿದರು. ಗಾಂಧಿಯವರು ಸತ್ಯಾಗ್ರಹವೆಂಬ ಒಂದು

ಹೊಸ ತಂತ್ರವನ್ನು ಸಾಮೂಹಿಕ ಆಂಧೋಲನದಲ್ಲಿ ಪರಿಚಯಿಸಿದರು. ಅವರ ತತ್ವಶಾಸ್ತ್ರವು ಆಧುನಿಕ ರಾಜಕೀಯಕ್ಕೆ ಹೊಸದಾಗಿತ್ತು. ಭಾರತೀಯ ಸಂಸ್ಕೃತಿಯಿಂದ ಸ್ಫೂರ್ತಿಪಡೆದ ಅಹಿಂಸೆ, ಸತ್ಯ, ಪ್ರೇಮ, ಸಹಾನುಭೂತಿ, ಕರುಣೆ ಮತ್ತು ಆತ್ಮವಿಶ್ವಾಸ ಅವರ ಮೂಲತತ್ವಗಳಾಗಿದ್ದವು, ಮಾನವೀಯತೆಯೆ ಅವರ ತತ್ವಶಾಸ್ತ್ರದ ಅಡಿಪಾಯ. ಅದು ಅನ್ಯಾಯದ ವಿರುದ್ಧ ಹೋರಾಡಲು ಸಾಮಾನ್ಯ ಮನುಷ್ಯನನ್ನು ಸಶಕ್ತಗೊಳಿಸಿತು.

1920 ರಿಂದ 1947ರ ವರೆಗಿನ ಕಾಲವನ್ನು ಭಾರತದ ರಾಜಕೀಯದಲ್ಲಿ 'ಗಾಂಧಿ ಶಕೆ' ಎಂದು ವರ್ಣಿಸಲಾಗಿದೆ. ಈ ಅವಧಿಯಲ್ಲಿ, ಮಹಾತ್ಮಾ ಗಾಂಧಿಯವರು ಶಾಸನಬದ್ಧ ಸುಧಾರಣೆಗೆ ಹಾಗೂ ರಾಷ್ಟ್ರೀಯ ಚಳುವಳಿಗಾಗಿ ಕಾರ್ಯಕ್ರಮಗಳನ್ನು ರೂಪಿಸಲು ಭಾರತೀಯ ರಾಷ್ಟ್ರೀಯ ಕಾಂಗ್ರೆಸ್ ಪರವಾಗಿ ಬ್ರಿಟಿಷ್ ಸರ್ಕಾರದ ಜೊತೆ ಷರತ್ತುಗಳನ್ನು ಚರ್ಚಿಸಲು ತಮ್ಮ ಕೊನೆಯ ನಿರ್ಧಾರವನ್ನು ತಿಳಿಸಿದರು.

ಈ ಮಧ್ಯೆ 1919ರಲ್ಲಿ, ರೌಲತ್ ಕಾಯಿದೆ ಹಾಗೂ ಜಲಿಯನ್ ವಾಲಾಬಾಗ್ ಕಗ್ಗೊಲೆ ಸಂಭವಿಸಿತು. ಕ್ರಾಂತಿಕಾರರ ಜೊತೆ ಮಾತುಕತೆ (ಸಂಧಾನ) ನಡೆಸಲು ಬ್ರಿಟಿಷರು ಕಾಯಿದೆ ಜಾರಿಗೊಳಿಸಿದರು. ಗಾಂಧಿಯವರು ರೌಲತ್‌ಕಾಯಿದೆಯನ್ನು ಒಂದು ವಿವಾದವೆಂದು ಪರಿಗಣಿಸಿ ಏಪ್ರಿಲ್ 6ರಂದು ಶಾಂತಿಯುತ ಪ್ರದರ್ಶನ ನಡೆಸಬೇಕೆಂದು ಜನಗಳಿಗೆ ಪ್ರಾರ್ಥಿಸಿದರು. ಜಲಿಯನ್‌ವಾಲಾಬಾಗ್ ದುರಂತವು ಈ ಅಂಧೋಲನದ ಪರಿಣಾಮ. 1920ರಲ್ಲಿ, ಗಾಂಧಿಯವರು ಬ್ರಿಟಿಷ್ ಆಳ್ವಿಕೆಯ ವಿರುದ್ಧವಾಗಿ ಅಸಹಕಾರ ಚಳುವಳಿಯನ್ನು ಪ್ರಾರಂಭಿಸಿದರು. 1930 ಮಾರ್ಚ್ 12 ರಂದು ಅವರು ಬ್ರಿಟಿಷ್ ಸರ್ಕಾರವು ವಿಧಿಸಿದ ಉಪ್ಪಿನ ಕಾನೂನುಗಳನ್ನು ಮುರಿಯಲು ಗುಜರಾತಿನ ಸಮುದ್ರತೀರದ ಹಳ್ಳಿ ದಾಂಡಿಗೆ - ಪ್ರಯಾಣ ಬೆಳೆಸಿದರು. ನಂತರ ಅವರು 1931ರಲ್ಲಿ, ಎರಡನೆ ದುಂಡು ಮೇಜಿನ ಸಭೆಯಲ್ಲಿ ಕಾಂಗ್ರೆಸ್ ಭಾಗವಹಿಸುವುದಕ್ಕಾಗಿ ಗಾಂಧಿ-ಇರ್ವಿನ್ ಸಂಧಾನ ನಡೆಸಿದರು. ಮಾರ್ಚ್ 1942ರಂದು, ಸರ್ ಸ್ಟ್ಯಾಫೋರ್ಡ್ ಕ್ರಿಪ್ಸ್ ತನ್ನ ಪ್ರಸ್ತಾಪದೊಂದಿಗೆ ಭಾರತಕ್ಕೆ ಬಂದನು. ಆದರೆ ಅದನ್ನು ಎಲ್ಲಾ ರಾಜಕೀಯ ಪಕ್ಷಗಳು ತಿರಸ್ಕರಿಸಿದವು. ಕ್ರಿಪ್ಸ್

ಸಂಧಾನಕಾರ್ಯದ ಸೋಲು ಅಭೂತಪೂರ್ವ ಗಲಭೆಗೆ ಕಾರಣವಾಯಿತು. ನಿರಾಶೆ ಹಾಗೂ ಭ್ರಮೆಯಿಂದ, ಬ್ರಿಟಿಷರನ್ನು ಭಾರತ ಬಿಟ್ಟು ತೊಲಗುವಂತೆ ಕೇಳಿ ಕಾಂಗ್ರೆಸ್ ಆಗಸ್ಟ್ 8, 1942 ರಂದು ಕ್ವಿಟ್ ಇಂಡಿಯಾ ತೀರ್ಮಾನವನ್ನು ಜಾರಿಗೊಳಿಸಿತು.

ಮಹಾತ್ಮಾಗಾಂಧಿಯವರು ಒಬ್ಬ ಗಣ್ಯಮುಖಂಡ ಮತ್ತು ಸಮಾಜ ಸುಧಾರಕ. ಅವರು ಸಾಧು ಸ್ವಭಾವದ, ಸತ್ಯವಾದಿ ಹಾಗೂ ಧಾರ್ಮಿಕ ವ್ಯಕ್ತಿ. ಅವರು ಸರಳ ಜೀವನ ಮತ್ತು ಉನ್ನತ ಚಿಂತನವನ್ನು ನಂಬಿದ್ದರು. ಅವರ ಸಂಪರ್ಕಕ್ಕೆ ಬಂದವರೆಲ್ಲಾ ಅವರ ವ್ಯಕ್ತಿತ್ವದಿಂದ ಬಹಳಷ್ಟು ಪ್ರಭಾವಶಾಲಿಗಳಾಗುತ್ತಿದ್ದರು. ಅವರು ಪ್ರಜಾಪ್ರಭುತ್ವದ ಮುಂದಾಳು ಹಾಗೂ ನಿರಂಕುಶಾಧಿಕಾರಿ ಆಳ್ವಿಕೆಯ ಸಂಪೂರ್ಣ ವಿರೋಧಿ. ಅವರು ಭಾರತ ಮತ್ತು ಜಗತ್ತಿಗೆ ಸತ್ಯ ಹಾಗೂ ಅಹಿಂಸೆಯ ದಾರಿಯನ್ನು ತೋರಿಸಿದರು. ಸತ್ಯವೊಂದೇ ಕೊನೆಯಲ್ಲಿ ಗೆಲ್ಲುವುದೆಂದು ಅವರು ನಂಬಿದ್ದರು. ದೇಶದ ಸ್ವಾತಂತ್ರ್ಯಕ್ಕಾಗಿ ಅವರು ಹಗಲುರಾತ್ರಿ (ಅಹರ್ನಿಶಿ) ಕೆಲಸ ಮಾಡಲು ಪ್ರಾರಂಭಿಸಿದರು. ಅವರ ಪ್ರಕಾರ, ಭಾರತದ ನಿಜವಾದ ಬಿಡುಗಡೆಯು ಪರದೇಶದ ವಸ್ತುಗಳನ್ನು ಬಹಿಷ್ಕರಿಸಿ, ಭಾರತದಲ್ಲಿ ತಯಾರಾದ ವಸ್ತುಗಳನ್ನು ಬಳಸುವುದರ ಮೇಲೆ ಅವಲಂಬಿಸಿರುತ್ತದೆ. ಅವರು ಮತ್ತು ಅವರ ಜೊತೆಗಾರರು ಅನೇಕ ಕಷ್ಟಗಳನ್ನು ಹಾಗೂ ಅನೇಕಬಾರಿ ಕಾರಾಗೃಹವಾಸ ಅನುಭವಿಸಿದರು. ಆದರೆ ತಮ್ಮ ಹೃದಯದಲ್ಲಿ ಸತ್ಯ ಮತ್ತು ನಿಷ್ಠೆಯನ್ನು ಉಳಿಸಿಕೊಂಡಿದ್ದರು. ಕೊನೆಗೆ ಆಗಸ್ಟ್ 15, 1947 ರಂದು ಗಾಂಧಿಯವರ ಪ್ರಯತ್ನಗಳಿಗೆ ಫಲ ಸಿಕ್ಕಿತು. ಕೊನೆಗೆ ಭಾರತ ಸ್ವತಂತ್ರ ಹಾಗೂ ಸ್ವಾಧೀನ ರಾಷ್ಟ್ರವಾಯಿತು. ಅವರು ಶಕ್ತಿಶಾಲಿ ಬ್ರಿಟಿಷ್ ಚಕ್ರಾಧಿಪತ್ಯವನ್ನು ಸೋಲಿಸಿದ್ದು ಬಂದೂಕುಗಳು ಅಥವಾ ಕತ್ತಿಗಳಿಂದಲ್ಲ, ಆದರೆ ವಿಚಿತ್ರ ಹಾಗೂ ಸಂಪೂರ್ಣ ಹೊಸ ಆಯುಧಗಳಾದ ಸತ್ಯ ಮತ್ತು ಅಹಿಂಸೆಯ ಸಹಾಯದಿಂದ, ಅವರು ಹಿಂದು-ಮುಸ್ಲಿಂ ಐಕ್ಯತೆ ಹಾಗೂ ಅಸ್ಪೃಶ್ಯತೆಯ ನಿವಾರಣೆಗಾಗಿ ತಮ್ಮ ಜೀವಮಾನದುದ್ದಕ್ಕೂ ಹೋರಾಡಿದರು. ಹರಿಜನರ ಉದ್ಧಾರಕ್ಕಾಗಿಯೂ ಅವರು ಬಹಳ ಕಷ್ಟಪಟ್ಟು ಕೆಲಸ ಮಾಡಿದರು. ಜನವರಿ 30, 1948 ರಂದು ನಾಥೂರಾಂ ಗೋಡ್ಸೆ ಎಂಬ

ಒಬ್ಬ ಧರ್ಮಾಂಧ ಅವರನ್ನು ಗುಂಡಿಟ್ಟು ಕೊಂದನು. ಅವರ ಸಾವು ಭಾರತಕ್ಕಲ್ಲದೆ, ಇಡೀ ಜಗತ್ತಿಗೆ ತುಂಬಲಾರದ ನಷ್ಟ.

18. ಜಲಿಯನ್‌ವಾಲಾಬಾಗ್ ಕಗ್ಗೊಲೆ

ಜಲಿಯವ್‌ವಾಲಬಾಗ್ ದುರಂತದ ಭಯಂಕರ ಘಟನೆ ರಾಷ್ಟ್ರೀಯ ಆಂದೋಲನವನ್ನು ಇನ್ನೂ ಹೆಚ್ಚು ಪ್ರಜ್ವಲಿಸುವಂತೆ ಮಾಡಿತು. ಅಗ್ನಿಗೆ ಆಜ್ಯ ಸುರುವಿದಂತಾಯಿತು. ಅಮೃತಸರದಲ್ಲಿರುವ ಜಲಿಯನ್‌ವಾಲಾಬಾಗ್ ತೋಟದ ಹೆಸರಿನಲ್ಲಿ ಇದನ್ನು ಅಮೃತಸರದ ಕಗ್ಗೊಲೆ ಎಂದು ಸಹ ಕರೆಯುತ್ತಾರೆ. 1919, ಏಪ್ರಿಲ್ 13ರಂದು ಅಲ್ಲಿ ಬ್ರಿಟಿಷ್ ಸೈನ್ಯದ ಸೈನಿಕರು, ಬ್ರಿಗೇಡಿಯರ್ ಜನರಲ್ ರೆಜಿನಾಲ್ಡ್ ಎಡ್ವರ್ಡ್ ಹ್ಯಾರಿ ಡೈಯರ್‌ನ ಆಜ್ಞೆಯಂತೆ ಪುರುಷರು, ಮಹಿಳೆಯರು ಹಾಗೂ ಮಕ್ಕಳ ನಿಶ್ಶಸ್ತ್ರ ಗುಂಪಿನ ಮೇಲೆ ಗುಂಡಿನ ಮಳೆಗರೆದರು. ಸರ್ಕಾರಿ ಮೂಲದ ಪ್ರಕಾರ ಮರಣಹೊಂದಿದವರ ಸಂಖ್ಯೆ 379. ಆದರೆ ಖಾಸಗಿ ಲೆಕ್ಕದಂತೆ ಆ ಸಂಖ್ಯೆ ಸಾವಿರಕ್ಕೂ ಹೆಚ್ಚು. ಅನೇಕರು ಗಾಯಗೊಂಡರು.

1919, ಏಪ್ರಿಲ್ 10ರ ಬೆಳಿಗ್ಗೆ ಒಂದು ಗುಂಪು ಗಡೀಪಾರು ಶಿಕ್ಷೆಗೆ ಒಳಗಾದ ಸತ್ಯಪಾಲ್ ಹಾಗೂ ಸೈಪುರ್ದೀನ್ ಕಿಚ್ಲು ಎಂಬ ಇಬ್ಬರು ಜನಪ್ರಿಯ ಮುಖಂಡರ ಬಿಡುಗಡೆಗಾಗಿ ಬೇಡಿಕೆಗಳನ್ನು ಸಲ್ಲಿಸಲು ಅಮೃತಸರದ ಪ್ರತಿನಿಧಿ ಜಿಲ್ಲಾಧಿಕಾರಿಯ ನಿವಾಸದ ಕಡೆ ಹೋಗುತ್ತಿರುವಾಗ, ಒಂದು ಮಿಲಿಟರಿ ವ್ಯಾಜ್ಯದ ಕಾರಣ ಅವರ ಮೇಲೆ ಗುಂಡು ಹಾರಿಸಿದರು. ಇನ್ನೂ ಇಂತಹ ಅನೇಕ ಘಟನೆಗಳಲ್ಲಿ, ಯುರೋಪಿಯನ್ ಪುರುಷರನ್ನು ಮುತ್ತಿಗೆ ಹಾಕಿ, ಅನೇಕರನ್ನು ಕೊಂದುಹಾಕಿದರು. ಮುಂದಿನ ಎರಡು ದಿನಗಳ ನಂತರ ಅಮೃತಸರ ಶಾಂತವಾಗಿತ್ತು. ಆದರೆ ಪಂಜಾಬಿನ ಬೇರೆ ಬೇರೆ ಭಾಗಗಳಲ್ಲಿ ಹಿಂಸಾಚಾರವು ಮುಂದುವರಿದು, ರೈಲ್ವೆ ಹಳಿಗಳನ್ನು ಕಿತ್ತುಹಾಕಿದರು. ಟೆಲಿಗ್ರಾಫ್ ಕಂಬಗಳನ್ನು ಹಾಳು ಮಾಡಿದರು ಹಾಗೂ ಸರ್ಕಾರಿ ಕಟ್ಟಡಗಳನ್ನು ಸುಟ್ಟುಹಾಕಿದರು.

ಅದೇ ವರುಷ, ಏಪ್ರಿಲ್ 13 ರಂದು ಜಲಿಯನ್‌ವಾಲಬಾಗ್

ತೋಟದಲ್ಲಿ ಸಾವಿರಾರು ಸಿಖ್ಖರು ಸೇರಿದ್ದರು. ಅದು ವೈಶಾಖಿ ದಿನಾಚರಣೆಯ ಸಂದರ್ಭ. ಆ ಸಂಪ್ರದಾಯವನ್ನು ಅನೇಕ ವರುಷಗಳಿಂದ ಆಚರಿಸುತ್ತಿದ್ದರು. ಏಕೆಂದರೆ ಅದು ಸಿಖ್ಖರ ಧಾರ್ಮಿಕ ಹಬ್ಬ ಹಾಗೂ ಪ್ರಾರ್ಥನೆಯ ದಿನ. ಪಂಜಾಬಿನಲ್ಲಿ ಸಂಪರ್ಕಗಳು ದುರ್ಲಭವಾದ ಕಾರಣ, ಹಳ್ಳಿಗಾಡು ಪ್ರದೇಶಗಳಿಂದ ಬಂದವರಿಗೆ ಈ ಘಟನೆಗಳ ಬಗ್ಗೆ ಅರಿವೇ ಇರಲಿಲ್ಲ. ತುಪಾಕಿಗಳು ಹಾಗೂ ಸಂಪೂರ್ಣ ಭರ್ತಿಯಾದ ಬಂದೂಕುಗಳ ಸಹಿತ 90ಕ್ಕೂ ಹೆಚ್ಚು ಸಶಸ್ತ್ರ ಸೈನಿಕರ ಗುಂಪು ತೋಟದ ಕಡೆಗೆ ಬಂದಿತು. ಅವರ ಜೊತೆ ಮೆಷಿನ್ ಬಂದೂಕುಗಳನ್ನು ತುಂಬಿದ್ದ ಎರಡು ಸಶಸ್ತ್ರ ಜೀಪುಗಳೂ ಇದ್ದವು. ತೋಟದ ಚಿಕ್ಕ ಬಾಗಿಲಿನ ಮುಖಾಂತರ ವಾಹನಗಳು ಪ್ರವೇಶಿಸಲಾಗಲಿಲ್ಲ. ಸೈನಿಕರ ಗುಂಪು ಬ್ರಿಗೇಡಿಯರ್ ಜನರಲ್ ಹ್ಯಾರಿ ಡಯರನ ಹತೋಟಿಯಲ್ಲಿತ್ತು. ಅವನು ತೋಟವನ್ನು ಪ್ರವೇಶಿಸಿದ ಕೂಡಲೆ, ಗುಂಪು ಚದುರಲು ಒಂದು ಅತಿ ಚಿಕ್ಕ ಎಚ್ಚರಿಕೆಯನ್ನು ಕೊಡದೆ, ವಿಶೇಷವಾಗಿ ಗುಂಪು ಹೆಚ್ಚಾಗಿ ಸೇರಿರುವ ಕಡೆ ಕೇಂದ್ರೀಕರಿಸಿ, ಗುಂಡು ಹಾರಿಸಲು ಸೈನಿಕರಿಗೆ ಆಜ್ಞೆ ಮಾಡಿದನು. ಸುಮಾರು 17.15 ಗಂಟೆಗೆ ಗುಂಡು ಹಾರಿಸುವುದು ಪ್ರಾರಂಭವಾದದ್ದು, 15 ನಿಮಿಷಕ್ಕಿಂತಲೂ ಹೆಚ್ಚು ಕಾಲ ಮುಂದುವರಿಯಿತು. ತೋಟವು ಎಲ್ಲಾ ಕಡೆಯಿಂದಲೂ ಬಲವಾದ ಇಟ್ಟಿಗೆಯ ಗೋಡೆಗಳೂ ಮತ್ತು ಕಟ್ಟಡಗಳಿಂದ ಸುತ್ತುವರಿಯಲ್ಪಟ್ಟಿತ್ತು. ಅದಕ್ಕೆ ಕೇವಲ ಐದು ಚಿಕ್ಕ ಪ್ರವೇಶದ್ವಾರಗಳಿದ್ದು, ಹೆಚ್ಚು ಬಾಗಿಲುಗಳಿಗೆ ಶಾಶ್ವತವಾಗಿ ಬೀಗಹಾಕಲಾಗಿತ್ತು. ಆ ಸಮಯದಲ್ಲಿ ಅಲ್ಲಿ ಕೇವಲ ಒಂದು ನಿರ್ಗಮನದ್ವಾರವಿದ್ದುದರಿಂದ (ಹೊರಗೆ ಹೋಗುವ ಮಾರ್ಗ) ಜನರು ಜೀವದ ಹಂಗು ತೊರೆದು ಗೋಡೆ ಹತ್ತಲು ಪ್ರಯತ್ನಿಸಿದರು. ಹೆಚ್ಚು ಜನರು ಗುಂಡುಗಳಿಂದ ಸಾಯುವುದನ್ನು ತಪ್ಪಿಸಿಕೊಳ್ಳಲು ಕಾಂಪೌಂಡ್ ಒಳಗಿದ್ದ ಭಾವಿಯೊಳಗೆ ಸಹ ಹಾರಿಕೊಂಡರು.

ಗುಂಡು ಹಾರಿಸುವುದು ಮುಗಿದ ನಂತರ, ನೂರಾರು ಜನರು ಕೊಲ್ಲಲ್ಪಟ್ಟಿದ್ದರು ಹಾಗೂ ಸಾವಿರಾರು ಜನರು ಗಾಯಗೊಂಡಿದ್ದರು. ಹ್ಯಾರಿ ಡಯರನು ಜಲಿಯನ್‌ವಾಲಬಾಗಿನಲ್ಲಿ ನಡೆದ ಸಭೆಯ ಬಗ್ಗೆ ತನಗೆ ಆ ದಿನ ಮಧ್ಯಾಹ್ನ ತಾನೆ ಗೊತ್ತಾಯಿತೆಂದು ಕಮೀಷನ್ನಿನ (ನಿಯೋಗದ) ಮುಂದೆ ಒಪ್ಪಿಕೊಂಡನು. ಅಲ್ಲಿ ಒಂದು ಗುಂಪು ಸೇರಿರುವುದನ್ನು ಕಂಡರೆ, ಗುಂಡು

ಹಾರಿಸುವ ಉದ್ದೇಶಪೂರ್ವಕವಾದ ಆಶಯದಿಂದ ಆ ತೋಟಕ್ಕೆ ಹೋದುದಾಗಿಯೂ, ಆದರೆ ಅದು ಒಂದು ಧಾರ್ಮಿಕ ಉತ್ಸವವೆಂದು ತನಗೆ ತಿಳಿದಿರಲಿಲ್ಲವೆಂದು ಅವನು ಹೇಳಿದನು.

ಸುನಾಮ್ ನಗರದ ಉದಾಮ್‌ಸಿಂಗ್ ಎಂಬ ಭಾರತೀಯ ಕ್ರಾಂತಿಕಾರಿಯು ಈ ಎಲ್ಲಾ ಘಟನೆಗಳನ್ನು ಕಣ್ಣಾರೆ ಕಂಡಿದ್ದನು ಹಾಗೂ ಸ್ವತಃ ಗಾಯಗೊಂಡಿದ್ದನು. ಅವನು, ಈ ಎಲ್ಲಾ ಕಗ್ಗೊಲೆಯ ಯೋಜನೆ ರಚಿಸಿದ ಜನರಲ್ ಮೈಕೆಲ್ ಡ್ವಯರ್‌ನನ್ನು ಮಾರ್ಚ್ 13, 1940ರಂದು ಗುಂಡಿಟ್ಟು ಕೊಂದನು. ಕೆಲವರು ಉಧಾಮ್‌ಸಿಂಗ್‌ನ ಕೆಲಸವನ್ನು ಸಾಮಾನ್ಯವಾಗಿ ಖಂಡಿಸಿದರು. ಸಾಮಾನ್ಯ ಜನಗಳು ಹಾಗೂ ಕ್ರಾಂತಿಕಾರಿ ವೃತ್ತದವರು ಈ ಕಾರ್ಯವನ್ನು ಶ್ಲಾಘಿಸಿದರು. ವಿಶ್ವದಾದ್ಯಂತ ಪತ್ರಿಕೆಯವರು ಜಲಿಯನ್ ವಾಲಬಾಗ್ ಕತೆಯನ್ನು ಪುನಃ ಸ್ಮರಿಸಿಕೊಂಡರು. ಈ ದುರಂತ ಹಾಗೂ ಪ್ರಶಂಸನೀಯ ಕೆಲಸಕ್ಕೆ ಜನರಲ್ ಮೈಕೆಲ್ ಡ್ವಯರನನ್ನೆ ಜವಾಬ್ದಾರರನನ್ನಾಗಿ ಮಾಡಿದರು. ಉಧಾಮ್‌ಸಿಂಗ್‌ನನ್ನು ಸ್ವಾತಂತ್ರ್ಯ ಯೋಧನೆಂದು ಕರೆದರು. ಅವನ ಕೆಲಸವನ್ನು ಟೈಮ್ಸ್ ಪತ್ರಿಕೆಯಲ್ಲಿ ಹೀಗೆ ಉಲ್ಲೇಖಿಸಲಾಗಿದೆ. ''ಕೆಳಗೆ ತುಳಿಯಲ್ಪಟ್ಟ ಭಾರತೀಯ ಜನಗಳ ತುಂಬಿದ ಭಾವಾವೇಶದ ಮನೋಭಾವನೆ''

ಕಾನ್ಪುರದ ಒಂದು ಸಾರ್ವಜನಿಕ ಸಭೆಯಲ್ಲಿ, ರಾಷ್ಟ್ರದ ಅವಮಾನದ ಮತ್ತು ಅಗೌರವದ ಸೇಡನ್ನು ಕೊನೆಗೂ ತೀರಿಸಿಕೊಳ್ಳಲಾಯಿತು ಎಂದು ಒಬ್ಬ ವಕ್ತಾರನು ತಿಳಿಸಿದನು.

19. ಸೈಮನ್ ಕಮಿಷನ್

1919ರ ಭಾರತ ಸರ್ಕಾರದ ಕಾಯಿದೆಯನ್ನು ಜಾರಿಗೊಳಿಸಿದಾಗ, ಹತ್ತು ವರ್ಷಗಳ ವಿರಾಮದ ನಂತರ ಭಾರತೀಯರಿಗೆ ಮುಂದಿನ ರಾಜಕೀಯ ಸುಧಾರಣೆಗೆ ಅನುಮತಿ ಕೊಡುವುದಾಗಿ ಬ್ರಿಟಿಷರು ಪ್ರಕಟಿಸಿದರು. ಹಾಗಾಗಿ, 1927ರಲ್ಲಿ ಸರ್ ಜಾನ್ ಸೈಮನ್ನನ್ ಅಧ್ಯಕ್ಷತೆಯಲ್ಲಿ ಬ್ರಿಟಿಷ್ ಸರ್ಕಾರವು ಒಂದು ಸಮಿತಿಯನ್ನು ರಚಿಸಿತು. ಈ ಸಮಿತಿಯ ಎಲ್ಲ ಸದಸ್ಯರು ಬ್ರಿಟಿಷರೇ (ಆಂಗ್ಲರೇ)

ಆದುದರಿಂದ, ಕಾಂಗ್ರೆಸ್ ಈ ಸಮಿತಿಯನ್ನು ಬಹಿಷ್ಕರಿಸಲು ನಿರ್ಧರಿಸಿತು. ಬೇರೆ ರಾಜಕೀಯ ಪಕ್ಷಗಳು ಸಹ ಕಾಂಗ್ರೆಸ್ಸಿಗೆ ಈ ವಿಷಯದಲ್ಲಿ ಬೆಂಬಲ ಕೊಟ್ಟವು ಹಾಗೂ 1928ರಲ್ಲಿ ಭಾರತಕ್ಕೆ ಆ ಸಮಿತಿಯು ಬಂದ ನಂತರ ಅದರ ವಿರುದ್ಧವಾಗಿ ದೊಡ್ಡ ದೊಡ್ಡ ಪ್ರದರ್ಶನಗಳು ನಡೆದವು.

ಅದೇ ವರುಷ, ಅಕ್ಟೋಬರ್ 30 ರಂದು, ಸೈಮನ್ ಸಮಿತಿಯು ಲಾಹೋರಿಗೆ ಬರುವ ನಿರೀಕ್ಷಣೆಯಲ್ಲಿರುವಾಗ, ಕಪ್ಪು ಬಾವುಟ ಹಾರಿಸಿ, ''ಸೈಮನ್, ಹಿಂದಿರುಗು!'' ಎಂಬ ಘೋಷಣೆಗಳಿಂದ ಅದನ್ನು ಸ್ವಾಗತಿಸಿದರು. ಪೋಲಿಸರು ಗುಂಪನ್ನು ಸಿಕ್ಕಾಪಟ್ಟೆ ಹೊಡೆದು ಗುಂಡುಹಾರಿಸಿದರು. ಈ ಘಟನೆಯಲ್ಲಿ ಲಾಲಲಜಪತರಾಯರು ಬಹಳ ಹೆಚ್ಚಾಗಿ ಗಾಯಗೊಂಡರು. ಪ್ರತಿಭಟನಾ ಸಭೆಯಲ್ಲಿ, ಲಾಲಪಜಪತರಾಯರು ಹೇಳಿದರು, ''ನಾನು ಪಡೆದ ಹೊಡೆತದ ಪ್ರತಿಯೊಂದು ಪೆಟ್ಟು, ಬ್ರಿಟಿಷ್ ಸಾಮ್ರಾಜ್ಯದ ಶವದಪೆಟ್ಟಿಗೆಗೆ ಹೊಡೆದ ಮಳೆಗಳು'' ಗಾಯದ ಪರಿಣಾಮವಾಗಿ, ಅವರು ಕೂಡಲೆ ಮರಣ ಹೊಂದಿದರು.

20. ಬಾರ್ಡೋಲಿ ಸತ್ಯಾಗ್ರಹ

1927ರಲ್ಲಿ ಅಸಹಕಾರ ಚಳುವಳಿಯು ಮುಗಿಯುವ ಹೊತ್ತಿಗೆ, ಮಹಾತ್ಮಗಾಂಧಿಯವರು ಗುಜರಾತಿನ ಬಾರ್ಡೋಲಿ ಎಂಬ ಸ್ಥಳದಿಂದ ಸಾರ್ವಜನಿಕ ಆಜ್ಞಾಭಂಗ ಚಳುವಳಿ ಪ್ರಾರಂಭಿಸಲು ನಿರ್ಧರಿಸಿದರು. ಆದರೆ ಚೌರಿಚಾರ ಘಟನೆಯಾದ ಕೂಡಲೆ, ಅವರು ಅದನ್ನು ವಾಪಸ್ಸು ತೆಗೆದುಕಂಡರು. ಆದರೆ ವಲ್ಲಭಭಾಯಿ ಪಟೇಲರು ಅದನ್ನು ಪುನಃ ಪ್ರಾರಂಭಿಸಲು ನಿರ್ಧರಿಸಿದರು. ಬಾರ್ಡೋಲಿಯು ಭಯಂಕರ ಕ್ಷಾಮದ ಕಾರಣ ಹೊಯ್ದಾಡುತ್ತಿದ್ದರೂ ಸಹ, ಬ್ರಿಟಿಷ್ ಸರ್ಕಾರವು ಭೂಕಂದಾಯದಲ್ಲಿ ಯಾವುದೇ ಬದಲಾವಣೆಯನ್ನು ಮಾಡಲಿಲ್ಲ. ವಿರುದ್ಧವಾಗಿ 25 ಪ್ರತಿಶತ ಕಂದಾಯವನ್ನು ಹೆಚ್ಚಿಸಿದರು. ಆಗ ವಲ್ಲಭಭಾಯಿ ಪಟೇಲರು ''ಕಂದಾಯ-ಇಲ್ಲ'' ಎಂಬ ಅಂಧೋಲನವನ್ನು ಸಂಘಟಿಸಿದರು. ಇದು

ಬ್ರಿಟಿಷ್ ಸರ್ಕಾರವನ್ನು ಕೆರಳಿಸಿತು. ಅವರು ರೈತರ ಜಾನುವಾರು ಹಾಗೂ ಕುಟುಂಬದ ಸಾಮಾನುಗಳನ್ನು ವಶಪಡಿಸಿಕೊಂಡರು. ಕೊನೆಗೆ, ಜನಗಳನ್ನು ಸಂತೋಷಪಡಿಸಲು ಸರ್ಕಾರವು ಕಂದಾಯವನ್ನು ಕಡಿಮೆಮಾಡಬೇಕಾಯಿತು.

21. ಸಂಪೂರ್ಣ ಸ್ವಾತಂತ್ರ್ಯದ ಕೋರಿಕೆ

1929ರ ಭಾರತೀಯ ರಾಷ್ಟ್ರೀಯ ಕಾಂಗ್ರೆಸ್ ಸಭೆಯು ಲಾಹೋರಿನಲ್ಲಿ ಪಂಡಿತ್ ಜವಾಹರಲಾಲ್‌ನೆಹರೂರವರ ಅಧ್ಯಕ್ಷತೆಯಲ್ಲಿ ಜರುಗಿತು. ಭಾರತಕ್ಕೆ ಚಕ್ರಾಧಿಪತ್ಯದ ಸ್ಥಾನವನ್ನು ಪ್ರಕಟಿಸಲು ಬ್ರಿಟಿಷ್ ಸರ್ಕಾರಕ್ಕೆ ಕಾಂಗ್ರೆಸ್ ಕೊಟ್ಟ ಒಂದು ವರ್ಷದ ಅವಧಿಯು ಮುಗಿಯುತ್ತಾ ಬಂದಿತು. ಆದ್ದರಿಂದ ಲಾಹೋರ್ ಸಭೆಯಲ್ಲಿ, ಸಂಪೂರ್ಣ ಸ್ವಾತಂತ್ರ್ಯದ ಬೇಡಿಕೆಯ ಗೊತ್ತುವಳಿ ಯನ್ನು ಜಾರಿಗೊಳಿಸಲಾಯಿತು.

22. ಉಪ್ಪಿನ ಕಾಯಿದೆ ಹಾಗೂ ದಾಂಡಿ ಮಾರ್ಚ್ (ಪ್ರಯಾಣ)

ಬ್ರಿಟಿಷ್ ಸರ್ಕಾರವು ಕೊಡಲೊಪ್ಪಿದ ರಾಜಕೀಯ ರಿಯಾಯಿತಿಗಳನ್ನು ಭಾರತೀಯ ರಾಷ್ಟ್ರೀಯ ಕಾಂಗ್ರೆಸ್ ಒಪ್ಪಲಿಲ್ಲ. ಸಾರ್ವಜನಿಕ ಆಜ್ಞಾಭಂಗ ಚಳುವಳಿಯನ್ನು ಪ್ರಾರಂಭಿಸುವಾಗ, ಬ್ರಿಟಿಷರಿಗೆ ಉಪ್ಪನ್ನು ತಯಾರಿಸಲು ಪೂರ್ಣಾಧಿಕಾರ ಕೊಟ್ಟ ಉಪ್ಪಿನ ಕಾನೂನನ್ನು ಮುರಿಯಲು ಮಹಾತ್ಮ ಗಾಂಧಿಯವರು ನಿರ್ಧರಿಸಿದರು. ಅಹಮದಾಬಾದಿನಿಂದ ಸುಮಾರು 320 ಕಿ.ಮೀ. ದೂರವಿರುವ ಸಮುದ್ರತೀರದ ಹಳ್ಳಿ ದಾಂಡಿಗೆ ಹೊರಟ ಉಪ್ಪಿನ ಸತ್ಯಾಗ್ರಹ ಹಾಗೂ ಆಜ್ಞಾಭಂಗ ಚಳುವಳಿ, ಇವೆರಡೂ ಅತ್ಯಂತ ದೊಡ್ಡ ಅಹಿಂಸಾತ್ಮಕ ಯುದ್ಧಗಳಾಗಿದ್ದವು. ಬ್ರಿಟಿಷ್ ವಸಾಹತುಪದ್ಧತಿಯ ಸಂಕೋಲೆ ಯಿಂದ ತಮ್ಮ ದೇಶವನ್ನು ಸ್ವಾತಂತ್ರ್ಯಗೊಳಿಸಲು ಮಹಾತ್ಮಾಗಾಂಧಿಯವರ ಉಪ್ಪಿನ ಸತ್ಯಾಗ್ರಹವು ಒಂದು ಯುದ್ಧ. ಗಾಂಧಿ ಮತ್ತು ಅವರ ಹಿಂಬಾಲಕರು

ಅಹಮದಾಬಾದಿನ ಗಡಿಪ್ರದೇಶದ ಸಾಬರಮತಿ ನದಿಯ ದಂಡೆಯ ಮೇಲಿರುವ ಆಶ್ರಮವನ್ನು 1930, ಮಾರ್ಚ್ 12 ರಂದು ಬಿಟ್ಟರು. ಸುಮಾರು ಮೂರು ವಾರಗಳ ನಂತರ ಸಮುದ್ರತೀರದ ಹಳ್ಳಿ ದಾಂಡಿಯಲ್ಲಿ ಬ್ರಿಟಿಷರ ಉಪ್ಪಿನ ಕಾನೂನನ್ನು ಮುರಿದರು. ಇದು ಸಾಮೂಹಿಕ ಹೋರಾಟವನ್ನೇ ಪ್ರಾರಂಭಿಸಿತು. ಇದರಿಂದ ಕಾರಾಗೃಹಗಳು ತುಂಬಿಹೋದವು ಹಾಗೂ ಬ್ರಿಟಿಷ್ ಸಾಮ್ರಾಜ್ಯದ ತಳಪಾಯವನ್ನೇ ಅಲುಗಾಡಿಸಿತು.

ಆದರೆ ಉಪ್ಪಿನ ಸತ್ಯಾಗ್ರಹವು ರಾಜಕೀಯ ಕೆಲಸಕ್ಕಿಂತಲೂ ಹೆಚ್ಚು, ಗಾಂಧಿ ಆ ಸಭೆಯನ್ನು ತೀರ್ಥಯಾತ್ರೆಯಂತೆ ಕಂಡರು. ಅದು ಕೇವಲ, ಬ್ರಿಟಿಷರನ್ನು ನಮ್ಮ ದೇಶದಿಂದ ಓಡಿಸುವುದೊಂದೆ ಅಲ್ಲ, ಆದರೆ ಒಂದು ಆದರ್ಶ ಅಹಿಂಸಾತ್ಮಕ ಸಮಾಜವು ಹೇಗಿರಬೇಕೆಂಬುದನ್ನು ಸ್ಪಷ್ಟವಾಗಿ ತೋರಿಸುವುದಾಗಿತ್ತು.

ಗಾಂಧಿ ಹಾಗೂ ಅವರ ಹಿಂಬಾಲಕರ ಗುಂಪು ಅದೇ ವರುಷ ಏಪ್ರಿಲ್ 6ರಂದು ದಾಂಡಿಗೆ ಬಂದರು. ಪಕ್ಕದಲ್ಲಿಯೆ ಮಾರಾಟಕ್ಕೆಂದು ಇಟ್ಟಿದ್ದ ಒಂದು ಹಿಡಿ ಉಪ್ಪನ್ನು ತೆಗೆದುಕೊಂಡಾಗ ಒಂದು ಸಾಮೂಹಿಕ ಅಂಧೋಲನವೆ ಪ್ರಾರಂಭವಾಯಿತು. ದೇಶದ ಎಲ್ಲಾ ಸಮುದ್ರ ತೀರದಲ್ಲಿಯೂ ಅದೇ ತಿಂಗಳಲ್ಲಿ ಜನಗಳಿಂದ ಉಪ್ಪಿನ ಸತ್ಯಾಗ್ರಹವು ಆರಂಭವಾಯಿತು. ಕರ್ನಾಟಕದಲ್ಲಿಯೂ ಉತ್ತರ ಕನ್ನಡ ಜಿಲ್ಲೆ ಅಂಕೋಲದಲ್ಲಿ ಉಪ್ಪಿನ ಸತ್ಯಾಗ್ರಹ ನಡೆಯಿತು. ಸಾಮೂಹಿಕ ಪ್ರದರ್ಶನಗಳು ನಡೆದವು. ಎಮ್.ಪಿ. ನಾಡಕರ್ಣಿಯವರು ಅದರ ನೇತೃತ್ವ ವಹಿಸಿ, ಸಮುದ್ರದ ನೀರಿನಿಂದ ಉಪ್ಪನ್ನು ತಯಾರಿಸಿ ಕಾನೂನನ್ನು ಮುರಿದರು. ಜನಗಳು ಸರ್ಕಾರದ ಉಪ್ಪಿನ ಅಂಗಡಿಗಳಿಗೆ ಮುತ್ತಿಗೆ ಹಾಕಿ ಉಪ್ಪನ್ನು ಮುಫತ್ತಾಗಿ ಹಂಚಿದರು. ಸಮುದ್ರವಿಲ್ಲದೆ ಇರುವ ಸ್ಥಳಗಳಲ್ಲಿ ಬೇರೆ ಕಾನೂನನ್ನು ಮುರಿದರು. ಅನೇಕ ಕಡೆ ಪೋಲಿಸರು ಜನಗಳಿಗೆ ಹೊಡೆದು ಕೈದು ಮಾಡಿದರು.

'ಸರಹದ್ದಿನ (ಗಡಿನಾಡು) ಗಾಂಧಿ' ಎಂದೆ ಹೆಸರಾದ ಖಾನ್ ಅಬ್ದುಲ್ ಗಫಾರ್‌ಖಾನರು ತಮ್ಮ ಹಿಂಬಾಲಕರ ಸಹಿತ ವಾಯುವ್ಯ ಸರಹದ್ದು ಪ್ರಾಂತದಲ್ಲಿ ಆಜ್ಞಾಭಂಗ ಅಂಧೋಲನ ಆರಂಭಿಸಿದರು.

ಕರ್ನಾಟಕದಲ್ಲಿ ಆರ್.ಆರ್. ದಿವಾಕರ್ ಹಾಗೂ ಹರ್ಡಿಕರ್ ಮಂಜಪ್ಪನವರು ಈ ಆಂಧೋಲನವನ್ನು ಚುರುಕುಗೊಳಿಸಿದರು.

ಈ ಆಂಧೋಲನದ ಬಗ್ಗೆ ಮೌಲ್ಯಮಾಪನ ಮಾಡುತ್ತಾ, ಒಬ್ಬ ಬ್ರಿಟಿಷ್ ನಾಗರಿಕ ಲೂಯಿಸ್ ಫಿಷರ್ ಎಂಬುವವರು, ಭಾರತೀಯ ಜನಗಳು ಇದೇ ರೀತಿಯ ಧೈರ್ಯತನ ಹಾಗೂ ಆತ್ಮಗೌರವದಿಂದ ಎದ್ದು ನಿಂತರೆ, ಅವರು ಈ ಬಿಳಿ ಚರ್ಮದ ಜನಗಳನ್ನು (ಆಂಗ್ಲರನ್ನು) ತಮ್ಮ ಹಿತಕ್ಕಾಗಿಯೆ ಈ ದೇಶದಿಂದ ಹೊಡೆದೋಡಿಸಬಹುದೆಂದು ಟೀಕಿಸಿದರು.

23. ಮೊದಲನೆ ದುಂಡು ಮೇಜಿನ ಸಮ್ಮೇಳನ

ಭಾರತದಲ್ಲಿ "ಸ್ವರಾಜ್ಯ" (ಸ್ವಂತ ಆಳಿಕೆ)ಯ ಬೇಡಿಕೆಯ ಬಲವಾಗಿ ಹೆಚ್ಚುತ್ತಲಿದ್ದುದರಿಂದ, ಬ್ರಿಟಿಷ್ ಪ್ರಧಾನಮಂತ್ರಿ, ರಾಮ್ಸೆಮ್ಯಾಕ್ಡೋ ನಾಲ್ಡ್‌ನು 1930-1932ರ ಅವಧಿಯಲ್ಲಿ ಮೂರು ದುಂಡುಮೇಜಿನ ಸಮ್ಮೇಳನಗಳನ್ನು

ಆಯೋಜಿಸಿದನು. ಭಾರತದ ಸಂವಿಧಾನಾತ್ಮಕ ಸುಧಾರಣೆಗಳ ಭವಿಷ್ಯತ್ತಿನ ಮಾರ್ಗಗಳ ರೂಪುರೇಷೆಗಳನ್ನು ತಯಾರಿಸುವುದು 1930ರ ಮೊದಲನೆ ದುಂಡುಮೇಜು ಸಮ್ಮೇಳನದ ಗುರಿಯಾಗಿತ್ತು.

24. ಗಾಂಧಿ-ಇರ್ವಿನ್ ಒಪ್ಪಂದ

1931ರಲ್ಲಿ, ಗಾಂಧಿ ಹಾಗೂ ಸರ್ ಇರ್ವಿನ್ ಒಂದು ತೀರ್ಮಾನಕ್ಕೆ ಬಂದರು. ಅದು ಮುಂದೆ 'ಗಾಂಧಿ-ಇರ್ವಿನ್ ಒಪ್ಪದ'ವೆಂದು ಹೆಸರಾಯಿತು. ಈ ಒಪ್ಪಂದದ ಪ್ರಕಾರ, ಕಾಂಗ್ರೆಸ್ಸು ಸಾರ್ವಜನಿಕ ಆಜ್ಞಾಭಂಗ ಅಂಧೋಲನವನ್ನು ತಾತ್ಕಾಲಿಕವಾಗಿ ವಜಾ ಮಾಡಲು ಹಾಗೂ ಎರಡನೆ ದುಂಡು ಮೇಜಿನ ಸಮ್ಮೇಳನದಲ್ಲಿ ಭಾಗವಹಿಸಲು ಒಪ್ಪಿಕೊಂಡಿತು. ಬ್ರಿಟಿಷ್ ಸರ್ಕಾರವು ಸಹ ಆಜ್ಞಾಭಂಗ ಚಳುವಳಿಯಲ್ಲಿ ಭಾಗವಹಿಸಿದವರನ್ನೆಲ್ಲಾ (ಕೈದಿಗಳನ್ನು) ಬಿಡುಗಡೆ ಮಾಡಲು ಒಪ್ಪಿಕಂಡಿತು. ಹಾಗೆಯೇ ಸಮುದ್ರ ತೀರದಲ್ಲಿ ವಾಸಮಾಡುವ ಜನಗಳಿಗೆಲ್ಲಾ ಉಪ್ಪನ್ನು ತಯಾರಿಸಲು ಅನುಮತಿಯು ಕೊಡಲ್ಪಟ್ಟಿತು.

25. ಎರಡನೆ ದುಂಡುಮೇಜಿನ ಸಮ್ಮೇಳನ

ಗಾಂಧಿ-ಇರ್ವಿನ್ ಒಪ್ಪಂದದ ಪ್ರಕಾರ ಆಗಸ್ಟ್ 29, 1931ಸಂದು ಎರಡನೆ ದುಂಡುಮೇಜಿನ ಸಮ್ಮೇಳನದಲ್ಲಿ ಭಾಗವಹಿಸಲು ಗಾಂಧಿಯವರು ಇಂಗ್ಲೆಂಡಿಗೆ ಹೋದರು. ಅವರು ಮತ್ತೊಮ್ಮೆ ಆ ಸಭೆಯಲ್ಲಿ ಭಾರತದ ಸ್ವಾತಂತ್ರ್ಯ ಬೇಡಿಕೆಯನ್ನು ಒತ್ತಿಹೇಳಿದರು.

ಎರಡನೆ ದುಂಡುಮೇಜಿನ ಸಮೇಳನದಲ್ಲಿ ಗಾಂಧಿ-ಇರ್ವಿನ್ ಒಪ್ಪಂದವು ಕಾಂಗ್ರೆಸ್ ಭಾಗವಹಿಸುವಂತೆ ಮಾಡಿತು. ಸಮ್ಮೇಳನದಲ್ಲಿ, ಮಹಾತ್ಮ ಗಾಂಧಿಯವರು ಈ ಕೆಳಗಿನ ಬೇಡಿಕೆಗಳನ್ನು ಹಕ್ಕಿನಿಂದ ಹೇಳಿದರು. 1. ಕಾಂಗ್ರೆಸ್ ಒಂದೇ ರಾಜಕೀಯ ಭಾರತವನ್ನು ಪ್ರತಿನಿಧಿಸುತ್ತದೆ. 2. ಅಸ್ಪೃಶ್ಯರು ಸಹ ಹಿಂದುಗಳು. 3. ಅವರನ್ನು ಅಲ್ಪಸಂಖ್ಯಾತರೆಂದು ಪರಿಗಣಿಸಬಾರದು. 4. ಮುಸ್ಲಿಮರಿಗೆ ಅಥವಾ ಇತರೆ ಭಾರತೀಯ ಅಲ್ಪಸಂಖ್ಯಾತರಿಗೆ ಪ್ರತ್ಯೇಕ ಮತದಾರರ ಪಟ್ಟಿಯಾಗಲಿ ಇಲ್ಲವೆ ವಿಶೇಷ ರಕ್ಷಣೋಪಾಯಗಳಾಗಲಿ ಇರಬಾರದು. ಬ್ರಿಟಿಷ್ ಪ್ರಧಾನಮಂತ್ರಿಯು ಅವರ ಬಿನ್ನಹವನ್ನು ಒಪ್ಪಿಕೊಳ್ಳಲಿಲ್ಲ. ಹಾಗಾಗಿ ಗಾಂಧಿಯವರು ದುಃಖಿತರಾಗಿ ಭಾರತಕ್ಕೆ ಹಿಂದಿರುಗಿದರು.

26. ಮೂರನೆಯ ದುಂಡುಮೇಜಿನ ಸಮ್ಮೇಳನ

ಮೂರನೆಯ ದುಂಡುಮೇಜು ಸಮ್ಮೇಳನದ ಸಭೆಯು 1932, ನವೆಂಬರ್ 17ರಂದು ಪ್ರಾರಂಭವಾಯಿತು. ಮಹಾತ್ಮಾಗಾಂಧಿಯವರಾಗಲಿ ಇಲ್ಲವೆ ಭಾರತೀಯ ರಾಷ್ಟ್ರೀಯ ಕಾಂಗ್ರೆಸ್ಸಿನ ಸದಸ್ಯರಾಗಲಿ ಯಾರೂ ಭಾಗವಹಿಸಲಿಲ್ಲ.

27. ಪೂನಾ ಒಪ್ಪಂದ

ಮೊದಲನೆ ದುಂಡುಮೇಜಿನ ಸಮ್ಮೇಳನದ ಅವಧಿಯಲ್ಲಿ, ತುಳಿತಕ್ಕೊಳಗಾದ ವರ್ಗದವರನ್ನು ಪ್ರತ್ಯೇಕ ಮತದಾರರೆಂದು ತಿಳಿಯಬೇಕೆನ್ನುವ ಬ್ರಿಟಿಷ್ ಸರ್ಕಾರದ ಮಂಡನೆಯನ್ನು ಡಾ॥ ಬಾಬಾಸಾಹೇಬ್ ಅಂಬೇಡ್ಕರರು ಬೆಂಬಲಿಸಿದಾಗ, ಅಂತಹ ಮಂಡನೆಯು ಹಿಂದೂಸಮಾಜವನ್ನು ಇಬ್ಭಾಗಿಸುವುದೆಂದು ಅವರ ಹೇಳಿಕೆಯನ್ನು ಮಹಾತ್ಮ ಗಾಂಧಿಯವರು ಬಲವಾಗಿ ವಿರೋಧಿಸಿದರು. ಇದನ್ನು ವಿರೋಧಿಸಿ ಅವರು ಉಪವಾಸ ಸತ್ಯಾಗ್ರಹವನ್ನು ಸಹ ಪ್ರಾರಂಭಿಸಿದರು.

ಗಾಂಧಿಯವರ ಜೀವವನ್ನು ಉಳಿಸಲು ದೇಶದಲ್ಲಿ ಉಂಟಾದ ಸಾಮೂಹಿಕ ಗಲಭೆಯನ್ನು ನಿಲ್ಲಿಸುವ ದೃಷ್ಟಿಯಿಂದ, ಬಾಬಾಸಾಹೇಬ್ ಅಂಬೇಡ್ಕರರು ತಮ್ಮ ನಿಲುವನ್ನು ಹಿಂತೆಗೆಯಲು ಒತ್ತಾಯ ಮಾಡಲ್ಪಟ್ಟರು. ಹಿಂದೂ ವರ್ಗದವರ ಹಾಗೂ ಕೆಳವರ್ಗದವರ ಮುಖಂಡರ ನಡುವೆ ಸೆಪ್ಟೆಂಬರ್ 24, 1932ರಂದು ಒಂದು ಸಂಧಾನವಾಯಿತು. ಇದನ್ನು "ಪೂನಾ ಒಪ್ಪಂದ"ವೆಂದು ಕರೆಯುತ್ತಾರೆ. ಮಾರನೆಯ ದಿನ ಬೊಂಬಾಯಿಯಲ್ಲಿ ಒಂದು ಸಾರ್ವಜನಿಕ ಸಭೆಯಲ್ಲಿ ಒಂದು ತೀರ್ಮಾನವನ್ನು ಪ್ರಕಟಿಸಿ ದೃಢಪಡಿಸಲಾಯಿತು. "ಇನ್ನು ಮುಂದೆ, ಹಿಂದುಗಳ ಮಧ್ಯೆ, ತನ್ನ ಹುಟ್ಟಿನ ಕಾರಣದಿಂದ ಯಾರೊಬ್ಬನನ್ನು ಅಸ್ಪೃಶ್ಯನೆಂದು ಪರಿಗಣಿಸಬಾರದು ಹಾಗೂ ಬೇರೆ ಹಿಂದೂಗಳಿಗಿರುವಂತೆ ಎಲ್ಲಾ ಸಾಮಾಜಿಕ ಸಂಸ್ಥೆಗಳಲ್ಲಿ ಅವರೂ ಸಹ ಸಮನಾದ ಹಕ್ಕುಗಳನ್ನು ಹೊಂದಿರುತ್ತಾರೆ." ಭಾರತದಲ್ಲಿ ದಲಿತರ ಚಳುವಳಿಯ ಚರಿತ್ರೆಯಲ್ಲಿ ಈ ಒಂದು ಮಹತ್ವದ ತೀರ್ಮಾನವು, ಪ್ರಜಾಪ್ರಭುತ್ವದ

ಭಾರತೀಯ ಕಾರ್ಯನೀತಿಯಲ್ಲಿ ಭಾರತೀಯ ಜನಗಳ ರಾಜಕೀಯ ಸಶಕ್ತತೆಯಲ್ಲಿ ದಲಿತರಿಗೂ ಅನಂತರದಲ್ಲಿ ಸಲ್ಲಬೇಕಾದ ಭಾಗಕ್ಕೆ ತಳಹದಿಯಾಯಿತು.

28. ''ಭಾರತ ಬಿಟ್ಟುತೊಲಗಿ'' ಚಳುವಳಿ
(''ಕ್ವಿಟ್ ಇಂಡಿಯಾ'' ಚಳುವಳಿ)

ಸಾಮಾಜಿಕ ಆಜ್ಞಾಭಂಗ ಚಳುವಳಿ ಹಾಗೂ ದುಂಡುಮೇಜಿನ ಸಮ್ಮೇಳನದ ಪರಿಣಾಮವಾಗಿ ಭಾರತ ಸರ್ಕಾರದ ಕಾಯ್ದೆಯನ್ನು ಜಾರಿಗೊಳಿಸಲಾಯಿತು. ಈ ಕಾಯ್ದೆಯು ಬ್ರಿಟಿಷ್ ಸಂಸತ್ತಿನಿಂದ ಜಾರಿಗೊಳಿಸಲಾದ 1919ರ ಭಾರತೀಯ ಮಂಡಳಿಗಳ ಕಾಯ್ದೆಯ ಒಂದು ಸುಧಾರಣೆ. ಈ ಕಾಯ್ದೆಯಿಂದ, ಭಾರತೀಯರಿಗೆ ರಾಜಕೀಯ ಕಾರ್ಯವಿಧಾನದಲ್ಲಿ ಭಾಗವಹಿಸಲು ಅನುಮತಿ ದೊರಕಿತು. ಈ ಕಾಯ್ದೆಯು ಸ್ವಲ್ಪಮಟ್ಟಿಗೆ ಮತದಾನದ ನಿಯಮವನ್ನು ಅಂಗೀಕರಿಸಿತು.

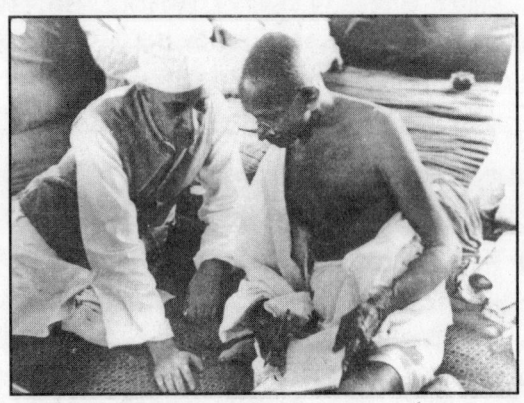

ಭಾರತೀಯ ರಾಷ್ಟ್ರೀಯ ಕಾಂಗ್ರೆಸ್ ಈ ಕಾಯ್ದೆಯ ಮೇಲೆ 1935ರಲ್ಲಿ ತನ್ನ ಅತೃಪ್ತಿಯನ್ನು ವ್ಯಕ್ತಪಡಿಸಿತು. ಆದಾಗ್ಯೂ ಅದು ಈ ಕಾನೂನಿನನ್ವಯ ಚುನಾವಣೆಯಲ್ಲಿ ಭಾಗವಹಿಸಲು ನಿರ್ಧರಿಸಿತು. ಬ್ರಿಟಿಷ್ ಆಡಳಿತಕ್ಕೆ ಕಾಂಗ್ರೆಸ್ ಹೊಂದಿರುವ ಜನಪ್ರಿಯ ಬೆಂಬಲವನ್ನು ಪ್ರದರ್ಶಿಸುವುದೇ ಇದರ ಉದ್ದೇಶವಾಗಿತ್ತು.

ಕರ್ನಾಟಕದಲ್ಲಿ ''ಕ್ವಿಟ್ ಇಂಡಿಯಾ'' ಚಳುವಳಿ

ಬೊಂಬಾಯಿಯಲ್ಲಿ ''ಕ್ವಿಟ್‌ಇಂಡಿಯಾ'' ಚಳುವಳಿಯು ಪ್ರಾರಂಭವಾದ ಕೂಡಲೆ, ಗಾಂಧಿಯವರನ್ನು ಬಂಧಿಸಿದರು.

ಕರ್ನಾಟಕದಲ್ಲಿ ಮುಷ್ಕರಗಳು ಹಾಗೂ ಪ್ರದರ್ಶನಗಳು ನಡೆದವು. ಬೆಳಗಾವಿ, ಧಾರವಾಡ, ಬೆಂಗಳೂರು, ಮೈಸೂರು ಹಾಗೂ ದಾವಣಗೆರೆಗಳಲ್ಲಿ ಚಳುವಳಿ ಉಗ್ರರೂಪ ತಾಳಿತು. ಜನಗಳು ಟೆಲಿಗ್ರಾಫಂ ತಂತಿಗಳನ್ನು ಕತ್ತರಿಸಿದರು. ರೈಲ್ವೆ ಹಳಿಗಳನ್ನು ಕಿತ್ತುಹಾಕಿದರು ಹಾಗೂ ಹೆಂಡದಂಗಡಿಗಳನ್ನು ಮುಚ್ಚಿಸಿದರು. ಸರ್ಕಾರವು ಮೈಲಾರ ಮಹದೇವಪ್ಪ ಮತ್ತು ಇಬ್ಬರು ಸಂಗಡಿಗರನ್ನು ಹಾವೇರಿಯ ಹೊಸರಿತ್ತಿಯ ಬಳಿ ಗುಂಡಿಟ್ಟು ಕೊಂದಿತು. ಈಸೂರಿನ ಜನರು ತಮ್ಮ ಹಳ್ಳಿಯನ್ನು 'ಸ್ವತಂತ್ರ'ವೆಂದು ಘೋಷಿಸಿ ಸರ್ಕಾರಿ ಅಧಿಕಾರಿಗಳನ್ನು ಹಳ್ಳಿಯೊಳಗೆ ಪ್ರವೇಶಿಸಲು ಬಿಡಲಿಲ್ಲ. ಪ್ರವೇಶಿಸಲು ಯತ್ನಿಸಿದ ಇಬ್ಬರು ಅಧಿಕಾರಿಗಳನ್ನು ಕೊಂದುಹಾಕಿದರು. ಆಗ ಈಸೂರಿನ ಐದು ಜನರನ್ನು ಸರ್ಕಾರದವರು ಸಾರ್ವಜನಿಕವಾಗಿ ನೇಣುಹಾಕಿ ಕೊಂದರು.

29. ಎರಡನೆ ಮಹಾಯುದ್ಧ ಮತ್ತು ಭಾರತೀಯ ರಾಷ್ಟ್ರೀಯ ಕಾಂಗ್ರೆಸ್

ಪ್ರಪಂಚದ ಎರಡನೆ ಮಹಾಯುದ್ಧವು ಸೆಪ್ಟೆಂಬರ್ 1939ರಂದು ಪ್ರಾರಂಭವಾಯಿತು. ಕಾಂಗ್ರೆಸ್ಸಿನ ಕಾರ್ಯಸಮಿತಿಯು ಅದೇ ತಿಂಗಳಿನಲ್ಲಿಯೇ ಯುದ್ಧದ ಬಗ್ಗೆ ತನ್ನ ಕಾರ್ಯನೀತಿಯನ್ನು ಘೋಷಿಸಿತು. ಹಿಟ್ಲರನ ರಾಷ್ಟ್ರೀಯ ಸಮಾಜವಾದಿ ಪಕ್ಷ ಹಾಗೂ ಇಟಲಿನ ರಾಷ್ಟ್ರೀಯ ಸೇವಾಸಂಸ್ಥೆಯ (Nazium and Fascism) ಪಕ್ಷಕ್ಕೆ ಕಾಂಗ್ರೆಸ್ ವಿರೋಧವೆಂದು ಸಮಿತಿಯ ನಿರ್ಣಯವು ತಿಳಿಸಿತು. ತಾನು ಸಾಮ್ರಾಜ್ಯಶಾಹಿ ಹಾಗೂ ವಸಾಹತುಶಾಹಿಗೂ ವಿರೋಧವೆಂದು ಅದು ಸ್ಪಷ್ಟವಾಗಿ ತಿಳಿಸಿತು. ಪ್ರಜಾಪ್ರಭುತ್ವವಾದಿ ರಾಷ್ಟ್ರಗಳು ಸ್ವಾತಂತ್ರಕ್ಕಾಗಿ ಹೋರಾಡುತ್ತಿರುವಾಗ, ತನ್ನ ಸ್ವಾಧೀನದಿಂದ ಭಾರತಕ್ಕೆ ಸ್ವತಂತ್ರ ಕೊಡಲು ಇಂಗ್ಲೆಂಡ್ ತಿರಸ್ಕರಿಸಿತು. ಆದ್ದರಿಂದ ಭಾರತೀಯರು ಯುದ್ಧದಲ್ಲಿ ಭಾಗವಹಿಸಲಾಗಲಿಲ್ಲ.

ಯುದ್ಧದ ಪ್ರಾರಂಭವು ಬ್ರಿಟಿಷರ ಆಳ್ವಿಕೆಯ ವಿರುದ್ಧವಾದ ಹೋರಾಟದಲ್ಲಿ ಒಂದು ಹೊಸ ಹಾಗು ಹೆಚ್ಚು ನಿರ್ಧಾರದ ಹಂತಕ್ಕೆ ದಾರಿಯಾಯಿತು. 1939 ಹಾಗೂ 1940ರಲ್ಲಿ, ಮುಷ್ಕರಗಳು ಮತ್ತು ರೈತರ ದಂಗೆಗಳು ಉನ್ನತ ಮಟ್ಟಕ್ಕೆ ತಲುಪಿದವು. ಜನರಲ್ ಮೋಹನ್‌ಸಿಂಗನು ಮಲಯಾದಲ್ಲಿ ಜಪಾನಿಯರ ಸಹಾಯದಿಂದ ಭಾರತೀಯ ರಾಷ್ಟ್ರೀಯ ಸೈನ್ಯವನ್ನು ಆಯೋಜಿಸಿದನು. ಮೋಹನ್‌ಸಿಂಗ್ ಒಬ್ಬ ಪಂಜಾಬಿ. ಅವನು ತನ್ನ ಯುವ ದಿನಗಳಲ್ಲಿ ಜಲಿವಾಲಾಬಾಗ್‌ನ ಕೊಲೆಗಳು ಹಾಗೂ ಗದರ್ ಪಕ್ಷದ ಸದಸ್ಯರನ್ನು ನೇಣುಹಾಕಿ ಕೊಂದದ್ದನ್ನು ನೋಡಿ ಬಹಳವಾಗಿ ಪ್ರಭಾವಶಾಲಿಯಾಗಿದ್ದನು.

1940 ಮಾರ್ಚ್ ತಿಂಗಳಿನ ಭಾರತೀಯ ರಾಷ್ಟ್ರೀಯ ಕಾಂಗ್ರೆಸ್ಸಿನ ರಾಮ್‌ಘರ್ ಸಭೆಯಲ್ಲಿ, ಕೇವಲ ಭಾರತಕ್ಕೊಂದೆ ಅಲ್ಲ ಇತರೆ ಅಗತ್ಯ ರಾಜ್ಯಗಳಿಗೂ ಸಹ ಸಂಪೂರ್ಣ ಸ್ವಾತಂತ್ರ್ಯ ಬೇಕೆಂದು ಜವಾಹರಲಾಲ್ ನೆಹರೂವರು ಹಕ್ಕಿನಿಂದ ಕೇಳಿದರು. 1943ರಲ್ಲಿ ನೇತಾಜಿ ಸುಭಾಸ್‌ಚಂದ್ರ ಬೋಸರು ಭಾರತೀಯ ರಾಷ್ಟ್ರೀಯ ಕಾಂಗ್ರೆಸ್‌ಗೆ ಸೇರಿದರು.

30. ಸ್ಟ್ರಾಫೋರ್ಡ್ ಕ್ರಿಪ್ಸ್ ರಾಯಭಾರಿ ಉಪಾಯ

(The Strafford Cripps Mission Plan)

1942 ಮಾರ್ಚ್ ಹೊತ್ತಿಗೆ, ಇಂಗ್ಲೆಂಡ್ ವಶದಲ್ಲಿದ್ದ ಸಿಂಗಪೂರ್ ಮತ್ತು ರಂಗೂನನ್ನು ಜಪಾನ್ ಗೆದ್ದುಕೊಂಡಿತು. ಇಂಗ್ಲೆಂಡ್ ಭಾರತದಲ್ಲಿ ತನ್ನ ಆಳ್ವಿಕೆಯ ಬಗ್ಗೆ ಬಹಳಷ್ಟು ಚಿಂತಿಸಿತು. ಈ ಸಂಧಿಕಾಲದಲ್ಲಿ, ಅಮೇರಿಕಾ ಸಂಯುಕ್ತ ಸಂಸ್ಥಾನದ ಅಧ್ಯಕ್ಷರಾದ ಫ್ರಾಂಕ್ಲಿನ್ ಡಿ. ರೂಸ್‌ವೆಲ್ಟ್ ಯುದ್ಧಕ್ಕೆ ಬೆಂಬಲಿಸ ಬೇಕೆಂದು ಇಂಗ್ಲೆಂಡನ್ನು ಒತ್ತಾಯಪಡಿಸಿದರು. ಆಗ ಇಂಗ್ಲೆಂಡಿನ ಪ್ರಧಾನ ಮಂತ್ರಿಯು ಭಾರತದಲ್ಲಿ ವಿಚಾರವಿನಿಯಮ ನಡೆಸಲು ಸರ್ ಸ್ಟ್ರಾಫೋರ್ಡ್ ಕ್ರಿಪ್ಸ್‌ನನ್ನು ಕಳುಹಿಸಿದರು.

ಸರ್ ಸ್ಟ್ರಾಫೋರ್ಡ್ ಕ್ರಿಪ್ಸ್‌ನ ರಾಯಭಾರಿ ಉಪಾಯವನ್ನು ಅನುಸರಿಸಿ, ಭಾರತೀಯ ರಾಷ್ಟ್ರೀಯ ಕಾಂಗ್ರೆಸ್ ಸ್ವಾತಂತ್ರ್ಯಕ್ಕಾಗಿ ಒಂದು ಸಾಮೂಹಿಕ ಚಳುವಳಿ ಪ್ರಾರಂಭಿಸಲು ನಿರ್ಧರಿಸಿತು. ಜುಲೈ 14, 1942 ರಂದು ಕಾಂಗ್ರೆಸ್ ಕಾರ್ಯಕಾರಿ ಸಮಿತಿಯು ಜಾರಿಗೊಳಿಸಿತು. ಈ ನಿರ್ಣಯಗಳ ಮುಖಾಂತರ, ಬ್ರಿಟಿಷ್ ಸರ್ಕಾರವು ತಮ್ಮ ಈ ಬೇಡಿಕೆಗಳನ್ನು ಒಪ್ಪದಿದ್ದರೆ, ತಾವು ರಾಷ್ಟ್ರವ್ಯಾಪಿ ಅಹಿಂಸಾ ಚಳುವಳಿಯನ್ನು ಆರಂಭಿಸುವುದಾಗಿ ಕಾಂಗ್ರೆಸ್ ತಿಳಿಸಿತು.

ಆಗಸ್ಟ್ 7, 1942ರಂದು ಬೊಂಬಾಯಿಯಲ್ಲಿ ಗೋವಾಲಿಯ ಕೆರೆ ಮೈದಾನದಲ್ಲಿ (ಆಗಸ್ಟ್ ಕ್ರಾಂತಿ ಮೈದಾನ), ಕಾಂಗ್ರೆಸ್ ಕಾರ್ಯಕಾರಿ ಸಮಿತಿಯ ಸಭೆಯು ನಡೆಯಿತು. ಮಹಾತ್ಮಗಾಂಧಿಯವರು ತಮ್ಮ ಭಾಷಣದಲ್ಲಿ ಚಳುವಳಿಯಲ್ಲಿ ಭಾಗವಹಿಸಬೇಕೆಂದು ಜನಗಳಿಗೆ ಒತ್ತಾಯಿಸಿದರು.

ಅದೇ ವರುಷ, ಆಗಸ್ಟ್ 8ರಂದು 'ಕ್ವಿಟ್ ಇಂಡಿಯಾ' ತೀರ್ಮಾನವು ಜಾರಿಗೆ ಬಂದಿತು. ಈ ನಿರ್ಣಯದಲ್ಲಿ ಬ್ರಿಟಿಷರು ತಕ್ಷಣವೆ ಭಾರತ ಬಿಟ್ಟು ತೊಲಗಬೇಕು (ಹೊರಡಬೇಕು) ಹಾಗೂ ಬ್ರಿಟಿಷ್ ಆಳ್ವಿಕೆ ಕೊನೆಗೊಳ್ಳ ಬೇಕೆಂದು ಹಕ್ಕಿನಿಂದ ಕೇಳಲಾಯಿತು. ಇದನ್ನು ಪಡೆಯಲು, ಒಂದು ರಾಷ್ಟ್ರವ್ಯಾಪಿ ಅಹಿಂಸಾ ಚಳುವಳಿಯನ್ನು ಆಯೋಜಿಸಲೂ ನಿರ್ಧರಿಸಲಾಯಿತು.

ಈ ಬಾರಿ ಮಾತನಾಡುವಾಗ, ಮಹಾತ್ಮಗಾಂಧಿಯವರು, ಆ ಕ್ಷಣದಿಂದಲೆ ಜನಗಳು ತಾವು ಸ್ವತಂತ್ರರೆಂದು ತಿಳಿಯಲು ಹೇಳಿದರು.

ಆಗಸ್ಟ್ 9ರ ಬೆಳಿಗ್ಗೆ, ಬ್ರಿಟಿಷ್ ಆಡಳಿತವು ಮಹಾತ್ಮಗಾಂಧಿ, ಜವಾಹರಲಾಲ್‌ನೆಹರೂ, ಮೌಲಾನ ಅಬ್ದುಲ್ ಕಲಾಂ ಅಜಾದ್ ಹಾಗೂ ಇನ್ನೂ ಅನೇಕರನ್ನು ಬಂಧಿಸಿತು. ಭಾರತೀಯರು ಅವರುಗಳ ಬಂಧನದಿಂದ ಅತ್ಯಂತ ಕೋಪಗೊಂಡು ತಮ್ಮದೇ ದಾರಿಯಲ್ಲಿ ಆಂಧೋಲನ ಪ್ರಾರಂಭಿಸಿದರು.

ಕೂಡಲೆ ಈ ಆಂಧೋಲನವು ದೇಶದ ಬೇರೆ ಬೇರೆ ಭಾಗಗಳಿಗೂ ಹರಡಿತು. ಸರ್ಕಾರವು ಇದನ್ನು ಹತ್ತಿಕ್ಕಲು ತನ್ನ ಶಕ್ತಿಯನ್ನೆಲ್ಲಾ ಉಪಯೋಗಿಸಿತು. ಆದರೆ ಯಾವ ಪ್ರಯೋಜನವೂ ಆಗಲಿಲ್ಲ.

ಮಹಾರಾಷ್ಟ್ರದಲ್ಲಿ, ಕ್ವಿಟ್ ಇಂಡಿಯಾ ಚಳುವಳಿಯು ಹೆಚ್ಚು ಪ್ರಭಾವ ಬೀರಿತು. ಈ ಚಳುವಳಿಯ ಮುಖಾಂತರ, ಜನಗಳು ತಮ್ಮ ಕೊನೆಯುಸಿರಿರುವ ವರೆಗೂ ಸ್ವತಂತ್ರಕ್ಕಾಗಿ ಹೋರಾಡುವುವೆಂದು ಬ್ರಿಟಿಷ್ ಸರ್ಕಾರಕ್ಕೆ ಸವಾಲು ಹಾಕಿದರು.

31. ಸುಭಾಸ್ ಚಂದ್ರ ಬೋಸ್

ಸುಭಾಸ್‌ಚಂದ್ರ ಬೋಸರು 1897ರಲ್ಲಿ ಜನಿಸಿದರು. 1930ರಲ್ಲಿ, ಅವರು ಕಲ್ಕತ್ತಾದ ಮೇಯರ್‌ಆಗಿ ಚುನಾಯಿಸಲ್ಪಟ್ಟರು. ಅವರು ಭಾರತದ ಸ್ವತಂತ್ರ ಚಳುವಳಿಯಲ್ಲಿ ಪ್ರಮುಖ ಪಾತ್ರವಹಿಸಿದರು. ಪರಿಣಾಮವಾಗಿ,1938 ಮತ್ತು 1939ರಲ್ಲಿ ಅವರು ಹರಿಪುರ ಮತ್ತು ತ್ರಿಪುರ ಕಾಂಗ್ರೆಸ್ ಸಭೆಗಳ ಅಧ್ಯಕ್ಷರಾಗಿ ಚುನಾಯಿತರಾದರು. ಯುರೋಪಿನಲ್ಲಿ ಪ್ರಾರಂಭವಾದ ಮಹಾಯುದ್ಧದ ಅನುಕೂಲ ವನ್ನು ಪಡೆದುಕೊಂಡು ಭಾರತೀಯ ರಾಷ್ಟ್ರೀಯ ಕಾಂಗ್ರೆಸ್ ಭಾರತದಲ್ಲಿ

ಬ್ರಿಟಿಷ್ ಆಳ್ವಿಕೆಯನ್ನು ಕಿತ್ತುಹಾಕಲು ಕ್ರಾಂತಿಕಾರಿ ಕಾರ್ಯಕ್ರಮ ಗಳನ್ನು ಕೈಗೊಳ್ಳಬೇಕೆಂದು ಜನಗಳನ್ನು ಒತ್ತಾಯಿಸಿದರು. 1939 ಸೆಪ್ಟೆಂಬರ್‌ನಲ್ಲಿ ಎರಡನೆ ಮಹಾಯುದ್ಧವು ಪ್ರಾರಂಭವಾದ ನಂತರವೂ, ಸುಭಾಷ್‌ಚಂದ್ರ ಬೋಸರು, ಯುದ್ಧದಲ್ಲಿ ಕಾಂಗ್ರೆಸ್ ಯಾವುದೇ ಪಕ್ಷವನ್ನು ಬೆಂಬಲಿಸ ಬಾರದೆಂದು ಹೇಳಿದರು. ಏಕೆಂದರೆ ಯುದ್ಧದಲ್ಲಿ ಭಾಗವಹಿಸಿದ ಪ್ರತಿಯೊಂದು ರಾಷ್ಟ್ರವು ಸಾಮ್ರಾಜ್ಯಶಾಹಿ ದೇಶವಾಗಿತ್ತು. ಚಳುವಳಿಯಲ್ಲಿ ಭಾಗವಹಿಸಿ ದ್ದಾರೆಂದು ಅವರನ್ನು ಬ್ರಿಟಿಷ್ ಸರ್ಕಾರವು ಬಂಧಿಸಿತು. ಅವರು ಕಾರಾಗೃಹದಲ್ಲಿ ಉಪವಾಸ ಸತ್ಯಾಗ್ರಹ ಮಾಡಿದ ಕಾರಣ ಅವರನ್ನು ಅವರ ಮನೆಯಲ್ಲಿಯೇ ಗೃಹಬಂಧನದಲ್ಲಿಡಲಾಯಿತು.

ಡಿಸೆಂಬರ್ 1940ರಲ್ಲಿ, ಸುಭಾಸ್‌ಚಂದ್ರಬೋಸರು ವೇಷ ಮರೆಸಿ ಕೊಂಡು ತಪ್ಪಿಸಿಕೊಂಡರು. ಅವರು ಜರ್ಮನಿಗೆ ಓಡಿಹೋಗಿ, ಅಲ್ಲಿ ''ಸ್ವತಂತ್ರ ಭಾರತ ಕೇಂದ್ರ'' ಎಂಬ ಸಂಸ್ಥೆಯನ್ನು ಸ್ಥಾಪಿಸಿದರು. ಅವರು ಅಲ್ಲಿ ತಂಗಿರುವಾಗ, ಜಪಾನಿಗೆ ಭೇಟಿಕೊಡಬೇಕೆಂದು ರಾಸ್‌ಬಿಹಾರಿ ಬೋಸರಿಂದ ಆಹ್ವಾನಿಸಲ್ಪಟ್ಟರು. ಅವರು 1915ರಲ್ಲಿ ಜಪಾನಿಗೆ ಭೇಟಿಕೊಟ್ಟರು. ಜಪಾನಿ ಸರ್ಕಾರದ ಜೊತೆ ಮಾತುಕತೆಯ ನಂತರ, ಅಕ್ಟೋಬರ್ 21, 1943ರಂದು ಸಿಂಗಪುರದಲ್ಲಿ ''ಸ್ವತಂತ್ರ ಭಾರತ ಸರ್ಕಾರ''ವನ್ನು ಸ್ಥಾಪಿಸಿದರು. ಅಲ್ಲಿ ಅವರು ಹಾಗೂ ಅವರ ಜೊತೆಗಾರರು ಕೊನೆಯುಸಿರಿರುವವರೆಗೂ ಭಾರತದ ಸ್ವಾತಂತ್ರ್ಯಕ್ಕಾಗಿ ಹೋರಾಡುವುದಾಗಿ ಪ್ರತಿಜ್ಞೆ ಮಾಡಿದರು.

ಸ್ವತಂತ್ರ ಭಾರತ ಸರ್ಕಾರವನ್ನು ಸ್ಥಾಪಿಸಿದ ನಂತರ ಸುಭಾಸ್ ಚಂದ್ರಬೋಸರು ಅಮೇರಿಕಾ ಸಂಯುಕ್ತ ಸಂಸ್ಥಾನ ಮತ್ತು ಇಂಗ್ಲೆಂಡ್ ವಿರುದ್ಧ ಯುದ್ಧ ಘೋಷಿಸಿದರು.

ನವೆಂಬರ್ 1943ರಂದು, ಜಪಾನ್ ತಾನು ಮೊದಲೇ ವಶಪಡಿಸಿಕೊಂಡ ಭಾರತೀಯ ದ್ವೀಪಗಳಾದ ಅಂಡಮಾನ್ ಮತ್ತು ನಿಕೋಬಾರ್‌ಅನ್ನು ಸ್ವತಂತ್ರ ಭಾರತ ಸರ್ಕಾರಕ್ಕೆ ಒಪ್ಪಿಸಿತು. ಇದು ಅವರ ನಾಯಕತ್ವಕ್ಕೆ ಒಳಪಟ್ಟ ಮೊದಲನೆ ಭಾರತೀಯ ಪ್ರಾಂತ. ಜಪಾನಿನ ಸಹಾಯವಿದ್ದಾಗ್ಯೂ, ಭಾರತೀಯ ರಾಷ್ಟ್ರೀಯ ಸೈನ್ಯವು ಭಾರತದ ಸ್ವಾತಂತ್ರ್ಯದಲ್ಲಿ ಮಹತ್ವದ ಪಾತ್ರವಹಿಸಬೇಕೆಂದು

ಸುಭಾಸ್‌ಚಂದ್ರಬೋಸರು ಒತ್ತಿಹೇಳಿದರು. ಭಾರತೀಯ ರಾಷ್ಟ್ರೀಯ ಸೈನ್ಯದ ವೆಚ್ಚಕ್ಕಾಗಿ ಅವರು ಭಾರತೀಯರಿಂದ ಆರ್ಥಿಕ ಸಂಪನ್ಮೂಲಗಳನ್ನು ವಸೂಲು ಮಾಡಿದರು (ಎತ್ತಿದರು). ಅನೇಕರು ತಮ್ಮ ಬಂಗಾರ ಹಾಗೂ ಭೂಮಿಯನ್ನು ಬಿಟ್ಟುಕೊಟ್ಟರು.

ಆಗಸ್ಟ್ 17, 1945 ರಂದು ಕರ್ನಲ್ ಹಬಿಬುರ್ ರೆಹಮಾನ್ ಜೊತೆ ಪ್ರಯಾಣಿಸುತ್ತಿದ್ದ ಸುಭಾಸ್‌ಚಂದ್ರ ಬೋಸರ ವಿಮಾನವು ಯಾವುದೋ ಒಂದು ಅಪರಿಚಿತ ಸ್ಥಳದಲ್ಲಿ ಅಪ್ಪಳಿಸಿತೆಂದು ಜಪಾನಿ ಮೂಲಗಳು ತಿಳಿಸಿದವು. ಆದರೆ ಸುಭಾಸ್‌ಚಂದ್ರ ಬೋಸರ ದೇಹವಾಗಲಿ ಅಥವಾ ಅವರ ವಸ್ತುಗಳಾಗಲಿ ಸಿಕ್ಕಿಲ್ಲ. ಆದಾಗ್ಯೂ ಅವರ ಸಾವು ಒಂದು ರಹಸ್ಯವಾಗುಳಿಯಿತು ಹಾಗೂ ಎಂದೆಂದಿಗೂ ರಹಸ್ಯವಾಗಿಯೆ ಉಳಿಯುವುದು.

ಸುಭಾಸ್‌ಚಂದ್ರಬೋಸರು ಒರಿಸ್ಸಾದ ಕಟಕ್‌ನಲ್ಲಿ ಜನವರಿ 23, 1897ರಂದು ಜನಿಸಿದರು. ಅವರಿಗೆ ಐದು ವರ್ಷವಾದಾಗ, ಅವರನ್ನು ಒಂದು ಯುರೋಪಿಯನ್ ಶಾಲೆಗೆ ಸೇರಿಸಿದರು. ಅದು ಆಂಗ್ಲ ಹಾಗೂ ಭಾರತೀಯ ಮಕ್ಕಳಿಗಿದ್ದ ಒಂದು ಶಾಲೆ. ಅಲ್ಲಿ ಅವರು ಬೇಗನೆ ಅಧ್ಯಾಪಕರ ಮೆಚ್ಚುಗೆಗೆ ಪಾತ್ರರಾದರು. ಅವರಿಗೆ 12 ವರ್ಷ ವಯಸ್ಸಾದಾಗ, ಅವರು ಈ ಶಾಲೆಯನ್ನು ಬಿಟ್ಟು, ಒಂದು ಸಂಪೂರ್ಣ ಭಾರತೀಯ ಮೂಲದ ಶಾಲೆಗೆ ಸೇರಿದರು. ಈ ಶಾಲೆಯ ಮುಖ್ಯೋಪಾಧ್ಯಾಯರು ಸಾರ್ವಭೌಮತ್ವದ ನಿಜವಾದ ಬೆಂಬಲಿಗರು ಹಾಗೂ ವಿದ್ಯಾರ್ಥಿಗಳು ತಮ್ಮ ದೇಶವನ್ನು ಪ್ರೀತಿಸಬೇಕೆಂದೂ ಮತ್ತು ಭಾರತದಲ್ಲಿ ತಯಾರಾದ ವಸ್ತುಗಳನ್ನು ಮಾತ್ರ ಉಪಯೋಗಬೇಕೆಂದು ಒತ್ತಾಯಿಸಿದರು. ಆ ಇಡೀ ತಂಡದ ವಿದ್ಯಾರ್ಥಿಗಳಲ್ಲಿ ಕೇವಲ ಸುಭಾಸ್ ಚಂದ್ರಬೋಸರು ಮಾತ್ರ ಇದನ್ನು ಗಂಭೀರವಾಗಿ ತೆಗೆದುಕೊಂಡರು. ಅವರು ತೇರ್ಗಡೆಯಾಗಿ ಶಾಲೆಯಿಂದ ಹೊರಬಂದಾಗ ಒಬ್ಬ ಆಧ್ಯಾತ್ಮಿಕ ಗುರುವಿನ ಅವರ ಆಸೆಯು ತೀವ್ರವಾಯಿತು. ಅವರು ಸ್ವಾಮಿ ವಿವೇಕಾನಂದರ ಉಪದೇಶಗಳಿಂದ ಹೆಚ್ಚು ಪ್ರಭಾವಶಾಲಿಗಳಾಗಿದ್ದರು. ಆದಕಾರಣ ದೇವರನ್ನು ಕಾಣುವ ಆಸೆಯಿಂದ ಅನೇಕ ತೀರ್ಥಕ್ಷೇತ್ರಗಳಿಗೆ ಭೇಟಿಕೊಟ್ಟರು. ಆದರೆ ಅವರ ಅನ್ವೇಷಣೆ ವ್ಯರ್ಥವಾಯಿತು. ನಂತರ, ಅವರು ಕಾಲೇಜಿಗೆ ಸೇರಿದರು.

ಕಾಲೇಜಿನಲ್ಲಿ ಅಧ್ಯಾಪಕರು ಅವರ ಜೊತೆ ಬಹಳ ಒರಟಾಗಿ ನಡೆದುಕೊಳ್ಳುತ್ತಿದ್ದ ಕಾರಣ, ಬೋಸರಿಗೆ ಅವರನ್ನು ಕಂಡರೆ ಕೋಪ. ಅವರನ್ನು ಕಾಲೇಜಿನಿಂದ ಓಡಿಸಿದಾಗ, ಅವರು ಸೈನ್ಯದ ತರಬೇತಿಗೆ (ಒಂದು ಮಿಲಿಟರಿ ತರಬೇತಿ ಕೇಂದ್ರ) ಸೇರಿಕೊಂಡರು. ವರ್ಷಗಳ ನಂತರ, ಅವರು ಜಲಿಯನ್‌ವಾಲಾ ಬಾಗ್ ಕಗ್ಗೊಲೆ ಹಾಗೂ ಬ್ರಿಟಿಷರು ಭಾರತೀಯರಿಗೆ ಕೊಡುತ್ತಿದ್ದ ಚಿತ್ರಹಿಂಸೆಯನ್ನು ನೋಡಿ, ಅವರು 'ಸ್ವತಂತ್ರ ಭಾರತ ಸರ್ಕಾರ' ವೆಂಬ ತಮ್ಮದೇ ಸ್ವಂತ ಚಳುವಳಿಯನ್ನು ಪ್ರಾರಂಭಿಸಿ, ಜನಗಳು ಅದಕ್ಕೆ ಸೇರಿಕೊಳ್ಳಬೇಕೆಂದು ಕೇಳಿಕೊಂಡರು. ಅವರು ಮಹಾತ್ಮಗಾಂಧಿಯವರನ್ನು ಭೇಟಿಮಾಡಿದಾಗ, ಅವರು ಬೋಸರಿಗೆ ದೇಶಬಂಧು ಚಿತ್ತರಂಜನದಾಸರನ್ನು ನೋಡಲು ಹೇಳಿದರು. ಚಿತ್ತರಂಜನ್‌ದಾಸರು ಸುಭಾಸ್‌ಚಂದ್ರರನ್ನು ಇಷ್ಟಪಟ್ಟರು. ಹೀಗೆ ಅವರಿಬ್ಬರೂ ಒಟ್ಟಾಗಿ ಸೇರಿ ಭಾರತದ ಸ್ವಾತಂತ್ರ್ಯ ಹೋರಾಟವನ್ನು ಪ್ರಾರಂಭಿಸಿದರು.

32. ಸ್ವಾತಂತ್ರ್ಯದ ಮುನ್ನಡೆ

1945ರ ಕೊನೆಯ ಹೊತ್ತಿಗೆ, ಭಾರತದ ಸ್ವಾತಂತ್ರ್ಯದ ಬೇಡಿಕೆಯನ್ನು ಗಂಭೀರವಾಗಿ ಪರಿಗಣಿಸಬೇಕೆಂದು ಬ್ರಿಟಿಷ್ ಸರ್ಕಾರವು ತಿಳಿದುಕೊಂಡಿತು. ಹೊಸ ಕಾರ್ಯನೀತಿಗೆ ಅನುಸಾರವಾಗಿ ಸಂವಿಧಾನಾತ್ಮಕ ಯೋಜನೆಗಾಗಿ

ಪ್ರಸ್ತಾಪಗಳನ್ನು ಭಾರತದ ಆಗಿನ ವೈಸ್‌ರಾಯ್ ಆಗಿದ್ದ ಲಾರ್ಡ್ ವೆವೆಲ್ಲರು ತಯಾರಿಸಿದರು.

ಪ್ರಸ್ತಾಪಗಳು ಈ ರೀತಿ ಇದ್ದವು:

1) ವೈಸ್‌ರಾಯ್‌ರ ಕಾರ್ಯಾಂಗ ಸಮಿತಿಯನ್ನು ಪುನರ್‌ರಚಿಸಬೇಕು.

2) ಸಮಿತಿಯಲ್ಲಿ ಹಿಂದು ಮತ್ತು ಮುಸ್ಲಿಂ ಸದಸ್ಯರ ಸಂಖ್ಯೆ ಸಮನಾಗಿರಬೇಕು.

3) ಗೃಹಖಾತೆಯೊಂದನ್ನು ಬಿಟ್ಟು, ಎಲ್ಲಾ ಇತರೆ ಖಾತೆಗಳನ್ನು ಭಾರತೀಯರಿಗೆ ವರ್ಗಾಯಿಸಬೇಕು.

ಕಾರ್ಮಿಕ ಪಕ್ಷದ ಮುಖ್ಯಸ್ಥರಾದ ಕ್ಲಿಮೆಂಟ್ ಅಟ್ಲಿಯವರು ಇಂಗ್ಲೆಂಡಿನಲ್ಲಿ ಅಧಿಕಾರಕ್ಕೆ ಬಂದ ನಂತರ, ಬ್ರಿಟಿಷ್ ಕಾರ್ಯನೀತಿಯು ಬದಲಾಯಿತು. ಮಾರ್ಚ್ 15, 1946 ರಂದು ಬ್ರಿಟಿಷ್ ಸಂಸತ್ತಿನಲ್ಲಿ ಭಾರತದ ಬಗ್ಗೆ ಇರುವ ಬ್ರಿಟಿಷ್ ಸರ್ಕಾರದ ಕಾರ್ಯನೀತಿಯನ್ನು ಕ್ಲಿಮೆಂಟ್ ಅಟ್ಲಿಯವರು ಪ್ರಕಟಿಸಿದರು. ಆದಷ್ಟೂ ಜಾಗ್ರತೆಯಾಗಿ ಭಾರತಕ್ಕೆ ಸ್ವಾತಂತ್ರ್ಯ ಕೊಡಲು ಇಂಗ್ಲೆಂಡ್ ಪ್ರಯತ್ನಿಸುವುದಾಗಿಯೂ ಹಾಗೂ ಅಲ್ಪ ಸಂಖ್ಯಾತರ ಸಮಸ್ಯೆಯು ಇದಕ್ಕೆ ಅಡ್ಡಿಯಾಗುವುದಿಲ್ಲವೆಂದು ಅವರು ಘೋಷಿಸಿದರು.

ವಿಷಯದ ಬಗ್ಗೆ ಚರ್ಚಿಸಲು ಅಲ್ಲಿಯವರು ಭಾರತಕ್ಕೆ ಒಂದು ನಿಯೋಗವನ್ನು ಕಳುಹಿಸಿದರು. ನಿಯೋಗದಲ್ಲಿ ಬ್ರಿಟಿಷ್ ಸಚಿವ ಸಂಪುಟದ ಮೂರು ಜನ ಮಂತ್ರಿಗಳಿದ್ದರು - ಲಾರ್ಡ್ ಪೆಥಿಕ್‌ಲಾರೆನ್ಸ್, ಸರ್ ಸ್ಟ್ಯಾಫೋರ್ಡ್ ಕ್ರಿಪ್ಸ್ ಮತ್ತು ಎ.ವಿ. ಅಲೆಗ್ಸಾಂಡರ್.

ಕಾಂಗ್ರೆಸ್ ಇನ್ನೂ ಹಿಂಸೆಯಿಂದ ಪ್ರಭಾವಿತವಾಗಿರುವಾಗಲೇ, ಲಾರ್ಡ್ ವೆವೆಲ್ಲರು ಪಂಡಿತ್ ಜವಾಹರಲಾಲ್‌ನೆಹರೂರವರ ಮುಖಂಡತ್ವದಲ್ಲಿ ಅಲ್ಪಕಾಲಿನ ಸರ್ಕಾರವನ್ನು ನಿಯುಕ್ತಿ ಮಾಡಿದರು. (ನೇಮಿಸಿದರು). ಸೆಪ್ಟೆಂಬರ್ 2, 1946ರಂದು ನೆಹರೂರವರು, ಸರ್ದಾರ್ ವಲ್ಲಭಭಾಯಿ ಪಟೇಲ್, ಡಾ॥ ರಾಜೇಂದ್ರಪ್ರಸಾದ್, ಸಿ. ರಾಜಗೋಪಾಲಚಾರಿ,

ಮೌಲಾನಾ ಅಬುಲ್‌ಕಲಂ ಆಜಾದ್ ಹಾಗೂ ಜಾನ್ ಮಥಾಯ್‌ರವರನ್ನು ತಮ್ಮ ಸರ್ಕಾರದಲ್ಲಿ ಸೇರಿಸಿಕೊಂಡರು. ಮುಸ್ಲಿಂಲೀಗ್ ಅದೇ ವರ್ಷದ ಕೊನೆಯಲ್ಲಿ ಸರ್ಕಾರಕ್ಕೆ ಸೇರಿಕೊಂಡಿತು. ಏಕೆಂದರೆ ಸರ್ಕಾರವು ಸುಸೂತ್ರವಾಗಿ ನಡೆಯುವುದನ್ನು ಅದು ಇಷ್ಟಪಡಲಿಲ್ಲ. ಭಾರತದಲ್ಲಿ ಕೆಲವು ರಾಜಕೀಯ ಮುಖಂಡರ ಜೊತೆ ಚರ್ಚಿಸಿದ ನಂತರ, ಲಾರ್ಡ್ ಲೂಯಿಸ್ ಮೌಂಟ್‌ಬೆಂಟನ್ನರು ಅಧಿಕಾರ ವರ್ಗಾವಣೆಯ ಪ್ರಸ್ತಾಪವನ್ನು ಮಾಡಿದರು. ಬ್ರಿಟಿಷ್ ಸರ್ಕಾರದ ಒಪ್ಪಿಗೆಯನ್ನು ಪಡೆದುದರಿಂದ, ಅವರು ಜೂನ್ 3, 1947ರಂದು ತಮ್ಮ ಯೋಜನೆಯನ್ನು ಪ್ರಕಟಿಸಿದರು. ಆ ಪ್ರಸ್ತಾಪಗಳು ಈ ಕೆಳಗಿನಂತಿವೆ:

1) ಸಂವಿಧಾನದ ಬಗ್ಗೆ ಯಾವುದೇ ತೀರ್ಮಾನವಾಗಿಲ್ಲವಾದ್ದರಿಂದ, ಭಾರತದ ವಿಭಜನೆಯು ಜರೂರು ಹಾಗೂ ಬಹಳ ಮುಖ್ಯ.
2) ಭಾರತವನ್ನು ಎರಡು ಪ್ರತ್ಯೇಕ ರಾಷ್ಟ್ರಗಳೆಂದು ವಿಭಜಿಸಲಾಗುವುದು. ಭಾರತ ಮತ್ತು ಪಾಕಿಸ್ತಾನ.
3) ಪಂಜಾಬ್ ಹಾಗೂ ಬಂಗಾಳ ಪ್ರಾಂತಗಳನ್ನು ಅವರ ಶಾಸನ ಸಭೆಗಳ ಮುಸ್ಲಿಂ ಹಾಗೂ ಮುಸ್ಲಿಯೇತರ ಸದಸ್ಯರ ತೀರ್ಮಾನಗಳ ಪ್ರಕಾರ ವಿಭಾಗಿಸಲಾಗುವುದು.
4) ವಾಯುವ್ಯ ಸರಹದ್ದು ಪ್ರಾಂತ, ಬ್ರಿಟಿಷ್ ಬಲೂಚಿಸ್ತಾನ ಹಾಗೂ ಅಸ್ಸಾಮಿನ ಸಿಲ್‌ಹೆಟ್‌ಗಳನ್ನು ಯಾವುದಾದರೂ ಎರಡು ಹೊಸ ರಾಜ್ಯಗಳಲ್ಲಿ ಒಟ್ಟುಗೂಡಿಸುವ ನಿರ್ಧಾರವು ಈ ಪ್ರದೇಶಗಳ ಜನಮತ ಗಣನೆಯ ಮೇಲೆ ಅವಲಂಬಿಸಿರಬೇಕು.
5) ಸಿಂಧ್‌ಪ್ರಾಂತವು ಭಾರತದಲ್ಲಿಯೊ ಅಥವಾ ಪಾಕಿಸ್ತಾನದಲ್ಲಿಯೊ ಐಕ್ಯವಾಗುವ ವಿಷಯವನ್ನು ಸಿಂಧ್‌ನ ವಿಧಾನಸಭೆಯು ನಿರ್ಧರಿಸುವುದು.
6) ಭಾರತ ಅಥವಾ ಪಾಕಿಸ್ತಾನಕ್ಕೆ ತಮ್ಮ ಆಳ್ವಿಕೆಯನ್ನು ಹಸ್ತಾಂತರಿಸಿ, ಬ್ರಿಟಿಷರು ಆಗಸ್ಟ್ 1947ರಂದು ಭಾರತವನ್ನು ಬಿಟ್ಟು ಹೊರಡುವರು.

ಲಾರ್ಡ್ ಲೂಯಿಸ್ ಮೌಂಟ್‌ಬೆಟನ್ನನ ಪ್ರಸ್ತಾಪದ ಆಧಾರದ ಮೇಲೆ, ಸಂಸತ್ತು ಭಾರತದ ಸ್ವಾತಂತ್ರ್ಯ ಕಾಯಿದೆಯನ್ನು ಜುಲೈ 18, 1947ರಂದು ಜಾರಿಗೊಳಿಸಿತು. ಅದರ ಕೆಲವು ಪೂರ್ವಸಿದ್ಧತೆಗಳು ಈ ಕೆಳಗಿನಂತಿವೆ:

1) ಆಗಸ್ಟ್ 15, 1947 ರಂದು, ಭಾರತ ಹಾಗೂ ಪಾಕಿಸ್ತಾನವೆಂಬ ಎರಡು ಸರ್ವಸ್ವತಂತ್ರವಾದ ರಾಷ್ಟ್ರಗಳು ಅಸ್ತಿತ್ವಕ್ಕೆ ಬರುವುವು. ಇಂಗ್ಲೆಂಡಿನ ರಾಜನು ಇನ್ನು ಮುಂದೆ ಭಾರತದ ಚಕ್ರವರ್ತಿ ಯಾಗಿರುವುದಿಲ್ಲ.

2) ಭಾರತ ಮತ್ತು ಪಾಕಿಸ್ತಾನದ ಪ್ರತಿನಿಧಿ ಆಯ್ಕೆಯ ಸಭೆಗಳು ಪರಸ್ಪರ ಸಂವಿಧಾನಗಳನ್ನು ತಯಾರಿಸಿಕೊಳ್ಳುವುವು.

3) ಈ ಎರಡೂ ರಾಷ್ಟ್ರಗಳಿಗೂ ಎರಡು ಪ್ರತ್ಯೇಕ ಗವರ್ನರ್ ಜನರಲ್ಲರು ಇರುವರು. ಹೊಸ ಸಂವಿಧಾನವು ಅಧಿಕಾರಕ್ಕೆ ಬರುವವರೆಗೂ ಅವರು ಈ ರಾಷ್ಟ್ರಗಳನ್ನು ಆಳುವರು.

4) ಆಗಸ್ಟ್ 15, 1947ರ ನಂತರ ಭಾರತ ಮತ್ತು ಪಾಕಿಸ್ತಾನದ ಮೇಲೆ ಬ್ರಿಟಿಷರಿಗೆ ಯಾವುದೇ ಅಧಿಕಾರವಿರುವುದಿಲ್ಲ.

5) ಆಗಸ್ಟ್ 15, 1947ರ ನಂತರ ಭಾರತಕ್ಕೆ ಯಾವುದೇ ಕಾನೂನು ಅಥವಾ ತಿದ್ದುಪಡಿಗಳನ್ನಾಗಲಿ ಮಾಡುವ ಹಕ್ಕು ಬ್ರಿಟಿಷ್ ಸರ್ಕಾರಕ್ಕೆ ಇರುವುದಿಲ್ಲ.

33. ಸ್ವಾತಂತ್ರ್ಯಕ್ಕಾಗಿ ಭಾರತದ ಹೋರಾಟ (ಸಾರಾಂಶ)

ಸ್ವಾತಂತ್ರ್ಯಕ್ಕಾಗಿ ಭಾರತದ ಹೋರಾಟ ಒಂದು ಚೆನ್ನಾಗಿ ಯೋಜಿಸಿದ ಯುದ್ಧ. 19ನೇ ಶತಮಾನದ ದ್ವಿತಿಯಾರ್ಧದಲ್ಲಿಯೆ ಅದು ಪ್ರಾರಂಭ ವಾದಾಗ್ಯು, ದೇಶದ ಅನೇಕ ಭಾಗಗಳಲ್ಲಿ, ಭಾರತದಲ್ಲಿ ಬ್ರಿಟಿಷರ ಆಳ್ವಿಕೆಯನ್ನು ಕೊನೆಗೊಳಿಸಬೇಕೆನ್ನುವ ಪ್ರತ್ಯೇಕವಾದ ಪ್ರಯತ್ನಗಳು ಒಂದು ಶತಮಾನದ ಕೆಳಗೇ ಮಾಡಲ್ಪಟ್ಟಿದ್ದವು. ಸಾಕಷ್ಟು ಆಶ್ಚರ್ಯವೆಂದರೆ, ಮುಂಚಿನ ವರ್ಷಗಳಲ್ಲಿ

ಪರಕೀಯರ ಆಳ್ವಿಕೆಯ ವಿರೋಧವು, ವಿದ್ಯಾವಂತ ವರ್ಗದವರಿಗಿಂತ, ರೈತರು, ಕಾರ್ಮಿಕರು ಹಾಗೂ ಸಮಾಜದ ದೌರ್ಬಲ್ಯ ವರ್ಗದವರಿಂದ ಹೆಚ್ಚಾಗಿ ಬಂದಿತು. ಭಾರತದಲ್ಲಿ ತಯಾರಾದ ವಸ್ತುಗಳ ಉದ್ದೇಶಪೂರ್ವಕವಾದ ವಿನಾಶವು, ಜನಗಳ ಅತೀವ ಕಷ್ಟ ಹಾಗೂ ಆರ್ಥಿಕ ಅತೃಪ್ತಿಗೆ ಕಾರಣವಾಯಿತು. ದೇಶದ ಉದ್ದಗಲಕ್ಕೂ ನಡೆದ ದಂಗೆಗಳು ಹಾಗೂ ಗಲಭೆಗಳ ವಿವರಣೆಗಳಿಗೆ ನಾವು ಹೋಗಬೇಕಾಗಿಲ್ಲ, ಇದು ಅನೇಕ ನಿಬಂಧಗಳ ವಸ್ತುವಿಷಯವಾಗಿದೆ. ಆದರೆ ಸುಮಾರು ಮೊದಲನೆ ಶತಮಾನದುದ್ದಕ್ಕೂ ಭಾರತದಿಂದ ಬ್ರಿಟಿಷರನ್ನು ಹೊಡೆದೋಡಿಸಬೇಕೆನ್ನುವ ವಿರೋಧ (ಕೂಗು) ಸಹಜವಾಗಿ ಕಾಣುತ್ತಿತ್ತು. ಬ್ರಿಟಿಷರು ಆದಾಗ್ಯೂ ಆ ಎಚ್ಚರಿಕೆಯನ್ನು ಗಮನಿಸಲು ತಿರಸ್ಕರಿಸಿದರು. ಏಕೆಂದರೆ ತಮಗೆ ಭಾರತೀಯರಿಗಿಂತ ಹೆಚ್ಚಿನ ಶಕ್ತಿ ಹಾಗೂ ಅಧಿಕಾರವಿದೆ ಯೆಂಬು ಅವರು ತಿಳಿದಿದ್ದರು. ಆದ್ದರಿಂದ ಆ ದೊಡ್ಡ ಕ್ರಾಂತಿಯು ನಡೆದಾಗ, ಅವರು ಸಂಪೂರ್ಣವಾಗಿ ತಲ್ಲಣಗೊಂಡರು. (ಅವರಿಗೆ ಸಿಡಿಲೆರಗಿ ದಂತಾಯಿತು) ಅದು ತಮ್ಮ ದೇಶದ ಬಿಡುಗಡೆಗಾಗಿ ಭಾರತೀಯರ ಕಡೆಯಿಂದ ನಿಯೋಜಿಸಿದ ಮೊದಲ ಪ್ರಯತ್ನ. ಕೊನೆಯಲ್ಲಿ ಬ್ರಿಟಿಷರೇ ಜಯಶಾಲಿ ಗಳಾದಾಗ್ಯೂ, ಭಾರತೀಯರಿಗೂ ಒಂದು ದೃಷ್ಟಿಯಲ್ಲಿ ಲಾಭವಾಯಿತು. ಏಕೆಂದರೆ ಈ ಕ್ರಾಂತಿಯು ಮುಂದಿನ ಪೀಳಿಗೆಗೆ ಸ್ಫೂರ್ತಿ ಹಾಗೂ ತ್ಯಾಗದ ಸಂಕೇತವಾಯಿತು. 1859 ರ ಕ್ರಾಂತಿಯ ಪ್ರಾರಂಭದ ಸೋಲು ಭಾರತದ

ಸ್ವತಂತ್ರ ಸಂಗ್ರಾಮದಲ್ಲಿ ಒಂದು ಹೊಸ ಬೆಳವಣಿಗೆಗೆ ದಾರಿಯಾಯಿತು. (ನಾಂದಿಯಾಯಿತು) ಬ್ರಿಟಿಷರ ವಿರುದ್ಧವಾಗಿ ನಡೆದ ಶಸ್ತ್ರಸಹಿತ ಪ್ರತಿಭಟನೆಯ ಕಲ್ಪನೆಯನ್ನು ತಳ್ಳಿಹಾಕಲು ಸಾಧ್ಯವಿಲ್ಲ. ಏಕೆಂದರೆ 1859 ರಿಂದ 1872ರ ಅವಧಿಯಲ್ಲಿ ದೇಶದ ಬೇರೆ ಬೇರೆ ಭಾಗಗಳಲ್ಲಿ ಪ್ರಾರಂಭವಾದ ಅನೇಕ ಕ್ರಾಂತಿಗಳಿಂದ ಇದು ಸ್ಪಷ್ಟವಾಗುತ್ತದೆ. ಬಂಗಾಳದಲ್ಲಿ ನೀಲಿ ಬೆಳೆಗಾರರ ಗಲಭೆ, ಬಿಹಾರ ಬಂಗಾಳ ಮತ್ತು ದೇಶದ ಇತರೆ ಭಾಗಗಳಿಂದ ವಹಾಬಿಗಳ ಚಳುವಳಿಗಳು ಮತ್ತು ಪಂಜಾಬಿನಲ್ಲಿ ಕುಕಗಳ ದಂಗೆ ಇವುಗಳು ಅತ್ಯಂತ ಪ್ರಮುಖವಾದವುಗಳು.

34. ವಹಾಬಿ ಚಳುವಳಿ

ವಹಾಬಿಗಳ ದೊಡ್ಡ ಚಳುವಳಿಯು 50 ವರ್ಷಕ್ಕೂ ಹೆಚ್ಚು ಕಾಲ ನಡೆಯಿತು ಹಾಗೂ ಬಂಗಾಳ ಮತ್ತು ಬಿಹಾರದಲ್ಲಿ ವಾಯುವ್ಯ ಗಡಿಪ್ರದೇಶ ದಿಂದ ಹರಡಿತು. ಅದು ಒಂದು ತಾತ್ಕಾಲಿಕ ಅಥವಾ ಅಕಸ್ಮಾತ್ತಾದ ದಂಗೆಯಲ್ಲ. ಅದು 1857ರ ಕ್ರಾಂತಿಯಂತೆ ಯಾವುದೇ ಒಂದು ನಿಶ್ಚಿತ ಗುರಿಯಿಲ್ಲದ ಇಲ್ಲವೆ ಸುವ್ಯವಸ್ಥಿತ ಸಂಸ್ಥೆಯಲ್ಲ. ಈ ಆಂದೋಲನವು 1831ರಲ್ಲಿ ಅದರ ಮುಖಂಡ ಸೈಯಿದ್ ಅಹಮದನ ಮರಣಾನಂತರವೂ 40 ವರುಷಗಳಿಗೂ ಹೆಚ್ಚುಕಾಲ ಮುಂದುವರಿಯಿತು. ಈ ಚಳುವಳಿಯನ್ನು ಹತ್ತಿಕ್ಕಲು ಅವರಿಗೆ ಸಾಧ್ಯವಾಗುವು ದಕ್ಕೆ ಮೊದಲು ಬ್ರಿಟಿಷರು ಸುಮಾರು ಇಪ್ಪತ್ತು ಆಕ್ರಮಣಗಳನ್ನು ಮಾಡಿದ್ದರು. ಅಂಧೋಲನದ ಮುಖ್ಯ ಮುಖಂಡರುಗಳಾದ ಯಾಹ್ಯ ಅಲಿ, ಅಹವದುಲ್ಲಾ, ಅಮೀರುದ್ದೀನ್, ಇಬ್ರಾಹಿಂ ಮಂಡಲ್, ರಫೀಕ್ ಮಂಡಲ್ ಮತ್ತು ಸ್ನೇಹಿತರನ್ನು 1864ರಲ್ಲಿ ಅಂಬಾಲದಲ್ಲಿ, 1865ರಲ್ಲಿ ಪಾಟ್ನ, 1870ರಲ್ಲಿ ಮಾಲ್ಡ ಹಾಗೂ 1870ರಲ್ಲಿ ರಾಜಮಹಲ್ ರಾಜ್ಯದ ನ್ಯಾಯ ವಿಚಾರಣೆಯಾಗಿ, ಅಪರಾಧಿಗಳೆಂದು ನಿರ್ಣಯಿಸಿ ಜೀವಾವಧಿ ಶಿಕ್ಷೆವಿಧಿಸಲಾಯಿತು. ಫರೀದ್‌ಪುರದ ಹಾಜಿ ಷರಿಯುತುಲ್ಲನಿಂದ ಬಂಗಾಳದಲ್ಲಿ ಪ್ರಾರಂಭವಾದ ಪರೈಜಿ ಚಳುವಳಿಯೆಂದೇ ಹೆಸರಾದ ಒಂದು ಅದೇ ರೀತಿಯ ಅಂಧೋಲನವು, ಪರದೇಶಿಯರ ರಾಜಕೀಯ ಮತ್ತು ಆರ್ಥಿಕ ಶೋಷಣೆಯ ವಿರುದ್ಧ ಹೋರಾಟ

ನಡೆಸಲು ಅದರ ಹಿಂಬಾಲಕರಿಗೆ ಅಧಿಕಾರ ಕೊಟ್ಟಿತು. ಹಾಜಿ ಷರಿಯುತ್ತುಲ್ಲನ ಮಗ, ದಾದು ಮೀಯಾನ್, ಈ ಭೂಮಿಯು ಭಗವಂತನಿಗೆ ಸೇರಿದ್ದು ಹಾಗೂ ಯಾರೊಬ್ಬರಿಗೂ ಇದನ್ನು ವಶಪಡಿಸಿಕೊಳ್ಳುವ ಹಕ್ಕಿಲ್ಲ ಎಂದು ಪ್ರತಿಪಾದಿಸಿದನು.

35. ಕುಕು ಚಳುವಳಿ

ಪಂಜಾಬಿನಲ್ಲಿ 1849ರ ನಂತರ ಬ್ರಿಟಿಷರಿಂದ ಪ್ರಾರಂಭವಾದ ಒಂದು ಹೊಸ ರಾಜಕೀಯ ಪದ್ಧತಿಯು, ಜನಗಳ ಮೊದಲನೆ ಪ್ರಧಾನ ಪ್ರತಿಕ್ರಿಯೆಯೆ ಕುಕ ಚಳುವಳಿಯ ಉದ್ದೇಶವಾಗಿದೆ (ಗುರುತಾಗಿದೆ). ಭಾರತದಲ್ಲಿ ಬ್ರಿಟಿಷರ ಆಳ್ವಿಕೆಯನ್ನು ಪರಾಭವಗೊಳಿಸುವುದನ್ನೆ, ನಂಬೂದರಿ ಚಳುವಳಿಯ ಅತ್ಯಂತ ಪ್ರಮುಖ ಹಂತವಾದ ಕುಕ ಆಂಧೋಲನವು ಗುರಿಯಾಗಿಟ್ಟುಕೊಂಡಿತ್ತು. 1863ರಲ್ಲಿ ಅದರ ಮುಖಂಡರಾದ ರಾಮ್‌ಸಿಂಗ್, ತನ್ನ ಅನುಯಾಯಿಗಳಿಗೆ ಮಿಲಿಟರಿ (ಸೈನ್ಯದ) ತರಬೇತಿಯನ್ನು ಕೊಟ್ಟನು. ಬಹಳ ಮೊದಲೆ ಕುಕಿಗಳು ಹಾಗೂ ಬ್ರಿಟಿಷರ ನಡುವೆ ನಡೆಯುವ ಒಂದು ಘರ್ಷಣೆಯು ಅನಿವಾರ್ಯ ವೆಂದು ಭಾಸವಾಗುತ್ತಿತ್ತು. ನಿಜವಾಗಿಯೂ ಈ ಘರ್ಷಣೆಯು ಹಸುಗಳ ಸಾಮೂಹಿಕ ಸಂಹಾರದ ಪ್ರಶ್ನೆಯ ಬಗ್ಗೆ ನಡೆಯಿತು. 1871ರಲ್ಲಿ ಪಂಜಾಬಿನ ಲೂಧಿಯಾನ ಜಿಲ್ಲೆಯ ಅಮೃತಸರ ಹಾಗೂ ರಾಯ್‌ಕೋಟಿನ ಕಟುಕರ ಮೇಲೆ ನಡೆದ ಬರ್ಬರ ದಾಳಿಯ ಜೊತೆ ಅದು ಆರಂಭವಾಯಿತು. ಜನವರಿ 15, 1872ರಲ್ಲಿ ಮಲೆರ್‌ಕೋಟ್ಲಾದ ಕುಕ ಆಕಸ್ಮಿಕ ದಾಳಿಯಿಂದ ಅತ್ಯುನ್ನತ ಸ್ಥಿತಿಗೇರಿತು. ಕುಕ ದಂಗೆಯು ಪಾಶವೀಕೃತ್ಯಕ್ಕೆ ಸಮನಾದ ಭಯಂಕರ ಶಿಕ್ಷೆಯಿಂದ ಹತ್ತಿಕ್ಕಲ್ಪಟ್ಟಿತು. ಹೆಚ್ಚಿನ ಸಂಖ್ಯೆಯ ಕುಕ ಕೈದಿಗಳು ದೊಡ್ಡ ದೊಡ್ಡ ಫಿರಂಗಿಗಳಿಂದ ಹಾರಿಸಲ್ಪಟ್ಟರು ಹಾಗೂ ಅವರ ಮುಖಂಡ ರಾಮ್‌ಸಿಂಗ್‌ನನ್ನು ರಂಗೂನಿಗೆ ದೇಶಭ್ರಷ್ಟನನ್ನಾಗಿ ಕಳುಹಿಸಿದರು. ಭಾರತೀಯ ರಾಷ್ಟ್ರೀಯ ಕಾಂಗ್ರೆಸ್ಸಿನ ಉದಯದ ಮೊದಲೇ ಕೆಲವು ತೀವ್ರಗಾಮಿ (ಕ್ರಾಂತಿಕಾರಿ) ಆಂಧೋಲನಗಳು ನಡೆದವು. ಆದಾಗ್ಯೂ, ಅದು ಒಂದು ಬೌದ್ಧಿಕ ಚಳುವಳಿ, ಅದು ಈಗ ರಾಜಕೀಯವಾಗಿ ಆಳುತ್ತಿದೆ. 1857ಕ್ಕೆ ಮುಂಚೆಯೇ ಬೇರು ಬಿಟ್ಟ ರಾಜಕೀಯ

ಕಲ್ಪನೆಗಳು ಹಾಗೂ ಸಂಸ್ಥೆಗಳು ಈಗ ಒಂದು ಹೊಸ ರಾಷ್ಟ್ರೀಯ ಇಲ್ಲವೆ ರಾಜಕೀಯ ಪ್ರಮಾಣಿಕತೆಯ ಹೂವಾಗಿ ಅರಳಿದೆ. ಪರದೇಶದ ಮತ್ತು ಭಾರತೀಯ ವಿದ್ವಾಂಸರ ಕೆಲಸಗಳ ಹಾಗೂ ಅಲೆಗ್ಸಾಂಡರ್ ಕನ್ನಿಂಗ್‌ಹ್ಯಾಮ್‌ನ ದೊಡ್ಡ ಪ್ರಮಾಣದ ಭೂಶೋಧನಗಳ ಮುಖಾಂತರ ಭಾರತದ ಗತವೈಭವದ ಥಟ್ಟನೆ ಸಂಭವಿಸಿದ ದಿವ್ಯದರ್ಶನದಿಂದ ತಿಳಿಯಲ್ಪಟ್ಟಿತು. ಆರ್ಯಸಮಾಜ, ಭಾರತದ ಥಿಯಸೋಫಿಕಲ್ ಸಮಾಜ ಹಾಗೂ ರಾಮಕೃಷ್ಣ ಮಿಷನ್ನಿನಂತಹ ಅನೇಕ ಸಂಸ್ಥೆಗಳ ಉಪದೇಶಗಳು ಈ ಕೆಲಸದಲ್ಲಿ ಸಹಾಯ ಮಾಡಿದವು.

36. ಆರ್ಯಸಮಾಜ

1875ರಲ್ಲಿ ಸ್ವಾಮಿ ದಯಾನಂದ ಸರಸ್ವತಿಯವರಿಂದ ಸ್ಥಾಪಿತವಾದ ಈ ಸಮಾಜವು, ಹಿಂದು ಜನಗಳ ಮಧ್ಯೆ ಒಂದು ಹೊಸ ರಾಷ್ಟ್ರೀಯ ಜಾಗೃತಿಯ ಬೆಳವಣಿಗೆಯಲ್ಲಿ ಒಂದು ಪ್ರಮುಖವಾದ ಪಾತ್ರವನ್ನು ವಹಿಸಿತು. ನಿಜವಾಗಿಯೂ, ಅದು ಪಂಜಾಬಿನಲ್ಲಿ ಸ್ವತಂತ್ರ ಹಾಗೂ ಗಟ್ಟಿಮುಟ್ಟಾದ ಸ್ವಂತ ಆಳ್ವಿಕೆಯನ್ನು ನೆಲೆಗೊಳಿಸುವ ಪ್ರಮುಖ ಸಂಸ್ಥೆಯಾತಿತು. ಲಾಲ ಲಜಪತ್‌ರಾಯ್ ಹಾಗೂ ಹಂಸರಾಜ್ ಅಂತಹ ಕೆಲವು ಪ್ರಮುಖ ರಾಷ್ಟ್ರೀಯ ನಾಯಕರು ಕಟ್ಟಾ (ನಿಷ್ಠೆಯ) ಆರ್ಯ ಸಮಾಜಗಳು. ಅವರಿಂದ ಸ್ಥಾಪಿತವಾದಗ ಅನೇಕ ಶಿಕ್ಷಣ ಸಂಸ್ಥೆಗಳು, ರಾಷ್ಟ್ರೀಯ ಹೋರಾಟದಲ್ಲಿ ದೇಶಭಕ್ತಿಯ ಚಟುವಟಿಕೆಗಳ ಪ್ರಮುಖ ಕೇಂದ್ರಗಳಾದವು. ಸರ್ ವ್ಯಾಲೆಂಟೈನ್ ಚಿರೋಲ್ ಆರ್ಯ ಸಮಾಜದ ಕ್ರಾಂತಿಯ ಪಾತ್ರವನ್ನು ವಿಮರ್ಶಿಸಿದರು.

37. ಬಿರ್ಸ ಅಂಧೋಲನ

ಬ್ರಿಟಿಷರ ಆಳ್ವಿಕೆಯನ್ನು ಕಿತ್ತೊಗೆಯುವುದು ಹಾಗೂ 'ಮುಂಡ' ಸ್ವಂತ ಸರ್ಕಾರವನ್ನು ಸ್ಥಾಪಿಸುವುದೇ 1895ರ ಬಿರ್ಸ ಅಂಧೋಲನದ ಗುರಿಯಾಗಿತ್ತು. ಅದು ಅದರ ನಾಯಕ ಬಿರ್ಸನನ್ನು ಜನವರಿ 1898ರಲ್ಲಿ ಬಂಧಿಸಿ ರಾಂಚಿಗೆ ಗಡಿಪಾರು ಮಾಡಿದ ನಂತರವೂ ಮೂರು ವರ್ಷಗಳ ಕಾಲ

ಮುಂದುವರಿಯಿತು. ಅವನು ಬಿಡುಗಡೆಯ ನಂತರ ತನ್ನ ಚಟುವಟಿಕೆಗಳನ್ನು ಪುನಃ ಪ್ರಾರಂಭಿಸಿ, ಪರಕೀಯ ಆಕ್ರಮಣಕಾರರಿಂದ ಬಿಡುಗಡೆ ಹೊಂದಬೇಕೆಂದು ಹಾಗೂ ತಮ್ಮ ಆಳ್ವಿಕೆಯನ್ನು ಸ್ಥಾಪಿಸಬೇಕೆಂದು ತನ್ನ ಹಿಂಬಾಲಕರಿಗೆ ಒತ್ತಾಯಿಸಿದನು. ನಿಶ್ಚಿತವಾದ ಹೋರಾಟದಲ್ಲಿ, ಸುಮಾರು 2000 'ಮುಂಡ'ರು ಕೊಲ್ಲಲ್ಪಟ್ಟರು. ಬಿರ್ಸ ಬಂಧಿಸಲ್ಪಟ್ಟನು ಹಾಗೂ ಜೈಲಿನಲ್ಲಿರಬೇಕಾದರೆ ಜೂನ್ 1900ರಲ್ಲಿ ಮರಣ ಹೊಂದಿದನು.

38. ಖಿಲಾಫತ್ ಚಳುವಳಿ

ಟರ್ಕಿ ದೇಶದ ಖಲೀಫಾನನ್ನು ಕಾಪಾಡಲು ಹಾಗೂ ಗ್ರೇಟ್ ಬ್ರಿಟನ್ ಮತ್ತು ಇತರ ಯುರೋಪಿಯನ್ ಶಕ್ತಿಗಳಿಂದ ತಮ್ಮ ಸಾಮ್ರಾಜ್ಯವು ಎರಡು ಹೋಳಾಗುವುದರಿಂದ ರಕ್ಷಿಸಲು, ಖಿಲಾಫತ್ ಅಥವಾ ವಿರೋಧದ ಚಳುವಳಿಯು ಸೆಪ್ಟೆಂಬರ್ 1919ರಂದು ಒಂದು ಸಾರ್ವಜನಿಕ ಸಭೆಯಲ್ಲಿ ಆರಂಭಿಸಲ್ಪಟ್ಟಿತು. ಮೌಲಾನ ಮಹಮದ್ ಅಲಿ, ಮೌಲಾನ ಶೌಕತ್ ಅಲಿ ಎಂಬ ಅಲಿ ಸಹೋದರರು, ಹಜರತ್ ಮೋಹನಿ, ಹಕಿಮ್ ಅಜಮಲ್ ಖಾನ್ ಮತ್ತು ಡಾ॥ ಎಮ್.ಎ. ಅನ್ಸಾರಿ ಈ ಚಳುವಳಿಯನ್ನು ಪ್ರಾರಂಭಿಸಿದರು.

39. ಅಸಹಕಾರ ಚಳುವಳಿ

ಕಾಂಗ್ರೆಸ್ಸಿನ ನಾಗಪುರದ ಸಭೆಯಲ್ಲಿ ಮಹಾತ್ಮಗಾಂಧಿಯವರ ಮುಖಂಡತ್ವದಲ್ಲಿ ಡಿಸೆಂಬರ್ 1920 ರಂದು, ಅಸಹಕಾರ ಚಳುವಳಿಯ ತೀರ್ಮಾನವು ಜಾರಿಯಾಯಿತು. ಈ ಚಳುವಳಿಯ ರೂಪುರೇಷೆಗಳು ಈ ರೀತಿ ಇವೆ.

1) ಸರ್ಕಾರಿ ನ್ಯಾಯಾಲಗಳನ್ನು ಬಹಿಷ್ಕರಿಸಿ, ನ್ಯಾಯಾಲಯಗಳ ಹೊರಗೆ ನ್ಯಾಯಪೀಠಗಳನ್ನು ಸ್ಥಾಪಿಸಿ ಜನಗಳಿಗೆ ನ್ಯಾಯ ದೊರಕುವಂತೆ ಮಾಡುವುದು.

2) ಬ್ರಿಟಿಷ್ ಸರ್ಕಾರ ನಡೆಸುವ ಶಾಲಾ ಕಾಲೇಜುಗಳನ್ನು ಬಹಿಷ್ಕರಿಸಿ, ಅವುಗಳ ಸ್ಥಾನದಲ್ಲಿ, ರಾಷ್ಟ್ರೀಯ ಶಾಲೆಗಳನ್ನು ಸ್ಥಾಪಿಸುವುದು.

3) ಪ್ರಾಂತಿಯ ಶಾಸನ ಸಭೆಗಳಿಗೆ ಚುನಾವಣೆಗಳನ್ನು ಬಹಿಷ್ಕರಿಸುವುದು.

4) ಬ್ರಿಟಿಷ್ ಸರ್ಕಾರವು ಕೊಟ್ಟಂತಹ ಗೌರವಗಳು ಹಾಗೂ ಪ್ರಶಸ್ತಿಗಳನ್ನು ಹಿಂದಿರುಗಿಸುವುದು.

5) ಪರಕೀಯರು ತಯಾರಿಸಿದ ವಸ್ತುಗಳನ್ನು ಬಹಿಷ್ಕರಿಸಿ, ಅವುಗಳ ಬದಲಿಗೆ ಭಾರತೀಯರು ತಯಾರಿಸಿದ ಸಾಮಾನುಗಳನ್ನು ಉಪಯೋಗಿಸುವುದು.

6) ಹೆಂಡ ಕುಡಿಯುವುದರ ವಿರುದ್ಧದ ಹೋರಾಟದಲ್ಲಿ ಭಾಗವಹಿಸಿ, ಹೆಂಡದಂಗಡಿಗಳ ಮುಂದೆ ಪ್ರದರ್ಶನ ನಡೆಸುವುದು ಹಾಗೂ ಹೆಂಡ ಕುಡಿಯುವುದರಿಂದ ಉಂಟಾಗುವ ದುಷ್ಪರಿಣಾಮಗಳ ಬಗ್ಗೆ ಜನಗಳಿಗೆ ತಿಳುವಳಿಕೆ ನೀಡುವುದು.

ಅಸಹಕಾರ ಚಳುವಳಿಯ ಕಾರ್ಯಕ್ರಮದ ಪ್ರಕಾರ, ದೇಶಬಂಧು ಚಿತ್ತರಂಜನ್‌ದಾಸ್, ಮೋತಿಲಾಲ್ ನೆಹರು, ಎಮ್.ಆರ್. ಜಯಕರ್, ಸೈಫುದ್ದೀನ್ ಕಿಚ್ಲು, ವಲ್ಲಭಬಾಯಿ ಪಟೇಲ್, ಸಿ. ರಾಜಗೋಪಾಲಚಾರಿ ಇನ್ನೂ ಇತರೆ ಅನೇಕ ಮುಖಂಡರು ಮತ್ತು ಪ್ರಮುಖ ನ್ಯಾಯವಾದಿಗಳು ಸರ್ಕಾರಿ ನ್ಯಾಯಾಲಯ ಹಾಗೂ ವಕೀಲಿವೃತ್ತಿಯನ್ನು ಬಹಿಷ್ಕರಿಸಿದರು. ಇದೇ ಸಮಯದಲ್ಲಿ ಜಮೀಲಮಿಲಿಯಾ ಇಸ್ಲಾಮಿಯ, ಕಾಶಿ ವಿದ್ಯಾಪೀಠ ಹಾಗೂ ಗುಜರಾತಿ ವಿದ್ಯಾಪೀಠದಂತಹ ರಾಷ್ಟ್ರೀಯ ಶಿಕ್ಷಣ ಸಂಸ್ಥೆಗಳು ಸ್ಥಾಪಿಸಲ್ಪಟ್ಟವು. ಮಹಾರಾಷ್ಟ್ರದ ಪೂನಾ, ಅಂಗೊಲ, ಖಾಮ್‌ಗಾನ್, ಜಲಗಾಂವ್ ಮತ್ತು ಹಿಪ್ಪರ್ಗಗಳಲ್ಲಿ ರಾಷ್ಟ್ರೀಯ ಶಿಕ್ಷಣ ಸಂಸ್ಥೆಗಳು ತೆರೆಯಲ್ಪಟ್ಟವು. ಜ್ಞಾನವನ್ನು ತಿಳಿಸುವುದರ ಜೊತೆ ಜೊತೆಗೆ, ಸ್ವಾತಂತ್ರ್ಯದ ಹೋರಾಟಕ್ಕೆ ನಿಷ್ಠಾವಂತ ಕಾರ್ಯಕರ್ತರನ್ನು ತಯಾರಿಸುವುದೇ ಈ ಶಿಕ್ಷಣ ಸಂಸ್ಥೆಗಳ ಗುರಿಯಾಗಿತ್ತು. ಪರದೇಶದವರು ತಯಾರಿಸಿದ ವಸ್ತ್ರಗಳಿಗೆ ಬೆಂಕಿಹಚ್ಚಿದರು ಮತ್ತು ಇಂತಹ ವಸ್ತ್ರಗಳನ್ನು ಮಾರಾಟ ಮಾಡುತ್ತಿದ್ದ ಅಂಗಡಿಗಳ ಹೊರಗೆ ದೊಡ್ಡ

ಪ್ರದರ್ಶನಗಳು ನಡೆದವು. ಆಂಗ್ಲರ ಪ್ರತಿಯೋರ್ವ ವ್ಯಕ್ತಿಯ ಮೇಲೆ ಆಕ್ರಮಣ ಮಾಡುವುದರಿಂದಲ್ಲ, ಅವರೆ ಬ್ರಿಟಿಷ್ ಅಧಿಕಾರದ ಚಿನ್ಹೆಯಾಗಿದ್ದ ಆಂಗ್ಲರ ಮಿಲ್ಲುಗಳಲ್ಲಿ ತಯಾರಾದ ವಸ್ತ್ರಗಳನ್ನು ಬಹಿಷ್ಕರಿಸುವುದರ ಮುಖಾಂತರ ಬ್ರಿಟಿಷರ ಆಳ್ವಿಕೆಯ ವಿರುದ್ಧ ಭಾರತೀಯರಿಗಿದ್ದ ಅತೃಪ್ತಿಯನ್ನು ಸ್ಪಷ್ಟವಾಗಿ ನಿರೂಪಿಸುವುದೇ ಗಾಂಧೀಜಿಯವರ ಪ್ರಯತ್ನವಾಗಿತ್ತು. ಭಾರತದಲ್ಲಿ ಬ್ರಿಟಿಷರ ವಿರುದ್ಧ ಭಾವನೆಗಳು ಎಷ್ಟು ಬಲವಾಗಿತ್ತೆಂದರೆ, ನವೆಂಬರ್ 1921ರಂದು ಗ್ರೇಟ್ ಬ್ರಿಟನ್ನಿನ ರಾಜಕುಮಾರ ಭಾರತಕ್ಕೆ ಬಂದಾಗ, ಅವನು ಹೋದಲ್ಲೆಲ್ಲಾ ಅವನನ್ನು ಕಪ್ಪು ಬಾವುಟ ಪ್ರದರ್ಶಿಸಿ ಸ್ವಾಗತಿಸಲಾಯಿತು.

40. ಕರ್ನಾಟಕದಲ್ಲಿ ಅಸಹಕಾರ ಚಳುವಳಿ

ಕರ್ನಾಟಕದಲ್ಲಿ, ಜನಪ್ರಿಯ ನ್ಯಾಯವಾದಿಗಳಾದ ಕೆ. ಶ್ರೀನಿವಾಸರಾವ್ ಕೆ. ಹನುಮಂತರಾವ್, ಎನ್. ಜಯರಾವ್, ಕೆ. ಸದಾಶಿವರಾವ್, ಕೆ. ವೆಂಕಟರಾವ್ ಮೊದಲಾದವರು ತಮ್ಮ ವಕೀಲಿ ವೃತ್ತಿಯನ್ನು ಬಿಟ್ಟುಕೊಟ್ಟರು. ಆಲೂರ್ ವೆಂಕಟರಾವ್, ಪಂಡಿತ್ ತಾರಾನಾಥ ಹಾಗೂ ಗಂಗಾಧರರಾವ್ ದೇಶಪಾಂಡೆಯಂತವರು ರಾಷ್ಟ್ರೀಯ ಶಾಲೆಗಳನ್ನು ತೆರೆದರು. ''ಕರ್ಮವೀರ'' ಮತ್ತು ''ಕರ್ನಾಟಕ ವೃತ್ತ'' ಪತ್ರಿಕೆಗಳು ಹೆಚ್ಚಾಗಿ ರಾಷ್ಟ್ರೀಯ ಭಾವನೆಗಳನ್ನು ಪ್ರಚಾರ ಮಾಡಿದವು. ಸರ್ಕಾರಿ ಅಧಿಕಾರಿಗಳು ತಮ್ಮ ಕೆಲಸಗಳನ್ನು ಬಿಟ್ಟು ಚಳುವಳಿಯಲ್ಲಿ ಭಾಗವಹಿಸಿದರು. ಕಾಂಗ್ರೆಸ್ಸಿನಲ್ಲಿ ಸ್ವಯಂ ಸೇವಕರಾಗಿ ಸೇವೆ ಸಲ್ಲಿಸಲು 'ಹಿಂದೂಸ್ತಾನ್ ಸೇವಾದಳ'ವನ್ನು ನಾ.ಸು. ಹರ್ಡಿಕರರು ನಿಯೋಜಿಸಿದರು. ನೇರವಾಗಿ ಬ್ರಿಟಿಷ್ ಆಡಳಿತದಲ್ಲಿರುವ ಪ್ರದೇಶಗಳಲ್ಲಿ ಸಾರ್ವಜನಿಕ ಸಭೆಗಳು. ಮೆರವಣಿಗೆಗಳು, ಪರದೇಶದ ವಸ್ತುಗಳಿಗೆ ಬೆಂಕಿ ಹಚ್ಚುವುದು, ಹೆಂಡದಂಗಡಿಗಳನ್ನು ಮುಚ್ಚಿಸುವುದು ಮುಂತಾದ ಕಾರ್ಯಕ್ರಮಗಳು ತೀವ್ರವಾಗಿ ನಡೆದವು. ಧಾರವಾಡದಲ್ಲಿ ಬ್ರಿಟಿಷರ ಗುಂಡೇಟಿಗೆ ಮೂವರು ಯುವಕರು ಬಲಿಯಾದರು. ಹನುಮಂತರಾವ್ ಮೊಹರೆಯವರು ತಮ್ಮ ಪತ್ರಿಕೆ 'ಕರ್ನಾಟಕ ವೈಭವ'ದಲ್ಲಿ ಬ್ರಿಟಿಷರ ವಿರುದ್ಧ ಬರೆದುದರಿಂದ, ಅವರು ಜೈಲಿಗೆ ಹೋಗಬೇಕಾಯಿತು 1924ರಲ್ಲಿ

ಬೆಳಗಾವಿಯಲ್ಲಿ ಕಾಂಗ್ರೆಸ್ ಅಧಿವೇಶನ ನಡೆದಾಗ, ಗಾಂಧಿಯವರು ಅದರ ಅಧ್ಯಕ್ಷರಾಗಿದ್ದರು.

41. ಧ್ವಜ ಸತ್ಯಾಗ್ರಹ

1923ರ ಅಸಹಕಾರ ಚಳುವಳಿಯ ಕಾಲದಲ್ಲಿ, ಅನೇಕ ಸ್ಥಳಗಳಲ್ಲಿ ಧ್ವಜ ಸತ್ಯಾಗ್ರಹವು ಆಚರಿಸಲ್ಪಟ್ಟಿತು. ಭಾರತೀಯ ರಾಷ್ಟ್ರೀಯ ಕಾಂಗ್ರೆಸ್ಸಿನ ಧ್ವಜವನ್ನು ಸಾರ್ವಜನಿಕವಾಗಿ ಹಾರಿಸುವುದು ಇದರ ಗುರಿಯಾಗಿತ್ತು. ಮಹಿಳೆಯರು ಸಹ ಈ ಪ್ರದರ್ಶನದಲ್ಲಿ ಹೆಚ್ಚಿನ ಸಂಖ್ಯೆಯಲ್ಲಿ ಭಾಗವಹಿಸಿದ್ದರು.

ಕರ್ನಾಟಕದಲ್ಲಿ ಶಿವಪುರ ಧ್ವಜ ಸತ್ಯಾಗ್ರಹ

1938ರಲ್ಲಿ ಮೈಸೂರು ರಾಜ್ಯ ಕಾಂಗ್ರೆಸ್ ಮದ್ದೂರಿನ ಬಳಿಯಿರುವ ಶಿವಪುರದಲ್ಲಿ ಸಮ್ಮೇಳನ ಏರ್ಪಡಿಸಿತ್ತು. ತ್ರಿವರ್ಣ ಧ್ವಜವನ್ನು ಹಾರಿಸಲು ನಿಷೇಧಿಸಲಾಗಿತ್ತು. 25,000 ಪ್ರತಿನಿಧಿಗಳು ಸೇರಿದ ಸಭೆಯಲ್ಲಿ ತ್ರಿವರ್ಣ ಧ್ವಜವನ್ನು ಅಧ್ಯಕ್ಷರಾದ ಟಿ. ಸಿದ್ಧಲಿಂಗಯ್ಯನವರು ಹಾರಿಸಿದರು. ಅವರನ್ನು ಬಂಧಿಸಿದರು. ಆದರೂ ರಾಜ್ಯದೆಲ್ಲೆಡೆ ಧ್ವಜ ಸತ್ಯಾಗ್ರಹ ನಡೆದು, ಕೋಲಾರದ ವಿದುರಾಶ್ವತ್ಥದ ಜಾತ್ರೆಯ ವೇಳೆ ತ್ರಿವರ್ಣ ಧ್ವಜವನ್ನು ಹಾರಿಸಿದರು. ಪೋಲಿಸರ ಗುಂಡೇಟಿನಿಂದ 30 ಜನ ಸಾವನ್ನಪ್ಪಿದರು.

42. ಮುಲ್ಷಿ ಸತ್ಯಾಗ್ರಹ

1921 ರಿಂದ 1924ರ ಅವಧಿಯಲ್ಲಿ ಪುಣೆಯ ಮುಲ್ಷಿ ತಾಲೂಕಿನ ರೈತರು ಬ್ರಿಟಿಷ್ ಸರ್ಕಾರದ ವಿರುದ್ಧ ಒಂದು ಮುಂದುವರಿದ ಸತ್ಯಾಗ್ರಹ ನಡೆಸಿದರು. ಸರ್ಕಾರವು ಇಲ್ಲಿಯ ಒಂದು ನದಿಗೆ ಅಡ್ಡವಾಗಿ ಅಣೆಕಟ್ಟು ಕಟ್ಟಿ ವಿದ್ಯುತ್ತಿನ ಉತ್ಪಾದನೆಗಾಗಿ ಒಂದು ಖಾಸಗಿ ಕಂಪನಿಗೆ ಗುತ್ತಿಗೆ ಕೊಟ್ಟಿತು. ಅಣೆಕಟ್ಟಿಗಾಗಿ ಭೂಮಿಯನ್ನು ಕಳೆದುಕೊಂಡ ರೈತರಿಗೆ ಸಾಕಷ್ಟು ಪರಿಹಾರ ಧನವನ್ನು ಕೊಡುವ

ಇಲ್ಲವೆ ಬೇರೆ ಭೂಮಿಯನ್ನು ಒದಗಿಸುವ ಹಾಗೂ ಪುನರ್ವಸತಿಯನ್ನಾಗಲಿ ಒದಗಿಸುವ ಯಾವುದೇ ಸಿದ್ಧತೆಗಳನ್ನು ಸರ್ಕಾರವಾಗಲಿ ಅಥವಾ ಕಂಪನಿಯಾಗಲಿ ಮಾಡಲಿಲ್ಲ. ಈ ಅನ್ಯಾಯದ ವಿರುದ್ಧ ಹೋರಾಡಿದ ಸೇನಾಪತಿ ಪಾಂಡುರಂಗ ಮಹದೇವ್ ಬಾಪಟ್‌ನನ್ನು ಬಂಧಿಸಿದರು. ಈ ಸತ್ಯಾಗ್ರಹದಲ್ಲಿ ಭಾಗವಹಿಸಿದ ಅನೇಕ ರೈತರನ್ನು ಸಹ ಬಂಧಿಸಿದರು. ಆದಾಗ್ಯೂ, ಸರ್ಕಾರವು ರೈತರ ಹಿತಾಸಕ್ತಿಗಳನ್ನು ಕಡೆಗಣಿಸುವಂತಿಲ್ಲ ಮತ್ತು ದಮನ ನೀತಿಯನ್ನು ಮುಂದುವರಿಸುವಂತಿಲ್ಲ ಎಂಬುದನ್ನು ಈ ಸತ್ಯಾಗ್ರಹವು ಸ್ಪಷ್ಟವಾಗಿ ನಿರೂಪಿಸಿತು. ಇಂತಹ ಸಣ್ಣ ಪ್ರಮಾಣದ ಆಂಧೋಲನಗಳ ಮುಖಾಂತರ ರಾಷ್ಟ್ರೀಯ ಚಳುವಳಿಗಳು ವಿಶಾಲವಾಗಿ ಬೆಳೆದು ಜನಪ್ರಿಯತೆಗಳನ್ನು ಗಳಿಸಿತು.

43. ಮೊಪ್ಲಾ ಚಳುವಳಿ

ಖಿಲಾಫತ್ ಆಂಧೋಲನದ ಬೆನ್ನ ಹಿಂದೆಯೆ ಬಂದ 1921ರ ಮೊಪ್ಲಾ ದಂಗೆಯು ಪ್ರಸ್ತಾಪಿಸಲು ಯೋಗ್ಯ. ಮಲಬಾರಿನಲ್ಲಿ ಮೊಪ್ಲಾಗಳು ದಂಗೆಯೆದ್ದರು. ಕೆಲವು ಬ್ರಿಟಿಷ್ ಅಧಿಕಾರಿಗಳನ್ನು ಕೊಂದು, ಸ್ವತಂತ್ರ ಭಾರತದ ಸ್ಥಾಪನೆಯ ಘೋಷಣೆ ಮಾಡಿದರು. ಆದಾಗ್ಯೂ, ಈ ಕಾರ್ಯದಲ್ಲಿ ಮೊಪ್ಲಾಗಳು ಬಲವಂತವಾಗಿ ಹಿಂದುಗಳನ್ನು ಮತಾಂತರಗೊಳಿಸುವ ಹಾಗೂ ಅವರ ಆಸ್ತಿಯನ್ನು ಲೂಟಿ ಮಾಡುವಂತಹ ಕೆಲಸದಿಂದ ಅಪರಾಧಿಗಳಾದರು. ಬ್ರಿಟಿಷ್ ಸರ್ಕಾರವು ಒದು ದೊಡ್ಡ ಸೈನ್ಯದ ಸಹಾಯದಿಂದ ಭಯಂಕರ ಹೋರಾಟ ನಡೆಸಿದ ಕಾರಣ 3000ಕ್ಕೂ ಹೆಚ್ಚು ಮೊಪ್ಲಾಗಳು ಕೊಲ್ಲಲ್ಪಟ್ಟರು.

44. ಅಕಾಲಿ ಚಳುವಳಿ

ಅಸಹಕಾರ ಚಳುವಳಿಯು ಇನ್ನೂ ಮುಂದುವರಿಯುತ್ತಿರುವಾಗ, ಮಹಾತ್ಮಗಾಂಧಿಯವರು ಜೈಲಿನಲ್ಲಿದ್ದರು. ಅಕಾಲಿ ಆಂಧೋಲನದ ಕಾರಣ,

ಪಂಜಾಬಿನಲ್ಲಿ ಅತೃಪ್ತಿಯ ಒಂದು ಹೊಸ ಅಲೆ ಹರಡಿತು. ಅಕಾಲಿಗಳ ಧಾರ್ಮಿಕವಾದ ರಾಜಕೀಯ ಹೋರಾಟ ಪೂಜಾರಿಗಳ ವಿರುದ್ಧ ನಡೆಯಿತು, ಕೊನೆಗೆ ಬ್ರಿಟಿಷರ ವಿರುದ್ಧ ತಿರುಗಿ, 5 ವರ್ಷಕ್ಕೂ ಹೆಚ್ಚುಕಾಲ ನಡೆಯಿತು. 30,000ಕ್ಕೂ ಹೆಚ್ಚು ಪುರುಷರು ಮತ್ತು ಮಹಿಳೆಯರು ಬಂಧಿಸಲ್ಪಟ್ಟರು. ಅವರಲ್ಲಿ 400 ಜನ ಮರಣ ಹೊಂದಿದರು ಹಾಗೂ 2,000ಕ್ಕಿಂತಲೂ ಹೆಚ್ಚು ಜನ ಗಾಯಗೊಂಡರು. ಕಾಂಗ್ರೆಸ್ ಈ ಚಳುವಳಿಗೆ ಸಕ್ರಿಯವಾಗಿ ಬೆಂಬಲ ನೀಡಿ, ಪಂಜಾಬಿನಲ್ಲಿ ರಾಜಕೀಯ ಜಾಗೃತಿಗೆ ಕಾರಣವಾಯಿತು.

45. ಬಬ್ಬರ್ ಅಕಾಲಿ ಚಳುವಳಿ

ಅಕಾಲಿ ಚಳುವಳಿಯ ಬೆನ್ನ ಹಿಂದೆಯೆ, ಸಟ್ಲೆಜ್ ಮತ್ತು ಬಿಯಾಸ್ ನದಿಗಳ ನಡುವಿನ ಪ್ರಾಂತದಲ್ಲಿ 1921ರಲ್ಲಿ ಬಬ್ಬರ್ ಅಕಾಲಿ ಚಳುವಳಿ ನಡೆಯಿತು (ಇದು ಒಂದು ಭೂಗತ ಭಯೋತ್ಪಾದಕರ ಚಳುವಳಿ) ಸುಸಂಘಟಿತ ಕೊಲೆಗಳ ಕಾರ್ಯಚರಣೆ ಹಾಗೂ ಪಂಜಾಬಿನಲ್ಲಿ ಭಯೋತ್ಪಾದನೆ ಮುಖಾಂತರ ಬ್ರಿಟಿಷ್ ಸರ್ಕಾರವನ್ನು ಉರುಳಿಸುವುದು ಅದರ ಗುರಿಯಾಗಿತ್ತು. ಅವರು ಅನೇಕ ಹಿಂಸಾತ್ಮಕ ಚಟುವಟಿಕೆಗಳನ್ನು ನಡೆಸಿ, ಪೋಲಿಸರ ವಿರುದ್ಧ ದೊಪ್ಪನೆ ಎರಗಿ ಯುದ್ಧ ಮಾಡಿದರು. ಬಬ್ಬರ್ ಚಳುವಳಿಯು ಅಲ್ಪಕಾಲೀನ ಆದರೆ ಅದರ ತೀವ್ರತೆಯಿಂದ, ಅದು ಪರಮಶ್ರೇಷ್ಠ ತ್ಯಾಗದ ಮಹಾನ್ ಉದಾಹರಣೆ ಯಾಯಿತು.

46. ಅಖಿಲ-ಭಾರತ ಮುಸ್ಲಿಂ ರಾಷ್ಟ್ರೀಯವಾದಿ ಪಕ್ಷ

ಕಾಂಗ್ರೆಸ್ಸಿಗೆ ವಿರುದ್ಧವಾಗಿ ಮುಸ್ಲಿಂ ಲೀಗ್ ಕಾರ್ಯಕ್ರಮಗಳನ್ನು ಪ್ರತಿಭಟಿಸಲು, ಭಾರತೀಯ ಮುಸ್ಲಿಮರು ಜುಲೈ 27, 1929ರಂದು ಅಧ್ಯಕ್ಷರಾಗಿ ಮೌಲಾನಾ ಅಬುಲ್ ಕಲಮ್ ಆಜಾದ್, ಕೋಶಾಧಿಕಾರಿಯಾಗಿ ಡಾ॥ ಅನ್ಸಾರಿ ಹಾಗೂ ಕಾರ್ಯದರ್ಶಿಯಾಗಿ ಶ್ರೀ ಟಿ.ಎ.ಕೆ. ಶೇರ್‌ವಾನಿ

ಯವರನ್ನು ಒಳಗೊಂಡ ಅಖಿಲ ಭಾರತ ಮುಸ್ಲಿಂ ರಾಷ್ಟ್ರೀಯವಾದಿ ಪಕ್ಷವನ್ನು ಕಟ್ಟಿದರು. ಕೋಮುವಾದದ ವಿರುದ್ಧ ಹೋರಾಡಿ, ಭಾರತದ ಸ್ವಾತಂತ್ರ್ಯ ಹೋರಾಟದಲ್ಲಿ ಮುಸ್ಲಿಮರು ತಮ್ಮ ಭಾಗವನ್ನು ತೆಗೆದುಕೊಳ್ಳುವಂತೆ ಒತ್ತಾಯಿಸುವುದೇ ಇದರ ಗುರಿ.

47. ಖುದಾಯ್-ಖಿದ್‌ಮತ್ಗಾರ್ ಚಳುವಳಿ

ವಾಯುವ್ಯ ಸರಹದ್ದು ಪ್ರಾಂತದ ಪಠಾಣರ ಒಂದು ಸಂಸ್ಥೆಯೆ ಖುದಾಯ್-ಖಿದ್‌ಮತ್ಗಾರ್. ಇದು ಸ್ವಾತಂತ್ರ್ಯ ಹೋರಾಟದಲ್ಲಿ ಕಾಂಗ್ರೆಸ್ಸಿಗೆ ಬೆಂಬಲ ನೀಡಿತು. 'ನೌಜವಾನ್-ಎ-ಸರಹದ್' ಎನ್ನುವ ಸರಹದ್ದು ಪ್ರಾಂತದ ಯುವ ಸಂಘವನ್ನು ಸೆಪ್ಟೆಂಬರ 1929ರಂದು ಖಾನ್ ಅಬ್ದುಲ್-ಗಫಾರ್ ಖಾನರು ಆರಂಭಿಸಿದರು. ಖುದಾಯ್-ಖಿದ್‌ಮತ್ಗಾರರು ಯುವ ಸಂಘದ ಸ್ವಯಂ ಸೇವಕರ ಮಂಡಳಿಯ ಒಂದು ಭಾಗ. ಇದು ಆ ಪ್ರಾಂತದ ಜನಗಳ ಧಾರ್ಮಿಕ, ಆರ್ಥಿಕ ಹಾಗೂ ಶೈಕ್ಷಣಿಕ ಸ್ಥಿತಿಗಳನ್ನು ಸುಧಾರಿಸಲು ಸಂಕಲ್ಪಿಸಿತು. ಬಹುಶಃ ಸಮಾಜದ ತನ್ನ ಸಂಬಂಧದ ಕಾರಣ, ಅದರ ಸದಸ್ಯರು ಕೆಂಪು ಅಂಗಿಗಳನ್ನು ತೊಡುತ್ತಿದ್ದರು. ಆದರೆ ಖಾನ್ ಅಬ್ದುಲ್ ಗಫಾರ್‌ಖಾನ್‌ರು ಮಹಾತ್ಮಗಾಂಧಿಯವರ ಪ್ರಭಾವಕ್ಕೆ ಒಳಗಾದ ಕಾರಣ, 1929ರಲ್ಲಿ ಕಾಂಗ್ರೆಸ್ಸಿನ ಗೊತ್ತುಗುರಿಗಳನ್ನು ಸ್ವೀಕರಿಸಿದರು. ಆನಂತರದಿಂದ, ಈ ಸಂಸ್ಥೆಯು ಕಾಂಗ್ರೆಸ್ಸಿನ ಎಲ್ಲಾ ಚಟುವಟಿಕೆಗಳಲ್ಲಿ ಭಾಗವಹಿಸಿ, ಅದರ ಕಾರ್ಯಕ್ರಮಗಳು ಹಾಗೂ ಕಾರ್ಯನೀತಿಗಳನ್ನು ಅನುಸರಿಸಿದರು.

48. ಅಹ್‌ರರ್ ಅಂಧೋಲನ

ಭಾರತೀಯ ಮುಸ್ಲಿಮರು 1931ರಂದು ಅಖಿಲ ಭಾರತ ಮಜ್ಲಿಸ್-ಐ-ಅಹ್‌ರರ್-ಐ-ಇಸ್ಲಾಂ ಎಂಬ ಮತ್ತೊಂದು ಸಂಸ್ಥೆಯನ್ನು, ನ್ಯಾಯದ ದಾರಿಗಳ ಮುಖಾಂತರ ಸ್ವಾತಂತ್ರ್ಯದ ಪ್ರಾಪ್ತಿಗಾಗಿ ಕೆಲಸಮಾಡಲು ಪ್ರಾರಂಭಿಸಿದರು.

ಆದರ ಹಿಂಬಾಲಕರು ಕಾಂಗ್ರೆಸ್ಸಿಗೆ ಬೆಂಬಲ ನೀಡಿ, ಮುಸ್ಲಿಮರ ಆರ್ಥಿಕ, ಶೈಕ್ಷಣಿಕ ಹಾಗೂ ರಾಜಕೀಯ ಏಳ್ಗೆಗಾಗಿ ಕೆಲಸ ಮಾಡಿದರು. ಆದರೆ ಆಹ್‌ರರ್‌ರ ಪ್ರಭಾವವು ಕೇವಲ ಪಂಜಾಬ್ ಪ್ರಾಂತಕ್ಕೆ ಮಾತ್ರ ಸೀಮಿತ ವಾಗಿತ್ತು.

49. ಎಲ್ಲಾ ಪಕ್ಷಗಳ ಮುಸ್ಲಿಂ ಐಕ್ಯತೆಯ ಸಮ್ಮೇಳನ

1933ರಲ್ಲಿ ಉಲೇಮಾಗಳು ಹಾಗೂ ಭಾರತೀಯ ಮುಸ್ಲಿಮರನ್ನು ಒಳಗೊಂಡ ಎಲ್ಲಾ ಪಕ್ಷಗಳ ಮುಸ್ಲಿಂ ಐಕ್ಯತೆಯ ಸಮ್ಮೇಳನ ಜರುಗಿತು. ಅದರ ಗುರಿಗಳು ಈ ರೀತಿ ಇವೆ.

ಇಸ್ಲಾಂ ಧರ್ಮಕ್ಕೆ ಗೌರವ ತೋರಿಸುವುದು.

ಇತರೆ ಸಮಾಜದವರೊಡನೆ ಐಕ್ಯತೆಗಾಗಿ ಹೋರಾಡುವುದು.

ದೇಶದ ಸ್ವಾತಂತ್ರದ ಹೋರಟದಲ್ಲಿ ತಮ್ಮ ಪಾತ್ರವನ್ನು ಸರಿಯಾಗಿ ನಿರ್ವಹಿಸಲು ಮುಸ್ಲಿಮರಿಗೆ ಅನೇಕ ಸ್ಥಾನಗಳನ್ನು ಕಲ್ಪಿಸುವುದು.

50. ಸ್ವರಾಜ್ ಪಕ್ಷ

ಏತನ್ಮಧ್ಯೆ 1919ರ ಸುಧಾರಣೆಗಳು ಜಾರಿಗೊಳಿಸಲ್ಪಟ್ಟವು ಹಾಗೂ ಶಾಸನ ಮಂಡಳಿಗಳು ವಿಸ್ತಾರವಾದವು (ವಿಸ್ತರಿಸಲ್ಪಟ್ಟವು). ಆದರೆ ಮಂಡಲಿಗಳಿಗೆ ಹಾಗೂ ಶಾಸನ ಸಭೆಗಳಿಗೆ ಭಾಗವಹಿಸುವ ಪ್ರಶ್ನೆಯ ಬಗ್ಗೆ ಕಾಂಗ್ರೆಸ್ ಮುಖಂಡರಲ್ಲಿ ತೀವ್ರವಾದ ಭಿನ್ನಾಭಿಪ್ರಾಯಗಳು ಉಂಟಾದವು.

ಬಹು ಸಂಖ್ಯಾತರು ಅದನ್ನು ಒಪ್ಪಲಿಲ್ಲವಾದುದರಿಂದ, ಪೂರ್ವ ಮಂಡಲಿಗಳ ಗುಂಪು 1923ರಲ್ಲಿ ಸ್ವರಾಜ್ ಪಕ್ಷವನ್ನು ಕಟ್ಟಿದರು. ದೇಶಬಂಧು ಚಿತ್ತರಂಜನ್‌ದಾಸ್ ಅದರ ಅಧ್ಯಕ್ಷರು ಹಾಗೂ ಮೋತಿಲಾಲ್ ನೆಹರೂ ಕಾರ್ಯದರ್ಶಿಗಳಾದರು.

51. ಮಾರ್ಲೆ-ಮಿಂಟೊ ಸುಧಾರಣೆಗಳು

ಮಾರ್ಲೆ-ಮಿಂಟೊ ಸುಧಾರಣೆಗಳೆಂದೂ ಹೆಸರಾದ 1909ರ ಭಾರತ ಸರ್ಕಾರದ ಕಾಯ್ದೆ (ಜಾನ್ ಮಾರ್ಲೆ ಭಾರತಕ್ಕೆ ರಾಜ್ಯಕಾರ್ಯದರ್ಶಿ ಹಾಗು) ಮಿಂಟೊದ ನಾಲ್ಕನೆಯ ದೊಡ್ಡ ಶ್ರೀಮಂತ ಗಿಲ್‌ಬರ್ಟ್ ಈಲಿಯಟ್ ವೈಸರಾಯ್ ಭಾರತೀಯರಿಗೆ ಕೇಂದ್ರ ಮತ್ತು ಪ್ರಾತೀಯ ಶಾಸನ ಸಭೆಗಳಿಗೆ ಮಿತಿಯ ಸ್ಥಾನಗಳನ್ನು ಕೊಟ್ಟಿತು.

ಮೊದಲು ಶಾಸನ ಮಂಡಲಿಗಳಿಗೆ ಭಾರತೀಯರನ್ನು ನೇಮಿಸುತ್ತಿದ್ದರು. ಆದರೆ ಸುಧಾರಣೆಗಳ ನಂತರ, ಕೆಲವರು ಅವುಗಳಿಗೆ ಚುನಾಯಿಸಲ್ಪಡುತ್ತಿದ್ದರು. ಕೇಂದ್ರದಲ್ಲಿ, ಶಾಸನ ಮಂಡಲಿಗಳ ಬಹುಭಾಗ ಸದಸ್ಯರು ಸರ್ಕಾರದಿಂದ ನಿಯಮಿಸಲ್ಪಟ್ಟ ಅಧಿಕಾರಿಗಳಾಗಿಯೇ ಮುಂದುವರಿದರು ಹಾಗೂ ವೈಸರಾಯನು ಶಾಸನಸಭೆಗಳಿಗೆ ಯಾವುದೇ ರೀತಿಯಿಂದ ಜವಾಬ್ದಾರ ನಾಗಿರಲಿಲ್ಲ. ಪ್ರಾಂತೀಯ ಮಟ್ಟದಲ್ಲಿ, ಚುನಾಯಿತ ಸದಸ್ಯರು ಹಾಗೂ ಖಾಸಗಿಯಾಗಿ ನೇಮಿಸಲ್ಪಟ್ಟವರು ಒಟ್ಟುಸೇರಿ, ನೇಮಿಸಲ್ಪಟ್ಟ ಅಧಿಕಾರಿಗಳಿಗಿಂತ ಹೆಚ್ಚಿನ ಸಂಖ್ಯೆಯಲ್ಲಿದ್ದರು. ಆದರೆ ಶಾಸನ ಸಭೆಗಳಿಗೆ ಗವರ್ನರನು ಜವಾಬ್ದಾರನಾಗಿರಲಿಲ್ಲ. ಸಂಪತ್ತಿಗೆ ಸಂಬಂಧಿಸಿದ ಸ್ವಯಂ ಸರ್ಕಾರವು, ಬ್ರಿಟಿಷ್ ಸರ್ಕಾರದ ಗುರಿಯಲ್ಲವೆಂದು ಜಾನ್‌ಮಾರ್ಲೆಯು ಬ್ರಿಟಿಷ್ ಸಂಸತ್ತಿಗೆ ಶಾಸನ ರಚನೆಯನ್ನು ಪ್ರಾರಂಭಿಸುವಾಗ ಸ್ಪಷ್ಟವಾಗಿ ತಿಳಿಸಿದನು.

ಪ್ರತ್ಯೇಕ ಮತದಾರರು ಹಾಗೂ ಜಾತಿಪರ ಪ್ರಾತಿನಿಧ್ಯದ ಒಪ್ಪಿಗೆಯನ್ನು ಮುಸ್ಲಿಮರು ಸ್ವಾಗತಿಸಿದರೆ, ಕಾಂಗ್ರೆಸ್ ಇದನ್ನು ವಿರೋಧಿಸಿತು. ಈ ಉಪಖಂಡದಲ್ಲಿ ಮುಸ್ಲಿಮರ ಹಿತರಕ್ಷಣೆ ಮಾಡುವ ಹಾಗೂ ಬೆಂಬಲಿಸುವ ಸ್ಪಷ್ಟ ಉದ್ದೇಶದಿಂದ ಮುಸ್ಲಿಂ ಸಂಘವು ಸಂತೋಷಗೊಂಡಿತು. ಪಾಕಿಸ್ತಾನದ ಸ್ವಾತಂತ್ರ್ಯನಂತರವೂ ಪ್ರತ್ಯೇಕ ಮತದಾರರು ಮುಸ್ಲಿಂ ಸಂಘದ ಉದ್ದೇಶ ನಿರೂಪಣೆಯ (ವೇದಿಕೆಯ) ಒಂದು ಭಾಗವಾಗಿ ಉಳಿಯಿತು.

ಮಾರ್ಲೆ-ಮಿಂಟೊ ಸುಧಾರಣೆಗಳು ಒಂದು ಮೈಲಿಗಲ್ಲು. ಹಂತಹಂತ ವಾಗಿ, ಭಾರತೀಯ ಶಾಸನ ಮಂಡಲಿಗಳಲ್ಲಿ ಸದಸ್ಯತ್ವಕ್ಕಾಗಿ ಚುನಾಯಿಸುವ

ಹಕ್ಕಿಗೆ ಸಂಬಂಧಿಸಿದ ಸಾಮಾನ್ಯ ನಿಯಮಗಳು ಪ್ರಾರಂಭಿಸಲ್ಪಟ್ಟವು. ಈ ಚುನಾಯಿತ ಸದಸ್ಯರು ಸರ್ಕಾರಿ ಅಧಿಕಾರದ ಹೆಚ್ಚಾದ ವಿರೋಧಿಗಳಾದರು. ಜಾತಿವಾರು ಮತದಾರರು ನಂತರ ಬೇರೆ ಸಮಾಜಕ್ಕೂ ವಿಸ್ತರಿಸಲ್ಪಟ್ಟರುಹಾಗೂ ಧರ್ಮದ ಮುಖಾಂತರ ಗುಂಪನ್ನು ಗುರುತಿಸುವಲ್ಲಿ ಭಾರತೀಯ ಪ್ರವೃತ್ತಿಗೆ ರಾಜಕೀಯ ಅಂಶವನ್ನಾಗಿ ಮಾಡಿತು.

ಮುಸ್ಲಿಮರಿಗೆ, ಭಾರತೀಯ ರಾಜಕೀಯದಲ್ಲಿ ಒಂದು ಸ್ಥಾನವನ್ನು ಗೆಲ್ಲಬೇಕು ಹಾಗೂ ಮುಸ್ಲಿಂ ಅನನ್ಯತೆಯನ್ನು ಉಳಿಸಿಕೊಳ್ಳಬೇಕೆಂಬುದು ಮುಖ್ಯವಾಗಿತ್ತು. ಮೊದಲನೆ ಮಹಾಯುದ್ಧದಲ್ಲಿ ಬ್ರಿಟಿಷ್ ಸಾಮ್ರಾಜ್ಯದ ಪ್ರಯತ್ನಗಳಿಗೆ ಭಾರತೀಯರ ಮುಖ್ಯ ಕೊಡುಗೆಗಳು ಭಾರತೀಯರಿಂದ ಹೆಚ್ಚಿನ ಬೇಡಿಕೆಗಳಿಗೆ ಬಲಪಡಿಸಿತು ಹಾಗೂ ಬ್ರಿಟಿಷರಿಂದ ಇನ್ನೂ ಹೆಚ್ಚಿನ ಪ್ರತಿಕ್ರಿಯೆ ಸಿಕ್ಕಿತು. ಮಹಮದ್‌ಅಲಿ ಜಿನ್ನಾ ಮತ್ತು ಮೋತಿಲಾಲ್‌ನೆಹರೂರವರ ಮುಖಂಡತ್ವದಲ್ಲಿ, ಐಕ್ಯತೆಯನ್ನು ಬೋಧಿಸಲಾಯಿತು ಹಾಗೂ ಪ್ರತ್ಯೇಕ ಮತದಾರರ ಭಾವನೆಯನ್ನು ಒಳಗೊಂಡ ಸಂವಿಧಾನಾತ್ಮಕ ಸುಧಾರಣೆಗಾಗಿ ಒಂದು ಪ್ರಸ್ತಾಪವನ್ನು ಮಾಡಲಾಯಿತು. ಕಾಂಗ್ರೆಸ್-ಮುಸ್ಲಿಂ ಸಂಘದ ಸಂಧಾನವು (ಲಕ್ನೊ ಸಂಧಾನವೆಂದು ಕರೆಯುತ್ತಾರೆ) ರಾಜಿಮಾಡಿಕೊಳ್ಳುವ ಒಂದು ಪ್ರಾಮಾಣಿಕ ಪ್ರಯತ್ನವಾಗಿದೆ. ಮುಸ್ಲಿಂ ಸಂಘದ ಪ್ರತ್ಯೇಕ ಮತದಾರರ ಬೇಡಿಕೆಯನ್ನು ಕಾಂಗ್ರೆಸ್ ಒಪ್ಪಿಕೊಂಡಿತು ಮತ್ತು ಮುಸ್ಲಿಂ ಸಂಘವು ಸಾರ್ವಭೌಮತ್ವದ ಬೇಡಿಕೆಯಲ್ಲಿ ಕಾಂಗ್ರೆಸ್ಸಿಗೆ ಸೇರಿತು. ಈ ಒಂದು ಹಂಚಿಕೆಯು ಶಾಶ್ವತವಾದ ಹಾಗೂ ಸಂವಿಧಾನಾತ್ಮಕ ಐಕ್ಯತೆಯ ಕ್ರಿಯೆಗೆ ಮಾರ್ಗದರ್ಶನ ಮಾಡುವುದೆಂದು ನಿರೀಕ್ಷಿಸಲಾಯಿತು.

52. ಮಾಂಟಗೊ-ಚೆಲ್ಸ್‌ಫೋರ್ಡ್ ಸುಧಾರಣೆಗಳು

ಮೊದಲನೆ ಮಹಾಯುದ್ಧದ ಅಂತ್ಯದ ವೇಳೆಗೆ, ಬ್ರಿಟಿಷ್ ಸರ್ಕಾರವು ಮಾಂಟಗೊ - ಚೆಲ್ಸ್‌ಫೋರ್ಡ್ ಸುಧಾರಣೆಗಳೆಂದು ಹೆಸರಾದ ಒಂದು ಸುಧಾರಣೆಗಳ ರೂಪುರೇಖೆಯನ್ನು ತಯಾರಿಸಿತು. 1918ರಲ್ಲಿ ಬೊಂಬಾಯಿ ಯಲ್ಲಿ ಹಸನ್ ಇಮಾಮರ ಅಧ್ಯಕ್ಷತೆಯಲ್ಲಿ ನಡೆದ ತನ್ನ ಸಭೆಯಲ್ಲಿಈ

ಪ್ರಸ್ತಾಪಗಳು ನಿರಾಶಜನಕ ಹಾಗೂ ಅತೃಪ್ತಿಕರವೆಂದು ಕಾಂಗ್ರೆಸ್ ಟೀಕಿಸಿದರೆ, ಸೌಮ್ಯವಾದಿಗಳು ಅವನ್ನು ಒಪ್ಪಬಹುದೆಂದು ತಿಳಿದು, ಭಾರತೀಯ ರಾಷ್ಟ್ರೀಯ ಲಿಬರಲ್ ಒಕ್ಕೂಟವನ್ನು ಆರಂಭಿಸಿದರು.

ಲಿಬರಲ್ ಪಕ್ಷದ ಮುಖಂಡರು ತಮ್ಮ ಕಾಂಗ್ರೆಸ್ಸಿನಿಂದ ಬೇರೆಯಾದರು. ಯಾವುದೇ ಬದಲಾವಣೆಯನ್ನು ಮಾಡದೆ, ಆ ಸುಧಾರಣೆಗಳು ಒಂದು ದೊಡ್ಡ ಸಂವಿಧಾನಾತ್ಮಕ ಮುನ್ನಡೆ ಎಂದು ಘೋಷಿಸಿದರು ಹಾಗೂ ಅವು ಯಶಸ್ವಿಯಾಗಲು ಸರ್ಕಾರಕ್ಕೆ ತಮ್ಮ ಬೆಂಬಲವನ್ನು ವಿಸ್ತರಿಸಿದರು.

ಯುದ್ಧದ ಅವಧಿಯಲ್ಲಿ ಬ್ರಿಟಿಷರು ತಾವು ವಿಶ್ವದಾದ್ಯಂತ ಪ್ರಜಾಪ್ರಭುತ್ವದ ರಕ್ಷಣೆಗಾಗಿ ಬೆಂಬಲಿಸುತ್ತೇವೆಂದು ಒತ್ತಿಹೇಳಿದರು. ಹೀಗಾಗಿ ಯುದ್ಧದಲ್ಲಿ ಅವರಿಗಾಗಿ ಹೋರಾಡಿದ ಭಾರತೀಯರು, ಪ್ರಜಾಪ್ರಭುತ್ವವನ್ನು ತಮ್ಮ ದೇಶದಲ್ಲಿಯೂ ಜಾರಿಗೆ ತರಬೇಕೆಂದು ಹಕ್ಕಿನಿಂದ ಕೇಳಿದರು.

ಸ್ಥಳೀಯ ಬೇಡಿಕೆಗಳನ್ನು ತೃಪ್ತಿಗೊಳಿಸುವ ಸಲುವಾಗಿ, ತನ್ನ ಸರ್ಕಾರವು ಭಾರತೀಯರಿಗೆ ಹೆಚ್ಚಿನ ಪ್ರಾತಿನಿಧ್ಯವನ್ನು ಕೊಡಲು ಆಸಕ್ತಿವಹಿಸಿದೆಯೆಂದು ಹಾಗೂ ಈ ಗುರಿಗಳನ್ನು ಸಾಧಿಸಲು ದೇಶದಲ್ಲಿ ಹೊಸ ಸುಧಾರಣೆಗಳನ್ನು ಜಾರಿಗೊಳಿಸಲಾಗುವುದೆಂದು ಆಗಸ್ಟ್ 2, 1917 ರಂದು ಭಾರತೀಯ ಕಾರ್ಯಗಳ ರಾಜ್ಯಕಾರ್ಯದರ್ಶಿಯಾದ ಎಡ್ವಿನ್ ಸ್ಯಾಮುಯಲ್ ಮಾಂಟೊಗೊ ಸಾಮಾನ್ಯರ ಸದನದಲ್ಲಿ (House of commons) ತನ್ನ ಘೋಷಣೆಯನ್ನು ಮಂಡಿಸುತ್ತಾ ತಿಳಿಸಿದನು.

ಅವನು ಭಾರತಕ್ಕೆ ಬಂದು ದೇಶದಲ್ಲಿ ಆರು ತಿಂಗಳಿದ್ದನು. ಅವನು ಇಲ್ಲಿ ಇದ್ದ ಅವಧಿಯಲ್ಲಿ, ಬೇರೆಬೇರೆ ಸರ್ಕಾರಿ ಮತ್ತು ಗೈರು-ಸರ್ಕಾರಿ ಸಂಸ್ಥೆಗಳ ಜೊತೆ ಸಭೆಗಳನ್ನು ನಡೆಸಿದನು. ಕೊನೆಗೆ, ಲಾರ್ಡ್‌ಚೆಲ್ಮ್ಸ್‌ಫೋರ್ಡ್‌ನ ಸಹಯೋಗದಿಂದ, ಮಾಂಟೆಗೊ 1918ರಂದು ಭಾರತಕ್ಕೆ ಸಂವಿಧಾನಾತ್ಮಕ ಸುಧಾರಣೆಗಳು ಒಂದು ವರದಿಯನ್ನು ಸಲ್ಲಿಸಿದನು. ಆ ವರದಿಯನ್ನು ಬ್ರಿಟಿಷ್ ಸಂಸತ್ತು ಚರ್ಚಿಸಿ ಒಪ್ಪಿಗೆ ನೀಡಿದಾಗ, ಅದು 1919ರ ಕಾಯ್ದೆಯಾಯಿತು.

53. ಭಾರತದ ರಾಜಧಾನಿಯ ವರ್ಗಾವಣೆ

ಬ್ರಿಟಿಷರು ಭಾರತವನ್ನು ಆಳುವಾಗ, ಅವರು ಭಾರತದ ರಾಜಧಾನಿಯನ್ನು 1912ರಲ್ಲಿ ಕಲ್ಕತ್ತಾದಿಂದ ದೆಹಲಿಗೆ ವರ್ಗಾಯಿಸಿದರು. ಡಿಸೆಂಬರ್ 23, 1912 ರಂದು ಹೊಸ ರಾಜಧಾನಿಗೆ ಭಾರತದ ಗವರ್ನರ್ ಜನರಲ್ಲನು ಪ್ರವೇಶಿಸುವ ಗುರುತಾಗಿ, ಲಾರ್ಡ್‌ಹಾರ್ಡಿಂಜನು ಒಂದು ಆನೆಯ ಮೇಲೆ ಕುಳಿತಿರುವ ರಾಜವೈಭವದ ಮೆರವಣಿಗೆಯು ದೆಹಲಿಯಲ್ಲಿ ಹೊರಟಿತು. ಮೆರವಣಿಗೆಯು ಚಾಂದನಿಚೌಕ ಮುಖಾಂತರ ದಾಟಿದಾಗ, ಆನೆಯ ಮೇಲೆ ಗುಂಡು ಹಾರಿಸಲಾಯಿತು. ಮಾವುತನು ಸತ್ತುಹೋದನು. ಲಾರ್ಡ್‌ಹಾರ್ಡಿಂಜನು ಸ್ವಲ್ಪ ಗಾಯಗಳಿಂದ ಪಾರಾದನು. ಆದರೆ ಅನೇಕರನ್ನು ಬಂಧಿಸಿದರು. ಈ ಘಟನೆಯನ್ನು ಸಂಪೂರ್ಣವಾಗಿ ತಯಾರಿಸಿದ (master minded) ರಾಸ್ ಬಿಹಾರಿ ಬೋಸ್ ಜಪಾನಿಗೆ ಪಲಾಯನ ಮಾಡಿ, ಅಲ್ಲಿಂದಲೇ ಬ್ರಿಟಿಷರ ವಿರುದ್ಧವಾಗಿ ಹೋರಾಟವನ್ನು ಮುಂದುವರಿಸಿದನು.

54. ಕಡೆಗೆ ಸ್ವಾತಂತ್ರ್ಯ

ಆಗಸ್ಟ 14, 1947ರ ಮಧ್ಯರಾತ್ರಿ, ಅಂದರೆ ಆಗಸ್ಟ 15ರ ಬೆಳಗಿನ ಜಾವ ಭಾರತದಾದ್ಯಂತ ಸ್ವಾತಂತ್ರ್ಯವನ್ನು ಆಚರಿಸಲಾಯಿತು. ಭಾರತದ

ತ್ರಿವರ್ಣಧ್ವಜವು ಬ್ರಿಟಿಷ್ ಸಾಮ್ರಾಜ್ಯದ 'ಯೂನಿಯನ್ ಜಾಕ್' ಬಾವುಟವನ್ನು ಕೆಳಗಿಳಿಸಿತು. ಪಂಡಿತ್ ಜವಾಹರಲಾಲ್‌ನೆಹರೂರವರು ಭಾರತದ ಮೊದಲನೆ ಪ್ರಧಾನಮಂತ್ರಿಯಾಗಿ ಅಧಿಕಾರ ಸ್ವೀಕರಿಸಿದರು. ಸುಮಾರು 150 ವರುಷಗಳ ಗುಲಾಮಗಿರಿಯ ನಂತರ, ಕೊನೆಗೆ ಭಾರತವು ಸ್ವತಂತ್ರ ರಾಷ್ಟ್ರವಾಯಿತು. ಇಡೀ ರಾಷ್ಟ್ರವೆ ಸಂತೋಷದಿಂದ ಕುಣಿದಾಡಿತು - ಪುರುಷರು, ಮಹಿಳೆಯರು ಮತ್ತು ಮಕ್ಕಳು ಹಾಗೂ ಎಲ್ಲಾ ಸಮಾಜಗಳ ಜನಗಳು - ಹಿಂದುಗಳು, ಮುಸ್ಲಿಮರು, ಸಿಖ್ಖರು ಹಾಗೂ ಭಾರತೀಯ ಕ್ರೈಸ್ತರು, ನಲಿದಾಡಿದರು. ಇದು ಎಲ್ಲರಿಗೂ ಒಂದು ಸಂತೋಷದ ಕ್ಷಣ. ಆಗಸ್ಟ್ 14, 1947ರ ಮಧ್ಯರಾತ್ರಿ, ಪಂಡಿತ್ ಜವಾಹರಲಾಲ್‌ನೆಹರೂರವರು ತಮ್ಮ ಭಾಷಣದಲ್ಲಿ ಭಾರತೀಯರನ್ನುದ್ದೇಶಿಸಿ ಹೀಗೆ ಹೇಳಿದರು, "ಬಹಳ ವರ್ಷಗಳ ಹಿಂದೆಯೆ ನಾವು ಅದೃಷ್ಟದ ಜೊತೆ ಒಂದು ಹೊಂದಾಣಿಕೆ ಮಾಡಿಕೊಂಡೆವು. ಸಂಪೂರ್ಣವಾಗಿ ಅಲ್ಲದಿದ್ದರೂ, ಗಣನೀಯವಾಗಿ ನಾವು ನಮ್ಮ ಮಾತಿನಂತೆ ನಡೆದುಕೊಳ್ಳುವ ಸಮಯವು ಬಂದಿದೆ. ಮಧ್ಯರಾತ್ರಿಯ ಗಂಟೆ ಹೊಡೆದಾಗ, ಪ್ರಪಂಚವು ಮಲಗಿರುವಾಗ, ಭಾರತವು ಜೀವ ಚೇತನ ಹಾಗೂ ಸ್ವಾತಂತ್ರ್ಯದ ಕಡೆಗೆ ಎಚ್ಚರಗೊಳ್ಳುವುದು. ಚರಿತ್ರೆಯಲ್ಲಿ ಅಪರೂಪವಾಗಿ ಬರುವ ಒಂದು ಚಲನೆಯು ಬರುತ್ತದೆ. ಹಳೆಯದರಿಂದ ಹೊಸದರ ಕಡೆಗೆ ಹೆಜ್ಜೆ ಹಾಕಿದಾಗ, ಒಂದು ಯುಗವು ಮುಗಿದಾಗ ಮತ್ತು ಬಹಳ ಕಾಲದಿಂದ ನಿಗ್ರಹಿಸಿದ್ದ ಒಂದು ರಾಷ್ಟ್ರದ ಚೈತನ್ಯವು (ಆತ್ಮವು) ಮಾತುಗಳಲ್ಲಿ ಕಾಣುತ್ತದೆ. ಈ ಒಂದು ಮಹತ್ವದ ಕ್ಷಣದಲ್ಲಿ, ನಾವು ಭಾರತದ ಹಾಗೂ ಭಾರತೀಯರ ಮತ್ತು ಇನ್ನೂ ಹೆಚ್ಚಾಗಿ ಮಾನವೀಯತೆಯ ಉದ್ದೇಶದ ಸೇವೆಗಾಗಿ ಸಮರ್ಪಣೆಯ ಪ್ರತಿಜ್ಞೆಯನ್ನು ಕೈಗೊಳ್ಳುವುದು ಹೆಚ್ಚು ಸಮಂಜಸ (ಉಚಿತ). ಚರಿತ್ರೆಯ ಪ್ರಾರಂಭದಲ್ಲಿ (ಮುಂಬೆಳಗಿನಲ್ಲಿ), ಭಾರತವು ತನ್ನ ಕೊನೆಯಿಲ್ಲದ ಅನ್ವೇಷಣೆಗಾಗಿ ಹೊರಟಿತು. ಗುರುತಿಲ್ಲದಷ್ಟು ಶತಮಾನಗಳು ಆಕೆಯ ಹೋರಾಟ ಹಾಗೂ ಆಕೆಯ ಜಯ ಮತ್ತು ಅಪಜಯಗಳ ಭವ್ಯತೆಯಿಂದ ತುಂಬಿವೆ. ಒಳ್ಳೆಯ ಮತ್ತು ದುರಾದೃಷ್ಟಗಳನ್ನು ಸಮನಾಗಿ ಸ್ವೀಕರಿಸಿ, ಆ ಅನ್ವೇಷಣೆಯ ನೋಟವನ್ನು ಆಕೆ ಎಂದಿಗೂ ಕಳೆದುಕೊಳ್ಳಲಿಲ್ಲ ಅಥವಾ ತನಗೆ ಶಕ್ತಿಯನ್ನು ಕೊಟ್ಟಂತಹ ಉದಾತ್ತ ಭಾವನೆಗಳನ್ನು ಮರೆಯಲಿಲ್ಲ. ಈ ದಿನ ನಾವು, ಆ ಕೆಟ್ಟ ಅದೃಷ್ಟವನ್ನು

ಕೊನೆಗೊಳಿಸುತ್ತೇವೆ ಹಾಗೂ ಭಾರತವು ತನ್ನನ್ನು ತಾನೆ ಇನ್ನೊಮ್ಮೆ ಪ್ರಸಿದ್ಧಿಪಡಿಸುತ್ತಾಳೆ. ಈ ದಿನ ನಾವು ಆಚರಿಸುತ್ತಿರುವ ಈ ದೊಡ್ಡ ಸಾಧನೆಯು ಒಂದು ಹೆಜ್ಜೆಯಷ್ಟೆ. ನಮಗಾಗಿ ಕಾದಿರುವ ಮಹತ್ಕಾರ್ಯಗಳು ಹಾಗೂ ದೊಡ್ಡ ವಿಜಯೋತ್ಸವಗಳ ಸದವಕಾಶಗಳ ಬಾಗಿಲನ್ನು ತೆರೆದಂತೆ. ನಾವು ಈ ಸದವಕಾಶವನ್ನು ಗ್ರಹಿಸಲು ಹಾಗೂ ಭವಿಷ್ಯತ್ತಿನ ಸ್ಪರ್ಧೆಯನ್ನು ಒಪ್ಪಿಕೊಳ್ಳಲು ಸಾಕಷ್ಟು ಧೈರ್ಯಶಾಲಿಗಳು ಮತ್ತು ವಿವೇಕಿಗಳಾಗಿದ್ದೇವೆಯೆ? ಸ್ವಾತಂತ್ರ್ಯ ಮತ್ತು ಅಧಿಕಾರ ಜವಾಬ್ದಾರಿಯನ್ನು ತರುತ್ತವೆ. ಸರ್ವಸ್ವತಂತ್ರ ಭಾರತೀಯರನ್ನು ಪ್ರತಿನಿಧಿಸುವ, ಸರ್ವಸ್ವತಂತ್ರ ಸಂಸ್ಥೆಯಾದ ಈ ಸಭೆಯ ಹೆಗಲ ಮೇಲೆ ಆ ಜವಾಬ್ದಾರಿಯಿದೆ. ಸ್ವಾತಂತ್ರ್ಯವು ಹುಟ್ಟುವುದಕ್ಕೆ ಮೊದಲೆ, ನಾವು ಆ ಎಲ್ಲಾ ನೋವನ್ನು ಸಹಿಸಿದ್ದೇವೆ ಹಾಗೂ ನಮ್ಮ ಹೃದಯಗಳು ಆ ದುಃಖದ ನೆನಪಿನಿಂದ ಭಾರವಾಗಿವೆ. ಕೆಲವು ನೋವುಗಳು ಈಗಲೂ ಸಹ ಮುಂದುವರಿದಿವೆ. ಆದಾಗ್ಯೂ, ಹಳೆಯದು ಕಳೆದುಹೋಗಿದೆ. ಈಗ ನಮ್ಮನ್ನು ಭವಿಷ್ಯತ್ತು ಕೈಸನ್ನೆ ಮಾಡಿ ಕರೆಯುತ್ತಿದೆ. ಆ ಭವಿಷ್ಯತ್ತು ನಿಶ್ಚಿಂತೆಯಿದ್ದಿದ್ದು ವಿಶ್ರಾಂತಿ ತೆಗೆದು ಕೊಳ್ಳುವುದಿಲ್ಲ. ನಾವು ಹಿಂದೆ ತೆಗೆದುಕೊಂಡ ಹಾಗೂ ಈ ದಿನ ತೆಗೆದುಕೊಳ್ಳುವ ವಾಗ್ದಾನಗಳನ್ನು ಪೂರೈಸಲು ಸತತವಾಗಿ ನಡೆಸುವ ಒಂದು ಹೋರಾಟ. ಭಾರತದ ಸೇವೆಯೆಂದರೆ ಲಕ್ಷಗಟ್ಟಲೆ ಕಷ್ಟಪಡುತ್ತಿರುವವರ ಸೇವೆಯೆಂದರ್ಥ. ಬಡತನ, ಅಜ್ಞಾನ, ರೋಗ ಹಾಗೂ ಸದವಕಾಶಗಳ ಅಸಮಾನತೆಯನ್ನು ಕೊನೆಗೊಳಿಸಬೇಕೆಂಬುದೇ ಅದರರ್ಥ. ನಮ್ಮ ಪೀಳಿಗೆಯ ಅತ್ಯಂತ ದೊಡ್ಡ ವ್ಯಕ್ತಿಯ ಆಸೆ ಪ್ರತಿಯೊಂದು ಕಣ್ಣಿನಿಂದಲೂ ಪ್ರತಿಯೊಂದು ಹನಿ ಕಣ್ಣೀರನ್ನು ಒರೆಸುವುದಾಗಿತ್ತು. ಅದು ನಮ್ಮಿಂದ ಬಹುದೂರದಲ್ಲಿರಬಹುದು. ಆದರೂ ಎಲ್ಲಿಯವರೆಗೆ ಕಣ್ಣೀರು ಹಾಗು ನೋವುಗಳು ಇರುತ್ತವೆಯೋ ಅಲ್ಲಿಯವರೆಗೂ ನಮ್ಮ ಕೆಲಸವು ಮುಗಿಯುವುದಿಲ್ಲ.

"ಆದ್ದರಿಂದ ನಮ್ಮ ಕನಸುಗಳಿಗೆ ವಾಸ್ತವಿಕತೆಯನ್ನು ಕೊಡಲು, ನಾವು ದುಡಿಯಬೇಕು. ಕಷ್ಟಪಟ್ಟು ಕೆಲಸ ಮಾಡಬೇಕು. ಆ ಕನಸುಗಳು ಕೇವಲ ಭಾರತಕ್ಕೆ ಮಾತ್ರವಲ್ಲದೆ ವಿಶ್ವಕ್ಕೂ ಸಹ ಅನ್ವಯ. ಏಕೆಂದರೆ ಎಲ್ಲಾ ರಾಷ್ಟ್ರಗಳು ಹಾಗೂ ಜನಗಳು ಇಂದು ತಾವು ಪ್ರತ್ಯೇಕವಾಗಿ ಜೀವಿಸಬಲ್ಲೆವು ಎಂಬುದನ್ನು

ಊಹಿಸಲೂ ಸಾಧ್ಯವಿಲ್ಲದಷ್ಟು ಹತ್ತಿರದಿಂದ ಒಟ್ಟಾಗಿ ಹೆಣೆಯಲ್ಪಟ್ಟಿದ್ದಾರೆ. ಶಾಂತಿ ಅವಿಭಾಜ್ಯವೆಂದು ಹೇಳಲಾಗಿದೆ. ಹಾಗೆ ಸ್ವಾತಂತ್ರ್ಯ. ಈಗ ಹಾಗೆ ಅಭಿವೃದ್ಧಿ, ಮತ್ತು ಪ್ರತ್ಯೇಕ ತುಂಡುಗಳಾಗಿ ವಿಭಾಗಿಸಲಾಗದಂತಹ ಈ ಒಂದು ಪ್ರಪಂಚದಲ್ಲಿ ಅನಾಹುತಗಳು ಇರುತ್ತವೆ.

''ನಾವು ಭಾರತದ ಜನತೆಯ ಪ್ರತಿನಿಧಿಗಳು. ಈ ದೊಡ್ಡ ಮಹತ್ಕಾರ್ಯದಲ್ಲಿ ಭರವಸೆ ಮತ್ತು ನಂಬಿಕೆಯಿಂದ ನಮ್ಮ ಜೊತೆಗೂಡಿ ಎಂದು ಪ್ರಾರ್ಥಿಸುತ್ತೇವೆ. ಚಿಕ್ಕ ಚಿಕ್ಕ ವಿನಾಶಕಾರಿ ಟೀಕೆಗಳಿಗೆ ಇದು ಸಮಯವಲ್ಲ, ಕೆಟ್ಟ ಮನಸ್ಸಿನ (ill-will) ಅಥವಾ ಬೇರೆಯವರನ್ನು ನಿಂದಿಸುವ ಸಮಯವಲ್ಲ. ಆಕೆಯ ಎಲ್ಲಾ ಮಕ್ಕಳು ವಾಸಿಸುವಂತಹ ಸ್ವತಂತ್ರ ಭಾರತದ ಉದಾತ್ತಧ್ಯೇಯಗಳ ಭವ್ಯಸೌಧವನ್ನು ನಾವು ಕಟ್ಟಬೇಕು.

''ನಿಗದಿಪಡಿಸಿದ ದಿನ ಬಂದಿದೆ, ಅದೃಷ್ಟವು ನಿಶ್ಚಯಿಸಿದ ದಿನ, ಹಾಗೂ ಬಹಳ ಕಾಲ ನಿದ್ರೆ, ಹೋರಾಟ, ಎಚ್ಚರ, ಅತಿ ಮಹತ್ವದಿಂದ ಸ್ವತಂತ್ರ ಭಾರತವು ಪುನಃ ಎಲ್ಲರಿಗಿಂತ ಮುಂದಾಗಿ ಎದ್ದು ನಿಲ್ಲುತ್ತದೆ. ಗತಕಾಲವು ನಮಗೆ ಗಟ್ಟಿಯಾಗಿ ಅಂಟಿಕೊಂಡಿದೆ. ನಾವು ಮಾಡಿದ ವಾಗ್ದಾನಗಳ ನಷ್ಟಭರ್ತಿ ಮಾಡುವ ಮುನ್ನ ಮಾಡುವ ಕೆಲಸ ಸಾಕಷ್ಟಿದೆ. ಆದಾಗ್ಯೂ, ತಿರುವಿನ ಬಿಂದು ಮುಗಿದುಹೋಯಿತು, ನಮಗೆ ಚರಿತ್ರೆಯು ಹೊಸದಾಗಿ ಪ್ರಾರಂಭವಾಗುತ್ತಿದೆ, ನಾವು ಜೀವಿಸಿದ ಹಾಗೂ ಕೆಲಸ ಮಾಡಿದಂತಹ ಚರಿತ್ರೆ. ಅದರ ಬಗ್ಗೆ ಬೇರೆಯವರು ಬರೆಯುತ್ತಾರೆ.

''ಭಾರತದಲ್ಲಿ ನಮಗೆ ಇಡಿ ಏಷ್ಯಾಖಂಡಕ್ಕೆ ಹಾಗೂ ಜಗತ್ತಿಗೆ ಅದು ಒಂದು ದೈವ ನಿಯಂತ್ರಿತ ಕ್ಷಣ. ಒಂದು ಹೊಸ ನಕ್ಷತ್ರವು ಉದಯಿಸುತ್ತದೆ, ಪೂರ್ವದಿಕ್ಕಿನಲ್ಲಿ ಸ್ವಾತಂತ್ರ್ಯವೆಂಬ ನಕ್ಷತ್ರ, ಒಂದು ಹೊಸ ಭರವಸೆ ಅಸ್ತಿತ್ವಕ್ಕೆ ಬರುತ್ತದೆ, ಬಹಳ ಕಾಲ ನಿರೀಕ್ಷಿಸಿದ ನೋಟ ಪೂರ್ಣಗೊಳ್ಳುತ್ತದೆ. ಆ ನಕ್ಷತ್ರವು ಮುಳುಗುವುದೇ ಬೇಡ ಮತ್ತು ಆ ಭರವಸೆ ಎಂದಿಗೂ ಮೋಸ ಹೋಗದೆಯಿರಲಿ.

''ಮೋಡವು ನಮ್ಮನ್ನು ಸುತ್ತುವರಿದಿವೆ, ನಮ್ಮ ಅನೇಕ ಬಾಂಧವರು ದುಃಖದಲ್ಲಿ ಮುಳುಗಿದ್ದಾರೆ ಹಾಗೂ ಕಷ್ಟಕರವಾದ ಸಮಸ್ಯೆಗಳು ನಮ್ಮನ್ನು

ಸುತ್ತುಗಟ್ಟಿವೆಯಾದರೂ, ನಾವು ಆ ಸ್ವಾತಂತ್ರ್ಯದಲ್ಲಿ ನಲಿದಾಡುತ್ತೇವೆ. ಆದರೆ ಸ್ವಾತಂತ್ರ್ಯವು ಜವಾಬ್ದಾರಿಗಳನ್ನು ಹಾಗೂ ಹೆಚ್ಚಿನ ಕಾರ್ಯಭಾರವನ್ನು ತರುತ್ತದೆ. ನಾವು ಸ್ವತಂತ್ರ ಮತ್ತು ಶಿಸ್ತಿನ ಜನತೆಯಾಗಿ ಒಂದು ಹೊಸ ಬಗೆಯ ಚೈತನ್ಯದಿಂದ ಅವುಗಳನ್ನು ಎದುರಿಸಬೇಕು.

''ನಮ್ಮನ್ನು ಸುತ್ತುವರಿದಿದ್ದ ಕತ್ತಲೆಗೆ ಬೆಳಕನ್ನು ಹಚ್ಚಿ, ಸ್ವಾತಂತ್ರ್ಯದ ಜ್ಯೋತಿಯನ್ನು ಮೇಲೆತ್ತಿಹಿಡಿದು, ಭಾರತದ ಹಳೆಯ ಚೈತನ್ಯವೆ ಮೂರ್ತಿವೆತ್ತಾಗಿ ಬಂದ, ರಾಷ್ಟ್ರಪಿತ, ಈ ಸ್ವಾತಂತ್ರ್ಯ ಶಿಲ್ಪಿಗೆ, ಈ ದಿನ ನಮ್ಮ ಕಲ್ಪನೆಗಳು ಸಲ್ಲುತ್ತವೆ. ನಾವು ಕೇವಲ ಅವರ ಅಯೋಗ್ಯ ಹಿಂಬಾಲಕರಾದೆವು ಹಾಗೂ ಅವರ ಸಂದೇಶಗಳಿಂದ ಹಾದಿಬಿಟ್ಟು ನಡೆದವು. ನಂಬಿಕೆ, ಶಕ್ತಿ, ಧೈರ್ಯ ಹಾಗೂ ನಮ್ರತೆಯ ಉಜ್ವಲ ಪುತ್ರನ, ಭಾರತದ ಈ ಮಹಾನ್ ಪುತ್ರನ ಈ ಸಂದೇಶವನ್ನು ಕೇವಲ ನಾವೊಬ್ಬರೆ ಅಲ್ಲ. ಆದರೆ ಮುಂಬರುವ ಜನಾಂಗದವರು (ಪೀಳಿಗೆ) ಸಹ ನೆನಪಿಸಿಕೊಳ್ಳುವರು ಹಾಗೂ ಅವರ ಹೃದಯದಲ್ಲಿ ಅಚ್ಚಳಿಯದೆ ಉಳಿಯುವುದು. ಗಾಳಿ ಎಷ್ಟೇ ವೇಗವಾಗಿ ಬೀಸಿದರೂ, ಚಂಡಮಾರುತವು ಎಷ್ಟೇ ಜೋರಾಗಿ ಬಿರುಗಾಳಿ ಎಬ್ಬಿಸಿದರೂ, ನಾವು ಈ ಸ್ವಾತಂತ್ರ್ಯದ ದೀವಟಿಗೆಯನ್ನು ಆರಿಹೋಗಲು ಬಿಡುವುದಿಲ್ಲ.

''ಯಾವುದೇ ಹೊಗಳಿಕೆ ಅಥವಾ ಪ್ರತಿಫಲಾಪೇಕ್ಷೆಯಿಲ್ಲದೆ ಸಾವಿನ ದವಡೆಯಲ್ಲಿಯೂ ಭಾರತದ ಸೇವೆ ಸಲ್ಲಿಸಿದ, ಗುರುತಿಸಲಾಗದಷ್ಟು ಸ್ವಯಂ ಸೇವಕರು ಹಾಗೂ ಸ್ವಾತಂತ್ರ್ಯಯೋಧರಿಗೆ ನಮ್ಮ ಮುಂದಿನ ಕಲ್ಪನೆಗಳು (ಯೋಚನೆಗಳು) ಸಲ್ಲಲೇಬೇಕು.

''ರಾಜಕೀಯ ರಂಗದ ಎಲ್ಲೆಗಳಿಂದ ಪ್ರತ್ಯೇಕವಾಗಿರುವ ಹಾಗೂ ಬಂದಿರುವ ಈ ಸ್ವಾತಂತ್ರ್ಯದಲ್ಲಿ ಈಗ ಭಾಗವಹಿಸಲು ಸಾಧ್ಯವಿಲ್ಲದೆ ದುಃಖಿತರಾಗಿರುವ ನಮ್ಮ ಅಸಂಖ್ಯಾತ ಸಹೋದರ ಸಹೋದರಿಯರ ಬಗ್ಗೆಯೂ ನಾವು ಯೋಚಿಸುತ್ತೇವೆ. ಅವರು ನಮ್ಮವರು ಹಾಗೂ ಏನಾದರಾಗಲಿ ಅವರು ನಮ್ಮವರಾಗಿಯೆ ಉಳಿಯುವರು. ನಾವು ಅವರ ಒಳ್ಳೆಯ ಹಾಗೂ ದುರಾದೃಷ್ಟದಲ್ಲಿ ಸಮನಾಗಿ ಭಾಗೀದಾರರು. ಭವಿಷ್ಯತ್ತು ನಾವೆಲ್ಲಿಗೆ ಹೋಗುವೆವು ಮತ್ತು ನಮ್ಮ ಪ್ರಯತ್ನಗಳೇನು ಎಂಬುದಕ್ಕೆ ಕೈಸನ್ನೆ

ಮಾಡುತ್ತಿದೆ. ಭಾರತದ ಸಾಮಾನ್ಯ ಮನುಷ್ಯನಿಗೆ, ರೈತರಿಗೆ ಹಾಗೂ ಕೆಲಸಗಾರರಿಗೆ ಸ್ವಾತಂತ್ರ್ಯ ಮತ್ತು ಸದವಕಾಶಗಳನ್ನು ತರಲು ಬಡತನ, ಅಜ್ಞಾನ ಮತ್ತು ರೋಗವನ್ನು ದೂರಮಾಡಿ ಹೋರಾಡಲು, ಅಭ್ಯುದಯದ, ಪ್ರಜಾಪ್ರಭುತ್ವದ ಹಾಗೂ ಪ್ರಗತಿಶೀಲ ರಾಷ್ಟ್ರವನ್ನು ಕಟ್ಟಲು, ಪ್ರತಿಯೋರ್ವ ಪುರುಷ ಹಾಗೂ ಮಹಿಳೆಗೆ ನ್ಯಾಯದ ಭರವಸೆ ಕೊಡಲು ಹಾಗೂ ಜೀವನದ ಪರಿಪೂರ್ಣತೆಯನ್ನು ತುಂಬುವ ಸಾಮಾಜಿಕ, ಆರ್ಥಿಕ ಹಾಗೂ ರಾಜಕೀಯ ಕೇಂದ್ರಗಳ ನಿರ್ಮಾಣವೇ ನಮ್ಮ ಗುರಿ.

''ನಾವು ಕಷ್ಟದ ಕೆಲಸಗಳನ್ನು ಮುಂದೆ ಹೊಂದಿದ್ದೇವೆ. ನಾವು ನಮ್ಮ ಕಾರ್ಯಗಳನ್ನು ಸಂಪೂರ್ಣವಾಗಿ ಪೂರೈಸುವವರೆಗೂ, ಭಾರತದ ಎಲ್ಲ ಜನತೆಗೂ ಅವರ ಅದೃಷ್ಟವು ಏನನ್ನು ಸಂಕಲ್ಪಿಸುತ್ತೋ ಅದನ್ನು ಪೂರ್ಣಗೊಳಿಸುವವರೆಗೂ, ನಮ್ಮಲ್ಲಿ ಯಾರೊಬ್ಬರಿಗೂ ವಿಶ್ರಾಂತಿಯೆಂಬುದಿಲ್ಲ, ಕೆಚ್ಚೆದೆಯ, ಮುನ್ನಡೆಯ ಅಂಚಿನಲ್ಲಿರುವ ಒಂದು ಮಹಾನ್ ರಾಷ್ಟ್ರದ ನಾಯಕರು ನಾವು ಹಾಗೂ ಆ ಒಂದು ಉನ್ನತಮಟ್ಟಕ್ಕೆ ಚೈತನ್ಯಪೂರ್ಣ ಜೀವನವನ್ನು ಸಾಗಿಸಬೇಕು. ಸಮಾನ ಹಕ್ಕುಗಳು, ಸೌಭಾಗ್ಯಗಳು ಹಾಗೂ ಋಣಗಳ ಜೊತೆ, ನಾವೆಲ್ಲರೂ, ಯಾವುದೇ ಧರ್ಮಕ್ಕೆ ಸೇರಿಸಲಿ, ಭಾರತ ದೇಶದ ಸಮಾನ ಮಕ್ಕಳು. ನಾವು ಸಂಕುಚಿತ ಮನಸ್ಸಿನ ಜಾತ್ಯಾತೀತತೆಯನ್ನು ಪ್ರೋತ್ಸಾಹಿಸಲು ಸಾಧ್ಯವಿಲ್ಲ, ಏಕೆಂದರೆ ಕಾಯ, ವಾಚಾ, ಮನಸಾ ಸಂಕುಚಿತ ಜನತೆಯ ರಾಷ್ಟ್ರವು ಮಹಾನ್ ಆಗಲು ಸಾಧ್ಯವಿಲ್ಲ.

''ಜಗತ್ತಿನ ರಾಷ್ಟ್ರಗಳು ಹಾಗೂ ಜನತೆಗೆ, ನಾವು ಶುಭಾಶಯಗಳನ್ನು ಕಳುಹಿಸುತ್ತೇವೆ ಮತ್ತು ಶಾಂತಿ, ಸ್ವಾತಂತ್ರ್ಯ ಹಾಗೂ ಪ್ರಜಾಪ್ರಭುತ್ವವನ್ನು ಅಭಿವೃದ್ಧಿಗೊಳಿಸಲು ಸಹಕರಿಸುತ್ತೇವೆಂದು ನಾವೆಲ್ಲರೂ ಪ್ರತಿಜ್ಞೆ ಮಾಡುತ್ತೇವೆ.

''ಪುರಾತನ, ಶಾಶ್ವತ ಹಾಗೂ ಯಾವಾಗಲೂ ಹೊಸದಾದ, ನಮ್ಮ ಅತ್ಯಂತ ನಲುಮೆಯ ತಾಯ್ನಾಡು ಭಾರತಕ್ಕೆ, ನಾವು ನಮ್ಮ ಪೂಜ್ಯಭಾವನೆಯ ಮರ್ಯಾದೆಯನ್ನು (ಗೌರವವನ್ನು) ಸಲ್ಲಿಸುತ್ತೇವೆ ಹಾಗೂ ಆಕೆಯ ಸೇವೆಗಾಗಿ ನಮ್ಮನ್ನು ನಾವು ವಿನೂತನವಾಗಿ ನಿಬಂಧಪಡಿಸಿಕೊಳ್ಳುತ್ತೇವೆ''.

55. ಭಾರತದ ಸ್ವಾತಂತ್ರ್ಯಕ್ಕಾಗಿ ಹೋರಾಡಿದ ಮಹನೀಯರು

ಮೊಘಲರಿಂದ ಭಾರತವನ್ನು ತಮ್ಮ ವಶಕ್ಕೆ ತೆಗೆದುಕೊಂಡ ಬ್ರಿಟಿಷರಿಂದ ಭಾರತವು 1947ರಲ್ಲಿ ಸ್ವಾತಂತ್ರ್ಯವಾಯಿತು. ಭಾರತದಾದ್ಯಂತ ಸ್ವಾತಂತ್ರ್ಯದ ಹೋರಾಟವು 1920ರ ಮೊದಲು ಆಸಕ್ತಿಯಿಂದ ಪ್ರಾರಂಭವಾಯಿತು. ಆಗ ಭಾರತದಲ್ಲಿ, ಈಗಿರುವ ಪಾಕಿಸ್ತಾನ ಮತ್ತು ಬಾಂಗ್ಲಾದೇಶವೂ ಸೇರಿತ್ತು.

ಸ್ವಾತಂತ್ರ್ಯ ಹೋರಾಟದ ಸಂಪೂರ್ಣ ಚರಿತ್ರೆಯು, ಶ್ರೇಷ್ಠ ಪುರುಷರ ಹಾಗೂ ಮಹಿಳೆಯರ ಧೈರ್ಯ, ತ್ಯಾಗ ಹಾಗೂ ರಾಜಕೀಯ ಜ್ಞಾನದ ವೀರಗಾಥೆಗಳಿಂದ ತುಂಬಿದೆ. 20ನೇ ಶತಮಾನದಲ್ಲಿ ತೀವ್ರತೆಯನ್ನು ಹೆಚ್ಚಿಸಿಕೊಂಡ ಹೋರಾಟವು, ಮಹಾತ್ಮಾಗಾಂಧಿ, ಮೋತಿಲಾಲ್‌ನೆಹರೂ, ಲಾಲಲಜಪತ್‌ರಾಯ್, ಮೌಲಾನ ಅಬುಲ್ ಕಲಮ್ ಅಜಾದ್, ಗೋಪಾಲ ಕೃಷ್ಣಗೋಖಲೆ, ಸುಭಾಸ್‌ಚಂದ್ರಬೋಸ್ ಹಾಗೂ ಮುಂತಾದ ಅನೇಕರನ್ನು ಬೆಳಕಿಗೆ ತಂದಿತು.

ಅರವಿಂದ್‌ಘೋಷ್ ಅಶ್ಫಖಲ್ಲಖಾನ್, ಆನಂದ್‌ಮೋಹನ್ ಬೋಸ್, ಅನಂತ್‌ಸಿಂಗ್, ಅಚ್ಯುತರಾವ್ ಪಟವರ್ಧನ್, ಅಮಿರ್‌ಚಾಂದ್, ಅವಧ್‌ಬಿಹಾರಿ, ಅಸಫ್ ಅಲಿ, ಅಲ್ಲಮಶಿಬ್ಲಿನೋಮಾನಿ, ಅಬ್ದುಲ್ ಸತ್ತಾರ್, ಅನ್ಸರ್‌ಹರ್ವಾನಿ, ಎ.ಕೆ. ಗೋಪಾಲನ್, ಡಾ॥ ಬಾಬಾಸಾಹೇಬ್ ಅಂಬೇಡ್ಕರ್, ಬಲವಂತ್‌ಗಂಗಾಧರ್ ತಿಲಕ್, ಬಿಪಿನ್ ಚಂದ್ರಪಾಲ್, ಬಂಕಿಂ ಚಂದ್ರ ಚಟರ್ಜಿ, ಭಗತ್‌ಸಿಂಗ್, ಬಲದೇವ್‌ಸಿಂಗ್, ಬದ್ರುದ್ದೀನ್ ತಯ್ಯಾಬ್ಜಿ, ಡಾ॥ ಭಂಡಾರ್‌ಕರ್, ಭುಲಬಾಯಿ ದೇಸಾಯಿ, ಬಾಲ್‌ಮುಕುಂದ್, ಬಸಂತ್‌ಕುಮಾರ್ ಬಗಟಿಲ್ಕಮಜಿ, ಸಿ. ರಾಜಗೋಪಾಲಚಾರಿ, ಚಂದ್ರಶೇಖರ್ ಆಜ಼ಾದ್, ದೇಶಬಂಧು ಚಿತ್ತರಂಜನದಾಸ್, ದಾದಾಬಾಯಿ ನವರೋಜಿ, ದಿನ್‌ಶಾ ಎಡುಜಿವಛ, ಫಕ್ರುದ್ದೀನ್ ಅಲಿಅಹಮದ್ (ಮುಂದೆ ಇವರು ಭಾರತದ ರಾಷ್ಟ್ರಾಧ್ಯಕ್ಷರಾದರು), ಗೋಪಾಲಕೃಷ್ಣ ಗೋಖಲೆ, ಗಣೇಶ್ ಘೋಷ್, ಹಸರತ್‌ಮೋಹಾನಿ, ಹಕೀಮ್ ನೌಸ್ರತ್ ಹುಸೇನ್,

ಹೆಚ್. ನರಸಿಂಹಯ್ಯ, ಹನುಮಾನ್ ಪ್ರಸಾದ್ ಪೊದ್ದಾರ್, ಈಶ್ವರಚಂದ್ರ ವಿದ್ಯಾಸಾಗರ್, ಜಯಪ್ರಕಾಶ್ ನಾರಾಯಣ್, ಜತಿನ್‌ದಾಸ್, ಜತೀಂದ್ರನಾಥ ಮುಖರ್ಜಿ (ಬಘಜತಿನ್) ಜವಹರಲಾಲ್‌ನೆಹರೂ, ಜ್ಯೋತಿಷ್‌ಚಂದ್ರ ಘೋಷ್, ಖುದಿರಾಮ್‌ಬೋಸ್, ಕುಂದನ್‌ಲಾಲ್‌ಗುಪ್ತ, ಖಾನ್ ಅಬ್ದುಲ್ ಗಫಾರ್‌ಖಾನ್, ಕುನ್ವರ್‌ಸಿಂಗ್, ಲಾಲ್‌ಬಹದೂರ್ ಶಾಸ್ತ್ರಿ ಲಾಲಲಜಪತ್‌ರಾಯ್, ಲಾಲಹರದಯಾಲ್, ಮೌಲಾನ ಅಬ್ದುಲ್ ಕಲಮ್ ಆಜಾದ್, ಮೋಹನದಾಸ್ ಕರಮಚಂದ ಗಾಂಧಿ (ಮಹಾತ್ಮಾಗಾಂಧಿ), ಮೋತಿಲಾಲ್‌ನೆಹರೂ, ಮೋಹನ್‌ರಾನಡೆ, ಪಂಡಿತ್ ಮದನಮೋಹನ ಮಾಲವೀಯ, ಮಂಗಲ್‌ಪಾಂಡೆ, ಮೌಲಾನ ಶೌಕತ್ ಅಲಿ, ಡಾ। ಮನಜೂರ್ ಅಬ್ದುಲ್‌ವಹಬ್, ಮುಹಮ್ಮದ್ ಜಿನ್ನ, ಮಜರೂಲ್ ಹಕ್, ಮೌಲಾನ ಮಹಮ್ಮದ್ ಅಲಿ, ಮುಸ್ತಫಾಹುಸೇನ್, ಮೌಲ್ವಿ ಅಬ್ದುಲ್ ಹಮೀದ್, ಡಾ॥ ಎಮ್.ಎ. ಅನ್ಸಾರಿ, ಮೌಲಾನ ಮಹಮುದಲ್ಲಾ ಹಸನ್, ಮೌಲಾನ ರಶೀದ್ ಅಹಮದ್ ಗಂಗೋಹಿ, ಮುಫ್ತಿಖಿಫಾಯತುಲ್ಲ, ಮೌಲಾನ ಲುಫ್ತುಲ್ಲಾ, ಮೌಲವಿ ವಹೀದ್ ಅಹಮದ್, ಮೌಲಾನ ಉಜೈರ್‌ಗುಲ್, ಮೌಲಾನ ಹುಸೇನ್ ಅಹಮದ್‌ಮದ್ನಿ, ಮೌಲಾನ ಒಬೈದುಲ್ಲಾ ಸಿಂಧಿ, ಮೌಲಾನ ಸಜ್ಜದ್‌ಬಿಹಾರಿ, ಮೌಲ ಅಬ್ದುಲ್ ಬರಿ, ಮೌಲಾನ ಜಫರ್ ಅಲಿಖಾನ್, ಮೌಲಾನ ಹಿಫ್‌ಜೂರ್ ರಹಮಾನ್, ಮದನ್‌ಲಾಲ್ ಡಿಂಘ್ರ, ಎನ್.ಸಿ. ಕೇಳ್ಕರ್, ಆಚಾರ್ಯ ನರೇಂದ್ರದೇವ್, ಎನ್.ಜಿ. ಗೋರೆ, ನ್ಯಾಪತಿ ಸುಬ್ಬರಾವ್ ಪಂತುಲು, ಪ್ರೊಫುಲ್ಲ ಚಕ್ರವರ್ತಿ, ಫಿರೋಜ್ ಶಾ ಮೆಹತ, ಪಾಂಡುರಂಗ ಮಹದೇವ, (ಸೇನಾಪತಿ ಬಾಪಟ್) ಡಾ॥ ರಾಜೇಂದ್ರಪ್ರಸಾದ್, ರಣಜಿತ್‌ಸಿಂಗ್, ರಾಜಗುರು, ರಫಿ ಅಹಮದ್‌ಕಿದ್ವಾಯಿ, ರಾಮ್‌ಪ್ರಸಾದ್ ಬಿಸ್ಮಿಲ್ಲಾ, ಜಸ್ಟೀಸ್ ರಾನಡೆ, ರಂಗಯ್ಯನಾಯ್ಡು, ರವೀಂದ್ರ ನಾಥ್ ಟಾಗೋರ್, ರಮೇಶ್ ಗೋಯಂಕ, ಡಾ॥ ರಾಮ್ ಮನೋಹರ್ ಲೋಹಿಯ, ಗುರು ರಾಮ್‌ಸಿಂಗ್, ರಾವ್‌ತುಲಾರಾಮ್, ಮಹದೇವ್ ಗೋವಿಂದ್ ರಾನಡೆ, ರಾಮನಂದತೀರ್ಥ, ರಾಸ್‌ಬಿಹಾರಿಬೋಸ್, ಸೂರ್ಯಸೇನ್, ಸುಖ್‌ದೇವ್ ಸಿಂಗ್, ಸುಭಾಸ್‌ಚಂದ್ರ

ಬೋಸ್, ಶರತ್‌ಚಂದ್ರಬೋಸ್, ಎಸ್. ಸತ್ಯಮೂರ್ತಿ, ಸುರೇಂದ್ರನಾಥ ಬ್ಯಾನರ್ಜಿ, ಸರಹದ್‌ಗಾಂಧಿ, ಎಸ್.ಎಮ್. ಜೋಷಿ ಪಂಡಿತ್ ಶ್ಯಾಮಜಿ ಕೃಷ್ಣವರ್ಮ, ಸೈಪುದ್ದೀನ್ ಕಿಚ್ಲು, ಕರ್ನಲ್‌ಷಹ್‌ನವಾಜ್ ಎಸ್.ಆರ್. ರಹೀಮ್, ಸುಬ್ರಮಣ್ಯಭಾರತಿ, ತೇಜ್ ಬಹದೂರ್ ಸಪ್ರು, ಜಸ್ಟೀಸ್ ತೆಲಾಂಗ್, ತಾರಕೇಶ್ವರ್ ದತ್, ಥಕ್ಕರ್ ಬಾಪ, ಟಿಪ್ಪುಸುಲ್ತಾನ್, ತಕಶೇರ್‌ವಾನಿ, ತಾಂತ್ಯ ಟೋಪ್, ಉದಾಮ್ ಸಿಂಗ್, ಸರ್ದಾರ್ ವಲ್ಲಭಭಾಯಿ ಪಟೇಲ್, ವಾಸುದೇವ್ ಬಲವಂತ್‌ಫಡ್ಕೆ, ವಂಚಿ ಅಯ್ಯರ್, ವಿನಾಯಕ ದಾಮೋದರ್ ಸಾವರ್ಕರ್ (ವೀರ್ ಸಾವರ್ಕರ್) ವಕ್ಕೋಮ್ ಅಬ್ದುಲ್ ಖಾದಿರ್, ವಿಕ್‌ರುಲ್ ಮ್ಯುಲ್ಕ್, ವಿ.ಎಮ್. ಉಬೈದುಲ್ಲಾ, ವಿ.ವಿ. ಸುಬ್ರಮಣ್ಯ ಅಯ್ಯರ್, ಉಮೇಶ್‌ಚಂದ್ರ ಬ್ಯಾನರ್ಜಿ, ಯೂಸುಫ್ ಮೆಹರಾಲ, ಡಾ|| ಝುಕೀರ್ ಹುಸೇರ್, (ನಂತರ ಇವರು ಭಾರತದ ರಾಷ್ಟ್ರಾಧ್ಯಕ್ಷರಾದರು) ಹಾಗೂ ಇನ್ನೂ ಮುಂತಾದವರು.

ಸ್ವಾತಂತ್ರ್ಯ ಚಳುವಳಿಯಲ್ಲಿ ಕರ್ನಾಟಕದಿಂದ ಭಾಗವಹಿಸಿದವರಲ್ಲಿ ಪ್ರಮುಖರಾದವರು: ಧೋಂಡಿಯಾ ವಾಘ್, ಶಿವಲಿಂಗಪ್ಪ, ತಿರುಮಲರಾವ್, ಮೇಘಶ್ಯಾಮ್, ಸಂಗೊಳ್ಳಿ ರಾಯಣ್ಣ, ಹಲಗಲಿಯ ಬೇಡರು, ವೆಂಕಟಪ್ಪ ನಾಯಕ, ಭಾಸ್ಕರ್‌ರಾವ್, ಮುಂಡರಗಿ ಭೀಮರಾವ್, ಕೆಂಚನಗೌಡ, ಅಸಹಕಾರ ಚಳುವಳಿಯಲ್ಲಿ ಭಾಗವಹಿಸಿದವರನ್ನು ಹಿಂದೆ ತಿಳಿಸಲಾಗಿದೆ. ಸಿದ್ದಪ್ಪ ಹೊಸಮನಿ, ಜಿ.ವಿ. ಹಳ್ಳಿಕೇರಿ, ವೀರನಗೌಡ ಪಾಟೀಲ್, ಟಿ. ಸಿದ್ಧಲಿಂಗಯ್ಯ, ಮೈಲಾರ ಮಹದೇವಪ್ಪ, ಎಸ್. ನಿಜಲಿಂಗಪ್ಪ ಮುಂತಾದವರು.

56. ಭಾರತದ ಸ್ವಾತಂತ್ರ್ಯಕ್ಕಾಗಿ ಹೋರಾಡಿದ ಮಹಿಳೆಯರು

ಭಾರತದ ಸ್ವಾತಂತ್ರ್ಯ ಆಂಧೋಲನದಲ್ಲಿ ಹೆಚ್ಚಾಗಿ ಮಹಿಳೆಯರು ಭಾಗವಹಿಸಿದ್ದು ಒಂದು ಪ್ರಮುಖವಾದ ಹೆಜ್ಜೆ. 1817ಕ್ಕೆ ಮೊದಲೆ ಅಹಲ್ಯಬಾಯಿ ಹೋಳ್ಕರ್, ಬ್ರಿಟಿಷ್ ಕರ್ನಲ್ ಮಲ್ಕೋಮ್ ವಿರುದ್ಧ

ವೀರಾವೇಶದಿಂದ ಹೋರಾಡಿ ಅವನನ್ನು ಗೆರಿಲ್ಲಾ ಯುದ್ಧತಂತ್ರದಿಂದ ಸೋಲಿಸಿದಾಗ, ಸ್ವಾತಂತ್ರ್ಯದ ಹೋರಾಟದಗಲ್ಲಿ ಮಹಿಳೆಯರು ಸಹ ಭಾಗವಹಿಸುವುದು ಪ್ರಾರಂಭವಾಯಿತು. ಝೂನ್ಸಿಯ ರಾಣಿ ಲಕ್ಷ್ಮೀಬಾಯಿ ಹಾಗೂ ಕಿತ್ತೂರಿನ ರಾಣಿ ಚೆನ್ನಮ್ಮ, ಇವರ ಧೈರ್ಯ ಮತ್ತು ಉತ್ಕೃಷ್ಟ ಮುಖಂಡತ್ವವು ಮುಂದಿನ ಪೀಳಿಗೆಯ ಎಲ್ಲಾ ಮಹಿಳಾ ಸ್ವಾತಂತ್ರ್ಯ ಹೋರಾಟಗಾರ್ತಿಯರಿಗೆ ಒಂದು ಅತ್ಯುತ್ತಮ ಉದಾಹರಣೆಯಾಯಿತು. 20ನೇ ಶತಮಾನದ ದ್ವಿತೀಯಾರ್ಧದ ಅವಧಿಯಲ್ಲಿ, ಭಾರತದ ಸ್ವಾತಂತ್ರ್ಯಕ್ಕೆ ಹೋರಾಡಲು ಸಕ್ರಿಯವಾಗಿ ಉತ್ಸಾಹದಿಂದ ಭಾಗವಹಿಸಿದರು. ಮಹಾತ್ಮ ಗಾಂಧಿಯವರಿಗೆ ಮತ್ತು ಕಾಂಗ್ರೆಸ್ಸಿನ ಅಹಿಂಸಾತ್ಮಕ ಚಳುವಳಿಯಲ್ಲಿ ಗಣನೀಯ ಸಂಖ್ಯೆಯ ಮಹಿಳಾ ದೇಶಭಕ್ತೆಯರಿದ್ದರೆ, ಬಂಗಾಳ ಮತ್ತು ಭಾರತದ ಬೇರೆ ಬೇರೆ ಭಾಗಗಳ ಮಹಿಳೆಯರೂ ಸಹ ಸಶಸ್ತ್ರ ಕ್ರಾಂತಿಯಲ್ಲಿ ಮುಖ್ಯವಾದ ಪಾತ್ರವಹಿಸಿದರು. ತಮ್ಮ ಮಾತೃಭೂಮಿಯ ಸೇವೆಗಾಗಿ ತಮ್ಮ ಜೀವನವನ್ನೇ ಸಮರ್ಪಿಸಿದ ನೂರಾರು, ಸಾವಿರಾರು ಮಹಿಳೆಯರಷ್ಟೆ ಅಲ್ಲದೆ, ಭಾರತದಲ್ಲಿ ಅದರ ಧರ್ಮ, ತತ್ವಶಾಸ್ತ್ರ ಹಾಗೂ ಸಂಸ್ಕೃತಿಯನ್ನು ಕಂಡಂತಹ ಹೆಚ್ಚಿನ ಸಂಖ್ಯೆಯ ಪರದೇಶದ ಧೈರ್ಯಶಾಲಿ ಮಹಿಳೆಯರು ಸಹ ಇದ್ದರು. ಈ ಮಹಾನ್ ಮಹಿಳೆಯರು ಪಾಶ್ಚಾತ್ಯ ಐಹಿಕ ಬದುಕಿನಿಂದ ಹತಾಶರಾಗಿದ್ದರು ಹಾಗೂ ಭಾರತದ ನಾಗರೀಕತೆಯಲ್ಲಿ ತಮ್ಮ ಇಕ್ಕಟ್ಟಿನ ಆತ್ಮಗಳಿಗೆ ಶಾಂತಿ, ಸಮಾಧಾನ ಮತ್ತು ನೆರವನ್ನು ಪಡೆದರು. ಸಂಪೂರ್ಣ ಕಾಂಗ್ರೆಸ್ ಮುಖಂಡರುಗಳು 1942ರಲ್ಲಿ ಬಂಧಿಸಲ್ಪಟ್ಟಾಗ, ಅರುಣ ಆಸಫ್ ಅಲಿ ಮತ್ತು ಸುಚೇತ ಕೃಪಲಾನಿಯವರು ಅಚ್ಯುತ್ ಪಟವರ್ಧನ್ ಹಾಗೂ ರಾಮ್ ಮನೋಹರ್‌ಲೋಹಿಯಾರವರ ಜೊತೆ ಭೂಗತ ಪ್ರತಿಭಟನೆಯನ್ನು ಮುಂದುವರಿಸಲು ಬೆಳಕಿಗೆ ಬಂದರು. ಭಾರತದ ಸ್ವಾತಂತ್ರ್ಯ ಹೋರಾಟದಲ್ಲಿ ಭಾಗವಹಿಸಿದ ಮಹಿಳೆಯರ ಪಟ್ಟಿಯು (ಸಂಖ್ಯೆಯು) ಬಹಳ ಅಚ್ಚಳಿಯದೆ ಉಳಿಯಿತು. ಈ ಮಹಿಳೆಯರು ಕೇವಲ ರಾಷ್ಟ್ರದ ಸ್ವಾತಂತ್ರ್ಯಕ್ಕಾಗಿ ಮಾತ್ರ ಹೋರಾಡದೆ, ಮಹಿಳಾ ಉದ್ಧಾರಕ್ಕೂ ಹೋರಾಡುವುದಕ್ಕೂ ಸಾಧನ ವಾಗಿದ್ದರು.

ಅರುಣಾ ಅಸಫ್ ಅಲಿ, ಅನಿಬೆಸೆಂಟ್, ಅಮೃತ್‌ಕೌರ್, ಅಹಲ್ಯಾಬಾಯಿ ಹೋಲ್ಕರ್, ಬೇಗಮ್ ಹಸರತ್‌ಮಹಲ್, ಮೇಡಮ್ ಭಿಕಾಜಿ-ಕಾಮ, ಹೇಮಪ್ರಭುದಾಸ್, ಕಸ್ತೂರ್‌ಬಾ ಗಾಂಧಿ, ಕಲ್ಪನದತ್, ಕಲಾದೇವಿ, ಮಣಿಕರ್ಣಿಕ (ಝಾನ್ಸಿರಾಣಿ ಲಕ್ಷ್ಮೀಬಾಯಿ) ಸಹೋದರಿ ನಿವೇದಿತ, ಸರೋಜಿನಿ ನಾಯ್ಡು, ಸುಚೇತ ಕೃಪಲಾನಿ, ಕಮಲಾದೇವಿ ಚಟ್ಟೋಪಾಧ್ಯಾಯ, ಕಿತ್ತೂರಿನ ರಾಣಿ ಚೆನ್ನಮ್ಮ, ಉಳ್ಳಾಲದ ರಾಣಿ ಅಬ್ಬಕ್ಕದೇವಿ, ಉಷಾಮೆಹತ, ವಿಜಯಲಕ್ಷ್ಮಿ ಪಂಡಿತ್, ಬಳ್ಳಾರಿ ಸಿದ್ದಮ್ಮ ಹಾಗೂ ಇನ್ನು ಇತರರು.

57. ಕೆಲವು ಸ್ವಾತಂತ್ರ್ಯ ಹೋರಾಟಗಾರರ ಸಂಕ್ಷಿಪ್ತ ಪರಿಚಯ

1. ಬಾಲ ತಿಲ್ಕ ಮಝಿ:

ಇವನು 1789ರಲ್ಲಿ ಬ್ರಿಟಿಷರ ವಿರುದ್ಧ ಸಶಸ್ತ್ರನಾಗಿ ಹೋರಾಡಿದ ಮೊದಲನೆ ಸಂತಾಲ್ ಮುಖಂಡ. ಅವನು ಕಾರ್ಯ ನಡೆಸುತ್ತಿದ್ದ ತಿಲಪೂರ್ ಕಾಡನ್ನು ಬ್ರಿಟಿಷ್ ಸೈನಿಕರು ಮುತ್ತಿಗೆ ಹಾಕಿದರು. ಆದರೆ ಅವನು ಹಾಗು ಅವನ ಸಂಗಡಿಗರು ಅನೇಕ ವಾರಗಳವರೆಗೆ ಶತೃಗಳಿಂದ ತಪ್ಪಿಸಿಕೊಳ್ಳುತ್ತಿದ್ದರು. ಕೊನೆಗೆ ಅವನು ಸೆರೆ ಸಿಕ್ಕಿದಾಗ, ಬ್ರಿಟಿಷ್ ಸೈನಿಕರು ಅವನನ್ನು ಒಂದು ಕುದುರೆಯ ಬಾಲಕ್ಕೆ ಕಟ್ಟಿ, ದಾರಿಯುದ್ದಕ್ಕೂ ಭಗಲ್‌ಪುರ್ ಜಿಲ್ಲಾಧಿಕಾರಿಯ ಕಛೇರಿಯ ತನಕ ಎಳೆಸಿದರು. ಅಲ್ಲಿ ಅವನ ದೇಹವನ್ನು ಒಂದು ಆಲದ ಮರಕ್ಕೆ ಮೇಲೆ ಕೆಳಗಾಗಿ ನೇತುಹಾಕಿದರು. ಸ್ವಾತಂತ್ರ್ಯ ಬಂದಕೂಡಲೆ ಆ ಶೂರ ಮುಖಂಡನ ನೆನಪಿಗಾಗಿ ಅವನ ಒಂದು ಪ್ರತಿಮೆಯನ್ನು ನಿಲ್ಲಿಸಿದ್ದಾರೆ. (ಸ್ಥಾಪಿಸಿದ್ದಾರೆ)

2. ಜತಿನ್‌ದಾಸ್:

25ನೇ ವಯಸ್ಸಿನಲ್ಲಿ ಲಾಹೋರ್ ಸೆಂಟ್ರಲ್ ಜೈಲಿನಲ್ಲಿ ಸೆಪ್ಟೆಂಬರ್ 13,

1929ರಂದು 63 ದಿನಗಳ ಆಮರಣಾಂತ ಉಪವಾಸವನ್ನು ಆಚರಿಸಿದ ಹುತಾತ್ಮ ಜತಿನ್‌ದಾಸ್‌ನ ಕಥೆಯು ಮಾತಿಗೆ ನಿಲುಕದ್ದು. (ವರ್ಣಿಸಲಸದಳ). ಹುತಾತ್ಮರನ್ನು ವರ್ಗೀಕರಿಸಲು ಸಾಧ್ಯವಿಲ್ಲವಾದರೂ, ಅವನು ಅಂತರವುಳ್ಳ ಹುತಾತ್ಮ. ಅವನು ಕಾರಾಗೃಹದಲ್ಲಿರುವಾಗ, ನಿಧಾನವಾಗಿ, ಅಂಗುಲ ಅಂಗುಲವಾಗಿ ಮರಣಿಸಿದ. ಅವನ ಸಾವು ಅತ್ಯಂತ ಅಹಿಂಸಾತ್ಮಕ ಹಾಗೂ ಚರಿತ್ರೆಯಲ್ಲಿ ಉಪಮೆಗೆ ನಿಲುಕದ್ದು. 1925ರಲ್ಲಿ ಸಿಡಿಗುಂಡುಗಳ ತಯಾರಿಕೆಯ ಸಂಬಂಧದಲ್ಲಿ ಅವನನ್ನು ಬಂಧಿಸಿ, ಈಗ ಬಾಂಗ್ಲಾ ದೇಶದಲ್ಲಿರುವ ವೈಮೆನ್‌ಸಿಂಗ್ ಕೇಂದ್ರ ಕಾರಾಗೃಹಕ್ಕೆ ಕಳುಹಿಸಲಾಯಿತು. ಅಲ್ಲಿ ಅವನು ಮಾನವನಿಗೆ ಸಂಬಂಧಪಟ್ಟ ಅನುಕೂಲತೆಗಳನ್ನು ಪಡೆಯಲು 20 ದಿನಗಳ ಉಪವಾಸ ಸತ್ಯಾಗ್ರಹ ಆಚರಿಸಿದನು. ಮೂರು ವರ್ಷಗಳ ನಂತರ, 1928ರಲ್ಲಿ ಕಾರಾಗೃಹದಿಂದ ಬಿಡುಗಡೆ ಹೊಂದಿ, ಕಲ್ಕತ್ತ ಕಾಂಗ್ರೆಸ್ಸಿನಲ್ಲಿ ಸ್ವಯಂಸೇವಕನಾಗಿ ಕೆಲಸ ಮಾಡಿದನು. ಅಲ್ಲಿ ಇವನು ಭಗತ್‌ಸಿಂಗ್‌ನನ್ನು ಭೇಟಿಯಾದನು. ಸಿಂಗ್‌ನು ಕಾಂಗ್ರೆಸ್ಸಿಗೆ ವೇಷ ಮರೆಸಿಕೊಂಡು ಬಂದಿದ್ದನು. ಏಕೆಂದರೆ ಸಿಂಗ್ ಬ್ರಿಟಿಷರಿಗೆ ಬೇಕಾದ ವ್ಯಕ್ತಿಯಾಗಿದ್ದನು. ಭಗತ್‌ಸಿಂಗ್, ಜತಿನ್‌ದಾಸನನ್ನು ನೋಡಿ ಬಹಳ ಪ್ರಭಾವಿತನಾಗಿ ಅವನನ್ನು ಕರೆದುಕೊಂಡು ಕಾನ್ಪುರಕ್ಕೆ ಹೋದನು. ನಂತರ ಸಿಂಗನು ಅವನನ್ನು ಲಾಹೋರಿಗೆ ಕರೆದುಕೊಂಡು ಹೋದನು. ಈಗ ಭಗತ್‌ಸಿಂಗ್‌ನ ಸ್ನೇಹಿತನಾದುದರಿಂದ, ಜತಿನ್‌ದಾಸನು ಅವನಿಗೆ ಹೇಗೆ ಸಿಡಿಗುಂಡುಗಳನ್ನು ತಯಾರಿಸುವುದು ಹಾಗೂ ಬಂಗಾಳಿ ಭಾಷೆ ಮಾತನಾಡುವುದನ್ನು ಕಲಿಸಿದನು. ನಂತರ ಹೊಸದಾಗಿ ನೇಮಿಸಲ್ಪಟ್ಟ ಪೋಲಿಸ್ ಮೇಲಾಧಿಕಾರಿ ಲಾರೆನ್ಸ್‌ಗೋರ್ಡನ್ನನಿಗೆ ಸಿಡಿಗುಂಡು ಹಾರಿಸಿದ ಕಾರಣ ಜತಿನ್‌ದಾಸನನ್ನು ಬಂಧಿಸಿದರು.

3. ಜತಿಂದ್ರನಾಥ ಮುಖರ್ಜಿ:

ಬಂಗಾಳದ ಜೆಸ್ಸೈದಾ ಜಿಲ್ಲೆಯಲ್ಲಿ 1879ರಲ್ಲಿ ಜತಿಂದ್ರನಾಥ ಮುಖರ್ಜಿಯು ಜನಿಸಿದನು. ಯಾವುದೇ ಆಯುಧವಿಲ್ಲದೆ, ಒಬ್ಬಂಟಿಗನಾಗಿ

ಒಂದು ಹುಲಿಯನ್ನು ಕೊಂದ ಕಾರಣ ಅವನನ್ನು 'ಜತಿನ್ ಹುಲಿ' ಎಂದು ಕರೆಯುತ್ತಿದ್ದರು. ವಿಧವೆಯಾದ ಅವನ ತಾಯಿಯು ಅವನನ್ನು ಒಬ್ಬ ಆತ್ಮವಿಶ್ವಾಸಿ ಹಾಗೂ ಯಾರು ತಮ್ಮನ್ನು ಕಾಪಾಡಿಕೊಳ್ಳಲು ಸಾಧ್ಯವಿಲ್ಲವೋ, ಅಂತಹವರಿಗಾಗಿ ಹೋರಾಡುವ ಹಾಗೆ ಬೆಳೆಸಿದಳು.

ಜತೀಂದ್ರನಾಥನು ಮಹಾನ್ ವಿವೇಕದ ಜೊತೆ ಆತ್ಮಗೌರವ ಹಾಗೂ ರಾಷ್ಟ್ರೀಯ ಪ್ರತಿಷ್ಠೆಯ ವ್ಯಕ್ತಿ. ಇನ್ನೊಬ್ಬ ಕ್ರಾಂತಿಕಾರಿ ಅರವಿಂದ್ ಘೋಷರ ಜೊತೆ ಸಂಪರ್ಕ ಬೆಳೆಸಿದರು ಹಾಗೂ ಹತ್ತುವುದರಲ್ಲಿ, ಗುಂಡು ಹಾರಿಸುವುದರಲ್ಲಿ ಮತ್ತು ಈಜುಗಾರಿಕೆಯಲ್ಲಿ ಭಾಗವಹಿಸಿದರು. ಯುಗಾಂತರ ಆಶ್ರಮಕ್ಕೆ ಕೆಲಸ ಮಾಡುತ್ತಿರುವಾಗ, ಮನಬೇಂದ್ರನಾಥರಾಯ್ (ನರೇನ್)ರನ್ನು ಭೇಟಿಯಾದರು ಹಾಗೂ ಇಬ್ಬರೂ ಒಬ್ಬರಿಗೊಬ್ಬರು ವಿಶ್ವಾಸ ಬೆಳೆಸಿ ಕೊಂಡರು.

1908ರಲ್ಲಿ ಕೆಲವು ಕ್ರಾಂತಿಕಾರರ ಸಹಿತ ಇವನು ಅಲಿಪುರ ಪಿತೂರಿ ವ್ಯಾಜ್ಯದಲ್ಲಿ ಸೇರಿಸಲ್ಪಟ್ಟನು. ಬರಿನ್‌ಘೋಷನು ಜೀವಾವಧಿ ಗಡೀಪಾರು ಶಿಕ್ಷೆಗೊಳಗಾದನು. ಹಾಗೂ ನ್ಯಾಯ ತೀರ್ಮಾನದಲ್ಲಿ ಅನೇಕ ಇತರರು ಬೇರೆ ಬೇರೆ ರೀತಿಯ ಸೆರೆಮನೆವಾಸ ವಿಧಿಸಲ್ಪಟ್ಟರು. ಜತೀಂದ್ರನಾಥ ಮತ್ತು ನರೇನರನ್ನು ಸರಿಯಾದ ಸಾಕ್ಷಿಯಿಲ್ಲದ ಕಾರಣ ಬಿಡುಗಡೆ ಮಾಡಿದರು. ನಂತರ ಅವರು ಹೌರಾ-ಶಿಬ್‌ಪುರ್ ಪ್ರದೇಶದಲ್ಲಿ ಅಡಗಿಕೊಳ್ಳಲು ಹೋದರು ಹಾಗೂ ಇತರೆ ಸ್ವಾತಂತ್ರ್ಯ ಹೋರಾಟಗಾರರ ಜೊತೆ ತಮ್ಮ ಭೂಗತ ಚಟುವಟಿಕೆಯನ್ನು ಮುಂದುವಹಿಸಿದರು.

ಕೆಲವು ವರ್ಷಗಳ ನಂತರ, ಇವನನ್ನು ಮತ್ತೊಮ್ಮೆ ಹೌರಾ-ಶಿಬ್‌ಪುರ್ ಪಿತೂರಿ ವ್ಯಾಜ್ಯದಲ್ಲಿ ಬಂಧಿಸಿದರು ಮತ್ತು ಇವನ ಜೊತೆಗೆ ಬಂಧಿಯಾದವರಿಗೆ 'ಜತಿನ್ ತಂಡ' ಎಂಬ ಅಡ್ಡ ಹೆಸರು ಬಂದಿತು. ಅವರನ್ನು ಅತ್ಯಂತ ಕ್ರೂರವಾಗಿ ಹಿಂಸಿಸಲಾಯಿತು. ಅವರಲ್ಲಿ ಅನೇಕರು ಮರಣಹೊಂದಿದರು ಹಾಗೂ ಅನೇಕರಿಗೆ ಹುಚ್ಚು ಹಿಡಿಯಿತು. ಜತೀಂದ್ರನಾಥನಿಗೆ ಸಾಕಷ್ಟು ಸಾಕ್ಷಿ ಇಲ್ಲವೆಂದು ಈ ವ್ಯಾಜ್ಯದಲ್ಲಿ ಬಿಡುಗಡೆ ಮಾಡಿದರೂ, ಅವನನ್ನು ಸೇವೆಯಿಂದ

ವಜಾಮಾಡಲಾಯಿತು. ಕಾರಾಗೃಹದಲ್ಲಿರುವಾಗ, ಜತೀಂದ್ರನಾಥ ಮತ್ತು ನರೇನ್ ಸಶಸ್ತ್ರಕ್ರಾಂತಿಯ ಮುಖಾಂತರ ಅಧಿಕಾರವನ್ನು ಸ್ವಾಧೀನ ಪಡಿಸಿಕೊಳ್ಳಲು ಒಂದು ದೀರ್ಘಾವಧಿ ಕಾರ್ಯಕ್ರಮವನ್ನು ತಯಾರಿಸಿದರು. ಅವರು ರಾಷ್ಟ್ರಾಭಿಮಾನದ ಬೇರೆ ಬೇರೆ ಗುಂಪುಗಳನ್ನು ಒಟ್ಟಾಗಿ ಸೇರಿಸುವ ಉಪಾಯ ಮಾಡಿದರು. ಈ ಉದ್ದೇಶದಿಂದ, ಒಬ್ಬ ಸನ್ಯಾಸಿಯಂತೆ ನರೇನನು ಭಾರತದಾದ್ಯಂತ ವ್ಯಾಪಕವಾಗಿ ಪ್ರಯಾಣ ಮಾಡಿದನು ಹಾಗೂ ಬಂಗಾಳ ಮತ್ತು ಭಾರತದ ಇತರೆ ಭಾಗಗಳಲ್ಲಿ ಕ್ರಾಂತಿಕಾರಿಗಳನ್ನು ಆಯೋಜಿಸಿದನು.

ಭಾರತದ ಹೊರಗಡೆಯೂ ಸಹ ಕ್ರಾಂತಿಕಾರಿಗಳನ್ನು ಸಂಘಟಿಸುವ ಪ್ರಯತ್ನಗಳು ನಡೆದವು. ಪ್ರಪಂಚದ ಮೊದಲನೆ ಮಹಾಯುದ್ಧವು ಪ್ರಾರಂಭವಾದಾಗ, ಯುರೋಪಿನ ಭಾರತೀಯ ಕ್ರಾಂತಿಕಾರರು ಭಾರತೀಯ ಸ್ವಾತಂತ್ರ್ಯ ಪಕ್ಷ ಕಟ್ಟಲು ಬರ್ಲಿನಿನಲ್ಲಿ ಒಟ್ಟಾಗಿ ಸೇರಿದರು ಹಾಗೂ ಜರ್ಮನ್ನರ ಸಹಾಯ ಕೇಳಿದಾಗ, ಅಲ್ಲಿಯ ಸರ್ಕಾರವು ಒಪ್ಪಿತು. ಭಾರತೀಯ ಸ್ವಾತಂತ್ರ್ಯ ಪಕ್ಷವು ನಂತರ ಕಲ್ಕತ್ತಾದಲ್ಲಿರುವ ಜರ್ಮನ್ ಪ್ರತಿನಿಧಿ ಸೇನಾಪತಿಯ ಜೊತೆ ವ್ಯವಹರಿಸಲು ಒಬ್ಬ ದೂತನನ್ನು ಜತೀಂದ್ರನಾಥನ ಹತ್ತಿರ ಕಳುಹಿಸಿಕೊಟ್ಟಿತು. ಈ ಮಧ್ಯೆ, ಸಂಪೂರ್ಣ ಕ್ರಾಂತಿಕಾರಿ ಸೈನ್ಯದ ಮುಖ್ಯಸೇನಾಧಿಕಾರಿಯಾಗಿ ಜತಿಂದ್ರನಾಥನು ನೇಮಿಸಲ್ಪಟ್ಟನು. ಒರಿಸ್ಸಾದ ಬಾಲಸೂರ್‌ನಲ್ಲಿ ಅಡಗಿ ಕೊಳ್ಳಲು ನರೇನ್, ಜತೀಂದ್ರನಾಥನನ್ನು ಬಿಟ್ಟು, ಹಡಗಿಗೆ ಶಸ್ತ್ರಗಳನ್ನು ಭರ್ತಿಮಾಡಿಸಲು ಮತ್ತು ಆರ್ಥಿಕ ಸಹಾಯಕ್ಕಾಗಿ ಜರ್ಮನ್ ಅಧಿಕಾರಗಳ ಜೊತೆ ವ್ಯವಹರಿಸಲು ಬಟವಿಯಾಕ್ಕೆ ಹೋದನು. ಆದಾಗ್ಯೂ, ನಂತರ ಬ್ರಿಟಿಷ್ ಪೋಲಿಸರು ಒಂದು ಭತ್ತದ ಗದ್ದೆಯಲ್ಲಿ ಜತೀಂದ್ರನಾಥನು ಅಡಗಿ ಕೊಂಡಿರುವುದನ್ನು ಪತ್ತೆ ಮಾಡಿದರು. ಸೆಪ್ಟೆಂಬರ್ 9, 1915 ರಂದು ದೊಡ್ಡ ಗುಂಡಿನ ಕಾಳಗದ ವಿನಿಮಯದಲ್ಲಿ ಅವನು ಗುಂಡಿಗೆ ಬಲಿಯಾದನು.

4. ಚಂದ್ರಶೇಖರ ಆಜಾದ್:

ಚಂದ್ರಶೇಖರ ಆಜಾದ್ ಮಧ್ಯಪ್ರದೇಶದ ಝಬುರ ಎಂಬ ಪ್ರದೇಶದಲ್ಲಿ ಜನಿಸಿದನು. ಅವನು ಒಬ್ಬ ಕ್ರಾಂತಿಕಾರಿ ಸ್ವಾತಂತ್ರ್ಯ ಯೋಧ ಹಾಗೂ ಸ್ವಾತಂತ್ರ್ಯದ ಬಲಿಪೀಠದಲ್ಲಿ ತನ್ನ ಜೀವವನ್ನೆ ತ್ಯಾಗಮಾಡಿದ ವ್ಯಕ್ತಿಯೆಂದು ಚರಿತ್ರೆಯ ಪುಟಗಳಲ್ಲಿ ಅಮರನಾಗಿ ಉಳಿಯುತ್ತಾನೆ. ಅವನು ಚಿಕ್ಕಬಾಲಕನಾಗಿರುವಾಗಲೆ ಮನೆಬಿಟ್ಟು ಓಡಿಬಂದು ಸ್ವಾತಂತ್ರ್ಯ ಅಂಧೋಲನದಲ್ಲಿ ಸೇರಿಕೊಂಡನು. 1921ರಲ್ಲಿ, ಕ್ರಾಂತಿಕಾರಿ ಚಟುವಟಿಕೆಗಳಿಗಾಗಿ ತನ್ನ ಮೊದಲನೆ ಶಿಕ್ಷೆಯನ್ನು ಪಡೆದನು. ಅವನು 15 ಚಡಿಯೇಟುಗಳ ಶಿಕ್ಷೆಗೊಳಗಾದನು. ಅವನು ಪಡೆಯುತ್ತಿದ್ದ ಪ್ರತಿಯೊಂದು ಹೊಡೆತದ ಜೊತೆಗೂ, ''ಭಾರತ ಮಾತೆಗೆ ಜಯವಾಗಲಿ'' ಅಂದರೆ 'ಭಾರತ ಅಮರವಾಗಲೀ' ಎಂದು ಕೂಗುತ್ತಿದ್ದನು. ಅವನು ಮಹಾನ್ ಧೈರ್ಯಶಾಲಿ. ಭಾರತೀಯರ ದಬ್ಬಾಳಿಕೆಯ ವಿರುದ್ಧ ಕ್ರಾಂತಿ ಮಾಡಿ ತನ್ನ ಶೌರ್ಯದಿಂದ ಬ್ರಿಟಿಷ್‌ರನ್ನು ಹೆದರಿಸಿ ಹಿಮ್ಮೆಟ್ಟಿಸುತ್ತಿದ್ದನು. ಆದರೆ ಫೆಬ್ರವರಿ 27, 1931ರಂದು ಅಲಹಾಬಾದಿನ ಆಲ್‌ಫ್ರೆಡ್ ಪಾರ್ಕಿನಲ್ಲಿ, ಅಪರಾಧ ತಿಳಿಸುವವನ ನಂಬಿಕೆ ದ್ರೋಹದಿಂದ ಬ್ರಿಟಿಷ್ ಸೈನಿಕರ ಒಂದು ದೊಡ್ಡ ಗುಂಪಿನಿಂದ ಅವನು ಸುತ್ತುವರಿಯಲ್ಪಟ್ಟನು. ಪಾರ್ಕಿನಲ್ಲಿ, ಶರಣಾಗತನಾಗೆಂದು ಕೇಳಿದಾಗ ಅವನು ತಿರಸ್ಕರಿಸಿದನು. ತಪ್ಪಿಸಿಕೊಳ್ಳಲು ಬೇರೆ ದಾರಿಯೇ ಕಾಣದೆ, ಅವನು ತನ್ನನ್ನು ತಾನೆ ಗುಂಡಿಟ್ಟು ಕೊಂದುಕೊಂಡನು.

5. ಮಹಾತ್ಮಗಾಂಧಿ:

ಅಕ್ಟೋಬರ್ 2, 1869 ರಂದು ಗುಜರಾತಿನ ಪೋರ್‌ಬಂದರ್‌ನಲ್ಲಿ ಜನಿಸಿದರು. ಇವರು ಸತ್ಯ, ಅಹಿಂಸೆ ಹಾಗೂ ಪ್ರೇಮ ಎನ್ನುವ ಉದಾತ್ತ

ಧ್ಯೇಯಗಳಿಗೆ ತಮ್ಮ ಸಂಪೂರ್ಣ ಜೀವನವನ್ನೇ ಸಮರ್ಪಿಸಿದರು. ಅವರು ಭಾರತದ ಸ್ವಾತಂತ್ರ್ಯ ಚಳುವಳಿಯ ಶಿಲ್ಪಿ. ಅವರು ಎಲ್ಲಾ ಕಾಲದಲ್ಲಿ ಜನಿಸಿದಂತಹವರಲ್ಲಿ ಒಬ್ಬ ಅತ್ಯಂತ ಮಹಾನ್ ವ್ಯಕ್ತಿ. ಅವರು ಯಾವಾಗಲೂ ಹಿಂದೂ-ಮುಸ್ಲಿಂ ಐಕ್ಯತೆಗೆ ಬೆಂಬಲಿಸಿದರು ಮತ್ತು ಈ ಐಕ್ಯತೆಯ ಕಾರಣಕ್ಕಾಗಿಯೆ ಅವರು ಒಬ್ಬ ಹುತಾತ್ಮರಾಗ ಬೇಕಾಯಿತು.

6. ಬಾಲ್ ಗಂಗಾಧರ್ ತಿಲಕ್:

'ಲೋಕಮಾನ್ಯ ತಿಲಕ್' ಎಂದೇ ಜನಪ್ರಿಯರಾದ ಇವರು ಜುಲೈ 23, 1856ರಂದು ಮಹಾರಾಷ್ಟ್ರದ ರತ್ನಗಿರಿಯಲ್ಲಿ ಜನಿಸಿದರು. ಬಲವಂತ್ ಗಂಗಾಧರ್ ತಿಲಕ್ ಎಂಬುದು ಪೂರ್ಣ ಹೆಸರು.

''ಸ್ವಾತಂತ್ರ್ಯ ನನ್ನ ಜನ್ಮಸಿದ್ಧ ಹಕ್ಕು, ಅದನ್ನು ನಾನು ಪಡೆದೆ ತೀರುವೆನು'' ಭಾರತದ ಸ್ವಾತಂತ್ರ್ಯಕ್ಕೆ ಹೋರಾಡುತ್ತಿರುವಾಗ ಒಂದು ದಿನ ತಮ್ಮ ಭಾಷಣದಲ್ಲಿ ಜನತೆಗೆ ಈ ರೀತಿ ತಿಳಿಸಿದರು. ತಮ್ಮ ತಾಯ್ನಾಡಿಗಾಗಿ ಶಾಲೆಗಳನ್ನು ತೆರೆದರು ಹಾಗು ವರ್ತಮಾನ ಪತ್ರಿಕೆಗಳನ್ನು ಪ್ರಕಾಶಪಡಿಸಿದರು. ಭಾರತದ ಸ್ವಾತಂತ್ರ್ಯಕ್ಕಾಗಿ ಕೊನೆಯುಸಿರಿರುವವರೆಗೂ ಹೋರಾಡುತ್ತಾ ತಮ್ಮನ್ನು ತಾವೇ ಸಮರ್ಪಿಸಿಕೊಂಡರು. ಮಹಾತ್ಮಗಾಂಧಿಯವರಂತೆ, ಇವರೂ ಮಾತುಗಳಿಗಿಂತ ತಮ್ಮ ಜೀವನದಿಂದ ಜನಗಳಿಗೆ ಹೆಚ್ಚಾಗಿ ಪ್ರಭಾವ ಬೀರಿದರು. ಅವರು ಸ್ವಾತಂತ್ರ್ಯ ಬರುವುದಕ್ಕೆ 27 ವರ್ಷ ಮೊದಲೆ ಮರಣ ಹೊಂದಿದರೂ, ಸ್ವಾತಂತ್ರ್ಯಕ್ಕಾಗಿ ಅವರು ನೀಡಿದ ಕೊಡುಗೆಯನ್ನು ಮರೆಯಲಸಾಧ್ಯ.

7. ಭಗತ್‌ಸಿಂಗ್:

ಇವನು ಸಿಖ್ ರೈತ ಕುಟುಂಬದಲ್ಲಿ ಪಂಜಾಬಿನ ಲಯಲ್‌ಪುರ್ ಜಿಲ್ಲೆಯ (ಈಗ ಪಾಕಿಸ್ತಾನದಲ್ಲಿದೆ) ಬಂಗ ಎಂಬ ಹಳ್ಳಿಯಲ್ಲಿ ಸೆಪ್ಟೆಂಬರ್ 27, 1907 ರಂದು ಜನಿಸಿದನು. ಅವನು ಒಬ್ಬ ಪ್ರಮುಖ ಕ್ರಾಂತಿಕಾರಿ ಹಾಗು ವಸಾಹತುಶಾಹಿ ವಿರುದ್ಧದ ಚಳುವಳಿಯ ಹುತಾತ್ಮ. ಇವನು ಗಾಂಧೀಜಿಯವರ ರಾಜಕೀಯ ತತ್ವದ ಬಗ್ಗೆ ಅತೃಪ್ತಿಹೊಂದಿದ ಯುವಕರ ಪ್ರತಿನಿಧಿ ಹಾಗೂ ಕ್ರಾಂತಿಕಾರಿಯ ಬದಲಿ ವ್ಯವಸ್ಥೆಗೆ ಹುಡುಕಾಡಿದನು. ಶಾಸನ ಸಭೆ ನಡೆಯುತ್ತಿರುವಾಗ ಬ್ರಿಟಿಷ್ ಸಂಸತ್ತಿನ ಮೇಲೆ ಸಿಡಿಗುಂಡನ್ನು (ಬಾಂಬನ್ನು) ಎಸೆದನು. ನಂತರ, ಸೆರೆಸಿಕ್ಕಾಗ ನೇಣುಹಾಕಿ ಕೊಲ್ಲಲ್ಪಟ್ಟನು.

8. ಮದನ್‌ಲಾಲ್ ಡಿಂಗ್ರ:

ಇವನು ಪಂಜಾಬಿನ ಒಂದು ಅಭಿವೃದ್ಧಿ ಹೊಂದಿದ ಕುಟುಂಬದಲ್ಲಿ 1887 ರಂಜು ಜನಿಸಿದನು. ಅವನ ತಂದೆ, ದಿತ್ತಮಲ್ ಗುರುದಾಸ್‌ಪುರ್ ಹಾಗೂ ಹಿಸ್ಸಾರ್‌ನ ಸಿವಿಲ್ ಆಸ್ಪತ್ರೆಯಲ್ಲಿ ಶಸ್ತ್ರಚಿಕಿತ್ಸಾ ವೈದ್ಯ. ಇವನು ಲಂಡನ್‌ನಲ್ಲಿರುವಾಗ, 'ಇಂಡಿಯಾ ಹೌಸ್'ಗೆ ಭೇಟಿಕೊಡುತ್ತಿದ್ದನು. ಅಲ್ಲಿ ಇವನು ವಿನಾಯಕ ದಾಮೋದರ್ ಸಾವರ್ಕರ್ ಹಾಗು ಶ್ಯಾಮಜಿ ಕೃಷ್ಣವರ್ಮರ ಸಂಪರ್ಕವನ್ನು ಪಡೆದನು. ಬಂದೂಕಿನಿಂದ ಗುಂಡುಹಾರಿಸುವುದನ್ನು ಕಲಿತು, ತನ್ನ ದೇಶ ಭಾರತದ ಬಿಡುಗಡೆಗಾಗಿ ಕೆಲಸ ಮಾಡಲು ನಿರ್ಧರಿಸಿದನು.

9. ಪಂಡಿತ್ ಜವಾಹರಲಾಲ್ ನೆಹರು:

ಇವರು ಭಾರತದ ಸ್ವಾತಂತ್ರ್ಯ ಚಳುವಳಿಯ ಅಗ್ರಮಾನ್ಯ ಮುಖಂಡರಲ್ಲಿ ಒಬ್ಬರು. ಇವರು ಮಹಾತ್ಮಗಾಂಧಿಯವರ ಪ್ರೀತಿಯ ಶಿಷ್ಯ ಹಾಗೂ ಮುಂದೆ

ಭಾರತದ ಪ್ರಥಮ ಪ್ರಧಾನಮಂತ್ರಿಗಳಾದರು. ಆಧುನಿಕ ಭಾರತದ ಶಿಲ್ಪಿ ಎಂದೇ ಹೆಸರಾಗಿರುವ ಇವರಿಗೆ ಮಕ್ಕಳನ್ನು ಕಂಡರೆ ಬಹಳ ಪ್ರೀತಿ.

ಇವರು ನವೆಂಬರ್ 14, 1889 ರಂದು ಜನಿಸಿದರು. ಇವರ ತಂದೆ ಮೋತಿಲಾಲ್ ನೆಹರು ಹೆಸರಾಂತ ನ್ಯಾಯವಾದಿಗಳು. ಇವರು ತಮ್ಮ ವಿದ್ಯಾಭ್ಯಾಸವನ್ನು ಕೆಲವು ಅತ್ಯುತ್ತಮ ಶಾಲೆಗಳಲ್ಲಿ ಮತ್ತು ಪ್ರಪಂಚದ ವಿಶ್ವವಿದ್ಯಾನಿಲಯಗಳಲ್ಲಿ ಪಡೆದರು. ಅವರು ಇಂಗ್ಲೆಂಡಿನಲ್ಲಿ ಕಳೆದ ಏಳು ವರುಷಗಳು ಅವರ ದಿಗಂತವನ್ನು (ಕ್ಷಿತಿಜವನ್ನು) ವಿಶಾಲಗೊಳಿಸಿ, ಜೀವನ ಶೈಲಿಯನ್ನೇ ಬದಲಾಯಿಸಿತು.

1912ರಲ್ಲಿ ಭಾರತಕ್ಕೆ ಹಿಂದಿರುಗಿದರು. 1917ರಲ್ಲಿ 'ಹೊಂ ರೂಲ್ ಸಂಘ' ಕ್ಕೆ ಸೇರಿಕೊಂಡರು. ಇವರ ನಿಜವಾದ ರಾಜಕೀಯ ಪ್ರವೇಶವು 2 ವರ್ಷಗಳ ನಂತರ ಮಹತ್ಮಾಗಾಂಧೀಜಿಯವರ ಸಹವಾಸಕ್ಕೆ ಬಂದಾಗ ಪ್ರಾರಂಭವಾಯಿತು. ಆ ಸಮಯದಲ್ಲಿ ಗಾಂಧಿಯವರು ರೌಲತ್‌ಕಾಯ್ದೆ ವಿರುದ್ಧ ಅಂಧೋಲನವನ್ನು ಪ್ರಾರಂಭಿಸಿದ್ದರು. 1926 ರಿಂದ 1928ರ ವರೆಗೆ ಜವಾಹರಲಾಲ್‌ನೆಹರೂರವರು ಅಖಿಲ ಭಾರತ ಕಾಂಗ್ರೆಸ್ ಮಂಡಳಿಯ ಪ್ರಧಾನ ಕಾರ್ಯದರ್ಶಿಯಾಗಿ ಸೇವೆ ಸಲ್ಲಿಸಿದರು. 1928-29ರಲ್ಲಿ ಕಾಂಗ್ರೆಸ್ಸಿನ ವಾರ್ಷಿಕ ಸಭೆಯು ಮೋತಿಲಾಲ್ ನೆಹರೂರವರ ಅಧ್ಯಕ್ಷತೆಯಲ್ಲಿ ನಡೆಯಿತು. ಆ ಸಭೆಯಲ್ಲಿ ಜವಾಹರಲಾಲ್‌ನೆಹರು ಹಾಗೂ ಸುಭಾಸ್‌ಚಂದ್ರಬೋಸರು ಸಂಪೂರ್ಣ ರಾಜಕೀಯ ಸ್ವಾತಂತ್ರ್ಯದ ಕರೆಗೆ ಬೆಂಬಲಿಸಿದರು. ಆದರೆ ಮೋತಿಲಾಲ್ ನೆಹರು ಹಾಗೂ ಇತರರು, ಬ್ರಿಟಿಷ್ ಚಕ್ರಾಧಿಪತ್ಯದಲ್ಲಿಯೆ ಸಾಮ್ರಾಜ್ಯದ ದರ್ಜೆಯನ್ನು ಬಯಸಿದರು. ಈ ವಿಷಯವನ್ನು ಬಗೆಹರಿಸಲು ಭಾರತಕ್ಕೆ ಸಾಮ್ರಾಜ್ಯದ ಅಂತಸ್ತನ್ನು ಅನುಮತಿಸಲು ಬ್ರಿಟಿಷರಿಗೆ ಎರಡು ವರುಷ ಸಮಯ ಕೊಡಲಾಗುವುದೆಂದು ಮಹಾತ್ಮಗಾಂಧಿಯವರು ತಿಳಿಸಿದರು. ಅವರು

ಕೊಡದಿದ್ದರೆ, ಕಾಂಗ್ರೆಸ್ ಸಂಪೂರ್ಣ ರಾಜಕೀಯ ಸ್ವಾತಂತ್ರ್ಯಕ್ಕಾಗಿ ರಾಷ್ಟ್ರಾದ್ಯಂತ ಹೋರಾಟ ಪ್ರಾರಂಭಿಸುವುದೆಂದೂ ಸಹ ಹೇಳಿದರು.

ಡಿಸೆಂಬರ್ 1929ರಲ್ಲಿ, ಕಾಂಗ್ರೆಸ್ಸಿನ ವಾರ್ಷಿಕ ಅಧಿವೇಶನವು ಲಾಹೋರಿನಲ್ಲಿ ನಡೆಯಿತು. ಜವಾಹರಲಾಲ್ ನೆಹರೂರವರು ಕಾಂಗ್ರೆಸ್ ಪಕ್ಷದ ಅಧ್ಯಕ್ಷರಾಗಿ ಚುನಾಯಿಸಲ್ಪಟ್ಟರು. ಆ ಅಧಿವೇಶನದಲ್ಲಿ, ಭಾರತದ ಸ್ವಾತಂತ್ರ್ಯದ ಬೇಡಿಕೆಯ ನಿರ್ಧಾರವನ್ನು ಜಾರಿಗೊಳಿಸಲಾಯಿತು.

ಬ್ರಿಟಿಷ್ ಸರ್ಕಾರವು 1935ರಲ್ಲಿ ಭಾರತ ಸರ್ಕಾರದ ಕಾಯ್ದೆಯನ್ನು ಪ್ರಕಟಿಸಿದಾಗ, ಕಾಂಗ್ರೆಸ್ ಪಕ್ಷವು ಚುನಾವಣೆಯಲ್ಲಿ ಸ್ಪರ್ಧಿಸಲು ನಿರ್ಧರಿಸಿತು. ಜವಾಹರಲಾಲ್‌ನೆಹರೂರವರು ಚುನಾವಣೆಯಿಂದ ದೂರ ಉಳಿದರೂ, ಪಕ್ಷಕ್ಕಾಗಿ ರಾಷ್ಟ್ರಾದ್ಯಂತ ಬಹಳ ಜೋರಾಗಿ ಅಂದೋಲನ ನಡೆಸಿದರು. ಸುಮಾರು ಪ್ರತಿಯೊಂದು ಪ್ರಾಂತದಲ್ಲಿಯೂ ಸರ್ಕಾರವನ್ನು ರಚಿಸಿತು ಹಾಗು ಕೇಂದ್ರ ಶಾಸನ ಸಭೆಯಲ್ಲಿ ಅತಿ ಹೆಚ್ಚು ಸಂಖ್ಯೆಯ ಸ್ಥಾನಗಳನ್ನು ಗೆದ್ದಿತು. ಆಗಸ್ಟ್ 15, 1947 ರಂದು, ಬ್ರಿಟಿಷರು ಭಾರತವನ್ನು ಬಿಟ್ಟುಹೋದಾಗ, ಇವರು ಭಾರತದ ಮೊದಲನೆ ಪ್ರಧಾನಮಂತ್ರಿಗಳಾದರು ಹಾಗೂ ಆಧುನಿಕ ಭಾರತದ ನಿರ್ಮಾಣದಲ್ಲಿ ಪ್ರಮುಖ ಪಾತ್ರವಹಿಸಿದರು. ಇವರು ಯೋಜನಾ ಆಯೋಗವನ್ನು ಪ್ರಾರಂಭಿಸಿ, ವಿಜ್ಞಾನ ಹಾಗು ತಂತ್ರಜ್ಞಾನದ ಬೆಳವಣಿಗೆಯನ್ನು ಪ್ರೋತ್ಸಾಹಿಸಿದರು ಮತ್ತು ಕ್ರಮವಾಗಿ ಮೂರು ಪಂಚವಾರ್ಷಿಕ ಯೋಜನೆಗಳನ್ನು ಪ್ರಾರಂಭಿಸಿದರು, ಅವರ ಕಾರ್ಯನೀತಿಗಳು ವ್ಯವಸಾಯ ಮತ್ತು ಕೈಗಾರಿಕಾ ಉತ್ಪನ್ನಗಳಲ್ಲಿ ದೊಡ್ಡ ಗಾತ್ರದ ಬೆಳವಣಿಗೆಯನ್ನು ಕಂಡಿತು. ಅವರ ಭಾರತದ ಪರದೇಶದ ಕಾರ್ಯನೀತಿಗಳನ್ನು ಅಭಿವೃದ್ಧಿಪಡಿಸುವಲ್ಲಿ ಮುಖ್ಯ ಪಾತ್ರವನ್ನು ವಹಿಸಿದರು. ಏಷ್ಯಾ ಹಾಗೂ ಆಫ್ರಿಕಾಗಳಲ್ಲಿ ಋಣ ಸಂದಾಯ ಮತ್ತು ವಸಾಹತುಶಾಹಿಗೆ ಒತ್ತಾಡಪಡಿಸಿದರು. ಟಿಟೊ ಮತ್ತು ನಾಸೆರ್ ಜೊತೆಗೂಡಿ non-aligned ಚಳುವಳಿಯ ಶಿಲ್ಪಿಗಳಲ್ಲಿ ಪ್ರಮುಖರು, ಕೋರಿಯಾ ಯುದ್ಧವನ್ನು ಕೊನೆಗೊಳಿಸುವಲ್ಲಿ, ಸೂಯಜ್ ನಾಲೆ ಹಾಗೂ ಕಾಂಗೊ ದಂತಹ ಅಂತರಾಷ್ಟ್ರೀಯ ಬಿಕ್ಕಟ್ಟನ್ನು ಪರಿಹರಿಸುವಲ್ಲಿ ಶಾಂತಿ ಮತ್ತು ಜಾಗತಿಕ ಕಾರ್ಯ ನೀತಿಗಳಲ್ಲಿ ಭಾರತದ ಸೇವೆ ಒದಗಿಸಿ ಅವರು ವಾಸ್ತವವಾದ

ಪಾತ್ರವಹಿಸಿದರು. ಇನ್ನೂ ಅನೇಕ ಸಮಸ್ಯೆಗಳನ್ನು ಪರಿಹರಿಸುವಲ್ಲಿ ರಹಸ್ಯವಾಗಿ (ಪರದೆಯ ಹಿಂದೆ) ತಮ್ಮ ಕೊಡುಗೆಯನ್ನು ನೀಡಿದ್ದಾರೆ. ಆದರೆ ಅವರಿಗೆ ಕೇವಲ ಪಾಕಿಸ್ತಾನ ಹಾಗೂ ಚೈನಾದ ಜೊತೆ ಭಾರತದ ಸಂಬಂಧವನ್ನು ಸುಧಾರಿಸಲು ಸಾಧ್ಯವಾಗಲಿಲ್ಲ. ಪಾಕಿಸ್ತಾನದ ಜೊತೆ ಸಾಮರಸ್ಯ ಮಾಡಿಕೊಳ್ಳುವಲ್ಲಿ ಕಾಶ್ಮೀರ್ ವ್ಯಾಜ್ಯ ಒಂದು ದೊಡ್ಡ ಅಡಚಣೆಯಾಯಿತು ಹಾಗು ಚೈನಾದ ಜೊತೆ ತೀರ್ಮಾನ ತೆಗೆದುಕೊಳ್ಳಲು ಗಡಿ ವಿವಾದ ತಡೆಯಾಯಿತು. ಅವರು ನಿರೀಕ್ಷಣೆ ಮಾಡದಿದ್ದ 1962ರ ಚೈನಾದ ಆಕ್ರಮಣ, ಅವರಿಗೆ ದೊಡ್ಡ ಪೆಟ್ಟು ಕೊಟ್ಟಿತು. ಮೇ 27, 1964 ರಂದು, ಅವರು ಹೃದಯಾಘಾತದಿಂದ ಮರಣ ಹೊಂದಿದರು.

10. ಡಾ॥ ರಾಜೇಂದ್ರ ಪ್ರಸಾದ್

ಇವರು ಸ್ವತಂತ್ರ ಭಾರತದ ಮೊದಲ ರಾಷ್ಟ್ರಪತಿಯಾಗಿದ್ದರು. ಇವರು ಸಂವಿಧಾನದ ಕರಡು ನಕಲನ್ನು ತಯಾರಿಸಿದ ಪ್ರತಿನಿಧಿ ಆಯ್ಕೆ ಸಭೆಯ ಅಧ್ಯಕ್ಷರಾಗಿದ್ದರು. ಸ್ವತಂತ್ರ ಭಾರತದ ಮೊದಲ ಸರ್ಕಾರದ ಸಚಿವ ಸಂಪುಟದಲ್ಲಿಯೂ ಕೆಲವು ಕಾಲ ಸೇವೆ ಸಲ್ಲಿಸಿದ್ದರು. ಗಾಂಧಿಯವರ ಪ್ರಮುಖ ಶಿಷ್ಯರಲ್ಲಿ ಒಬ್ಬ ರಾದ ರಾಜೇಂದ್ರ ಪ್ರಸಾದರು ಭಾರತದ ಸ್ವಾತಂತ್ರ್ಯದ ಹೋರಾಟದಗಲ್ಲಿ ಒಂದು ನಿರ್ಣಾಯಕ ಪಾತ್ರವಹಿಸಿದ್ದರು.

ರಾಜೇಂದ್ರಪ್ರಸಾದರು ಬಿಹಾರಿನ ಸಿವಾನ್ ಜಿಲ್ಲೆಯ ಜಿರಧೈ ಹಳ್ಳಿಯಲ್ಲಿ ಡಿಸೆಂಬರ್ 3, 1884ರಂದು ಜನಿಸಿದರು. ಇವರ ತಂದೆಯಹೆಸರು ಮಹದೇವ್ ಸಹಾಯ್ ಹಾಗು ತಾಯಿಯ ಹೆಸರು ಕಮಲೇಶ್ವರಿದೇವಿ.

ರಾಜೇಂದ್ರಪ್ರಸಾದರು ಒಬ್ಬ ಪ್ರತಿಭಾವಂತ ವಿದ್ಯಾರ್ಥಿ. ಇವರು ಮೊದಲಿನಿಂದಲೂ ಎಲ್ಲಾ ತರಗತಿಗಳಲ್ಲಿ ಮೊದಲನೆ ದರ್ಜೆಯಲ್ಲಿಯೇ ಉತ್ತೀರ್ಣರಾಗಿ ಎಮ್.ಎ.ಎಲ್.ಬಿ ಮಾಡಿದರು.

ಗಾಂಧಿಯವರು ಭಾರತದ ರಾಷ್ಟ್ರೀಯ ರಂಗ ಪ್ರವೇಶಿಸಿದಾಗ ಪ್ರಸಾದರು ಅವರಿಂದ ಬಹಳ ಪ್ರಭಾವಿತರಾದರು. ಬಿಹಾರಿನ ಚಂಪಾರಣ್ ಜಿಲ್ಲೆಯಲ್ಲಿ ಸತ್ಯಾಂಶ ತಿಳಿಯುವ ಉದ್ದೇಶದಿಂದ, ಪ್ರಸಾದರನ್ನು ಸ್ವಯಂ ಸೇವಕರ ಸಹಿತ ಚಂಪಾರಣ್‌ಗೆ ಬರುವಂತೆ ಕರೆಕೊಟ್ಟರು. ಗಾಂಧೀಜಿಯವರ ಸಮರ್ಪಣಾ ಮನೋಭಾವ, ದೃಢನಿಶ್ಚಯ ಹಾಗು ಧೈರ್ಯವನ್ನು ಕಂಡು ಪ್ರಸಾದರು ಬಹಳ ಮಟ್ಟಿಗೆ ಪ್ರಭಾವಿತರಾದರು. ಗಾಂಧೀಜಿಯವರ ಪ್ರಭಾವವು ರಾಜೇಂದ್ರ ಪ್ರಸಾದರ ದೃಷ್ಟಿಕೋನವನ್ನು ಬದಲಾಯಿಸಿತು. 'ಉನ್ನತ ಚಿಂತನ ಸರಳ ಜೀವನ'ದ ನುಡಿಯಂತೆ ತಮ್ಮ ವೈಭವದ ಜೀವನವನ್ನು ಅತ್ಯಂತ ಸರಳ ಜೀವನಕ್ಕೆ ಬದಲಾಯಿಸಿಕೊಂಡರು.

ನಂತರ, ಇವರು ಗಾಂಧಿಯವರ ಸಂಪರ್ಕಕ್ಕೆ ಬಂದ ಮೇಲೆ ತಮ್ಮ ಸಂಪೂರ್ಣ ಜೀವನವನ್ನು ಭಾರತದ ಸ್ವಾತಂತ್ರ್ಯ ಹೋರಾಟಕ್ಕೆ ಸಮರ್ಪಿಸಿ ಕೊಂಡರು. ಅಸಹಕಾರ ಚಳುವಳಿಯ ಕಾಲದಲ್ಲಿ ಸಕ್ರಿಯವಾಗಿ ಭಾಗ ವಹಿಸಿದರು. 1930ರ ಉಪ್ಪಿನ ಸತ್ಯಾಗ್ರಹ ಅವಧಿಯಲ್ಲಿ ಇವರು ಕಾರಾಗೃಹವಾಸ ಅನುಭವಿಸಿದರು. ಇವರು ಜೈಲಿನಲ್ಲಿರಬೇಕಾದರೆ, 15 ಜನವರಿ 1934 ರಂದು ಬಿಹಾರದಲ್ಲಿ ಭಯಂಕರ ಭೂಕಂಪವುಂಟಾಯಿತು. ಇವರನ್ನು 2 ದಿನಗಳ ನಂತರ ಬಿಡುಗಡೆ ಮಾಡಿದರು. ಇವರು ತಕ್ಷಣವೆ ಭೂಕಂಪ ಪೀಡಿತರ ಆಪತ್ಕಾರ್ಯ ಸಹಾಯಕ್ಕಾಗಿ ಹಣವನ್ನು ಶೇಖರಿಸುವ ಕೆಲಸದಲ್ಲಿ ತೊಡಗಿಸಿ ಕೊಂಡರು.

ನಂತರ, ರಾಜೇಂದ್ರಪ್ರಸಾದರು ಬೊಂಬಾಯಿಯಲ್ಲಿ ನಡೆದ ಭಾರತೀಯ ರಾಷ್ಟ್ರೀಯ ಕಾಂಗ್ರೆಸ್ಸಿನ ಅಧ್ಯಕ್ಷರಾಗಿ ಚುನಾಯಿಸಲ್ಪಟ್ಟರು. ಮುಂದೆ ಸುಭಾಸ್‌ಚಂದ್ರ ಬೋಸರು ರಾಜಿನಾಮೆಯಿತ್ತ ಕಾರಣ 1939ರಲ್ಲಿ ಇನ್ನೊಮ್ಮೆ ಕಾಂಗ್ರೆಸ್ಸಿನ ಅಧ್ಯಕ್ಷರಾದರು.

ಜುಲೈ 1946ರಲ್ಲಿ ಭಾರತದ ಸಂವಿಧಾನವನ್ನು ತಯಾರಿಸಲು ಪ್ರತಿನಿಧಿ ಸಭೆಯು ಸ್ಥಾಪಿತವಾದಾಗ, ರಾಜೇಂದ್ರಪ್ರಸಾದರು ಅದರ ಅಧ್ಯಕ್ಷರಾದರು. ಸ್ವಾತಂತ್ರ್ಯ ಬಂದು 2 1/2 ವರುಷ ನಂತರ, ಜನವರಿ 26, 1950ರಂದು ಸ್ವತಂತ್ರ ಭಾರತದ ಸಂವಿಧಾನವು ಜಾರಿಗೆ ಬಂದಿತು ಹಾಗು

ರಾಜೇಂದ್ರಪ್ರಸಾದರು ಮೊದಲನೆ ರಾಷ್ಟ್ರಪತಿಯಾಗಿ ಚುನಾಯಿಸಲ್ಪಟ್ಟರು. ರಾಷ್ಟ್ರಾಧ್ಯಕ್ಷರಾಗಿ, ಅವರು ತಮ್ಮ ನ್ಯಾಯ ವಿಮರ್ಶಕ ಪ್ರಭಾವವನ್ನು ನಿಶ್ಯಬ್ಧವಾಗಿ ಪ್ರಯೋಗಿಸಿ, ಮುಂದಿನವರಿಗೆ ಒಂದು ಆರೋಗ್ಯಕರವಾದ ಉದಾಹರಣೆ ಯನ್ನು ತೋರಿಸಿಕೊಟ್ಟರು. ತಮ್ಮ ಅಧಿಕಾರದ ಅವಧಿಯ ಕಾಲದಲ್ಲಿ ಅವರು ಅನೇಕ ದೇಶಗಳಿಗೆ ಸದ್ಭಾವನೆಯ ರಾಯಭಾರಿಯಾಗಿ ಭೇಟಿಕೊಟ್ಟರು ಹಾಗು ಹೊಸ ಸಂಬಂಧಗಳನ್ನು ಸ್ಥಾಪಿಸಿ ಬೆಳೆಸುವಲ್ಲಿ ಒಳ್ಳೆಯ ಮಾರ್ಗದರ್ಶನ ನೀಡಿದರು.

12 ವರುಷಗಳು ರಾಷ್ಟ್ರಪತಿಯಾಗಿ ಸೇವೆ ಸಲ್ಲಿಸಿದ ನಂತರ, 1962ರಲ್ಲಿ ರಾಜೇಂದ್ರಪ್ರಸಾದರು ನಿವೃತ್ತರಾದರು. ಆಗ ಇವರಿಗೆ ಭಾರತರತ್ನ ಪ್ರಶಸ್ತಿ ದೊರಕಿತು. ಇದು ರಾಷ್ಟ್ರದ ಅತ್ಯುಚ್ಛ ನಾಗರಿಕ ಪ್ರಶಸ್ತಿ. ಇವರುತಮ್ಮ ವಿಶ್ರಾಂತಿ ಜೀವನದ ಕೆಲವು ತಿಂಗಳುಗಳನ್ನು ಪಾಟ್ನದ ಸದಾಖತ್ ಆಶ್ರಮದಲ್ಲಿ ಕಳೆದರು, ಫೆಬ್ರವರಿ 28, 1963ರಂದು ಇವರು ಮರಣ ಹೊಂದಿದರು.

11. ಮದನ ಮೋಹನ ಮಾಲವೀಯ:

ಇವರು ಸಂಪ್ರದಾಯ ಬದ್ಧ ಬ್ರಾಹ್ಮಣ ಕುಟುಂಬದಲ್ಲಿ ಡಿಸೆಂಬರ್ 25, 1861 ರಂದು ಅಲಹಾಬಾದಿನಲ್ಲಿ ಜನಿಸಿದರು. ಇವರು ಹಿಂದಿಯಲ್ಲಿ 'ಹಿಂದೂಸ್ತಾನ್' ಹಾಗು ಆಂಗ್ಲ ಭಾಷೆಯಲ್ಲಿ 'ಇಂಡಿಯನ್ ಯೂನಿಯನ್' ಎಂಬ ಎರಡು ರಾಷ್ಟ್ರಾಭಿಮಾನದ ವಾರ ಪತ್ರಿಕೆಗಳನ್ನು ಪ್ರಾರಂಭಿಸಿ ಸಂಪಾದಿಸಿದರು. ಇವರು ಭಾರತದಲ್ಲಿ ಸ್ವಾತಂತ್ರ್ಯದ ಜಾಗೃತಿಯನ್ನು ಹರಡುವುದರಲ್ಲಿ ಪ್ರಮುಖರು. ಇವರು 'ಸತ್ಯಮೇವ ಜಯತೆ' ಅಂದರೆ 'ಸತ್ಯವೊಂದೆ ಗೆಲ್ಲುವುದು' ಎನ್ನುವ ಘೋಷಣೆಯನ್ನು ಜನಪ್ರಿಯಗೊಳಿಸಿದರು. ಇವರು 1909ರಲ್ಲಿ ಮತ್ತೆ ಪುನಃ 1818ರಲ್ಲಿ ಭಾರತೀಯ ರಾಷ್ಟ್ರೀಯ ಕಾಂಗ್ರೆಸ್ಸಿನ ಅಧ್ಯಕ್ಷರಾಗಿ ಚುನಾಯಿಸಲ್ಪಟ್ಟರು.

12. ರಫಿ ಅಹಮದ್ ಕಿದ್ವಾಯ್:

ಹುಟ್ಟಿನಿಂದ ಮುಸ್ಲಿಮರಾದ ಇವರು, ಫೆಬ್ರುವರಿ 18, 1894ರಂದು ಒಂದು ಮಧ್ಯಮ ವರ್ಗದ ಜಮೀಂದಾರ್ ಕುಟುಂಬದಲ್ಲಿ ಉತ್ತರ ಪ್ರದೇಶದ ಬರಬುಂಕಿ ಜಿಲ್ಲೆಯಲ್ಲಿ ಜನಿಸಿದರು. ಸಾಕಷ್ಟು ವಯಸ್ಕರಾದಾಗ, ಇವರು ರೌಲತ್ ಕಾಯ್ದೆ ಹಾಗೂ ಅಸಹಕಾರ ಚಳುವಳಿಯಲ್ಲಿ ಚುರುಕಾದ ಆಸಕ್ತಿಯನ್ನು ವಹಿಸಿದರು. ಮೋತಿಲಾಲ್ ನೆಹರೂ ಹಾಗೂ ಚಿತ್ತರಂಜನ್‌ದಾಸ್‌ರ ಕೈಕೆಳಗೆ ಇವರು ಸ್ವರಾಜ್ ಪಕ್ಷಕ್ಕಾಗಿ ಕೆಲಸ ಮಾಡಿದರು. ಕೋಮುವಾದದ ವಿರುದ್ಧ ಹೋರಾಡಲು ಹಾಗು ರಾಷ್ಟ್ರೀಯತೆಯನ್ನು ಉತ್ತೇಜಿಸಲು ಇವರು ಅಖಿಲ ಭಾರತ ಮುಸ್ಲಿಂ ರಾಷ್ಟ್ರೀಯತೆಯ ಪಕ್ಷವನ್ನು ಸಂಘಟಿಸುವಲ್ಲಿ ಪ್ರಮುಖ ಪಾತ್ರವಹಿಸಿದರು.

1937ರ ಚುನಾವಣೆಯ ನಂತರ, ಇವರು ಕಂದಾಯ ಹಾಗು ಕಾರಾಗೃಹಗಳ ಕೇಂದ್ರ ಮಂತ್ರಿಯಾಗಿ ನೇಮಿಸಲ್ಪಟ್ಟರು. ಅವರ ಅವಧಿಯಲ್ಲಿ, ಅವರು ರೈತರಿಗೆ ವಂಶಪಾರಂಪರ್ಯದ ಹಕ್ಕನ್ನು ಕೊಟ್ಟ ಉತ್ತರಪ್ರದೇಶದ ಗೇಣಿ ಕಾಯ್ದೆಗೆ ಸಲಹೆಗಾರರಾದರು.

13. ಸೈಫುದ್ದೀನ್ ಕಿಚ್ಲು:

ಇವರು ಪಂಜಾಬಿನ ಫರೀದ್‌ಕೋಟ್ ಎಂಬಲ್ಲಿ ಜನವರಿ 15, 1888ರಂದು ಜನಿಸಿದರು. ಕಾಲೇಜಿನ ಪದವಿ ಪಡೆದ ನಂತರ, ಇವರು ತಮ್ಮ ವಿದ್ಯಾಭ್ಯಾಸವನ್ನು ಮುಂದುವರಿಸಲು ಇಂಗ್ಲೆಂಡಿಗೆ ಹೋದರು. ತತ್ವಶಾಸ್ತ್ರದಲ್ಲಿ ಡಾಕ್ಟರೇಟ್ ಪಡೆಯಲು ನಂತರ ಇವರು ಜರ್ಮನಿಗೆ ಹೋದರು. ಭಾರತಕ್ಕೆ ಹಿಂದಿರುಗಿ ಬಂದಾಗ, ಆಗಲೆ ಇವರು ಒಬ್ಬ ಉತ್ಸಾಹಿ ರಾಷ್ಟ್ರೀಯ ವಾದಿಯಾಗಿದ್ದರು. ತಾವು ಹುಟ್ಟಿದ ಸ್ಥಳದಿಂದಲೆ ಇವರು ರಾಜಕೀಯ ವೃತ್ತಿಯನ್ನು ಪ್ರಾರಂಭಿಸಿದರು. ಪಂಜಾಬಿನ ಜನತೆ ಪ್ರಾಂತದ ಮುಖ್ಯಸ್ಥನನ್ನಾಗಿ ಜನರಲ್ ಡ್ವೈಯರ್ ನಂತಹ ವ್ಯಕ್ತಿಯನ್ನು ಸಹಿಸುವುದಿಲ್ಲವೆಂದು ಇವರು ಹೇಳಿದರು. ಆನಂತರ ಇವರು ಪಂಜಾಬಿನ ಹಿಂದುಮುಸ್ಲಿಮರ ಐಕ್ಯತೆಗೆ ತಮ್ಮ

ಹೆಚ್ಚಿನ ಸಮಯವನ್ನು ವಿನಿಯೋಗಿಸಿದರು. ಜನರಲ್ ಡ್ವಯರನಿಗೆ ಕಿಚ್ಲುರವರ ರಾಜಕೀಯ ಸ್ಫೋಟವನ್ನು ಜೀರ್ಣಿಸಿಕೊಳ್ಳಲು ಸಾಧ್ಯವಾಗಲಿಲ್ಲ. ಹಾಗಾಗಿ ಡಾ॥ ಸತ್ಪಾಲ್ ಎಂಬ ಇನ್ನೊಬ್ಬ ಕ್ರಾಂತಿಕಾರನ ಜೊತೆ ಕಿಚ್ಲುರವರನ್ನು ಏಪ್ರಿಲ್ 10, 1919ರಂದು ಬಂಧಿಸಿದರು.

ಮೂರು ದಿನಗಳ ನಂತರ, ಸುಮಾರು 20,000 ಜನರು ಜಲಿಯನ್‌ವಾಲಾಬಾಗ್ ತೋಟದಲ್ಲಿ ತಮ್ಮ ಮುಖಂಡರ ಬಿಡುಗಡೆಗೆ ಒತ್ತಾಯಿಸಲು ಸೇರಿದ್ದರು. ಇದರಿಂದ ಸಿಟ್ಟಿಗೆದ್ದ ಡ್ವಯಿರನು ಗುಂಡು ಹಾರಿಸಿದಾಗ ನೂರಾರು ಜನರು ಮರಣ ಹೊಂದಿರು. ಹಾಗು ಸಾವಿರಾರು ಜನರು ಗಾಯಗೊಂಡರು. ನ್ಯಾಯಾಲಯದಲ್ಲಿ, ಜನರಲ್ ಡ್ವಯರನು ಈ ಪಿತೂರಿಯ ಸಂಚಿನಲ್ಲಿ ಕಿಚ್ಲುನೇ ಪ್ರಮುಖ ಆರೋಪಿ ಎಂದು ಹೇಳಿದನು. ನಂತರ ಸಾರ್ವಜನಿಕರ ಒತ್ತಾಯದ ಮೇರೆಗೆ ಬ್ರಿಟಿಷ್ ಸರ್ಕಾರವು ಕಿಚ್ಲುರವರನ್ನು ಬಿಡುಗಡೆ ಮಾಡಲೇಬೇಕಾಯಿತು. ಕಾರಾಗೃಹದಿಂದ ಹೊರಗೆ ಬಂದ ನಂತರ ಜನತೆಗೆ ಹೀಗೆ ಹೇಳಿದರು ''ನಾನು ಒಬ್ಬ ಕ್ರಾಂತಿಕಾರಿ ಮತ್ತು ಹಾಗೆಯೆ ಮುಂದುವರಿಯುವೆನು. ಅಹಿಂಸೆಗೆ ಜಯ ಆಗದಿದ್ದರೆ ಮಾತ್ರ ಹಿಂಸೆಯನ್ನು ಉಪಯೋಗಿಸುವೆನು''.

ಇವರನ್ನು ಪುನಃ 1922ರಲ್ಲಿ ಆಜ್ಞಾಭಂಗ ಚಳುವಳಿಯ ಕಾಲದಲ್ಲಿ ಬಂಧಿಸಿದರು. ಕಿಚ್ಲುರವರ ರಾಜಕೀಯ ನಂಬಿಕೆಗಳು ಮೂರು ಮುಖ್ಯ ಅಂಶಗಳನ್ನು ಒಳಗೊಂಡಿದ್ದವು. 1. ಭಾರತದಲ್ಲಿ ಬ್ರಿಟಿಷರ ಆಳ್ವಿಕೆಯೇ ರಾಜಕೀಯ, ಆರ್ಥಿಕ ಹಾಗೂ ಸಾಮಾಜಿಕ ವ್ಯವಸ್ಥೆಗಳ ಎಲ್ಲಾ ಕೆಡುಕುಗಳ ಮೂಲ ಕಾರಣ. 2. ಈ ಕೆಡುಕುಗಳನ್ನು ತೆಗೆದು ಹಾಕುವ (ವಜಾ ಮಾಡುವ) ಒಂದೇ ಪರಿಹಾರವೆಂದರೆ ಮತ್ತೆ ಪುನಃ ಚಳುವಳಿ ಹೂಡುವುದು. 3. ಹಿಂದು-ಮುಸ್ಲಿಂರ ಐಕ್ಯತೆಯಿಲ್ಲದೆ ಸ್ವಾತಂತ್ರ್ಯ ಪಡೆಯುವುದು ಅಸಾಧ್ಯ.

ತಮ್ಮ ಜೀವನದುದ್ದಕ್ಕೂ, ಕಿಚ್ಲುರವರು ಜಾತಿವಾದ, ರಾಜಕೀಯ ಕಾಲಾನುಸರಣೆ ಹಾಗು ಧರ್ಮಾಂಧತೆಯ ವಿರುದ್ಧ ದೃಢವಾಗಿ ನಿಂತರು. ಅವರು ಜಾತೀಯವಾದವನ್ನು ಖಂಡಿಸಿದರು ಹಾಗು ಭಾರತವನ್ನು

ಭಾರತೀಯರು ಮಾತ್ರ ಅಂದರೆ ಹಿಂದುಗಳು, ಮುಸ್ಲಿಮರು, ಸಿಖ್ಖರು ಅಥವಾ ಪಾರ್ಸಿಗಳು ಆಳಬೇಕೇಂದು ಘೋಷಿಸಿದರು. ಅನಾರೋಗ್ಯ ಮತ್ತು ವೃದ್ಧಾಪ್ಯದ ಕಾರಣ ಇವರು ಅಕ್ಟೋಬರ್ 9, 1963ರಂದು ಸ್ವರ್ಗಸ್ಥರಾದರು.

14. ಉಧಾಮ್ ಸಿಂಗ್:

ಇವನು ಪಂಜಾಬ್‌ನ ಸುನಾಮ್ ಎಂಬಲ್ಲಿ ಡಿಸೆಂಬರ್ 23, 1889 ರಂದು ಜನಿಸಿದನು. ಚಿಕ್ಕ ಬಾಲಕನಾಗಿರುವಾಗ, ಜಲಿವಾಲಾಬಾಗ್ ಕಗ್ಗೊಲೆಯಲ್ಲಿ ತನ್ನ ಸಹೋದರ ಕೊಲ್ಲಲ್ಪಟ್ಟಿದ್ದನ್ನು ಕಣ್ಣಾರೆ ಕಂಡಿದ್ದನು. 21 ವರ್ಷಗಳ ನಂತರ ಮಾರ್ಚ್ 13, 1940 ರಂದು ಆ ಹತ್ಯಾಕಾಂಡದ ಮುಖ್ಯ ರೂವಾರಿಯಾದ ಮೈಕೆಲ್ ಡ್ವಯರನನ್ನು ಕೊಂದು ತನ್ನ ಸೇಡು ತೀರಿಸಿಕೊಂಡನು. ಆದರೆ ಅವನ ದುರಾದೃಷ್ಟಕ್ಕೆ ಬಂಧಿಯಾದನು ಹಾಗು ಅದೇ ವರುಷ ಜುಲೈ 31ರಂದು ಕೊಲ್ಲಲ್ಪಟ್ಟನು.

15. ತಾತ್ಯಾಟೋಪ್:

1837ರ ಸ್ವಾತಂತ್ರ್ಯದ ಹೋರಾಟದ ಯೋಧನಾದ ಇವನ ಹೆಸರನ್ನು ಕೇಳಿದರೆ ಶಕ್ತಿಶಾಲಿ ಆಂಗ್ಲ ಸೈನಿಕರು ನಡುಗುತ್ತಿದ್ದರು. ಒಬ್ಬ ಸ್ನೇಹಿತನ ಮೋಸದಿಂದ ತನ್ನ ತಾಯ್ನಾಡಿಗೋಸ್ಕರ ಸಾವನ್ನು ಒಬ್ಬ ಯೋಧನಂತೆ ಎದುರಿಸಿದನು.

16. ಸರ್ದಾರ್ ವಲ್ಲಭಭಾಯ್ ಪಟೇಲ್:

ಸ್ವತಂತ್ರ ಭಾರತದ ಉಪಪ್ರಧಾನಮಂತ್ರಿಯಾಗಿ, ನೂರಾರು ರಾಜಯೋಗ್ಯ ಸಂಸ್ಥಾನಗಳನ್ನು ಭಾರತದ ಒಕ್ಕೂಟದಲ್ಲಿ ಸೇರಿಸಿ, ಭಾರತದ ಐಕ್ಯತೆಯ ಶಿಲ್ಪಿಯಾದರು. ಉಕ್ಕಿನ ಮನುಷ್ಯ ಹಾಗೂ ''ಭಾರತದ ಬಿಸ್ಮಾರ್ಕ್'' ಎಂದು ಖ್ಯಾತರಾಗಿದ್ದರು.

17. ರಾಮ್‌ಪ್ರಸಾದ್ ಬಿಸ್ಮಿಲ್:

ಉತ್ತರಪ್ರದೇಶದ ಶಹಜಾನ್‌ಪುರ್‌ನಲ್ಲಿ 1854 ರಂದು ಜನಿಸಿದ ಇವನು ಆರ್ಯಸಮಾಜದ ತತ್ವಗಳಿಂದ ಬಹಳವಾಗಿ ಪ್ರಭಾವಿತನಾಗಿದ್ದನು. ನಂತರ, ಶಹಜಾನ್‌ಪುರ್ ಸೇವಾ ಸಮಿತಿಯ ಉತ್ಸಾಹಿ ಸ್ವಯಂಸೇವಕನಾದನು.

ಭಾರತೀಯ ರಾಷ್ಟ್ರೀಯ ಕಾಂಗ್ರೆಸ್ ಲಕ್ನೋ ಅಧಿವೇಶನದಲ್ಲಿ, ಕ್ರಾಂತಿಕಾರಿ ಚಟುವಟಿಕೆಗಳಲ್ಲಿ ಮುಖ್ಯ ಪಾತ್ರವಹಿಸಿದ ಗುಪ್ತ ಮಂಡಳಿ ಸದಸ್ಯರ ಸಂಪರ್ಕಕ್ಕೆ ಬಂದರು.

ಇವನು ದೇಶಕ್ಕಾಗಿ ತನ್ನ ಜೀವನವನ್ನೆ ತ್ಯಾಗ ಮಾಡಿದ ಶೂರನಾದ ಕ್ರಾಂತಿಕಾರಿ, ಅವನ ಸ್ನೇಹಿತರ ಮೋಸದಿಂದ ಪೋಲಿಸರ ಬೇಟೆಯಲ್ಲಿ ಹತನಾದನು.

18. ಹನುಮಾನ್ ಪ್ರಸಾದ್ ಪೋದ್ದಾರ್:

ಸೆಪ್ಟೆಂಬರ್ 17, 1892 ರಂದು ಶಿಲ್ಲಾಂಗ್‌ನಲ್ಲಿ (ಮೇಘಾಲಯ) ಜನಿಸಿದ ಇವನು, ದೇಶದ ಸ್ವಾತಂತ್ರ್ಯಕ್ಕಾಗಿ ಸೌಮ್ಯವಾದಿಯಾಗಿ ಅಲ್ಲ, ಆದರೆ

ಕ್ರಾಂತಿಕಾರಿಯಾಗಿ ಕೆಲಸ ಮಾಡಿದನು, ಕಲ್ಕತ್ತಾದ ಗುಪ್ತ ಕ್ರಾಂತಿಕಾರಿ ಸಮಾಜದ ಸದಸ್ಯನೂ ಆದನು ಹಾಗು ಸ್ಥಳೀಯ ಮಾರ್ವಾಡಿ ಸಂಘದವರಿಂದ ಸಂಗ್ರಹಿಸಿದ ಹಣದಿಂದ ಅವರಿಗೆ ಸಹಾಯ ಮಾಡುತ್ತಿದ್ದನು.

ಮೋಸದ ಆಪಾದನೆಯ ಮೇಲೆ, ಇವನನ್ನು ಹಾಗು ಇವನ ಇತರೆ ಕ್ರಾಂತಿಕಾರರನ್ನು ಜುಲೈ 10, 1914 ರಂದು ಬಂಧಿಸಿದರು. ಕಾರಾಗೃಹದಲ್ಲಿರ ಬೇಕಾದರೆ, ಇವನು ಮಹಾತ್ಮಗಾಂಧಿ ಹಾಗೂ ಬಾಲಗಂಗಾಧರ್ ತಿಲಕ್‌ರ ಸಂಪರ್ಕಕ್ಕೆ ಬಂದರು.

19. ಎಸ್. ಸತ್ಯಮೂರ್ತಿ:

ತಮಿಳುನಾಡಿನ ಪುದುಕೊಟ್ಟೈ ಜಿಲ್ಲೆಯ ತಿರುಮಯ್ಯನ್ ಎಂಬ ಹಳ್ಳಿಯಲ್ಲಿ ಇವನು ಆಗಸ್ಟ್ 19, 1887 ರಂದು ಜನಿಸಿದನು. ಇವನು ತನ್ನ 32ನೇ ವಯಸ್ಸಿನಲ್ಲಿ, ಮುಖ್ಯ ಕಾಂಗ್ರೆಸ್ ಮುಖಂಡರ ಜೊತೆ ಬ್ರಿಟನ್ನಿಗೆ, ಕಾಂಗ್ರೆಸ್ ನಿಯೋಗದ ಕಾರ್ಯದರ್ಶಿಯಾಗಿ ಮಂಟಾಗೂ-ಚೆಲ್ಮ್ಸ್‌ಫೋರ್ಡ್ ಸುಧಾರಣೆಗಳ ಸಭೆಯಲ್ಲಿ ಭಾಗವಹಿಸಲು ಹೋದನು. ಸ್ವಾತಂತ್ರ್ಯಕ್ಕಾಗಿ ಅಲ್ಲಿರುವ ಜನತೆಗೆ ಭಾರತದ ಬಿನ್ನಹವನ್ನು ವಿವರಿಸಲು, 1926ರಲ್ಲಿ ಸ್ವರಾಜ್ ಪಕ್ಷದ ಮುಖಂಡರು ಇವನನ್ನು ಬ್ರಿಟನ್ನಿಗೆ ಕಳುಹಿಸಿದನು.

1940ರಲ್ಲಿ, ನಿಷೇಧಾಜ್ಞೆಯ ಉಲ್ಲಂಘನೆ ಹಾಗು ಯುದ್ಧ ವಿರೋಧಿ ಭಾಷಣ ಮಾಡಿದ ಕಾರಣ ಇವನನ್ನು ಬಂಧಿಸಲಾಯಿತು. ಮಾರ್ಚ್ 28, 1943 ರಂದು ಅನಾರೋಗ್ಯದ ಕಾರಣ ಮದ್ರಾಸ್ ಜನರಲ್ ಆಸ್ಪತ್ರೆಯಲ್ಲಿ ಕೊನೆಯುಸಿರೆಳೆದನು.

20. ಬಿಪಿನ್ ಚಂದ್ರಪಾಲ್:

ಇವನು ನವೆಂಬರ್ 7, 1858 ರಂದು ಈಗ ಬ್ಲಾಂಗ್ಲಾದೇಶದಲ್ಲಿರುವ ಸಿಲ್ಹೆಟ್ ಜಿಲ್ಲೆಯಲ್ಲಿ ಜನಿಸಿದನು. ಅವನು ಕೋಪಾವಿಷ್ಟನಾಗಿ ದೇಶಭಕ್ತಿಯನ್ನು

ಪ್ರಚಾರ ಮಾಡಿದನು ಹಾಗು ಪರದೇಶದಲ್ಲಿ ತಯಾರಾದ ವಸ್ತುಗಳನ್ನು ಬಹಿಷ್ಕರಿಸಲು ಜನತೆಯನ್ನು ಪ್ರೋತ್ಸಾಹಿಸಿದನು. 1916ರಲ್ಲಿ ಅವನು 'ಹೋಂ ರೂಲ್' ಚಳುವಳಿಗೆ ಸೇರಿದನು ಮತ್ತು ಭಾರತಕ್ಕೆ ಸಂಪೂರ್ಣ ಸ್ವತಂತ್ರ್ಯದ ಭಾವನೆಯನ್ನು ಹರಡಿದನು. ಇವನು ಒಬ್ಬ ದೊಡ್ಡ ಭಾಷಣಕಾರ ಹಾಗು ಸ್ವದೇಶಿ ಅಂಧೋಲನದಲ್ಲಿ ಭಾಗವಹಿಸಲು ಜನತೆಗೆ ಕರೆಗೊಟ್ಟನು. ಇವನು 1932ರಲ್ಲಿ ಗತಿಸಿದನು.

21. ಜ್ಯೋತಿಷ್ ಚಂದ್ರಘೋಷ್:

ಕಲ್ಕತ್ತಾದ ಬರ್ದವಾನ್ ಜಿಲ್ಲೆಯಲ್ಲಿ 1884ರಲ್ಲಿ ಜನಿಸಿದ ಇವನು ಅಹಿಂಸೆಯನ್ನು ಬೆಂಬಲಿಸಿದನು. ಬ್ರಿಟಿಷ್ ಆಳ್ವಿಕೆಯ ಕಟ್ಟಾವಿರೋಧಿಯಾದ ಇವನು, ಸಂಪೂರ್ಣ ಸ್ವಾತಂತ್ರ್ಯದ ಕರೆಗೊಟ್ಟನು. ಭಾರತದ ಆರ್ಥಿಕ ದುಸ್ಥಿತಿಯ ಮೂಲ ಕಾರಣ ಬ್ರಿಟಿಷ್ ಆಳ್ವಿಕೆಯೇ ಎಂದು ಇವನು ಗಾಢವಾಗಿ ತಿಳಿದಿದ್ದನು. ವೃದ್ಧಾಪ್ಯದ ಕಾರಣ, 1970ರಲ್ಲಿ ಇವನು ಕಾಲವಶನಾದನು.

22. ಸುಖದೇವ್ ಸಿಂಗ್:

ಮೇ 15, 1909ರಲ್ಲಿ ಪಂಜಾಬಿನ ಲೂಧಿಯಾನದಲ್ಲಿ ಜನಿಸಿದ ಇವನು, ಮುಂದೆ ವಯಸ್ಕನಾದಾಗ, ಲಾಹೋರಿನ ಕ್ರಾಂತಿಕಾರಿ ಪಕ್ಷದ ಸದಸ್ಯನಾದನು. ಇವನು ಪಂಜಾಬಿನ ಹಾಗೂ ದೇಶದ ಇತರೆ ಪ್ರದೇಶಗಳ ಗುಪ್ತ ಕ್ರಾಂತಿಕಾರ್ಯದ ಬಗ್ಗೆ ಹೆಚ್ಚಿನ ಆಸಕ್ತಿ ವಹಿಸಿದನು. 1920ರಲ್ಲಿ ಇಡೀ ರಾಷ್ಟ್ರವೆ ಲಾಲಲಜಪತ ರಾಯರ ಮೇಲೆ ನಡೆದ ಪೋಲಿಸ್ ದೌರ್ಜನ್ಯವನ್ನು ಖಂಡಿಸಿ, ಅಂಧೋಲನ

ನಡೆಸಿದಾಗ, ಇವನು ಪ್ರದರ್ಶನಕಾರರ ಗುಂಪಿನಲ್ಲಿದ್ದನು. ಏಪ್ರಿಲ್ 8, 1929 ರಂದು ವ್ಯಾಪಾರ ವ್ಯಾಜ್ಯದ ಮಸೂದೆಯ ವಿರುದ್ಧ ಪ್ರತಿಭಟಿಸಲು, ಭಗತ್‌ಸಿಂಗ್ ಹಾಗು ಇನ್ನೊಬ್ಬ ಕ್ರಾಂತಿಕಾರಿ ಬಂಕೇಶ್ವರದತ್‌ರು ಕೇಂದ್ರ ಶಾಸನಸಭೆಯಲ್ಲಿ ಬಾಂಬ್ ಎಸೆದರು. ಸುಖದೇವ್‌ಸಿಂಗ್‌ನನ್ನು ಭಗತ್‌ಸಿಂಗ್ ಹಾಗು ಬಂಕೇಶ್ವರ್‌ದತ್ ಜೊತೆ ಬಂಧಿಸಿ, ಮರಣದಂಡನೆ ವಿಧಿಸಿದರು. ಮಾರ್ಚ್ 23, 1931 ರಂದು ಲಾಹೋರಿನ ಕೇಂದ್ರ ಕಾರಾಗೃಹದ ನೇಣುಗಂಬದ ಕಡೆ, ಭಗತ್‌ಸಿಂಗ್ ಹಾಗು ರಾಜಗುರು ಜೊತೆ ನಡೆದು ಹೋಗುತ್ತಿರುವಾಗ, ತಾನು ಮಾಡಿದ ಕೆಲಸಕ್ಕೆ ಅವನಿಗೆ ಯಾವುದೇ ಪಶ್ಚಾತ್ತಾಪವಿರಲಿಲ್ಲ.

23. ಖಾನ್ ಅಬ್ದುಲ್ ಗಫಾರ್ ಖಾನ್:

1920ರ ಸುಮಾರಿಗೆ, ಗಫಾರ್‌ಖಾನರು ಭಾರತದ ವಾಯುವ್ಯ ಸರಹದ್ದಿನಲ್ಲಿ (ಈಗಿನ ಪಾಕಿಸ್ತಾನ) ಸುಮಾರು 100,000 ದಷ್ಟು ಮುಸ್ಲಿಂ ಪಠಾಣರ ಒಂದು ಅಹಿಂಸಾ ಸೈನ್ಯವನ್ನು ಕಟ್ಟಿದರು. ಪಠಾಣರು ಭಾರತದಲ್ಲಿ ಅತ್ಯಂತ ಉಗ್ರಯೋಧರು. ತಮ್ಮ ಶೌರ್ಯವನ್ನು ತೋರಿಸಲು ಹಿಂಸಾತ್ಮಕ ಘರ್ಷಣೆಗಿಂತ, ಅಹಿಂಸೆಯ ಮಾರ್ಗವೆ ಒಳ್ಳೆಯದೆಂದು ಗಫಾರ್‌ಖಾನರು ತಿಳಿಸಿದಾಗ, ಅವರು ಅರ್ಥ ಮಾಡಿಕೊಂಡರು ಹಾಗು ಬ್ರಿಟಿಷರ ವಿರುದ್ಧ ಭಾರತದ ಕೊನೆಯ ಜಯದ ಹಿಂದೆ ಅವರೇ ಪ್ರಮುಖ ಶಕ್ತಿಯಾಗಿದ್ದರು.

24. ಅಷ್ಫಖುಲ್ಲಾಖಾನ್:

ಉತ್ತರಪ್ರದೇಶದ ಶಾಹನ್‌ಪುರದಲ್ಲಿ ಅಕ್ಟೋಬರ್ 22, 1900 ರಂದು ಜನಿಸಿದ ಇವನಿಗೆ, ವಿದ್ಯಾಭ್ಯಾಸದಲ್ಲಿ ಅಷ್ಟು ಆಸಕ್ತಿಯಿರಲಿಲ್ಲ. ಇವನ

ಹೋರಾಡುವ ಹುಟ್ಟುಗುಣ ಇವನನ್ನು ಆಗಿನ ಕಾಲದ ಪ್ರಮುಖ ಕ್ರಾಂತಿಕಾರಿ ರಾಮ್‌ಪ್ರಸಾದ್ ಬಿಸ್ಮಿಲ್ಲನನ್ನು ಹುಡುಕುವಂತೆ ಮಾಡಿತು. ಬಿಸ್ಮಿಲ್ಲನ ಮುಖಂಡತ್ವದಲ್ಲಿ, ಇವನು ಅನೇಕ ಹಣ ಸಂಗ್ರಹಣೆಯ ಚಟುವಟಿಕೆಗಳಲ್ಲಿ ಭಾಗವಹಿಸಿದನು. ಚಳುವಳಿಯನ್ನು ಬಲಗೊಳಿಸಲು, ಬಿಸ್ಮಿಲ್ಲಾ, ಇವನು ಭಗತ್‌ಸಿಂಗ್‌ನ ಜೊತೆಗೂಡಿ ಸರ್ಕಾರಿ ಖಜಾನೆಗಳ ಮೇಲೆ ಆಕಸ್ಮಿಕ ದಾಳಿ ಮಾಡಲು ನಿರ್ಧರಿಸಿದರು. ಒಂದು ದಿನ, ಹಾಗೆ ಒಂದು ಖಜಾನೆಯ ಮೇಲೆ ದಾಳಿ ಮಾಡುತ್ತಿರುವಾಗ, ಇವನು ಪೋಲಿಸರ ಕಣ್ತಪ್ಪಿಸಿ ಪರಾರಿಯಾದನು. ಆದರೆ ತನ್ನ ಸಹಪಾಠಿಯ ವಂಚನೆಯಿಂದ, ಪೋಲಿಸರ ಕೈವಶವಾದನು.

25. ನ್ಯಾಪತಿ ಸುಬ್ಬರಾವ್ ಪಂತಲು:

ಆಂಧ್ರಪ್ರದೇಶದ ನೆಲ್ಲೂರಿನಲ್ಲಿ ಒಂದು ಬಡ ಬ್ರಾಹ್ಮಣ ಕುಟುಂಬದಲ್ಲಿ ಇವನು ಜನವರಿ 14, 1856 ರಂದು ಜನಿಸಿದನು. ಇವನು ಸ್ವಾತಂತ್ರ್ಯ ಹೋರಾಟಗಾರರ ಮೊದಲನೆ ಪೀಳಿಗೆಗೆ ಸೇರಿದವನು. ಅನೇಕ ಕಾಂಗ್ರೆಸ್ ಸಭೆಗಳಲ್ಲಿ ಹಾಗು ಉಪ್ಪಿನ ಕಾಯ್ದೆಯ ನಿರ್ಮೂಲನೆಯಂತಹ ಪ್ರಮುಖ ಕೆಲಸಗಳಲ್ಲಿ ಸಕ್ರೀಯವಾಗಿ ಭಾಗವಹಿಸಿದನು. 'ಆಧಾರ್ ಚಳುವಳಿ'ಯು ಇನ್ನೂ ಶೈಶವಾವಸ್ಥೆಯಲ್ಲಿರುವಾಗ, ಇವನು ಸಾರ್ವಭೌಮ ಶಾಸನ ಮಂಡಳಿಯ ಸದಸ್ಯನೂ ಆಗಿದ್ದನು. ನೌಕರಶಾಹಿಯ ಎತ್ತರದ ಮೆಟ್ಟಿಲುಗಳಲ್ಲಿ ಭಾರತೀಯರ ಸ್ಥಾನವನ್ನು ತಿಳಿಯಲು ಬ್ರಿಟಿಷ್ ಸರ್ಕಾರವು ಒಂದು ಯೋಗವನ್ನು ರಚಿಸಬೇಕೆಂದು ಒತ್ತಾಯಿಸಿದನು. ಇವನು ಸರ್ಕಾರಿ ಕೆಲಸಗಳ ನಿಯುಕ್ತಿಯಲ್ಲಿ ಸರ್ಕಾರವು ತೋರಿಸುತ್ತಿರುವ ಪಕ್ಷಪಾತವನ್ನು ಕಟುವಾಗಿ ಟೀಕಿಸಿದನು. ಏಪ್ರಿಲ್ 1914ರಲ್ಲಿ, ಭಾರತೀಯ ರಾಷ್ಟ್ರೀಯ ಕಾಂಗ್ರೆಸ್‌ನ ಮದ್ರಾಸ್ ಸಭೆಯಲ್ಲಿ ಇವನು ಅದರ ಮುಖ್ಯ ಕಾರ್ಯದರ್ಶಿಯಾಗಿ ನೇಮಿಸಲ್ಪಟ್ಟನು. ಇವನು ಸಾಮಾಜಿಕ ಸುಧಾರಣೆಗಳಲ್ಲಿಯೂ ಸಕ್ರೀಯ ಪಾತ್ರವಹಿಸಿದನು.

ತನ್ನ 84ನೇ ವಯಸ್ಸಿನಲ್ಲಿ ಜನವರಿ 15, 1941 ರಂದು ಸ್ವರ್ಗಸ್ಥನಾದನು. ಸ್ವಾತಂತ್ರ್ಯ ಹೋರಾಟ ಹಾಗು ಆಂಧ್ರ ಚಳುವಳಿಯಲ್ಲಿ ತನ್ನ ಪಾತ್ರಗಳಿಂದಾಗಿ ಯಾವಾಗಲೂ ನೆನಪಿನಲ್ಲುಳಿಯುವನು.

26. ಮಂಗಲ್ ಪಾಂಡೆ:

ಉತ್ತರ ಪ್ರದೇಶದ ಬಲ್ಲಿಯಾ ಜಿಲ್ಲೆಯ ನಗ್ವ ಎಂಬ ಹಳ್ಳಿಯಲ್ಲಿ ಇವನು ಜುಲೈ 19, 1827 ರಂದು ಹುಟ್ಟಿದನು. ತನ್ನ 22ನೇ ವಯಸ್ಸಿನಲ್ಲಿ 1849ರಲ್ಲಿ ಬ್ರಿಟಿಷ್ ಈಸ್ಟ್ ಇಂಡಿಯಾ ಕಂಪನಿಯ ಸೈನ್ಯದಲ್ಲಿ ಸೇರಿಕೊಂಡನು. ಒಂದು ಘಟನೆಯಲ್ಲಿ ಬ್ರಿಟಿಷ್ ಅಧಿಕಾರಿಗಳ ಮೇಲಿನ ಆಕ್ರಮಣದಿಂದ ಹೆಸರಾಗಿದ್ದಾನೆ. ಇದರಿಂದ ಒಂದು ಬೆಂಕಿಯ ಕಿಡಿ ಹಾರಿತು. ಇದು ಬ್ರಿಟಿಷರಿಗೆ 1857ರ ಸಿಪಾಯಿದಂಗೆಯೆಂದು ಹಾಗು ಭಾರತೀಯರಿಗೆ, ಭಾರತ ಸ್ವಾತಂತ್ರ್ಯದ ಮೊದಲನೆ ಯುದ್ಧವೆಂದು ಕರೆಯಲ್ಪಡುತ್ತದೆ.

ಇದು ವೈಯಕ್ತಿಕ ದ್ವೇಷದ ಆಕ್ರಮಣವಲ್ಲ. ಆದರೆ ಧಾರ್ಮಿಕ/ರಾಷ್ಟ್ರಭಕ್ತಿಯ ಪ್ರಚೋದನೆಯಿಂದ ಹೊರದೂಡಲ್ಪಟ್ಟಿದ್ದು. ಬ್ರಿಟಿಷ್ ಆಳ್ವಿಕೆಯಿಂದ ಸ್ವಾತಂತ್ರ್ಯದ ದೀರ್ಘಹೋರಾಟದಲ್ಲಿ ಭಾರತದಲ್ಲಿ ಮೊದಲನೆ ಯೋಧನೆಂದು ಹೆಸರಾಗಿದ್ದಾನೆ. ಮಾರ್ಚ್ 29, 1857 ರಂದು ಒರಿಸ್ಸಾದ ಸಮೀಪವಿರುವ ಬರ್ರ್ಯಕ್‌ಪೋರಿನಲ್ಲಿ, ಮಂಗಳ್‌ಪಾಂಡೆಯು ಸೈನ್ಯದ ಕವಾಯತಿನ ಮೈದಾನದಲ್ಲಿ ತನ್ನ ಬ್ರಿಟಿಷ್ ಮಿಲಿಟರಿ ಅಧಿಕಾರಿಯನ್ನು ಆಕ್ರಮಿಸಿ ಗಾಯಗೊಳಿಸಿದನು ಹಾಗು ಒಬ್ಬ ಅಧಿಕಾರಿಗೆ ಗುಂಡು ಹಾರಿಸಿದ ನಂತರ ಕತ್ತಿಯಿಂದ ಗಾಯಗೊಳಿಸಿದನು. ಸೈನ್ಯಾಧಿಕಾರಿ ಜೊಯ್ಸ ಹಿಯರ್ಸ್ ಮಂಗಳಪಾಂಡೆಯನ್ನು ಬಂಧಿಸಲು ಸೈನ್ಯದ ಮುಖಂಡನಿಗೆ ಆಜ್ಞಾಪಿಸಿದಾಗ, ಅವನು ತಿರಸ್ಕರಿಸಿದನು. ಶಲ್ಕಪಲ್ಟುನನ್ನು ಹೊರತುಪಡಿಸಿ ಗುಂಪಿನ ಇತರರೂ ಹಾಗೆಯೇ ಮಾಡಿದರು. ಮಂಗಳ್‌ಪಾಂಡೆಯು ನಂತರ ಬಂದೂಕನ್ನು ತನ್ನ ವಿರುದ್ಧವಾಗಿ ತಿರುಗಿಸಿ, ಅವನನ್ನು ಗುಂಡಿನಿಂದ ಹೊಡೆಯಲು, ತನ್ನ ಪಾದವನ್ನು ಉಪಯೋಗಿಸಿ ಬಂದೂಕನ್ನು ಒತ್ತಿದನು. ಆದರೆ ವಿಫಲವಾಗಿ ಬಂಧಿಸಲ್ಪಟ್ಟನು. ಸೈನ್ಯದ ಮುಖಂಡನ ಜೊತೆ ಮರಣದಂಡನೆಗೆ ಗುರಿಯಾದನು. ಅದೇ ವಿರುಷ ಏಪ್ರಿಲ್ 8 ರಂದು ಅವನನ್ನು ನೇಣುಹಾಕಿದರು.

27. ದೇಶಬಂಧು ಚಿತ್ತರಂಜನದಾಸ್:

ಇವರು ನವೆಂಬರ್ 5, 1870 ರಂದು ಕಲ್ಕತ್ತದಲ್ಲಿ ಹುಟ್ಟಿದರು. ಭಾರತದ ಸ್ವಾತಂತ್ರ್ಯ ಹೋರಾಟದಲ್ಲಿ 20ನೇ ಶತಮಾನದ ಮೊದಲನೆ ಕಾಲುಭಾಗವು (1/4th part) 'ಅಗ್ನಿಯುಗ'ವೆಂದು ಹೆಸರಾಗಿದೆ. ಕ್ರೂರ ಬ್ರಿಟಿಷರ ಪಕ್ಷಪಾತದ ವಿರುದ್ಧ ಯುವ ಪೀಳಿಗೆಯು ಬಂದೂಕಗಳನ್ನು ತೆಗೆದುಕೊಂಡು ಸೇಡು ತೀರಿಸಿಕೊಳ್ಳಲು ಪ್ರತಿಜ್ಞೆ ಮಾಡಿದರು. ಅಲಿಪುರ್ ಬಾಂಬ್ ಪಿತೂರಿ ವ್ಯಾಜ್ಯದಲ್ಲಿ ಸೇರಿಸಲ್ಪಟ್ಟ ಅರವಿಂದ ಘೋಷರನ್ನು ನೇಣುಗಂಬದ ಕುಣಿಕೆಯಿಂದ ಉಳಿಸಲು ನ್ಯಾಯವಾದಿ ಚಿತ್ತರಂಜನ್‌ದಾಸರು ರಾಜಕೀಯ ನಾಟಕದ ದೃಶ್ಯದಲ್ಲಿ ಇದ್ದಕ್ಕಿದ್ದಂತೆ ಪ್ರವೇಶಿಸಿದರು. ತನ್ನ ಹಾಸ್ಯಪ್ರಜ್ಞೆ ಮತ್ತು ಸಾಮರ್ಥ್ಯದಿಂದ ವ್ಯಾಜ್ಯವನ್ನು ಹೋರಾಡಿದ ರೀತಿಯು ಅರವಿಂದ ಘೋಷರ ಬಿಡುಗಡೆಯ ಹಿಂದಿರುವ ಮುಖ್ಯ ಕಾರಣ. ಅಸಹಕಾರ ಚಳುವಳಿಯ ಕಾಲದಲ್ಲಿ ಹಾಗು ಬಂಗಾಳದಲ್ಲಿ ಬ್ರಿಟನ್ನಿನಿಂದ ಬಂದ ವಸ್ತ್ರಗಳ ನಿಷೇದಾಜ್ಞೆಯನ್ನು ಪ್ರಾರಂಭಿಸಿದವರಲ್ಲಿ ಇವರು ಪ್ರಮುಖ ವ್ಯಕ್ತಿ. ಅವರು ಸ್ವತಃ ಯೂರೋಪಿನ ಉಡುಪುಗಳನ್ನು ಸುಟ್ಟು ಭಾರತದಲ್ಲಿ ತಯಾರಾದ ವಸ್ತ್ರಗಳನ್ನು ಧರಿಸಿ ಎಲ್ಲರಿಗೂ ಮಾದರಿಯಾದರು.

ಮೋತಿಲಾಲ್‌ನೆಹರೂರವರ ಜೊತೆ ತಮ್ಮ ಅಸೌಮ್ಯವಾದಿ ಭಾವನೆಗಳನ್ನು ವ್ಯಕ್ತಪಡಿಸಲು ಸ್ವರಾಜ್ ಪಕ್ಷವನ್ನು ಸ್ಥಾಪಿಸಿದರು. ಸುಭಾಸ್‌ಚಂದ್ರಬೋಸರ ಆಪ್ತ ಸಲಹೆಗಾರರಾದ ಇವರನ್ನು, ಸಾಮ್ರಾಜ್ಯಶಾಹಿ ಬ್ರಿಟಿಷ್ ಆಡಳಿತವು ಅನೇಕಬಾರಿ ಸಮಾಧಾನಪಡಿಸಲು ಯತ್ನಿಸಿತು, ಆದರೆ ಇವರ ದೃಢ ನಿರ್ಧಾರ ಹಾಗು ಆತ್ಮವಿಶ್ವಾಸವನ್ನು ತಿದ್ದಲು ಸಾಧ್ಯವಾಗಲಿಲ್ಲ. ಇವರು 'ಫಾರ್ವರ್ಡ್' ಎಂಬ ಪತ್ರಿಕೆಯನ್ನು ಹೊರತಂದರು. ಆದರೆ ನಂತರ ಹೆಸರೇ ಸೂಚಿಸುವಂತೆ, ಬ್ರಿಟಿಷ್ ಆಳ್ವಿಕೆಯ ವಿರುದ್ಧ ಹೋರಾಡಲು, ಅದರ ಹೆಸರನ್ನು 'ಲಿಬರ್ಟಿ'

ಎಂದು ಬದಲಾಯಿಸಿದರು. ಕಲ್ಕತ್ತಾ ಮಹಾನಗರಪಾಲಿಕೆ ಪ್ರಾರಂಭವಾದಾಗ, ಇವರು ಅದರ ಮೊದಲನೆ ಮೇಯರ್ ಆದರು. ಅನಾರೋಗ್ಯವು ಇವರ ರಾಜಕೀಯ ಜೀವನವನ್ನು ಕಾಡಿಸುತ್ತಿತ್ತು. ಹಾಗಿದ್ದರೂ, ಅವರು ಪರಾಕ್ರಮ ಮತ್ತು ಧೈರ್ಯದಿಂದ ಹೋರಾಡಿದರು. ಸುಭಾಸ್‌ಚಂದ್ರ ಬೋಸರು ಇವರು ಧ್ಯೇಯಗಳನ್ನು ಪೂರ್ವಾರ್ಜಿತ ಆಸ್ತಿಯಂತೆ ಸರಿಯಾದ ರೀತಿಯಲ್ಲಿ ಮುಂದುವರಿಸಿದರೂ, ಕ್ರಾಂತಿಯ ಪ್ರತಿಯೊಂದು ಹೆಜ್ಜೆಯಲ್ಲಿಯೂ ಇವರ ಅನುಪಸ್ಥಿತಿಯು ಗೋಚರಿಸುತ್ತಿತ್ತು.

28. ಮೌಲಾನ ಅಲುಬ್ ಕಲಮ್ ಆಜಾದ್:

ಕಟ್ಟಾ ಮುಸ್ಲಿಮರಾದ ಇವರು ಭಾರತದ ಸ್ವಾತಂತ್ರ್ಯಕ್ಕಾಗಿ ಹೋರಾಡಲು ಹೆಚ್ಚು ಉತ್ಸಾಹವನ್ನು ವಹಿಸಿದರು ಹಾಗು ಬ್ರಿಟಿಷರ ವಿರುದ್ಧ ಹೋರಾಡಲು ತಮ್ಮ ಸಮಾಜದ ಮುಸ್ಲಿಮರಿಗೂ ಸಹ ಒತ್ತಾಯಿಸಿದರು. ಇವರ ಸ್ವಾತಂತ್ರ್ಯಪೂರ್ವ ದೃಷ್ಟಿಕೋನವು ಇವರ ಪ್ರಬಲ ವರ್ಷಗಳ ಕಾಲದಲ್ಲಿ ವಿಸ್ತಾರವಾಯಿತು. ಭಾರತದಲ್ಲಿ ತಾನು ಮುಸ್ಲಿಮನಾದ ಕಾರಣ ರಾಜಕೀಯವಾಗಿ ತನ್ನನ್ನು ತೊಡಗಿಸಿ ಕೊಳ್ಳುವುದನ್ನು ಅವರು ಅರ್ಥ ಮಾಡಿಕೊಂಡಿದ್ದರು ಹಾಗು ಭಾರತದ ಸ್ವಾತಂತ್ರ್ಯಕ್ಕಾಗಿ ಹೋರಾಡುವಾಗ ಎದುರಿಸಬೇಕಾದ ಸಮಸ್ಯೆಗಳನ್ನು ತಿಳಿದಿದ್ದರು.

29. ಲಾಲಲಜಪತ್‌ರಾಯ್:

ಚಿಕ್ಕವನಿರುವಾಗಲೇ, ಲಾಲ ಲಜಪತ್‌ರಾಯರು (ಮುಂದೆ ಲಾಲಾಜಿ ಎಂದೇ ಖ್ಯಾತರಾದರು) ಸ್ವಾಮಿ ದಯಾರಾಮರು ಹಾಗು ರಾಜರಾಮ್ ಮೋಹನ್‌ರಾಯರಿಂದ ಪ್ರೇರಣೆಯನ್ನು ಪಡೆದರು. ಕೇವಲ 23 ವರ್ಷದವರಿರುವಾಗಲೆ, 1888ರಲ್ಲಿ ಭಾರತೀಯ ರಾಷ್ಟ್ರೀಯ ಕಾಂಗ್ರೆಸ್‌ಗೆ

ಸೇರಿದರು, ಬ್ರಿಟಿಷ್ ಜನತೆಯ ಮುಂದೆ ಭಾರತದ ವ್ಯಾಜ್ಯವನ್ನು ವಾದಿಸಲು ಗೋಪಾಲ ಕೃಷ್ಣ ಗೋಖಲೆಯವರ ಜೊತೆ ಇಂಗ್ಲೆಂಡಿಗೆ ಪ್ರಯಾಣಿಸಲು ಪ್ರತಿನಿಧಿಯಾಗಿ ಇವರು 1905ರಲ್ಲಿ ಚುನಾಯಿಸಲ್ಪಟ್ಟರು.

ಭಾರತಕ್ಕೆ ಹಿಂದಿರುಗಿದ ನಂತರ, ಇವರು ಸ್ವದೇಶಿ ಚಳುವಳಿಯಲ್ಲಿ ಸಕ್ರಿಯವಾಗಿ ಭಾಗ ವಹಿಸಿದರು. 1913ರಲ್ಲಿ ಪುನಃ ಚುನಾಯಿತರಾಗಿ ಇಂಗ್ಲೆಂಡಿಗೆ ಹೋದರು. ಸುಮಾರು ಆರು ವರುಷಗಳ ಪರದೇಶದಲ್ಲಿರುವ ಕಾಲದಲ್ಲಿ ಅಮೇರಿಕಾ ಸಂಯುಕ್ತ ಸಂಸ್ಥಾನಗಳಿಗೆ ತೆರಳಿ ಅಲ್ಲಿ ಭಾರತದ ಸ್ವಾತಂತ್ರ್ಯಕ್ಕಾಗಿ ಅಂಧೋಲನವನ್ನು ಪ್ರಾರಂಭಿಸಿದರು. ಭಾರತಕ್ಕೆ ಹಿಂದಿರುಗಿದ ನಂತರ, ಮಹಾತ್ಮಗಾಂಧಿಯವರು ಪ್ರಾರಂಭಿಸಿದ ಅಸಹಕಾರ ಚಳುವಳಿಯಲ್ಲಿ ಸಕ್ರಿಯವಾಗಿ ಭಾಗವಹಿಸಿದರು. ಚಳುವಳಿಯು ಕಾಳ್ಗಿಚ್ಚಿನಂತೆ ಹರಡಿತು ಹಾಗು ಇವರು ಬೇಗನೆ 'ಪಂಜಾಬಿನ ಸಿಂಹ' ಎಂದು ಹೆಸರುವಾಸಿಯಾದರು.

ಅಕ್ಟೋಬರ್ 30, 1928 ರಂದು ಲಾಹೋರಿನಲ್ಲಿ ಸೈಮನ್ ನಿಯೋಗವನ್ನು ಬಹಿಷ್ಕರಿಸಲು ಸಂಘಟಿಸಿದ ಒಂದು ಮೆರವಣಿಗೆಯಲ್ಲಿ ಭಾಗವಹಿಸಿದರು. ಆಗ ಪೊಲಿಸರು ಗುಂಡು ಹಾರಿಸಿದಾಗ, ಅನೇಕರು ಮರಣ ಹೊಂದಿ, ಸಾವಿರಾರು ಜನ ಗಾಯಗೊಂಡರು. ಪೋಲಿಸರ ಹೊಡೆತದಲ್ಲಿ ಲಜಪತರಾಯರು ಒಬ್ಬರಾಗಿದ್ದರು. ಹದಿನೆಂಟು ದಿನಗಳ ನಂತರ ದೇಹದಲ್ಲೆಲ್ಲಾ ಆದ ಗಾಯಗಳಿಂದ, ಇವರು ಕೊನೆಯುಸಿರೆಳೆದರು.

30. ವಿನಾಯಕ ದಾಮೋದರ್ ಸಾವರ್ಕರ್:

ಇವರು ಮೇ 28, 1883ರಂದು ಮಹಾರಾಷ್ಟ್ರದ ನಾಸಿಕ್ ಹತ್ತಿರ ಭಾಗಲ್‌ಪುರ್ ಎಂಬಲ್ಲಿ ಜನಿಸಿದರು. ಬಂಗಾಳ ವಿಭಜನೆಯು ಇವರಿಗೆ ಒಂದು ಕಹಿ ಅನುಭವವಾದ ಕಾರಣ, ಇವರೂ ಹಾಗು ಇವರ ಸಹಪಾಠಿಗಳು ಬ್ರಿಟಿಷ್

ವಸ್ತ್ರಗಳನ್ನು ಬಹಿಷ್ಕರಿಸಿ, ಭಾರತದಲ್ಲಿ ತಯಾರಾದ ಉಡುಪುಗಳನ್ನು ತೊಡಲು ಪ್ರಾರಂಭಿಸಿದರು. ಮಾರ್ಚ್ 13, 1910 ರಂದು ಒಂದು ಕೊಲೆ ವ್ಯಾಜ್ಯದಲ್ಲಿ ಬಂಧಿಯಾದರು. 1920ರಲ್ಲಿ ಸರ್ದಾರ್ ವಲ್ಲಭ ಬಾಯಿ ಪಟೇಲರ ಒತ್ತಾಯದ ಕಾರಣ ಇವರು ಬಿಡುಗಡೆಯಾದರು. 1937ರಲ್ಲಿ ಹಿಂದೂ ಮಹಾಸಭಾದ ಅಧ್ಯಕ್ಷರಾಗಿ ಚುನಾಯಿತರಾದರು. ಸಭಾದಲ್ಲಿ, ಡಾ॥ ಬಾಬಾ ಸಾಹೇಬ್ ಅಂಬೇಡ್ಕರರ ಸ್ವಾತಂತ್ರ್ಯ ವಿಮೋಚನೆ ಹೋರಾಟ ಹಾಗು ಅಸ್ಪೃಶ್ಯತಾ ನಿವಾರಣೆಯಲ್ಲಿ ತಮ್ಮ ಸಂಪೂರ್ಣ ಬೆಂಬಲವನ್ನು ನೀಡಿದರು. ವೀರ ಸಾವರ್ಕರ್ ಎಂದೇ ಜನಪ್ರಿಯರಾದ ಇವರು, ಬ್ರಿಟಿಷರಿಂದ ಭಾರತವನ್ನು ಬಿಡುಗಡೆ ಮಾಡಲು ಭಾರತೀಯರಿಂದ ದೃಢ ಹಾಗೂ ಸಶಸ್ತ್ರ ಕ್ರಾಂತಿಯೊಂದರಿಂದ ಮಾತ್ರ ಸಾಧ್ಯ ಎಂದು ಬಲವಾಗಿ ನಂಬಿದ್ದರು. ಮಹಾತ್ಮಗಾಂಧಿಯವರ ಅಹಿಂಸಾತ್ಮಕ ವಿಧಾನ ಹಾಗೂ ಪಾಕಿಸ್ತಾನಿಯರನ್ನು ಸಂತೋಷಗೊಳಿಸುವ ಪ್ರಯತ್ನಗಳಲ್ಲಿ ಇವರ ಅಸಮ್ಮತಿ, ಪಾಕಿಸ್ತಾನಿಯರಿಂದ ಅನೀತಿಗೊಳಗಾದ ಹೆಚ್ಚಿನ ಸಂಖ್ಯೆಯ ಹಿಂದೂಗಳಿಗೆ ಒಪ್ಪಿಗೆಯಾಯಿತು. ಇದು ನಾಥುರಾಮ್ ಗೋಡ್ಸೆಯಿಂದ ಮಹತ್ಮಾಗಾಂಧಿಯವರ ಕೊಲೆಗೆ ಕಾರಣವಾಯಿತು.

ತನ್ನ ಶಾಲಾ ದಿನಗಳಲ್ಲಿ ಇವರು ದೇಶಭಕ್ತಿಯನ್ನು ವಸ್ತುವಾಗುಳ್ಳ ನಾಟಕಗಳನ್ನು ಸಂಘಟಿಸುತ್ತಿದ್ದರು. ಇದು ಮುಂದೆ ಇವರಿಗೆ ಒಂದು ಹವ್ಯಾಸವಾಗಿ ಬೆಳೆಯಿತು. ನಂತರ, ಇವರು ಹೆಚ್ಚಿನ ವಿದ್ಯಾಭ್ಯಾಸಕ್ಕಾಗಿ ಪುಣೆಗೆ ಹೋದರು. ಅಲ್ಲಿ 'ಅಭಿನವ ಭಾರತ ಸಮಾಜ' ಎಂಬ ಸಂಸ್ಥೆಯನ್ನು ಸ್ಥಾಪಿಸಿದರು. ರಾಷ್ಟ್ರಭಕ್ತಿಯ ಕಟ್ಟಾ ವಿದ್ಯಾರ್ಥಿಯಾದ ಇವರಿಗೆ, ಹೆಚ್ಚುತ್ತಿರುವ ಯುವಕರ ಜೊತೆ ಒಂದು ದೊಡ್ಡ ವೇದಿಕೆ ಸಿಕ್ಕಂತಾಯಿತು. ಆಳುತ್ತಿರುವ ಬ್ರಿಟಿಷರು ಎಲ್ಲಾ ರಾಜಕೀಯ ಚಟುವಟಿಕೆಗಳನ್ನು ಬಹಿಷ್ಕರಿಸಿದರು. ಹಾಗಾಗಿ

ಇವರು ತಮ್ಮ ಎಲ್ಲಾ ಕೆಲಸಕಾರ್ಯಗಳು ಹಾಗು ವ್ಯವಹಾರಗಳನ್ನು ಗುಟ್ಟಾಗಿ ನಡೆಸಬೇಕಾಯಿತು.

ಲಂಡನ್ನಿನಲ್ಲಿ, 1857ರ ಭಾರತದ ಮೊದಲನೆ ಸಶಸ್ತ್ರ ರಾಷ್ಟ್ರೀಯ ಕ್ರಾಂತಿಯ ಬಗ್ಗೆ ಜನತೆಯಲ್ಲಿ ಜಾಗೃತಿ ಮೂಡಿಸುವ ಕೆಲಸವನ್ನು ಕೈಗೊಂಡರು. ಅಲ್ಲಿ, ಇವರು ಭಾರತದ ಸ್ವಾತಂತ್ರ್ಯ ಸಂಗ್ರಾಮ-1857 ಎಂಬ ತಲೆಬರಹದ ಹಸ್ತಲೇಖನವನ್ನು ಮರಾಠಿಯಲ್ಲಿ ಬರೆದರು. ಆದರೆ ಅದು ಬ್ರಿಟಿಷರ ವಿರುದ್ಧವಾಗಿದ್ದುದರಿಂದ, ಅದನ್ನು ಇವರು ಮುದ್ರಿಸಲಾಗಲಿಲ್ಲ. ಮುಂದೆ ಆ ಹಸ್ತಪ್ರತಿಯನ್ನು ಭಾರತಕ್ಕೆ ಕಳ್ಳಸಾಗಣೆ ಮಾಡಿದರು ಆದರೆ ಬ್ರಿಟಿಷರ ಕಚ್ಚೆಚ್ಚರಿಕೆಯ ಕಾರಣ, ಎಲ್ಲಾ ಮುದ್ರಣಾಲಯಗಳ ಮೇಲೆ ಆಕಸ್ಮಿಕ ದಾಳಿ ನಡೆಯಿತು. ಒಬ್ಬ ಸ್ನೇಹಿತನಾದ ಪೋಲಿಸ್ ಅಧಿಕಾರಿಯ ಸೂಚನೆಯ ಮೇರೆಗೆ, ಆ ಪ್ರತಿಯನ್ನು ವಾಪಸ್ಸು ಪಡೆಯಲಾಯಿತು. ಅದು ಗುಟ್ಟಾಗಿ ಯುರೋಪಿಗೆ ಹೋಯಿತು ಹಾಗು ದುರಾದೃಷ್ಟವಶಾತ್ ಕಳೆದುಹೋಯಿತು. ಆದರೆ ಆದರ ಇಂಗ್ಲಿಷ್ ಭಾಷಾಂತರದ ಅವಶ್ಯಕತೆಯುಂಟಾಯಿತು. ಅಲ್ಲಿ ಕಾನೂನು ಹಾಗು ಸಿವಿಲ್ ಸೇವೆಯನ್ನು ಕಲಿಯಲು ಬಂದ ಇತರೆ ಕ್ರಾಂತಿಕಾರರು ಈ ಕೆಲಸದಲ್ಲಿ ವಿನಾಯಕ ಸಾವರ್ಕರರಿಗೆ ಸಹಾಯ ಮಾಡಿದರು.

ನಂತರ ಅದೇ ವರುಷ, ಮೇಡಮ್ ಭಿಕಾಜಿ ಕಾಮಾರವರು ಒಂದು ಭೂಗತ ಮುದ್ರಣಾಲಯದಲ್ಲಿ ತಲೆಬರಹ ಹಾಗು ಹೊದಿಕೆಯಿಲ್ಲದೆ ಪ್ರಕಟಿಸಿ ಕೆಲವು ಪ್ರತಿಗಳನ್ನು ಭಾರತಕ್ಕೆ ಕಳ್ಳ ಸಾಗಣೆ ಮಾಡಿದರು.

ಇದೇ ಅವಧಿಯಲ್ಲಿ ಸಾವರ್ಕರರು ಭಾರತದ ಮೊದಲ ರಾಷ್ಟ್ರಧ್ವಜದ ಚಿತ್ರ ರೂಪಿಸುವಲ್ಲಿ ಸಹಾಯ ಮಾಡಿದರು. ಅದನ್ನು ಮೇಡಮ್ ಕಾಮಾರವರು ಜರ್ಮನಿಯ ಸ್ಟುಟ್‌ಗರ್ಟ್‌ನಲ್ಲಿ ನಡೆದ ವಿಶ್ವ ಸಮಾಜವಾದಿ ಸಮ್ಮೇಳನದಲ್ಲಿ ಹಾರಿಸಿದರು.

ಅಲ್ಲಿಯೂ ಸಾವರ್ಕರರ ಕ್ರಾಂತಿಕಾರಿ ಚಟುವಟಿಕೆಗಳು ಹೆಚ್ಚಿನ ಪ್ರಮಾಣದಲ್ಲಿ ನಡೆಯುತ್ತಿದ್ದ ಕಾರಣ, ಸ್ಕಾಟ್ಲೆಂಡ್ ಯಾರ್ಡ್ ಪೋಲಿಸರು

ಇವರ ಮೇಲೆ ಬಲವಾದ ಕಣ್ಣಿಟ್ಟರು. ಕೊನೆಗೆ, ಇವರನ್ನು ಇವರ ಸ್ನೇಹಿತರ ಜೊತೆ ಭಾರತಕ್ಕೆ ಕಳುಹಿಸಿದರು. ಇವರು ಹಾಗು ಇವರ ಸ್ನೇಹಿತರು ಭಾರತಕ್ಕೆ ಬರುವ ದಾರಿಯಲ್ಲಿರುವಾಗ, ಸಾವರ್ಕರರು ಸಮುದ್ರಕ್ಕೆ ಹಾರುವುದು, ನೀರಿನಲ್ಲಿ ಈಜುತ್ತಿರುವಾಗ, ತಪ್ಪಿಸಿಕೊಂಡ ಬೇರೆ ಸ್ನೇಹಿತರು ಇವರನ್ನು ಅಲ್ಲಿಂದ ಎತ್ತುವುದೆಂದು ಹಾಗು ದೇಶದಿಂದ ಹೊರಗೆ ಹಾಕಬೇಕೆಂದು ಉಪಾಯ ಮಾಡಿದ್ದರು. ಹಡಗಿನಲ್ಲಿ, ಸಾವರ್ಕರರನ್ನು ಕಟ್ಟುನಿಟ್ಟಾದ ಎಚ್ಚರಿಕೆಯಲ್ಲಿ ಇಟ್ಟಿದ್ದರು. ಅವರಿಗೆ ತಪ್ಪಿಸಿಕೊಳ್ಳಲು ಬೇರೆ ದಾರಿಯೇ ಇರಲಿಲ್ಲ. ಕೊನೆಗೆ ಸ್ನಾನಗೃಹಕ್ಕೆ ಹೋಗಿ, ಕಿಟಕಿಯ ಗಾಜನ್ನು ಒಡೆದು, ಹೇಗೋ ನುಸುಳಿಕೊಂಡು ಮಾರ್ಸೆಲ್ಸ್ ಬಂದರಿಗೆ ಆಳವಾದ ಸಮುದ್ರದಲ್ಲಿ ಈಜಿ ಬಂದರು. ಆದರೆ ಫ್ರೆಂಚ್ ಪೋಲಿಸರು ಇವರನ್ನು ಹಿಡಿದು, ಬ್ರಿಟಿಷ್ ಪೋಲಿಸರಿಗೆ ಒಪ್ಪಿಸಿದರು.

ಕ್ರಮಬದ್ಧ ವಿಚಾರಣೆಯ ನಂತರ ಕಾನೂನುಬಾಹಿರ ಆಯುಧಗಳ ಸಾಗಣೆ, ಪ್ರಚೋದಿಸುವ ಭಾಷಣ ಹಾಗು ರಾಜದ್ರೋಹದಂತಹ ಕಠಿಣ ಅಪರಾಧಗಳನ್ನು ಹೊರಿಸಿ, 50 ವರ್ಷಗಳ ಕಾರಾಗೃಹವಾಸ ಶಿಕ್ಷೆ ವಿಧಿಸಿದರು ಹಾಗು ಅಂಡಮಾನ ರಂಧ್ರಗಳುಳ್ಳ ಜೈಲಿಗೆ ಗಡಿಪಾರು ಶಿಕ್ಷೆವಿಧಿಸಿ ಇವರನ್ನು ಕಳುಹಿಸಿದರು.

ಅಂಡಮಾನಿನಲ್ಲಿ ಸುಮಾರು 16 ವರುಷಗಳ ಜೈಲು ಶಿಕ್ಷೆ ಅನುಭವಿಸಿದ ನಂತರ, ಸಾವರ್ಕರರನ್ನು ಮಹಾರಾಷ್ಟ್ರದ ರತ್ನಗಿರಿ ಕಾರಾಗೃಹಕ್ಕೆ ವರ್ಗಾಯಿಸಿದರು ಹಾಗು ಗೃಹಬಂಧಿಯಾಗಿಟ್ಟರು. ಭಾರತದ ಸ್ವಾತಂತ್ರ್ಯವು, ಕೇವಲ ಕೆಲವು ವ್ಯಕ್ತಿಗಳು, ಮುಖಂಡರು ಇಲ್ಲವೆ ಸಮಾಜದ ವರ್ಗದಿಂದಲ್ಲ, ಆದರೆ ಪ್ರತಿನಿತ್ಯವೂ ತನ್ನ ಮನೆದೇವರಿಗೆ ಬೇಡುತ್ತಿದ್ದ ಸಾಮಾನ್ಯ ವ್ಯಕ್ತಿಯೊಬ್ಬನು ಭಾಗವಹಿಸಿದ್ದರಿಂದ ಅಸ್ತಿತ್ವಕ್ಕೆ ಬಂದಿದ್ದವು ಇವರು ದೃಢವಾಗಿ ನಂಬಿದ್ದರು.

ನಾಥುರಾಮ್ ಗೋಡ್ಸೆಯಿಂದ ಮಹತ್ಮಾಗಾಂಧಿಯವರ ಹತ್ಯೆಯ ವಿವಾದದಲ್ಲಿ ಸಿಲುಕಿದ್ದರಿಂದ, ಇವರು 1966ರಲ್ಲಿ ತಮ್ಮ ಕೊನೆಯುಸಿರೆಳೆದರು. ಹಿಂದು ಮಹಾಸಭಾದ ಸ್ವಯಂ ಸೇವಕನಾದ ನಾಥುರಾಮ್ ಗೋಡ್ಸೆಯು ಜನವರಿ 30, 1948ರಂದು ಗಾಂಧಿಯವರನ್ನು ಹತ್ಯೆಗೈದನು ಹಾಗು ನೇಣುಗಂಬ ಏರುವವರೆಗೂ ತನ್ನ ಕೃತ್ಯವನ್ನು ಪ್ರತಿಪಾದಿಸಿಕೊಂಡನು.

31. ರವೀಂದ್ರನಾಥ ಟಾಗೋರ್:

ಸ್ವಾತಂತ್ರ್ಯಕ್ಕಾಗಿ ಭಾರತದ ರಾಷ್ಟ್ರೀಯ ಚಳುವಳಿಯು ಸಾಮಾಜಿಕ, ಶೈಕ್ಷಣಿಕ ಹಾಗು ಆರ್ಥಿಕ ಜಾಗೃತಿಯು ದೇಶದೆಲ್ಲೆಡೆಯಿಂದ ಒಂದು ಮಹಾನ್ ಅಲೆಯ ಸಹಿತ ಬಂದಿತು. ರವೀಂದ್ರನಾಥ ಟಾಗೋರರು ಒಬ್ಬ ನಿಜವಾದ ಮೇಧಾಶಕ್ತಿಯುಳ್ಳ ವ್ಯಕ್ತಿ ಹಾಗು ಸ್ವಾತಂತ್ರ್ಯದ ಅಂಧೋಲನದಲ್ಲಿ ಅವರ ಕೊಡುಗೆ ಗಮನಾರ್ಹ. ನಮಗೆ ರಾಷ್ಟ್ರಗೀತೆ ಕೊಟ್ಟ ಅವರು ಹೀಗೆ ಬರೆದರು, ''ನಾನು ಭಾರತವನ್ನು ಪ್ರೀತಿಸಿದ್ದೇನೆ. ಆಕೆಯ ಭೌಗೋಳಿಕ ಪರಿಮಾಣದಿಂದಾಗಲಿ, ಆಕೆಯ ಭೂತಕಾಲದ ಮಹತ್ವದಿಂದಾಗಲಿ ಅಲ್ಲ, ಆದರೆ ನಾನು ಈ ದಿನ ಆಕೆಯ ಮೇಲಿಟ್ಟಿರುವ ಭರವಸೆಯಿಂದ ಹಾಗು ಜೀವನದ ಉನ್ನತ ಧ್ಯೇಯಗಳಿಗಾಗಿ ಬೆಂಬಲಿಸುವಳೆಂದು ಆಕೆಯ ಸೇವೆ ಮಾಡಲು ಬೇಡಿಕೊಳ್ಳುತ್ತೇನೆ.

32. ಬಾಬಸಾಹೇಬ್ ಅಂಬೇಡ್ಕರ್:

ಇವರು ಏಪ್ರಿಲ್ 14, 1891ರಲ್ಲಿ ಒಂದು ಅಸ್ಪೃಶ್ಯ ಕುಟುಂಬದಲ್ಲಿ ಜನಿಸಿದರು. ಆ ಸಮಯದಲ್ಲಿ ಅಸ್ಪೃಶ್ಯರು ವಿದ್ಯಾಭ್ಯಾಸದಿಂದ ವಂಚಿತರಾಗಿದ್ದರು. ಹಾಗಿದ್ದರೂ ಅಂಬೇಡ್ಕರರು ತಮ್ಮ ಸಹಪಾಠಿಗಳ ಕೈಯಲ್ಲಿ ಹಿಂಸೆ ಹಾಗು ಅವಮಾನಗಳನ್ನು ಸಹಿಸಿ, ತಮ್ಮ ಸಮಾಜದಲ್ಲಿಯೆ ಮೊದಲನೆಯ ಪದವಿಧರರೆನಿಸಿಕೊಂಡರು.

ಭಾರತದಲ್ಲಿ, ಎರಡು ಹೋರಾಟಗಳು ಏಕಕಾಲದಲ್ಲಿ ನಡೆದವು. ಒಂದು ವಿಶ್ವದಲ್ಲಿಯೇ ಹೆಸರುವಾಸಿಯಾದ ಬ್ರಿಟಿಷ್ ವಸಾಹತುಶಾಹಿ ಅಧಿಕಾರದ

ವಿರುದ್ಧ, ಮಹಾತ್ಮಾಗಾಂಧಿಯವರ ನೇತೃತ್ವದಲ್ಲಿ ನಡೆದ ಭಾರತದ ರಾಜಕೀಯ ಸ್ವಾತಂತ್ರ್ಯದ ಹೋರಾಟ ಹಾಗು ಮತ್ತೊಂದು, ಅಂಬೇಡ್ಕರರು ನಡೆಸಿಕೊಟ್ಟ ಆಂತರಿಕ ಹೋರಾಟ. 70 ಮಿಲಿಯಾಗಿಂತಲೂ ಹೆಚ್ಚಿನ ಅಸ್ಪೃಶ್ಯರು ಉನ್ನತ ವರ್ಗದ ಹಿಂದು ಸಮಾಜದ ವಿರುದ್ಧ ತಮ್ಮ ಸಾಮಾಜಿಕ ಹಕ್ಕುಗಳಿಗಾಗಿ ಹೋರಾಡುತ್ತಿದ್ದರು. ಲಕ್ಷಾಂತರ ಅಸ್ಪೃಶ್ಯರಿಗೆ, ಅವರನ್ನು ತುಳಿಯುತ್ತಿದ್ದವರು ಬ್ರಿಟಿಷರಲ್ಲ, ಆದರೆ ಉನ್ನತ ಹಿಂದು ಜಾತಿಯ ಸಹವರ್ತಿಗಳು.

ಧರ್ಮ ಹಾಗು ಶತಮಾನಗಳಿಂದ ಸಂಪ್ರದಾಯಕ್ಕೆ ಅರ್ಪಿಸಿಕೊಂಡ ಉನ್ನತ ಜಾತಿ ಹಿಂದುಗಳು, ಒಬ್ಬ ಅಸ್ಪೃಷ್ಯನು ತಮ್ಮನ್ನು ಸ್ಪರ್ಶಿಸಿದಾಗ, ಮಾತನಾಡಿದಾಗ ಇಲ್ಲವೆ ಕೇವಲ ಅವನ ನೆರಳು ತಮ್ಮ ಮೇಲೆ ಬಿದ್ದರೂ ಸಹ, ತಮ್ಮನ್ನು ತಾವೇ ಅಪವಿತ್ರರಾದವೆಂದು ಭಾವಿಸುತ್ತಿದ್ದರು. ಅದೇ ದೇವರನ್ನು ಅವರು ಪೂಜಿಸುತ್ತಿದ್ದರೂ ಸಹ, ಅವರನ್ನು ದೇವಾಯದೊಳಗೆ ಪ್ರವೇಶಿಸಲು ಬಿಡುತ್ತಿರಲಿಲ್ಲ. ಪೋಲಿಸ್ ಹಾಗು ಮಿಲಿಟರಿಯನ್ನೊಳಗೊಂಡಂತೆ ಸಾರ್ವಜನಿಕ ಸೇವೆಗಳು ಅವರಿಗೆ ಮುಚ್ಚಲ್ಪಟ್ಟಿದ್ದವು. ಜಾಡಿಮಾಲಿ ಕೆಲಸ ರಸ್ತೆ ಹಾಗು ಓಣಿ ಗುಡಿಸುವುದು ಪ್ರಾಣಿಗಳ ಚರ್ಮ ತೆಗೆಯುವುದು ಹಾಗು ಹದಮಾಡುವ ವಂಶಪಾರಂಪರ್ಯದ ಕೆಲಸಗಳನ್ನು ಮಾತ್ರ ಮಾಡುವ ಅವಕಾಶವಿತ್ತು. ತಮ್ಮ ಹೃದಯಗಳನ್ನು ಬದಲಾಯಿಸಿಕೊಂಡು ಅವರನ್ನು ತಮ್ಮ ಸ್ವಂತದವರೆಂದು ಒಪ್ಪಿಕೊಳ್ಳಬೇಕೆಂದು ಹಿಂದುಗಳಲ್ಲಿ ಅರಿಕೆ ಮಾಡಿಕೊಂಡರು. ಆದರೆ ಡಾ|| ಬಾಬಾಸಾಹೇಬ್ ಅಂಬೇಡ್ಕರರು ರಾಜಕೀಯ ಹಕ್ಕುಗಳನ್ನು ಸಹ ಆಶಿಸಿದರು. ಅಸ್ಪೃಶ್ಯರು ಹಿಂದೂ ಸಮಾಜದ ಒಂದು ಅವಿಭಾಜ್ಯ ಅಂಗವೆಂದು ಮಹತ್ಮಾಗಾಂಧಿಯವರು ತಿಳಿಸಿದರು. ಬಾಬಾಸಾಹೇಬ್ ಅಂಬೇಡ್ಕರರು ಹಿಂದೂವಾದದಿಂದ ಬೇಸರಗೊಂಡು, ದಲಿತವರ್ಗದವರನ್ನು ಪ್ರತ್ಯೇಕವೆಂದು ಭಾವಿಸಿದರು. ಒಮ್ಮೆಬ್ರಿಟಿಷರು ಬಿಟ್ಟುಹೋದ ಕೂಡಲೆ ಭಾರತವು ತನ್ನನ್ನು ತಾನೇ ತಿದ್ದಿಕೊಳ್ಳುವುದೆಂದು ಗಾಂಧೀಜಿಯವರು ನಂಬಿದ್ದರು. ಆದರೆ ಅಂಬೇಡ್ಕರರು ಈ ಸಂಭಾವ್ಯತೆಗಳನ್ನು ತೆಗೆದುಕೊಳ್ಳಲು ಇಷ್ಟಪಡುತ್ತಿರಲಿಲ್ಲ. ಮಹಾತ್ಮಗಾಂಧಿಯವರನ್ನು ಎದುರಿಸಿದ್ದು ಅಂಬೇಡ್ಕರರನ್ನು ಭಾರತದಲ್ಲಿಯೆ ಅತಿಹೆಚ್ಚು ತಿರಸ್ಕೃತ ವ್ಯಕ್ತಿಯನ್ನಾಗಿ ಮಾಡಿತು. ಭಾರತಕ್ಕೆ ಸ್ವಾತಂತ್ರ್ಯ ಬಂದಾಗ,

ಗಾಂಧಿಯವರು ಮೊದಲನೆ ಮಂತ್ರಿಮಂಡಳದಲ್ಲಿ ಅಂಬೇಡ್ಕರರನ್ನು ಸೇರಿಸಿಕೊಳ್ಳಲೇಬೇಕೆಂದು ಒತ್ತಾಯಿಸಿದಾಗ, ಆ ಭಿನ್ನಾಭಿಪ್ರಾಯವು ಕರಗಿಹೋಯಿತು. ಬೇಲಿಯ ವಿರುದ್ಧ ಭಾಗಗಳಲ್ಲಿದ್ದಾಗ್ಯೂ, ಗಾಂಧಿಯವರು ಅಂಬೇಡ್ಕರರನ್ನು ಗೌರವಿಸುತ್ತಿದ್ದರು. ಹೀಗೆ ಅಂಬೇಡ್ಕರರು ಪ್ರಧಾನಮಂತ್ರಿ ಜವಾಹರಲಾಲ್‌ನೆಹರೂರವರ ಮುಖಂಡತ್ವದಲ್ಲಿ ಕಾನೂನು ಮಂತ್ರಿಯಾದರು ಹಾಗೂ ಭಾರತದ ಸಂವಿಧಾನದ ಕರಡುಪ್ರತಿ ಮಾಡುವ ಜವಾಬ್ದಾರಿ ಇವರ ಹೆಗಲ ಮೇಲೆ ಬಿದ್ದಿತು. ಅಂಬೇಡ್ಕರರ ಹಿಂದೂ ಸಮಾಜವನ್ನು ತಿದ್ದುವ ಚಟುವಟಿಕೆಗಳು, ಅವರ ಜೀವಮಾನದುದ್ದಕ್ಕೂ ದುರಾಗ್ರಹವುಳ್ಳ ಪ್ರತಿಭಟನೆಯನ್ನು ತಂದಿತು. ವ್ಯಕ್ತಿಯೊಬ್ಬನಿಂದಲೆ ಮತ್ತೊರ್ವ ವ್ಯಕ್ತಿ ಶೋಷಣೆಗೊಳಗಾಗುವುದನ್ನು ತಪ್ಪಿಸುವ ಒಂದು ನೈತಿಕ ಸಾಮಾಜಿಕ ಪಂಥದ ಧರ್ಮದ ಹುಡುಕಾಟಕ್ಕಾಗಿ ಇವರು ತಮ್ಮ ಜೀವಮಾನಪೂರ್ತಿ ಪ್ರಯತ್ನಿಸಿದರು. ಕೊನೆಗೆ, ಇವರ ಹುಡುಕಾಟವು ಇವರನ್ನು ರಾಷ್ಟ್ರೀಯ ಹಾಗು ಪ್ರಜಾಪ್ರಭುತ್ವದ ಧರ್ಮವೆಂದು ಭಾವಿಸಿದ್ದ (ನಂಬಿದ್ದ) ಬೌದ್ಧ ಧರ್ಮದ ಕಡೆಗೆ ಕರೆದುಕೊಂಡು ಹೋಯಿತು. ಭಗವಾನ್ ಬುದ್ಧನ ತತ್ವಶಾಸ್ತ್ರದಲ್ಲಿ ಕೇವಲ ದಲಿತವರ್ಗದವರಿಗೆಷ್ಟೇ ಅಲ್ಲದೆ, ಸಂಪೂರ್ಣ ಜಗತ್ತಿಗೆ ಸಮಾನತೆ, ಕರುಣೆ ಮತ್ತು ಅಹಿಂಸೆಯ ಭರವಸೆಯಿದೆ.

ಅಕ್ಟೋಬರ್ 14, 1956 ರಂದು, ಇವರು ಹಿಂದೂ ಧರ್ಮವನ್ನು ತ್ಯಜಿಸಿ ಬೌದ್ಧಧರ್ಮವನ್ನು ಸ್ವೀಕರಿಸಿದರು. ಲಕ್ಷಾಂತರ ದಲಿತರು ಇವರನ್ನು ಹಿಂಬಾಲಿಸಿದರು, ತಮ್ಮ ಹಿಂದೂ ದೇವರನ್ನು ಕಿತ್ತೊಗೆದರು ಹಾಗು ಹೊಸ ಧರ್ಮವನ್ನು ಆದರದಿಂದ ಸ್ವೀಕರಿಸಿದರು.

33. ಭೂಲಾಭಾಯಿ ದೇಸಾಯಿ:

ಈ ಮಹಾನ್ ವ್ಯಕ್ತಿಯ ಹೆಸರು ಹೆಚ್ಚಿನ ಜನರಿಗೆ ಪರಿಚಯವಿಲ್ಲ. ಇವರು ಅಕ್ಟೋಬರ್ 13, 1877 ರಂದು ಗುಜರಾತಿನ ವಲ್ಸದ್ ಎಂಬಲ್ಲಿ ಜನಿಸಿದರು. ಇವರು ತಮ್ಮ ರಾಜಕೀಯ ವೃತ್ತಿಯನ್ನು ಅನಿಬೆಸೆಂಟರ 'ಹೊಂ ರೂಲ್ ಸಂಘ' ದೊಡನೆ ಪ್ರಾರಂಭಿಸಿದರು. ನಂತರ ಇವರು 'ಲಿಬರಲ್' ಪಕ್ಷಕ್ಕೆ ಸೇರಿ,

ಅದರಲ್ಲಿಯೆ ಬಹಳ ವರ್ಷಗಳ ಕಾಲ ಉಳಿದರು. ನಂತರ, ಇವರು ಕಾಂಗ್ರೆಸ್‌ಗೆ ಸೇರಿದರು.

ಹೋರಾಟವನ್ನು ಮುಂದುವರಿಸಲು ಪರದೇಶಿ ವಸ್ತುಗಳ ಬಹಿಷ್ಕಾರದ ಪರಿಣಾಮದ ಬಗ್ಗೆ ನಂಬಿಕೆಯುಂಟಾದ ಕಾರಣ, ಇವರು 'ಸ್ವದೇಶಿ ಸಭಾ' ಎಂಬ ಸಂಸ್ಥೆಯನ್ನು ಸ್ಥಾಪಿಸಿದರು ಹಾಗು ಅರಿವೆ ಮಿಲ್ಲುಗಳ ಒಡೆಯರನ್ನು ಅದಕ್ಕೆ ಸೇರಿಕೊಳ್ಳಲು ಒತ್ತಾಯಿಸಿದರು. ಆದರೆ ಆ ಸಭೆಯು ಜಾಗ್ರತೆಯಾಗಿ ನ್ಯಾಯಬಾಹಿರವೆಂದು ಘೋಷಿಸಲಾಯಿತು ಮತ್ತು 1932ರಲ್ಲಿ ಇವರನ್ನು ಬಂಧಿಸಿದರು.

34. ಶರತ್‌ಚಂದ್ರ ಬೋಸ್:

ಇವರು ಸುಭಾಸ್‌ಚಂದ್ರಬೋಸರ ಅಣ್ಣನೆಂಬುದನ್ನು ಬಿಟ್ಟರೆ ಹೆಚ್ಚಿಗೆ ಏನೂ ಹೇಳಲಾಗುವುದಿಲ್ಲ. ಇವರೂ ಸಹ ಭಾರತದ ಸ್ವಾತಂತ್ರ್ಯ ಹೋರಾಟದಲ್ಲಿ ಭಾಗವಹಿಸಿದ್ದರು.

35. ಲಾಲ್‌ಬಹದ್ದೂರ್‌ಶಾಸ್ತ್ರಿ:

1930ರಲ್ಲಿ ದೇಶದೆಲ್ಲೆಡೆ ಸ್ವಾತಂತ್ರ್ಯದ ಹೋರಾಟವು ಬಹಳ ತೀವ್ರವಾಯಿತು. ಮಹತ್ಮಾಗಾಂಧಿಯವರು ಉಪ್ಪಿನ ಸತ್ಯಾಗ್ರಹವನ್ನು ಪ್ರಾರಂಭಿಸಿದಾಗ, ಶಾಸ್ತ್ರಿಯವರು ಪ್ರಮುಖ ಪಾತ್ರವನ್ನು ವಹಿಸಿದರು.

17ನೇ ವಯಸ್ಸಿನಲ್ಲಿ, ಲಾಲ್‌ಬಹದ್ದೂರ್ ಶಾಸ್ತ್ರಿಯವರು ಬ್ರಿಟಿಷ್ ಸರ್ಕಾರದ ವಿರುದ್ಧ ಒಂದು ಮೆರವಣಿಗೆಯಲ್ಲಿ ಭಾಗವಹಿಸಿದ್ದರು. ಬ್ರಿಟಿಷ್ ಸರ್ಕಾರವು ಇವರನ್ನು ಬಂಧಿಸಿ, ನಂತರ ಬಿಡುಗಡೆ ಮಾಡಿದರು. ಇವರು, ಸರ್ಕಾರಕ್ಕೆ ಭೂಆದಾಯ ಹಾಗು ಕಂದಾಯವನ್ನು ಕೊಡಬೇಡಿರೆಂದು

ಜನಗಳಿಗೆ ಹೇಳುತ್ತಿದ್ದುದರಿಂದ, ಈ ಬಾರಿ ಸರ್ಕಾರವು ಇವರನ್ನು ಸುಲಭವಾಗಿ ಬಿಡಲಿಲ್ಲ.

ಇವರನ್ನು ಏಳುಬಾರಿ ಕಾರಾಗೃಹಕ್ಕೆ ಕಳುಹಿಸಿದರು ಹಾಗು ಬೇರೆ ಬೇರೆ ಸಂದರ್ಭದಲ್ಲಿ ಅನೇಕ ಕಾರಾಗೃಹಗಳಲ್ಲಿ 9 ವರ್ಷಗಳ ದೀರ್ಘಾವಧಿ ಸಮಯ ಕಳೆಯಬೇಕಾಯಿತು.

ಇವರು ಕಾರಾಗೃಹಕ್ಕೆ ಹೋಗುವುದು ಸಹ ಶಾಪವೇ ವರವಾಗಿ ಪರಿಣಮಿಸುತ್ತಿತ್ತು. ಏಕೆಂದರೆ ಅಲ್ಲಿ ಅನೇಕ ಪುಸ್ತಕಗಳನ್ನು ಓದಲು ಸಮಯ ಸಿಗುತ್ತಿತ್ತು.

1939ರಲ್ಲಿ ಎರಡನೆ ವಿಶ್ವಯುದ್ಧವು ಪ್ರಾರಂಭವಾದಾಗ, ನಮ್ಮ ದೇಶದ ಮುಖಂಡರು ಇಕ್ಕಟ್ಟಿಗೆ ಸಿಲುಕಿಕೊಂಡರು. ತಮ್ಮ ಜನಗಳೆ ಭಾರತದಲ್ಲಿ ಗುಲಾಮರಾಗಿರುವಾಗ, ತಾವು ಹೇಗೆ ಬ್ರಿಟನ್ನಿಗೆ ಬೆಂಬಲ ಕೊಡಲು ಸಾಧ್ಯ?

ಕೊನೆಯಲ್ಲಿ, ಅವರು ಬ್ರಿಟಿಷ್ ಸರ್ಕಾರದ ವಿರುದ್ಧ ಸತ್ಯಾಗ್ರಹ ಪ್ರಾರಂಭಿಸಲು ನಿರ್ಧರಿಸಿದರು. ವೃತ್ತಿಪರ ಸತ್ಯಾಗ್ರಹಿಯಾಗಿ ಲಾಲ್ ಬಹದ್ದೂರ್ ಶಾಸ್ತ್ರಿಯವರು ಒಬ್ಬರಾಗಿ ಆರಿಸಲ್ಪಟ್ಟರು. ಅವರನ್ನು ಪುನಃ ಬಂಧಿಸಿ ಒಂದು ವರುಷದ ಜೈಲು ಶಿಕ್ಷೆ ವಿಧಿಸಿದರು.

ಸ್ವಾತಂತ್ರ್ಯಕ್ಕಾಗಿ ಹೋರಾಡುತ್ತಿದ್ದ ಭಾರತದ ರಾಷ್ಟ್ರೀಯ ಕಾಂಗ್ರೆಸ್ ಆಗಸ್ಟ್ 8, 1942 ರಂದು ಬೊಂಬಾಯಿಯಲ್ಲಿ ನಡೆದ ತನ್ನ ಚರಿತ್ರಾರ್ಹ ಸಭೆಯಲ್ಲಿ, ಭಾರತದಲ್ಲಿರುವ ಬ್ರಿಟಿಷರ ವಿರುದ್ಧ ಕೊನೆಯ ಹೋರಾಟದ ಕಹಳೆ ಊದಲು ನಿರ್ಧರಿಸಿತು. ಭಾರತವನ್ನು ಬಿಟ್ಟು ತೊಲಗಬೇಕೆಂದು ಬ್ರಿಟಿಷರಿಗೆ ಕರೆಕೊಟ್ಟಿತು.

ಈ ಕರೆಗಳು ಬ್ರಿಟಿಷ್ ಸರ್ಕಾರಕ್ಕೆ ಚುರುಕಾಗಿ ತಲುಪಿ, ಅನೇಕ ಮುಖಂಡರನ್ನು ಬಂಧಿಸಿದರು.

ಆಗ ತಾನೆ ಜೈಲಿನಿಂದ ಹೊರಗೆ ಬಂದಿದ್ದ ಶಾಸ್ತ್ರಿಯವರು, ಬೊಂಬಾಯಿಯಿಂದ ಅಲಹಾಬಾದ್‌ವರೆಗೆ ರೈಲುಗಾಡಿಯಲ್ಲಿ ಪ್ರಯಾಣಿಸಿದರು.

ಪೋಲಿಸರಿಗೆ ಗೊತ್ತಿಲ್ಲದಂತಹ ಒಂದು ನಿಲ್ದಾಣದಲ್ಲಿ ಇಳಿದುಬಿಟ್ಟರು. ಒಂದು ವಾರವಿಡಿ, ಅವರು ಆನಂದಭವನ (ಅಲಹಾಬಾದಿನಲ್ಲಿ ಜವಾಹರಲಾಲ್ ನೆಹರೂರವರ ಪೂರ್ವಿಕರ ಮನೆ)ದಿಂದ ಸ್ವಾತಂತ್ರ್ಯ ಹೋರಾಟಗಾರರಿಗೆ ಆದೇಶಗಳನ್ನು ಕಳುಹಿಸುತ್ತಿದ್ದರು. ಆ ಸಮಯದಲ್ಲಿ ನೆಹರೂರವರ ತಂಗಿ ವಿಜಯಲಕ್ಷ್ಮಿ ಪಂಡಿತ್, ಆ ಮನೆಯಲ್ಲಿ (ಆನಂದಭವನ) ವಾಸಿಸುತ್ತಿದ್ದರು. ಆಕೆಯನ್ನು ಬಂಧಿಸಿ, ಮನೆಯನ್ನು ತಮ್ಮ ವಶಕ್ಕೆ ತೆಗೆದುಕೊಳ್ಳಲು ಪೋಲಿಸರು ಅಲ್ಲಿಗೆ ಬಂದರು. ಆದರೆ ಅವರು ಹಾಗೆ ಮಾಡುವ ಮೊದಲು, ಶಾಸ್ತ್ರಿಯವರು ಎಲ್ಲಾ ಮುಖ್ಯವಾದ ದಾಖಲೆಗಳನ್ನು ನಾಶ ಮಾಡಿದರು. ವಿಜಯಲಕ್ಷ್ಮಿ ಪಂಡಿತ್‌ರವರು ಮಾತ್ರ ಬಂಧಿಯಾದರು.

ಕೆಲವು ದಿನಗಳ ನಂತರ, ಲಾಲ್ ಬಹದ್ದೂರ್ ಶಾಸ್ತ್ರಿಯವರು ತಾವು ಅಡಗಿದ್ದ ಸ್ಥಳದಿಂದ ಹೊರಗೆ ಬಂದು, ವಾಡಿಕೆಯಂತೆ ಬ್ರಿಟಿಷರ ವಿರುದ್ಧವಾಗಿ ಘೋಷಣೆಗಳನ್ನು ಕೂಗಿದರು. ಆದರೆ ಪೋಲಿಸರು ಅವರನ್ನು ಬಹಳ ಜಾಗ್ರತೆಯಾಗಿ ಅವರನ್ನು ಬಂಧಿಸಿಯೆ ಬಿಟ್ಟರು.

ಭಾರತ ಸ್ವಾತಂತ್ರ್ಯದ ನಂತರ, ಜವಾಹರಲಾಲ್ ನೆಹರೂರವರು ಮೊದಲನೆ ಪ್ರಧಾನ ಮಂತ್ರಿಯಾದರು. 1964 ರ ಮೇ ತಿಂಗಳಿನಲ್ಲಿ ಅವರ ಮರಣಾನಂತರ ಶಾಸ್ತ್ರಿಯವರು ಪ್ರಧಾನ ಮಂತ್ರಿಯಾಗಿ, ಅನೇಕ ಸುಧಾರಣೆಗಳನ್ನು ಮಾಡಿದರು. 'ಜೈಜವಾನ್, ಜೈಕಿಸಾನ್' ಘೋಷಣೆಯ ಮುಖಾಂತರ, ಕೃಷಿಯ ಬೆಳವಣಿಗೆಯಲ್ಲಿ ಮಹತ್ತರ ಪಾತ್ರವಹಿಸಿದರು. 1965ರ ಭಾರತ ಪಾಕಿಸ್ತಾನ ಯುದ್ಧದ ನಂತರ, ತಾಷ್ಕೆಂಟ್‌ನಲ್ಲಿ ಎರಡೂ ರಾಷ್ಟ್ರಗಳ ಸಂಧಿ ಪತ್ರಕ್ಕೆ ಸಹಿ ಹಾಕಿದ ರಾತ್ರಿಯೆ ಹೃದಯಾಘಾತದಿಂದ ಮರಣ ಹೊಂದಿದರು. 'ಮೂರ್ತಿ ಚಿಕ್ಕದಾದರೂ ಕೀರ್ತಿ ದೊಡ್ಡದು' ಎನ್ನುವಂತೆ ತಾವು ಆಳಿದ ಅಲ್ಪಕಾಲದಲ್ಲಿಯೆ ಜನಮನವನ್ನು ಸೂರೆಗೊಂಡ ಮಹಾನ್ ವ್ಯಕ್ತಿಯಾದರು.

36. ಟಿಪ್ಪು ಸುಲ್ತಾನ್:

ಇವನು ಕರ್ನಾಟಕ ರಾಜ್ಯದ ದೇವನಹಳ್ಳಿಯಲ್ಲಿ ನವೆಂಬರ್ 20, 1753 ರಂದು ಜನಿಸಿದನು. 15ನೇ ವಯಸ್ಸಿನಿಂದಲೆ, ಇವನು ತನ್ನ ತಂದೆ ಹೈದರಾಲಿಯ

ಜೊತೆ ದಂಡಯಾತ್ರೆಗೆ ಹೋಗುತ್ತಿದ್ದನು. ಅವನು ಒಂದು ಗಂಭೀರ ವ್ಯಕ್ತಿತ್ವವನ್ನು ಹೊಂದಿದ್ದನು ಹಾಗು ಇವನ ಸಂಪರ್ಕಕ್ಕೆ ಬಂದವರು ಇವನ ಪ್ರಭಾವಕ್ಕೆ ಒಳಗಾಗುತ್ತಿದ್ದರು. 1782ರಲ್ಲಿ ತನ್ನ ತಂದೆಯ ಮರಣಾನಂತರ, ಭಾರತದ ನೆಲದಲ್ಲಿ ಭದ್ರವಾಗಿ ನೆಲೆಯೂರುವ ಈಸ್ಟ್ ಇಂಡಿಯಾ ಕಂಪನಿಯ ಯೋಜನೆಯನ್ನು (ನಕ್ಷೆಯನ್ನು) ಇವನು ಮೊದಲೇ ತಿಳಿದಿದ್ದನು ಹಾಗು ಅದನ್ನು ವಿಫಲಗೊಳಿಸುವ ಪ್ರತಿಜ್ಞೆ ಮಾಡಿದನು. ಈ ಉದ್ದೇಶ್ಯಕ್ಕಾಗಿ, ಇವನು ಫ್ರೆಂಚರ ಜೊತೆ ಸಂಧಾನ ನಡೆಸಿ, ಫ್ರೆಂಚರ ಕ್ರಾಂತಿಕಾರಿ ಸಿದ್ಧಾಂತಗಳನ್ನು ತನ್ನ ಜನತೆಗೆ ಬೋಧಿಸಲು ಫ್ರೆಂಚರಿಗೆ ಆಶ್ರಯಕೊಟ್ಟನು.

ಟಿಪ್ಪುವಿನ ಬಳಿ ಆಯುಧಗಳ ಒಳ್ಳೆಯ ಶೇಖರಣೆಯಿತ್ತು. ಆದರೆ ಒಂದು ವಿಶಿಷ್ಟ ಕತ್ತಿ ಇವನಿಗೆ ಅಚ್ಚುಮೆಚ್ಚು. ಅವನು ತನ್ನ ಕೊನೆಯ ಯುದ್ಧವನ್ನು ಅದೇ ಕತ್ತಿಯಿಂದ ಮಾಡಿದನು. ಅವನು ತೀವ್ರವಾಗಿ ಗಾಯಗೊಂಡಾಗ, ಒಬ್ಬ ಬ್ರಿಟಿಷನು ಅದನ್ನು ಕಿತ್ತುಕೊಳ್ಳಲು ಪ್ರಯತ್ನಿಸಿದನು. ಆದರೆ ಟಿಪ್ಪುಸುಲ್ತಾನನು ಅತ್ಯಂತ ಜಾಗರೂಕನಾಗಿ ಅವನನ್ನು ಅದೇ ಕತ್ತಿಯಿಂದ ಕೊಂದುಹಾಕಿದನು. ಏಕೆಂದರೆ ಅದು ತನ್ನ ಬಳಿಯೇ ಇರಬೇಕೆಂದು ಸಂಕಲ್ಪಿಸಿದ್ದನು. ಜಯಶಾಲಿಯಾದ ಸೈನಾಧಿಕಾರಿ ಹ್ಯಾರಿಸನು ನಂತರ ಟಿಪ್ಪುಸುಲ್ತಾನನ ಯುದ್ಧದ ಕುದುರೆ, ಪಲ್ಲಕ್ಕಿ ಹಾಗು ಅಂಬಾರಿಯನ್ನು ಬ್ರಿಟಿಷರ ಪಕ್ಷವಹಿಸಿದ ಕೊಡಗಿನ ರಾಜನಿಗೆ ಕಳುಹಿಸಿಕೊಟ್ಟನು. ಟಿಪ್ಪುವಿನ ಹೆಚ್ಚು ಪ್ರಾಂತಗಳನ್ನು ವಶಪಡಿಸಿಕೊಂಡ ನಂತರ, ಆ ಪ್ರಸಿದ್ಧವಾದ ಕತ್ತಿಯನ್ನು ಲಂಡನ್ನಿಗೆ ಕಳುಹಿಸಲಾಯಿತು. 1947ರ ನಂತರ ಅದನ್ನು ಭಾರತಕ್ಕೆ ವಾಪಸ್ಸು ತಂದಾಗಿನಿಂದ ಅದು ಇಲ್ಲಿಯೇ ಇದೆ.

37. ರಾಜಕುಮಾರಿ ಅಮೃತ್‌ಕೌರ್:

ಈಕೆಯು 1889ರಲ್ಲಿ ಕಪೂರ್ತಲಾದ ರಾಜರ ಕುಟುಂಬದಲ್ಲಿ ಜನಿಸಿದಳು. ತನ್ನ 20ನೇ ವಯಸ್ಸಿನಲ್ಲಿ ತನ್ನ ವಿದ್ಯಾಭ್ಯಾಸವನ್ನು ಮುಗಿಸಿ ಭಾರತಕ್ಕೆ

ವಾಪಸ್ಸಾದಾಗ, ಆಕೆಯ ತಂದೆ ಹರ್ನಾಮ್‌ಸಿಂಗ್‌ನು, ಸ್ವಾತಂತ್ರ್ಯ ಚಳುವಳಿಯ ಜ್ಯೋತಿಯನ್ನು ಆಕೆಯಲ್ಲಿ ಬೆಳಗಿಸಿದನು. ಈಕೆಯು ಸಹ ಉಪ್ಪಿನ ಸತ್ಯಾಗ್ರಹ ಮತ್ತು ಭಾರತಬಿಟ್ಟು ತೊಲಗಿ ಚಳುವಳಿಯಲ್ಲಿ ಭಾಗವಹಿಸಿ, ಒಬ್ಬ ಚುರುಕಾದ ಸಾಮಾಜಿಕ ಕಾರ್ಯಕರ್ತೆಯಾದಳು. ಈಕೆಯೇ 1947ರ ಮಂತ್ರಿಮಂಡಲದಲ್ಲಿ ಮಂತ್ರಿಯ ಸ್ಥಾನಪಡೆದ ಮೊದಲ ಮಹಿಳಾ ಆರೋಗ್ಯಮಂತ್ರಿಯಾಗಿ ದೆಹಲಿಯಲ್ಲಿ ಅಖಿಲಭಾರತ ವೈದ್ಯಕೀಯ ವಿಜ್ಞಾನ ಸಂಸ್ಥೆಯ ಸ್ಥಾಪನೆ ಈಕೆಯ ಮಹಾನ್ ಕೊಡುಗೆ ಫೆಬ್ರವರಿ 2, 1964 ರಂದು ಆಕೆಯು ಗತಿಸುವವರೆಗೂ ರಾಜ್ಯಸಭಾ ಸದಸ್ಯಳಾಗಿಯೇ ಉಳಿದಿದ್ದಳು.

38. ಕಿತ್ತೂರ ರಾಣಿ ಚೆನ್ನಮ್ಮ:

ಈಕೆಯು ಭಾರತದ ಸ್ವಾತಂತ್ರ್ಯಕ್ಕಾಗಿ ಹೋರಾಟ ಮಾಡಿದ ಮಹಿಳೆಯರಲ್ಲಿ ಮೊಟ್ಟ ಮೊದಲನೆಯವಳು. ಬ್ರಿಟಿಷ್ ಸಾಮ್ರಾಜ್ಯದ ವಿರುದ್ಧವಾಗಿ ಕೆರಳಿದ ಸಿಂಹದಂತೆ ಒಂಟಿಯಾಗಿ ಹೋರಾಡಿದ್ದಳು. ಅವರನ್ನು ನಮ್ಮ ದೇಶದಿಂದ ಓಡಿಸುವಲ್ಲಿ ಆಕೆ ಜಯಶಾಲಿಯಾಗಲಿಲ್ಲ ನಿಜ. ಆದರೆ ಬ್ರಿಟಿಷ್ ಆಳ್ವಿಕೆಯ ವಿರುದ್ಧವಾಗಿ ದಂಗೆಯೇಳಲು ಆಕೆಯು ಅನೇಕ ಮಹಿಳೆಯರನ್ನು ಉತ್ತೇಜಿಸಿದಳು. ಈಕೆಯೇ ಕರ್ನಾಟಕದ ರಾಜಯೋಗ್ಯ ಸಂಸ್ಥಾನ ಕಿತ್ತೂರಿನ ರಾಣಿ ಚೆನ್ನಮ್ಮ. ಇಂದಿಗೂ ಆಕೆ ಕಿತ್ತೂರ ರಾಣಿ ಚೆನ್ನಮ್ಮನೆಂದು ಹೆಸರಾಗಿದ್ದಾಳೆ. ಝಾನ್ಸಿರಾಣಿ ಲಕ್ಷ್ಮೀಬಾಯಿಗಿಂತ ಸುಮಾರು 56 ವರ್ಷಗಳ ಮೊದಲೇ ಚೆನ್ನಮ್ಮನು 1778ರಲ್ಲಿ, ಕರ್ನಾಟಕದ ಬೆಳಗಾಮಿನ ಉತ್ತರದ ಕಾಕತಿ ಎಂಬ ಒಂದು ಸಣ್ಣ ಹಳ್ಳಿಯಲ್ಲಿ ಜನಿಸಿದಳು. ಚಿಕ್ಕವಯಸ್ಸಿನಲ್ಲಿಯೇ ಈಕೆಯು ಕುದುರೆ ಸವಾರಿ, ಕತ್ತಿವರಸೆ ಹಾಗು ಬಿಲ್ವಿದ್ಯೆಯಲ್ಲಿ ತರಬೇತಿಯನ್ನು ಪಡೆದಳು. ತನ್ನ ಶೌರ್ಯದ ಕಾರ್ಯಗಳಿಂದಾಗಿ ಈಕೆಯು ತನ್ನ ಸಂಸ್ಥಾನದಲ್ಲೆಲ್ಲಾ ಹೆಸರಾಗಿದ್ದಳು.

ಕರ್ನಾಟಕದ ಬೆಳಗಾಮಿನ ವೈಭವದ ಸಂಸ್ಥಾನ ಕಿತ್ತೂರಿನ ರಾಜ ಮಲ್ಲಸರ್ಜನೊಡನೆ ಚೆನ್ನಮ್ಮನ ವಿವಾಹವಾಯಿತು. 1816ರಲಿ ಆಕೆಯ ಪತಿಯ ಮರಣಾನಂತರ, ಆಕೆಯ ವೈವಾಹಿಕ ಜೀವನ ಒಂದು ದುಃಖ ಪೂರ್ಣ ಕತೆಯಾಯಿತು. ಅದು ಅಲ್ಲಿಗೆ ಕೊನೆಗಾಣಲಿಲ್ಲ. 1824ರಲ್ಲಿ ಆಕೆಯ ಒಬ್ಬನೇ ಮಗನೂ ಮರಣ ಹೊಂದಿದನು. ಹೀಗಾಗಿ ಆಕೆಯೊಬ್ಬಳೆ ಬ್ರಿಟಿಷ್ ಆಳ್ವಿಕೆಯ ವಿರುದ್ಧ ಹೋರಾಡಬೇಕಾಯಿತು.

ಚೆನ್ನಮ್ಮ ಶಿವಲಿಂಗಪ್ಪನೆಂಬ ಬಾಲಕನನ್ನು ದತ್ತುಪುತ್ರನನ್ನಾಗಿ ಸ್ವೀಕರಿಸಿ, ಅವನನ್ನು ಸಿಂಹಾಸನದ ಉತ್ತರಾಧಿಕಾರಿಯನ್ನಾಗಿ, ಮಾಡಿದಳು. ಬ್ರಿಟಿಷರು ಇದನ್ನು ಒಪ್ಪಲಿಲ್ಲ. 'ದತ್ತುಪುತ್ರರಿಗೆ ಹಕ್ಕಿಲ್ಲ' ಎಂಬ ತಮ್ಮ ಕಾರ್ಯನೀತಿಯ ಸಹಾಯದಿಂದ ಶಿವಲಿಂಗಪ್ಪನನ್ನು ಸಿಂಹಾಸನದಿಂದ ಹೊರದೂಡಿದರು. ತನ್ನ ಆಳ್ವಿಕೆ ಹಾಗು ನಿರ್ಧಾರಗಳಲ್ಲಿ ಬಿಳಿಯರು ಕೈಹಾಕುವುದನ್ನು ಚೆನ್ನಮ್ಮ ಇಷ್ಟಪಡುತ್ತಿರಲಿಲ್ಲ. ಆ ಆಜ್ಞೆಯನ್ನು ಆಕೆಯು ತಿರಸ್ಕರಿಸಿದ ಕಾರಣ, ಒಂದು ದೊಡ್ಡ ಯುದ್ಧಕ್ಕೆ ಕಾರಣವಾಯಿತು.

'ದತ್ತುಪುತ್ರರಿಗೆ ಹಕ್ಕಿಲ್ಲ' ಎಂಬ ಆಜ್ಞೆಗೆ ಪ್ರತಿಕ್ರಯಿಸಿ ಬ್ರಿಟಿಷರ ವಿರುದ್ಧ ಚೆನ್ನಮ್ಮ ಒಂದು ಸಶಸ್ತ್ರ ಕ್ರಾಂತಿಯನ್ನು ಪ್ರಾರಂಭಿಸಿದಳು. ಬ್ರಿಟಿಷರ ಶಕ್ತಿಶಾಲಿ ಹಾಗು ಅಗಾಧ ಸೈನ್ಯವನ್ನು ನೋಡಿ ಆಕೆ ಇಟ್ಟ ಹೆಜ್ಜೆಯನ್ನು ಹಿಂದೆಗೆಯಲಿಲ್ಲ, ಆದರೆ ಅಗಾಧ ಶಕ್ತಿ, ದಕ್ಷ ಕೌಶಲ್ಯ ಹಾಗು ವೀರಾವೇಶದಿಂದ ಹೋರಾಡಿದಳು. ಆದಾಗ್ಯೂ, ಬ್ರಿಟಿಷರ ವಿರುದ್ಧ ಬಹಳ ಕಾಲ ಆಕೆಯು ಅವರನ್ನು ಎದುರಿಸಲಾಗಲಿಲ್ಲ. ಆಕೆಗೆ ಜೈಲುಶಿಕ್ಷೆ ವಿಧಿಸಿ ಬೈಲಹೊಂಗಲದ ಕೋಟೆ ಯಲ್ಲಿಟ್ಟರು. ಅಲ್ಲಿ ಆಕೆ ಫೆಬ್ರುವರಿ 21, 1829ರಂದು ಕೊನೆಯುಸಿರೆಳೆದಳು.

39. ಸಂಗೊಳ್ಳಿ ರಾಯಣ್ಣ:

ಆಗಸ್ಟ್ 15, 1798 ರಿಂದ 26 ಜನವರಿ 1831. ಇವನು ಕರ್ನಾಟಕದ ಒಬ್ಬ ಪ್ರಮುಖ ಸ್ವಾತಂತ್ರ್ಯ ಹೋರಾಟಗಾರ. ತನ್ನ ಕೊನೆಯುಸಿರು ಇರುವವರೆಗೂ ಬ್ರಿಟಿಷರ ವಿರುದ್ಧ ಹೋರಾಡಿದನು. ಕಿತ್ತೂರಿ ರಾಣಿ ಚೆನ್ನಮ್ಮನ ಸೈನ್ಯದಲ್ಲಿ ಸೇನಾಧಿಕಾರಿಯಾಗಿದ್ದನು. ಇವನು ಸಂಗೊಳ್ಳಿ ಎಂಬ ಸಣ್ಣ ಹಳ್ಳಿಯಲ್ಲಿ

ಜನಿಸಿದನು. ಇವನ ಸಹಾಯದಿಂದ ಚೆನ್ನಮ್ಮ ರಾಣಿಯು ಬ್ರಿಟಿಷರ ವಿರುದ್ಧ ವೀರಾವೇಶದಿಂದ ಹೋರಾಡಿದಳು. ಆದರೆ ಸೋತು, ಬಂಧಿಯಾದಳು.

ನಂತರ ರಾಯಣ್ಣ ಯುದ್ಧವನ್ನು ಮುಂದುವರಿಸಿದನು. ಇವನ ಹೊಲವನ್ನು ಬ್ರಿಟಿಷರು ವಶಪಡಿಸಿಕೊಂಡರು. ರಾಯಣ್ಣ ತನ್ನ ಗೇರಿಲ್ಲಾ ಯುದ್ಧತಂತ್ರದಿಂದ ಸರ್ಕಾರಿ ಆಸ್ತಿಗೆ ಮುತ್ತಿಗೆ ಹಾಕಿದನು. ದಾಖಲೆ ಪತ್ರಗಳನ್ನು ಸುಟ್ಟು ಹಾಕಿದನು. 1829ರವರೆಗೂ ಈ ರೀತಿ ಯುದ್ಧವನ್ನು ಮುಂದುವರಿಸಿದನು.

ಬ್ರಿಟಿಷರ ಪಕ್ಷ ವಹಿಸಿದ ಕೆಲವು ಭೂಮಾಲಿಕರು ರಾಯಣ್ಣನ ಮಾವನ ಸಹಾಯದಿಂದ ಮೋಸದಿಂದ ಇವರು ಬಂಧಿಯಾಗುವಂತೆ ಮಾಡಿದರು. ಹೀಗೆ ಮೋಸ, ವಂಚನೆಯಿಂದ ಸೆರೆಹಿಡಿದ ಬ್ರಿಟಿಷರು, ಅವನನ್ನು ಬೆಳಗಾಂ ಜಿಲ್ಲೆಯ ನಂದಗಡದಲ್ಲಿ ನೇಣುಹಾಕಿದರು. ಸಾಯುವ ಸಮಯದಲ್ಲಿ ಅವನು ಹೀಗೆ ಹೇಳಿದನು, ''ಬ್ರಿಟಿಷರ ವಿರುದ್ಧ ಹೋರಾಡಿ, ಅವರನ್ನು ನಮ್ಮ ಈ ಪವಿತ್ರ ನೆಲದಿಂದ ಓಡಿಸಲು ನಾನು ಇನ್ನೊಮ್ಮೆ ಈ ದೇಶದಲ್ಲಿ ಹುಟ್ಟಿಬರಬೇಕೆಂಬುದು ನನ್ನ ಕೊನೆಯ ಆಸೆ''. ಚೆನ್ನಮ್ಮ ರಾಣಿ ಮತ್ತು ರಾಯಣ್ಣನ ಜೀವನ ಹಾಗು ಮಹತ್ಕಾರ್ಯಗಳ ಬಗ್ಗೆ ಚಲನಚಿತ್ರ ತಯಾರಾಗಿವೆ.

40. ಅಬ್ಬಕ್ಕ ರಾಣಿ:

ಈಕೆಯು ಕರ್ನಾಟಕದ ತುಳುನಾಡಿನ ರಾಣಿ. 16ನೇ ಶತಮಾನದ ದ್ವಿತೀಯಾರ್ಧದಲ್ಲಿ ಪೋರ್ಚುಗೀಸರ ವಿರುದ್ಧ ಬಹಳ ವೀರಾವೇಶದಿಂದ ಹೋರಾಡಿದಳು. ಉಳ್ಳಾಲ ಬಂದರು ಈಕೆಯ ರಾಜಧಾನಿಯಾಗಿತ್ತು. ತಮ್ಮ ಯುದ್ಧ ಕೌಶಲ್ಯಕ್ಕೆ ಸೂಕ್ತ ಸ್ಥಳವೆಂದು ಉಳ್ಳಾಲ ಬಂದರನ್ನು ಪೋರ್ಚುಗೀಸರು ಅನೇಕ ಸಾರಿ ಮುತ್ತಿಗೆ ಹಾಕಿದರೂ ಅಬ್ಬಕ್ಕನು 4 ದಶಕಗಳಿಗೂ ಹೆಚ್ಚುಕಾಲ ಹೋರಾಡಿ ಅವರನ್ನು ಉಳ್ಳಾಲದಿಂದ ಓಡಿಸಿದ್ದಳು. ಹೀಗಾಗಿ ಆಕೆಯನ್ನು ಆಕೆಯ ಕಲಿತನಕ್ಕಾಗಿ 'ಅಭಯರಾಣಿ' ಎಂದು ಕರೆಯುತ್ತಿದ್ದರು. ವಸಾಹತುಶಾಹಿ ಅಧಿಕಾರದ ವಿರುದ್ಧ ಹೋರಾಡಿದ ಭಾರತೀಯರಲ್ಲಿ ಮೊದಲಿಗಳು ಹಾಗು ಭಾರತದ ಮೊದಲನೆ ಸ್ವಾತಂತ್ರ್ಯ ಹೋರಾಟಗಾರ್ತಿ ಎಂದು ಹೆಸರಾಗಿದ್ದಾಳೆ.

ತಮ್ಮ ವಂಶದ ಪದ್ಧತಿಯಂತೆ ಈಕೆಯ ಚಿಕ್ಕಪ್ಪ ತಿರುಮಲರಾಯ

ಅಬ್ಬಕ್ಕನನ್ನು ಉಳ್ಳಾಲದ ರಾಣಿಯನ್ನಾಗಿ ಮಾಡಿದನು. ಹಾಗು ಈಕೆಗೆ ಬೇರೆ ಬೇರೆ ರೀತಿಯ ಯುದ್ಧ ತಂತ್ರಗಳು ಮಿಲಿಟರಿ ಕೌಶಲ್ಯಗಳಲ್ಲಿ ತರಬೇತಿ ಕೊಟ್ಟಿದ್ದನು. ಮಂಗಳೂರಿನ ಶೂರನಾದ ರಾಜ ಲಕ್ಷ್ಮಪ್ಪ ಅರಸನ ಜೊತೆ ಈಕೆಯ ವಿವಾಹವಾಯಿತು. ಆದರೆ ಸ್ವಲ್ಪಕಾಲದಲ್ಲಿಯೆ ವಿವಾಹವು ಕೊನೆಗೊಂಡುದರಿಂದ ಈಕೆಯು ಉಳ್ಳಾಲಕ್ಕೆ ಹಿಂದಿರುಗಿದಳು.

ಇದರಿಂದ ಕೋಪಗೊಂಡ ಈಕೆಯ ಪತಿ ಸೇಡು ತೀರಿಸಿಕೊಳ್ಳಲು ಪೋರ್ಚುಗೀಸರ ಜೊತೆ ಸೇರಿ, ಉಳ್ಳಾಲಕ್ಕೆ ಮುತ್ತಿಗೆ ಹಾಕಿದನು. ಅಬ್ಬಕ್ಕ ರಾಣಿಯು ಜೈನಳಾದರೂ ಎಲ್ಲಾ ಧರ್ಮದವರನ್ನು ಸಮನಾಗಿ ಗೌರವಿಸುತ್ತಿದ್ದಳು. ಕಲ್ಲಿಕೋಟೆಯ ರೂಮೊರಿನ್, ಬಿಜಾಪುರದ ಸುಲ್ತಾನ ಎಲ್ಲರೂ ಪೋರ್ಚುಗೀಸರ ವಿರೋಧಿಗಳಾದುದರಿಂದ, ಈಕೆಗೆ ಸಹಾಯ ಮಾಡುತ್ತಿದ್ದರು. ಬೆಸ್ತರ ಮೋಗವೀರರು ಹಾಗು ಇವರುಗಳ ಸಹಾಯದಿಂದ, ಅಬ್ಬಕ್ಕರಾಣಿಯು ಪೋರ್ಚುಗೀಸರ 1557, ಹಾಗೂ 1570ರ ಉಳ್ಳಾಲದ ಮುತ್ತಿಗೆಯಲ್ಲಿ ಪೋರ್ಚುಗೀಸರನ್ನು ಸಂಪೂರ್ಣವಾಗಿ ಸೋಲಿಸಿದಳು. ಅವರ ಮಂಗಳೂರು ಕೋಟೆಯ ಯುದ್ಧದ ನೆಲೆಯನ್ನು ನಾಶಮಾಡಿದಳು.

ಆದರೆ, ರಾಣಿಯ ಗಂಡನ ಮೋಸದಿಂದ ಪೋರ್ಚುಗೀಸರ ಸೆರೆಯಾದಳು. ಕಾರಾಗೃಹದಲ್ಲಿರುವಾಗಲೂ ದಂಗೆಯೆದ್ದು, ಹೋರಾಡುತ್ತ ವೀರಮರಣವನ್ನಪ್ಪಿದಳು.

41. ಮೇಡಮ್ ಭಿಕಾಜಿ ಕಾಮಾ:

ಒಂದು ಅಂತರಾಷ್ಟ್ರೀಯ ಸಭೆಯಲ್ಲಿ ಭಾರತದ ರಾಷ್ಟ್ರಧ್ವಜವನ್ನು ಮೊದಲು ಹಾರಿಸಿದ ಓರ್ವ ದಿಟ್ಟ ದೇಶಭಕ್ತೆ. ತನ್ನ ದೇಶದ ಸೇವೆ ಮಾಡಲು, ಈಕೆಯು ವೈಭವದ ಜೀವನವನ್ನು ತ್ಯಜಿಸಿ, ಸಾಧಾರಣ ಜೀವನ ನಡೆಸಿದಳು. ಸೆಪ್ಟೆಂಬರ್ 24, 1861 ರಂದು ಬೊಂಬಾಯಿ ಯಲ್ಲಿ ಜನಿಸಿದ ಈಕೆ, ಪರಕೀಯರ ಆಡಳಿತ ದಿಂದ ಸ್ವಾತಂತ್ರ್ಯ ಪಡೆಯುವುದನ್ನೇ ತನ್ನ

ಜೀವನದ ಗುರಿಯನ್ನಾಗಿ ಮಾಡಿಕೊಂಡಳು. ಈಕೆಗೆ ಪ್ಲೇಗ್ ರೋಗ ಸೋಂಕಿದಾಗ ಚಿಕಿತ್ಸೆಗಾಗಿ ಲಂಡನ್ನಿಗೆ ಹೋದಳು. ಅಲ್ಲಿ ದಾದಾಭಾಯಂ ನವರೋಜಿ ಹಾಗು ಇನ್ನೂ ಅನೇಕ ಭಾರತೀಯ ಕ್ರಾಂತಿಕಾರಿರನ್ನು ಭೇಟಿ ಮಾಡಿದಳು. ಈಕೆಯು ಅವರಿಗೆ ತನ್ನ ಸಂಪೂರ್ಣ ಬೆಂಬಲ ನೀಡಿದಳು. ಜರ್ಮನಿಯಲ್ಲಿ, ಆಗಸ್ಟ್ 1907 ರಂದು ನಡೆದ ಅಂತರಾಷ್ಟ್ರೀಯ ಸಮಾಜವಾದಿ ಸಮ್ಮೇಳನದಲ್ಲಿ, ಇಡೀ ವಿಶ್ವಕ್ಕೆ ಭಾರತದಲ್ಲಿ ಬ್ರಿಟಿಷರ ದಾಳಿಯನ್ನು ಬಹಿರಂಗಪಡಿಸುವ ಒಂದು ಸದವಕಾಶ ಈಕೆಗೆ ದೊರಕಿತು. ನಂತರ ಆಕೆ ಅಮೇರಿಕಾಕ್ಕೆ ಹೋದಳು. ಅಮೆರಿಕನ್ನರಿಗೆ ಭಾರತದ ಕಷ್ಟದೆಸೆಗಳು ಹಾಗು ಸ್ವಾತಂತ್ರ್ಯಕ್ಕಾಗಿ ತನ್ನ ಹೋರಾಟವನ್ನು ತಿಳಿಸಿದಳು. 1908ರಲ್ಲಿ ಲಂಡನ್ನಿಗೆ ಹಿಂದಿರುಗಿ, 'ಇಂಡಿಯಾ ಹೌಸ್'ನಲ್ಲಿ ಒಂದು ಸಭೆಯನ್ನುದ್ದೇಶಿಸಿ ಭಾಷಣ ಮಾಡಿದಳು. ಈಕೆಯು ಹಿಂದು-ಮುಸ್ಲಿಮರ ಐಕ್ಯತೆಗೆ ಹೋರಾಡಿದಳು ಹಾಗು ಭಾರತದ ಒಳಗೆ ಮತ್ತು ಹೊರಗಿರುವ ಕ್ರಾಂತಿಕಾರರಿಗೆ ಆರ್ಥಿಕವಾಗಿ ಸಹಾಯ ಮಾಡಿದಳು. ಜಾತಿ ಪದ್ಧತಿಯ ವಿರುದ್ಧ ಮಾತನಾಡಿದಳು ಹಾಗು ಬ್ರಿಟಿಷರಿಂದ ಕೊಡಲ್ಪಟ್ಟ ಕೆಲಸಗಳನ್ನು ಸ್ವೀಕರಿಸಬಾರದೆಂದು ಭಾರತೀಯರನ್ನು ಎಚ್ಚರಿಸಿದಳು. ಯುರೋಪಿನಲ್ಲಿ ಹೆಚ್ಚುತ್ತಿರುವ ಅಪಾರ ಜನಪ್ರಿಯತೆಯನ್ನು ನೋಡಿ, ಬ್ರಿಟಿಷ್ ಸರ್ಕಾರವು ಆಕೆಯು ಲಂಡನ್ ಬಿಟ್ಟು ಹೊರಡಬೇಕೆನ್ನುವ ಬೆದರಿಕೆ ಹಾಗಿದರು. ಆದರೆ ಆಕೆಯು ನಿಷ್ಠುರಳಾಗಿ ಸರ್ಕಾರಿ ಆಜ್ಞೆಯನ್ನು ವಿರೋಧಿಸಿದಳು. ಆಕೆಯನ್ನು ಹತ್ಯೆಗೈಯ್ಯುವ ಪ್ರಯತ್ನವು ನಡೆದಾಗ, ಆಕೆಯು ಇಂಗ್ಲಿಷ್ ಕಡಲ್ಗಾಲುವೆಯನ್ನು ದಾಟಿ, ಗುಟ್ಟಾಗಿ ತಪ್ಪಿಸಿಕೊಂಡು ಫ್ರಾನ್ಸಿಗೆ ಹೋದಳು. ಬ್ರಿಟಿಷ್ ಸರ್ಕಾರಕ್ಕೆ ಇದು ಗೊತ್ತಾಗಿ, ಫ್ರೆಂಚ್ ಸರ್ಕಾರವನ್ನು ಆಕೆಯನ್ನು ಹಿಂದಿರುಗಿಸಲು ಕೇಳಿಕೊಂಡರು. ಆದರೆ ಫ್ರೆಂಚ್ ಸರ್ಕಾರವು ಇದನ್ನು ತಿರಸ್ಕರಿಸಿತು.

ಆಕೆಯು ಹಾರಿಸಿದ ತ್ರಿವರ್ಣ ಧ್ವಜದಲ್ಲಿ ಹಸಿರು, ಕೇಸರಿ ಹಾಗು ಕೆಂಪು ಪಟ್ಟಿಗಳಿದ್ದವು. ಕೆಂಪು ಬಣ್ಣ ಶಕ್ತಿಯನ್ನು, ಕೇಸರಿ ವಿಜಯವನ್ನು ಹಾಗು ಹಸಿರು ಧೈರ್ಯ ಮತ್ತು ಉತ್ಸಾಹವನ್ನು ಪ್ರತಿನಿಧಿಸುತ್ತಿದ್ದವು. ಭಾರತಕ್ಕೆ ಹಿಂದಿರುಗಿ, ತಾನು ಜನಿಸಿದ ತನ್ನ ಕನಸಿನ ನೆಲದಲ್ಲಿ ತನ್ನ ಜೀವನದ ಉಳಿದ ದಿನಗಳನ್ನು ಕಳೆಯಬೇಕೆಂಬುದು ಆಕೆಯ ಆಂತರಿಕವಾದ ಮಹದಾಸೆಯಾಗಿತ್ತು. ತಮ್ಮ

ವಿರುದ್ಧ ಎಲ್ಲ ದೌರ್ಜನ್ಯಗಳನ್ನು ಆಕೆಯು ನಿಲ್ಲಿಸಬೇಕೆನ್ನುವ ಒಂದು ಷರತ್ತಿನ ಮೇಲೆ ಆಕೆಯ ಬೇಡಿಕೆಯನ್ನು ಬ್ರಿಟಿಷ್ ಸರ್ಕಾರವು ಒಪ್ಪಿತು. ಆಕೆಯು ಷರತ್ತನ್ನು ಒಪ್ಪಿದಳು. ಏಕೆಂದರೆ ಆಕೆಗೆ ವಯಸ್ಸಾದ ಕಾರಣ ವಿಶ್ರಾಂತಿ ಬೇಕಿತ್ತು. ಕೊನೆಗೆ ಆಗಸ್ಟ್ 13, 1936ರಂದು ಬೊಂಬಾಯಿಯ ಪೆಟಿಟ್ ಆಸ್ಪತ್ರೆಯಲ್ಲಿ ನಿಧನಳಾದಳು.

42. ಝಾಂಸಿ ರಾಣಿ ಲಕ್ಷ್ಮೀಬಾಯಿ:

ಪುರುಷರ ಉಡುಪಿನಲ್ಲಿ ರಾಣಿ ಲಕ್ಷ್ಮೀಬಾಯಿ (ಮಣಿಕರ್ಣಿಕ ಎಂಬುದು ಆಕೆಯ ಬಾಲ್ಯದ ಹೆಸರು) ಬ್ರಿಟಿಷರ ವಿರುದ್ಧದ ಯುದ್ಧದಲ್ಲಿ ತನ್ನ ಸೈನಿಕರನ್ನು ಮುನ್ನಡೆಸಿದಳು. ಆಕೆಯು ಅತೀವ ಪರಾಕ್ರಮದಿಂದ ಹೋರಾಡಿದಳು. ಗಾಯಾಳುವಾಗಿದ್ದರೂ, ಆಕೆಯು ಶರಣಾಗಲು ತಿರಸ್ಕರಿಸಿದಳು. ಶತೃಗಳೂ ಸಹ ಆಕೆಯ ಧೈರ್ಯ ಹಾಗು ಕೆಚ್ಚೆದೆಯನ್ನು ಕೊಂಡಾಡಿದರು. ಆಕೆಯ ಗಮನಾರ್ಹ ಧೈರ್ಯವು ಭಾರತದ ಅನೇಕ ಪುರುಷರು ಹಾಗು ಮಹಿಳೆಯರಿಗೆ ದೇಶದ ಸ್ವಾತಂತ್ರ್ಯಕ್ಕಾಗಿ ಬೆಂಬಲಿಸಿ ಹೋರಾಡಬೇಕೆಂಬ ಸ್ಫೂರ್ತಿಯನ್ನು ನೀಡಿತು.

43. ರಾಣಿ ಅವಂತಿಬಾಯಿ:

ರಾಮ್‌ಘರದ ರಾಜ ವಿಕ್ರಮಾದಿತ್ಯ ಸಿಂಗನು ಮರಣಿಸಿದಾಗ ಅವನ ಹೆಂಡತಿ ಅವಂತಿಬಾಯಿಯ ಹೊರತು ಸಿಂಹಾಸನಕ್ಕೆ ವಾರಸುದಾರರಿರಲಿಲ್ಲ. ಆದಕಾರಣ, ಬ್ರಿಟಿಷ್‌ರು ರಾಜ್ಯವನ್ನು ಕೋರ್ಟಿನ ಆಡಳಿತಕ್ಕೆ ಒಪ್ಪಿಸಿತು. ರಾಣಿ ಸೇಡುತೀರಿಸಿಕೊಳ್ಳಲು, ಬ್ರಿಟಿಷರಿಂದ ತನ್ನ ರಾಜ್ಯವನ್ನು ಹಿಂದಕ್ಕೆ ಪಡೆಯುವ ಪ್ರತಿಜ್ಞೆ ಮಾಡಿದಳು. 1857ರಲ್ಲಿ 4000 ಸೈನಿಕರ ಸೈನ್ಯಕ್ಕೆ ತಾನೇ ಮುಖಂಡಳಾಗಿ ಹೋರಾಡಿದಳು. ಭಯಂಕರವಾದ ಯುದ್ಧ ನಡೆದು, ರಾಣಿಯು ಅತ್ಯಂತ

ವೀರಾವೇಶದಿಂದ ಯುದ್ಧ ಮಾಡಿದಳು. ಆದರೆ ಬ್ರಿಟಿಷರ ದೊಡ್ಡ ಸೈನ್ಯದ ವಿರುದ್ಧ ಆಕೆಯು ಬಹಳ ಕಾಲ ನಿಲ್ಲಲಾಗಲಿಲ್ಲ. ತನ್ನ ಸೋಲು ನಿಶ್ಚಿತವೆಂದು ತಿಳಿದಾಗ, ಆಕೆಯು ಮಾರ್ಚ್ 20, 1858 ರಂದು ತನ್ನ ಕತ್ತಿಯಿಂದಲೆ ಆತ್ಮಹತ್ಯೆ ಮಾಡಿಕೊಂಡಳು.

44. ಬೇಗಂ ಹಜರತ್ ಮಹಲ್:

ಅವಧ್‌ನ ರಾಣಿ ಬೇಗಂ ಹಜರತ್ ಮಹಲ್ ಈ ವಿಚಾರಕ್ಕೆ ಸಂಬಂಧಿಸಿದಂತೆ ನೆನಪಿನಲ್ಲಿ ಉಳಿಯುವ ಇನ್ನೊಬ್ಬ ವೀರ ಮಹಿಳೆ. ಬ್ರಿಟಿಷರ ವಿರುದ್ಧವಾಗಿ ಲಕ್ನೊವನ್ನು ಕಾಪಾಡಲು ಸಕ್ರಿಯವಾಗಿ ಹೋರಾಡಿದಳು. ರಾಣಿಯಾಗಿ ವೈಭವೋಪೇತ ಜೀವನ ನಡೆಸುತ್ತಿದ್ದರೂ, ಯುದ್ಧದ ಮೈದಾನದಲ್ಲಿ ತನ್ನ ಸೈನಿಕರನ್ನು ಹುರಿದುಂಬಿಸಲು ತಾನೆ ಸ್ವತಃ ಬರುತ್ತಿದ್ದಳು. ಕೊನೆಗೆ ಬ್ರಿಟಿಷರ ವಶವಾಗಿ ನೇಪಾಳದಲ್ಲಿ ಆಶ್ರಯ ಪಡೆದಳು.

45. ಕಸ್ತೂರ್‌ಬಾ ಗಾಂಧಿ:

ಮಹತ್ಮಾಗಾಂಧಿಯವರ ಮಡದಿಯಾಗಿ, ಗಾಂಧಿಯವರು ದಕ್ಷಿಣ ಆಫ್ರಿಕಾದಲ್ಲಿರುವಾಗ, ಈಕೆಯೂ ಅವರ ಜೊತೆ ಅನೇಕ ವರ್ಷಗಳ ಕಾಲ ಕೆಲಸ ಮಾಡಿದಳು. ಈಕೆಯು ಮಹಿಳಾ ಸತ್ಯಾಗ್ರಹಿಗಳ ಮುಖಂಡಳಾಗಿ, ಅನೇಕ ಸಂದರ್ಭಗಳಲ್ಲಿ ಬಂಧಿಸಲ್ಪಟ್ಟಳು. ಹೆಂಡದಂಗಡಿಗಳು ಮತ್ತು ಪರದೇಶದ ವಸ್ತ್ರದ ಅಂಗಡಿಗಳನ್ನು ಮುಚ್ಚಿಸಿದ್ದಕ್ಕಾಗಿ ಎರಡು ಬಾರಿ ಹಾಗು 1939ರಲ್ಲಿ ರಾಜ್‌ಕೋಟ್ ಸತ್ಯಾಗ್ರಹದಲ್ಲಿ ಭಾಗವಹಿಸಿದ್ದಕ್ಕಾಗಿ ಈಕೆಯು ಬಂಧಿಯಾದಳು.

46. ಸ್ವರೂಪ್ ರಾಣಿ:

ಈಕೆಯು ಜವಾಹರಲಾಲ್ ನೆಹರೂರವರ ತಾಯಿ. ದೇಶದ ಸೇವೆಗಾಗಿ ತನ್ನ ಪತಿ ಹಾಗು ಮಕ್ಕಳನ್ನು ಸಂತೋಷವಾಗಿ ಬೀಳ್ಕೊಟ್ಟಳು. ಈಕೆಯು ಬಲಹೀನ ಹಾಗು ವೃದ್ಧೆಯಾದ ಕಾರಣ ವರ್ಷಗಳ ನಂತರ ಸ್ವಾತಂತ್ರ್ಯದ ಹೋರಾಟದ ಚಳುವಳಿಯಲ್ಲಿ ಭಾಗವಹಿಸಿದಳು.

47. ಕಮಲ ನೆಹರೂ:

ಭಾರತದಲ್ಲಿ ಸ್ವಾತಂತ್ರ್ಯ ಚಳುವಳಿಯೆಂಬ ತೀವ್ರ ಬಿರುಗಾಳಿಯಲ್ಲಿ ಈಕೆ ಅತ್ಯಲ್ಪಕಾಲ ಮಿನುಗಿದ ಒಂದು ಜ್ಯೋತಿ. ಈಕೆಯು ತನ್ನ ಪತಿ ಜವಹಾರಲಾಲರ ಮೇಲೆ ಪ್ರಭಾವ ಬೀರಿದಳು. ಬ್ರಿಟಿಷರ ಆಳ್ವಿಕೆಯಿಂದ ನಮ್ಮ ದೇಶವನ್ನು ಸ್ವತಂತ್ರಗೊಳಿಸಲು ಮಹತ್ಮಾಗಾಂಧಿಯವರು ಪ್ರಾರಂಭಿಸಿದ ಚಳುವಳಿಯಲ್ಲಿ ಧುಮುಕಲು ಸಂಕಲ್ಪಿಸಿದ ತನ್ನ ಪತಿಯ ಮನಸ್ಥೈರ್ಯವನ್ನು ಈಕೆಯು ಬೆಂಬಲಿಸಿದಳು. ಉಪ್ಪಿನ ಸತ್ಯಾಗ್ರಹದ ಅವಧಿಯಲ್ಲಿ, ಸುಂಕ ತಪ್ಪಿಸಿ ತಂದ ಉಪ್ಪನ್ನು ಮಾರುವ ಸ್ವಯಂ ಸೇವಕರ ಗುಂಪಿನಲ್ಲಿ ಈಕೆಯು ಮೊದಲಿಗಳು. 1930ರ ಎಲ್ಲಾ ತಿಂಗಳುಗಳಲ್ಲಿಯೂ, ಸರೋಜಿನಿನಾಯ್ಡು ಹಾಗು ಕಸ್ತೂರ್‌ಬಾ ಗಾಂಧಿಯವರ ಜೊತೆಗೂಡಿ ಈಕೆಯು ಮುಂದಾಳದ ದೇಶ ಸೇವಿಕಾ ಸಂಘವು ಬೊಂಬಾಯಿಯ ಗಲಭೆ ಪ್ರದೇಶಗಳ ಕಾವಲು ಕಾಯುವಂಥ ಕಠಿಣ ಕೆಲಸವನ್ನು ಮಾಡಿತು.

48. ಸರೋಜಿನಿ ನಾಯ್ಡು:

ಮಹತ್ಮಾಗಾಂಧಿಯವರ ಮಾರ್ಗದರ್ಶನದಲ್ಲಿ ಭಾರತದ ಸ್ವಾತಂತ್ರ್ಯ ಹೋರಾಟದಲ್ಲಿ ತನ್ನ ಜೀವನವನ್ನೆ ಸಮರ್ಪಿಸಿದ ಅನೇಕ ಪುರುಷ ಹಾಗೂ ಮಹಿಳೆಯರಲ್ಲಿ ಈಕೆಯೂ ಒಬ್ಬಳು. ಚಿಕ್ಕ ವಯಸ್ಸಿನಿಂದಲೆ ಈಕೆಯು ದೇಶಭಕ್ತಿ ಗೀತೆಗಳನ್ನು ಬರೆದಳು. ಅವು ಪರಕೀಯರ ಆಡಳಿತವನ್ನು ಕಿತ್ತೊಗೆಯಲು ಭಾರತದ ಜನತೆಗೆ ಸ್ಫೂರ್ತಿ ನೀಡಿತು. ಅನಿಬೆಸೆಂಟ್‌ರು ಪ್ರಾರಂಭಿಸಿದ 'ಹೊಂ

ರೂಲ್' ಅಂಧೋಲನದಲ್ಲಿಯೂ ಈಕೆಯು ಸೇರಿಕೊಂಡಳು. ಗೋಪಾಲಕೃಷ್ಣ ಗೋಖಲೆ ಯವರ ಕರೆಗೆ ಓಗೊಟ್ಟು, 1915ರಲ್ಲಿ ಈಕೆಯು ಭಾರತೀಯ ರಾಷ್ಟ್ರೀಯ ಕಾಂಗ್ರೆಸ್ಸಿಗೆ ಸೇರಿ ಕೊಂಡಳು. 1916ರ ಲಕ್ನೊ ಸಮ್ಮೇಳನದಲ್ಲಿ ತನ್ನ ಸ್ಫೂರ್ತಿಯುತವಾದ ಭಾಷಣದಲ್ಲಿ ಸ್ವರಾಜ್ಯದ ಭಾವನೆಯನ್ನು ಒತ್ತಿ ಹೇಳಿದಳು. 1917 ರಿಂದ 1919ರವರೆಗಿನ ಅವಧಿ ಈಕೆಯ ವೃತ್ತಿಯ ಅತ್ಯಂತ ಕ್ರಿಯಾತ್ಮಕ ಹಂತ. ಈ ಅವಧಿಯಲ್ಲಿ ಈಕೆ ಮಾಂಟೆಗೊ. ಚೆಲ್ಮ್ಸ್‌ಫೋರ್ಡ್ ಸುಧಾರಣೆಗಳು. ಖಿಲಾಫತ್ ವ್ಯಾಜ್ಯ, ಅತ್ಯಂತ ಕಠಿಣವಾದ ರೌಲತ್ ಕಾಯ್ದೆ ಹಾಗೂ ಸತ್ಯಾಗ್ರಹಕ್ಕಾಗಿ ಅಂಧೋಲನ ನಡೆಸಿದಳು. 1921ರಲ್ಲಿ ಮಹಾತ್ಮಾಗಾಂಧಿಯವರು ಆರಂಭಿಸಿದ ಅಸಹಕಾರ ಚಳುವಳಿಯಲ್ಲಿ ಭಾಗವಹಿಸಿದಳು. ಮಹಾತ್ಮಾಗಾಂಧಿಯವರು 1930ರಲ್ಲಿ ಆಜ್ಞಾಭಂಗ ಚಳುವಳಿಯನ್ನು ಪ್ರಾರಂಭಿಸಿದಾಗ, ಈಕೆಯು ಅವರ ಪ್ರಮುಖ ಸಹಾಯಕಳಾದಳು. ಬಹಳ ಧೈರ್ಯದಿಂದ, ದಂಗೆಕೋರರನ್ನು ಹತ್ತಿಕ್ಕಿದಳು. ಕಾನೂನುಬಾಹಿರ ಸಾಹಿತ್ಯವನ್ನು ಮಾರಿದಳು ಹಾಗು ಜಲಿಯನ್‌ವಾಲಾಬಾಗ್ ಕಗ್ಗೊಲೆಯ ಮೇಲೆ ಅತಿ ಉನ್ಮಾದದ ಸಭೆಗಳನ್ನುದ್ದೇಶಿಸಿ ಭಾಷಣ ಮಾಡಿದಳು. ಬೇರೆ ಮುಖಂಡರ ಜೊತೆ ಇವಳೂ ಸಹ ಬಂಧಿಯಾದಳು. ಆದರೆ ಇದು ಅವಳ ಚೈತನ್ಯವನ್ನು ಕುಗ್ಗಿಸಲಿಲ್ಲ. 1930ರಲ್ಲಿ ಮಹತ್ಮಾಗಾಂಧಿಯವರು ಉಪ್ಪಿನ ಸತ್ಯಾಗ್ರಹವನ್ನು ಮುನ್ನಡೆಸಲು ಈಕೆಯನ್ನು ಆರಿಸಿದಾಗ, ಈಕೆಯ ಧೈರ್ಯದ ಕತೆಗಳು ಪ್ರಸಿದ್ಧವಾಗಿವೆ. 1931ರಲ್ಲಿ, ಲಂಡನ್ನಿನಲ್ಲಿ ನಡೆದ ಎರಡನೇ ದುಂಡು ಮೇಜಿನ ಸಭೆಯಲ್ಲಿ ಭಾಗವಹಿಸಲು ಈಕೆಯನ್ನು ಆಹ್ವಾನಿಸಿದರು. 1942ರಲ್ಲಿ, ಭಾರತ ಬಿಟ್ಟು ತೊಲಗಿ ಚಳುವಳಿಗೆ ಸೇರಿದಾಗ, ಮತ್ತೊಮ್ಮೆ ಬ್ರಿಟಿಷರ ಕೋಪಕ್ಕೆ ಬಲಿಯಾದಳು. 1947ರಲ್ಲಿ ಭಾರತವು ಸ್ವತಂತ್ರವಾದ ನಂತರ, ಈಕೆಯು ಉತ್ತರಪ್ರದೇಶದ ರಾಜ್ಯಪಾಲಳಾಗಿ ನೇಮಿಸಲ್ಪಟ್ಟಳು.

49. ಪದ್ಮಜಾನಾಯ್ಡು:

ಈಕೆಯು ಸರೋಜಿನಿ ನಾಯ್ಡುರವರ ಮಗಳು. ತಾಯಿಯಂತೆ ದೇಶಸೇವೆಗಾಗಿ ತನ್ನನ್ನು ತಾನೆ ಮುಡುಪಾಗಿಟ್ಟಳು. 21ನೇ ವಯಸ್ಸಿನಲ್ಲಿ ಈಕೆ ರಾಷ್ಟ್ರೀಯ ರಂಗಕ್ಕೆ ಪ್ರವೇಶಿಸಿದಳು ಹಾಗು ಹೈದರಾಬಾದಿನ ಭಾರತೀಯ ರಾಷ್ಟ್ರೀಯ ಕಾಂಗ್ರೆಸ್ಸಿನ ಜಂಟಿ ಸಂಸ್ಥಾಪಕಿಯಾದಳು. ಈಕೆಯು ಖಾದಿಯ ಸಂದೇಶವನ್ನು ಹರಡಿ, ಪರದೇಶದ ವಸ್ತುಗಳನ್ನು ಬಹಿಷ್ಕರಿಸಲು ಜನತೆಗೆ ಕರೆಗೊಟ್ಟಳು. ಭಾರತವು ಸ್ವತಂತ್ರವಾದಾಗ, ಪಶ್ಚಿಮ ಬಂಗಾಳದ ರಾಜ್ಯಪಾಲಳಾದಳು.

50. ವಿಜಯಲಕ್ಷ್ಮಿ ಪಂಡಿತ್:

ಜವಾಹರಲಾಲ್ ಸಹೋದರಿಯಾದ ಈಕೆಯೂ ಸಹ, ಸ್ವಾತಂತ್ರ್ಯದ ಚಳುವಳಿಯಲ್ಲಿ ಪ್ರಮುಖ ಪಾತ್ರವಹಿಸಿದಳು. ಭಾರತದಲ್ಲಿ ಈಕೆ ಮಂತ್ರಿಯ ಗೌರವದ ಸ್ಥಾನವನ್ನು ಪಡೆದ ಮೊದಲ ಮಹಿಳೆ. ಭಾರತ ಸ್ವಾತಂತ್ರ್ಯ ಪಡೆದಮೇಲೂ ಸಹ, ಈಕೆಯು ದೇಶ ಸೇವೆಯನ್ನು ಮುಂದುವರಿಸಿದಳು. ಮುಂದೆ ಈಕೆಯು ಯು.ಎನ್.ಓ. ದ ಸಾಮಾನ್ಯ ಮಹಾಸಭೆಯ ಮೊದಲ ಮಹಿಳಾ ಅಧ್ಯಕ್ಷಳಾದಳು. ಇದು ಭಾರತಕ್ಕೆ ಸಂದ ಗೌರವ.

51. ಸುಚೇತಾ ಕೃಪಲಾನಿ:

ಸ್ವಾತಂತ್ರ್ಯದ ಹೋರಾಟದಲ್ಲಿ ಈಕೆಯ ಕೊಡುಗೆ ಗಮನಾರ್ಹ. 1946ರಲ್ಲಿ ಈಕೆಯು ಸಂವಿಧಾನ ಸಭೆಯ ಸದಸ್ಯಳಾಗಿ ಚುನಾಯಿತಳಾದಳು. ಈಕೆಯೂ ಸಹ ಬೇರೆಯವರಂತೆ, ಖಾದಿಯ ಸಂದೇಶವನ್ನು ಬೀರಿ ಪರದೇಶದ ವಸ್ತುಗಳನ್ನು ಬಹಿಷ್ಕರಿಸುವಂತೆ ಜನತೆಗೆ ಕರೆಗೊಟ್ಟಳು.

52. ಇಂದಿರಾಗಾಂಧಿ:

ತನ್ನ ಬಾಲ್ಯದಿಂದಲೆ ಸ್ವಾತಂತ್ರ್ಯದ ಚಳುವಳಿಯಲ್ಲಿ ಸಕ್ರಿಯವಾಗಿ ಭಾಗವಹಿಸಿದ ಈಕೆ, ಆಧುನಿಕ ಭಾರತದ ಅತ್ಯಂತ ಅಸಾಧಾರಣ ಮಹಿಳೆ. 1930ರಲ್ಲಿ, ಸ್ವಾತಂತ್ರ್ಯ ಹೋರಾಟಗಾರರಿಗೆ ಸಹಾಯ ಮಾಡಲು 'ವಾನರಸೇನಾ' ಎನ್ನುವ ಒಂದು ಮಕ್ಕಳ ಸೈನ್ಯದಳವನ್ನು ಕಟ್ಟಿದಳು. 1938ರಲ್ಲಿ, ಈಕೆಯು ಭಾರತೀಯ ರಾಷ್ಟ್ರೀಯ ಕಾಂಗ್ರೆಸ್ಸಿನ ಸದಸ್ಯೆಯಾದಳು. 1947ರಲ್ಲಿ ಭಾರತದ ಸ್ವಾತಂತ್ರ್ಯದ ಜೊತೆಗೆ ಆಕೆಯ ಸಾರ್ವಜನಿಕ ಚಟುವಟಿಕೆಯು ಹೊಸ ತಿರುವನ್ನು ಪಡೆಯಿತು. ಬಾಲ್ಯದಿಂದಲೆ ಆಕೆಯ ರಾಜಕೀಯ ಮನೆಯಾಗಿದ್ದ ಕಾಂಗ್ರೆಸ್, ಬೇಗನೆ ಈಕೆಯನ್ನು ರಾಜಕೀಯ ಪಾತ್ರಗಳ ಕಡೆ ಎಳೆಯಿತು. 1955ರಲ್ಲಿ ಮೊದಲು ಕಾಂಗ್ರೆಸ್ ಕಾರ್ಯಕಾರಿ ಮಂಡಲಿಯ ಸದಸ್ಯೆಯಾಗಿ ನಂತರ 1958ರಲ್ಲಿ ಕೇಂದ್ರ ಸಂಸತ್ತಿಗೆ ಸಂಬಂಧಿಸಿದ ಸಮಿತಿಯ ಸದಸ್ಯೆಯಾಗಿ ಆರಿಸಲ್ಪಟ್ಟಳು. 1959ರಲ್ಲಿ ಈಕೆಯನ್ನು ಭಾರತೀಯ ರಾಷ್ಟ್ರೀಯ ಕಾಂಗ್ರೆಸ್‌ನ ಅಧ್ಯಕ್ಷೆಯಾಗಿ ಚುನಾಯಿಸಿದರು. ಕಾಂಗ್ರೆಸ್‌ನ ಯೋಚನ ಹಾಗು ಭಾರತೀಯ ಸಮಾಜವು ಎದುರಿಸುತ್ತಿರುವ ಮೂಲ ವಿಷಯಗಳ ಕಡೆಗೆ ನೆಲೆ ನಿರ್ಧರಿಸಿದಳು ಮತ್ತು ರಾಷ್ಟ್ರವನ್ನು ಕಟ್ಟುವ ಕೆಲಸದ ಕಡೆಗೆ ಯುವಪೀಳಿಗೆಯನ್ನು ಪ್ರೋತ್ಸಾಹಿಸಿದಳು. ಮುಂದೆ 2 ಬಾರಿ ಭಾರತ ಪ್ರಧಾನಮಂತ್ರಿಯಾಗಿ, ಅನೇಕ ಮಹತ್ಕಾರ್ಯಗಳನ್ನು ಮಾಡಿದಳು. ಕಡೆಗೆ ತನ್ನ ಭದ್ರತಾ ಪಹರೆಯೊಬ್ಬನಿಂದ ಹತ್ಯೆಗೀಡಾದಳು.

53. ಸಹೋದರಿ ನಿವೇದಿತಾ:

ಸ್ವಾಮಿ ವಿವೇಕಾನಂದ ಹಾಗು ಹಿಂದು ತತ್ವಶಾಸ್ತ್ರದ ಕಡೆಗೆ ಆಕರ್ಷಿಸಲ್ಪಟ್ಟ ಅನೇಕ ಪರದೇಶದ ಮಹಿಳೆಯರಲ್ಲಿ ಈಕೆಯೂ ಒಬ್ಬಳು. ಅಕ್ಟೋಬರ್ 28,

1867, ರಲ್ಲಿ ಐರ್ಲೆಂಡ್‌ನಲ್ಲಿ ಜನಿಸಿದ ಈಕೆ, ಸತ್ಯವನ್ನು ಹುಡುಕುತ್ತಾ ಜನವರಿ 1898ರಲ್ಲಿ ಭಾರತಕ್ಕೆ ಬಂದಳು.

ತನ್ನ ಆಧ್ಯಾತ್ಮಿಕ ಗುರು ಸ್ವಾಮಿ ವಿವೇಕಾನಂದರ ಮರಣಾನಂತರ, ಆಕೆಯು ಸನ್ಯಾಸಿ ಪಂಥದ ಸೇವೆಯಿಂದ ಬಿಡುಗಡೆ ಪಡೆದಳು. ನಂತರ ಭಾರತದಲ್ಲಿ ಬ್ರಿಟಿಷ್ ಕಾರ್ಯನೀತಿಯ ವಿರುದ್ಧ ಮಾತನಾಡಿದಳು ಹಾಗು ಅದೇ ರೀತಿ ಬರೆದಳು. 1904ರ ವಿಶ್ವವಿದ್ಯಾನಿಲಯದ ಕಾಯ್ದೆ ಹಾಗು 1905ರ ಬಂಗಾಳ ವಿಭಜನೆಗಾಗಿ ಲಾರ್ಡ್ ಕರ್ಜನ್ ಮೇಲೆ ಕಿಡಿಕಾರಿದಳು. ಭಾರತದ ಹದಗೆಟ್ಟ ಆರ್ಥಿಕ ಪರಿಸ್ಥಿತಿಗೆ ಬ್ರಿಟಿಷರೇ ಜವಾಬ್ದಾರರೆಂದು ಅಪಾದಿಸಿದಳು. ಈಕೆಯು 1905ರಲ್ಲಿ ಬನಾರಸ್ ಕಾಂಗ್ರೆಸ್ಸಿನಲ್ಲಿ ಭಾಗವಹಿಸಿದಳು ಹಾಗು ಸ್ವದೇಶಿ ಚಳುವಳಿಗೆ ಬೆಂಬಲ ನೀಡಿದಳು. ಈಕೆಯು ರಾಷ್ಟ್ರೀಯ ಗುಂಪುಗಳಾದ 'ಡಾನ್ ಸಮಾಜ' ಮತ್ತು 'ಅನುಶೀಲನ್ ಸಮಿತಿ'ಗೆ ಸಹಾಯ ಮಾಡಿದಳು ಹಾಗೂ ಅಮೇರಿಕ ಮತ್ತು ಯುರೋಪ್‌ನ ಎಲ್ಲಾ ಕಡೆ ಭಾರತದ ವಿಷಯವನ್ನು ಪ್ರಚಾರ ಮಾಡಿದಳು.

54. ಡಾ|| ಅನಿಬೆಸೆಂಟ್:

ತನ್ನ 46ನೇ ವಯಸ್ಸಿನಲ್ಲಿ 1893ರಲ್ಲಿ ಭಾರತಕ್ಕೆ ಆಗಮಿಸಿದ ಈಕೆ ಒಬ್ಬ ಐರಿಶ್ ಮಹಿಳೆ. ಇಲ್ಲಿಗೆ ಬಂದಮೇಲೆ, ಭಾರತದ ಪರಿಸ್ಥಿತಿಯು ಬಹಳ ಹಾಳಾಗಿರುವುದನ್ನು ನೋಡಿದಳು. ತನ್ನ ಭಾಷಣಗಳ ಮುಖಾಂತರ, ಬ್ರಿಟಿಷರ ವಿರುದ್ಧ ಹೋರಾಡಲು ಜಾಗೃತಗೊಳಿಸಲು ಪ್ರಯತ್ನಿಸಿದಳು. ಪರದೇಶದ ವಸ್ತುಗಳನ್ನು ಬಹಿಷ್ಕರಿಸಬೇಕೆಂದೂ ಹಾಗು

ಭಾರತದಲ್ಲಿ ತಯಾರಾದ ಉತ್ಪನ್ನಗಳನ್ನು ಕೊಳ್ಳಬೇಕೆಂದು ಭಾರತೀಯರನ್ನು ಒತ್ತಾಯಿಸಿದಳು. 1917ರಲ್ಲಿ ಈಕೆಯು ಭಾರತೀಯ ರಾಷ್ಟ್ರೀಯ ಕಾಂಗ್ರೆಸ್‌ನ ಅಧ್ಯಕ್ಷೆಯಾಗಿ ಚುನಾಯಿಸಲ್ಪಟ್ಟಳು. ಆಕೆಯು ಭಾರತೀಯ ಜನತೆಯನ್ನು ಬಹಳವಾಗಿ ಪ್ರೀತಿಸುತ್ತಿದ್ದಳು ಮತ್ತು ಸ್ವಾತಂತ್ರ್ಯವೆ ಮುಖ್ಯ ಗುರಿಯಾಗಿರಬೇಕೆಂದು ಬಯಸಿದಳು. ತಾನು ಕ್ರೈಸ್ತಳಾದರೂ, ಪುಸ್ತಕಗಳು ಹಾಗು ಸಾಹಿತ್ಯದ ಮುಖಾಂತರ ಹಿಂದೂ ಧರ್ಮವನ್ನು, ಭಾರತ ಹಾಗು ಪರದೇಶದಲ್ಲೆಲ್ಲಾ ಹರಡಲು ಪ್ರಯತ್ನಿಸಿದಳು. ಸೆಪ್ಟೆಂಬರ್ 3, 1916ರಂದು ಹೊಂ ರೂಲ್ ಸಂಘವನ್ನು ಪ್ರಾರಂಭಿಸಿದಳು. ಭಾರತದ ಸ್ವಾತಂತ್ರ್ಯಕ್ಕಾಗಿ ಹೋರಾಟವನ್ನು ಬೀದಿ ಬೀದಿಗೂ ಹರಡಿದಳು ಹಾಗು ಕ್ರಾಂತಿಕಾರರಿಗೆ ಅವರ ಕೆಲಸದಲ್ಲಿ ಬೆಂಬಲ ನೀಡಿದಳು. 1933ರಲ್ಲಿ ಆಕೆ ಕೊನೆಯುಸಿರೆಳೆದಳು.

55. ಮೀರಾಬೆನ್ ಮತ್ತು ಸರಳಾಬೆನ್:

ಮಹತ್ಮಾಗಾಂಧಿಯವರ ಇಬ್ಬರು ಆಂಗ್ಲ ಮಕ್ಕಳೆಂದೆ ಹೆಸರುವಾಸಿಯಾದ ಮೀರಾಬೆನ್ ಮತ್ತು ಸರಳಾ ಬೆನ್ ಸಹ ಭಾರತದ ಸ್ವಾತಂತ್ರ್ಯಕ್ಕಾಗಿ ಗಮನಾರ್ಹ ಕೊಡುಗೆಯನ್ನು ನೀಡಿದ್ದಾರೆ. ಮೀರಾ ಬೆನ್‌ಳ ನಿಜವಾದ ಹೆಸರು ಮೆಡಲಿನ್ ಸ್ಲೇಡ್, ಈಕೆಯು ಗಾಂಧಿಯವರ ಜೊತೆ ಎರಡನೆ ದುಂಡುಮೇಜಿನ ಸಮ್ಮೇಳನದಲ್ಲಿ ಭಾಗವಹಿಸಿದಳು. ಈಕೆಯು ಗಾಂಧಿಯವರ ಅಂಧೋಲನದ ವರದಿಗಳನ್ನು ವಿಶ್ವ ಮುದ್ರಣಾಲಯಕ್ಕೆ ಕಳುಹಿಸುತ್ತಿದ್ದಳು. ಇದಕ್ಕಾಗಿ ಸರ್ಕಾರವು ಈಕೆಗೆ ಒಂದೆ ಸಮನೆ ಬೆದರಿಕೆ ಹಾಕಿತು. ಆದರೆ ಆ ಬೆದರಿಕೆಗಳಿಗೆ ಜಗ್ಗದೆ, ಈಕೆಯು ತನ್ನ ಚಟುವಟಿಕೆಗಳನ್ನು ಮುಂದುವರಿಸಿದಳು. ಸರಳಾಬೆನ್‌ಳ ಮೂಲ ಹೆಸರು ಕ್ಯಾಥರಿನ್ ಮೇರಿ ಹೈಲ್‌ಮನ್, ಈಕೆಯು ರಾಜಕೀಯ ಬಂಧಿಗಳ ಕುಟುಂಬದವರಿಗೆ ಸಹಾಯ ಮಾಡುತ್ತಾ ಹಳ್ಳಿಯಿಂದ ಹಳ್ಳಿಗೆ ಸಂಚರಿಸುತ್ತಿದ್ದಳು.

56. ಅರುಣಾ ಅಸಫ್ ಅಲಿ:

ಆಗಸ್ಟ್ 9, 1942 ರಂದು, 'ಭಾರತ ಬಿಟ್ಟುತೊಲಗಿ' ಘೋಷಣೆಯ ಗಾಳಿಯಲ್ಲಿ ನುಗ್ಗಿಕೊಂಡು ಬಂದಾಗ, ಒಬ್ಬ ಯುವಬಂಗಾಳಿ ಮಹಿಳೆ,

ಬೊಂಬಾಯಿಯ ಗೋವಾಲಿಯ ಕೆರೆ ಮೈದಾನದಲ್ಲಿ (ಆಜಾದ್‌ಕ್ರಾಂತಿ ಮೈದಾನ್) ಒಂದು ದೊಡ್ಡ ಗುಂಪಿನ ಮಧ್ಯದಿಂದ ಮುಂದೆ ಬಂದು ಭಾರತದ ಆಗಿನ ತ್ರಿವರ್ಣ ರಾಷ್ಟ್ರಧ್ವಜವನ್ನು ಹಾರಿಸಿಯೆ ಬಿಟ್ಟಳು. ಬ್ರಿಟಿಷರು ಎಲ್ಲಾ ರಾಜಕೀಯ ಮುಖಂಡರನ್ನು ಬಂಧಿಸಿದ ಕಾರಣ, ಅವರ ಅನುಪಸ್ಥಿತಿಯಲ್ಲಿ ಈಕೆಯು ರಾಷ್ಟ್ರಧ್ವಜವನ್ನು ಹಾರಿಸುವ ಕೆಲಸ ಕೈಗೊಂಡಳು. ಈಕೆಗೆ ಕೇವಲ 19 ವರ್ಷವಾದಾಗಲೆ, ಈಕೆಯು ಶ್ರೀ ಅಸಫ್ ಅಲಿ ಎಂಬ ಒಬ್ಬ ಮುಸ್ಲಿಂ ಯುವಕನನ್ನು ತನ್ನ ಪತಿಯನ್ನಾಗಿ ಸ್ವೀಕರಿಸಿದಳು.

'ಭಾರತ ಬಿಟ್ಟು ತೊಲಗಿ' ಚಳುವಳಿಯ ಉದ್ದೇಶ್ಯಕ್ಕಾಗಿ ಭೂಗತ ಕ್ರಾಂತಿಕಾರಿ ಚಟುವಟಿಕೆಗಳಲ್ಲಿ ಸಕ್ರಿಯವಾಗಿ ಭಾಗವಹಿಸುತ್ತಿದ್ದಳು. ಆಗಲೆ ಅರುಣಾ ಮಹಾರಾಷ್ಟ್ರದ ಸತಾರಾ ಜಿಲ್ಲೆಯಲ್ಲಿ ಸಮಾನಾಂತರದ ಸರ್ಕಾರ ರಚಿಸಲು ಸಹಾಯ ಮಾಡಿದಳು. ಸ್ವಾತಂತ್ರ್ಯವು ಈಕೆಯು ರಾಷ್ಟ್ರದ ನಿರ್ವಿವಾದವಾದ ಮುಖಂಡರಲ್ಲಿ ಒಬ್ಬಳೆಂಬುದನ್ನು ತೋರಿಸಿಕೊಟ್ಟಿತು.

ಅಕ್ಷರತಾ ಆಂಧೋಲನಗಳನ್ನು ಆಯೋಜಿಸಿ, ಮಹಿಳಾ ಚಳುವಳಿಗಳನ್ನು ಮುನ್ನಡೆಸಿ, ಸ್ವಯಂ ಸೇವಾ ಸಂಸ್ಥೆಗಳ ಹಾಗು ವ್ಯಾಪಾರಿ ಸಂಘಗಳ ಮಾರ್ಗದರ್ಶನ ಮಾಡಿ ಒಂದು ಸಮಾಜವಾದಿ, ಜಾತ್ಯಾತೀತ ಭಾರತದ ನಿರ್ಮಾಣಕ್ಕೆ ಮತ್ತು ಬೇರಮಟ್ಟದಿಂದಲೇ ಸಾಮಾಜಿಕ ಯೋಗಕ್ಷೇಮದ ಮೇಲ್ವಿಚಾರಣೆ ನೋಡಿಕೊಳ್ಳಲು ತನ್ನನ್ನು ತಾನೆ ಸಮರ್ಪಿಸಿಕೊಂಡಳು.

ದೇಶವು ಈಕೆಗೆ ಅನೇಕಾನೇಕ ಪ್ರಶಸ್ತಿಗಳು ಮತ್ತು ಶಾಂತಿಪಾರಿತೋಷಕಗಳನ್ನು ಕೊಟ್ಟು ಗೌರವಿಸಿತು. ಅಂಚೆ ಇಲಾಖೆಯು ಈಕೆಯ ಗೌರವಾರ್ಥ ಒಂದು ಅಂಚೆ ಚೀಟಿಯನ್ನು ಬಿಡುಗಡೆಮಾಡಿತು. ಜುಲೈ 29, 1996 ರಂದು ಈಕೆಯು ಮರಣ ಹೊಂದಿದಳು.

57. ಕಮಲಾದೇವಿ ಚಟ್ಟೋಪಾಧ್ಯಾಯ:

ಮಂಗಳೂರಿನ ಪ್ರತಿಷ್ಠಿತ ಕುಟುಂಬದಲ್ಲಿ ಜನಿಸಿದ ಈಕೆ, ಸಂಪ್ರದಾಯಬದ್ಧ ಸಮಾಜದ ತಿರಸ್ಕಾರವನ್ನು ಎದುರಿಸಬೇಕಾಯಿತು. ಏಕೆಂದರೆ ಆ ಕಾಲದಲ್ಲಿ ವಿಧವೆಯರ ಪರಿಸ್ಥಿತಿ ಬಹಳ ಹೀನಾಯವಾಗಿತ್ತು. ಆದಾಗ್ಯೂ, ಈಕೆಯು ತನ್ನ ವಿದ್ಯಾಭ್ಯಾಸ ಹಾಗು ಹವ್ಯಾಸಗಳನ್ನು ಮುಂದುವರಿಸಿದಳು. ಭಾರತದಲ್ಲಿ ಆಗ ಮಹಾತ್ಮಾಗಾಂಧಿಯವರು ಸ್ವಾತಂತ್ರ್ಯಕ್ಕೆ ಕರೆಕೊಟ್ಟ ಕಾಲ. ಅದು ಕೇವಲ ವಸಾಹತು ಶಾಹಿಯೊಂದರಿಂದಲೆ ಅಲ್ಲ, ಜೊತೆಗೆ ಭಾರತದ ಆಂತರಿಕ ಸಮಸ್ಯೆಗಳಾದ ಅಸ್ಪೃಷ್ಯತೆ ಹಾಗು ಬಡತನದ ನಿರ್ಮೂಲನೆಗೂ ಕೂಗುಹಾಕಿದರು. ಪುರುಷರ ಸಮನಾಗಿ ಮಹಿಳೆಯರೂ ಹೋರಾಡಬೇಕೆಂದು ಅವರು ಹೇಳಿದರು. ಕಮಲಾದೇವಿಯು ಭಾರತೀಯ ರಾಷ್ಟ್ರೀಯ ಕಾಂಗ್ರೆಸ್ಸಿನ ಮಹಿಳಾ ಹಾಗು ಯುವಭಾಗವನ್ನು ಸಕ್ರಿಯವಾಗಿ ಸಂಘಟಿಸಿದಳು ಮತ್ತು 20ನೇ ಶತಮಾನದಲ್ಲಿ ಭಾರತದ ಮಹಿಳೆಯರ ಜಾಗೃತಿಯಲ್ಲಿ ಬಹಳ ಸಹಾಯಕಳಾದಳು.

ಸತ್ಯಾಗ್ರಹವನ್ನು ಸಂಘಟಿಸಿ, ಸ್ವಯಂ ಸೇವಕರನ್ನು ಜಾಗೃತಗೊಳಿಸಿ ಮತ್ತು ಆಳವಾಗಿ ಬೇರುಬಿಟ್ಟಿದ್ದ ಸಾಮಾಜಿಕ ಕೆಡುಕುಗಳ ವಿರುದ್ಧ ಹೋರಾಡಿ ಭಾರತದ ಸ್ವಾತಂತ್ರ್ಯ ಸಂಗ್ರಾಮದಲ್ಲಿ ಈಕೆಯು ಬಹುಮುಖ್ಯ ಮುಖಂಡಳಾದಳು. ಸಹಕಾರ ಸಂಸ್ಥೆಗಳು ಹಾಗು ಸ್ವಉದ್ಯೋಗ ಯೋಜನೆಗಳನ್ನು ಪ್ರಾರಂಭಿಸಿ ನಿರಾಶ್ರಿತರ ಮನದಾಳದ ನೋವುಗಳನ್ನು ಗುಣಪಡಿಸಲು ಪಟ್ಟುಹಿಡಿದು ಕೆಲಸ ಮಾಡಿದಳು. ಸಂಪ್ರದಾಯಬದ್ಧ ಭಾರತೀಯ ಗೃಹ ಕೈಗಾರಿಕೆಗಳಾದ ನೇಯ್ಗೆ ಹಾಗು ಹಸ್ತಕೌಶಲ್ಯದ ಕಲೆಗಳನ್ನು ಪುನರುಜ್ಜೀವನಗೊಳಿಸಲು ಶ್ರಮಿಸಿದಳು.

ಭಾರತದ ಕಲೆ, ಸಂಸ್ಕೃತಿ ಹಾಗು ಸಂಪ್ರದಾಯಗಳನ್ನು ಸಂರಕ್ಷಿಸಿ ಉತ್ತೇಜಿಸುವಲ್ಲಿ ಈಕೆಯ ಕೊಡುಗೆ ಅಪಾರ. ಈಕೆ ಈ ಕಾರಣಕ್ಕಾಗಿ ಇಂದಿರಾಗಾಂಧಿಯವರಿಂದ ಆರಿಸಿದ ವ್ಯಕ್ತಿ ಸಮೂಹದಲ್ಲಿ ಸೇರುವವರೆಗೂ

ಸೇವೆ ಸಲ್ಲಿಸಿದರು ಹಾಗು ಭಾರತೀಯ ಕಲೆ ಮತ್ತು ಸಂಸ್ಕೃತಿಯ ಪೋಷಕರಾಗಿ ಮುಂದುವರಿದರು. ಈಕೆ ವ್ಯಾಪಾರ (ಉದ್ಯೋಗ) ಸಂಘಟಕಳು, ಒಬ್ಬ ಕ್ರಾಂತಿಕಾರಿ, ಸುಧಾರಕಳು, ಕಲೆಯ ಮಹಾನ್ ಪೋಷಕಳು. ಪ್ರವೀಣ ಲೇಖಕಿ, ಒಬ್ಬ ಭಾಷಕಕಾರಳು ಹಾಗು ಸ್ವಾತಂತ್ರ್ಯ ಹೋರಾಟಗಾರಳು. ಹೀಗೆ ಈಕೆ ಬಹುಮುಖ ಪ್ರತಿಭೆಯುಳ್ಳ ವ್ಯಕ್ತಿ.

ಇದೇ ರೀತಿ ನಮಗೆ ಹೆಮ್ಮೆ ತಂದ ಅನೇಕ ಜನ ಮಹಿಳೆಯರು ಬೆಳಕಿಗೆ ಬಾರದೆ ಎಲೆಮರೆಯ ಕಾಯಿಯಂತೆ ಕೆಲಸ ಮಾಡಿದ್ದಾರೆ. ಖ್ಯಾತ ಸ್ವಾತಂತ್ರ್ಯ ಹೋರಾಟಗಾರ ಬಿಂದುಚಾರ್ಯರ ಪತ್ನಿ ಪದ್ಮಾವತಿಬಾಯಿ ದೇಶ ಸೇವೆಗಾಗಿ ಪತಿಯ ಕೆಲಸದಲ್ಲಿ ಸಹಕರಿಸಿದುದಲ್ಲದೆ, ಹಸಿದು ಬಂದ ಸ್ವಾತಂತ್ರ್ಯ ಯೋಧರಿಗೆ ಊಟ ಬಡಿಸುವ ಮೂಲಕ ಮೌನವಾಗಿ ಹೋರಾಡಿದ್ದಾಳೆ. ಅದಕ್ಕಾಗಿ ಆಕೆ ಏನು ಮಾಡಿದಳು ಗೊತ್ತೆ? ತನ್ನ ಮಕ್ಕಳಿಗೆ ಕಡಿಮೆ ತಿನ್ನುವಂತೆ ಹೇಳಿ ದೇಶಭಕ್ತರಿಗೆ ಉಣಿಸುತ್ತಿದ್ದಳು. ಒಮ್ಮೆ ಹೀಗೆ ದೇಶಭಕ್ತರಿಗೆ ಆಹಾರ ಒಯ್ಯುತ್ತಿದ್ದಾಗ ಸಿಕ್ಕು ಬಿದ್ದು ಮೂರು ತಿಂಗಳು ಸೆರೆಮನೆವಾಸದ ಶಿಕ್ಷೆ ಅನುಭವಿಸಿದಳು.

ಹೀಗೆ ಪ್ರೀತಿ ಲತಾವಡ್ಡೆದಾರ್ ಎಂಬ ಮಹಿಳಾ ಹೋರಾಟಗಾರ್ತಿ ಚಿತ್ರಗಾಂಗ್‌ನ ಶಸ್ತ್ರಾಗಾರದ ಮೇಲೆ ದಾಳಿ ನಡೆಸಿ ಪೋಲಿಸರಿಗೆ ಸಿಗದಂತೆ ಪರಾರಿಯಾದಳು.

ಜೈನಾರಿನ ಶ್ರೀಮಂತ ಕುಟುಂಬದ ಮಹಿಳೆ ಕಾಶಿಬಾಯಿಯ ಬಳಿ ಒಂದು ಕಾರಿತ್ತು. ಅದನ್ನು ಬ್ರಿಟಿಷ್ ಅಧಿಕಾರಿಯು ತನ್ನ ಪ್ರವಾಸಕ್ಕೆಬೇಕೆಂದು ಕೇಳಿದ. ಆದರೆ ತಾನು ಬ್ರಿಟಿಷರಿಗೆ ಸಹಾಯ ಮಾಡುವುದಿಲ್ಲವೆಂದು ಉತ್ತರಿಸಿದಾಗ, ಆ ಅಧಿಕಾರಿ ಆ ಕಾರಿನ ನೋಂದಣಿಯನ್ನೇ ರದ್ದುಪಡಿಸಿದ.

ಬೆಳಗಾಂ ನಗರದ ಶಕುಂತಲ ದಮನ್‌ಕರ್ ಎಂಬ ಮಹಿಳೆ ದೇಶಭಕ್ತಿಯೇ ಮೂರ್ತಿವೆತ್ತಂತಿದ್ದಳು. ರಾಷ್ಟ್ರಸೇವೆಗಾಗಿ ಶಾಲಾ ಕಾಲೇಜು ತ್ಯಜಿಸಿ ವಿದ್ಯಾರ್ಥಿಗಳ ನಾಯಕಿಯಾಗಿದ್ದಳು. ಭೂಗತಳಾಗಿದ್ದ ಈ ಯುವತಿ, ಶಂಕರ್‌ಕುರ್ತ ಕೋಟಿಯಂಬ ದೇಶಭಕ್ತನನ್ನು ವಿವಾಹವಾಗಲು ಮನಸ್ಸು

ಮಾಡಿದಳು. ಆತನಿಗೆ ಗಲ್ಲು ಶಿಕ್ಷೆ ಆಗುವ ಸಂಭವವಿತ್ತು. ಯಾರು ಎಷ್ಟು ಹೇಲಿದರೂ ಕೇಳದೆ ಆಕೆ ಆತನನ್ನೇ ವಿವಾಹವಾದಳು. ಆಗ ಆಕೆ ಏನು ಹೇಳಿದಳು ಗೊತ್ತೆ? ''ಒಬ್ಬ ಸ್ವಾತಂತ್ರ್ಯ ಹೋರಾಟಗಾರನ ವಿಧವೆಯಾಗಲು ನನಗೆ ಹೆಮ್ಮೆಯಾಗುತ್ತದೆ''

ಹಾಗೆಯೇ ಕ್ಯಾಪ್ಟನ್ ಲಕ್ಷ್ಮಿಸೆಹಗಲ್ ಸುಭಾಸ್‌ಚಂದ್ರಬೋಸರು ಸ್ಥಾಪಿಸಿದ ಆಜಾದ್ ಹಿಂದ್ ಸೇನೆಯ ಮಹಿಳಾ ಸೈನ್ಯಾಧಿಕಾರಿ ಆಗಿದ್ದಳು. ರಂಗೂನ್ ಮತ್ತು ಬರ್ಮಾಗಳಲ್ಲಿ ಬ್ರಿಟಿಷರನ್ನು ಸೋಲಿಸಿದ ತಂಡದ ಸದಸ್ಯೆಯಾಗಿದ್ದಳು

58. ನಿರಾಶ್ರಿತರ ಮರುಸ್ಥಾಪನೆ

ಭಾರತಕ್ಕೆ ಸ್ವಾತಂತ್ರ್ಯ ಬರುವ ಕೆಲವೇ ದಿನಗಳ ಮೊದಲು ಕಲ್ಕತ್ತ, ನೌಖಾಲಿ, ಪಂಜಾಬ್, ಸಿಂಧ್ ಹಾಗು ಭಾರತದ ಇತರೆ ಭಾಗಗಳಲ್ಲಿ ಕೋಮುವಾರು ಗಲಭೆಗಳು ಪ್ರಾರಂಭವಾದವು. ಈ ಗಲಭೆಗಳು ಸ್ವಾತಂತ್ರ್ಯಾನಂತರವು ಸಹ ಮುಂದುವರಿದವು. ದಂಗೆಯಿಂದ ಭೀತಿಗೊಂಡ ಕೋಟ್ಯಾಂತರ ಹಿಂದುಗಳು ಹಾಗು ಸಿಖ್ಖರು ಪಾಕಿಸ್ತಾನದಿಂದ ಭಾರತಕ್ಕೆ ಓಡಿಬರಲಾರಂಭಿಸಿದಳು ಮತ್ತು ಭಾರತದಲ್ಲಿದ್ದ ಮುಸ್ಲಿಮರು ಪಾಕಿಸ್ತಾನಕ್ಕೆ ವಲಸೆಹೋದರು. ಎಲ್ಲಿ ಈ ಎರಡು ಗುಂಪುಗಳು ಸೇರುತ್ತಿದ್ದವೋ, ಅಲ್ಲಿ ಮತ್ತಷ್ಟು ದಂಗೆಗಳಾಗುತ್ತಿದ್ದವು.

ಸುಮಾರು ಒಂದೂವರೆ ಕೋಟಿಗಿಂತ ಹೆಚ್ಚು ಜನರು ಪಾಕಿಸ್ತಾನದಿಂದ ಭಾರತಕ್ಕೆ ವಲಸೆ ಬಂದರು. ಈ ಜನಗಳು ತಮ್ಮ ಮನೆ-ಮಠ, ಆಸ್ತಿ ಹಾಗು ತಮ್ಮ ಜೀವನೋಪಾಯವನ್ನು ಕಳೆದುಕೊಂಡಿದ್ದರು. ಭಾರತವು ಅವರನ್ನು ಮರುಸ್ಥಾಪಿಸುವ ಅತ್ಯಂತ ದೊಡ್ಡ ಜವಾಬ್ದಾರಿಯನ್ನು ಹೊರಬೇಕಾಯಿತು. ಜನಗಳ ಮೂಲ ಅವಶ್ಯಕತೆಗಳಾದ ಆಹಾರ, ಬಟ್ಟೆ, ಆಶ್ರಯ (ನೆರಳು) ಹಾಗು ಜೀವನಾಧಾರದ ಕೆಲಸಗಳನು ಒದಗಿಸುವಲ್ಲಿ ಭಾರತವು ಆರ್ಥಿಕವಾಗಿ ದೊಡ್ಡ ಶ್ರಮವಹಿಸಬೇಕಾಯಿತು. ಈ ವಲಸೆಯು ವ್ಯಾಪಾರ, ಸಂಪರ್ಕ ಹಾಗೂ ಕೈಗಾರಿಕಾ ಸಂಸ್ಥೆಗಳ ಮೇಲೂ ಸಹ ಒತ್ತಡ ಹೇರಿತು.

59. ಭಾರತ 1900-1947 ಒಂದು ಓರೆನೋಟ

1900ರಲ್ಲಿ, ಭಾರತವು ಬ್ರಿಟಿಷ್ ಸಾಮ್ರಾಜ್ಯದ ಒಂದು ಭಾಗವಾಗಿತ್ತು. ಆದರೆ 1947ರ ಕೊನೆಯ ಹೊತ್ತಿಗೆ, ಆಕೆಯು ಸ್ವಾತಂತ್ರ್ಯವನ್ನು ಹೊಂದಿದ್ದಳು. ಭಾರತೀಯ ರಾಷ್ಟ್ರೀಯತೆಯ ಭಾವನೆಗಳು 1885ಕ್ಕೆ ಮೊದಲೆ ವ್ಯಕ್ತಪಡಿಸಲಾಗಿತ್ತು. ಬ್ರಿಟಿಷ್ ಆಳ್ವಿಕೆಯ ಕಡೆಗೆ ಸಹಾಯಕ ವ್ಯವಹಾರದಿಂದ 1906ರಲ್ಲಿ ಅಖಿಲ-ಭಾರತ ಮುಸ್ಲಿಂ ಸಂಘವು ಪ್ರಾರಂಭವಾಯಿತು. ಆದರೆ 1916ರ ಹೊತ್ತಿಗೆ, ಸಂಘವು ತನ್ನ ದೃಷ್ಟಿಕೋನವನ್ನು ಬದಲಾಯಿಸಿ, ಭಾರತದಲ್ಲಿ ಸ್ವ-ಸರ್ಕಾರವೆ ತನ್ನ ಗುರಿಯೆಂದು ತಿಳಿಯಲು ಪ್ರಾರಂಭಿಸಿತು. ಅನೇಕ ದಶಕಗಳವರೆಗೆ ಅದು ಹಿಂದು-ಮುಸ್ಲಿಂ ಐಕ್ಯತೆಗೆ ಬೆಂಬಲ ಕೊಡುವುದನ್ನು ಮುಂದುವರಿಸಿತು. ಆದರೆ 1940ರಲ್ಲಿ, ಸಂಘವು ಒಂದು ಪ್ರತ್ಯೇಕ ಮುಸ್ಲಿಂ ರಾಜ್ಯದ ಕರೆ ಕೊಟ್ಟಿತು.

19ನೇ ಶತಮಾನದ ಹೆಚ್ಚುಭಾಗ, ಭಾರತವು ಬ್ರಿಟಿಷರಿಂದಲೆ ಆಳಲ್ಪಟ್ಟಿತ್ತು ಹಾಗು ಅದನ್ನು ಬ್ರಿಟಿಷ್ ಸಾಮ್ರಾಜ್ಯದ ಕಿರೀಟದಲ್ಲಿ ಒಂದು ಅನರ್ಘ್ಯಮಣಿಯೆಂದು ತಿಳಿಯಲಾಗಿತ್ತು.

ಭಾರತೀಯರಿಗೆ ಕೇಂದ್ರ ಸರ್ಕಾರದಲ್ಲಿ ಯಾವುದೆ ವಿಷಯದಲ್ಲಿ ಮಾತನಾಡುವಂತಿರಲಿಲ್ಲ. ಸ್ಥಳೀಯ ಮಟ್ಟದಲ್ಲಿಯೂ ಸಹ ಕಾರ್ಯನೀತಿ ಹಾಗು ತೀರ್ಮಾನ ಕೈಗೊಳ್ಳುವಲ್ಲಿ ಅವರ ಪ್ರಭಾವ ಶೂನ್ಯ.

1885ರಲ್ಲಿ ಭಾರತೀಯ ರಾಷ್ಟ್ರೀಯ ಸಮ್ಮೇಳನ ಪ್ರಾರಂಭವಾಯಿತು. ಭಾರತವು ಯಾವ ರೀತಿ ಆಳಲ್ಪಡುತ್ತಿದೆಯೆಂಬುದನ್ನು ತಿಳಿದುಕೊಳ್ಳುವುದೇ ಇದರ ಗುರಿಯಾಗಿತ್ತು.

ಈ ಬೆಳವಣಿಗೆಗೆ ಪ್ರತಿಕ್ರಿಯೆಯಾಗಿ, ಮಾರ್ಲೆ-ಮಿಂಟೊ ಸುಧಾರಣೆಗಳು 1909ರಲ್ಲಿ ಜಾರಿಗೆ ಬಂದಿತು.

1918ರ ನಂತರ, ರಾಷ್ಟ್ರೀಯತೆಯು ಭಾರತದಲ್ಲಿ ಆಂತರಿಕವಾಗಿ ಬಲವಾಯಿತು. ಇದು ಬಹುಶಃ ಎರಡು ಕಾರಣಗಳಿಂದ ಉಂಟಾಯಿತು.

1919ರಲ್ಲಿ ಭಾರತ ಸರ್ಕಾರದ ಕಾಯ್ದೆ ಜಾರಿಗೆ ಬಂದಿತು.

ಸುಧಾರಣೆಗಳನ್ನು ಬಹಳ ನಿಧಾನವಾಗಿ ಜಾರಿಗೆ ತರಲಾಯಿತು ಹಾಗು ಅವು ಭಾರತದ ಎಲ್ಲ ಕಡೆಗೂ ಎಂದಿನಂತೆ ಬಹಳ ನಿಧಾನವಾಗಿ ಹರಡಿತು. ಭಾರತದಲ್ಲಿ ತಮ್ಮ ಸಾರ್ವಭೌಮತ್ವವನ್ನು ಖಚಿತಪಡಿಸಿಕೊಳ್ಳಲು ಈ ಸುಧಾರಣೆಗಳನ್ನು ಜಾಗಿಗೊಳಿಸುವಲ್ಲಿ ಉದ್ದೇಶಪೂರ್ವಕವಾಗಿ ಬ್ರಿಟಿಷರು ನಿಧಾನ ಮಾಡುತ್ತಿದ್ದಾರೆಂದು ಜನಗಳ ಸಾಮಾನ್ಯ ನಂಬಿಕೆಯಾಗಿತ್ತು. ಇದು ಅನೇಕ ಜನಗಳನ್ನು ಉದ್ರೇಕಿಸಿತು.

ದಂಗೆಗಳು ಪ್ರಾರಂಭವಾಗಿಯೇ ಬಿಟ್ಟವು. 379ಕ್ಕೂ ಹೆಚ್ಚು ನಿಶ್ಯಸ್ತ್ರ ಪ್ರದರ್ಶನಕಾರರನ್ನು ಅಮೃತಸರದಲ್ಲಿ ಬ್ರಿಟಿಷ್ ಸೈನಿಕರು ಗುಂಡಿಟ್ಟುಕೊಂದದ್ದು ಅತ್ಯಂತ ಕ್ರೂರವಾದದ್ದು. ಈ ಘಟನೆಯು ಅನೇಕ ಜನರನ್ನು ತಲ್ಲಣಗೊಳಿಸಿತು.

ಭಾರತದ ಭವಿಷ್ಯತ್ತಿಗೆ ಹೆಚ್ಚಿನ ಪ್ರಭಾವ ಬೀರಲು ಮೂವರು ವ್ಯಕ್ತಿಗಳು 1920 ರಿಂದ ಮುಂದೆ ಕಾಣಿಸಿಕೊಂಡರು. ಅವರುಗಳೇ ಮಹಾತ್ಮಗಾಂಧಿ, ಪಂಡಿತ್ ಜವಹಾರಲಾಲ್ ನೆಹರು ಹಾಗು ಮುಹಮ್ಮದ್ ಜಿನ್ನಾ.

ಭಾರತಕ್ಕೆ ಸ್ವಂತ ಆಳ್ವಿಕೆಯು ಬೇಕೇ ಎಂಬುದನ್ನು ಬೆಲೆಕಟ್ಟಲು ಹತ್ತುವರ್ಷಗಳ ನಂತರ ಒಂದು ಸಮಿತಿಯನ್ನು ಸ್ಥಾಪಿಸಲಾಗುವುದೆಂದು 1919ರ ಭಾರತ ಸರ್ಕಾರದ ಕಾಯ್ದೆಯ ಭಾಗವೊಂದು ತಿಳಿಸಿತು.

ಸೈಮನ್ ಸಮಿತಿಯು ವರದಿ ಮಾಡಿದ ಸಮಯದಲ್ಲಿ, ಮಹಾತ್ಮ ಗಾಂಧಿಯವರು ತಮ್ಮ ಎರಡನೆ ಸಾಮಾಜಿಕ (ಜನತೆಯ) ಆಜ್ಞಾಭಂಗ ಚಳುವಳಿಯನ್ನು ಪ್ರಾರಂಭಿಸಿದರು. ಉದ್ದೇಶಪೂರ್ವಕವಾಗಿ ಕಾನೂನು ಭಂಗ ಮಾಡಿದರೆಂದು ಅವರನ್ನು ಸೇರಿಸಲಾಯಿತು. ಕೇವಲ ಸರ್ಕಾರ ಮಾತ್ರ ಉಪ್ಪನ್ನು ತಯಾರಿಸಬೇಕೆಂದು ಭಾರತ ಕಾನೂನು ತಿಳಿಸುತ್ತದೆ. 250 ಮೈಲಿ ಗುಜರಾತಿನ ಸಮುದ್ರತೀರದ ಹಳ್ಳಿ ದಾಂಡಿಯವರೆಗೆ ಪ್ರಯಾಣಿಸಿದ ನಂತರ, ಅವರು ತಮ್ಮ ಉಪ್ಪನ್ನು ತಾವೇ ಸ್ವತಃ ತಯಾರಿಸಲು ಪ್ರಾರಂಭಿಸಿದರು. ಇದು ಬ್ರಿಟಿಷ್ ಅಧಿಕಾರಿಗಳ ಜೊತೆ ಹಿಂಸಾತ್ಮಕ ಸಂಘರ್ಷಕ್ಕೆ ಕಾರಣವಾಗಿ ಗಾಂಧಿಯವರನ್ನು ಬಂಧಿಸಿದರು.

1935ರಲ್ಲಿ ಭಾರತ ಸರ್ಕಾರದ ಮತ್ತೊಂದು ಕಾಯ್ದೆಯನ್ನು ಜಾರಿಗೊಳಿಸಲಾಯಿತು. ಈ ಸಮಯದಲ್ಲಿ ಬ್ರಿಟನ್ ರಾಜ್ಯಸರ್ಕಾರವನ್ನು ಹೊಂದಿತ್ತು. ಸ್ಟ್ಯಾನ್ಲೆ ಬಾಲ್ಡ್ವಿನ್ ಮತ್ತು ರ್ಯಾಮ್ಸೆ ಮ್ಯಾಕ್‌ಡೊನಾಲ್ಡ್ ಒಂದು ಒಂಟಿ ಕೆಲಸಕ್ಕೆ ಒಪ್ಪಿಕೊಂಡ ಕಾರಣ ಭಾರತದ ಮೇಲೆ ಪರಿಶುದ್ಧವಾಗಿ ಪ್ರಗತಿ ಮಾಡಲಾಯಿತು. ಈ ಕಾಯ್ದೆಯ ಪ್ರಭುತ್ವದ ದರ್ಜೆಯನ್ನು ಕೊಡಲಿಲ್ಲ ವಾದುದರಿಂದ ಭಾರತದ ಜನತೆ ತೃಪ್ತರಾಗಲಿಲ್ಲ. ಹಿಂದೂಗಳ ಹಾಗು ಮುಸ್ಲಿಮರ ನಡುವೆ ಧಾರ್ಮಿಕ ಶತೃತ್ವವನ್ನು ನಿರ್ಲಕ್ಷಿಸಿದ್ದೆ ಈ ಕಾಯ್ದೆಯ ದೊಡ್ಡ ತಪ್ಪು. ಭಾರತದ ಜನಸಂಖ್ಯೆಯ ಅರ್ಧಕ್ಕಿಂತ ಹೆಚ್ಚುಭಾಗ ಹಿಂದೂಗಳೇ ಇರುವುದರಿಂದ, ಸ್ವತಂತ್ರ ಹಾಗು ಪ್ರಜಾಪ್ರಭುತ್ವದ ದೇಶದಲ್ಲಿ, ತಮ್ಮನ್ನು ಅನ್ಯಾಯದಿಂದ ಕಾಣುವರೆಂದು ಮುಸ್ಲಿಮರು ಹೆದರಿದರು. 1937ರ ಪ್ರಾಂತೀಯ ಚುನಾವಣೆಗಳಲ್ಲಿ ಹಿಂದೂಗಳೆ ಪ್ರಭುತ್ವ ಹೊಂದಿದ್ದ ಕಾಂಗ್ರೆಸ್ ಜವಾಹರಲಾಲ್ ನೆಹರೂರವರ ಮುಖಂಡತ್ವದಲ್ಲಿ, 11 ಪ್ರಾಂತಗಳಲ್ಲಿ 8ನ್ನು ಗೆದ್ದಿತು. ಮುಹಮ್ಮದ್ ಜಿನ್ನಾರ ಮುಖಂಡತ್ವದ ಮುಸ್ಲಿಂ ಸಂಘವು, ಪಾಕಿಸ್ತಾನವೆಂದು ಕರೆಯಲ್ಪಡುವ ತಮ್ಮದೇ ಪ್ರತ್ಯೇಕ ರಾಜ್ಯದ ಬೇಡಿಕೆ ಇಟ್ಟರು. ಆದರೆ ಮಹಾತ್ಮಾಗಾಂಧಿ ಹಾಗು ಕಾಂಗ್ರೆಸ್ ಭಾರತದ ಐಕ್ಯತೆಯನ್ನು ಕಾಪಾಡಲು ನಿರ್ಧರಿಸಿದ್ದರು. ಹಿಂದುಗಳು ಮತ್ತು ಮುಸ್ಲಿಮರ ಮಧ್ಯೆ ಅಂತಹ ಒಂದು ದ್ವೇಷ ಭಾರತದ ಭವಿಷ್ಯಕ್ಕೆ ಕೇವಲ ಕೆಡುಕಿನ ಎಚ್ಚರಿಕೆಯಾಗಿತ್ತು.

ಎಂರಡನೆ ಮಹಾಯುದ್ಧವು ಭಾರತದ ವಿಷಯವನ್ನು ತಾತ್ಕಾಲಿಕವಾಗಿ ಮುಂದಕ್ಕೆ ಹಾಕಿತು. ಭಾರತೀಯರು ಜಪಾನಿನ ವಿರುದ್ಧದ ಹೋರಾಟದಲ್ಲಿ ವಿಶೇಷವಾಗಿ ಬರ್ಮಾದ ಅಂಧೋಲನದಲ್ಲಿ ಬಹುಮುಖ್ಯ ಮಿಲಿಟರಿ ಸಹಾಯವನ್ನು ಒದಗಿಸಿದ್ದರು. ಒಮ್ಮೆ ಯುದ್ಧವು ಮುಗಿದುಹೋದರೆ ಭಾರತಕ್ಕೆ ಸಾಮ್ರಾಜ್ಯದ ದರ್ಜೆಯನ್ನು ಕೊಡುವುದಾಗಿ ಬ್ರಿಟಿಷರು ವಾಗ್ದಾನ ಮಾಡಿದ್ದರು.

1945ರಲ್ಲಿ, ಕ್ಲೆಮೆಂಟ್ ಅಟ್ಲಿಯವರ ನೇತೃತ್ವದ ಕಾರ್ಮಿಕ ಸರ್ಕಾರವು ಭಾರತದ ಸಮಸ್ಯೆಯನ್ನು ಬಗೆಹರಿಸಲು ಮುಂದಾಗಲು ಬಯಸಿತು. ಆದಾಗ್ಯೂ ಅಷ್ಟರಲ್ಲಿ, ಭಾರತದ ಹಿಂದುಗಳು ಹಾಗು ಮುಸ್ಲಿಮರ ನಡುವಿನ ದ್ವೇಷವು ಪ್ರಾರಂಭವಾಗುತ್ತಿತ್ತು ಮತ್ತು ಅನೇಕ ರಾಜಕೀಯ ಮುಖಂಡರಿಂದ ಎರಡೂ ಸಮಾಜಗಳನ್ನು ಒಂದುಗೂಡಿಸುವ ಪ್ರಯತ್ನಗಳು ವಿಫಲವಾದವು. ಸ್ಥಳೀಯ

ಸರ್ಕಾರಕ್ಕೆ ಹೆಚ್ಚಿನ ಅಧಿಕಾರ ಕೊಡುವುದು ಹಾಗು ಕೇಂದ್ರ ಸರ್ಕಾರವು ಕೇವಲ ನಿಯಮಿತ ಅಧಿಕಾರ ಹೊಂದಲಿ ಎಂಬುದು ಬ್ರಿಟಿಷರ ಯೋಜನೆಯಾಗಿತ್ತು. ಹೆಚ್ಚಿನ ಮುಸ್ಲಿಮರು ಒಂದು ಇಲ್ಲವೆ ಎರಡು ಪ್ರಾಂತಗಳಲ್ಲಿ ವಾಸಿಸುತ್ತಾರೆ ಹಾಗು ಈ ಪ್ರಾಂತಗಳ ಸರ್ಕಾರಗಳು ತಮ್ಮ ತೀರ್ಮಾನದಲ್ಲಿ ಇದನ್ನು ಪ್ರತಿಬಿಂಬಿಸಬೇಕೆಂಬುವ ಭರವಸೆಯನ್ನು ಕಾರ್ಮಿಕ ಸರ್ಕಾರವು ಹೊಂದಿತ್ತು. ಈ ಯೋಜನೆಯು ಫಲಕಾರಿಯಾದರೆ ಪ್ರತ್ಯೇಕ ಮುಸ್ಲಿಂ ರಾಜ್ಯದ ಅವಶ್ಯಕತೆಯಿರುವುದಿಲ್ಲ.

ಭಾರತದ ಗವರ್ನರ್ ಜನರಲ್ ಲಾರ್ಡ್ ವೇವಲ್ಲನು ಜವಾಹರಲಾಲ್ ನೆಹರೂರವರನ್ನು ಆಗಸ್ಟ್ 1946ರಲ್ಲಿ ಒಂದು ಸಂಕ್ಷಿಪ್ತ ಅವಧಿಯ ಸರ್ಕಾರ ರಚಿಸಲು ಆಹ್ವಾನಿಸಿದನು. ಅಂತಹ ಒಂದು ಸರ್ಕಾರದ ವಿವರಗಳನ್ನು ಮುಂದೆ ವಿಂಗಡಿಸಬಹುದೆಂದು ಲಾರ್ಡ್ ವೇವಲ್ಲನು ನಂಬಿದ್ದನು. ಆದರೆ, ಇದೂ ಭಾರತೀಯರಿಂದಲೇ ಒಂದು ನಿಜವಾದ ಸರ್ಕಾರದ ನಿರ್ಮಾಣಕ್ಕೆ ಬೆಂಬಲ ಕೊಡಬಹುದೆಂತಲೂ ಆಶಿಸಿದ.

1947ರ ಪ್ರಾರಂಭದಲ್ಲಿ ಕ್ಲೆಮೆಂಟ್ ಅಟ್ಲಿಯು ತಾವು ಭಾರತವನ್ನು ಜೂನ್ 1948ರ ಒಳಗೆ ಬಿಟ್ಟುಹೋಗುವುವೆಂದು ಪ್ರಕಟಿಸಿದ. ಭಾರತದ ವಿಂಗಡಣೆಯಿಂದ ಮಾತ್ರ ಹಿಂದುಗಳು ಹಾಗು ಮುಸ್ಲಿಮರ ನಡುವೆ ಶಾಂತಿ ಸಾಧಿಸಲು ಸಾಧ್ಯ ಎಂದು ಹೊಸ ವೈಸರಾಯ್ ಲಾರ್ಡ್ ಮೌಂಟ್‌ಬೆಟನ್ ತಿಳಿಸಿದನು. ಕಾಂಗ್ರೆಸ್ ಅವನ ಮಾತಿಗೆ ಒಪ್ಪಿತು. ಇನ್ನು ತಡವಾದರೆ ಎರಡೂ ಗುಂಪಿನ (ಸಮಾಜದ) ನಡುವೆ ದಂಗೆಯು ಹೆಚ್ಚುತ್ತದೆ ಎಂದು ಅವನು ಭಾವಿಸಿ ಆಗಸ್ಟ್ 1947ಕ್ಕೆ ತಾರೀಖನ್ನು ನಿಶ್ಚಿತಗೊಳಿಸಿದ.

ಆಗಸ್ಟ್ 1947ರಲ್ಲಿ, ಭಾರತದ ಸ್ವಾತಂತ್ರ್ಯ ಕಾಯ್ದೆಗೆ ಸಹಿ ಹಾಕಲಾಯಿತು. ಇದು ಭಾರತದಿಂದ ಮುಸ್ಲಿಮರೇ ಹೆಚ್ಚಾಗಿರುವ ಪ್ರದೇಶಗಳನ್ನು ಪ್ರತ್ಯೇಕಿಸಿ ಪಾಕಿಸ್ತಾನವೆಂಬ ಸ್ವತಂತ್ರ ರಾಜ್ಯದ ನಿರ್ಮಾಣಕ್ಕೆ ಕಾರಣವಾಯಿತು.

ಮುಂದೆ ಆ ವರ್ಷ, ಜನಗಳು ತಾವು ಸರಹದ್ದಿನ ವಿಶೇಷವಾಗಿ ಪಂಜಾಬ್ ಹಾಗು ಬಂಗಾಳದ ಮಿಶ್ರ ಪ್ರಾಂತಗಳ ತಪ್ಪು ಭಾಗದಲ್ಲಿದ್ದೇವೆಂದು

ತಿಳಿದುಕೊಂಡರು. ಹಾಗು ಲಕ್ಷಗಟ್ಟಲೆ ಜನರು ಹೊಸ ಸರಹದ್ದಿನ ಕಡೆಗೆ ಹೊರಟರು. ಹೊಸ ಪಾಕಿಸ್ತಾನದಲ್ಲಿದ್ದ ಹಿಂದುಗಳು ಭಾರತದ ಕಡೆಗೂ ಮತ್ತು ಭಾರತದಲ್ಲಿದ್ದ ಮುಸ್ಲಿಮರು ಪಾಕಿಸ್ತಾನಕ್ಕೂ ವಲಸೆ ಹೊರಟರು. ಎರಡೂ ಗುಂಪುಗಳು ಸೇರುತ್ತಿದ್ದ ಕಡೆ ದಂಗೆ, ಗಲಭೆಯಾಗುತ್ತಿತ್ತು. ಆದರೆ ಡಿಸೆಂಬರ್ 1947ರ ಹೊತ್ತಿಗೆ ದಂಗೆಯು ಕಡಿಮೆಯಾಗುತ್ತಿತ್ತು. ಒಂದು ತಿಂಗಳ ನಂತರ ಜನವರಿ 30, 1948 ರಂದು ನಾಥುರಾಮ್ ಗೋಡ್ಸೆ ಎಂಬ ಧರ್ಮಾಂಧನು ಮಹಾತ್ಮಾ ಗಾಂಧಿಯವರನ್ನು ಹತ್ಯೆಗೈದನು.

ಈ ಪುಸ್ತಕದಲ್ಲಿ ಪ್ರಸ್ತಾಪಿಸಿರುವ ಸ್ಥಳಗಳು

ಬಾಂಬೆ (ಮುಂಬಯಿ)
ಬರ್ಮಾ (ಮೈನಮಾರ್)
ಬನಾರಸ್ (ವಾರಣಾಸಿ)
ಕಲ್ಕತ್ತ (ಕೋಲ್ಕತ್ತ)
ಕೊಚ್ಚಿನ್ (ಕೊಚಿ)
ಕಾನ್‌ಪೂರ್ (ಕಾನ್ಪುರ)
ಮದ್ರಾಸ್ (ಚೆನ್ನೈ)
ಪೂನಾ (ಪುಣೆ)
ರಂಗೂನ್ (ಯಾಂಗನ್)

60. ಅಭ್ಯಾಸ

ಮಕ್ಕಳೆ, ಈಗ ನೀವು ಈ ಪುಸ್ತಕವನ್ನು ಓದಿದ್ದೀರಿ, ಇಲ್ಲಿ ಕೆಲವು ಅಭ್ಯಾಸಗಳನ್ನು ನೀವು ಮಾಡಬೇಕಿದೆ. ಈ ಪ್ರಶ್ನೆಗಳನ್ನು ಉತ್ತರಿಸುವಲ್ಲಿ ನೀವು ಎಷ್ಟು ಬುದ್ಧಿವಂತರೆಂಬುದನ್ನು ನೋಡೋಣ.

1) ಬ್ರಿಟಿಷರು ಭಾರತಕ್ಕೆ ಕ್ರಿ.ಶ. 1600ರಲ್ಲಿ ಏಕೆ ಬಂದರು?

2) ಭಾರತದ ರಾಜಧಾನಿಯನ್ನು ಕಲ್ಕತ್ತಾದಿಂದ ದೆಹಲಿಗೆ ಯಾವ ವರ್ಷ ಸ್ಥಳಾಂತರಿಸಿದರು?

3) ಜಲಿವಾಲಾಬಾಗ್ ಕಗ್ಗೊಲೆ ಯಾವಾಗ ನಡೆಯಿತು?

4) ಜಲಿವಾಲಾಬಾಗ್ ಭಾರತದಲ್ಲಿ ಎಲ್ಲಿದೆ?

5) ಬ್ರಿಟಿಷ್ ಆಳ್ವಿಕೆಯಿಂದ ಭಾರತಕ್ಕೆ ಯಾವಾಗ ಸ್ವಾತಂತ್ರ್ಯ ಸಿಕ್ಕಿತು?

6) ಮಹಾತ್ಮಗಾಂಧಿಯವರ ಭಾರತ ಬಿಟ್ಟು ತೊಲಗಿ ಚಳುವಳಿಯ ಜೊತೆ ಯಾವ ಪ್ರಸಿದ್ಧ ಘೋಷಣೆ ಸಂಬಂಧ ಹೊಂದಿದೆ?

7) ಗಾಂಧೀಜಿಯವರ ಚರಿತ್ರಾರ್ಹ ಉಪ್ಪಿನ ಸತ್ಯಾಗ್ರಹ ಯಾವ ವರುಷ ನಡೆಯಿತು?

8) ಯಾವ ಆಧಾರದ ಮೇಲೆ ಲಾರ್ಡ್ ಡಾಲ್‌ಹೌಸಿಯು ರಾಜಯೋಗ್ಯ ಸಂಸ್ಥಾನಗಳನ್ನು ರದ್ದುಗೊಳಿಸಿದನು?

9) ಪ್ರಾರಂಭದಲ್ಲಿ ಭಾರತೀಯ ರಾಷ್ಟ್ರೀಯ ಕಾಂಗ್ರೆಸ್ಸಿನ ಗುರಿಗಳು ಯಾವುವು?

10) 1919ರ ಭಾರತ ಸರ್ಕಾರದ ಕಾಯ್ದೆಯು ಮಾಡಿದ ಪೂರ್ವಸಿದ್ಧತೆಗಳು ಯಾವುವು?

11) ಪುಣೆ ಜಿಲ್ಲೆಯ ಮುಲ್ಷಿ ತಾಲೂಕಿನ ರೈತರು ಏಕೆ ಸತ್ಯಾಗ್ರಹ ಪ್ರಾರಂಭಿಸಿದರು?

12) ಅಸಹಕಾರ ಚಳುವಳಿಯ ಮುಖ್ಯ ಗೊತ್ತುಗುರಿಗಳೇನು?

13) ಜಲಿವಾಲಾಬಾಗ್‌ನ ಧಾರ್ಮಿಕ ಸಭೆಯಲ್ಲಿ ಒಟ್ಟಾಗಿ ಸೇರಿದ್ದ ನಿಶ್ಶಸ್ತ್ರ ಮುಗ್ಧ ಭಾರತೀಯ ಗುಂಪಿನ ಗುಂಡು ಹಾರಿಸಲು ಯಾರು ಆಜ್ಞೆ ಮಾಡಿದರು!

14) 1927ರಲ್ಲಿ ಬಾರ್ಡೋಲಿ ಸತ್ಯಾಗ್ರಹವನ್ನು ಆರಂಭಿಸಲು ಯಾರು ನಿರ್ಧರಿಸಿದರು?

15) ಮಹಾತ್ಮಗಾಂಧಿಯವರು ಸಾರ್ವಜನಿಕ ಆಜ್ಞಾಭಂಗ ಚಳುವಳಿಗೆ ಏಕೆ ಉಪ್ಪನ್ನೇ ಆರಿಸಿಕೊಂಡರು!

16) ಗಾಂಧಿ-ಇರ್ವಿನ್ ಒಪ್ಪಂದಕ್ಕೆ ಏಕೆ ಸಹಿ ಹಾಕಲಾಯಿತು?

17) 1935ರ ಭಾರತದ ಸರ್ಕಾರದ ಕಾಯ್ದೆಯನ್ವಯ ಭಾರತೀಯ ರಾಷ್ಟ್ರೀಯ ಕಾಂಗ್ರೆಸ್ ಚುನಾವಣೆಯಲ್ಲಿ ಭಾಗವಹಿಸಲು ಏಕೆ ನಿರ್ಧರಿಸಿತು?

18) 1940ರ ಭಾರತೀಯ ರಾಷ್ಟ್ರೀಯ ಕಾಂಗ್ರೆಸ್ಸಿನ ರಾಮ್‌ಘರ್ ಸಭೆಯಲ್ಲಿ ಜವಾಹರಲಾಲ್ ನೆಹರೂರವರ ಬೇಡಿಕೆ ಯಾವುದು?

19) ಸುಭಾಸ್‌ಚಂದ್ರಬೋಸರು ಜರ್ಮನಿಯಿಂದ ಜಪಾನಿಗೆ ಹೋಗಲು ಏಕೆ ನಿರ್ಧರಿಸಿದರು?

20) ಜವಾಹರಲಾಲ್ ನೆಹರೂರವರು ಈ ವಾಕ್ಯವನ್ನು ಯಾಗ ಹೇಳಿದರು: ''ಬಹಳ ವರ್ಷಗಳ ಕೆಳಗೆ, ನಾವು ಅದೃಷ್ಟದ ಜೊತೆ ಒಂದು ಗೊತ್ತು ಗುರಿಯ ನೆಲೆಯನ್ನು ಮಾಡಿಕಂಡೆವು......''

21) ''ಸ್ವರಾಜ್ಯವು ನನ್ನ ಜನ್ಮಸಿದ್ಧ ಹಕ್ಕು ಹಾಗು ಅದನ್ನು ನಾನು ಪಡೆದೆ ತೀರುವೆನು'' ಎಂದು ಹೇಳಿದವರು ಯಾರು?

22) ''ನನಗೆ ರಕ್ತವನ್ನು ಕೊಡಿ, ನಾನು ನಿಮಗೆ ಸ್ವಾತಂತ್ರ್ಯವನ್ನು ಕೊಡುವೆನು'' ಎಂದು ಹೇಳಿದವರು ಯಾರು?

23) 'ಹೊಂ ರೂಲ್' ಚಳುವಳಿಯನ್ನು ಯಾರು ಪ್ರಾರಂಭಿಸಿದರು?

24) 1857ರ ಭಾರತ ಸ್ವಾತಂತ್ರ್ಯದ ಯುದ್ಧದಲ್ಲಿ ಬ್ರಿಟಿಷರ ವಿರುದ್ಧ ಮೊದಲನೆ ಗುಂಡು ಹಾರಿಸಿದನು. ಅವನ ಹೆಸರೇನು?

25) ಸತಿ ಪದ್ಧತಿಯನ್ನು ನಿರ್ಮೂಲ ಮಾಡುವುದರಲ್ಲಿ ಇವನೇ ಪ್ರಮುಖ ಕಾರಣ. ಇವನ ಹೆಸರೇನು?

26) ಪ್ಲಾಸಿ ಕದನವು ಯಾವಾಗ ನಡೆಯಿತು?

27) ಮೊದಲನೆ ಪ್ರಪಂಚ (ಮಹಾ) ಯುದ್ಧವು ಯಾವಾಗ ನಡೆಯಿತು!

28) ಎರಡನೆ ಮಹಾಯುದ್ಧವು ಯಾವಾಗ ನಡೆಯಿತು!

29) ಭಾರತದ ರಾಷ್ಟ್ರೀಯ ಕಾಂಗ್ರೆಸ್ ಯಾವಾಗ ಸ್ಥಾಪಿತವಾಯಿತು?

30) ಭಾರತದ ರಾಷ್ಟ್ರಗೀತೆ 'ವಂದೇ ಮಾತರಂ' ಬರೆದವರು ಯಾರು?

31) ಭಾರತದ ಚರಿತ್ರೆಯಲ್ಲಿ ಆಗಸ್ಟ್ 9, 1942ರ ಮಹತ್ವವೇನು?

32) ಗಾಂಧೀಜಿಯವರ 241-ಮೈಲಿ ದಾಂಡಿ ಪ್ರಯಾಣವು ಯಾವ ಸ್ಥಳದಿಂದ ಪ್ರಾರಂಭವಾಯಿತು?

33) ಮಹಾತ್ಮ ಗಾಂಧಿಯವರು ಭಾರತದ ಸ್ವಾತಂತ್ರ್ಯಕ್ಕಾಗಿ ಏಕೆ ಹೋರಾಡಿದರು? (ಅಥವಾ ಭಾರತದ ಸ್ವಾತಂತ್ರ್ಯಕ್ಕಾಗಿ ಮಹಾತ್ಮ ಗಾಂಧಿಯವರು ಯಾವ ಪ್ರೇರಣೆಯಿಂದ ಹೋರಾಡಿದರು?)

34) ಬ್ರಿಟಿಷರು ತಮ್ಮ ಆಳ್ವಿಕೆಯ ಕಾಲದಲ್ಲಿ ಭಾರತೀಯರನ್ನು ಯಾವ ರೀತಿ ನಡೆಸಿಕೊಂಡರು?

35) ಇಂದಿರಾಗಾಂಧಿ ಯಾರ ಮಗಳು?

36) ಸುಭಾಸ್‌ಚಂದ್ರಬೋಸರ ಸಾವು ಹೇಗೆ ಉಂಟಾಯಿತು?

37) ನಾಥುರಾಮ್ ಗೋಡ್ಸೆಯು ಗಾಂಧಿಯವರನ್ನು ಏಕೆ ಹತ್ಯೆಗೈದನು?

61. ಸಾಮಾನ್ಯ ಜ್ಞಾನವನ್ನು ಪರೀಕ್ಷಿಸುವ ಪ್ರಶ್ನೆಗಳು

1) ಮಹಾತ್ಮಗಾಂಧಿಯವರು ಎಲ್ಲಿ ಹುಟ್ಟಿದರು?

2) ಭಾರತದ ರಾಜಕೀಯದಲ್ಲಿ ಭಾಗವಹಿಸುವುದಕ್ಕಿಂತ ಮುಂಚೆ ಕೊನೆಯ ಪಕ್ಷ ಒಂದು ವರ್ಷವಾದರೂ ದೇಶದಲ್ಲಿ ಪ್ರೇಕ್ಷಕ ಹಾಗು ವಿದ್ಯಾರ್ಥಿಯಾಗಿ ಉಳಿಯಲು ಮಹಾತ್ಮಗಾಂಧಿಯವರಿಗೆ ಯಾರು ಸಲಹೆ ನೀಡಿದರು?

3) ನೀಲಿ ತೋಟದ ವಿಚಾರದಲ್ಲಿ 1917ರಲ್ಲಿ ಬಿಹಾರಿನ ಚಂಪಾರಣ್ ಜಿಲ್ಲೆ ನೆಲದಲ್ಲಿ ಗಾಂಧೀಜಿಯವರ ಮೊದಲನೆಯ ದೊಡ್ಡ ಹೋರಾಟವು ದೇಶದಲ್ಲಿ ಬಿರುಗಾಳಿಯಂತೆ ಬೀಸಿತ್ತು. ಗಾಂಧಿಯವರಿಗೆ ಚಂಪಾರಣ್‌ಗೆ ಭೇಟಿ ನೀಡಿ, ಅಲ್ಲಿಯ ಹೋರಾಟದ ನೇತೃತ್ವವಹಿಸಲು ಪ್ರೇರೇಪಿಸಿದವರಲ್ಲಿ ಯಾರು ಪ್ರಮುಖವಾಗಿ ಕಾರಣರಾದರು?

4) ಮಹಾತ್ಮಗಾಂಧಿಯವರು ಬ್ರಿಟಿಷ್ ಸರ್ಕಾರದ ಪರವಾಗಿ ಯುದ್ಧಕ್ಕಾಗಿ ತಮ್ಮ ನೇಮಕಾತಿಯ ಅಂಧೋಲನವನ್ನು ಪ್ರಾರಂಭಿಸಿದ ಸ್ಥಳದ ಹೆಸರೇನು?

5) ಅತ್ಯಂತ ಕ್ರೂರವಾದ ರೌಲತ್ ಕಾಯ್ದೆಯನ್ನು ಜಾರಿಗೊಳಿಸುವುದರ ವಿರುದ್ಧ ಪ್ರಾರಂಭಿಸಿ, ಸಂಘಟಿಸಲು ಒಂದು ಚಿಕ್ಕ ಸಮ್ಮೇಳನವು ಗುಜರಾತಿನ 'ಸಾಬರ್‌ಮತಿ ಆಶ್ರಮ'ದಲ್ಲಿ ನಡೆಯಿತು. ಫೆಬ್ರವರಿ 1919ರ ಯಾವ ದಿನ ಸತ್ಯಾಗ್ರಹದ ಪ್ರತಿಜ್ಞೆಗೆ ಸಹಿ ಹಾಕಲಾಯಿತು.

6) ಸಾಮಾಜಿಕ ಆಜ್ಞಾಭಂಗ ಇಲ್ಲವೆ ಅಸಹಕಾರ ಚಳುವಳಿಯು ಪ್ರಯೋಜನಕರವಾಗಿ ಪ್ರಾರಂಭಿಸುವ ಮೊದಲು, ಚೌರಿಚೌರಾದಲ್ಲಿ ಗುಂಪು ಗಲಭೆಯು ಪ್ರಾರಂಭವಾದ ಕಾರಣ, ಗಾಂಧೀಜಿಯವರು ಅದನ್ನು ಮುಂದೂಡಿದರು. ಚೌರಿಚೌರಾ ಭಾರತದ ಯಾವ ರಾಜ್ಯದಲ್ಲಿದೆ?

7) 1924ರಲ್ಲಿ ಭಾರತದ ಎಲ್ಲಾ ಕಡೆ ಭಯಂಕರ ಕೋಮುವಾರು ಗಲಭೆಗಳ ಅಲೆಯೆ ಎದ್ದಿತು. ಇದರ ಕಾರಣ ಗಾಂಧೀಜಿಯವರು ದುಃಖಿತರಾಗಿ, ಮುಂದೆ ಏನು ಮಾಡಬೇಕೆಂದು ತಿಳಿಯದೆ ದೊಡ್ಡ ಮನಕ್ಷೋಭೆಗೆ ಒಳಗಾದರು. ಕಾರಣ ಭಯಂಕರ ದಂಗೆಯು ಒಂದು ವಿಶಿಷ್ಟ ಸ್ಥಳದಲ್ಲಿ ಪ್ರಾರಂಭವಾಯಿತು. ಆಗ ಗಾಂಧೀಜಿಯವರ 21 ದಿನಗಳ ಉಪವಾಸ ಆಚರಿಸಿ ಪ್ರಾಯಶ್ಚಿತ ಮಾಡಿಕೊಳ್ಳಲು ಮುಂದಾದರು. ಆ ಸ್ಥಳದ ಹೆಸರೇನು?

8) ಗಾಂಧಿಯವರು ಆರಿಸಿದ ಸ್ವಯಂಸೇವಕರ ಗುಂಪಿನ (ಪಡೆಯ) ಸಮುದ್ರದಿಂದ ಕಾನೂನುಬಾಹಿರ ಉಪ್ಪನ್ನು ತಯಾರಿಸುವ ಕಾಯ್ದೆಯನ್ನು ಮುರಿಯಲು ಮಾರ್ಚ್ 1930 ಯಾವ ದಿನ ದಾಂಡಿಗೆ ಪ್ರಯಾಣಿಸಿದರು?

9) ಗಾಂಧಿ ಹಾಗು ಅವರ ಸ್ವಯಂಸೇವಕರು ಕಾಲ್ನಡಿಗೆಯಲ್ಲಿ ಸಾಬರಮತಿ ಆಶ್ರಮದಿಂದ ದಾಂಡಿಗೆ 241 ಮೈಲಿಗಳ ಪ್ರಯಾಣವನ್ನು ಎಷ್ಟು ದಿನದಲ್ಲಿ ಕ್ರಮಿಸಿದರು?

10) 'ದಾಂಡಿ ಮಾರ್ಚ್' ವೇಳೆ ತಾವು ಬಂಧಿಯಾದರೆ ಸತ್ಯಾಗ್ರಹಿಗಳನ್ನು ಮುನ್ನಡೆಸಲು ಗಾಂಧೀಜಿ ಯಾರನ್ನು ನೇಮಿಸಿದರು?

11) ''ರಾಮಚಂದ್ರನು ಲಂಕಾಗೆ ಪ್ರಯಾಣಿಸಿದ ಚರಿತ್ರಾರ್ಹ ಘಟನೆಯಂತೆ, ಗಾಂಧಿಯವರ ಪ್ರಯಾಣವೂ ಚಿರಸ್ಮರಣೀಯ'' ಎಂದು ಗಾಂಧಿಯವರ ದಾಂಡಿ ಪ್ರಯಾಣವನ್ನು ಯಾರು ವರ್ಣಿಸಿದ್ದಾರೆ?

12) ಗಾಂಧಿ-ಇರ್ವಿನ್ ಒಪ್ಪಂದದ ಬಗ್ಗೆ ಯಾರು ಈ ಕೆಳಗಿನ ಹೇಳಿಕೆ ನೀಡಿದರು. ''ನಮ್ಮ ಜನಗಳು ಒಂದು ವರ್ಷಗಲ ತನಕ ಅಷ್ಟು ವೀರಾವಶದಿಂದ ಹೋರಾಡಿದ್ದು ಇದಕ್ಕೋಸ್ಕರವೆ? ನಮ್ಮ ಎಲ್ಲಾ ಧೈರ್ಯದ ಮಾತು ಹಾಗು ಕೆಲಸಗಳು ಈ ರೀತಿ ಕೊನೆಗೊಳ್ಳಬೇಕೆ? ಕಾಂಗ್ರೆಸ್‌ನ ಸ್ವಾತಂತ್ರ್ಯದ ನಿರ್ಧಾರಗಳು, ಜನವರಿ 26ರ ಪ್ರತಿಜ್ಞೆ, ಅಷ್ಟು ಬಾರಿ ಪುನರಾವೃತ್ತಿಯಾದದ್ದು ಏತಕ್ಕೋಸ್ಕರ? ಹಾಗಾಗಿ ಆ ಮಾರ್ಚಿ ತಿಂಗಳ ರಾತ್ರಿ ಮಲಗಿ, ನನ್ನ ಹೃದಯದಲ್ಲಿ ಮೆಲುಕು ಹಾಕಿದೆ, ಅಲ್ಲಿ ಪುನಃ ನೆನಪಿಕೊಳ್ಳಲಾಗದಂತಹ ಒಂದು ದೊಡ್ಡ ಶೂನ್ಯತೆಯಿತ್ತು''

13) ಮೂಲ ಯೋಜನೆಯ ಪ್ರಕಾರ, ಎರಡನೆ ದುಂಡು ಮೇಜಿನ ಸಮ್ಮೇಳನಕ್ಕೆ ಗಾಂಧಿಯವರ ಜೊತೆ ಒಬ್ಬ ಮುಸ್ಲಿಂ ರಾಷ್ಟ್ರೀಯ ಮುಖಂಡ ಪ್ರತಿನಿಧಿಯಾಗಿ ಹೋಗಬೇಕಾಗಿತ್ತು. ಆದರೆ ವೈಸರಾಯ್ ಅವನನ್ನು ಆರಿಸಲಿಲ್ಲ. ಅವನ ಹೆಸರೇನು?

14) ಎರಡನೆ ದುಂಡು ಮೇಜಿನ ಸಮ್ಮೇಳನದಲ್ಲಿ ಗಾಂಧಿಯವರ ಸಲಹೆಗಾರರಾಗಿ ಯಾರು ಕೆಲಸ ಮಾಡಿದರು?

15) ಗಾಂಧೀಜಿಯವರು ಕೋಮುವಾರು ತೀರ್ಪಿನ ವಿಷಯವಾಗಿ ಕೈಗೊಂಡ ಉಪವಾಸ ಸತ್ಯಾಗ್ರಹದ ನೇರವಾದ ಪರಿಣಾಮವೇ ಪೂನಾ ಒಪ್ಪಂದ, ಸಂಬಂಧಪಟ್ಟ ಎಲ್ಲಾ ಪಕ್ಷದವರು ಸಹಿ ಹಾಕಿದ ನಂತರವೇ, ಅವರು ತಮ್ಮ ಉಪವಾಸ ಮುರಿಯುವುದಕ್ಕೆ ದಾರಿಯಾಯಿತು. ಒಪ್ಪಂದದ ಕರಡುಪತ್ರ ತಯಾರಿಸಿದವರು ಯಾರು?

16) ಗೋವಾಲಿಯ ಕೆರೆ ಮೈದಾನದಲ್ಲಿ ನಡೆದ ಅಖಿಲ ಭಾರತ ಕಾಂಗ್ರೆಸ್

ಸಮಿತಿಯ ಚರಿತ್ರಾರ್ಹ ಆಗಸ್ಟ್ ಸಭೆಯಲ್ಲಿ 'ಭಾರತ ಬಿಟ್ಟು ತೊಲಗಿ' ನಿರ್ಣಯವನ್ನು ಜಾರಿಗೊಳಿಸಲಾಯಿತು. ಆ ಸ್ಥಳ (ಮೈದಾನ) ಎಲ್ಲಿದೆ?

17) ಗೋವಾಲಿಯ ಕೆರೆ ಮೈದಾನದ ಈಗಿರವವ ಹೊಸ ಹೆಸರೇನು?

18) ಜನವರಿ 15, 1942ರಂದು ಅಖಿಲಭಾರತ ಕಾಂಗ್ರೆಸ್ ಸಮಿತಿಯ ಸಭೆ ವಾರ್ಧದಲ್ಲಿ ನಡೆಯುವಾಗ, ಗಾಂಧೀಜಿಯವರು ತಮ್ಮ ರಾಜಕೀಯ ಉತ್ತರಾಧಿಕಾರಿಯ ಬಗ್ಗೆ ಉಲ್ಲೇಖಿಸುತ್ತಿದ್ದರು. ಅವರು ಯಾರು?

19) 1917 ರಿಂದ 1934 ರವರೆಗೆ ಮುಂಬಯಿಯಲ್ಲಿ ಗಾಂಧೀಜಿಯವರ ನಿವಾಸವಾಗಿದ್ದ ಕಟ್ಟಡದ ಹೆಸರೇನು?

20) ಗಾಂಧೀಜಿಯವರಿಗೆ ಎಷ್ಟು ಜನ ಮೊಮ್ಮಕ್ಕಳಿದ್ದರು?

21) ಜಲಿವಾಲಾಬಾಗ್ ಕಗ್ಗೊಲೆಯು ಯಾವ ವರ್ಷ ನಡೆಯಿತು?

22) ಗಾಂಧೀಯವರ ತಂದೆಯ ಹೆಸರೇನು?

23) ಗಾಂಧೀಜಿಯವರಿಗೆ ಎಷ್ಟು ಜನ ಮಕ್ಕಳಿದ್ದರು?

24) ಗಾಂಧಿಯವರಿಗೆ 'ಮಹಾತ್ಮ' ಎಂಬ ಬಿರುದನ್ನು ಕೊಟ್ಟವರು ಯಾರು?

25) ಗಾಂಧೀಜಿಯವರ ನಾಲ್ಕು ಮಕ್ಕಳಲ್ಲಿ - ಹರಿಲಾಲ್, ಮಣಿಲಾಲ್, ರಾಮ್‌ದಾಸ್ ಹಾಗು ದೇವದಾಸ್, ಯಾರು ಭಾರತದಲ್ಲಿ ಜನಿಸಿದರು?

26) ಗಾಂಧೀಜಿಯವರು ತಮ್ಮ ರಾಜಕೀಯ ವಿಶ್ವಾಸನೀಯ ಸಲಹೆಗಾರ ಯಾರೆಂದು ಹೇಳಿದರು?

27) ಭಾರತವನ್ನು ಕೊನೆಯದಾಗಿ ಬಿಟ್ಟುಹೋದ ಪರದೇಶದ ರಾಜರು ಯಾರು?

28) ಭಾರತದ ರಾಷ್ಟ್ರೀಯ ಸೈನ್ಯದ ಸಂಸ್ಥಾಪಕ ಯಾರು?

29) 1885ರಲ್ಲಿ ಭಾರತೀಯ ರಾಷ್ಟ್ರೀಯ ಕಾಂಗ್ರೆಸ್ ಯಾರ ಮಾರ್ಗದರ್ಶನ ದಲ್ಲಿ ಪ್ರಾರಂಭವಾಯಿತು?

30) ''ಜೈ ಜಾವನ್, ಜೈ ಕಿಸಾನ್'' ಎಂಬ ಘೋಷಣೆಯನ್ನು ಯಾರು ರಚಿಸಿದರು?

31) ಸ್ವತಂತ್ರ ಭಾರತದ ಮೊದಲನೆ ಉಪಪ್ರಧಾನಮಂತ್ರಿ ಯಾರು?

32) ಭಾರತವು ಯಾವ ವರ್ಷ ಗಣತಂತ್ರ ರಾಷ್ಟ್ರವಾಯಿತು?

33) ಭಾರತದ ಪ್ರಧಾನಿಮಂತ್ರಿಯಾಗಿ ಜವಾಹರಲಾಲ್ ನೆಹರೂರವರ ಭಾಷಣವನ್ನು ಏನೆಂದು ಕರೆಯುತ್ತಾರೆ?

34) ಭಾರತವು ಯಾವಾಗ ಸ್ವಾತಂತ್ರ್ಯವನ್ನು ಆಚರಿಸುತ್ತದೆ?

35) ಪಾಕಿಸ್ತಾನವು ತನ್ನ ಸ್ವಾತಂತ್ರ್ಯವನ್ನು ಯಾವಾಗ ಆಚರಿಸುತ್ತದೆ?

36) ಸ್ವತಂತ್ರ ಭಾರತದ ಮೊದಲನೆ ಪ್ರಧಾನಮಂತ್ರಿ ಯಾರು?

37) ಸ್ವತಂತ್ರ ಭಾರತದ ಮೊದಲನೆ ಗವರ್ನರ್ ಜನರಲ್ ಯಾರು?

38) ಜವಾಹರಲಾಲ್ ನೆಹರೂರವರು ಯಾವ ಆಂಗ್ಲ ಶಾಲೆಗೆ ಹೋಗುತ್ತಿದ್ದರು?

39) ಜವಾಹರಲಾಲ್ ನೆಹರೂರವರ ತಂದೆಯ ಹೆಸರೇನು?

40) ಜವಾಹರಲಾಲ್ ನೆಹರೂರವರು ತಾವು ಬೇರೆ ಬೇರೆ ಕಾರಾಗೃಹಗಳಲ್ಲಿರುವಾಗ, ತಮ್ಮ ಮಗಳು ಇಂದಿರಾಗಾಂಧಿಯ ವಿದ್ಯಾಭ್ಯಾಸದಲ್ಲಿ ಸಹಾಯಕವಾಗಲೆಂದು ಅನೇಕ ಪತ್ರಗಳನ್ನು ಬರೆದರು. ಮುಂದೆ, ಅವುಗಳನ್ನೆಲ್ಲಾ ಒಂದು ಗ್ರಂಥ ರೂಪದಲ್ಲಿ ಸಂಗ್ರಹಿಸಿ, ಆಕೆಯ ಹುಟ್ಟುಹಬ್ಬದ ಬಹುಮಾನವಾಗಿ ಕೊಟ್ಟರು. ಆ ಪುಸ್ತಕದ ಹೆಸರೇನು?

41) 'ಆರ್ಯಸಮಾಜ'ವನ್ನು ಸ್ಥಾಪಿಸಿದವರು ಯಾರು?

42) ಭಾರತದಲ್ಲಿ ಬ್ರಿಟಿಷ್ ಈಸ್ಟ್ ಇಂಡಿಯಾ ಕಂಪನಿಯನ್ನು ಯಾವಾಗ ಸ್ಥಾಪಿಸಲಾಯಿತು?

43) 'ಗಡಿನಾಡು ಗಾಂಧಿ' ಎಂದು ಹೆಸರಾದ ಭಾರತದ ಸ್ವಾತಂತ್ರ್ಯ ಹೋರಾಟಗಾರ ಯಾರು?

44) 'ಭಾರತದ ಉದಾತ್ತ ವೃದ್ಧ ವ್ಯಕ್ತಿ' ಎಂದು ಪ್ರಸಿದ್ಧರಾದವರು ಯಾರು?

45) 'ಭಾರತದ ಕೋಗಿಲೆ' ಎಂದು ಯಾರನ್ನು ಕರೆಯುತ್ತಾರೆ?

46) 'ಪಂಜಾಬಿನ ಸಿಂಹ' ಎಂದು ಯಾರನ್ನು ಕರೆಯುತ್ತಾರೆ?

47) 'ಮಹಾಮ್ಮ' ಎಂದು ಪ್ರೀತಿಯಿಂದ ಕರೆಯಲ್ಪಟ್ಟವರು ಯಾರು?

48) 'ಭಾರತದ ಉಕ್ಕಿನ ಮನುಷ್ಯ' ಎಂದು ಯಾರನ್ನು ಕರೆಯುತ್ತಾರೆ?

49) ಬಾರ್ಡೋಲಿ ಸತ್ಯಾಗ್ರಹದ ಜೊತೆ ಸಂಪರ್ಕ ಹೊಂದಿದ್ದ ಭಾರತದ ಸ್ವಾತಂತ್ರ್ಯ ಚಳುವಳಿಯ ಪ್ರಸಿದ್ಧ ವ್ಯಕ್ತಿ ಯಾರು?

50) ಸ್ವಾತಂತ್ರ್ಯ ಹೋರಾಟದ ಅವಧಿಯಲ್ಲಿ ಜವಾಹರಲಾಲ್ ನೆಹರೂ ರವರು ಎಷ್ಟು ಭಾರಿ ಜೈಲು ಶಿಕ್ಷೆ ಅನುಭವಿಸಿದರು?

51) ಮಹಾತ್ಮಗಾಂಧಿಯವರು ತಮ್ಮ ನಿಯಮಿತ ರೀತಿಯ ಉಡುಪನ್ನಾಗಿ ಪ್ರಸಿದ್ಧ ಹತ್ತಿಬಟ್ಟೆಯನ್ನು ಯಾವಾಗ ಆರಿಸಿಕೊಂಡರು?

52) ಸ್ವತಂತ್ರ ಭಾರತದ ಮೊದಲನೆ ರಾಷ್ಟ್ರಪತಿ ಯಾರು?

ಉತ್ತರಗಳು:

1) ಗುಜರಾತಿನ ಪೋರ್‌ಬಂದರ್
2) ಡಾ|| ಅನಿ ಬೆಸೆಂಟ್
3) ರಾಜ್‌ಕುಮಾರ್ ಶುಕ್ಲ
4) ಗುಜರಾತಿನ ಖೆಡ
5) 24 ನೆಯ
6) ಉತ್ತರ ಪ್ರದೇಶ
7) ಕೊಹಬ್
8) 12 ನೆಯ
9) 24

10) ಅಬ್ಬಾಸ್ ತ್ಯಾಬಿ
11) ಮೋತಿಲಾಲ್‌ನೆಹರೂ
12) ಪಂಡಿತ್ ಜವಾಹರಲಾಲ್‌ನೆಹರೂ
13) ಎಮ್.ಎ. ಅನ್ಸಾರಿ
14) ಪಂಡಿತ್ ಮದನ ಮೋಹನಮಾಳವಿಯ
15) ಎ.ವಿ. ಥಕ್ಕರ್
16) ಮುಂಬಯಿ
17) ಅಗಸ್ಟ್‌ಕ್ರಾಂತಿ ಮೈದಾನ
18) ಜವಾಹರಲಾಲ್ ನೆಹರು
19) ಮಣಿಭವನ್
20) 13
21) ಏಪ್ರಿಲ್ 1919
22) ಕರಮಚಂದ್
23) 4
24) ರವೀಂದ್ರನಾಥ ಟಾಗೋರ್
25) ಹರಿಲಾಲ್ ಮತ್ತು ಮಣಿಲಾಲ್
26) ಗೋಪಾಲಕೃಷ್ಣ ಗೋಖಲೆ
27) ಪೋರ್ಚುಗೀಸರು
28) ಸುಭಾಸ್‌ಚಂದ್ರಬೋಸ್
29) ಅಲೆನ್ ಅಕ್ಟೇವಿಯನ್ ಹ್ಯೂಮ್
30) ಲಾಲ್‌ಬಹದ್ದೂರ್ ಶಾಸ್ತ್ರಿ
31) ಸರ್ದಾರ್ ವಲ್ಲಭಭಾಯಿ ಪಟೇಲ್
32) 1950
33) ಅದೃಷ್ಟದ ಗೊತ್ತುಗುರಿಯ ನೆಲೆ

34) ಪ್ರತಿ ವರುಷ ಆಗಸ್ಟ್ 15

35) ಪ್ರತಿ ವರುಷ ಆಗಸ್ಟ್ 14

36) ಪಂಡಿತ್ ಜವಾಹರಲಾಲ್ ನೆಹರು

37) ಸಿ. ರಾಜಗೋಪಾಲಚಾರಿ

38) ಹ್ಯಾರೊ

39) ಮೋತಿಲಾಲ್ ನೆಹರು

40) ಪ್ರಪಂಚದ ಚರಿತ್ರೆಯ ಕ್ಷಣಿಕ ದರ್ಶನಗಳು

41) ಸ್ವಾಮಿ ದಯಾನಂದ

42) ಕ್ರಿ.ಶ. 1600

43) ಖಾನ್ ಅಬ್ದುಲ್ ಗಫಾರ್‌ಖಾನ್

44) ದಾದಾಭಾಯಿ ನವರೋಜಿ

45) ಸರೋಜಿನಿ ನಾಯ್ಡು

46) ಲಾಲಾ ಲಜಪತ್‌ರಾಯ್

47) ಮದನ ಮೋಹನ ಮಾಳವಿಯ

48) ಸರ್ದಾರ್ ವಲ್ಲಭಭಾಯಿ ಪಟೇಲ್

49) ಸರ್ದಾರ್ ವಲ್ಲಭಭಾಯಿ ಪಟೇಲ್ ಈ ಸತ್ಯಾಗ್ರಹವು ಗುಜರಾತಿನ ಬಾರ್ಡೋಲಿ ಹಳ್ಳಿಯ ರೈತರಿಂದ ಕರನಿರಾಕರಣೆ ಚಳುವಳಿಯ ರೀತಿಯಲ್ಲಿತ್ತು. ಈ ಚಳುವಳಿಯಿಂದ ಅವರು 'ಸರ್ದಾರ್' ಎಂಬ ಬಿರುದನ್ನು ಪಡೆದರು.

50) 9 ಬಾರಿ. ಡಿಸೆಂಬರ್ 1921ರ ನಡುವೆ

51) ಸೆಪ್ಟೆಂಬರ್ 1921

52) ಡಾ॥ ಬಾಬು ರಾಜೇಂದ್ರಪ್ರಸಾದ್